D1771123

நாஞ்சில் நாட்டு உணவு

நாஞ்சில் நாட்டு உணவு

நாஞ்சில் நாடன் (பி. 1947)

இயற்பெயர் க. சுப்பிரமணியம். குமரி மாவட்டத்திலுள்ள வீரநாராயணமங்கலம் என்னும் ஊரைச் சேர்ந்தவர். 'தலைகீழ் விகிதங்கள்' (1977) என்ற முதல் நாவல்மூலம் இலக்கிய உலகில் பிரபலமானவர். ஆறு நாவல்கள், பதினொரு சிறுகதைத் தொகுதிகள், ஆறு கவிதைத் தொகுதிகள், பத்தொன்பது கட்டுரைத் தொகுதிகள், இரண்டு நேர்காணல் தொகுதிகள் வெளிவந்திருக்கின்றன.

இளமைப் பருவத்தைச் சொந்தக் கிராமத்திலும் பதினெட்டு ஆண்டுகள் மும்பையிலும் கழித்த நாஞ்சில் நாடன் தற்போது கோவையில் வசிக்கிறார்.

சாகித்திய அகாதமி விருது, கலைமாமணி விருது. கனடா இலக்கியத் தோட்டம் வழங்கும் இயல் விருது, கண்ணதாசன் விருது, பெரிய சாமித்தூரன் படைப்பாளர் விருது, அமுதன் அடிகள் விருது, கி.ரா. நினைவு விருது முதலாய பல விருதுகள் பெற்றுள்ளார்.

ஆசிரியரின் பிற நூல்கள்
(காலச்சுவடு வெளியீடு)

- நாஞ்சில்நாட்டு வெள்ளாளர் வாழ்க்கை (கட்டுரைகள்) (2003)
- தலைகீழ் விகிதங்கள் (தமிழ் கிளாசிக் நாவல்) (2010)
- சாலப்பரிந்து... (தமிழ் கிளாசிக் சிறுகதைகள்) (2012)

நாஞ்சில் நாடன்

நாஞ்சில் நாட்டு உணவு

காலச்சுவடு பதிப்பகம்

● அன்பார்ந்த வாசகருக்கு,

வணக்கம்.

காலச்சுவடு நூலை வாங்கியமைக்கு நன்றி.

நூலின் உள்ளடக்கம், உருவாக்கம், அட்டைப்படம் இன்ன பிற அம்சங்கள் பற்றிய உங்கள் கருத்துகளையும் ஆலோசனைகளையும் காலச்சுவடு வரவேற்கிறது. தகவல், எழுத்து, வாக்கியப் பிழைகள் தென்பட்டால் அவசியம் தெரிவித்து உதவுங்கள். நூல் தயாரிப்பில் கடும் குறைபாடு இருப்பின் மாற்றுப் பிரதி உங்களுக்குக் கிடைக்கக் காலச்சுவடு ஏற்பாடு செய்யும்.

மின்னஞ்சல்: **publisher@kalachuvadu.com**

காலச்சுவடு நாகர்கோவில் அலுவலகத்துக்குக் கடிதம் அனுப்பலாம்.

தங்கள்

எஸ்.ஆர். சுந்தரம் (கண்ணன்)

பதிப்பாளர் – நிர்வாக இயக்குநர்

நாஞ்சில் நாட்டு உணவு ♦ கட்டுரைகள் ♦ ஆசிரியர்: நாஞ்சில் நாடன் ♦ ©நாஞ்சில் நாடன் ♦ முதல் பதிப்பு: டிசம்பர் 2024, மேம்படுத்திய இரண்டாம் பதிப்பு: பிப்ரவரி 2025 ♦ வெளியீடு: காலச்சுவடு பப்ளிகேஷன்ஸ் (பி) லிட்., 669, கே.பி. சாலை, நாகர்கோவில் 629001 ♦ உட்பக்க கோட்டோவியங்கள்: ஜீவா

naañcil naaTTu uNavu ♦ Essays ♦ Author: Nanjil Nadan ♦ © Nanjil Nadan ♦ Language: Tamil ♦ First Edition: December 2024, Enhanced Second Edition: February 2025 ♦ Size: Demy 1 x 8 ♦ Paper: 18.6 kg maplitho ♦ Pages: 496

Published by Kalachuvadu Publications Pvt. Ltd., 669 K.P. Road, Nagercoil 629001, India ♦ Phone: 91-4652-278525 ♦ e-mail: publications@kalachuvadu.com ♦ Illustrations: Jeeva ♦ Printed at Mani Offset, Chennai 600077

ISBN: 978-93-6110-630-9

02/2025/S.No. 1284, kcp 5636, 18.6 (2) 9ss

தெரிசனங்கோப்பு
ஸ்ரீ சாரதா ஆயுர்வேத மருத்துவமனை
வைத்தியர், அமரர்
இல. மகாதேவனுக்கு

பொருளடக்கம்

	தோரணம்	11
1.	பானம்	21
2.	காடி	48
3.	கஞ்சி	59
4.	சோறு	68
5.	சிற்றுண்டி	90
6.	எண்ணெய்ப் பலகாரங்கள்	170
7.	தொடுகறி	209
8.	துவையல்	238
9.	பொடி	252
10.	பச்சடி, கிச்சடி	261
11.	குழம்பு	278
12.	பிரதமன்	312
13.	அவித்துத் தின்பவை	331
14.	சுட்டுத் தின்பவை	345
15.	வறுத்துத் தின்பவை	348
16.	பச்சையாகத் தின்பவை	351
17.	வற்றல், வடகம்	360
18.	ஊறுகாய்	374
19.	உண்ணும் வரிசை	389

20. மாமிச உணவு	406
21. முட்டை	412
22. இறைச்சி	422
23. கோழி இறைச்சி	431
24. மீன்	436
பின்னிணைப்புகள்	471

தோரணம்

ஐந்திணை நிலங்களுக்கும் கருப்பொருள் குறித்திருந்தனர் தமிழர். தொல்காப்பியம் பொருளதிகாரத்தில் அகத்திணை இயலில் கருப்பொருள் பற்றிய நூற்பா (20) ஒன்றுண்டு.

தெய்வம், உணாவே, மா, மரம், புள், பறை
செய்தி, யாழின் பகுதியொடு தொகைஇ
அவ்வகை பிறவும் கருவென மொழிப

என்பதது. ஒவ்வொரு நிலத்துக்கான கருப்பொருள் என்பன, தெய்வம், உணவு, விலங்கு, தாவரம், பறவை, தோல் கருவிகள், செய்யும் தொழில், நரம்புக் கருவிகள், ஊர், நீர், மலர் என்று கூறுவார்கள்.

விதிவிலக்குப் போல, அடுத்த நூற்பா (21) அமைகிறது.

எந்நில மருங்கின் பூவும் புள்ளும்
அந்நிலம் பொழுதொடு வாரா ஆயினும்
வந்த நிலத்தின் பயத்த வாகும்

என்று. பொருளாவது, கருப்பொருட்களில் பூக்களும் பறவைகளும் ஒரு நிலத்துக்கானவை என்று கூறப்பெற்றிருந்தாலும், பிற நிலங்களில் அவை வரும்போது அந்த நிலத்தின் கருப்பொருளாகவே கொள்ளப்பெறும் என்பதாகும்.

நமது நூல் கருப்பொருள், உரிப்பொருள் குறித்த ஆய்வல்ல. இந்தச் சூத்திரங்கள்மூலம், தொல்காப்பியர் தெய்வத்துக்கு அடுத்த இடத்தில் உணவை வைத்துப் பேசுகிறார். இன்று பலருக்கும் உணவே தெய்வம். இதை இளக்காரமான பொருளில்

கூறவில்லை. தெரிசனங்கோப்பு ஆயுர்வேத வைத்தியர் இல. மகாதேவன், 'உணவே மருந்து' என்கிறார். 'ஏழைகளுக்கு இறைவன் உணவு வடிவத்தில் வருகிறான்' என விவிலியம் உரைப்பதாக நினைவு. வள்ளல் தன்மை உடைய மாமனிதர்களைப் 'பசிப்பிணி மருத்துவன்' என்கிறது புறநானூற்றின் சோழன் குளமுற்றத்துத் துஞ்சிய கிள்ளி வளவன் பாடல்.

மணிமேகலை,

மண்டிணி ஞாலத்து வாழ்வோர்க்கு எல்லாம்
உண்டி கொடுத்தோர் உயிர் கொடுத்தாரே

என்று விளம்பும். எனவே உணவு என்பது உயிரே ஆகும். எந்த உணவும் நிலத்தின் தன்மையைப் பொறுத்தும் நீரின் தன்மையைப் பொறுத்தும் அமையும். 'உணவெனப்படுவது நிலத்தொடு நீரே' என்பதும் புறநானூறு. நிலத்தின் தன்மைக்கேற்க, நீரின் தன்மைக்கேற்ப, தட்பவெப்ப நிலமைகளுக்கு ஏற்பத் தாவரங்களும் பறவைகளும் விலங்குகளும் வாழும். அவற்றின் தன்மை சார்ந்து உணவின் தன்மைகள் அமையும்.

இந்நூலில் நாம் நாஞ்சில் நாடு எனும் சிறு பிரதேசத்தின் மக்கள் கூட்டத்தின் உணவுபற்றிப் பேச முயல்கிறோம். தமிழின் முதல் நிகண்டான பிங்கல நிகண்டு, உணவின் மாற்றுச் சொற்களைப் பேசுகிறது.

உணாவே வலிசி உண்டி ஓதனம்
அசனம் பதமே இரை ஆகாரம்
உறையே ஊட்டம் உணவு எனலாகும்

என்பது சூத்ரம்.

உணவு அல்லது உண்டியை அடிசில் என்றார்கள். அடுவதால் அடிசில். 'அடப் பண்ணி வைத்தார், அடிசிலை உண்டார்' என்பது திருமந்திரம். அடும் இடத்தையே சமையல் கூடம், குசினிப்புரை, ஆக்குப்புரை, அடுக்களை என்கிறோம். கோவையில் பேக்கரி எனும் ஆங்கிலச் சொல்லுக்கு மாற்றாக அடுமனை எனும் சொல் பயன்பாட்டில் உண்டு. ஈழத்தமிழ் வெதுப்பகம் என்று கூறும். அடிசில் உண்ணும் வகையை நான்காகப் பிரித்தனர். உண்பன, தின்பன, நக்குவன, பருகுவன என்பன அவை. தேவ நேயப் பாவாணர் அடிசில் உண்பதைப் பல்வேறு மாற்றுச் சொற்களால் குறிக்கிறார். அசைத்தல், அதக்குதல், அருந்துதல், ஆர்தல், உண்ணுதல், உதப்புதல், உறிஞ்சுதல், ஒதுக்குதல், கடித்தல், கரம்புதல், கறித்தல், குடித்தல், குதப்புதல், கொறித்தல், சப்புதல், சுவைத்தல், சாப்பிடுதல், சூப்புதல், தின்னுதல், நக்குதல், பருகுதல், மாந்துதல், முக்குதல்,

மெல்லுதல், விழுங்குதல், மிசைதல் என்று நீண்ட பட்டியல் அது. நாம் முதலில் குறிப்பிட்ட உண்ணும் விதங்கள் நான்கினுள்ளும் இவை அடங்கும்.

உணவு சமைப்பவளை அட்டிலோள் என்றும் வாலுவள் என்றும் இலக்கியங்கள் குறிக்கின்றன.

விளம்பி நாகனாரின் 'நான்மணிக்கடிகை' பதினெண்கீழ்க் கணக்கு நூல்களில் ஒன்று. அதில் ஒரு பாடல்,

நிலத்துக்கு அணி என்ப, நெல்லும் கரும்பும்
குளத்துக்கு அணி என்ப தாமரை

என்று நீளும். நாஞ்சில் நாட்டில் நெல்லுண்டு, கரும்பு இல்லை. தாமரை, ஆம்பல், அல்லி பூத்த தடாகங்கள், குளங்கள் பொய்கைகள் உண்டு. இந்த வளத்தினுள் நின்றே இந்த நூலெழுத முனைந்தேன்.

எங்கிருந்து தொடங்குவது எனத் தெரியவில்லை. எப்படியும் துணிந்தாயிற்று. நாஞ்சில் நாட்டுச் சமையல், உணவுபற்றி புத்தகம் எழுதுவதற்கான விதை ஊன்றியவர் எனது குருக்கள்மாரில் ஒருவரான சுந்தர ராமசாமி. காலச்சுவடு கண்ணன் இருபது ஆண்டுகளாக நீரூற்றிக்கொண்டிருக்கிறார். 'தமிழினி' வசந்தகுமார் இதற்கு முக்கியமான தூண்டுதல். முதலில் எனக்கொரு அறைப்பு. பல நண்பர்களும் கேட்டார்கள். ஒரு படைப்பிலக்கியவாதியின் வேலையா இதுவென. இல்லை என்று யாண்டு சென்று நிறுவ இயலும்? நம்மிடம் தவறான பல கனசதுரமான அடைப்புகள் இருக்கின்றன மனத்தில்.

ஆயகலைகள் அறுபத்து நான்கினுள் சமையலும் சிறந்த கலை அல்லவா? அதை அறிந்துவைத்துக்கொள்வதில், பயில்வதில் என்ன இழுக்கு வந்து எய்திவிடும்? ஓவியத்தை, சிற்பத்தை, இசையை, நாட்டியத்தை, கவிதையை நலம் பாராட்டுவது போன்றதுதானே சமையல் என்பதும்? சிறந்த உணவையும் அதைச் சமைப்பவரையும் கொண்டாடுவதில் என்ன இடைஞ்சல்? சிறந்த உணவு என்பது சத்தான உணவு என்பது மட்டுமல்ல. சுவை, வாசனை, நிறம், வடிவம், எளிமை யாவும் உள்ளடக்கியது. ஆக நல்ல சமையற்காரரும் ஒரு ஞானிதான். ஒரு பிரதேசத்தின் தட்பவெப்பம், நீர் நில வளங்கள், பயிர்கள், உடலுழைப்பு, ஓய்வு, வசதிகள், வாழ்நிலைகள் சார்ந்து உணவுகள் உருவாகின்றன. இதில் அ – சிறந்தது, ஆ – அதைவிடச் சிறந்தது, இ – மோசமானது, ஈ – மிக மோசமானது என வரையறுக்க யாருக்கும் எந்த உரிமையும் இல்லை. எனினும் சில உணவுகள் கொண்டாடப்படுகின்றன. வணிகம் பெருக்கப்

பயன்படுகின்றன; முதன்மைப்படுத்தப்படுகின்றன. வேறு சில தடயமின்றி அழிந்துபோகும் ஆபத்தில் உள்ளன.

ஒவ்வொரு பிரதேசத்துக்குமான மொழிக்கு, கலைகளுக்கு எனச் சிறப்புகள் இருப்பதுபோன்று உணவுக்கும் தனித்தன்மை உண்டு. அதனை மதிக்கவும் திறந்த மனத்துடன் சுவைத்துப் பார்க்கவும் ஒரு பக்குவம் அவசியம். சண்டிகரில் உட்கார்ந்து இட்லி சாம்பார் கேட்பவரையும் கோழிக்கோட்டில் தயிர்சாதம் கேட்பவரையும் நாம் என்னென்று சொல்ல? சிலருக்கு ஒரு மனோபாவம் உண்டு. சின்ன வயது முதலே ஊறவைத்துக் கரைத்த கடலைப் பிண்ணாக்கு மாத்திரமே நான் மாந்தியிருக்கிறேன் மற்றெதுவும் வேண்டாம் எனும் ரீதியில். லாஸ் ஏஞ்சல்சில் தயிர்வடை தேடிச் சாப்பிட்டது பற்றிய சுவையான பயண இலக்கியங்கள் கொண்டாடப்பட்டன. வேறு வகையான உணவு ஒத்துக்கொள்ளாது, வெறுப்பாக இருக்கிறது எனில் சொந்த அடுக்களையைத் தாண்டாமல் இருப்பதுதான் உத்தமம். கொங்கு மண்டலத்தின் கொள்ளுப்பருப்பும், செட்டிநாட்டின் மண்டியும் திருநெல்வேலியின் சொதியும் தஞ்சாவூரின் மோர்க்குழம்பும், மராத்தியரின் டால் டோக்ளியும் முயன்றுபார்க்காதவன் உண்ண இலாயக்கற்றவன், அவனுக்குத் தீவனமே போதுமானது.

நாஞ்சில் நாடென்பது மிகக்குறுகிய பிரதேசம். அதன் ஆழ அகலங்களை எனது இன்னொரு புத்தகமான 'நாஞ்சில் நாட்டு வெள்ளாளர் வாழ்க்கை – காலம் நிகழ்த்திய மாற்றங்கள்' எனும் நூலில் காணலாம். அந்தப் பிரதேசத்துக்கான விசேடமான சமையல் முறைகள் உண்டு. அந்தப் பகுதியில் இன்னும் பிரபலமாகவும் மாறாமலும் இருப்பவை அவை. அங்கும் தனித்தன்மையைத் தாக்கும் எண்ணற்ற படையெடுப்புகள் நடந்தவாறே இருக்கின்றன. மொழிமீது, பண்பாட்டின் மீது அடிப்படை விழுமியங்கள்மீது நடக்கும் தாக்குதல்கள்போல. என்றாலும் தனித்தன்மை ஓரளவுக்குப் பேணப்பட்டும் வருகிறது என்பதில் அக்கறை உள்ளவர்களுக்கு ஆசுவாசம்.

காதல், வீரம் என்றெல்லாம் பலபடப் பேசுகின்ற சங்க இலக்கியங்கள் சமய இலக்கியங்கள், காப்பியங்கள், சிற்றிலக்கியங்கள் எனத் தேடிப் பார்த்தால் தமிழரின் உணவு பற்றிய தடயங்கள் பற்பல கிடைக்கின்றன. ஆதலால் தமிழர்கள் உணவில் சிறப்பான நாட்டமில்லாதவர்கள் என்றோ, உணவுமுறைகளில் பண்பாட்டு நேர்த்தியை எய்தியிருக்க வில்லை என்றோ கூறிவிட இயலாது. தமிழர்களின் குழம்பு மொரமொரவெனப் புளித்த மோரும் தொடுகறி வழுதுணங்காய் வாட்டும் மட்டும்தானா? அன்றைய தமிழர்கள் என்ன

குழம்பு ஊற்றிப் பிசைந்தார்கள், கூட்டு இருந்ததா பொரியல், இருந்ததா, மாமிசங்களை எவ்விதம் சமைத்தார்கள் என்று அறிவதில் நமக்கு ஆர்வமுண்டு. மீன் உணவில் இருந்ததா, சுட்டா, வேகவைத்தா, வறுத்தார்களா என்பதெல்லாம் பதிவாக வேண்டும்.

ஒவ்வொரு பிரதேசத்தின் உணவின் தனித்தன்மை பற்றிய ஆதாரங்கள் பதிவாக வேண்டும். அன்றேல் இன்னும் இரண்டாயிரம் ஆண்டு பிந்தி வருபவர்கள் தமிழரின் உணவு காரட் பீன்ஸ் பொரியலும் முள்ளங்கி சாம்பாரும் வெஜிடபிள் பிரியாணியும் பரோட்டாவுமாக இருந்தது என்று நம்ப ஏதுவாகிவிடும்.

என் பங்காக, நான் அறிந்திருப்பதாக நம்பும் நாஞ்சில் நாட்டு உணவு வகைகளைப் பதிவுசெய்து வைப்பது என் நோக்கம். நாவல், சிறுகதை, கவிதை, கட்டுரை எழுதுவதுபோல், எனது படைப்புப் பயணத்தில் இதுவும் தேவையான வேலைதான் என்றெனக்குத் தோன்றுகிறது.

○

உணவில் எனது ஆர்வம் எப்படி ஏற்பட்டது என்பதை யோசித்துப்பார்க்கிறேன். அரை நூற்றாண்டுக்கு முன்பு, எனது பிள்ளைப் பருவத்தில், எனது உணவு காலையில் பழையது, உப்புப் பரல். தொட்டுக்கொள்ள நாரத்தங்காய் ஊறுகாய் அல்லது பழங்கறி எனும் சுண்டக்கறி. மதியம் சுடுசோறு, புளிக்கறி எனும் குழம்பு, துவரன். இரவில் மதியம் பொங்கிய தண்ணீர் விட்ட சோறு, புளிக்கறிக் குழம்பு, நாரத்தங்காய் ஊறுகாய் என்ற அட்டவணைதான் தினமும். குழம்பு, துவரனின் காய்கறியில் சில மாற்றங்கள் இருக்கும். அதுவும் பாக்கியம் இருந்தால் தினமும் வயிறு நிறையக் கிடைக்கும். அல்லது தாலத்தில் எவ்வளவு வருமோ அவ்வளவே! 'இதுவென்ன வயிறா, வண்ணான் சாலா?' என்பது அடிக்கடி நான் கேட்கும் வசவு, மேலும் கிடைக்குமா என்று உசாவும்போது. கிழட்டுத்தாய், கிழட்டு மாமியார், கணவன், ஏழு பிள்ளைகள் என்று வைத்து விளம்பும், பாட்டம் பயிரிடுகிற, விவசாயக் கூலியின் இல்லத்தரசியின், சமயங்களில் தானும் களைபறிக்கப் போகிற, தாள் பிடுங்கப் போகிற, உளுந்து நெற்று எடுக்கப் போகிற குடும்பத் தலைவியின், நெருக்கடிகள் அன்றெல்லாம் எனக்குப் புரிந்ததில்லை. அன்றியும் எனக்கு 'இடுப்பைச் சுற்றிய வயிறு' என்றும் சொல்வார்கள். அதன் கொள்ளளவு அதிகம் என்பதால்.

மேலும் கிடைக்குமோ கிடைக்காதோ எனும் பதற்றம் அதிகமாக இருக்கும்போதுதானே பசியும் பேய்த்தனமாக இருக்கும்? நாஞ்சில் நாட்டு வீடுகளில் விசேட நாட்கள் எனச் சில உண்டு. அவன் பிறந்தநாள்தொட்டுக் காதலர்கள் தினம்வரை அறிந்தவனில்லை. விசேட நாட்கள் என்பது அமாவாசை, ஒடுக்கத்திய அல்லது மாதத்தின் கடைசி வெள்ளிக்கிழமை, நிறை, புத்தரிசி, குழந்தைப் பேற்றின் பதின்மூன்றாம் நாளாகிய பாண்ட சுத்தி எனப்படும் சட்டி பானை தொட்டுத் துடுப்புக் குழிக்குச் சோறு போடுதல், காதுகுத்து, பெண் பிள்ளைகளின் சாமத்தியச் சடங்கு, பின்பு திருமணச் சடங்குகள்.

அந்த நாட்களில் சில தொடுகறிகளுடன் பருப்பு, சாம்பார், வாய்த்தால் பாயசம் எனச் சிறக்கும். எனக்கு அன்றெல்லாம் வயிறு ஒரு *pre-occupation.* கிடைக்குமோ கிடைக்காதோ எனும் பறத்தம் நிறைந்த நாட்கள். எனவே கிடைக்கும்போது வாரிக் குலுக்கிக் கட்டிக்கொள்வது நடைமுறை. கிடைப்பதை ருசி உணர்ந்து துய்த்துத் தின்பதும் செயல்முறை.

வயிற்றை இரைப்பை என்றும் சொல்வார்கள். என்றாலும் 'சாப்பிட்டாச்சா?' என்று கேட்டால் அது கௌரவம். 'சோறு திண்ணாச்சா?' என்றால் இயல்பு. 'இரை எடுத்தாச்சா? என்றால் அது இளக்காரம். ஆனால் வாய்ப்புக் கிடைக்கும்போதெல்லாம் நான் இரைதான் எடுத்தேன். எனவே வறியவன் பெற்ற பெருநிதியம்போல உணவைக் கொண்டாடியிருக்கிறேன். பெருந்தீனியே ஆனாலும் சுவைகளின் துல்லியம் தட்டுப்பட லாயிற்று. தாரதம்மியம் புலப்பட்டது. அழுகல் தேங்காயும் வறுப்புக் கூடிப்போனால்கூட வாசனை அடித்தது. வேக்காடு குறைந்திருந்தாலும் மனம் சலித்துக்கொண்டது. சேனைக் கிழங்கு ஊரல் எடுக்கிறது என்றும் புளி, பழம்புளி என்றும், கருக்குத் தேங்காய் என்றும், எண்ணெய்ப் பசையற்ற கோருத் தேங்காய் என்றும், கத்தரிக்காய் காறல் என்றும் துவட்டல் வாழைக்காய் அதிகமாய்த் துவர்க்கிறது என்றும் நாக்கு சொன்னது. கன்னியாகுமரி மீனா, மணவாளக்குறிச்சி மீனா, உவரி மீனா என்றும் நாக்கும் மூக்கும் சாற்றின. இதைத்தான் 'குலவிச்சை கல்லாமற் பாகம்படும்' என்கிறார்கள்போல. ஒருவேளை எலி பெரிதாகிப் பெரிதாகிப் பெருச்சாளி ஆனது போல் எனக்கொரு நிபுணத்துவம் வாய்த்ததுபோலும். எனது சிறுகதை, நாவல்களில் எங்கெல்லாம் உணவுபற்றி நான் எழுதினாலும் தகவலுக்காகவோ சம்பிரதாயத்துக்காகவோ பதிவுக்காகவோ மட்டுமின்றி நாவூறி நின்றும்தான் எழுதினேன். காமம் பற்றி எழுதும்போது மனதிலும் உடலிலும் ஏற்படும் பரபரப்புப் போன்றது அது. சிவனடியாருக்கும் வைணவ

அடியாருக்கும் சிவன் நாமமும் வைணவ நாமமுமே நாவூறச் செய்ததுபோல் அது. "ஓ ராம நீ நாமம், ஏமி ருசி ரா ஸ்ரீ ராம நீ நாம மெந்த ருசி ரா" என பத்ராசல ராமதாஸ் தெலுங்கில் யமுன கல்யாணி ராகத்தில் பாடியதுபோல. மதுரை சோமு குரலில் கேட்கக் கொடுத்து வைத்திருக்க வேண்டும்.

நாஞ்சில் நாடன் அவியல், புளிசேரியைத் தாண்டி வெளியே வர வேண்டும் என்பது போன்ற மதிப்புரை அறிவுரைகளையும் இதனால் சந்திக்க நேர்ந்ததுண்டு. பலர் என்னிடம் இளக்கார மாகக் கேட்டார்கள். மதுரைப் புத்தகக் காட்சியில் கவிக்கோ அப்துல் ரகுமான் அக்கறையுடன் கேட்டார், "என்ன நாஞ்சில், சமையல் புத்தகம் எழுதறீங்களாமே" என்று. அவர் எம்பால் அன்பு பூண்டவர்.

உண்ணும்போதும் அதுபற்றிப் பேசும்போதும் எவரும் பொறுப்பற்று நடந்துகொண்டால் எனக்குத் தாங்காது. கௌரவத்துக்காக மீதம் வைப்பது, அலட்சியத்துடன் உணவை ஒதுக்குவது என்பன எனக்குக் கசப்பான காட்சி அனுபவங்கள். பல சமயங்கள், அது காரணமாக, எனது மக்களிடமே ஒரு கொடுங்கோலனாக முன்பு நடந்துகொண்டிருப்பது இப்போது எனக்கு உறைக்கிறது. எதுவானால் என்ன உணவு என்பதை அன்னம் என்று சொல்வது நமது மரபு. 'அன்னமய கோசம்', 'பிராணமய கோசம்' என்பதை நீங்கள் அறியாதவரல்ல. ஆலவாய் அழகனுக்கே ஆண்டுக்கு ஒரு முறை அன்னத்தால் அபிஷேகம் செய்வதுண்டு.

எனினும் இந்த நூலின் நோக்கம் மரபு பேணுவதோ பிரார்த்திப்பதோ அல்ல. எம் மூதாதையரிடம் கைவசம் இருந்தவற்றை எதிர்காலத்துக்குப் பகிர்ந்துகொள்வதும் கடத்துவதுமே ஆகும். எனது பதிவுகள் பெரும்பாலும் துல்லியத்தை நோக்கிய முயற்சியே. இத்துறையில் மேலும் விரிவான செய்திகள், ஆய்வுகள் வெளிவருவதில் எனக்கு மகிழ்ச்சியுண்டு.

தகவல்கள் எனும் தளத்தில் நீங்கள் இந்த நூலை வாசிக்க வேண்டும். செய்துபார்க்க விரும்புகிறவர் தங்கள் முன் அனுபவம், மனோலயம், ருசியின் தாரதம்மியங்களின் அடிப்படையில் முயலலாம். இது சமையல் செய்முறைக் குறிப்பு நூல் அல்ல என்பதால் நாலுபேருக்குச் சமைக்கத் தேவையான மிளகு வத்தல், காயம், சீரகம் போன்ற அளவுகளில் நான் உட்புகுந்து பார்க்கவில்லை. அது சமையல் செய்பவருக்குத் தெரியும்தானே! இது சீரகம், இது வெந்தயம், இது மிளகு, இது கடுகு, இது ஓமம் என்று காட்டித்தர வேண்டுமா என்ன?

Trial and Error ரீதியிலேயோ, அக்கம்பக்கத்தில் வாழும் நாஞ்சில் நாட்டுக்காரன் எனும் *Endangered Rare Species*களிடம் விசாரித்தோ தெரிந்துகொள்ளலாம், பயின்றுபார்க்கலாம். பலர் சொல்லக் கேட்டிருக்கிறேன், தேங்காய் எண்ணெய் சமையல் என்றாலே வாந்தி வருகிறாற்போலுள்ளது என. அது போன்றே உத்தரப் பிரதேசத்துக் கடுகு எண்ணெய்ச் சமையலும். அதுபோன்ற மனத்தடைகளை வைத்துக்கொண்டு எத்திசைக்கும் நகரவியலாது. ஊரில் ஒரு பழமொழி உண்டு, 'பாம்பு தின்னும் நாட்டுக்குப் போனால், நடுக்கண்டம் எனக்கு என்று நிற்கணும்' என்று. அதுபோன்று தீவிரகதிக்கு ஆட்படுவது உடனடியாகச் சாத்தியமில்லை என்றாலும் சக எழுத்தாளர் திலீப்குமார் பேசும் மூங்கில் குருத்து, மோதி ராஜகோபால் வீட்டில் நான் சுவை பார்த்த சோற்றுக்கற்றாழை ஊறுகாய், பஞ்சாபி நண்பர் சமைத்துப் போட்ட கடுகுக்கீரைக் கூட்டு, ரசிகமணி டி.கே.சி. பேரன் வீட்டில் பருகிய பரங்கிக்காய் பாயசம், மலையாளத்து நண்பர் வீட்டின் சேம்பந்தடை பச்சடி, வங்காளத்தின் சக ஊழியர் வீட்டு முழு உளுந்து தால், அதில் மிதக்க விடப்பட்டிருந்த பொரிந்த அயிலை மீன் என முயன்றுபார்க்க ஆசைப்பட்டால்தானே புதிய மணம், குணம், சுவைகளைக் கண்டறிய இயலும்.

என்னைப் பொறுத்தவரை, நாஞ்சில் நாட்டின் அசல் உணவுகளை உங்களுக்கு அடையாளம் காட்டும் முயற்சி இது. நகரில் பஞ்சாபி உணவு, செட்டி நாட்டுச் சமையல்போன்று நாஞ்சில் நாட்டு உணவு எனும் மோசடிகளைத் தவிர்ப்பதற்கான முன்னெச்செரிக்கையும் ஆகும்.

இதில் விடுபடல்கள் கண்டிப்பாக இருக்கும். மேலும் ஒரு சமூகத்தின் சுவையாதிக்கமும் இருக்கும். இரண்டுமே தவிர்க்க இயலாதவை.

இது என் இருபதாண்டுக் கால உழைப்பின் பயன். அதற்காக நான் இதை மட்டுமே செய்துகொண்டிருக்கவில்லை. தகவல்கள் பல எனது அம்மை, மனைவி, தங்கைகள், நண்பர்களின் மனைவிகள், மதனிமார், கொழுந்திமார், அக்காக்கள் உதவியவை. சில என் நினைவுகளிலிருந்து குறித்தெடுக்கப்பட்டவை.

மேலும் இதுபோன்று தமிழ்நாட்டின் அனைத்துப் பிரதேசங்களுக்குமான உணவு பற்றிய ஆய்வு நூல்கள் எழுதப் படுவதற்கான முன்னோடியாக இந்த முயற்சி அமையுமானால் இதன் பண்பும் பயனும் அது.

காலச்சுவடு கண்ணன், பேராசிரியர் அ.கா. பெருமாள், ஓவியர் ஜீவா, சக படைப்பாளிகள் எம். கோபாலகிருஷ்ணன்,

க. மோகனரங்கன், மூக்கனூர்ப்பட்டி ஆசிரியர் தங்கமணி என இதை எழுத என்னை ஊக்குவித்தவர்களின் நீண்ட பட்டியல் உண்டு. இன்று இது சாத்தியமாகியிருப்பதில் இவர்கள்பால் நன்றி உணர்வு உண்டு.

போதாமைகளும் துல்லியக் குறைவும் கூறியது கூறலும் முழுமையற்ற தகவல்களும் இந்நூலில் உண்டெனஅறிவேன். என்றாலும் இது என்னால் சாத்தியப்பட்டிருக்கிறது.

இந்நூலின் கையெழுத்துபடியைத் தட்டச்சு செய்த, நூலை வடிவமைத்த, மெய்ப்புப் பார்த்த, முன்னட்டைப் படம் ஒழுங்கு செய்த காலச்சுவடு பதிப்பகக் குழுவுக்கு நன்றி. கோட்டோவியங்கள் வரைந்த ஜீவாவுக்கும் நன்றி.

என் கடன் பணிசெய்து கடந்தது.

கோயம்புத்தூர் – *641 042*
01 ஜூன் 2024

மிக்க அன்புடன்
நாஞ்சில் நாடன்

1

பானம்

ஜென் துறவியிடம் ஒருவன் கேட்டானாம், 'குருவே, சிகரத்தை அடைய எங்கிருந்து தொடங்கணும்' என்று. துறவி சொன்னாராம், 'சிகரத்திலிருந்து தொடங்கு' என. அதுபோல், நான் சிகரத்தைத் தொட, ஒரு சிகரமாகிய பானங்களில் இருந்து தொடங்குகிறேன்.

யோசித்துப் பார்த்தால் தமிழன் என்ன பருகினான் அல்லது குடித்தான் என்பதற்கு எளிமையான பதில்களே வருகின்றன. நாஞ்சில் நாட்டான் என்ன பருகினான் என்று கேட்டாலும் அதுவே பதில். தாகம் எடுத்தபோது சலசலவென ஓடும் நீரைக் கையால் விலக்கி, இருகை குவித்துக் கோரிக் கோரிக் குடித்தான். சற்றே பாசி வாடை அடிக்கும் குளத்து நீரைக் குடித்தான். கிணறு என்பது நாஞ்சில் நாட்டின் தண்ணீர் செழிப்புக்குப் பிரபலமாகாத ஒன்று என்றாலும் ஊரில் ஒன்றிரண்டு குழிக்கப்பட்டவை இருந்தன.

வீட்டில் இருந்தால் நீத்து வெள்ளம் அல்லது நீத்தண்ணி குடித்தான். அதைப் 'பழஞ்சித் தண்ணி' என்று சொன்னார்கள். இன்று நட்சத்திர விடுதிகளில் வழங்கப்படுவதைப் போன்று 'வெல்கம் ட்ரிங்க்' எல்லாம் அவன் அறிந்ததில்லை. மீறிப்போனால் ஐந்தாறு வகைப் பானங்களை அவன் அருந்தியிருக்க இயலும்.

தமிழில் உண்பது, தின்பது, பருகுவது, நக்குவது என்று நான்கு வகை உண்ணல் நிலைகள் உண்டு. காப்பி சாப்பிட்டேன், தோசை சாப்பிட்டேன், தேன்

சாப்பிட்டேன் என்பதல்ல. குப்பியில் அடைத்த எதையாவது அவன் குடித்தானா என்று தெரியவில்லை. வசக்கேடான நேரங்களில் வீட்டுக்கு வெளி ஆட்கள் வந்தால் 'கலர்' வாங்கிக் கொடுத்தார்கள். வயிறு சரியில்லை அல்லது நெஞ்சைக் கரிக்கிது என்றால் 'டாம்டாம் டானிக்' என்று குப்பிகளில் அடைக்கப் பட்டு வெற்றிலை பாக்குக் கடைகளில் விற்பதை வாங்கி முகம் சுளிக்கக் குடித்து ஏப்பம் அல்லது குசு விட்டார்கள்.

தாகத்திற்கு என்றே எதையும் பருகினார்களேயன்றி குடிக்க வேண்டும் என்பதற்காகவோ, நாகரிகத்திற்காகவோ எதுவும் குடித்ததாகத் தெரியவில்லை. எவர் வீட்டில் நுழைந்தாலும் 'வெல்கம் டிரிங்க்' என்பது பானைத் தண்ணீர், ஆற்றுத் தண்ணீர், ஊற்றுத் தண்ணீர், கிணற்றுத் தண்ணீர் எனினும் அவர்கள் பருகிய சில பானங்களாய் பார்ப்போம்.

நீத்து வெள்ளம்

அதிகாலையில் உமிக்கரி, ஆலம் விழுது, ஆமணக்குக் குச்சி நாயுருவித் தண்டு அல்லது வேப்பங்குச்சி கொண்டு பல்தேய்த்து, வகுந்த தென்னை ஈர்க்கு அல்லது ஆலிலைக் காம்பு கொண்டு நாக்கு வழித்து, வாய் கொப்பளித்து, நெற்றியில் நீறணிந்த உடன் கலப்பையோ, மண்வெட்டியோ, புல்லறுப்புக் கடவமோ தூக்கி வேலைக்குப் போகுமுன் குடிப்பது, நீத்து வெள்ளம்.

நீத்தண்ணி, பழஞ்சித் தண்ணி, சோத்துல விட்ட தண்ணி, நீராகாரம் எனும் பல பெயர்கள் நீத்து வெள்ளத்துக்கு வழங்கப்பட்டன. உட்புறத்தில் ஈயம் பூசிய பித்தளைப் போணி, அல்லது வாயகன்ற பித்தளைச் செம்பில் நாழி நீத்தண்ணி சாய்த்து இரண்டு உப்புப்பரல் போட்டுக் கையால் பாத்திரத்தை இரண்டு மூன்று சுற்றுச் சுற்றி, உப்புப் பால் கரைந்த பின், அண்ணாந்து குடிப்பது.

ஒன்பது மணிக்கு மேல் காலையாகாரமாகப் பழையது, சுடுகஞ்சி, கொழுக்கட்டை, தோசை என எதுவானாலும் வரும்வரை தாங்கும். ஆடைக்கும் கோடைக்கும் அதுவே காலையில், வெறும் வயிற்றில். வயிறு குளுகுளுவென்றிருக்கும், குடல் சுருங்காது, நெஞ்சைக் கரிக்காது, புளிச்சேப்பம் கிடையாது, வயிறு பொருமாது.

பகல் பொழுதுகளில், காலை ஆகாரத்துக்கும் மதியச் சாப்பாட்டுக்கும் இடையில் தாகத்துக்கும் பசிக்கும் சோர்வுக்கும் நீத்தண்ணிதான். அப்போது கடித்துக்கொள்ள உப்பிலிட்ட காட்டு நெல்லி, மாங்காய், ஊறவைத்த நாரத்தை, எலுமிச்சைத் துண்டுகள் விசேஷம். சிலர் கருப்பட்டித் துண்டு கடித்துக்கொள்வதும் உண்டு. வீட்டில் நீத்தண்ணி தீர்ந்து போனால், தாகத்துக்குத் தண்ணீர் கேட்கும் வழிப்போக்கருக்கு, தலைச்சுமை வியாபாரிகளுக்கு, விவசாயம்சார் தொழிலாளருக்குப் பச்சைத் தண்ணீர் செம்பு நிறைய கொடுக்கும்போது கடித்துக்கொள்ளத் துண்டுக் கருப்பட்டியும் கொடுத்தனர் பெண்கள். இன்று கருப்பட்டி விலை 360 ரூபாய் கிலோ. என்ன செய்வான் கிராமத்தான்!

சரி! நீத்து வெள்ளம் என்றால் என்ன?

அன்றெல்லாம் மண்பானைச் சமையல். அல்லது ஈயம் பூசிய செம்புப் பானை, பித்தளைப் பானைச் சமையல். அவரவர் வீட்டு நபர்களின் எண்ணிக்கை, வேலைக்காரர்களின் எண்ணிக்கை கணக்காக்கி, மதியம், இரவு, காலை என மூன்று பொழுதுக்கும் நாலுவிடி, ஆறுவிடி, எட்டுவிடி அல்லது பத்துவிடிப் புழுங்கல் அரிசி வடித்தார்கள். நாலுவிடி என்பது நான்கு படி எனும் நானாழி. நாழி என்பது பட்டணம் படி அல்ல. இரண்டு நாழிகள் ஒரு பக்கா அல்லது பட்டணம் படி. நாழி கிட்டத்தட்ட இன்றைய ஒரு லிட்டர் முகவைக்குச் சமமானது.

சோற்றைப் பொங்குவதில்லை. 'சோறு பொங்கியாச்சா' என்று கேட்டாலும், பொங்கிய சோற்றை வடிப்பார்கள். பானையின் வாயில் செருகி, கஞ்சித் தண்ணீரை வடிப்பதற்கு என்றே *spade* வடிவத்தில் பலகையில் செய்து வைத்திருந்தனர். அதற்குச் சோறு வடிக்கும் பலகை என்று பெயர்.

அன்று குக்கர் கண்டுபிடிக்கப்படவில்லை. இன்றும் விவசாயி வீடுகளில், கிராமங்களில் பெரும்பாம்பின் சீற்றமான குக்கர் சீற்றம் மிகக் குறைவு. வடிப்பதற்குப் பச்சரிசி வாக்கில்லை. விரத நாட்களில் பச்சரிசி பொங்கிவிடுவார்கள். வடிக்கப் புழுங்கல் அரிசிதான் தோது. புழுங்கல் அரிசி என்றால் ஐம்பது ஆண்டுகளுக்கு முன்பு எவரும் ஐ.ஆர். எட்டு, ஆடுதுறை, கோ,

பொன்னிரகங்களைக்கேள்விப்பட்டதில்லை. ஆறு மாதங்களுக்கு ஒருமுறை பயிரிடப்படும் பருவகாலங்களைப் பூ என்றனர். சித்திரை 10ஆம் உதயம் பொடியில் விதைக்கப்பட்டு ஆவணியில் அறுவடையாகும் பருவகாலம் கன்னிப்பூ எனப்பட்டது. ஆவணி – புரட்டாசியில் சேறு கலக்கி நாற்று நடப்படும் பூ, கும்பப் பூ எனப்பட்டது. வழக்கில் இவ்விரண்டு பூக்களையும் காரும் பசானமும் என்றனர். எனக்குத் தோன்றுவது கோடை முடிந்து நிலம் வெயிலில் காந்து பருவ மழை காரணமாய் பயிராகும் பருவம் கன்னிப்பூ அல்லது கார் எனவும், தொடர்ந்து பெய்யும் மழை காரணமாய் குளங்கள், ஏரிகள் பெருகி, தண்ணீர்ப் பாசனம் செழிப்பாக இருக்கும் பருவகாலத்தில் பயிராவதைப் பாசனம் அல்லது பசானம் என்றும் வட்டார வழக்கில் கூறினார்கள். ஆண்டில் போகம் தொடங்குவது கன்னிப்பூ என்றும் முடியும்போது கும்பப்பூ என்றும் இரு போகமும் வழங்கப்பெற்றன.

கன்னிப்பூ எனில் கட்டிச் சம்பா, சடையாரி அல்லது வல்லரக்கன். கும்பப்பூ எனில் வாசறுமிண்டான், தட்டார வெள்ளை போன்ற பயிர்கள். சம்பா செந்நிறமான அரிசி எனில் வாசறுமிண்டான் பிச்சிப்பூ போன்ற வெள்ளை நிறம். மேலும் கன்னிப்பூ கும்பப்பூக்களுக்கான நெற்பயிர்கள், கதிராகும் காலங்களில் வீசும் காற்று, பொழியும் மழைக்குத் தோதாகத் தெரிவு செய்யப்பட்டன. பூப்பதற்கும் கதிர் தள்ளுவதற்கும் காற்று உதவ வேண்டும். சம்பாப் பயிர் அதிகம் வளராது, சாயாது. எனில் வாசறுமிண்டான் வளரும் சாயும். மழை பெய்து வயலில் வெள்ளம் தேங்கினால் மண்ணில் சாய்ந்து கிடக்கும் முதிர்ந்த நெல் முளைக்க ஆரம்பித்துவிடும் அறுவடைக்கு முன்பே இயற்கை தவறாது வழங்கும் வெயில், மழை, காற்றுக்கு அனுசரணையாகப் பயிர் செய்யப்பட்டது.

நெல்லை வீட்டில் பெரிய பானை, அண்டா அல்லது செம்பில் கொட்டி அவிப்பார்கள். வெற்றிடத்தில் பெரிய அடுப்புக் கூட்டுவார்கள். அதற்கென்று செங்கல், களிமண் இவற்றால் செய்த முக்காலடி விட்டமும் முக்காலடி உயரமும் கொண்ட வட்டக் கூம்பு வடிய அடுப்பாங்கட்டிகள் எல்லா வீடுகளிலும் மழை படாத மூலைகளில் இருக்கும். நெல்லவிக்க அடுப்புக் கூட்டினால், உபயோகமற்றுக் கிடக்கும் தென்னை மட்டை, சிரட்டை, தேங்காய் கதம்பை, சிறிய சிறாக்களாகக் கீற முடியாத விறகு முண்டுகள், மரத்து வேர்கள் யாவும் எரிக்க ஆகும். நெல் அவித்துக் கொட்டி, நிழலில் ஆலாட்டி, வெயிலில் காயவைத்து முடிந்தால் கைக்குத்து. கல் உரலில் அல்லது தரையில் பதிக்கப்பட்ட உரலில், குத்தும்போது நெல் சிதறாமல்

குந்தாணி எனும் பிரம்புக் கூடை வைத்து இரண்டு பெண்கள் மாற்றுலக்கை போட்டுக் குத்துவார்கள். ஒரு பெண் புடைத்து எடுப்பாள். உமி வேறு அரிசி வேறாக ஆன பின்பு அரிசியை மறுபடி உரலில் போட்டு, தீட்டு உலக்கை போட்டுத் தவிடு நீங்கத் தீட்டுவார்கள். என்றாலும் கைக்குத்தல் அரிசியில் தவிடு கால்வீசம் ஒட்டிக்கொண்டிருக்கும். கடைசியாக அரிசியைத் தீட்டும்போது கிடைக்கும் சன்னத் தவிட்டில் கருப்பட்டி சீவிப்போட்டு உருண்டை பிடித்துக் குழந்தைகளுக்குப் பலகாரமாகத் தின்னத் தருவார்கள். தவிட்டில் இருக்கும் வைட்டமின், கருப்பட்டியில் இருக்கும் வைட்டமின் மினரல்கள் பற்றி மருத்துவர்களிடம் கேட்டுத் தெரிந்துகொள்ளலாம்.

பின்பு ரைஸ்மில் எனப்படும் அரிசி ஆலைகள் வந்தன. அரிசி அரைப்பு ஆலையில் குத்திய புழுங்கல் நெல்லை வீட்டில் கொணர்ந்து புடைத்து உமி நீக்கி, தவிடு நீக்கி, கல் நாவி, குருணை நாவிய பின் புழுங்கலரிசி மண் பானைகளில் சேமிதமாகும். எவரானாலும் உண்பது புழுங்கலரிசிச் சோறுதான்.

சோழன் கரிகால் பெருவளத்தானைப் பாடினார் கடியலூர் உருத்திரங்கண்ணனார் எனும் புலவர், பட்டினப்பாலை எனும் பத்துப்பாட்டு நூலில். அதில் அட்டில் சாலைகள் பற்றிப் பேசும்பொழுது,

சோறு வாக்கிய கொழுங் கஞ்சி
யாறு போலப் பரந்து ஒழுகி

என்று குறிப்பிடப்பட்டுள்ளது. அத்தனை செழிப்பு.

ஆனால் நாஞ்சில் நாட்டில், புழுங்கல் அரிசிச் சோறு வடித்த தண்ணீரைக் கீழே கொட்டுவதில்லை. பசி மிகுந்தோர் சோறு வடித்த கஞ்சியை உப்புப்போட்டு ஆற்றிப் பொறுக்கப் பொறுக்க ஊதி, தேங்காய் திருவிய சிரட்டையில் வைத்துக் குடிப்பார்கள். கடித்துக்கொள்ளக் கருப்பட்டித் துண்டு விசேடம். சோறு பொங்கும் அடுப்புக்குப் பக்கத்தில், தனியாகத் தீப் போடத் தேவையில்லாதபடி இணைக்கப்பட்டிருக்கும் அடுப்புக்கு, கொடி அடுப்பு என்று பெயர். பிரதான அடுப்பின் தீ நாக்குகள் கொடி அடுப்புக்குப் போய் அதன் மேல் வைக்கப்பட்டிருக்கும் வென்னீர்ச் சட்டியைச் சூடேற்றும். சோறு வடித்த கஞ்சியில், கொடி அடுப்பில் அனந்து கொண்டிருக்கும் வெந்நீரை ஊற்றிக் கலந்து ஆறவிடுவார்கள். மத்தியானம் சாப்பிடும்போது குடிக்கும் தண்ணீர் அது. சாப்பிட்டு முடிந்தபின் மீந்திருக்கும் சோற்றைக் கிளைத்துவிடுவார்கள். சோறு நன்றாக ஆற வேண்டும். சோறும் சோறுவடித்த தண்ணீரும் ஆறாமல் சோறு மூழ்கும்படி தண்ணீர்விட்டால், தண்ணீர் விட்ட சோறு ‘நொசுக்’கென்று

ஆகிவிடும். அப்படித் தண்ணீர் விட்ட சோறு முன்னிரவுக்கோ, மறுநாள் காலை பழையதுக்கோ விளங்காது.

சோற்றோடு கலந்து பானை நிறையக் கிடக்கும் தண்ணீரைத் தெளியத் தெளியக் குடிப்பது சுடு தண்ணி. மறுநாள் புளித்த பின் குடிப்பது நீத்தண்ணி, நீத்து வெள்ளம், பழஞ்சித் தண்ணி. பழையது எனும் சொல்லில் இருந்து பெறப்பட்டது பழஞ்சி.

"காலம்பற என்னலே திண்ணே ?"

"பழஞ்சி குடிச்சேன்."

என்பது சாதாரணமாகக் கேட்கும் உரையாடல்.

முதல் நாள் மாலை சோற்றில் ஊற்றி வைக்கப்பட்ட வெந்நீர் ஊற்றி விளாவி ஆறிய கஞ்சித் தண்ணீர், மறுநாள் காலையில் வெயில் ஏற ஏறக் குடிக்க நன்றாக இருக்கும். சில சமயம் பழஞ்சித் தண்ணி, கள்போலப் புளிக்கும். கள்ளில் கலப்படம் செய்யவும் பயன்படுவதுண்டு. பழஞ்சித் தண்ணீரை ஈயம் பூசிய நாழி அளவுள்ள பித்தளைப் போணியில் ஊற்றி உப்புப் பரல் போட்டு அலசி அலசிக் கரைத்துக் குடிப்பார்கள். ஊறவைத்த நெல்லிக்காய், எலுமிச்சங்காய் ஊறுகாய், நாரத்தங்காய் ஊறுகாய், உப்பில் ஊறிய பச்சை மாங்காய் கடித்துக்கொள்ளலாம்.

காலையில் உழவுக்குக் காளைகளையோ எருமைக் கடாக்களையோ அவிழ்த்துத் தண்ணீர் காட்டி, கலப்பையைத் தூக்கித் தோளில் சாய்க்கு முன், அல்லது காட்டு வேலைகளுக்குப் போகு முன், வெறும் வயிற்றில் ஒரு போணி பழஞ்சித் தண்ணி குடித்துவிட்டுப் போவது வழக்கம்.

ஐம்பதாண்டுகளுக்கு முன்பு, வழிப்போக்கர், தலைச் சுமட்டில் காய்கறி, கருப்பட்டி, பயிறு வகை விற்க வருவோர், ஈயம் பூச்சுக் காரர், கூடை, சுளவு, கடவம், தட்டு, பெட்டி வனைவோர் என எவர் குடிக்கத் தண்ணீர் கேட்டாலும் ஈயம் பூசிய பித்தளைப் போணி அல்லது செம்பு நிறைய நீத்து வெள்ளமும் கருப்பட்டி அல்லது உப்பிலிட்ட நெல்லிக்காய் கொடுத்தனர் உழத்தியர். தோப்பில் வயலில் வேலை செய்வோருக்கு, நடுவெயிலில் குடிக்கக் கொண்டுபோவதும் ஈயம் பூசிய பித்தளைத் தூக்கு வாளியில் நீத்து வெள்ளம்தான். இதை நீத்தண்ணி என்றும் நீச்சுத் தண்ணி என்றும் கூறுவதுண்டு. இஃது வயிறு குளிரும் பானம்.

கஞ்சித் தண்ணீர்

கஞ்சித் தண்ணி என வட்டார வழக்கில் பேசப்படும் இது சோறு வடித்த கஞ்சி. அது சம்பாப் புழுங்கலரிசி

அல்லது வாசறுமிண்டான் வெள்ளைப் புழுங்கலரிசி. பச்சரிசி பொங்கினால் அதை வடிப்பதில்லை. புழுங்கலரிசிச் சோறு வடித்த கஞ்சித் தண்ணீருக்கு ஒரு மணம் உண்டு, அதைப் பசித்த கும்பீயறியும். சூடான கஞ்சித் தண்ணீரின் ஆவியும் வாசனையும் முகத்தில் அடிக்க ஊதியூதிக் குடிக்க வேண்டும். பசி பொறுக்கும். சுவைக்கு இங்கும் உப்புப்பரல் உதவும். புதிதாகத் தேங்காய் சிரட்டையில் ஊற்றிக் குடிக்க மேலும் சுவை, வாசம். சற்றுப் பொறுமையுடன் நாக்கு வெந்துபோகாமல் குடிக்க வேண்டும். கடித்துக்கொள்ளப் பனங்கருப்பட்டி அமுதம். வயல் வேலை, தோட்ட வேலை முடிந்து மதியம் பன்னிரண்டு மணிக்கு மேல் திரும்புபவர்கள், தெருவில் கூவி விற்பவர், நடமாடும் குறுந்தொழில் புரிவோர், களை பறித்து, நாற்று நட்டுத் திரும்பும் பெண்டிர் கேட்டு வாங்கிக் குடிப்பார்கள்.

காய்ச்சலில் கிடந்து வதங்கியவர், சில நாட்களாகக் கட்டி ஆகாரம் மறுக்கப்பட்டவர், மருத்துவக் காரணங்களுக்காக, பசி எடுக்கும்போது முதலில் குடிப்பது கஞ்சித் தண்ணி. நாக்குச் செத்தவருக்கும் முனைக்க உப்புப் போட்ட சூடான கஞ்சி வெள்ளம் நல்லது. பேதிக்கு மருந்து குடித்தவர் பேண்டு பேண்டு சோர்ந்து போதுமென்றாகியவுடன், சுடு கஞ்சித் தண்ணீரில் உப்புப் போட்டுக் குடித்தால் சடாரென பேதி போவது நிற்கும், தளர்ச்சி நீங்கும். தேங்காய்ச் சிரட்டையில் கொதிக்கும் கஞ்சித் தண்ணீர் ஊற்றி, உப்புப் பரல், ஒரு கை துருவிய தேங்காய்ப் பூ, கருப்பட்டி செத்திப் போட்டுக் கலக்கிக் குடித்துப் பாருங்கள், கனவான்களே, சுவை எனில் எதுவெனத் தெரியும்.

சோறு கறி வைத்து முடித்த பின், நடுமதியம் ஆற்றுக்கோ குளத்துக்கோ குளிக்கப் போகும் பெண்கள் தலை தேய்த்துக் குளிக்க, பித்தளைப் போணியில் ஆறிய கஞ்சித் தண்ணீர் கொண்டு போனார்கள் என்பது உணவு சம்பந்தமில்லாத தகவல். அன்று ஷாம்பு அறிமுகமாகியிருக்கவில்லை. சிலபோது, தலைக்குத் தேய்க்க எண்ணெய் காய்ச்சி இருந்தால், காய்ச்சி வடித்த எண்ணெய்க் கக்கம் கஞ்சித் தண்ணீரில் மிதக்கும். தலை தேய்த்துக் குளிக்க சீயக்காய் அரைப்பு, அல்லது பூவும் மொட்டும் கொழுந்துமாய்ப் பறித்த ஆவாரைச் செடியை, குளிக்கும் ஆறு, குளத்தங்கரை வரிக்கல்லில் உரைத்துத் தேய்ப்பது அல்லது கஞ்சித் தண்ணீர். பற்பசையே கண்டிராத மக்கள் ஷாம்புவுக்குப் போவதெங்கே?

சோற்றில் ஊற்றியது போக, சூடாகக் குடித்தது போக, தலைக்கும் தேய்த்தது போக கஞ்சித் தண்ணீர் மீந்துபோனால் மாடு குடிக்கும் கழுநீர்த் தொட்டிக்குப் போகும்.

சம்பாரம்

முன்தினம் இரவு உறை ஊற்றி வைத்த தயிரைக் காலையில் சூரியோதயம் ஆனதும் கடைய வேண்டும். வெயில் ஏறிவிட்டால் வெண்ணெய் திரளாது. பரணியில், பானையில் என அவரவர் தேவைக்கு உறைந்த தயிரைக் கடைவார்கள். சின்னமணையில் அமர்ந்து தயிர் மத்தால் கடைந்து வெண்ணெய்யை உருட்டி எடுத்தபின்பு, மத்தில் ஒட்டிக்கொண்டிருக்கும் வெண்ணெய்யைத் திரட்டி ஆவென வாய்பிளந்து வரும் சிறுவர் சிறுமியர் வாயில் சிறு உருண்டை வைத்துக் கொடுப்பது பண்டைய ஆத்தாக்கள், ஆச்சிகள், தாயர் வழக்கம். தயிர் கடையும் நேரம் என்பது புலர் காலை நேரம் என்பதற்கு ஆண்டாள் சாட்சி. புலர் காலைப் பொழுதைப் பேசும் திருப்பாவையில், 'புள்ளும் சிலம்பின காண்', 'வெள்ளை விரிசங்கின் பேச்சரவம்', 'கீசுகீசென்று ஆனைச் சாத்தன் கலந்து பேசும் பேச்சரவம்', 'கீழ்வானம் வெள்ளென்று', 'எருமை சிறுவீடு மேய்வான் பரந்தனகாண்' என்று காலையின் ஓசைகளைப் பேசும்போது, 'காசும் பிறப்பும் கலகலப்பக் கை பேர்த்து, வாச நறுங்குழல் ஆய்ச்சியர் மத்தினால் ஓசைப் படுத்த தயிர் அரவம்' என்று பேசுவதைக் கவனித்தால் தயிர் கடையும் நேரம் நமக்குப் புலனாகும்.

'நீந்தயிர் கடைந்த திரள் கால் மத்தம்' என்கிறது அகநானூறு. மத்தம் என்றால் மத்து என்று பொருள்.

அவ்விதம் கடைந்த தயிரில் நீரூற்றிக் கலக்கினால் அது மோர் என்று சொல்ல ஒரு நாவலாசிரியன் வர வேண்டியது இல்லை. தாகத்துக்கும் கடைசிச் சோற்றுக்குமான சமாச்சாரம் அது. நன்கு புளித்த மோரில் சற்றே உப்புப் போட்டு ஆற்றிக்கொள்வதுண்டு. வாசத்துக்கு பெருங்காயப் பொடி சேர்த்துக்கொள்வதுண்டு. மோர் பயன்படுத்தும் பிரதேசங்களில் எல்லாம் அது வழக்கம் தான். ஈண்டு நாம் இயம்ப வருவது சற்று விசேடமான தயாரிப்பு. மோர் எனப் பேசும்போது பாலைக் காய்ச்சுதல், உறையூற்றும் பாத்திரத்தின் தன்மை அல்லது சுத்தக் குறைவு, உறை மோரின் தன்மை, உறையூற்றின் பெண் கையின் இயல்பு – அதாவது இயற்கை வழங்கும் சில பாக்டீரியாக்களின் தன்மை – காரணமாக, தொழில்நுட்பச் சிக்கல்களினால் சிலசமயம் மோர் சளித்தும் புளித்தும் ஊளை வாடை அடிக்கும். அத்தகு மோரை, சம்பாரம் தயாரிப்பதற்குப் பயன்படுத்தலாகாது.

நன்கு புளித்த மோரில், சற்று மிதமிஞ்சிப் புளித்துப் போயிருந்தாலும்கூட, சம்பாரம் செய்யலாம். சம்பாரம் எனும் சொல் பழந்தமிழ் இலக்கியங்களில் ஆளப்பட்டுள்ளதா, தமிழா,

மலையாளமா அல்லது தனித்தமிழ்க்காரர்கள் நஞ்சென வெறுக்கும் வடமொழியா என்ற ஐயங்களை மொழியியல் வல்லுநர் தீர்த்து வைக்கட்டும். எனினும் சம்பாரம் எனும் சொல் காயம், மிளகு, இஞ்சி, கறிவேப்பிலை இவற்றைக் குறிப்பது என்று அறிகிறேன்.

கழுவித் தோல் நீக்கிய இஞ்சித்துண்டு, காம்பு ஆய்ந்த புதிய பச்சை மிளகாய், மரத்தில் இணுங்கி உருவிய கறிவேப்பிலை இவற்றை ஒன்றிரண்டாகச் சிறிய கையுரலில் வைத்துச் சதைக்க வேண்டும். கையுரல் என்பது பண்டு முதியவர் வெற்றிலை பாக்கு இடிக்கப் பயன்படுத்தும் அளவு. பெண்கள் சுக்கு, ஏலக்காய், நல்லமிளகு, சீரகம் போன்றவற்றை நொய்ய நொறுங்கத் தட்டிப் பொடிக்கப் பயன்படுத்துவது. கல்லால் உரலும் கல்லினால் நீண்ட பெரிய கொழுக்கட்டை போன்ற குழவியும் கொண்டது. தற்போது பித்தளையில் அல்லது கறுக்காத இரும்பில் உரலும் ஒன்றரை அங்குல விட்டமும் ஆறு அங்குல நீளமும் கொண்ட உலோகக் குழவியும் வந்துவிட்டன.

சரி, சதைத்த இஞ்சி, பச்சை மிளகாய், கறிவேப்பிலை இவற்றை உப்புப் பரல் சேர்த்து மோரில் போட்டு நன்கு விளாவி ஆற்றிக் கலக்க வேண்டும். சாறு பிழிந்த பின் சக்கை எனத் தூக்கி எறியும் எலுமிச்சம் பழ மூடி கிடைத்தால், அதை மோர்க் கலவையில் மிதக்கவிடலாம். எலுமிச்சம் பழம் பிழிந்து விட வேண்டாம், ஏனெனில் மோர் ஏற்கெனவே புளிப்பு. எலுமிச்சம் பழ மூடி போடுவது வாசனைக்கு. சுவை என்பது உப்பு, புளி, காரம் மாத்திரமல்ல; வாசனையும் நிறமும் தோற்றமும் உள்ளடக்கியதுதான்.

நல்ல வெயில் காலத்தில் ஒரு செம்பு சம்பாரம் என்பது தேவ பாடையில் சொன்னால் – தேவாம்ருதம். நாஞ்சில் நாட்டில் கல்யாண, மறுவீடு, சீமந்த, சடங்கு அடியந்திர வீடுகளில் மோர் கிடையாது சாப்பாட்டுக்கு. ஆனால் சம்பாரம் உறுதியாக உண்டு. சாதாரண நாட்களில், வீட்டில் மோர் அதிகம் மீதமிருந்தால், புளித்துப்போனால், விருந்தினர் காலை உணவு முடிந்து மதிய உணவுக்கு இன்னும் நேரமிருக்கும் பொழுதுகளில் வந்தால், வழங்கப்பட்ட பானம் சம்பாரம்.

ஆனால் சம்பாரம் குடிக்கும்போது அதில் மிதக்கும் இஞ்சி, கறிவேப்பிலை, பச்சைமிளகாய்க் கோருகளை உதடுகளால் இறுத்துக் குடித்தல் நன்று. இறுத்துக் குடித்தலின்போது மெதுவாகக் குடிக்க நேர்வதால், சம்பாரத்தின் மணத்தை நாசி முழுவதுமாக வாங்கிக்கொள்ளும், நாக்கு சுவையை நன்கு அனுபவிக்கும்.

பத்தாண்டுகளுக்கு முன்பு கோவை வந்த வடநாட்டு அமைச்சர் ஒருவர், குடிக்கத் தெரியாமல் சம்பாரம் குடித்து கறிவேப்பிலை தொண்டைக் குழியில் ஒட்டி, இருமியிருமி சுவாசம் முட்டி சிறப்பு மருத்துவமனையில் சில நாட்கள் கிடக்கும்படி ஆயிற்று. அது ஓர் தற்செயல் விபத்து என்றாலும் முன்சாக்கிரதை நல்லது.

பல ஆண்டுகளுக்கு முன்பு நாஞ்சில் நாட்டில் பெரும் பண்ணையார்கள், கோடைகாலத்தில் வழிப்போக்கர் தாகம் தீர்க்க, மோர் மடங்கள் நிறுவி, பராமரிக்க நிலங்கள் எழுதி வைத்தனர். தர்ம சிந்தனையுடன் நாலடி விட்டமும் நாலடி ஆழமும் கொண்ட கல்தொட்டிகளில் சம்பாரம் கலக்கிவைத்துக் கேட்கக் கேட்க, குடிக்கக் குடிக்க ஊற்றிக் கொடுத்தார்கள். இன்று அந்த சம்பிரதாயம் காணாமல்போய், கல்தொட்டிகள் உடைக்கப்பட்டு அஸ்திவாரங்களுக்குள் போய்விட்டன. சந்ததியினர் அந்த நிலங்களைக் கிரையம் செய்துகொடுத்து வளமுடன் வாழ்கிறார்கள். சுசீந்திரம், பூதப்பாண்டி திருப்பதிசாரம், கிருஷ்ணன் கோயில், வடிவீஸ்வரம், தாழக்குடி போன்ற ஊர்களில் தேரோட்ட நாளன்று, தேர் இழுப்பவர் தாகம் தீர்க்கவும் திருவிழா காண வருபவர் தேவைக்கும் மோர் மடங்கள் செயல்பட்டன. சில ஊர்களில் 'மோர் மடம்' எனும் கட்டிடம் மட்டும் இன்னும் இருக்கிறது.

பின்னாட்களில், உடைபடாத, சம்பாரம் கலக்கிய கல்தொட்டிகளில் சிறுவர் ஏறி நின்று மூத்திரம் பெய்வதை நான் கண்டதுண்டு. ஒன்றும் அதிசயமும் இல்லை. நல்ல மரபுகள் பலவற்றின் மீதும் இன்று நாமும் நமது வழிகாட்டித் தலைவர்களும் அதைத்தானே செய்கிறோம்!

பானகம்

பானம் என்பதுதான் பானகம், பானக்கம், பானய்க்கம், பானக்கரம் எனும் பல்வேறு பெயர் பூண்டனவா எனத் தெரியவில்லை. நாஞ்சில் நாட்டு வழக்கில் பானய்க்கம் என்றனர். தென் தமிழ்நாட்டில் பானக்காரம் என்றும் பயிலப்படும். பெரும்பாலும் கடும் கோடைகாலத்தில் தயாரிக்கப்படுவது இது. கோயில் கொடை, காளி ஊட்டு, நம்பிரான் விளையாட்டு, தேரோட்டம், திருக்கல்யாணம், பங்குனி உத்திரம், தைப்பூசக் காவடி போன்ற திருவிழாக்களின்போது, சுவாமி வாகனம் சுமப்பவருக்கும் வாகனத்தின் முன்பின்னாக வாசித்து வரும் நாதசுர மேளக்காரர்களுக்கும், நையாண்டி மேளம், செண்டை போன்ற வாத்தியக்காரர்களுக்கும், தீவட்டி பிடிப்பவர்களுக்கும் பிற திருவிழா வாகன சாமான்கள் சுமப்பவர்களுக்கும், திருவிழா

காண வருபவர்களுக்கும், ஆங்காங்கே வசதி படைத்தவர் பானகம் கரைத்து மண் கலயங்களில் குடிக்கக் கொடுத்தனர். கறை படாத இரும்புத் தம்ளர்கள் கண்டுபிடிக்கப்படுமுன், ஈயம் பூசாத பித்தளைத் தம்ளர்களிலும் செம்புத் தம்ளர்களிலும்கூடப் பானகத்தை விநியோகிக்கப் பட இயலாது. கரும்புளித்துப் போகும். காரணம், பானகத்தின் சேர்மானங்களில் உறைந்துள்ளது.

பெரிய பெரிய ஈயம் பூசிய செம்பு அண்டாக்களில் குடங்குடமாகப் பச்சைத் தண்ணீர் ஊற்றி நிறைத்து அதில் துலாம் துலாமாகச் சர்க்கரை உடைத்துப் போட்டு, சுக்கும் ஏலக்காயும் தட்டிப்போட்டு, எலுமிச்சம் பழங்கள் பிழிந்து, கறுத்துப்போன பழம்புளி கரைத்து, வாசம் வரும்வரை, சர்க்கரை கரையும்வரை விளாவி, மண் கலயங்களில் கோரிக் கோரிக் கொடுப்பார்கள்.

வைகாசி மாதத்தில் சித்திரபுத்திர நயினார் என்று அழைக்கப்படும் யமதர்ம ராஜாவின் கணக்குப் பிள்ளை பிறந்த நாள் பண்டிகை ஒன்று வரும். 'நயினார் நோன்பு' என்றழைக்கப்படும். ஊர் அம்மன் கோயில்களில் தோரணமாக இலையும் காம்புமாகக் கொத்து மாங்காய், வெள்ளரிக்காய், வாழைப்பழம் யாவும் கட்டித் தூக்கி, மாவிலை சமுகம் பூ, தென்னங்குருத்தோலைத் தோரணங்கள் கட்டி, சித்திரபுத்தன் கதை வாசிப்பார்கள். அன்று உச்சிக்காலப் பூசைக்கு நைவேத்தியம் பானகம் கரைத்துவைத்து, பூசை முடிந்த பின் பிரசாதமாகவும் விளம்புவார்கள்.

வெயில் ஏறி அடிக்கும் நாட்களில், வெயிலில் அலையும், தண்ணீர் தாராளமாகக் குடிக்காத மாந்தர்க்கு 'நீர்க்கடுப்பு' என்றொரு துன்பம் வரும். நீர்க்கடுப்பு வந்தவர்க்குக் கை கண்ட மருந்து பானய்க்கம். மருந்தே ஈண்டு ஓர் விருந்து.

சுக்கு வெள்ளம்

'அந்தக் காலத்தில் காப்பி இல்லை' என்கிறார் ஆராய்ச்சியாளர் ஆ.இரா. வேங்கடாசலபதி. கோவில்பட்டிக்குத் தேநீர் அறிமுகமான செய்தியைக் கதைகதையாகக் கூறியிருக்கிறார் கரிசல் இலக்கிய மேதை கி. ராஜநாராயணன். தேத்தூள் என்பதும் காப்பிப்பொடி என்பதும் ஆங்கிலேயர் வரவுக்குப் பின் அறிமுகமாகி நம்மீது இன்று பெரும் செல்வாக்குச் செலுத்துகிறது. இதை நான் எழுதுகிற காலை, நகரில் செல்வாக்கான உணவு விடுதியில் காப்பி முப்பத்தைந்து ரூபாய் வரிகள் தனி. அடுமனைகளில் தேநீர் பன்னிரண்டு ரூபாய். அலுவலகம் செல்வோர், தொழிலாளர்கள், கூலியாட்கள்,

சிறுவியாபாரிகள், மாணவர்கள் ஆகியோர் காப்பி, தேநீருக்குச் செய்யும் செலவு நம்மை ஆண்டவர்களால் பண்டே திணிக்கப் பட்டது. அந்த வெங்கொடுமையைக் கேட்கவும் சீர்திருத்தவும் வக்கற்று நாம் சுற்றுச்சூழல் சீர்கேடுகள், பசுமை இயக்கம், காடுகளின் அழிவு, மழையின்மை, பூமி வெப்பமடைதல் பற்றி ஐந்து நட்சத்திர விடுதிகளில் கருத்தரங்குகள் நடத்தக் குளிர்பதன ரயில் பெட்டிகளிலும் விமானத்திலும் சொகுசுக் கார்களிலும் பயணிக்கிறோம்.

காப்பி, தேநீர் வரவுக்கு முன்னால், எம்மக்கள் சூடாகப் பருகிய பானம் சுக்கு வெள்ளம், சுக்குத் தண்ணி, சுக்கு நீர் எனும் பெயர்களில் அழைக்கப்பட்டது. காப்பியின் வருகைக்குப் பின்னர் சுக்குக் காப்பி என்றும் அழைக்கப்படுகிறது. கொத்த மல்லிக் காப்பி, கருப்பட்டிக் காப்பி எனும் பெயர்களும் உண்டு அதற்கு. காப்பி ஏன் எதற்கு சுக்குடன் சேர்ந்தது என்பதறியோம்.

செம்புப் பாத்திரத்தில் தண்ணீர் கொதிக்கவைத்து, கருப்பட்டி உடைத்துப் போட்டு, கருப்பட்டி இளகித் தண்ணீருடன் கலந்த பிறகு, சுக்கு – கொத்தமல்லி – மிளகு இவற்றை நொய்ய நொறுங்கத் தட்டிப் போட்டுக் கொதிக்க விடுவது. சிலர் இரண்டு ஏலக்காயும் பொடி செய்து சேர்த்துக் கொள்வதுண்டு.

கொதிக்கக் கொதிக்க, ஆவி பறக்க, குடிக்கும் மண்கலயத்தைச் சுழற்றி ஆட்டி, ஆற்றியாற்றி, பொறுக்கப் பொறுக்கக் குடிப்பார்கள். குடிக்கும்போதே வேர்த்து வழியும். வாகனம் சுமப்பவர், அரோகரா எனக் கூவுவோர் ஆகியோரின் உடற்களைப்பு, தொண்டைக் கரகரப்பு, நாவறட்சிக்கு நல்ல மருந்து. சிலர் காய்ச்சிய பசும்பாலோ, எருமைப்பாலோ, ஆட்டின் பாலோ சேர்த்து ஆற்றிக் குடிப்பதும் உண்டு. கருப்பட்டிக்குப் பதிலாகச் சர்க்கரை – சர்க்கரை என்றால் உருண்டை வெல்லம் – சேர்த்துக்கொள்வதுண்டு. என்றாலும் சுக்குக் காப்பிக்குத் தோது கருப்பட்டிதான். கருப்பட்டியை விண்ணாணமாக இன்று கருப்புக்கட்டி என்று எழுதுகிறார்கள்.

காய்ச்சல், மண்டையிடி, நீர் கோர்த்தல், நெஞ்சுச் சளி, குளிர் காலத்துக் கொதுகொதுப்பு என்றிருந்தால் முதல் வைத்தியம், கை வைத்தியம், பாட்டி வைத்தியம் எல்லாம் சுக்குத் தண்ணி தான். அவர்களுக்குச் சுக்கும் மிளகும் சற்றுத் தூக்கலாகச் சேர்ப்பார்கள். திப்பிலி சேர்த்துக்கொள்வதும் உண்டு. கொஞ்சம் காரம் அதிகமாக இருக்கும். பானமாகவும் கஷாயமாகவும் அதனைக் கொள்ளலாம். சுக்குக்கும் மிளகுக்கும் அடைபடாத மண்டையிடி இல்லை என்பார்கள். சுக்கு மிளகு திப்பிலி என்ற

மூன்றையும் சுக்கு மிளகு திபிலி எனச் சேர்த்துப் படித்த மட மாணாக்கன் எடுத்துக்காட்டுச் சொல்லாத தமிழ் ஆசிரியர் அன்று இல்லை.

தாய்ப்பாலில் சுக்கையும் மிளகையும் அரைத்து நெற்றியில் பற்றுப் போட்ட ஒற்றை மண்டையிடிக்காரர்களை முன்பெல்லாம் அடிக்கடி காணலாம். மண்டையிடி என்றால் தலைவலி என்று நான் பொருள் எழுதும் அவசியம் இல்லை. சுக்கு வெள்ளத்தைச் சுக்கு வெந்நி என்றும் கூறக் கேட்டிருக்கிறேன்.

முன்பனி, பின்பனிக் காலங்களில் நடக்கும் கிராமத் திருவிழாக்களில் சாமி வாகனம் எடுத்து வீதி உலா வரும்போது உபயதாரர்கள் பெரிய அண்டாக்களில் வைத்த சுக்குத் தண்ணி கொதிக்கக் கொதிக்கக் கோரிக் கொடுப்பார்கள், கலயங்களில். சொல்வார்கள் அல்லவா – சிவப்பு ஒரு அழகு, சூடு ஒரு ருசி என்று. குடிக்கும்போது கலயம் அலம்பிக் கடைவாயிலும் தோளிலும் மாரிலும் சிந்தும் சுக்குத் தண்ணி ஒரு சுவை, ஒரு இதம், ஒரு ரசம்.

கருப்பட்டிக் காப்பி

முதலில் கருப்பட்டி என்றால் என்னவென்று சொல்ல வேண்டும். பதனீரைக் காய்ச்சி ஆறவிட்டுத் தேங்காய்ச் சிரட்டைகளில் கூழ்ப் பருவத்தில் ஊற்றிக் காயவைத்து எடுப்பது கருப்பட்டி. காரணப் பெயராக இருக்கலாம், கரிய நிறமாக இருப்பதால். ஆனால் கரும்புச் சாற்றைக் கருப்பஞ்சாறு என்று சொல்வது போல், கருப்பஞ்சாற்றினைக் காய்ச்சி எடுக்கும் சர்க்கரை அல்லது வெல்லம் கருப்புக்கட்டி என்று அழைக்கப்படுவதே முறை எனினும் கருப்பட்டியையும் கருப்புக்கட்டி என்பார்கள்.

காப்பி அறிமுகமானபோது, காப்பிப் பொடி இப்போது கிடைப்பது போல், இன்ஸ்டன்ட் வடிவில் கிடைப்பதில்லை. காப்பிக் கொட்டை வாங்கி, வறுத்து, திரித்து, டிகாக்ஷன் இறக்கி, பில்ட்டர் காப்பி போடும் பக்குவத்தையும் நாஞ்சில் நாட்டு மக்கள் அறிந்திருக்கவில்லை. காப்பிப் பொடி பெரும்பாலும் கிராமத்துக் கடைகளில் வில்லை வடிவில் விற்கப்பட்டன. காப்பி வில்லைகள் ஓரளவுக்கு சாக்லேட் வில்லைகள் போலிருக்கும்.

காப்பிச் சட்டியில் தண்ணீர் விட்டுக் கொதிக்க வைத்துத் தேவைக்குக் கருப்பட்டி உடைத்துப் போட்டுக் காப்பி வில்லையை உடைத்துப் போட்டுக் கொதித்தால் கருப்பட்டிக் காப்பி தயார். பெரும்பாலும் நிலக்கிழார் வீடுகளில்தான் காப்பி போடுவார்கள். காலைப் பலகாரம் ஆனபின்பு போணியில்

ஊற்றிக் குடிப்பார்கள். பால்மாடுகள் உள்ள வீடுகளில் பாலூற்றி ஆற்றிக்கொள்வார்கள். ஒரே காப்பிச் சட்டியில், காப்பி குறையக் குறைய கருப்பட்டி உடைத்துப் போட்டு, தண்ணீர் விட்டு மேலும் காப்பி வில்லைகளை உடைத்துப் போட்டால் கருப்பட்டிக் காப்பி அது பாட்டுக்குக் கொடியடுப்பில் சூடாகிக்கொண்டு கிடக்கும். மாலையில் காப்பி குடிக்கும் சம்பிரதாயங்கள் வசதியுள்ளவர் வீடுகளுக்கே வந்து அறுபது ஆண்டுகளே இருக்கும். கல்யாண வீடுகளிலேயே பந்திக்கு பாலூற்றி ஆற்றிய கருப்பட்டிக் காப்பிதான். நாகரீகம் வந்த பிறகு, மாலை 'டீ பார்ட்டி' ஏற்பாடு செய்தவர்கள், பஞ்சாரை என்றும் பஞ்ச சாரை என்றும் வழங்கப்பட்ட சீனிக்காப்பி, போடக் கற்றுத் தந்தார்கள்.

இன்று எவரும் கருப்பட்டிக் காப்பி போடுகிறார்களா என்றும் தெரியவில்லை. நவீனமயமானது ஒரு காரணம். கருப்பட்டி விலை கிலோ ரூ. 360, விற்பது மறு காரணம்.

மது

இந்த 'மது' மதுபான வகையல்ல. இலக்கியங்கள் கள், நறவு, மது, மட்டு, தேறல் என்று பேசிய பானமும் இல்லை. இது வழக்கமாக வீட்டில் தயாரிக்கப்படும் பானமும் அல்ல. சிறு தெய்வ வழிபாட்டில் 'மதுக்குடம் எடுத்தல்', 'மது பொங்குதல்' எனச் சில சடங்குகள் உண்டு. விரதம் இருந்து, மது தயாரித்து, கோயிலிலிருந்து மேளதாளத்துடன் வந்து மதுக்குடம் எடுத்துக் கொண்டு போய் கோயிலில் சேர்த்து காளிக்கு, அம்மனுக்குப் படைப்பது. இந்த மது தயாரிப்பதற்கென்று குறிப்பிட்ட வகை நெல் பயிரிட்டார்கள். அந்த நெல்லைக் குத்தித் தயாரிக்கும்போது பொங்குவதுபோல் மற்ற நெல்களுக்கு மது பொங்குவதில்லை என்பார்கள். அந்த நெல்வகை இன்று நாஞ்சில் நாட்டில் பயிராவதாகவும் தெரியவில்லை. பேராசிரியர், முனைவர், கள ஆய்வாளர் ஆ. சிவசுப்பிரமணியம் தனது ஆய்வு நூலொன்றில் 'மது' பற்றி விரிவாக எழுதியுள்ளார்.

கோயில் பிரசாதமாக வழங்கப்பெறும் மது, பெரும்பாலும் செல்வந்தர்களுக்கும் கோயிலில் செல்வாக்கு உடையவர்க்கும், கோயில் தர்மகர்த்தாக்களுக்கும் அவர் தம் குடும்பத்தினருக்கும் மட்டுமே கிடைப்பதாக இருக்கும். வறியவர்க்குக் கிடைப்பது அரிது எனும் காரணத்தால் அதுவென் வாய்ப்பட்டதில்லை.

பதநீர்

பதநீர், பதனீர், பயினி என்பார்கள் பனையின் பாலை. அக்கானி என்பார்கள் கல்குளம் விளவங்கோடு தாலுகாக்களில்.

தெளுவு என்பர் கொங்கு மண்டலத்தில். நீரா என்றனர் மராத்தியத்தில். தித்திப்பாக இருக்கும் அக்கானி எனும் சொல்லில் இருந்துதான் அக்காரை, அக்கார அடிசில் எனும் சொற்கள் பிறந்தனவா என்பதைத் தமிழாய்வாளர்கள் தீர்மானிக்கட்டும்.

அண்மையில் ஆரல்வாய்மொழியிலிருந்து நாகர்கோயில் போய்க்கொண்டிருந்தேன். தோவாளை தாண்டி, வெள்ளமடத்துக்கு முன்னால், நெடுஞ்சாலையிலிருந்து கிளைபிரியும் கிராமத்துச் சாலை விலக்கில் வயதான பாட்டி பதனீர், பனை நுங்கு வைத்துக்கொண்டு உட்கார்ந்திருந்தார். பெரிய மண்பானையிலிருந்து பதனீரைச் சின்ன எவர்சில்வர் செம்பில் கோரி, செம்பு பத்து ரூபாய் என்று விற்றுக் கொண்டிருந்தார். பதனீர் குடிப்பதென்று தீர்மானித்து, தம்பி காரை நிறுத்தினான். பனையோலைக் குருத்தில் பட்டை பிடித்துக்கொண்டிருந்தவளிடம் கேட்டேன், பொதுவாக – "எம்மா, பயினி தண்ணி சேக்காம சுத்தமா இருக்குமா?" என்று.

'எய்யா, என்ன பேச்சுப் பேசுகே? பத்திரகாளிக்குப் பாலுல்லா... தண்ணி சேக்கலாமாய்யா?" என்றாள் பதைத்துப் போய். ஆத்தா சொன்னதில் மிகுந்த நியாயமுண்டு. பனை ஏறி இறங்குவது என்பது சின்னப் பிள்ளை விளையாட்டல்ல. பனை உச்சியிலிருந்து பாம்பு கொத்தி விழுந்து செத்தவரும், தேள் நட்டுவக்காலி கொட்டியவரும், கை–கால் பிடிமானம் தவறி விழுந்தவரும், பனை மட்டை அடர்ந்தோ முறிந்தோ விழுந்தவரும் ஊர்தோறும் விளைதோறும் உண்டு. கடலுக்குப் போகும் பரவர், முக்குவர்போல, தினமும் ஏதோ ஒரு சத்தியத்துக்குக் கட்டுப்பட்ட வாழ்க்கை பனை ஏறிகளது. மரத்துக்கு மரம் மரணம் காத்திருக்கும் வாழ்க்கை. பனை என்ற மரம், பத்ரகாளி, நாடார் குலச் சான்றோர் குல மக்கள் உயிர் பிழைக்கப் படைக்கப்பட்ட மரம் என்பதும் பதனீர் பத்ரகாளியின் பால் என்பதும் புராணம், தொன்மம், மரபு, நம்பிக்கை. விரிவான தகவல்களுக்கு வலங்கை – இடங்கை சாதிகள் குறித்த வரலாற்று நூல்களை வாசித்துப்பாருங்கள்.

பனையில் சிறுபனை, பெரும் பனை என இரு பிரிவுகள் உண்டு. அவற்றுள்ளும் சிறு தும்புப் பனை, பெருந்தும்புப் பனை என உட்பிரிவுகள். வீட்டுக் கூரைகளுக்கு ஓட்டுப்பணி செய்யப் பனைமரம் வெட்டி, பத்தடி பன்னிரண்டடி நீளத்தில் தறித்து, எட்டாகப் பிளந்து, நடுப்பகுதியில் இருக்கும் சோற்றுப் பகுதியைச் சீவி எடுத்துப் பனங்கைகள் தயார் செய்வார்கள். பனை என்பது புல்லினம். வெளியே வைரம், உள்ளே சோற்றுப்

பகுதி. 'புறக் காழனவே புல்லென மொழிப, அகக்காழனவே மரமென மொழிப' என்பது தொல்காப்பியம் நூற்பா. காழ் எனில் வைரம். சோற்றுப் பகுதியில் வெளித்தெரியும் தும்பு அல்லது சிலாம்பின் நீளத்தைப் பொறுத்துப் பெருந்தும்புப் பனை அல்லது சிறு தும்புப் பனை. பருத்தியில் *staple fibre length* வேறுபடுவதுபோல.

பனை முளைத்து வரும்போதும் விடலிப் பனையாக நிற்கும் போதும் ஆண்பனையா பெண்பனையா என்பதறிய இயலாது. பூமடல் விடும்போது மாத்திரமே கண்டுபிடிக்க இயலும். எமது மூதாதையர்களான அறிவும் அனுபவமும் சான்ற பனையேறிகள் எவரேனும் விடலிப் பனையிலேயே ஆண்–பெண் கண்டறியும் நுட்பம் கொண்டிருந்திருப்பார்கள். பனைபோல் ஆண் பெண் தென்னையில், கமுகில் கிடையாது. எனக்குத் தெரிந்து பப்பாளியில் உண்டு. பூத்த மரம் பார்த்தால் தெரியும்.

ஆண், பெண் பனைகளில் பதநீர் இறக்குவார்கள். பெண் பனையில் நுங்கு காய்க்கும், பனம் பழம் பழுக்கும். பதனீர் என்பது கதிர் வந்த பனையின் பாளையைச் சீவி அதிலிருந்து சொட்டும் பாலை உட்பக்கம் சுண்ணாம்புப் பொடி பூசி, இருக்கும் மட்கலயத்தில் சேகரிப்பது. தினமும் அதிகாலையில் பனை ஏறி, பாளை சீவி, சுரந்து சொட்டித் தேங்கியிருந்த பதனீரை இடுப்பில் கட்டி இருக்கும் கமுகம் பாளை மடலில் செய்த குடுவையில் சேகரித்து இறங்க வேண்டும். இரண்டு கால்களிலும் கொழுவி இருக்கும் கயிறு வழுகாமல், நெஞ்சு பனைமரத்தின் சொர சொரப்பில் உரசி ரணம் ஆகாமல் இருக்க நெஞ்சில் கட்டப்பட்டிருக்கும் தோலில் செய்த கவசம் நெகிழாமல், இடுப்பில் தொங்கும் பதனீர்க் குடுவை, சுண்ணாம்புப் பொடியும் மட்டையும் இருக்கும் குடுவை, பாளை சீவும் அரிவாள் ஆகியவற்றுடன், தினமும் முடிந்த அளவு மரங்கள் ஏறி இறங்க வேண்டும். கரணம் தப்பினால் மரணம்.

கலயம் என்பது மண்ணில் வனைந்து சுட்டெடுத்த உத்தேசமாய் முக்கால் பக்கா பிடிக்கும் சிறு பானை போன்றது. இருபது முப்பது கலயங்கள் பிடிக்கும் பெரிய மண்பானை, பனந்தோப்பில் பனை மரத்து மூட்டில் சாய்த்து வைக்கப் பட்டிருக்கும்.

ஒரு காலத்தில் பனந்தோப்பில் அல்லது பனைவிளையில் பதனீர் இறக்கும்போது, வழிப்போக்கர் கேட்டால் குடிக்கக் கொடுக்கும் பதனீருக்குக் காசு வாங்குவதில்லை. ஏனெனில் அது பத்ரகாளியின் பால். பருவகாலங்களில் மட்டுமே கிடைக்கும்

பதனீரைப் பெரிய பானையில் தலையில் சுமந்து, ஒரு தோளில் தொங்கும் கலயமும் மறு இடுப்பில், பதனீர் குடிக்கப் பட்டை முடைய எனச் சிறு கட்டாகக் கொண்டுவரும் பனங் குருத்தோலையுமாக, கண்டாங்கி உடுத்து, ரவிக்கை அணியாத பெண்டிர் வெயிலேறு முன் நடந்து வருவார்கள்.

பானை சீவிய பின் சொட்டும் பதனீரைச் சேகரிக்கச் சிறிய புது மண்பானையைப் பனை மடலில் கட்டித் தொங்க விட்டிருப்பார்கள். சிப்பிச் சுண்ணாம்புப் பொடியை, பிரஷ் போலத் தும்பு சதைக்கப்பட்டிருக்கும் பனை மட்டையால் பூசி விடுவார். பனை ஏறி, சேர்ந்திருக்கும் பதநீரைக் காலையில் தினமும் வடித்த பின், தினமும் சுண்ணாம்புப் பொடி பூச வேண்டும். சுண்ணாம்புப் பொடி பூசாவிட்டால் அது புளித்து நுரைத்துப் பனங்கள் ஆகிவிடும். சுண்ணாம்பு பூசாமல் வெறும் கலயத்தில் வடிக்கும் பதனீரைத் ‘தனிப் பயினி’ என்பார்கள். சற்றே துவர்ப்பும், சிறிது புளிப்பும் சிறிது இனிப்புமாய் இருப்பது, போதை தருவது. அதைத் தான் பெரிய பானைகளில் சேர்த்துப் புளிக்கவிட்டால் கள்ளாகும். சொந்தத் தேவைக்கும் சில தனிப்பட்ட நபர்களின் சேவைக்கும் மறைவாகச் சில மரங்களில் கள்ளுப் போடுவார்கள். அது பொது விற்பனைக்கு அல்ல.

அறுவடைக் காலங்களில் சூடடிக்கும் களங்களில் கொண்டு இறக்கினால், பதனீர்ப் பானை காலியாகிவிடும். கலயம் அரையணா – மூன்று காசு – என்று சிறு பிராயத்தில் நான் குடித்த பதனீர்க் கலயத்தின் இன்றைய விலை நூறு ரூபாய் இருக்கலாம். என்றாலும் கிடைப்பது அரிதாகிவருகிறது.

இளைய வாசகர்களுக்காக ஒரு தகவல். ஒரு ரூபாய் பதினாறு அணாக்கள் கொண்ட காலத்தில், அரையணா என்பது ரூபாயில் முப்பத்திரண்டில் ஒரு பங்கு. அதாவது மூன்று காசுகள். அதற்கும் முன்பு ஒரு ரூபாய்க்கு 192 சல்லி என இருந்த பிரிட்டிஷ் நாணயமாற்றுக் காலத்தில், இரண்டு சல்லிக்கு ஒரு கலயம் பதநீர் குடித்திருக்கிறார்கள் எம் மூதாதையர். அப்போது கலயம் இன்னும் பெரிதாக இருந்தது என்றும் சொல்லக் கேட்டிருக்கிறேன்.

எப்படிக் குடித்தாலும் பதநீர் பதநீர்தானே என்பதல்ல. பலபலா விடியுமுன் பனைத் தொழிலாளி பனை ஏறப் போவார். தோதுப்போலப் பனையோலைப் பட்டை பிடிக்கக் குருத்தோலைக் கழித்துப் போடுவார். குடுவையில் வடித்துக் கொண்டு வரும் பதனீரில் கட்டெறும்பு கிடக்கும். தேனீக்கள் கிடக்கும், பனம் பூக்கள் உதிர்ந்திருக்கும். அதனைக் கீழே வந்து

பானையில் ஊற்றும்போது சல்லடை போன்ற அமைப்பில் இருக்கும் பனம்பாளையைத் தொட்டுக் கிடக்கும் கோஞ்சட்டையால் இறுத்துப் பானையில் ஊற்றுவார். காலை எட்டு எட்டரை மணிக்கு, பயினிப் பானை சுமந்த தாய்மார்கள் விவசாயக் கிராமங்களுக்குள் நுழைவார்கள். கலயத்தில் கோரி, அவளே முடைந்த பட்டையில் கொஞ்சங்கொஞ்சமாகக் குடிக்கக் குடிக்கச் சரித்துத் தருவாள். சிந்திவிடாமல் மொத்தக் கலயப் பயினியையும் பட்டையில் இருந்து வாய் எடுக்காமல் குடித்துத் தீர்ப்பார் உண்டு. பதனீர் என்பது மண் கலயத்தில் சேர்ந்து, கமுகம் பாளைக் குடுவையில் சேகரிக்கப்பட்டு, மண்பானையில் நிறைந்து, கலயத்தில் கோரி, பனையோலைப் பட்டையில் வாய் வைத்து உறிஞ்சிக் குடிக்கப் படுவது. இரண்டு கைகளிலும் பதனீர் நிறைந்த பட்டையைப் பிடித்துக் கொள்வதிலும் ஒரு கணக்கு உண்டு.

இடது கைப்பக்கம் ஓலைப்பட்டையின் குஞ்சப் பகுதியும் வலது கைப்பக்கம் தூர்ப் பகுதியும் வருமாறும் பட்டையைப் பிடிக்க வேண்டும். மாற்றிப் பிடித்தாலும் ஒன்றும் மூழ்கிப் போகாது, அவரவர் கைவாகு. கைகள் ரசமட்டம்போல் இருக்க வேண்டும். அன்றேல் குஞ்சம் வழியாகப் பதநீர் வெளியே பாய்ந்துவிடும்.

பதனீர் குடித்த பட்டையைக் குடை என்கிறது கலித்தொகை.

தோள் நலம் உண்டு துறக்கப் பட்டோர்
வேணீர் உண்ட குடை வூரன்னர்

என்பது பாடல் வரி.

கணவர்களால் தோள் நலம் துய்த்துத் துறக்கப்பட்ட பெண்கள் வேணீர் உண்டு வீசப்பட்ட குடைகள்போல், பட்டைகள்போல் கிடந்தனர் என்பது பொருள். வேணீர் எனில் வேட்கைக்குப் பருகும் நீர் என்றும் இங்கு பதனீர் என்றும் பொருள்.

பட்டையில் குடிக்கும்போது வாய்க்காதவர் தம்ளரில் வாங்கிக் குடிப்பது நன்று. ஆனால் பனையோலை வாசம் எனும் அனுபவத்தை இழப்பார்கள். ஐஸ்கிரீமைக் கையால் வாரித் தின்பது அரசியல் அமைப்புச் சட்டப்படிக் குற்றமா என்ன?

சூரியன் உதித்து மேலேறிய சற்று நேரத்தில் வெறும் வயிற்றில் பதநீர் குடிக்க வேண்டும். பதனீர் குடித்த பிறகு கொஞ்ச நேரம் தண்ணீர் குடிக்கக் கூடாது. வயிற்றைக் கலக்கிவிடும். பதனீர் முக்கியமான காலை ஆகாரம். எனவே மதிய உணவுவரை

வேறெதும் சாப்பிட அவசியம் இருக்காது. நான்கு இட்லிகள் தின்ற பிறகு பதனீர் குடிப்பதோ, பதனீர் குடித்த பின்பு நான்கு இட்லிகள் தின்பதோ பதனீருக்குச் செய்யும் மரியாதை ஆகாது.

பனை வளரும் மண் சார்ந்து பதனீரின் சுவை இருக்கும். கடற்புரத்து மரங்களின் பதநீருக்கு ஒரு சுவையும் செம்மண் கரைக் காட்டுப் பதநீருக்கு வேறு சுவையும் உண்டு. நாஞ்சில் நாட்டில் ஒரு போகம் விளையும் மேட்டு நிலங்களின் வரப்பில் வளரும் பனை மரங்களின் பதநீர் இன்னொரு சுவை. திருநெல்வேலி மாவட்டத்தின் பணகுடி, வள்ளியூர், திசையன்விளை, திருக்கணங்குடி, உடன் குடி, ராதாபுரம் ஆகிய பகுதிகளின் பதனீர் சிறப்பான இனிப்புச் சுவை கொண்டவை. குடித்த உதடுகள் ஒட்டிக்கொள்ளும்.

பனங்கருப்பட்டியில் உடன்குடிக் கருப்பட்டியும் விசேடமானது. சின்ன வட்டாக இருக்கும். கன்னங் கரியதாக, தட்டினால் வெண்கலத்தில் தட்டியது போல் ‘ணங்’ என்று ஒலி வருவதாக, கூடுதல் இனிப்பும் வாசனையும் கொண்டவையாக, எறிந்தால், மனிதர்மேல் பட்டால், காயம் ஏற்படுத்துவதாக இருப்பவை.

பதனீர் ஒரு முழு உணவு என்று சொன்னேன். எல்லாச் சத்துக்களும் நிறைந்தது. விட்டமின், மினரல் என உடலுக்குக் குளிர்ச்சியானது. பல நோய்களின் தீவிரத் தன்மையைக் குறைப்பது, நோய்களைத் தீர்ப்பது. பல நோய்களுக்கு நாட்டு வைத்தியர் ஒரு மண்டலம் ஒரு தனிமரத்துப் பதனீர், அதிகாலை வெறும் வயிற்றில் என மருந்தாகச் சிபாரிசு செய்வதுண்டு.

நகரங்களில் எந்த நேரத்திலும் இன்று பதனீர் கிடைக்கிறது. மனதைத் தேற்றிக்கொண்டு வாங்கிக் குடிக்கலாம். தண்ணீர் சேர்த்தும் இனிப்புக்காக சாக்ரீன் கலக்கியும் விற்பவர் உண்டு. ஒத்துக் கொண்டால் மூத்திரத்தோடு போகும். ஒத்துக்கொள்ளாவிட்டால் இரண்டு மணிநேரத்தில் வயிறு பிடுங்கிக்கொள்ளும் அபாயம் உண்டு.

எவ்வாறாயினும் இயற்கை மனிதனுக்கு வழங்கிய அற்புதமான கொடை பதனீர்.

மாலைப் பதநீர்

இது கிராமங்களில் விற்பனைக்கு வரும் அயிட்டம் அல்ல. வேண்டுமெனில் பனை ஏறிகளிடம் சொல்லி வைக்க வேண்டும். அல்லது பனை விளைகளில் தேடி நடக்க வேண்டும். பாக்கியம் இருந்தால் கிடைக்கும். விலையும் சற்று அதிகம். பெரும்பாலும்

மாலைப் பதனீருக்கு என்று தனியாகக் கலயம் போடுவதில்லை. முன்மாலைப் பொழுதில் பனைமரத்து மூட்டிலேயே பதனீர் இறக்கிப் பட்டை பிடித்து ஊற்றிக் குடிப்பது. மாலைப் பதனீரில் மிருதுவாகவும் தண்மையாகவும் இனிப்பாகவும் இருக்கும். இளம் நுங்கு சீவி இளக்கிப் போட்டுக் குடிப்பது சிறப்பு. சீவிய நுங்கின் கண்கள் தெரியும் இடத்தில் வலதுகைப் பெருவிரல் நுழைத்துத் தோண்டி எடுத்துப் பட்டையில் முதலில் போட்டு அதன் மேல் பதனீர் ஊற்றி உறஞ்சிக் குடித்தல் சாலவும் நன்று. மிஞ்சும் நுங்கைத் தின்னலும் நன்று. சிலர் நுங்குக்குப் பதில் புளிப்பில்லாத ஒட்டு மாங்காய்த் துண்டங்களைப் பல்பல்லாக அரிந்து போட்டும் மாலைப் பதனீர் குடிப்பதுண்டு. எனினும் எப்போதும் நுங்குக்குத்தான் முதல் மரியாதை.

மாலைப் பதனீர் குடித்திராத அபாக்கியசாலிகளை நோக்க எனக்கு மிகுந்த மனவருத்தம் ஏற்படுகிறது. எவராவது முனைந்து, டின்னில் அடைத்து, இங்கிலாந்தில் தயாரிக்கப்பட்டது என முத்திரை அடித்து, பவுண்டில் விலை எழுதி வந்தால், கொள்ளை விலை கொடுத்து வாங்கி, "வாவ்" என விதந்து கண் செருகப் பருகுவார்கள்.

மாலைப் பதநீரை மாலை நான்கு மணிக்கு மேல் ஆறு மணிக்குள் குடிக்க வேண்டும். மாலை என்பது முன்னிரவல்ல.

கள்

கள் ஒரு இயற்கைப் பானம். போதைக்காகவும் பருகப் படுவது. உணவும்கூட. அனைத்து மது வகைகளுக்கும் பொதுப் பெயராகவும் கள் எனும் சொல் பயன்படுத்தப்பட்டுள்ளது. மதுவுக்கு எதிராக நீதி நூல்கள், சமய இலக்கியங்கள் வலுவாகப் பேசுகின்றன. திருக்குறளில் 93ஆம் அதிகாரம் கள்ளுண்ணாமை. வள்ளுவர் 'கட்காதல் கொண்டொழுகுவார்' மீது பெரிய குற்றப்பத்திரிகையே வாசிக்கிறார். சான்றோரால் எண்ணப் பட வேண்டாதவர் கள்ளை உண்க என்றும், நாண் எனும் நல்லாள் புறங்கொடுக்கும் என்றும், கள்ளுண்பவர் நஞ்சுண்பவர் என்றும், கள் ஒற்றிக் கண் சாய்பவர் உள்ளூர் நகுதல் செய்யப்படுவார் என்றும், களித்தாளைக் காரணம் காட்டலாகாது என்றும் பகைத்துப் பேசுகிறார். கள்ளையும் காமத்தையும் ஒப்பிட்டுப் பேசுகிறார். கம்பன், 'கள்ளுண்டு கவறாடும் இறை முறை பிழைத்த அரசு' என்கிறார். எந்த அரசு இன்று கள் உண்ணவில்லை, சூதாட வில்லை? யாவும் இறைமுறை பிழைத்தவைதாமா?

நன்கு புளிக்கும் பழஞ்சித் தண்ணியையும் மோரையும் 'கள்ளுப்போல புளிக்கிறது' என்பார்கள் நாஞ்சில் நாட்டுப்

பெண்டிர். ஆகவே பெறப்படுவது, கள்ளுப் புளிக்கும் என்பது. அன்று இயல்பாய் எனக்கொரு கேள்வி எழுந்து அடியும் வாங்கி இருக்கிறேன், 'நீ கள்ளு குடிச்சிருக்கியா?' என்று கேட்டு. நொதித்தல் கள்ளின் குணம். கள்ளுக் கடைகளில் கள்ளு போத்தல்களைத் திறந்து வைப்பதன் நோக்கம், அது பொங்கிப் பாய்ந்து விடும் என்பதால்தான். போதை அதன் தன்மை. எனவே கள்ளை நஞ்சுக்கு ஒப்பிட்டார்கள். கள் குடித்த குரங்கு என்றனர். கள்ளையும் சூதையும் சேர்த்துப் பேசினர்.

கள்ளின் தகுதி பற்றி ஏற்கெனவே ஏழு கட்டுரைகள் விரிவாக எழுதியிருக்கிறேன். கூறியது கூற நேரமில்லை, நோக்கமும் இல்லை.

பனை என்பது அற்புதமானதோர் மரம். தமிழ் மன்னர் பனம்பூவை மாலையாகச் சூடியிருக்கிறார்கள். பதனீரும் கள்ளும் இயற்கையின் அற்புதமான கொடைகள். உத்தேசமாகச் சொன்னால் காலையில் இறக்கிய பதனீர் வெயில் ஏற ஏற முதலில் சளிக்கும் பிறகு புளிக்கும். புளிக்கப் புளிக்கப் பொங்கும். மொந்தை என்பது கலயத்துக்கு மாற்றுச் சொல். மொந்தைக் கள் கவிஞர் பலருக்கும் பிடித்த பானம்.

சங்க காலத்து ஔவையும் வள்ளல் அதியமானும் கள் உண்ட காட்சியைப் புறநானூறு பேசுகிறது.

> சிறிய கள் பெறினே எமக்கு ஈயும் மன்னே
> பெரிய கள் பெறினே
> யாம் பாடத் தான் மகிழ்ந்து உண்ணும் மன்னே

என்பது பாடல் வரி.

அரசுகளின் நிதி நிலை அறிக்கைகள், திரைப்படங்கள் பற்றி விமர்சனம் செய்வோர், 'புதிய மொந்தையில் பழைய கள்'

என்றனர். 'மோகம் கிறக்குதடி பெண்ணே நல்ல மொந்தைப் பழைய கள்ளைப் போலே' என்பது நாட்டுப் புறப்பாடல்.

கள் பொதுவாக இறக்கப்படும் மரங்கள் பனை, தென்னை, ஈச்சமரம். தமிழ்நாட்டில் பனங்கள்ளும் கேரளத்தில் தென்னங் கள்ளும் மத்தியப் பிரதேசத்தில் ஈச்சங்கள்ளும் நான் பருகிப் பார்த்திருக்கிறேன். ஒவ்வொன்றும் தனித் தனி வாசனை, சுவை, தன்மை. பதனீரிலிருந்து எடுக்கப்படும் கருப்பட்டியிலும் பனங்கருப்பட்டி, தென்னங் கருப்பட்டி, ஈச்சங்கருப்பட்டி என மூன்று ரகங்கள் உண்டு. மூன்றும் வாசம், சுவை, தன்மைகளில் மாறுபட்டவை. எனவே கள்ளும் அவ்விதமே!

சிறுவயதில் நான் கேட்ட கொலைச் சிந்து ஒன்றின் சில வரிகள் இன்னும் என் நினைவில் உண்டு.

சண்டாளன் மருத நாயகம் பிள்ளை
அவன் சாதியிலே வெள்ளாளன் பிள்ளை
அவள் குடிப்பது கூந்தற்பனை கள்ளு
அவன் படுப்பது பறச்சேரித் திண்ணை

என்பன அவ்வரிகள்.

இதில் கூந்தற்பனை கள்ளு என்பதுதான் இங்கு குறிப்பு. இப்பாடலில் குறிக்கப் பெறும் சாதிப் பெயர்களுக்கு எளியேன் பொறுப்பல்ல. பாளையங்கோட்டை சேவியர் கல்லூரி பேராசிரியர் என். ராமச்சந்திரன் மருதநாயகம் பாடலை முழுதும் கொடுத்திருக்கிறார்.

கூந்தற்பனை ஆப்ரிக்காவிலிருந்து நானூறு ஆண்டுகளுக்கு முன்பு வந்த மரம் என்றும் பூங்காக்களில் அலங்காரத்துக்கு வளர்க்கப்படுவது என்பதும் நமக்குத் தெரியும். எல்லா நகரங்களிலும் சில காணலாம். காடுகளில் அதன் இனத்தைச் சார்ந்தவை நிறையக் காணலாம். அந்தப் பனையின் பூவானது பெண்ணின் கூந்தலை ஒத்த வடிவத்தில் பத்தடி உயரத்தில் தொங்குவதால் மரத்துக்கு இப்படிக் காரணப் பெயர் வந்திருக்கலாம்.

திருமண வீடுகளின் பந்தல் அலங்கார முகப்பில் குலை வாழை, பாக்குக் குலை, நுங்குக் குலையுடன் கூந்தற்பனையின் குலைகளைக் கட்டுவார்கள். அதன் ஓலை மடல்களை அழகுக்காகக் கட்டுவதுண்டு. அந்த ஓலை மடல்களை யானை விரும்பி உண்ணும். இவை தவிர்த்துக் கூந்தற்பனையின் பயன்களை நான் அறிந்திருக்கவில்லை.

ஆனால் கொலைச் சிந்து குறிப்பிடும் கூந்தற்பனை கள் எனக்கு ஆச்சரியமான தகவலாகப் பட்டது. கூந்தற்பனையில் கள்

இறக்கப்படுகிறதா, விரும்பிப் பருகுகிறார்களா என்பதெல்லாம் எனக்குத்தெரியாது.நான் குடித்தும்பார்த்ததில்லை.குடித்தவர்கள் சொல்லவும் கேட்டதில்லை. பேசிக்கொண்டிருந்தபோது எழுத்தாள நண்பர் பிரேம் ஒரு முறை சொன்னார். ஆப்ரிக்காவில் இன்றும் கூந்தற்பனையில் கள் இறக்குகிறார்கள் என.

பிரேம் சொன்ன மற்றுமோர் தகவல் – ரயிலடிக் கற்றாழை நடுவில் மரம் போல் பதினைந்து அடி உயரத்துக்குத் தண்டு வளர்ந்து அது பூக்கும்போது கள் எடுப்பார்கள்; பாண்டிச்சேரி பக்கம் வில்லியர் எனும் மலைவாழ் வகுப்பினர், பாம்பு பிடிக்கப் போகு முன் கற்றாழைக் கள் குடித்துவிட்டுப் போவார்கள்.

கற்றாழையின் கிழங்கை எடுத்து ஏழுமுறை தண்ணீர் மாற்றி வேகவைத்து பஞ்ச காலங்களில் உண்டனர் என்றும் அதன் காரணமாக ரயிலடிக் கற்றாழைகள் அருகிப்போயின என்றும் இயற்கை விஞ்ஞானி நம்மாழ்வார் ஒரு உரையாடலில் குறிப்பிட்டார்.

ஏற்கெனவே சொன்னேன் – சுண்ணாம்பு கலக்காத பதனீர் இறக்கும்போதே கள்தான். போதைக்கான தேவை என்பது ஆளுக்கு ஆள் மாறுபடுவது. ஒரு லார்ஜ் விஸ்கி குடித்துத் தள்ளாடுபவரும் உளறுபவரும் உண்டு. ஆறு லார்ஜ் குடித்து, அனங்காமல் நிற்பவரும் உண்டு. அதே கணக்குதான் கள்ளுக்கும். என்றாலும் ஏகதேசமான ஒப்பீடொன்று சொல்லாமல் தீராது. 650 மி.லி. கொண்ட ஒரு போத்தல் பீர் என்பது ஒரு ஸ்மால் பெக் அல்லது 30 மி.லி. விஸ்கிக்குச் சமம். ஒரு கலயம் கள் என்பதும் போதையில் அதற்குச் சமானமானது. தனிநபர் தகுதி சார்ந்து பருகும் கள்ளின் அளவு தீர்மானமாகும். இரண்டு மணி நேரம் பொறுத்து வியர்வையில், சுவாசத்தில், மூத்திரத்தில் கள்ளின் மணம் தெரியும். அதை நாற்றம் என்பாரும் உளர். தமிழில் நாற்றம் என்றால் முதற்பொருள் வாசனைதான். நாறும் பூ நாதன் சிவனின் ஒரு பெயர். கற்பூரம் நாறுமோ கமலப்பூ நாறுமோ என்பாள் ஆண்டாள்.

ஆப்பம் என்றொரு பச்சரிசிப் பலகாரம் உங்களுக்குத் தெரியும். அது பற்றி விரிவாகப் பின்னர் பார்க்கப்போகிறோம். ஆப்ப மாவைப் புளிக்கவைக்கச் சில உத்திகள் உண்டு தாய்மார்களிடம். கப்பி காய்ச்சி மாவில் சேர்த்தல், பழைய சோறு அரைத்துச் சேர்த்தல், புளித்த மோர் ஊற்றிப் புளிக்கவைத்தல், ஈஸ்ட் எனக் கடையில் வாங்கிச் சேர்த்தல் என. அவை யாவற்றிலும் உன்னதமான வாசனையும் சுவையும் ஆப்பத்துக்கு வழங்குவது கள் ஊற்றிப் புளிக்க வைப்பது. அவ்விதம் சுட்ட ஆப்பத்தின் மிருதுவும் ஆப்பத்தின் கனத்த இட்லி போன்ற

நடுப்பகுதியின் உள் அறைப் பிரிவுகளும் சுவாரசியமானவை. வாசகருக்கு இஃதெல்லாம் சொன்னால் விளங்காது, தின்னால் புரியும்.

எதிரியை வஞ்சகமாகக் கொல்ல முனைபவர்கள், எதிரி வழக்கமாகத் தனிமரத்துக் கள் குடிப்பவரானால், கள்ளுக் கலயத்தில் விஷம் வைப்பதுண்டு. ஆனால் பனை ஏறத் தெரிந்திருக்க வேண்டும். கள்ளுக்கு அதன் நிறத்தை அடையாளப்படுத்திய குழூவுக் குறி ஒன்றுண்டு, 'வெள்ளை' என்று. சாராயத்தைக் 'கருப்பு' என்று குறிப்பார்கள். ஆனால் நல்ல சாராயம் தண்ணீர்போல நிறமற்றது.

என்றும் பழக்கம் இல்லாத, பழகிய ஆட்கள் அறிமுகத்துக்கு இல்லாத இடங்களில் இன்று கள் குடிப்பது நன்றன்று. கண்டதைக் கலப்படம் செய்கிறார்கள். போதைக்காக 'ஆனை மயக்கி' எனும் மாத்திரை, முள்ளுப் பந்துபோல் பச்சையாகக் காய்த்திருக்கும் ஊமத்தங்காய், உடைத்த பேட்டரி செல், யூரியா எனும் செயற்கை உரம் என. அதிக அளவு பெற புளித்த கஞ்சித் தண்ணீர். அழுகிய தடியன்காய் குடல் எனவும். வியாபாரம் என வந்துவிட்டால் தர்மம் அதர்மம் பார்த்தால் நாலு காசு கிடைக்குமா?

அரிஷ்டம்

ஆயுர்வேத மருத்துவ முறையில் அரிஷ்டம் என்பது கஷாயம் போன்ற மருந்து வகை. சீரகாரிஷ்டம், தசமூலாரிஷ்டம் என்பவை அடிக்கடி கேட்கும் பெயர்கள். பிரசவமான பெண்களுக்குக் கொடுக்கும் அரிஷ்டங்கள் உண்டு. மருந்து மூலிகைகள், வேர்கள், கொட்டைகளின் சாறு கலந்து சற்றே சாராயமும் கலந்த மருந்து எனத் தோன்றுகிறது. ஆயுர்வேத மருந்து எனும் மாற்றுப் பெயரில் வரும் ஒரு போதைப் பானம் அரிஷ்டம் என வழங்கப்பட்டது. வெற்றிலை பாக்குக் கடைகளில் கிடைக்கும். முறையாகப் பயன்படுத்தினால் மருந்தாக இருக்கலாம். ஆனால் மருந்தின் பெயர் சூடி வரும் போதை இது. 'மாம்பட்டை கஷாயம்' என்ற மாற்றுப் பெயரும் இதற்கு உண்டு. இதைக் குடித்து மிதமிஞ்சிய போதையில் சுவரில் போய் முட்டி நிற்பதால் 'சுவரு முட்டி' என்றொரு செல்லப் பெயரும் உண்டு.

இழுவிப்போன சர்க்கரை அல்லது கருப்பட்டி, மாம்பட்டை, வேப்பம்பட்டை போன்ற பட்டைகள், மலிவான சில மூலிகைகள் சேர்த்துப் புளித்து நொதித்த பின் இறுத்துப் பாட்டிலில் அடைப்பார்கள்போலும். அரிஷ்டம் குடித்தவர் ஒருவர் நின்றால் சுற்றுச் சூழலில் விநோதமான மணம் வீசும். பெரும்பாலும் அந்த

மணம் சாதாரணமாகப் போதை பாவிப்பவரையே துரத்துவதாக இருக்கும். சபரிபோல் சுவைத்துப்பார்த்த கனிகளை மட்டுமே என்னால் உங்களுக்குப் பரிந்துரைக்க இயலும். சைக்கிள் லோடு அரிஷ்டம், மீன் வியாபாரிகள் பயன்படுத்தும் பெரிய பிரப்பங்கூடையில் சிறிய குப்பிகளை அடுக்கி வைக்கோலில் பொதிந்து சாலையில் தினமும் போகும்.

சாராயம்

நான் ஈண்டு சொல்ல வருவது நாடன் வாற்றுச் சாராயம். அன்று அரசாங்கம் சாராயக் கச்சவடம் தொடங்கியிருக்க வில்லை. மதுவிலக்கும் அமலில் இருந்தது. எனினும் கிராமங்களில் சில வீடுகளில் குடிசைத் தொழில்போலச் சாராயம் வாற்றினர். அதில் விஷச் சாராயக் கலப்பு எதுவும் இல்லை. சாராயம் குடித்து இறந்த கதையும் கேள்விப்பட்டதில்லை. அரசாங்க ஏலம் அறிமுகப் படுத்தி, பெருந்தொழிலாகச் சாராய வியாபாரம் செயல்பட ஆரம்பித்த பின்னரே 'விஷச்சாராயம் குடித்து எண்பது பேர் பலி' எனும் தலைப்புச் செய்திகள் வந்தன.

சந்தையில் இமுவிப் போய்க் கிடக்கும் கருப்பட்டி, சர்க்கரை மூடைகளை மலிவு விலையில் வாங்கி வந்து, வேப்பம் பட்டை சீவிப்போட்டுத் தண்ணீரில் ஊறவைப்பார்கள். சந்தையில் அழுகி வீணாய்ப்போகும் பருவத்திலுள்ள வாழைப்பழம், திராட்சை, நொந்த மாம்பழம், அன்னாசிப்பழம் பிசைந்து அந்தத் தண்ணீரில் போட்டுக் கோடைத் தண்ணீர் தயாரித்தனர்.

பத்துப் பதினைந்து நாட்கள் பெரிய மண்பானையில் கோடைத் தண்ணீர் மண்ணுக்கு அடியில் புதைக்கப்பட்டு ஊறும். நன்கு ஊறிய பிறகு, சாராயம் காய்ச்சும் பானையில் கோடைத் தண்ணீர் ஊற்றப்பட்டு விறகெரித்து ஆவியாக்கி வெற்றுப் பானைகளில் மோதவிட்டு, குளிரவைத்து, சொட்டுச் சொட்டாக வடிந்து வரும் வடிதிரவம்தான் சாராயம். விரலில் தொட்டு விளக்கில் காட்டினால் நீலச் சுவாலையுடன் எரிவது. அளவாகப் பயன்படுத்தப்படாவிட்டால் தொண்டைக் குழியில் இருந்தே தீப்போல் எரிவது.

ஊரைவிட்டு ஒதுங்கிய காட்டுப் பிரதேசங்களில், மலை மடிப்புக்களின் இடுக்குகளில், ஆள் நடமாட்டம் இல்லாத தோப்புக்களில், விளைகளில், தண்ணீர் இல்லாத காட்டு ஓடைகளின் மறைவில் சில சமயம் குறைந்த அளவில் ஊர் நடுவே இருக்கும் வீட்டு அடுக்களையில் சாராயம் வாற்றப்பட்டது. நேற்றும் இன்றும் நாளையும் அது குடிசைத் தொழில்.

அரசாங்கமும் அரசாங்கம் ஒப்பந்தம் செய்த பெருந்தொழில் நிறுவனங்களும் போட்டிக்கு வந்த பிறகு, அவர்களின் பாதுகாப்புக்குக் காவல் துறையே களத்தில் இறங்கிய பிறகு இந்தத் தொழில் நசித்துப் போனது.

திராவிட அரசியல் செல்வாக்குப் பெற்று, அரசாங்கத்தின் வருமானம் கருதி – அரசாங்கத்தின் வருமானம் என்பது ஆளும் கட்சிக்காரர்களின் அதிகாரிகளின் வருமானம் என்று மாற்றுரு எடுப்பது தானே – மதுவிலக்கு தளர்த்தப்படும் வரை, கிராமத்துத் திருவிழாக் காலங்களில், வீட்டு விசேட அடியந்திர நாட்களில், சாராயம் ஊரின் ஒதுக்குப் புறங்களில் தயாராக இருக்கும். விருப்ப முடையவர்கள் – ஆம், விருப்பமுடையவர்கள் மட்டும் – வீட்டிலிருந்து வாழையிலையில் பொதிந்து எடுத்துப் போகும் அவியல், புளித்துவையல், ஊறுகாய் என சைட்டிஷ் டச்சராக வைத்துக்கொண்டு சாராயம் பருகி, வாயைத் துடைத்துத் தொண்டையைச் செருமிக் கொண்டு வெளியே வந்தனர். மகன் பருகி வந்து தகவல் சொல்லித் தந்தையை அனுப்பிய நேசம் இருந்ததுண்டு.

பள்ளி, கல்லூரி நாட்களில் இலைமறை காயாகத் தென்பட்ட, சுவாசம் பட்ட, சாராய வாசனை அன்று கிராமங்களில் ஐந்து சதமானம் தாண்டி மக்களிடம் அறிமுகமாக வில்லை. இளைஞர்கள், மாணவர் என்னவென்று தெரியாமல் விலகி இருந்தனர். இன்று பன்னாட்டு நிறுவனங்கள், அவர்களிடம் சந்தா வசூலிக்கும் அரசியல் கட்சிகள், அன்பளிப்புகள், தரகுகள், பங்குகள் வரும் அரசியல் கட்சித் தலைவர்களின் சுயநலச் சிந்தை காரணமாக, கள்ளுக்கும் சாராயத்துக்கும் தடை. இந்தியாவில் தயார் செய்யப்படும் வெளிநாட்டு மதுமானங்களுக்குச் சிவப்புக் கம்பள வரவேற்பு. அன்று கேள்வியே பட்டிராத விஷச் சாராய மரணங்கள், கண் குருடாதல், கை கால் செயலிழத்தல், மூளை மந்தித்துப் போதல் இன்று தலைப்புச் செய்திகள். குற்றம் செய்தவர் மீது வழக்குத் தொடர்ந்து கால் நூற்றாண்டுக்கும் குறையாமல் வழக்கு நடத்தலாம்.

கொள்ளை இலாபம் பெறும் பெரும் முதலாளிகள் ஒருபக்கம் கோயில்களுக்குப் பொற்கூரை வேய்வார்கள், சன்மார்க்கம் பேசுவார்கள். சர்வதேச விளையாட்டுப் போட்டிகள் நடத்துவார்கள், சுழற்கோப்பை வழங்குவார்கள். மறுபக்கம் பள்ளி மாணவர்களுக்குக் கல்லூரி மாணவர்களுக்கு, விவசாயிகளுக்கு, தொழிலாளர்களுக்குச் சீமைச் சாராயம் விற்பார்கள்.

அரசாங்கம் அடித்தட்டு மக்களின் அவ்வப்போதைக்கான உல்லாச பானங்களான கள்ளையும் சாராயத்தையும் தடை செய்து, வழக்குகள் பதிவு செய்து, வாய்தா வாங்கி, கைச் செலவுக்கு கடைகள் நடத்தும்.

2

காடி

கூழ் என்பதற்கு மாற்றுச் சொல்லாக இருத்தல் வேண்டும் காடி என்பது. ஏனெனில் குடிக்கும் பருவத்தில் கூழுக்கும் காடிக்கும் வேறுபாடு இல்லை. எனினும் கூழ் எனும் பொருளில் அந்த ஆகாரம் அங்கு பிரபலம் இல்லை. மேலும் சிறு தெய்வங்களுக்கு வழிபாடாகக் 'கூழ் ஊற்றுவது' எனும் வழக்கும் இல்லை. ஆனால் கூழ் என்பது மிகப்பழமையான தமிழ்ச் சொல். திருக்குறள் கூழ் பற்றி

> அமிழ்தினும் ஆற்ற இனிதே – தம்மக்கள்
> சிறுகை அளாவிய கூழ்

என்று கூறுகிறது. கூழ் காய்ச்சும் தானியங்கள் அங்கு விளைவதில்லை. பெரும்பாலும் நாஞ்சில் நாட்டுப் பயிர்கள் தென்னை, வாழை, நெல் என்பன. புஞ்சைப் பகுதிகள் மிக மிகக் குறைவு என்பதனால் மானாவாரிப் பயிர்கள், புஞ்சைப் பயிர்கள் அபூர்வம். சில மேட்டுப் பகுதிகளில், மலை அடிவாரங்களில் நிலக்கடலை, காணம் எனப்படும் கொள், எள் பயிரிடப் படுவதுண்டு. தைமாத கும்பப் பூ அறுவடைக்குப் பின், மாசி – பங்குனி இருமாத நிலம் காயும் நாட்களில், மாற்றுச் சுழற்சிப் பயிராக உளுந்து, பெரும்பயிறு, சிறுபயிறு விதைக்கப் படுவதுண்டு. ஆனால் இவை யாவும் *millet* வகைத் தானியங்கள் அல்ல. கூழ் காய்ச்சப் பெரிதும் பயன்படுவது சோளம், கம்பு, கேழ்வரகு எனப்படும் ராகி போன்றவை. இவை எதுவும் நாஞ்சில் நாட்டில் விளைவதில்லை. மேலும் சாமை, தினை, மக்காச் சோளம் போன்ற பயிர்களும்

கிடையாது. பல இலக்கிய நண்பர்கள் மூங்கிலரிசி எப்படி இருக்கும் என்று கேட்டதுண்டு. நம் கதையை யாருக்கு விளம்ப?

காவல் கிணறு எனும் திருவிதாங்கூர் சமஸ்தான எல்லை தாண்டி, தென் பாண்டி நாட்டுக்குப் போக வேண்டும் மேற்சொன்ன தானியங்களைக் கண்ணால் பார்க்க. நான் முதலில் கம்மங்கூழ் குடித்ததே, பம்பாயிலிருந்து கோவைக்கு மாற்றலாகி வந்த நாற்பத்தைந்து பிராயத்துக்குப் பிறகு. அம்மனுக்குக் கூழ் காய்ச்சி ஊற்றுவதும் அதன் பிறகுதான் கேள்விப்பட்டேன். பழவூரிலிருந்து குடிபெயர்ந்து எங்கள் ஊருக்குப் பிழைக்க வந்த சைவ வேளாளர் குடும்பம் சோளங்காடியைச் சிலாகித்துப் பேசப் போக, இன்றும் அவர் குடும்பப் பெயராக 'சோளாங்காடி' என்று நிலைத்துவிட்டது. உண்மையில், உத்தேசமாக 120 ஆண்டுகளுக்கு முன்பு முனைஞ்சிப்பட்டி எனும் கிராமத்திலிருந்து குடிபெயர்ந்து வந்த சைவ வேளாளன்தான் எனது தந்தையைப் பெற்ற தாத்தா சுப்பையா எனப்பட்ட சுப்பிரமணிய பிள்ளை. நான் இயற் பெயராக இன்று பூண்டிருப்பதும் அவர் பெயரைத் தான். ஆனால் 'சோளாங்காடி' குடும்பத்தை, புலம் பெயர்ந்து பஞ்சம் பிழைக்க வந்தவர்கள் எனச் சற்று முன் நான் எழுதிய சொற்றடர் எனக்கே வியப்பளிக்கிறது.

தாழக்குடி, சந்தைவிளை தாண்டி, நெடுமங்காடு நெடுஞ்சாலையில் இருக்கும் ஔவையாரம்மன் கோயிலில் வழிபாடு செய்வோர், குறிப்பாகப் ஆடி மாதச் செவ்வாய்க் கிழமைகளில் ஔவையாரம்மனுக்குக் கூழும் கொழுக்கட்டையும் செய்து படைப்பதுண்டு. கொழுக்கட்டை பற்றிய பகுதியில் அதனைப் பார்க்க இருக்கிறோம். நான் கேள்விப்பட்ட மற்றுமோர் கூழ், மாசி – பங்குனி மாதங்களில் அரிசி வற்றல் செய்து காயவைப்பதற்காகக் காய்ச்சப்படும் கூழ்.

கூழ் எனும் பெயரில் யாம் அறிந்தது அவ்வளவே! ஆனால் காடி பரவலாக அறியப்பட்ட, தம்ளரில் அல்லது குழிந்த தாலத்தில் ஊற்றிக் குடிக்கும் அல்லது பாயசம் போல் அள்ளிக் குடிக்கும் பருவத்தில் இருக்கும் ஒரு ஆகாரம். அவற்றின் வகைகளை விரிவாகக் காண்போம். நீர் அதிகமாகச் சேர்ந்த கூழுக்குத் திருக்குறள் புற்கை என்றொரு சொல் பயன்படுத்துகிறது. இரவச்சம் அதிகாரம்.

மாம்பழக்காடி

மாம்பழப் பருவ காலங்களில், மலிவாக மாம்பழம் கிடைக்கும்போது மட்டுமே மாம்பழக் காடி செய்யப்படும். வைகாசி மாதத்து விசாக நட்சத்திரம் வரும்போது முருகனுக்குப்

படைக்கப்படுவது. பெருமாள் கோயில்களில் – முக்கியமாக நாஞ்சில் நாட்டு வைணவக் கோயில்களான பறக்கை மதுசூதனப் பெருமாள் கோயில், நம்மாழ்வார் தாயார் உடைய நங்கை பிறந்த ஊர், எங்களூரை அடுத்த, எங்கள் ஊரான வீரநாராயணமங்கலத்தைப் போலவே தலைமாட்டில் பழையாறும் கால்மாட்டில் தேரேகாலும் ஓடும் திருவண்பரிசாரம் என்று திவ்யப்பிரபந்தம் பாடும் திருப்பதி சாரத்துத் திருவாழிமார்பன் கோயில்; நாகர்கோயிலின் உட்பகுதி ஆகிவிட்ட, இசையமைப்பாளர் கே.வி. மகாதேவன் பிறந்த கிருஷ்ணன் கோயில் கிராமத்தின் கிருஷ்ணன் கோயில் ஆகிய ஊர்களில் பெருமாளுக்கு மாம்பால் படைப்பது உண்டு. மாம்பால் என்பது கெட்டியாக மாம்பழத்தின் சாறு எடுத்து, பாலும் சர்க்கரையும் சேர்த்து, ஏலக்காய் பொடித்துச் சேர்த்த பானம். மாம்பழக் காடி என்பது சமைக்கப்படுவது.

காடி கொழுப்பாக இருப்பதற்காகப் பச்சரிசியை மாவாக அரைத்துக்கொள்ள வேண்டும். நல்ல மாம்பழத்தைக் கழுவி, தோல் சீவாமல் இரு பக்கத்துக் கதுப்புக்களைத் தனியாகவும் கொட்டையையும் அதை வட்டமாய்ச் சுற்றி இருக்கும் பகுதியையும் சேர்த்துத் தனியாகவும் நறுக்கிக்கொள்ள வேண்டும். அதாவது ஒரு மாம்பழம் மூன்று பகுதிகள். பச்சரிசி மாவு கரைத்த தண்ணீரில் மாம்பழத் துண்டுகளைப் போட்டுக் கொதிக்க விட வேண்டும். வெந்து வரும்போது ஏலம், சுக்கு தட்டிப் போட்டு, கருப்பட்டிச் சீவிப் போட்டு இறக்கும்போது திருவிய தேங்காய்ப் பூ போட்டு கொதிக்கவிட்டு இறக்கலாம். திருவிய தேங்காய்ப் பூவுக்குப் பதிலாகத் தேங்காய் பாலெடுத்துச் சேர்ப்பாரும் உண்டு.

சுடச்சுடக் குடிக்க வேண்டும். தொட்டுக்கொள்ள எதுவும் வேண்டியதில்லை. கனிந்த, கருப்பட்டிப் பாலில் வெந்த மாம்பழம், புதுச் சுவையுடன் இருக்கும். காடியுடன் மாம்பழத்தைத் தின்று விட்டுத் தோலைக் கழித்துவிடலாம். கொட்டையைக் கழிக்கலாம் தானே என்று கேட்க மாட்டார் எவரும். மாம்பழக் காடியில் தொட்டு மாம்பழக் கொட்டை மூஞ்சுவது சுவாரசியமானது.

பெரும்பாலும் மாம்பழக்காடி இரவு உணவு. வயிறு நிறையும்வரை, திகட்டும்வரை குடித்துவிட்டுப் போய் படுத்துக் கொள்வதுதான். செங்கை வருக்கை அல்லது வெள்ளையானி அல்லது கோட்டுக்கோணம் என்றழைக்கப்படும் மாம்பழம் ஒன்றுண்டு. திருவிதாங்கூர் சமஸ்தானத்து வகை. வேறெங்கும் நானதைப் பார்த்ததில்லை. மஞ்சளும் சிவப்புமான மெல்லிய தோலுடன் இருக்கும். சிறிது நாருண்டு. ஆனால் நார்க் காய்ச்சி மாம்பழம் அல்ல. கனிந்தால் மேனியில் கரும்புள்ளிகள் தோன்றும். அப்போது தோல்சீவி வெட்டித் தின்றால் இனிப்புடன் சுர்ரென்ற நாவிலேறும் தன்மையும் இருக்கும். நல்ல சதைப்பற்றும் சிறிய கொட்டையும் கொஞ்சம் நாரும் உடைய மாம்பழம். மாம்பழக் காடிக்கு இந்த மாம்பழம் விசேடமானது. மற்ற மாம்பழங்கள் பயன்படாது என்று இல்லை. கிடைக்கும் மலிவான கப்பை மாம்பழம்கூடப் பயன்படுத்துவதுண்டு. எனினும் பிரியாணிக்கு பாஸ்மதி அரிசி போன்று மாம்பழக்காடிக்குச் செங்கை வருக்கை மாம்பழம்.

வெந்தயக்காடி

வெந்தயக்காடி அல்லது உளுந்தங்காடி என்பார்கள். தை மாதம் கும்பப்பூ அறுவடை முடிந்தபின், மண்ணில் தன் ஈரம் இருக்கும்போது, கால் தடம் பதியும் சேற்றில், உளுந்து விதைத்து, அறுத்த தாள் மறிய, மாடுகளின் கால் தடம் பதிய, பழைய கலப்பையால் மேம்போக்காக ஒருழவு உழுது போடுவார்கள்.

உளுந்து இரண்டு மாதப்பயிர், மஞ்சளாகப் பூத்து, பச்சையாகப் பிஞ்சுவிட்டு, வெளிறிப் பழுத்துக் கறுப்பாக நெற்று விடும். உளுந்த நெற்றுப் பறித்து, களத்தில் பரத்திக் காயப்போட்டு, கூட்டி, உருண்டைக் கம்பால் அடிக்க தோடு நீங்கி உளுந்து தனியாக வரும். புடைத்தெடுத்த முழு உளுந்தை மறுபடி காயப்போட்டு மண்பானைகளில் பத்திரப்படுத்துவார்கள். வண்டு விழாமல் இருக்க நல்லெண்ணெய் தடவி வைப்பாரும் உண்டு. உளுந்து நிறைத்ததும் பானையின் வாய்ப் பகுதியில் புங்க இலை போட்டு மூடி வைப்பார்கள்.

ஆண்டு முழுக்க அந்த உளுந்தே தான் பயன்பாட்டுக்கு. உளுந்தங்கஞ்சி, உளுந்தஞ்சோறு, அவித்த உளுந்து, தோசைக்குப் போட, முறுக்குச் சுட, வடை சுட, மிளகாய்ப் பொடி இடிக்க, கறி தாளிக்க மற்றும் வெந்தயக்காடி என்ற உளுந்தங்காடி காய்ச்ச.

பெரும்பாலும் வெந்தயக்காடி சூடாகக் குடிக்கும் இரவு உணவு. ஆனி/ஆடிச் சாரல் அடிக்கும்போது, கூதற்காற்று வீசும் போது, அடை மழை பெய்து மண் குளிர்ந்த காலங்களில்,

வயல் வேலைகளின் போது மழை பெய்து நனைந்து கொடுங்கி வீட்டுக்கு வரும் நாட்களில், உடல் அலுப்பு மிகுந்த நாட்களில், நெஞ்சுச் சளி பிடித்து இருமித் துன்புறுகையில், மரத்தில் இருந்து கீழே விழுந்து முதுகிலோ நெஞ்சிலோ அடிபட்டு ஓய்வில் படுத்திருக்கையில் காய்ச்சப்படுவது வெந்தயக்காடி.

பிற மாவட்டங்களில் உத்தேசமான இதன் இன்னொரு வடிவத்தைச் சுக்குப் பால் என்பார்கள்.

கொஞ்சம் பச்சரிசி, முழு உளுந்து, வெந்தயம் ஆகியவற்றைக் கொவரப்போட்டு சுக்கும் சேர்த்து அரைக்க வேண்டும். உழக்கு உளுந்துக்கு ஆழாக்கு அரிசி என்பது கணக்கு. அர்த்தமாகவில்லை எனில் 200 மி.லி. உளுந்துக்கு 100 மி.லி. அரிசி.

மாவு புளிக்கக் கூடாது. அரைத்த உடன் காய்ச்ச வேண்டும். காய்ச்சும்போது கருப்பட்டி சீவிப் போடலாம். இருமல், சளி இருந்தால், காடி ஆறிய பிறகு லேசான சூட்டில் வெள்ளைக் குந்திரிக்கம் பொடித்துப் போட்டுக் குடித்தால், இருமல் ‘என்ன?’ எனக் கேட்கும். வெந்தயக்காடி கொதிக்க வைத்து இறக்குமுன் தேங்காய்ப்பால் ஊற்றிக் கிளற வேண்டும். சிலர் தேங்காய்ப் பால் பிழிந்து ஊற்றுவதற்குப் பதிலாக, அரிசி உளுந்து வெந்தயம் சுக்கு சேர்த்து அரைக்கும்போது திருவிய தேங்காயும் போட்டு அரைத்துக்கொள்வதுண்டு.

மாம்பழக் காடி போலவே வெந்தயக்காடியும் ஒரு முழு உணவு. காடி குடித்தபின் தண்ணீர் குடிக்கக் கூடாது என்பதோர் தத்துவம். வயிற்றைக் கலக்கிவிடும் என்பார்கள்.

முந்திய இரவில் காய்ச்சிய காடி மீந்து போனால், ஆறித் தணுத்து சற்றுக் கெட்டிப்படும் மறுநாள் காலை. ஆறிய காடி வேறோர் சுவை.

திருமாங்கல்யக் காடி

இது அன்றாடமோ அவ்வப்போதோ காய்ச்சப்படும் காடி அல்ல. நாஞ்சில் நாட்டில், திருமணங்களின்போது, தாலி கட்டும் முன்பு, மணப்பெண்ணின் இடது மணிக்கட்டில் அவள் தாய்மாமனும் மணமகனின் இடது மணிக்கட்டில் அவன் தாய்மாமனும் காப்புக் கட்டும் சடங்கு ஒன்று உண்டு. காப்பு என்பது மஞ்சள் நூற்கற்றையில் முடிந்த விரல் மஞ்சள். திருமணமாகி, சோபானம் முடிந்து குளிக்கும்வரை அது இருவருக்கும் காப்பு. அங்கு சாந்தி முகூர்த்தம் என்று தனியாக நாள் பார்த்துச் செய்யும் சடங்கு கிடையாது. திருமணநாள் மாலை நலங்கு, பல்லாங்குழி, பூப்பந்து ஆனபின் முன்னிரவில்

நடப்பது நாலாநீர்ச் சடங்கு. முதலிரவுக்கு முன்னாலான மணமக்களின் சடங்குக் குளியல். முதலிரவு முடிந்த பின் மறுநாட்காலை நடப்பது ஏழாம் நீர்ச் சடங்கு. அதுவும் ஓர் சடங்குக் குளியல்தான். குளித்துப் பொங்கலிட்ட பின் சாமி கும்பிடுமுன் தாய்மாமன்மார் முன்தினம் காலை கட்டிய காப்பை அறுப்பார்கள். காப்புக் கட்டும் போதும் காப்பு அறுக்கும் போதும் மணமக்கள் இரு கை நிறைய பச்சரிசி வாரி வைத்துக்கொண்டு அதன் மீது முழுத் தேங்காய் வைத்துக் காத்திருக்க காப்புக் கட்டுவார்கள் அல்லது அறுப்பார்கள். சில குடும்பங்களில் காப்புக் கட்டுவது தாய்மாமனும் காப்பு அறுப்பது குடிமகனுமாக இருக்கும்.

ஏழாம் நீர்ச் சடங்கில் பொங்கலிட்ட பச்சரிசிச் சோற்றில் பச்சைத் தண்ணீர் ஊற்றிப் பாதுகாப்பாக வைத்திருப்பார்கள்.

அதுபோல் திருமணத்துக்கு முன்பு திருமண மேடையில் மணமக்கள் ஏழு மண் கொப்பரைகளில் நனைத்த நவதானியங்கள் தெளித்து அந்தக் கொப்பரைகள் தினமும் தண்ணீர் ஊற்றிப் பராமரிக்கப்படும். மணமான ஏழாம் நாள் நவதானியங்கள் முளைவிட்டு வளர்ந்து நிற்கும் முளைப்பாரியை ஆற்றில் கரைத்துக் குளித்துவிட்டு வருவார்கள். குளித்த பின் பெண்கள் முளைத்த நவதானியச் செடிகளைக் கூந்தலிலும் கொஞ்சம் செருகி வீட்டுக்கு வருவார்கள்.

ஏழாம் நீர் சடங்கில் பொங்கலிட்டு, பச்சைத் தண்ணீர் விட்டுப் புளித்துக்கொண்டிருக்கும் பொங்கற் சோற்றைத் தண்ணீர் விட்டுப் பிசைந்து, இடித்து வைத்திருக்கும் மாவையும் சேர்த்துக் கலக்கி, உப்புப் போட்டுக் கொதிக்க வைப்பார்கள். அந்தக் காடிக்குத் திருமாங்கல்யக் காடி என்று பெயர். திருமணமான ஏழாவது நாளான அன்றுதான் மஞ்சட் கயிற்றில் கிடக்கும் தாலியைத் தங்கச் சங்கிலிக்கு மாற்றுவது. அதனைத் 'தாலி பெருக்கிப்போடுவது' என்பார்கள்.

தாலி பெருக்கிப் போட்டபின் அண்டை அயலாரையும் குடும்பக்காரர்களையும் கூப்பிட்டு வாழை இலைத்துண்டில் திருமாங்கல்யக்காடி பரிமாறுவார்கள்.

அந்தக் காலத்தில் வீட்டில் மணவறை போட்டு, வீட்டுக்குப் பக்கத்து அறுத்தடிப்புக் களத்தில் பந்தல் போட்டுத் திருமணம் நடந்த நாட்களில், மதியமும் இரவிலும் சாப்பாட்டுப் பந்திகள் முடிந்தபின், மீந்த கறிகள் குழம்புகளைப் 'பழங்கறி' கூட்டுவார்கள். கல்யாண வீட்டுப் பழங்கறி என்பது ஒரு அதிசயம். சாம்பார், பருப்பு, எரிசேரி, அவியல், துவட்டல்,

புளிசேரி இவற்றை ஒன்று சேர்த்து ஒரே பாத்திரத்தில் போட்டுக் கொதிக்க வைப்பது. இதில் உப்பிலிடு எனப்பட்ட பச்சடிகள், தயிர்க் கிச்சடிகள் சேர்ப்பதில்லை. கூட்டிய பழங்கறியை ஆளுயர, ஈயம் பூசிய செம்புப் போணிகளில் இரவு முழுக்க கொதிக்க விட்டு எடுப்பார்கள். மறுநாள் காலை பழையது கிடந்தால் சாப்பிட அது தொடுகறி. பழங்கறி நிறையச் சேர்ந்தால் சிறிய வாளிகளில் கோரிக் கொடுத்து விடுவார்கள் தெருப்பூராவுக்கும் சொந்தக்காரர்களுக்கும். கிடார அடுப்பில் அனந்துகொண்டிருக்கும் கல்யாண வீட்டுப் பழங்கறி கேட்டு, அதன் சுவை அறிந்தவர், இரண்டு தெரு தாண்டி ஆளனுப்புவார்கள். கோடி கொடுத்தாலும் கிடைக்காது நாஞ்சில் நாட்டுக் கல்யாண வீட்டுப் பழங்கறி. செலவானது போக மிச்சம் கிடக்கும் பழங்கறியை, திருமாங்கல்யக் காடிக்குத் தொடு கறியாகக் கொதிக்கக் கொதிக்கப் பரிமாறுவார்கள். கல்யாண வீட்டுப் பழங்கறி வலியப் போய்க் கேட்டு வாங்க யாரும் குறைச்சல் பார்ப்பதில்லை. கர்ப்பிணிப் பெண்கள் மிகவும் ஆசைப்பட்டுக் கேட்டு ஆளனுப்புவார்கள்.

எனது வெளியூர் நகர வாழ்க்கை தரும் நெருக்கடிகளில், கல்யாணத்தன்று அல்லது மறுநாள் திரும்பிவிடுவதால், கல்யாண வீட்டுப் பழங்கறி சாப்பிட்டு 50 ஆண்டுகளாகிவிட்டன. இதை எழுதும்போது நாவூறுகிறது.

மாங்கொட்டைக் காடி

மாம்பழக் காலங்களில் பழத்தைத் தின்று விட்டுக் கொட்டையை எறிவது நம் வழக்கம். மழை பெய்தால் குப்பை மேடுகளில் எல்லாம் அரக்குச் சிவப்பு நிறத்தில் தளிரடித்து அசைந்து நிற்கும் மாஞ்செடிகள். சிறுவர் தம் வீட்டு முற்றத்தில், புறக்கடையில் ஆசையுடன் பிடுங்கி நட்டுத் தண்ணீர் ஊற்றுவார்கள், வருசம் தவறாமல். எதுவும் பிழைப்பதில்லை. காடுகளில், புறம் போக்குகளில், ஆற்றோரம், குளக்கரைகளில், வேலியோரங்களில் விழுந்த சில செடியாகி, மரமாகி வளர்ந்து பூத்துக் காய்க்கும் வாய்ப்பு உண்டு.

காய்ந்த பிறகுதான் அது புளிச்சி மாவா, நார்க்காச்சியா, சூடங்காச்சியா, கொட்டைக் காய்ச்சியா என்பதெல்லாம் தெரியும். பெரும்பாலும் மாம்பழம் தின்னும் எவரும் மாங்கொட்டைகளைப் பொருட்படுத்துவதில்லை. தேர்தல் முடிந்த பின் வாக்காளன் கதைதான். மானாவாரியாகக் கிடக்கும் கொட்டைகளைப் பொறுக்கி வந்து இரண்டாகப் பிளந்து அண்டிப் பருப்பை எறிந்துவிட்டுத் தோட்டைக் காயப் போட்டு விறகு என அடுப்பெரிக்கும் கிழவிகள் உண்டு.

மாங்கொட்டைப் பருப்பு என்ற அண்டிப் பருப்பு இரண்டாகப் பிளவு படுவது. அதைக் காயப் போட்டு, கல்லுரலில் இடித்துத் தூளாக்கி, சலித்து, மறுபடி இடித்துச் சலித்து, ஏழு தண்ணீர் மாற்றிய பிறகு அதில் மாங்கொட்டைக் காடி செய்வார்கள். அது என்ன கணக்கு ஏழு தண்ணீர் என்று கேட்காதீர்கள். மாங்கொட்டைப் பருப்பு கடுமையான துவர்ப்பு உடையது. அந்தத் துவர்ப்பை மாற்றுவதற்காக இருக்கும். எந்த வயிற்று நோவுக்கும் உகந்தது இது.

கருப்பட்டி அல்லது மண்டை வெல்லம் சீவிப்போட்டு, ஏலம் சுக்கு தட்டிப் போட்டு, தேங்காய்ப் பாலூற்றிக் கொதிக்க வைத்து இறக்குவது. மாங்கொட்டையில் செய்தது என்று சொன்னால் மட்டுமே உங்களால் கண்டுபிடிக்க முடியும். எனது அம்மையைப் பெற்ற ஆச்சி, ஆரிய நாட்டு ஆச்சி என்று அறியப்படும் நெடுமங்காடு – காட்டாக்கடை – ஆரிய நாடு – குற்றிச்சல் கிராமத்துக்காரி, மாங்கொட்டைக் காடி செய்து நான் குடித்திருக்கிறேன். வயிற்றுக்கு மிகச் சிறந்த மருந்து மாங்கொட்டைக் காடி. உணவே மருந்து, மருந்தே உணவு எனும் தத்துவம்.

ஒருமுறை, ஊட்டி மஞ்சன கொரெ நாராயண குருகுலத்தில், ஜெயமோகன் ஏற்பாடு செய்திருந்த மூன்று நாள் இலக்கிய முகாமுக்குப் போயிருந்தேன். முன் தினம் பின்னிரவில் கோவை மெஸ் ஒன்றில் சாப்பிட்ட காரணம், மறுநாள் குருகுலத்தில் வைத்து எனக்குக் கடுமையான வயிற்று வலியும் வயிற்றுப் போக்கும். அப்போது, குருகுலத்தில் டாக்டர் தம்பான் துறவியாக இருந்தார். அவர் எம்.எஸ்.(நியூரோ) படித்த பின்பு துறவியானவர். அவரிடத்தில் தகவல் சொன்னேன். ஆறு வேளைக்கு மருந்துப் பொட்டலம் கொடுத்தார் வெறும் தண்ணீரில் கலக்கிக் குடிக்க. நல்ல கசப்பாகவும் துவர்ப்பாகவும் இருந்தது மருந்து. ஆனால் வயிற்று வலியும் வயிற்றுப் போக்கும் சரியாகிவிட்டது. பிறகு சொன்னார், டாக்டர் தம்பான், அது மாங்கொட்டைப் பொடி என்று.

கிராம வாழ்க்கையில் உப்பு வைத்து மாங்காய் கண்டபடி தின்பது சிறுவர் வழக்கம். நிறையத் தின்றால் பற்கள் கூசும். பற்கள் மிகவும் கூசினால், மாங்காய் கொட்டையை உடைத்து, அதன் அண்டியைக் கரகரவென சவைத்துத் துப்பினால் பற்கூச்சம் பறந்து போகும். மறுபடியும் மாங்காய் தின்னலாம். மாங்கொட்டையின் உள்ளே இருக்கும், அண்டி என அழைக்கப்படுகிற பருப்புக்கு அத்தனை சிறப்பும் மருத்துவப் பயனும். அண்டிப்பருப்பு என்றால் கொல்லாங்கொட்டைப் பருப்பு, முந்திரிப் பருப்பு என்றும் பொருள் உண்டு.

இன்றும் கடுமாங்காய் அல்லது வடுமாங்காய் ஊறுகாயின் அண்டியை நான் வீணாக்குவதில்லை.

எவ்வாறாயினும் எனது அம்மையைப் பெற்ற ஆத்தா மாடிப் பிள்ளை இறந்து போனபின் கிட்டத்தட்ட 60 ஆண்டுகள் இன்னும் நான் மாங்கொட்டைக் காடி குடிக்கவில்லை.

கூவரகுக் காடி

கேழ் வரகைத்தான் கூவரகு என்கிறார்கள் நாட்டு வழக்கில். ஒருவேளை கூழ்வரகு எனும் சொல் மருவி இருக்கலாம். 'கேழ் வரகில் நெய் வடிகிறது என்றால் கேட்பவனுக்கு மதி எங்கே போச்சு?' என்றொரு பழமொழி வழக்கில் உண்டு.

டப்பாக்களில் அடைக்கப்பட்ட குழந்தை உணவுகள் வராத காலங்களில், அல்லது பெரிய விலை கொடுத்து குழந்தை உணவு மாவுப் பொடி வாங்க முடியாதவர்கள், குழந்தைகளுக்கு அன்றாடம் காய்ச்சிக் கொடுப்பது இது.

கூவரகு எனப்படும் கேழ்வரகு வாங்கி, காயப்போட்டு, புடைத்துப்பானைகளில்போட்டுவைத்துக்கொள்வார்கள்.பின்பு அன்றாடத் தேவைக்குத் தகுந்தாற்போல் – மிக்ஸி நடைமுறைக்கு வராத காலம் – அம்மியில் கூவரகைத் தண்ணீர் தெளித்து அரைத்து, வெள்ளைத் துணியில் வடிகட்டி, அந்தப் பாலை அடுப்பில் வைத்து பனங்கருப்பட்டிச் சேர்த்து, கூழ் பருவத்தில் காய்ச்சுவார்கள். கருப்பட்டிக்குப் பதில் பனங்கற்கண்டைச் சேர்த்துக் கொள்வதும் உண்டு. நல்ல வாசனையுடன் இருக்கும். இன்றும் வழக்கத்தில் இருக்கும் குழந்தை உணவு இது. கொங்கு நாட்டில் வரகினை ஆரியம் என்பார்கள்.

கொழுக்கட்டைக் கூழ்

கொழுக்கட்டைகள் எனும் தலைப்பில் இதை விரிவாகப் பார்க்கப் போகிறோம். கொதிக்கும் வெந்நீரில் கொழுக்கட்டை மாவை உருட்டிப் போட்டு வேக வைத்து எடுக்கும்போது எப்படியும் கொஞ்சம் மாவு நீரில் கரையும். சுத்த வெந்நீர், கொழுக்கட்டை அவித்து முடிக்கும்போது கூழாக மாறிவிடும். உப்புப் போட்டு ஆற்றித் தம்ளரில் ஊற்றிக் குடிப்பார்கள். அல்லது கருப்பட்டியோ சர்க்கரையோ செத்திப் போட்டுக் காய்ச்சிக் கூழ் பருவத்தில் குடிப்பதுண்டு. இது தனியாகத் தயாரிக்கப்படுவ தல்ல, கொழுக்கட்டை அவிக்கும்போது உருவாகும் துணை அம்சம். கூழ் என்றால் ஔவை ஞாபகம் வருவதைத் தவிர்க்க இயலாது.

கூழ்ப் பதனீர்

இதுவும் வீட்டில் ஆகாரமாகச் செய்யப்படுவதல்ல. பனை ஏறிகள், பருவகாலத்தில் பதனீர் இறக்கி முடித்ததும் பெரிய மண்பானையில், பனையோலை, மடல், மட்டை இவற்றை எரித்து, இறக்கிய பதனீரைக் காய்ச்சுவார்கள் கருப்பட்டி செய்ய. பதனீர் காய்ந்து கொதித்து இறுகிக் கூழ்ப் பருவத்தில் வரும் போது பெரிய தேங்காய்ச் சிரட்டைகளை மண்ணில் நிமிர்த்தி வைத்து, கொதிக்கும் கூழ்ப் பதனீரை அதில் ஊற்றி வெயிலில் காயவைத்துக் கருப்பட்டி ஆக்குவார்கள்.

சூடாக, கூழ் போல் இருக்கும் பதனீரைக் கூழ்ப் பதனீர், அதாவது 'கூப்பயினி' என்றார். மிகவும் சுவையாக இருக்கும். தோசை, இட்டிலிக்குத் தொட்டுக்கொள்ளலாம். புட்டு செய்து அதில் பெரட்டிச் சாப்பிடலாம்.

பனம்பழக்காடி

பனையின் பழத்தைப் 'பனம் பழம்' என்றனர். அடி கருத்தும் மேற்புறம் சிவந்தும் இருக்கும் பனம்பழம், கனிந்தபின் தானே நிலத்தில் விழும். பனம் நுங்கு தான் விளைந்து, முற்றி, பழுத்து, கனிந்து பனம்பழம் ஆவது. எப்படி இளநீர் தேங்காயாக வளர்ச்சி பெறுகிறதோ அப்படி. பனம் பழத்தை உடைத்தால் சாதாரணமாக மூன்று கொட்டைகளும் சதையுமாகப் பிரியும். தோலைக் கரம்பித் தின்றுவிட்டுக் கொட்டையைச் சூப்பி எறியலாம்.

அடுப்புக் காந்தலில் முழுப் பனம் பழத்தையும் அப்படியே முழுதாகப் போட்டுச் சுட்டுத் தின்னலாம். வாசமாக இருக்கும். மூன்றாவது பாகம், பெரிய மண்பானையில் தண்ணீர் கொதிக்க வைத்து, கருப்பட்டிச் சீவிப்போட்டு, சில பனம் பழத்தைச் சீவிப் போட்டு வேக வைப்பது. கொதிக்கும் போதே மணம் ஊரைத் தூக்கும். காடிப் பருவத்தில் வந்ததும் பனையோலையில் பட்டைப் பிடித்து, காடியும் பனம்பழக் கொட்டையுமாகச் சுடச்சுடத் தின்பது.

செண்டை முறியன்

திருமணமான புது மாப்பிள்ளைக்கு, வசதியான வீடுகளில், மாலை வேளைகளில் செய்து கொடுக்கும் கூழ் போன்றதொரு பதார்த்தம். பசும்பால், துண்டுகளாக நறுக்கிப் போட்ட ஏத்தன் வாழைப்பழம், பனங்கற்கண்டு போட்டுக் கொதிக்க வைத்து, நெய்யூற்றிக் கொடுப்பார்களாம் அந்தக் காலத்தில்.

இதைப் புதுமணப் பெண்ணுக்குக் கொடுப்பதில்லை. வீட்டிலுள்ள மற்றவர்க்கும் கிடையாது. இது பால் – பழம் கொடுப்பது போன்ற சடங்கும் அல்ல. புது மாப்பிள்ளை இழந்த விந்தை ஈடு செய்ய, உற்சாகத்துடன் இரவு முயக்கத்தில் ஈடுபட, கொடுப்பார்களாம்.

நான் செண்டை முறியன் கண்டதும் இல்லை கேட்டதும் இல்லை. பேராசிரியர் அ.கா. பெருமாள் சொல்லித்தான் நானிதை அறிவேன்.

எந்த செல்வச் செழிப்பும், வக்கும், வசதியும் இல்லாமல் வெற்று முறுக்குக் காட்டும் புது மாப்பிள்ளையைக் குறித்து இளக்காரமாகச் சொல்வார்களாம் அந்தக் காலத்தில் – "இவுனுக்குச் செண்டை முறியன்லா செய்து கொடுக்கணும்?" என்று. இன்றெவரும் இந்தப் பக்குவம் அறிய மாட்டார்.

3

கஞ்சி

கஞ்சி ஒரு எளிமையான உணவு. இலகுவில் சீரணமாவது. ஏழைக் குழந்தைகளுக்குத் தாய்ப்பாலுக்கு அடுத்த நிலையில் இருப்பது. விவசாயிகளுக்கும் கூலித் தொழிலாளர்களுக்கும்

கஞ்சி அடிப்படை உணவு. மலையாளத்தில் இன்றும் கஞ்சி வேளைக்குப் பிரதானம். மரவள்ளிக் கிழங்கு வேகவைத்து உப்பு வத்தல் மிளகு சதைத்துப் போட்டு மயக்கியதும் கஞ்சியும், 'கஞ்ஞியும் கப்பையும்' என்றனர். நமக்குக் கஞ்சி அவர்களுக்குக் 'கஞ்ஞி' அவ்வளவே. அல்பன் என்பதற்கு 'கஞ்ஞி' என்றொரு வசவுச் சொல். 'கஞ்சி குடித்த மலையாளி சோத்தைக் கண்டால் விடுவானா?' என்பது நாஞ்சில் நாட்டில் இளக்காரமான பழமொழி. சக விவசாயியை, சாப்பாட்டுக்கு வழியுண்டா என்று விசாரிப்பதற்கு, 'கஞ்சித் தண்ணிக்குப் போக்குண்டா?' என்பார்கள். 'குடிக்கக் கஞ்சியுமில்லே குண்டிக்குத்துணியுமில்லே' என்பது மற்றுமோர் சொலவம். வேலைக்குப் போகிறவனை மடக்கி 'எங்கே போகிறாய்?' என்று கேட்டால் வரும் மறுமொழி, 'கஞ்சித் தண்ணிப் பாட்டுக்கு வழி பாக்காண்டாமா?' என்று. எல்லா விவசாயக் குடும்பங்களிலும் காலையில் கேட்கும் வாசகம் 'கஞ்சி ஊத்தும்மா' என்பது.

வழியில் எதிர்ப்படுபவரை சம்பிரதாயமாகக் கேட்கும் கேள்வி, 'சாப்டாச்சா?' என்பதல்ல. 'கஞ்சி குடிச்சாச்சா?' என்பது. 'வயலுக்குக் கஞ்சி கொண்டுக்கிட்டு'ப் போவார்கள். 'குடிக்கக் கஞ்சியில்லே, கொழுப்பைப் பாரு' என்று திட்டுவார்கள். 'குடிக்கக் கஞ்சியிலே மண்ணை வாரிப் போட்டுட்டான்' என்பதொரு வயிற்றெரிச்சல் கூற்று. 'காவேரி ஆறு கஞ்சியாப் போனாலும் நாய்க்கி நக்கித்தான் குடிக்கணும்' என்பதொரு ஆவலாதி. சாதாரண உரையாடலை 'கஞ்சிப் பாடு கறிப் பாடு பேசுகான்' என்றும் ஏமாந்து போனேன் என்பதற்குக் 'குடிக்க கஞ்சியிலே பாச்சா விழுந்திற்று' என்றும் ஆயாசப்படுவதுண்டு. மிகவும் ஏழைகளை, 'கஞ்சித் தண்ணிக்கு வக்கில்லே' என்று ஏசுவார்கள். 'மொகம் பார்த்து கஞ்சி குடிக்கப்பட்டவன்' என்று நான் திட்டப்பட்டிருக்கிறேன். பொழிப்புரை – கஞ்சி அவ்வளவு தண்ணீராக, முகத்தைப் பிரதிபலிப்பதாக இருக்கும் என்பது.

நாஞ்சில் நாட்டில் அன்றாட வாழ்க்கையில் கஞ்சிக்கு இன்றியமையாத இடம் உண்டு. கஞ்சிப் பானை என்பது விவசாயிகளின் வீட்டில் அமுதசுரபியாக இருந்த காலங்கள் இருந்தன.

கஞ்சி என்பது பொதுப்பெயர். அதில் ஏராளமான வகைகள். சோறு வடித்த கஞ்சித் தண்ணியைக்கூட வடித்த கஞ்சி என்றே சொல்வார்கள். ஆங்கிலேயன் அதை *Rice Soup* என்று சொல்வான் என்பதில் தமிழனுக்கு ஏகப் பெருமை. பிற தேசங்களில் கஞ்சியைப் *Porridge* என்பார்கள். இரவு படுக்கப் போகுமுன் குடிக்கும் கஞ்சிக்கு 'கண்ணடைப்பான் கஞ்சி' என்றொரு செல்லப் பெயர்.

நம்பிக்கைத் துரோகம் செய்தவனைத் திட்டும்போது, 'நீக்கம்பிலே போவானுக்குப் பால்கஞ்சி இல்லா ஊத்தினேன்' என்பதோர் ஆற்றாமை. ஆயுள் முடிந்து போயிற்று என்பதற்கு 'அரிசி அத்துப் போச்சு' என்பதும் நாஞ்சில் நாடு, திருவிதாங்கூர் மன்னராட்சிக் காலத்தில் பஞ்சகாலத்தில் கஞ்சித் தொட்டிகள் ஏற்படுத்தினர். வழிப்போக்கருக்கும் திருவிழாக் காண வருபவருக்கும் பசியாற்ற கஞ்சிப் புரைகள் இருந்தன. கஞ்சிப் புரைத் தெரு என்றே ஒரு தெரு இருக்கிறது. சுதந்திரப் போராட்ட காலத்தில், போராட்டம் நடத்திய வீரர்களுக்கு, சுதந்திரப் போராட்ட வீரர் தியாகி கோட்டாறு குறுந்தெரு முத்துக்கருப்ப பிள்ளை கஞ்சி வைத்து ஊற்றினார். எனவே அடையாளப் பெயராக, அவருக்குக் கஞ்சி முத்துக்கருப்பபிள்ளை எனும் பெயர் நிலைத்துவிட்டது. அவரது முதுமைக் காலத்தில் அவரை நான் பார்த்திருக்கிறேன். எமக்கு அவர் தூரத்து உறவினர். கஞ்சியும் எமக்கு நெருக்கமான உறவு.

பழஞ்சி

ஆயிரம் நாமங்கள் கூறித் தெள்ளேணம் கொட்டோமா என்று இறைவனைப் போற்றுவார்கள். அதுபோல் கஞ்சிக்கும் எண்ணற்ற நாமங்கள் உண்டு. இறைவன் ஏழைகளுக்குக் கஞ்சி வடிவத்தின் தானே வருகிறான்! இங்கு நாம் பேசப்புகும் பழஞ்சி, என்பது பழங்கஞ்சி என்பதன் குறைத்தல் விகாரம். இதைப் பழையது என்பார்கள். பழைய சோறு எனலாம், சற்று மேல்தட்டு மனோபாவத்துடன் பழைய சாதம் எனவும் சொல்லலாம்.

முன்தினம் மத்தியானம் வடித்த புழுங்கல் அரிசிச் சோற்றில், சோறு நன்றாக ஆறிய பிறகு, கஞ்சி வடித்த தண்ணீரும் வெந்நீரும் கலந்து வைத்து அதுவும் ஆறிய பிறகு, சோற்றில் தண்ணீர் ஊற்றுவார்கள். அதை இரவில் 'தண்ணிவிட்ட சோறு' என்பார்கள். அது புளித்திருக்காது. அதை 'பத்தும் தண்ணி'யுமாகக் குடிப்பார்கள். அடுத்த நாள் காலையில், சற்றே புளித்தபின் அந்தச் சோறு பழையது எனப்படும். பழஞ்சியும் பழஞ்சித் தண்ணியும் பழஞ்சிப் பானையும் இல்லாத விவசாயி வீடு கிடையாது. மறுநாள் முற்பகலில் சோறு பொங்க உலைவைக்கும் போதுதான் பானையில் இருக்கும் பழஞ்சியை மாற்றுவார்கள்.

பழஞ்சியைப் பல பக்குவங்களில் உண்ணலாம். பத்தும் தண்ணியுமாகப் பழஞ்சியைத் தட்டத்தில் விட்டு, உப்புப் பரல் போட்டுக் கலக்கி முதலில் பருக்கைகளைப் பரசி வாரி உண்டுவிட்டுக் கஞ்சித் தண்ணீரைத் தட்டத்தில் வாய் வைத்து உறிஞ்சுவார்கள். பத்தும் தண்ணீருமாகக் குடிக்கும்போது

அதில் முன்தினம் வைத்து மீந்த புளிக்கறிக் குழம்பை ஊற்றிக் கொள்ளலாம். பச்சைமிளகாய், சின்ன வெங்காயம் கடித்துக் கொள்ளலாம்.

அல்லது பழையதைப் பிழிந்து வைத்து உப்புப் பரல் போட்டுப் பிசைந்து காரமான புளித்துகையலோ கொத்தமல்லித் துகையலோ, பழங்கறியோ, நாரத்தங்காய் – நெல்லிக்காய் – எலுமிச்சங்காய் – மாங்காய் ஊறுகாயோ தொட்டுக் கொள்ளலாம். சிலர் பிழிந்து வைத்த பழையதில் தயிர் இல்லாவிட்டால் மோர் ஊற்றிப் பிசைவார்கள். ஒரு பச்சை மிளகாயை இரு விரல்களால் நவட்டிச் சதைத்துப் பிசைவதும் உண்டு. வசதி உடையவர்கள் பழையது குடிக்க வற்றல், வடகம், மோர்மிளகாய், சுண்டக்காய் வற்றல் என வறுத்து வைத்துக்கொள்வதுண்டு. பழையதுக்கு மிக்சர் நல்ல டச்சர். உளுந்துமாவு கை முறுக்கும் நன்றாக இருக்கும். மரவள்ளிக் கிழங்கு வற்றல் ஏத்தங்காய் வற்றலும் சிறப்பு. பழையது நடுவில் குழித்து முன் தினத்து மீன் புளிமுளம் ஊற்றித் தின்பதும் உண்டு.

பழையது மிகவும் மீந்து போனால், உருளி போன்ற பெரிய மரவையில் மொத்தப் பழையதையும் உப்பும் மோரும் ஊற்றிப் பிசைந்து தொடுகறியாகச் சுடவைத்த பழங்கறி வைத்துக் கொண்டு, வீட்டின் மூதாட்டிகள் அத்தையோ, பெரியம்மையோ, ஆத்தாவோ உருட்டிப்போடுவார்கள். குடும்பத்து மொத்தக் குழந்தைகளும் சுற்றி உட்கார்ந்திருந்து முறை வைத்துக் கை நீட்டி வாங்கி விரலிடுக்கில் வழிய வழிய உண்ணும். இன்று அந்தப் பண்பாடு ஏகதேசம் அழிந்துவிட்டது.

காய்கறி, கீரை என தெருவில் கூவி விற்கும் பெண்கள் பலருக்கும் எவர் வீட்டுத் திண்ணையிலும் உட்கார வைத்துக் காலை பத்து மணிக்குப் பழையது சாப்பிடக் கொடுப்பார்கள். ஆற்றங்கரை குளத்தங்கரைகளில் இருந்து மடி நிறைய கொடுப்பைக் கீரை பறித்துக் கொண்டுவந்து கொடுப்பவர்க்குப் பண்ட மாற்று. வயல் வேலை செய்ய வருபவர், விறகு கீற வருபவர் என்று வருபவர்களுக்குக் கொடுக்க எந்த வீட்டிலும் பழையதுக்குத் தட்டிருக்காது. சின்னச் சின்ன வேலை செய்து கொடுத்துவிட்டுப் புறப்படும்போது, தாய்மார் கேட்கும் வழக்கமான கேள்வியொன்று உண்டு, "ஏட்டி, பழையது கெடக்கு, குடிச்சிற்றுப் போறையா?" வீட்டு நாச்சியாரும் சேர்ந்து உட்கார்ந்து குடிப்பாள். எவரும் கௌவரவக் குறைச்சலாக எடுத்துக்கொள்வதில்லை. பசித்திருக்கும் எவரும் தனது தூரத்து உறவினர் எவர் வீட்டிலும் நுழைந்து 'பெரீம்மா, பசிக்கு, பழையது கெடக்கா?' என்று கேட்டு வாங்கிக் குடிப்பதுண்டு.

நெல்லும் விளைந்தது, மனதும் இருந்தது. இருபத்தைந்து ஆண்டுகட்கு முன்பு ‘இடலாக்குடி ராசா’ என்றொரு கதை எழுதினேன். வாய்ப்பிருப்பவர்கள் அதை ஒரு முறை வாசித்துப் பார்க்கலாம்.

சுடு கஞ்சி

பெரும்பாரும் காலை ஆகாரம் இது. சில சமயம் இரவுக்கும் சுடுகஞ்சி வைப்பதுண்டு. வயதானவர், நோயாளிகள், வயிற்று உபாதைக்காரர்கள் யாவர்க்கும் நன்றாம். கொதிக்கும் தண்ணீரில் கல் நாவிய புழுங்கலரிசியைக் கழுநீர் களைந்து போட்டு வேகவைத்தால் சுடுகஞ்சி தயார். சோற்றுப் பருக்கை வெந்து குழைவது அவரவர் விருப்பம் சார்ந்தது. இறக்கும்போது முனைக்க உப்புப் போட்டு இறக்குவார்கள். சில வீடுகளில் பச்சரிசியிலும் சுடுகஞ்சி வைப்பதுண்டு. வீட்டு வேலை, தோட்டம் துரவு வேலைகளுக்கு ஆள் விட்டிருந்தால் மதியத்துக்கு சுடுகஞ்சி.

சுடுகஞ்சிக்குத் தொட்டுக்கொள்ள புளித்துவையல், கொத்தமல்லித் துவையல், காணத்துவையல், பயற்றம் துவையல் தோது. சிறுபயிறு வேக வைத்துச் செய்த துவரன் மேலும் சிறப்பு. பெரும் பயிறு அல்லது காணம் தீயல் வைத்தால் சாலவும் நன்று. ‘கஞ்சிக்குக் காணம் கொண்டாட்டம் – அந்தக் கதகெட்ட மூளிக்குக் கோவம் கொண்டாட்டம்’ என்பது கிராமத்துச் சொலவம்.

துவையல், தீயல் போன்றவற்றை அதனதன் பகுதிகளில் பின்பு காணப்போகிறோம்.

காய்ச்சல் வந்து குணமாகியவர்களுக்கு, சுடுகஞ்சி வைத்து, பருக்கைகளை இறுத்துவிட்டுத் தண்ணீரை ஆற்றியாற்றிக் குடிக்கத் தருவார்கள்.

வயலில் உழப் போகும் குடும்பத் தலைவருக்கு, பழஞ்சி ஆனாலும் சுடுகஞ்சி ஆனாலும் பித்தளைத் தூக்கு வாளிகளில் கொண்டு போகும் விவசாயப் பெண்கள், வயல் வரப்பில் உட்கார்ந்து கணவருக்கு கரண்டி கரண்டியாக ஊற்றிக் கொடுப்பது அன்பின் பெருக்கு. வீட்டில் வைத்து மாமியாருக்குத் தெரியாமல் குடும்பப் பாடுகள் பேசவும் தோது. பொடிக் கலப்பையோ தொழிக் கலப்பையோ இழுக்கும் மாடுகள் சற்றுக் காலோய நின்று அசை போடும்.

பால்கஞ்சி

சுடுகஞ்சியில் காய்ச்சிய பசும்பாலைச் சேர்த்துக் கொண்டால் அது பால்க் கஞ்சி. நோய்ப் பட்டவருக்கு சத்துணவு.

எல்லோரும் இதை விரும்பி உண்பதில்லை; எனக்கும் அது உவப்பான ஆகாரம் அல்ல. சிலர் பால்கஞ்சி வைக்கும்போது வெந்தயம் சேர்த்துக்கொள்வதுண்டு. காரமான துவையல் ஏதும் சேர்த்துக்கொள்ளலாம் தொடுகறியாக. வெல்லமோ கருப்பட்டியோ கடித்துக்கொள்ளலாம்.

உளுந்தங்கஞ்சி

பிற கஞ்சிகள் குடிபடைகள் எனில் உளுந்தங்கஞ்சி சமஸ்தானம். 'காடு' நாவலில் ஜெயமோகனின் குறிப்பொன்று உண்டு, நாஞ்சில் நாட்டுக்காரர்கள் உளுந்தங்கஞ்சி குடித்தால் போதை ஏறிவிடும் என. அது நேரான கூற்றுத்தான். ஏற்கெனவே உளுந்தங்காடியில், முழு உளுந்து பற்றிக் கூறி இருக்கிறேன். அப்படி வீட்டில் பானையில் கிடக்கும் உளுந்தைத் திருவையில் இட்டு இரண்டாக உடைப்பார்கள். கவனத்தில்கொள்ள வேண்டியது, உடைக்கு முன் உளுந்தை வறுப்பதில்லை. இரண்டாகப் பிளந்த உளுந்தம் பருப்பு தோலுடன்தான் இருக்கும். தோசைக்கு, வடைக்குப் போடும்போது உளுந்தம் பருப்பைக் கொவரப் போட்டுத் தோல் நீக்கிவிடலாம். உளுந்தஞ்சோறு, உளுந்தங்கஞ்சி, உளுந்தங்காடி, உளுந்தங்களி போன்ற வகைகளுக்கு உளுந்தின் தோலெடுப்பது அநாவசியம். உளுந்தைத் திருகையில் இட்டு உடைக்கும்போது சில பொடியும், உளுந்தின் முளை எனப்படும் மூக்குத் தனியாகப் பிரியும். அவ்விதமான உளுந்தங் குருணையை, இட்லிக்கு மிளகாய்ப்பொடி இடிக்கும்போது பயன்படுத்திக்கொள்வார்கள்.

புழுங்கல் அரிசி, உடைத்த தோலுடன் கூடிய கறுப்பு உளுந்து, வெந்தயம், ஒன்றிரண்டாகப் பொடித்த சுக்கு இவற்றைக் கொதிக்கும் தண்ணீரில் வேகவிட வேண்டும். உளுந்தங்கஞ்சி இளக்கமாக வேண்டுவோர் அதிகமாகவும் இறுக்கமாக வேண்டுவோர் குறைவாகவும் தண்ணீர் வைத்துக்கொள்ளலாம். கஞ்சி வெந்து வந்தபின் கையளவு வெள்ளாய்ங்கம் என்ற வெள்ளுள்ளி என்ற வெள்ளைப் பூண்டுப் பரல்கள் உரித்துப்போட்டு, கணிசமாகத் தேங்காய் துருவிப் போட்டுக் கொதித்த உடன் இறக்கலாம். தேவைக்கு உப்புப் போட வேண்டும் என்று சொல்ல வேண்டியதில்லை. தேங்காய் முற்றலாக நெற்றுத் தேங்காயாக இருப்பது நல்லது. புழுங்கலரிசி விசேடம் என்றாலும் பச்சரிசி தடையல்ல. உடைத்த கருப்பு உளுந்து போடுவார்கள் என்றாலும் முழு உளுந்தும் போடலாம். கஞ்சி வைப்பதற்காக உளுந்து வறுக்கக் கூடாது. மிகுந்த வாசனையும் சுவையும் சத்தும் கொண்டது உளுந்தங்கஞ்சி, 'உழுந்தின் உறு பருப்புக் கஞ்சி பித்தம் தீர்க்கும்' என்பார்கள்.

சுடச் சுடக் குடிக்க வேண்டும். தொட்டுக் கொள்ளக் கருப்பட்டித் துண்டு ஒன்றே போதும். அல்லது வறுத்து அரைத்த கொத்தமல்லித் துவையல் நன்று. வற்றல், வடகமும் வறுத்து வைத்துக்கொள்ளலாம். பெரும்பாலும் உளுந்தங்கஞ்சி, குழந்தைகள் கொண்டாடிக் குடிக்கும் ஒரு உணவு. சீரணமாவதற்குச் சற்று நேரமாகும் என்பதால் காலை ஆகாரமாகக் குடிப்பது நல்லது.

தோட்டங்களில் போய் புன்னைக்காய் அடித்துப் பொறுக்குவது, புளி உலுக்கிப் பொறுக்குவது, களை வெட்டுவது போன்ற காட்டு வேலைகளின்போது மூன்று கற்கள் தேடி அடுப்புக் கூட்டி, தீப்பெருக்கி, விறகு பொறுக்கி வந்து, உளுந்தங்கஞ்சி வைத்துக் குடிப்பார்கள். கட்டிட வேலை நடக்கும்போது, கொத்தனார்களுக்கும் கையாள்களுக்கும் மதிய உணவுக்குப் பெரும்பாலும் உளுந்தங்கஞ்சிதான். புதிதாய்த் தேங்காய் துருவிய சிரட்டையில் உளுந்தங்கஞ்சி கொதிக்கக் கொதிக்க ஊற்றி, ஊதியூதிக் குடிப்பது ஒரு சுகம்.

பயற்றங்கஞ்சி

பயற்றங்கஞ்சி அல்லது பயத்தங்கஞ்சி என்பது சிறுபயிறு எனப்படும் பாசிப்பயிறு வைத்துச் செய்வது. புழுங்கலரிசி அல்லது பச்சரிசியுடன் உடைக்காத சிறுபயிறு, கல் நாவியது, சேர்த்துப் போட்டுக் கொதிக்க வைத்து பயறும் அரிசியும் வெந்து வரும்போது இளந்தேங்காய்த திருவிப் போட்டு இறக்குவது. இதற்கு உளுந்தங்கஞ்சிக்குப் போடுவது போல் பூண்டு, வெந்தயம், சுக்கு வேண்டாம். தொடுகறி கொத்தமல்லித் துவையல். ‘சிறு பருப்புக் கஞ்சி பித்தம் தீர்க்கும்’ என்பார்கள்.

குருணைக் கஞ்சி

புழுங்கல் நெல்லை அரிசி ஆலையில் கொடுத்து குத்தி வந்து புடைத்தெடுக்கும்போது முழு அரிசியைத் தனியாகவும் இரண்டாய் உடைத்த குருணை அரிசியைத் தனியாகவும் அதனினும் சிறிதாக உடைத்த நொய்யரிசியைத் தனியாகவும் புடைத்து எடுத்துவிடுவார்கள். அந்தக் குருணையைப் போட்டு வைக்கும் கஞ்சி குருணைக் கஞ்சி. மலையாளத்தில் இதனைப் ‘பொடியரிக் கஞ்ஞி’ என்பார்கள். அங்கு அரிசியை அரி என்பர். குருணையைப் பிற மாவட்டங்களில் நொய் என்பதுண்டு. எனவே அவர்கள் நொய்யரிசிக் கஞ்சி என்பார்கள். பெரும்பாலும் அரிசியை விடக் குருணையின் விலை பாதியாகவும் நொய்யரிசியின் விலை அதனினும் பாதியாகவும் இருக்கும்.

வறியவர், அரிசி வாங்கக் காசற்றவர், பாதி விலைக்கோ, கடனுக்கோ, சில்லறை ஏந்தல் மாந்தல் வேலைகள் செய்து கூலியாகவோ அல்லது இலவசமாகவோ வாங்கிக்கொண்டு போய், அந்தக் குருணையில் கஞ்சி வைத்தால் அது குருணைக் கஞ்சி. சுத்தமாக, கல் மண் நாவிக்கொள்ள வேண்டும்.

காய்ச்சல் வந்து மாறியதும் முதலில் கொடுப்பது, தண்ணீர் அதிகமாகச் சேர்த்த, முனைக்க உப்புப் போட்ட, குருணைக் கஞ்சி. குருணை சட்டென வெந்து கூழாகும் தன்மை உடையது. எனவே கவனமாகக் காய்ச்சி இறக்காவிட்டால் சுவரொட்டி ஒட்டத்தான் பயன்படும். அதைவிடவும் எச்சரிக்கையுடன் காய்ச்ச வேண்டியது நொய்யரிசிக் கஞ்சி.

குருணைக் கஞ்சிக்குத் தொட்டுக்கொள்ள, காய்ச்சல் காரருக்கு ஒரு பத்தியத் துவையல் அரைப்பார்கள்.

கீற்றுத் தேங்காய் சுட்டு, வற்றல் மிளகாய் சுட்டு, புளியையும் சுட்டு, பிரண்டை இலை, வல்லாரை, கையாந்தகரை இலைகளை வதக்கிப்போட்டு அரைக்கும் துவையல். புளி இல்லாமலும் அரைக்கலாம். செத்த நாக்குக்கு சுள்ளென்று இருக்கும்.

குறுந்தட்டிக் கஞ்சி

குறுந்தட்டி என்பதோர் குற்றுச் செடி. மருந்துச் செடி. குறுந்தட்டியை வேரோடு பிடுங்கி வந்து, வேரை மட்டும் தறித்து எடுத்து, அலசி மண்போகக் கழுவி, இடித்துப் பிழிந்து செய்யும் கஷாயத்துக்குக் குறுந்தட்டிக் கஷாயம் என்று பெயர். கர்ப்பிணிப் பெண்களுக்குக் காலில் வரும் நீர் இறங்கப் பயன்படும் கஷாயம் அது. தாராளமாகச் சிறு நீர் பிரியும். கஷாயம் வைத்துக் குடிப்பதற்குப் பதிலாக, கஞ்சியாகவும் வைத்துக் கொடுப்பதற்குப் பெயர் குறுந்தட்டிக் கஞ்சி.

பெரும்பாலும் ஆற்றங்கரை மேடுகளில் வளரும் குற்றுச் செடி அது. முக்காலடி உயரத்தில் சிறிய நீள்வட்ட இலைகளுடன் நிற்கும். வேருடன் குறுந்தட்டி பிடுங்கி வந்து, தண்ணீரில் அலசிக் கழுவி, கல்லுரலில் போட்டு இடித்துச் சதைத்துச் சாறெடுக்க வேண்டும். சாதாரணமான சுடுகஞ்சிக்கு வைக்கும் தண்ணீருடன் குறுந்தட்டிச் சாறும் சேர்த்துக் கஞ்சி வைப்பார்கள். கஞ்சி நல்ல மணமாக இருக்கும். ஏழாவது எட்டாவது மாத கர்ப்பிணிகளின் உடம்பில் வரும் நீர் குறைய இந்தக் கஞ்சி உதவும்.

உள்ளிக் கஞ்சி

எம்மூரில் சின்ன வெங்காயம் அல்லது சாம்பார் வெங்காயம் என்று அழைக்கப்படுவதை உள்ளி அல்லது ஈருள்ளி

என்பார்கள். ஈராய்ங்கம் என்றும் சொல்வதுண்டு. உள்ளி உடம்புக்குக் குளிர்ச்சியானதும் நோய் எதிர்ப்பு சக்தி தருவதும் ஆகும். பெரியம்மை (Small Pox), சின்னம்மை (Chicken Pox), மன்னன் எனும் மணல் வாரி (Measles) கண்டவர்களுக்கு உணவாக இந்தக் கஞ்சி வைப்பார்கள். சாதாரண சுடுகஞ்சி கொதித்து வரும்போது, தோலுரித்து அரிந்து வைத்திருக்கும் உள்ளியைச் சேர்த்து, வெந்ததும் இறக்குவார்கள். கஞ்சி நன்றாகக் குளிர்ந்து ஆறிய பின் குடிக்கத் தருவார்கள்.

பருப்புத் தண்ணீர்

ஒரு வசதி கருதித்தான் இதனைக் கஞ்சி எனும் தலைப்பிட்ட அத்தியாயத்தில் சேர்க்கிறேன். அல்லது பாயசம் எனும் பிரதமன் என்று பின்னர் எழுதப் போகும் அத்தியாயத்தில் சேர்க்கலாம். அதில் எனக்கு உடன்பாடில்லை.

தம்ளரில் ஊற்றிக் குடிப்பதால் இதனைக் கஞ்சி இனம் எனக் கொள்ளலாம்.

இழவு வீடுகளில், சவ அடக்கம் செய்துவிட்டு வந்த பிறகு, பதினாறு அடியந்திரம் எனப்படும் கருமாதிச் சடங்கு முடியும் வரை விரதம் இருக்கும் ஆண்களுக்கும் பெண்களுக்குமான இரவு உணவு இது. இதைப் பருப்பு வெந்நீர், பருப்புத் தண்ணி எனச் சொல்வதுண்டு.

சிறுபயிற்றை, வறுத்து உடைத்து இலேசாகத் தோல் நீக்கிய பருப்பை வேகவைத்து, குறைவாகக் கருப்பட்டி சீவிப் போட்டுக் கொதித்து வரும்போது தேங்காய்த் திருவிப்போட்டு இறக்குவது. பக்குவத்தில் கஞ்சி போலிருப்பதைப் பித்தளைத் தம்ளரில் ஊற்றித் தலைக்கு இரண்டு தம்ளர் குடித்துவிட்டுப் படுப்பார்கள். மற்ற நாட்களில் இந்தப் பருப்புத் தண்ணீர் செய்வதில்லை, துட்டி வீட்டுச் சமாச்சாரம் என்பதால்.

திருமண, மறுவீடு அடியந்திரங்களில் வைக்கும் சிறுபயறு பாயசம் இனிப்புப் போதாவிட்டாலோ, அதிகமான தண்ணீருடன் இருந்தாலோ, 'சவம் பாயசமா அது, பருப்புத் தண்ணிபோல இருக்கு' என்று வசை சொல்வார்கள்.

4

சோறு

சோழநாடு சோறுடைத்து என்பார். சோழ நாட்டின் பரப்பும் காவிரிப் பாசனமும் வளமும் அப்படி. நாஞ்சில் நாடும் சோறுடைத்து என்று சொல்லலாம் வேறொரு அர்த்தத்தில். தினமும் மூன்று வேளையும் சோறு தின்னும் நாடு அது. காலையில் பழையது, மத்தியானம் சுடுசோறு, இரவு தண்ணீர் விட்ட சோறு. உண்ணும் சோற்றின் அளவும் அதிகமாக இருக்கும். ஆனால் பேசும் போது மிக அடக்கமாக, 'ம்... சவம் அஞ்சாறு சோத்துப் பருக்கை திங்கணும்' என்பார்.

ஒரு குடும்பத்தில் பெண்ணுக்கு மாப்பிள்ளை பார்க்க, பக்கத்து ஊருக்குப் போனார்கள். பையனின் தொழில் திறமை, சாமார்த்தியம் என்ன என்று மறைமுகமாக விசாரித்தபோது, 'பையனா? அவுனுக்கென்ன, தினமும் மூணு கும்பா அடிப்பான்' என நமட்டுச் சிரிப்புடன் சொல்லி இருக்கிறார்கள். அதன் பொருள், மாப்பிள்ளைப் பையன் தினமும் மூன்று வெள்ளோட்டுக் கும்பா செய்வான் என்று தவறாகப் புரிந்துகொண்டனர் பெண் வீட்டார். திருமணமானபின் புரிந்தது, மாப்பிள்ளை தினமும் காலையில் ஒன்று, மத்தியானம் ஒன்று, இரவுக்கு ஒன்று என மூன்று கும்பாச் சோறு தின்பான் என்பது.

பெருந்தீனி தின்பவனை 'சோத்துப் பக்காளி' என்றும் 'சோறு கண்ட இடம் சொர்க்கம் என்று திரிபவன்' என்றும் சொல்வர்கள். செஞ்சோற்றுக் கடன் என்பதற்கு மாற்றாகத் 'திண்ண சோத்துக்கு நண்ணி' என்றொரு பிரயோகம் உண்டு.

‘ஆற்றுக்குள் இருந்து அரகரா என்றாலும் சோற்றுக்குள் இருப்பான் சொக்கலிங்கம்’ என்று சைவர்களை இளக்காரம் செய்து பழமொழி ஒன்றும் உண்டு.

வெறும் உணவு என்பதற்கு மேலாக சோறு கருதப்பட்டது. தமிழ் இலக்கியங்கள் சோறு என்றுதான் பேசுகின்றன. சேர மன்னன் பெருஞ்சோற்று உதியன் பற்றிக் கேட்டிருப்பீர்கள். இடையில் வந்து புகுந்ததுதான் சாதம். நீத்தார் கடனுக்கும் ‘பலிச் சோறு’ தான். வயிற்றை ‘சோற்றுக் குடுக்கை’ எனச் சித்தர்கள் குறிக்கிறார்கள். ‘தேடிச் சோறு நிதம் தின்று’ என்று பாடுகிறான் பாரதி. சாதம் எந்த மொழிச் சொல் எனத் தேடியபோது பிராகிருத வேர்ச்சொல், வடமொழிச் சொல் என்கிறார் பேராசிரியர் அருளி. இப்போது எல்லோரும் *Rice* தான் உண்கிறார்கள். கொங்கு நாட்டில் சோற்றை சாப்பாடு என்கிறார்கள்.

தின்கிற சோற்றின் மீது சத்தியம் செய்தார்கள். ‘வெறும் சோற்றுக்கு வந்த திந்தப் பஞ்சம்’ என்பார் பாரதி. அன்று சோற்றை விலைக்கு வாங்குவதில்லை, விற்பதுமில்லை. சோறு விற்பனை செய்த கிளப் கடைகள் மிகுந்த ஏளனத்துடன் பார்க்கப்பட்டன.

நிலாச்சோறு, கட்டுச்சோறு, சுடுசோறு, பழஞ்சோறு, பால்சோறு, கூட்டாஞ்சோறு எனச் சோற்றின் பல நிலைகள் உள.

வேறு வகையான சோறுகள் – வரகரிசிச்சோறு, சோளஞ்சோறு, கம்மஞ்சோறு என்பதெல்லாம் கிடையாது ஆங்கு. எனவே சோறு என்றாலே அரிசிச் சோறுதான். அதாவது தமிழ் சினிமா பாடும் நெல்லுச்சோறு.

திருவிதாங்கூர் சமஸ்தானத்தின் நெற்களஞ்சியமாக இருந்தது நாஞ்சில் நாடு. நூற்றாண்டுகளாக, நாஞ்சில் நாட்டில் இருந்துதான் திருவனந்தபுரத்துச் சாலைக் கம்போளத்துக்கு நெல்லும் அரிசியும் மாட்டு வண்டிகளில் போகும். நெல்லுக்கும் அரிசிக்கும் பஞ்சம் வந்து, மாநிலம் விட்டு மாநிலம் செல்ல நெல்லுக்கும் அரிசிக்கும் தடையும் பெர்மிட்டும் வந்தபோது, கடத்தல் என்றொரு கச்சவடம் அறிமுகமானது. கெடுபிடி அதிகமாகி, அரிசி கடத்துவது சிரமமாகிப் போன போது, 1970களில் பொங்கி வடிக்கப்பட்ட சோறு, பென்னம் பெரிய பனையோலைக் கடவங்களில் அடையப்பட்டு மேலே வாழை இலைபோட்டு மூடி, வெள்ளைத் துணி போட்டுக் கட்டி, பஸ்களின் கூரையில் ஏற்றப்பட்டு நாகர்கோயிலில் இருந்து திருவனந்தபுரத்துக்குப் பயணமானது. இரண்டுமணி நேரப் பயண தூரம். பகல் பத்து மணி முதல் இரண்டு மணி வரை,

பத்து நிமிடங்களுக்கு ஒருமுறை கிளம்பும் பேருந்துகள், தலைக்கு எட்டுப்பத்துக் கடவங்கள் சோறு சுமந்து சென்றன. நெல்லுக்கும் அரிசிக்கும் தானே தடை? சோற்றுக்கு இல்லையே? சட்ட பூர்வமாக அரசாங்கம் எதுவும் செய்ய முடியவில்லை. மேலும் சோற்றுக் கடவங்கள் வருகை பார்த்து திருவனந்தபுரத்தில் எத்தனை இலைகள் விரிக்கப்பட்டு, தண்ணீர் தெளித்து உப்பு முதல் எரிசேரி வரை பரிமாறப்பட்டுக் காத்துக் கிடந்திருக்கும்?

பயணிகள், சாலையோரம் நிற்போர் சோற்று மணம் முகர்ந்து மகிழ்ந்தனர். அன்றும் இன்றும் நாகர்கோயில் – திருவனந்தபுரம் வழித்தடத்தில் தனியார் பேருந்துகள் கிடையாது. உண்மையில் இன்றும் – மினி பஸ்கள் தவிர – தனியார் பேருந்துகள் அந்த மாவட்டத்தில் இல்லை. எனவே கேரளத்துப் பேருந்துகளும் தமிழ்நாடு அரசுப் பேருந்துகளும் சோறு சுமந்து சென்றன. இதுபோன்ற பல காரணங்களுக்காக, கன்னியாகுமரி மாவட்டத்தை மலையாளிகள் அயல் மாவட்டமாகப் பார்ப்பதில்லை. ஆனால் வட மாவட்டக் காரர்கள் எம்மை அந்நியப்படுத்திப் பார்த்தார்கள்.

சோறு என்றால் புழுங்கல் அரிசிச் சோறுதான். பார்ப்பனர்களும் புழுங்கலரிசிச் சோறே சாப்பிட்டனர். கோயில் நைவேத்தியங்களுக்கு மட்டுமே பச்சரிசி. அல்லது விரதம் இருப்போர்க்கு. சாக்கரிசி வாங்கும் பழக்கமும் அன்றில்லை. நெல்லைப் புழுங்கிக் காயப் போட்டுக் கைக்குத்தல். பிறகு ஊருக்கு ஒன்றாய் ரைஸ்மில்கள் வந்தன.

சோறு குழையக் கூடாது என்றால் நெல்லை வெவுளிக்க அவிப்பார்கள். வெவுளிக்க அவிப்பது என்பது நெல்லின் சோறு வெளித் தெரிய குழைய வேகவைப்பது. சோறு குழைய வேண்டும் என்றால் நெல்லின் வாய் கீறியதுமே வேக்காட்டை நிறுத்திக்கொள்வார்கள். எந்த நெல்லானாலும் சோறு நல்ல பசுமையுடன் பிசைந்ததும் வெண்ணெய் போல் குழைவதாக இருக்கும். பருத்திக் கொட்டை போலிருக்கும் சோற்றை அவர்கள் விரும்பி உண்டதில்லை. குழம்பு ஊற்றிப் பிசைந்து உருண்டை பிடிக்கும் விதத்தில் சோறு இருக்க வேண்டும்.

'சம்பா அரிசிச் சோறும் சாளைப் புளி முளமும்' என்பதொரு சொலவம். எது எவ்வாறாயினும் அடிப்படை உணவு – STAPLE FIBRE FOOD – அங்கு சோறாக இருந்தது. பல்வேறு கூட்டான் குழம்புகளுடன் சோறு தின்றாலும், சில சிறப்பான சோறு வகைகளும் இருந்தன.

அடிசில், அயினி, அவிழ், கூழ், சொன்றி, நிமிரல், புழுக்கல், புன்கம், பொம்மல், மிதவை, மூரல், வத்தம் என்பன சோற்றைக்

குறிக்கும் பழந்தமிழ்ச் சொற்கள். இவற்றுள் சாதம் எனும் சொல் இல்லை அன்று.

உளுந்தஞ்சோறு

இது நாஞ்சில் நாட்டுக்கேயான சிறப்பான உணவு. விருந்தாளிகள் வந்தால், வெளியூரில் வேலை பார்க்கும் பிள்ளைகள் வந்தால், கர்ப்பிணிகளுக்கு, என ஆசையுடன் செய்து கொடுக்கப் படுவது. இதன் இளைய தம்பிதான் உளுந்தங்கஞ்சி. மேற்கில் தக்கலை தாண்டியோ கிழக்கே ஆரல்வாய்மொழி கடந்தோ இந்தச் சோறு சமைக்கப்படுவதில்லை. ஒன்றிரண்டு மாதங்களுக்கு ஒருமுறை கண்டிப்பாகச் செய்யப்படும். ஆடி அறுதியன்று எண்ணெய் தேய்த்துக் குளித்தபின் பெரும்பாலும் உளுந்தஞ்சோறு இருக்கும். முன்பெல்லாம் தீபாவளிக்கு எண்ணெய்ப் பலகாரம் அத்தனை செல்வாக்குப் பெற்றிராத போது, மதியத்துக்கு உளுந்தஞ்சோறு பொங்கினார்கள். திருமணமான புதுமணத் தம்பதியரை நெருக்கமான உறவினர்கள் மறுவீடு கூப்பிட்டால், தம்பி முறையுள்ள கல்யாணம் ஆகப்போகும் மாப்பிள்ளைப் பையனுக்கு, கல்யாணம் ஆகுமுன் பொங்கிப்போடும் மாப்பிள்ளைச் சோறு போடும்போது, உளுந்தஞ்சோறு பொங்கப்படும். சமைந்த குமரிக்கு, சடங்குக்கு முன், முறை உள்ளவர்கள் உளுந்தஞ்சோறு செய்து கொடுப்பார்கள்.

பலகாரம் போல், கையில் உருட்டி வைத்துக்கொண்டு போகவரத் தின்பதுண்டு. சரியான பக்குவத்தில் செய்யப் பட்ட உளுந்தஞ்சோறு, உருட்டினால் கையில் ஒட்டாது. வழக்கமாகப் பொங்கும் சோற்றைக் காட்டிலும் ஒரு மடங்கு அதிகமாகப் பொங்கி, அக்கம் பக்கத்தில் வயிற்றுச் சூலிகள், வயதானவர்கள், ஆசையுடன் சாப்பிடுபவர்கள் என ஒரு பாத்திரம் நிறையக் கொடுத்து அனுப்புவார்கள். சிலசமயம், பொங்கி இறக்கிய உடன், பித்தளைத் தூக்கு வாளியில் அடைத்துப் பக்கத்து ஊரில், ஒரு மைல் தூரத்தில் இருந்தாலும், வாழும் மதனி, சம்மந்தி, மகள் வீடுகளுக்குக்கூடக் கொண்டு

போய்க் கொடுத்துவிட்டு வரச் சொல்வார்கள். அரைவயிற்றுச் சோற்றுக்கு அலந்து, பள்ளிப் பருவத்தில், கொதிக்கும் பித்தளை வாளி முழங்காலில் படாமல் அகற்றிப் பிடித்து, நடந்துபோய்க் கொடுத்துவிட்டு வந்திருக்கிறேன். வெயிலில் போவதால் பெரிய துண்டுக் கருப்பட்டியும் பச்சைத் தண்ணீருமோ, நெல்லிக்காய் ஊறுகாயும் பழஞ்சித் தண்ணீருமோ, மோரோ மறக்காமல் தருவார்கள். கொண்டுபோன பித்தளை வாளியை மறக்காமல் கையோடு கேட்டு வாங்கிக்கொண்டு வர வேண்டும். சிலர் எதிர்ச்சீராக, கழுவித் துடைத்த வாளியில் பண்டம் பலகாரமோ, காய்கறிகளோ, தோப்பில் வெட்டிய பேயன் பழச் சீப்போ கொடுத்து அனுப்புவார்கள்.

எளிதான பக்குவம், எனினும் சத்துள்ள உணவு அது. ஒரு வீட்டில் பொங்கினால் தெருவுக்கே மணக்கும். வாசனையும் ருசியும் கொண்டது.

அகநானூற்றில், நல்லாவூர்கிழார் பாடல், ஒன்று (எண் 86)

உழுந்துதலைப் பெய்த கொழுங்களி மிதவை
பெருஞ்சோற்று அமலை நிற்ப

என்று குறிப்பது உழுந்தஞ்சோற்றையே.

இனி பாகம் படுதல்.

தோலுடன் முழு உளுந்தை லேசாக நல்லெண்ணெய் விட்டு வறுத்துக்கொள்ள வேண்டும். பிறகு திருவையில் போட்டு இரண்டிரண்டாக உடைத்துக்கொள்ளலாம். தோல் நீக்க வேண்டியதில்லை. வறுத்து உடைத்த உளுந்தம் பருப்பு ஒரு உழக்கு என்றால் நாலு உழக்கு புழுங்கலரிசி. சம்பா நெல் புழுங்கலரிசியாக இருந்தால் சிறப்பு.

சோறு பொங்கும் செம்புப் பானையில் ஆழாக்கு நல்லெண்ணெய் விட்டு, கொஞ்சம் வெந்தயம் போட்டுச் சிவக்க வறுத்துக்கொள்ள வேண்டும். அதில் தேவைக்குத் தண்ணீர் விட்டு, தண்ணீர் கொதித்த உடன் அரிசி உளுந்து இரண்டையும் கலந்து போட வேண்டும். கையோடு உப்பும் போட வேண்டும். அரிசி களைந்து போட்டவுடன் சுக்குத் தட்டிப் போட்டு, நாழி அரிசிக்குத் தரத்துக்காயாக ஒரு முழுத்தேங்காய் எனும் கணக்கில் திருவி, தேங்காய்ப் பூவையும் போட வேண்டும். சோறு, உளுந்து, தேங்காய்ப்பூ, வெந்தயம், சுக்கு, நல்லெண்ணெய் சேர்ந்து வேகும்போது நல்ல மணம் வீசும்.

உளுந்தஞ்சோற்றை வடிப்பதில்லை, பொங்கி இறக்குவார்கள். வடிப்பதற்கும் பொங்குவதற்குமுள்ள

வேறுபாட்டைச் சொல்லும் ஜெயகாந்தன் கதையொன்று உண்டு. பொங்கி இறக்கு முன் கைநிறையப் பூண்டுப் பற்கள் உரித்துப் போட்டுக் கிளறி இறக்குவார்கள்.

சூடாகவோ, ஆறிய பிறகோ உருட்டித் தின்னலாம், பலகாரம் போல. என்றாலும் பக்குவமான சில தொடு கறிகள் உண்டு. உளுந்தச் சோற்றில் எதையும் ஊற்றிப் பிசைய வேண்டியதில்லை. தொட்டுக்கொள்ள என்று எள்ளுத் துவையல், வறுத்து அரைத்த புளித்துவையல், மொந்தன் வாழைக்காய் – சேனைக் கிழங்கு பொரியல், முட்டை அவியல், முட்டையும் மீன் உப்புத்துண்டமும் சேர்ந்த அவியல், வற்றல், வடகம், பப்படம் என்று இலையில் சுற்றிச் சூழ இருக்கும். சிலர் கடைசிச் சோற்றுக்கு, உளுந்தஞ்சோற்றில் தயிரோ மோரோ ஊற்றிப் பிசைந்து சாப்பிடுவது உண்டு. சில வீடுகளில் உளுந்தஞ் சோற்றுக்கு நாட்டுக்கோழி அடித்துக் கட்டியாகக் குழம்பு வைப்பார்கள். சிலர் சோற்றின் மீது நல்லெண்ணெய் விட்டுப் பிசைந்துண்பார்கள்.

மத்தியானம் பொங்கி, இரவும் அதையே சாப்பிடலாம். பக்குவம் தெரிந்த பெண்டிர் சோறு தோண்டினால் பானைச் சோற்றுக்கு நடுவில் கூம்பு வைத்துத் தோண்டுவார்கள் சுற்றுச் சூழ. பானைச் சோறு ஆறாமல் இளஞ்சூட்டுடன் இருக்கும். விவரம் தெரியாமல் கொத்திப் பறித்தது போல் தோண்டினால் சோறு ஆறி அவலாகிப் போகும்.

பொங்கிய உளுந்தஞ்சோறு மீந்து போனால், சாதாரண மாகப் புழுங்கலரிசிச் சோற்றுக்குச் செய்வது போல், ஆறிய வெந்நீர் ஊற்றி வைத்து அடுத்த நாள் காலை உளுந்தஞ்சோற்றுப் பழையதும் சாப்பிட நன்றாக இருக்கும். அந்தச் சோற்றில் விட்ட தண்ணீர் இலேசான உப்பும் புளிப்பும் நல்லெண்ணெய் வாசமும் மிதக்கும் வெந்த தேங்காய்ப் பூவுமாகக் குடிக்க நன்றாக இருக்கும்.

சுடச்சுட உளுந்தஞ்சோற்றில் செக்கு நல்லெண்ணெய் ஊற்றிப் பிசைந்து கருப்பட்டி கடித்துக்கொண்டு தின்பது சுவையானது.

நாஞ்சில் நாட்டிலிருந்து, வெகு அபூர்வமாய் சென்னை போன்ற தூரா தொலை நகரங்களுக்கு வேலைக்குப் போய், பொங்கிச் சாப்பிடும் இளைஞர்களுக்கு, தாய்மார்கள் உளுந்தஞ்சோறு பொங்க, பக்குவமாய் சாம்பாப் புழுங்கலரிசி, வறுத்துடைத்த உளுந்தம் பருப்பு, வெந்தயம், தட்டிப் போட்ட சுக்கு எல்லாம் அளவாய்க் கலந்து நெற்றுத் தேங்காயை அதனுடன் சேர்த்துப் போட்டுக் கொடுத்து விடுவதுண்டு.

நாஞ்சில் நாட்டுக்காரன் உலகில் எந்தக் கோடியில் இருந்தாலும் அவன் நாவில் உளுந்தஞ்சோறு உயிர் வாழும் என்று தோன்றுகிறது.

எனக்குத் தெரிந்து இன்றுவரை எந்தச் சாப்பாட்டு மெஸ்காரனும் விஷப் பரீட்சை செய்து பார்க்காத ஆகாரமும் ஆகும் அது.

பச்சரிசிச் சோறு

வழக்கமாக நாஞ்சில் நாட்டில் சோற்றுக்குப் பயன் படுத்துவது புழுங்கலரிசி. சில விரத நாட்களில் பச்சரிசி பொங்குவார்கள். புழுங்கலரிசி வடிப்பது, பச்சரிசி பொங்குவது. பெரும்பாலும் தைப்பொங்கல், ஆவணி மாத நாகரம்மன் கோயில் விரத ஞாயிறுகள், கோயிலில் நேர்ச்சைக்குப் பொங்கலிடுவது யாவும் பச்சரிசியில்தான். புழுங்கல் எனில் ஏற்கெனவே ஒருமுறை நெல்லாக வேகவைத்தது என்பதனால் விரதத்துக்கும் கோயில்களுக்கும் சடங்குக்கும் ஆகாது. சிறு தெய்வங்களுக்குப் பொங்கலிட்டு சேவலறுப்பது அல்லது ஆடு வெட்டுவது. காட்டுக் கோயில்களில் இசக்கி, பேய்ச்சி, ஆகியோருக்குச் செவ்வாய் இரவுகளிலும் சுடலைமாடன், கழுமாடன், புலைமாடன், பன்றிமாடன் முதலியோருக்கு வெள்ளிக்கிழமை இரவுகளிலும் பச்சரிசிப் பொங்கலிட்டு சேவல் அல்லது ஆடு வெட்டி, பூசை முடிந்ததும் வெட்டப்பட்ட ஆடு, கோழிகளைக் காட்டிலேயே குழம்பு வைத்து, நள்ளிரவும் தாண்டியபின் துண்டு இலை போட்டுப் பச்சரிசிச் சோற்றுடன் தின்று தீர்த்துவிட்டு வருவார்கள். அந்தப் பச்சரிசிச் சோற்றுக்கும் கோழி அல்லது ஆட்டுக் குழம்புக்கும் விசேடமானதோர் மணமும் சுவையும் உண்டு.

தோப்புக்களில், ஆற்றங்கரைகளில், குளத்தங்கரைகளில், குன்று அடிவாரங்களில், அறுத்தடிப்புக் களங்களிலோ, சுடுகாட்டுக் கரையிலேயே நிற்கும் சுடலைகள், இசக்கிகள் உண்டு. கூரை இருக்கும் இல்லாமலும் இருக்கும். கற்சிலையாக இருக்கும், சுதை வடிவமாக இருக்கும். பச்சைச் செங்கலில் மண் பூசிய உருவமாக இருக்கும் அல்லது தட்டுவைத்த முக்கோணக் கல்லாக இருக்கும். ஆண்டுக்கு ஒருமுறை அவர்களுக்கு முழிப்பு வரும். கல்வடிவங்களானால் நல்லெண்ணெய்க்குளியல், பால், தயிர், தேன், இளநீர், சந்தன அபிஷேகங்கள். களபம், மஞ்சணை சார்த்துதல், அரளிப்பூ பிச்சிப்பூ மாலைகள் என. சுதை அல்லது மண் வடிவங்களுக்கு அபிஷேகங்கள் கிடையாது. பொங்கிய பச்சரிசிச் சோறு, பழம், தேங்காய், எள்ளுப் பிண்ணாக்கு, கருப்பட்டி, சுருட்டு, தாம்பூலம் ஆகியன படைக்கப்படும். சில

சாமிகளுக்குக் கருவாடு சுட்டு வைப்பதும் குப்பிகளில் சாராயம் வைப்பதும் உண்டு.

கோழி அல்லது ஆடு பலி கொடுப்பது அவர்கள் சன்னிதியில். ஆனால் கோழிக்கறி ஆட்டுக்கறி நைவேத்தியம் கிடையாது. காட்டுப் பூசை எனில் படுக்கை, சிறப்பு, கொடைப் பொருட்களை வீட்டுக்குக் கொண்டுவருவதில்லை. எல்லாவற்றையும் அங்கேயே தின்று தீர்த்துவிடுவது.

பெரும்பாலும் கோயில் விசேடங்களுக்கு மில் அரிசியைப் பயன்படுத்துவதில்லை. பச்சை நெல் காயப் போட்டுக் கல்லுரலில் இரண்டு பெண்கள் விரதமிருந்து குளித்து மாற்றுலக்கைப் போட்டு நெல் குத்துவார்கள். ஒரு பெண் கீழே உட்கார்ந்து குத்திய நெல்லை வாரிப்போட்டுப் புடைத்தெடுப்பாள். உமி, அரிசி, குருணை வெவ்வேறாக. முற்றாக நெல் குத்தி முடிந்தபின் வரும் கொழியல் அரிசி சிவப்பு நிறமாக இருக்கும். பின்பு தீட்டுலக்கைப் போட்டு அரிசியைத் தவிடு போகத் தீட்டுவார்கள். என்ன தீட்டினாலும் கைக்குத்தல் அரிசி இளஞ்சிவப்பு நிறத்தில்தான் இருக்கும். அந்தக் கைக்குத்தல் அரிசியைக் கல் நாவி, நெல் பொறுக்கி, குருணை நீக்கி, சாமி காரியங்களின் தேவைக்கு அளர்ந்து கட்டி வைப்பார்கள். பொங்கல் சோறு இளஞ்சிவப்பு நிறத்தில் நல்ல பசையாக இருக்கும்.

தைப் பொங்கல், நாகரம்மன் கோயில் விரதமிருக்கும் ஆவணி மாதத்து ஞாயிற்றுக்கிழமைகளில் பச்சரிசிப் பொங்குவார்கள். விரதம் பொங்கினால் பச்சரிசிச் சோற்றுக்கு இளம் தண்டங்கீரையும் கீரைத்தண்டும் சேர்த்துப் போட்ட புளிக்கறி, அல்லது சம்பாரம், ஊற்றிப் பிசைந்துகொள்ள. கீரைத்தண்டு இல்லாவிட்டால் ஏதாவது ஒரு துவையல். பெரும்பாலும் பச்சரிசிச் சோற்றுக்குத் தோதாய்ப் போவது தேங்காய்த் துவையல், காணத்துவையல், சிறுபயிற்றந் துவையல்.

தைப்பொங்கலின் போது, காலையில் பொங்கல் விட்டு முடிந்ததும் அதே அடுப்பில் அரிசிப் பாயசம் வைத்த பிறகு, உடனே துவையல் அரைக்கத் தொடங்குவார்கள். பொங்கலுக்கு மட்டும் நான்கு வகைத் துவையல்களும் இருக்கும். பொங்கலானது பண்டிகை. மற்றவை விரதங்கள்.

பொங்கலன்று, இலையில் வைத்த பொங்கல் பச்சரிசிச் சோற்றை விரல்களால் தழைத்து, முதலில் தேங்காய்த் துவையல் போட்டு அதன் மேல் அரைக்கரண்டி தேங்காய் எண்ணெய் விட்டுப் பிசைந்து நாலு உருண்டை. பின்பு காணத் துவையல், தேங்காய் எண்ணெய் நாலு உருண்டை. பின்பு சிறுபயறுத்

துவையல், தேங்காய் எண்ணெய் நாலு உருண்டை என்று தொடர்ந்து போகும். தொட்டுக்கொள்ள தேங்காய் எண்ணெயில் வறுத்த உளுந்து பப்படம். கடைசியில் சம்பாரம் அல்லது மோர். அரிசிப் பாயசம்.

சிலர் பச்சரிசிச் சோற்றுடன் தேங்காய்ப் பூவும் வெல்லமும் நெய்யும் பிசைந்து சாப்பிடுவதுண்டு. சிலர் வெல்லத் துண்டும் தேங்காய்த்துண்டும் கடித்துக் கொள்வதுண்டு.

நாஞ்சில் நாட்டில் புகழ் பெற்ற சாஸ்தாக்கள் சிலர் உண்டு. ஆரல்வாய்மொழியில் பரகோடி கண்டன் சாஸ்தா, ஒழுகினசேரியில் எங்கோடி கண்டன் சாஸ்தா, வீரநாராயண மங்கலத்தில் நீர் நிறை காவு கொண்ட சாஸ்தா, இறச்சகுளத்தில் எருக்கலை மூட்டு சாஸ்தா, சுசீந்திரத்தில் சேரவாதல் சாஸ்தா, பூலா உடைய கண்டன் சாஸ்தா என. இன்னும் நீளமான பட்டியல் உண்டு என் சேகரத்தில். இவையல்லாமல் ஊருக்கு வெளியே பல சிற்றூர்களிலும் சாஸ்தா கோயில்கள் உண்டு. குளத்தங்கரைகளில், ஆற்றின் கரைகளில், தோப்புக்களில், பல சாஸ்தா கோயில்களுக்கு, பூணூல் போட்ட குயவர்கள் பூசை செய்தனர். சாஸ்தா என்பதை வட்டார மொழியில் சாத்தா என்றும் சாத்தாங்கோயில் என்றும் அழைத்தனர்.

என்னுடன் வாசித்தவன், அந்த ஊர் பண்ணையாரின் குடும்பக் கோயிலில் பூசை வைக்க மாதம் ஏழுமரக்கால் நெல் சம்பளம். மாலையில் பள்ளி முடிந்து வந்ததும் குளித்து, பூசைப் பொருட்களுடன் பூசை வைக்கப் போவான். நைவேத்தியச் சோறு பொங்க தினமும் உழக்கு அரிசி. சின்னதாய் ஒரு தேங்காய், மூன்று பாளையங்கோட்டன் பழம், வெற்றிலை, பாக்கு, சாத்தாவின் தலையில் வைத்துக் குளிப்பாட்ட நல்லெண்ணெய், விளக்குக்குப் புன்னைக்காய் எண்ணெய், எரிக்க விறகு கொடுப்பார்கள். எவரோ ஒரு மூத்த பிள்ளை, சாத்தா கோயில் பூசைக்கு எனப் பொதுவில் இரண்டு கோட்டை விதைப்பாடு நிலம் எழுதி விட்டிருந்தார். பொழுதுபோக்காக, சில நாள், அவனுடன் பூசை வைக்க சாத்தாங்கோயில் தோப்புக்குப் போவேன். பூசை வைத்து முடிந்தபின், தோப்பில் இலை அறுத்து சுடச்சுட பச்சரிசிச் சோறு, தேங்காய்ச் சில்லு, வெல்லத் துண்டு, பாளையங்கோட்டன் பழம் எனக் கலந்து தின்று பாழையாற்றில் தண்ணீர் குடித்து இரவு இருண்டு வரும்போது வீட்டுக்குத் திரும்புவோம். சாத்தா பூசைக்கு மலர் கொய்யப் போனவன், காடு அடைந்து கிடந்த அரளி மூட்டில் கிடந்த நல்ல பாம்பை மிதித்து, கொத்துப் பட்டுச் செத்தான். அப்போது நாங்கள் இறச்சகுளம் அரசினர் நடுநிலைப் பள்ளியில்

எட்டாவது படித்துக்கொண்டிருந்தோம். பின்னாளில் அதுபற்றி நானோர் சிறுகதை எழுதினேன். அவன் இறந்த பிறகு ஒருமுறை கூடப் பச்சரிசிச் சோற்றைத் தேங்காய்ச்சில்லும் சர்க்கரைத் துண்டும் கடித்துக் கொண்டு தின்றதில்லை.

புளித்தண்ணிச் சோறு

தமிழர் உணவில் பொதுவாகப் புளி முனைப்பாக இருக்கும். புளியமரம் இல்லாத வட மாநிலங்கள் சிலவற்றில் புளிக்கு மாற்றாக மாதுளம் பிஞ்சுகளை நறுக்கிக் காயப் போட்டு உலர்த்திப் பொடித்து வைத்திருக்கிறார்கள். வயிற்றுக்கும் நல்லது வாசனையாகவும் இருக்கும். பிறகு தக்காளி தளர் நடை போட்டு வந்து புகுந்துகொண்டது. இன்று தக்காளி இல்லாமல் கறி இல்லை, குழம்பு இல்லை, கூட்டு இல்லை, ரசம் இல்லை.

நம் பிரதேசங்களில் சாலைகளில் தோப்புக்களில் காடுகளில் புளியமரங்களுக்குப் பஞ்சமில்லை. 'சாலையிலே புளிய மரம் ஜமீந்தாரு வச்ச மரம்' என்பது நாட்டுப் புறப்பாடல். புளிய மரம் நமது சொந்த மரமா இல்லை வந்த மரமா என்று ஆய்வாளர்கள் சொல்வார்கள்.

குறிஞ்சிப் பாட்டில் கபிலர் பாடும் 'கரந்தை குளவி கடி கமழ் கலிமா' எனும் வரியிலுள்ள கலிமா என்பதற்கு நச்சினார்க்கினியர் 'தழைத்த மாம்பூ' என்று உரைகண்டார் என்றும் அது பொருந்தாது என்றும் அது புளிமா என்று அறியப்படும் சிறுமரம் என்றும் 'சங்க இலக்கியத் தாவரங்கள்' எனும் நூலாசிரியர் முனைவர். கு. சீநிவாசன் குறிப்பிடுகிறார். ஆனால் இந்தப் புளிமா, நமது புளிய மரம் அல்ல.

'மனசிருந்தால் புளியிலையில்கூட இருவர் புரண்டு படுக்கலாம்' என்பது கொங்கு வட்டாரச் சொலவடை. பொதுவாகப் புளிய மரங்கள் பூத்து, பிஞ்சு பிடித்து, நொண்டங்காய் வைத்து, உதயன் பழமாகி தோடு பிரிந்து உதிரத் தொடங்கும்.

உதிர்ந்த அல்லது உலுக்கி விழ வைத்த, தோட்டுடன் கூடிய புளியம் பழங்களைச் சாக்குகளில் கட்டி விற்பனைக்குக்கொண்டு வருவார்கள். வாங்கிய புளியம் பழங்களைத் தோடு உடைத்து சுளைகளைப் பனை ஓலைப் பாயில் அல்லது பிரப்பம் பாயில் காயப் போட்டு, மரத்தால் ஆன கைப்பிடியும் ஆறங்குல நீளமும் ஊசி போன்ற முனையும் கொண்ட 'புளிக்குத்தி'யால் குத்தி புளியங்கொட்டை நீக்கி, காம்பு நறுக்கி, மண் பானையில் அடைத்து வைத்துக்கொள்வார்கள். புளி அடையும்போது இரண்டு கை கல் உப்புத் தூவி ஒரு அடுக்கு புளி, மறுபடியும்

இரண்டு கை கல் உப்பு, ஒரு அடுக்கு புளி என அடைபார்கள். ஆண்டு பூராவுக்கும் அதுதான் வீட்டு உபயோகத்துக்கு.

புதுப்புளி அரக்கு நிறத்திலும் பழம்புளி கறுப்பாகவும் இருக்கும். புதுப்புளியில் குழம்பு வைத்தால் நல்ல நிறமாகவும் பழம்புளியில் வைக்கும் குழம்பு கன்னங் கரேல் என்றும் இருக்கும். தீயலுக்கு, மீன் கறுத்த கறிக்கு, புளி இஞ்சிக்கு பழம்புளி விசேடம்.

புளிய மரங்களிலும் வகைகள் உண்டு. சில மரத்துப் புளி நல்ல சதைப் பற்றுடனும், சில மரத்துப்புளியில் கோர் அதிகமாகவும், சில மரத்துப் புளி இனிப்பும் புளிப்புமாகவும் இருக்கும். அதை இனிப்புப் புளி என்பார்கள். உள்ளூர்க்காரர்கள், வீட்டு உபயோகத்துக்கு, புளியமரத்தின் தன்மை உணர்ந்து, அந்தப் புளியைக்கேட்டு வாங்கிச் சேமித்துக்கொள்வார்கள்.

கொடுக்காப் புளி என்பது வேறு. கேரளத்தில் ‘குடப்புளி’ என்றும் மராத்தியத்தில் ‘கோக்கம்’ என்றும் வழங்குகிற புளி ஒன்றுண்டு. அதைக் கரைத்துக் குழம்பில் போடுவதில்லை. அப்படியே குழம்பில் வேகவைத்து மிதக்க விட்டு விடுவார்கள். மராத்தியர் ‘கோக்கம் ரஸ்’ என இனிப்பான பானம் செய்வர்.

புளித் தண்ணிச் சோறு என்பது பயண காலங்களில் கட்டும் சோறு. கட்டுச் சோறு என்றாலே புளித்தண்ணிச் சோறுதான். புளித் தண்ணிச் சோறு, புளியோதரை அல்ல. புளித் தண்ணி வேறு புளிக்காய்ச்சி வேறு.

‘எயிற்றியர் அட்ட இன்புளி வெஞ்சோறு’ என்று சிறுபாணாற்றுப் படையும்,

‘புளி பெய்து அட்ட வேளை வெந்தை வல்சியாக’ என்று புறநானூறும் புளிச் சோறு பற்றிப் பேசுகின்றன.

புளியைத் தண்ணீரில் முன் கூறாகக் கொவரப் போட்டுக் கெட்டியாகக் கரைத்து வைத்துக்கொள்ள வேண்டும். கொஞ்சம் கடலைப் பருப்பு, முழு கொத்துமல்லி, நாலைந்து வத்தல் மிளகாய், காயம், கொஞ்சம் சீரகம் எல்லாம் வறுத்து இடித்து, கட்டியாகக் கரைத்து வைத்திருக்கிற புளிக்கரைசலில் ஊற்றிக் கொதிக்க வைக்க வேண்டும். வத்தல் மிளகாய் கிள்ளிப் போட்டுக் கடுகு கறி வேப்பிலை உளுந்தம் பருப்பு போட்டுத் தாளிக்க வேண்டும். உப்புப் போட மறக்க வேண்டாம்.

கட்டுச் சோறு கிளறும்போது சோறு சூடாக இருக்க வேண்டும். குறைந்த பட்சம் புளித் தண்ணீராவது சூடாக இருக்க வேண்டும்.

சுடு சோற்றில் புளித்தண்ணி ஊற்றிப் பிசைந்து அடைத்து வைத்த சோறுதான் புளித்தண்ணிச் சோறு. சரியான பக்குவத்தில் செய்த புளித்தண்ணிச் சோறு, இரண்டு நாட்கள் கெட்டுப் போகாது. கல்லூரி நாட்களில் மத்தியானச் சாப்பாட்டுக்குப் பொதியல் கட்டும்போது, இரயில் பயணம் போகும்போது, அதிகாலை புறப்பட்டு நள்ளிரவில் திரும்பி வரும்படியான திருவிழா நாட்களில், மாட்டு வண்டி கட்டிக்கொண்டு மண்டைக்காடு, திருச்செந்தூர், கன்னியாகுமரி என்று போகும் போது, ஈயம்பூசிய பித்தளைத் தூக்கு வாளியில் அடைத்து வைத்த புளித்தண்ணிச் சோறுதான் மத்தியானத்துக்கு. அகலமும் உயரமும் கொண்ட நாலுபடி அரிசிச் சோறுகொள்ளும் பித்தளைத் தூக்குப் போணியில் சுசீந்திரம் தேரோட்டத்துக்கும், ஆடி அமாவாசை – தை அமாவாசைக்குச் சமுத்திர நீராடலுக்குக் கன்னியாகுமரிக்கு வண்டி கட்டிப் போகும் போதும் கட்டுச் சோற்று வாளி சுமந்திருக்கிறேன்.

திருவிழாவுக்குப் புறப்பட, புளித்தண்ணிச் சோறு முந்திய தினம் இரவிலேயே கிண்டி வைத்துவிடுவார்கள். புளித்தண்ணிச் சோறு கட்டும் நாளில் மொச்சக்கொட்டை வறுத்து அதனுடன் சுண்டல் கடலையும் சேர்த்து ஊற வைத்து முருங்கைக் காய், கத்தரிக்காய், சேனைக் கிழங்கு, அடமாங்காய் போட்டுக் கெட்டியாகத் தீயல் வைத்து, அதை வற்ற வைத்து, சோற்றின் நடுவே வைத்துப் பொதிந்து கட்டுவார்கள். தூக்குவாளி என்றால், அதன் கழுத்துவரை புளித்தண்ணிச் சோறு, பிறகு வற்றவைத்த தீயல், மேலே மறுபடியும் புளித்தண்ணிச் சோறு வைத்து அடைத்துவிடுவார்கள். வாளியைத் திறந்த உடனேயே வாசம் வீசும். தின்ற பிறகு, தண்ணீர் வாங்கிக்கொண்டே இருக்கும்.

திருநெல்வேலி மாவட்டத்து மக்கள் பம்பாய்க்குப் பயணம் போகும்போது, குடும்பம் குடும்பமாகத் துணை சேர்த்துத்தான் போவார்கள். மாலையில் திருநெல்வேலி ஜங்சனில் இருந்து வண்டி பிடித்து, அடுத்த நாள் காலையில் எழும்பூரில் இறங்கி, சென்ட்ரலுக்கு மாறி, மத்தியானம் ஒன்றே முக்காலுக்குக் கிளம்பும் பம்பாய் ஜனதா எக்ஸ்பிரஸ் பிடித்து, ஒன்றரைநாள் பிரயாணம் செய்து பூனாவிலோ, கல்யாணிலோ, தாதரிலோ இறங்குவார்கள். இரண்டு நாட்களுக்கும் புளித்தண்ணிச்சோறு தான். புளியும் உப்பும் அதிகமாகச் சேர்த்து, கணிசமாக நல்லெண்ணெய் ஊற்றிக் கட்டிய சோறு, கையில் நல்லெண்ணெய் பிசுபிசுக்க, ரயில் கம்பார்ட் மெண்டே மணக்கும். கொடுமை என்னவெனில், இரண்டாவது நாள் பயணத்தில் மத்தியானம் சோலாப்பூரில் தூக்கு வாளியைத்

திறக்கும்போது வீசும் கனத்த புளித்த வாடை சக பயணிகளை முகம் சுளிக்க வைப்பதும் உண்டு.

நான் சிறுவனாக இருந்தபோது, ஆற்றில் தண்ணீர் வரத்துக் குறைந்த கோடை காலங்களில், தேரே காலில் தண்ணீர் ஓடாமல் மணல் பாய்ந்து கிடக்கும்போது, மேற்கே ஒரு பர்லாங் தூரத்தில், சீப்பு என்றும் ஷட்டர் என்றும் அணை என்றும் சட்டறை என்றும் அழைக்கப்பட்ட பழையாற்றுப் பாலத்துக்கு வடக்கே தண்ணீர் கிடக்கும். மேலக் கரையோரம் குனிந்து கவிந்த புன்னை மரங்கள், மணல் திரடு, நாணற்புதர், வெண் மணல் வெளி எனக்கிடக்கும் ஆற்றின் கரை. பருமணலையும் வெள்ளிக் கற்களையும் உருட்டியுருட்டித் தளும்பும் ஆறு.

முன் தினம் இரவில் பெண்கள் கூடிப்பேசிப் பழையாற்றில் பிராமணந் தோப்பு என்றழைக்கப்பட்ட அந்தப் பகுதிக்குக் குளிக்கப் போகத் திட்டமிடுவார்கள். உடனே புளித்தண்ணி தாளித்துச் சோறு கெட்டுவார்கள். அடுத்தநாள் முற்பகலில், காலை ஆகாரக் கடை ஒதுங்கியபின், எண்ணெய் தேய்த்து முடிந்த கொண்டையும் இடுப்பில் காலிப் பித்தளை அல்லது செம்புக்குடமும் தோளில் துவைக்க வேண்டிய துணியும் கட்டுச் சோற்று வாளியுமாகக் கூடிப் புறப்படுவார்கள்.

தேரேகால் சாலையில் வெயில் பொறுக்க நடந்து, பழையாற்றுப் பாலத்தில் வலப்பக்கம் திரும்பி ஆற்றங்கரை யோரம் நடந்து பிராமணந் தோப்பு ஆற்றை அடைவார்கள். போகும் வழி எங்கும் கேலியும் குன்னாளியும் சிரிப்பும் கெக்கலியுமாக இருக்கும். ஆற்றின் தண்ணீரை அடுத்து துவைக்க கற்கள் கிடக்கும். துவைத்து, குளித்து, இடுப்பில் கட்டியிருக்கும் ஈரக் கண்டாங்கி காற்றில் ஆடி, வெயிலில் ஆடி உலர உலர உட்கார்ந்து கதை பேசி, புளித்தண்ணிச் சோற்றைப் பிள்ளைகளுக்குக் கொடுத்து, ‘எக்கா நீ திண்ணு, மயினி நீ திண்ணு’ என உபசரித்து, தாமும் தின்று திரும்புவார்கள். தண்ணீர் நிறைந்த குடம் இடுப்பில், துவைத்த துணி தோளில், முகத்தில் பொன்னாக மலர்ந்திருக்கும் புன்னகையுமாக. வீடுவந்து சேர மதியம் மூன்று மணி ஆகிவிடும். வீட்டு ஆண்பிள்ளைகளுக்கும் மாமியாருக்கும் கட்டுச் சோறு வீட்டில் வேறு பாத்திரத்தில் அடைந்து வைத்திருப்பார்கள். வீட்டுக்கு வந்தால் மாமியாரின் புறுபுறுப்பு கேட்கும் என்றாலும் அன்று அதுவோர் கொண்டாட்ட தினமாகக் கொள்ளப்படும்.

இராமானுஜர் காலத்தில் சகல இனத்தவரையும் அவர் ஸ்ரீ வைஷ்ணவர்களாக மதமாற்றம் செய்தபோது, மதமாற்றத்துக்கு முன்பு காரசாரமாக உண்டு பழகியவர்கள் என்பதால், அவர்கள்

நாக்குக்குத் தோதாகத்தான் காரசாரமான புளியோதரை கண்டுபிடிக்கப்பட்டது என்றொரு தொன்மம் உண்டு.

'புளியோதனம்' என்று தமிழ்ப் பேரகராதி பேசும் 'புளியோதரை' எனப்படும் புளித்தண்ணிச் சோறுக்கு வற்றல், வடகம், நாரத்தங்காய் ஊறுகாய் இணக்கமானவை.

பயணம் போகும்போது புளித்தண்ணிச் சோற்றை வாட்டிய வாழை இலையில் மடக்கிச்செல்வாரும், தேக்கிலையில் பொதிந்து கொள்வாரும் உண்டு. கொங்கு மாவட்டத்தில் கமுகம் பாளையில் கெட்டுச் சோறு கட்டுகிறார்கள். பழைய காலத்தில் வெளுத்து வந்த ஈரிழைத் துவர்த்திலோ, வெளுத்துக்கிழிந்த வேட்டியிலோ கட்டுச் சோறு கட்டி, சக்கடா வண்டியின் தட்டுக் கம்பில் தொங்கவிட்டிருப்பார்கள். சாப்பிடுமுன் துணியின் மீது தண்ணீர் தெளித்து, துணியை உரித்து எடுத்துவிடலாம்.

இன்று கட்டுச் சோறு எனும் இந்தச் சம்பிரதாயம் வெகுவாக மாய்ந்து போகிற நிலையில் உள்ளது. பழநி, திருச்செங்கோடு, சபரிமலையில்கூட, சக யாத்ரீகர்கள் கட்டுச் சோறு பிரிக்கும் போது நாம் காண்பது லெமன் ரைஸ், தக்காளி சாதம், வெஜிடபிள் பிரியாணி, தயிர்சாதமாகவே இருக்கின்றன.

எல்லாம் இன்ப மயம்.

பொங்கல் சோறு

பொங்கல் எனும் மஞ்சட் சோறு நாஞ்சில் நாட்டு உணவு அல்ல. வீடுகளில் பொங்கல் செய்து விளம்பி உண்டதில்லை நான். எனினும் கோயில் பிரசாதமாக அது பல்லாண்டு வழங்கி வருகிறது. மார்கழி மாதத்து அதிகாலை பஜனை நடக்கும் ஊர்களில், தீபாராதனை ஆனதும் விளம்பும் பிரசாதம் அது. பெருமாள் கோயிலில் மட்டுமல்லாது அம்மன் கோயில்களிலும் மார்கழி மாதப் பிறப்பன்றும் செவ்வாய்க் கிழமைகளிலும் அதிகாலையில் சிறு துண்டு இலையில் சின்ன அகப்பை விளம்புவார்கள்.

அந்தப் பூவில் விளைந்த சம்பா அல்லது வாசறுமிண்டான் பச்சரிசி, கடையில் வாங்கிய முழு சிறுபயிற்றை வறுத்து உடைத்து தோல் நீக்கிப் புடைத்த பருப்பு, ஒன்றிரண்டாக உடைத்த நல்லமிளகு, சீரகம், உப்பு, நிறையப் பசுநெய் ஊற்றிப் பொங்கி இறக்குவது. முந்திரிப் பருப்பு எல்லாம் அவர்களுக்குக் கட்டுபடி ஆகாது. தொட்டுக்கொள்ள என சட்னி, சாம்பார், கொத்சு எதுவும் கிடையாது. கொதிக்கக் கொதிக்க, இலை வெந்து சூடு கையில் தாவ, இன்னும் கொஞ்சம் கிடைக்காதா என்றிருக்கும். ஆனால் கிடைக்காது.

இன்று பொங்கல் – வடை – சாம்பார் – சட்னி என்பன ஓட்டல்களில் சிற்றுண்டி வகைகளில் சிறப்பான அங்கம். வீடுகளில் செய்யும்போது கத்தரிக்காய் கொத்சு செய்யலாம். இன்றைய அமர்க்களம் அன்று நாஞ்சில் நாட்டு உணவில் பொங்கலுக்கு இல்லை. பொங்கல் என்றால் தைப்பொங்கல், கோயில்களில் பொங்கலிட்டுச் சேவல் கோழி அறுத்தல், கொடை நடக்கும்போது சாமிக்குப் படப்பு போட பொங்கிப் பொரிப்பது.

பொங்கலிடுவதை மலையாளத்தில் 'பொங்காலை' என்பர். இன்றும் மாசி மகத்தை ஒட்டி, திருவனந்தபுரத்து ஆற்றுகால் பகவதி சேத்திரத்தில் நடக்கும் பொங்காலையில் வரிசை வரிசையாகப் பல்லாயிரக்கணக்கான பெண்கள் பொங்கல் வைக்கிறார்கள்.

இன்று சர்க்கரைப் பொங்கல், வெண் பொங்கல் என வழங்குகிறோம். நாஞ்சில் நாட்டில் அம்மன் கோயில்களின் பிரசாதமான அரிசிப் பாயசத்தை வழங்குவார்கள். சற்று இறுக்கமான வடிவில், அதிகமாக நெய்யூற்றி, கையில் எடுத்தால் ஒட்டாத பருவத்தில் திருவண்பரிசாரத்துத் திருவாழ்மார்வன் கோயிலில் தரும் பிரசாதம் 'அரவணை' எனப்பட்டது. சபரிமலையில் அரவணைப் பாயசம் என்றனர். சில பெருமாள் கோயில்களில் அக்கார அடிசில் என்றனர். அடிசில் எனில் உண்டி, சமைத்த உணவு. 'அடப்பண்ணி வைத்தார், அடி சிலை உண்டார்' என்பார் திருமூலர். அக்கானி எனில் பதனீர், பயினி, தெளுவு, நீரா. அது இனிப்பானது. அக்காரம், அக்காரை என்றாலும் இனிப்பே!

'கும்மாயம்' என்றொரு சொல் உண்டு பண்டைய நாஞ்சில் நாட்டிலும் கேரளத்திலும். கட்டிடம் கட்டுவதற்கான மணல், சுண்ணாம்பு, நீர் சேர்ந்த கலவை அது. அதன் மாற்றாகத்தான் இன்றைய சிமெண்ட் கலவை பயன்படுத்தப்பட்டு வருகிறது. கும்மாயம் எனும் சொல்லுக்குப் பேரகராதி இரு பொருள் தரும்.

1. *Well Boiled Dhal*. குழையச் சமைத்த பருப்பு.

2. மலையாளச் சொல். *Lime, Mortar*, சுண்ணாம்புக் கலவை.

எனவே இன்றைய சர்க்கரைப் பொங்கல், வெண் பொங்கலுக்குப் பழைய பெயர் கும்மாயம் என யூகிக்கலாம். 'பயற்றுத் தன்மை கெடாது கும்மாயம் இயற்றி' என்பது இரட்டைக் காப்பியங்களில் ஒன்றான, கூலவாணிகன் சாத்தன் இயற்றிய மணிமேகலையின் சமயக் கணக்கன் தந்திறம் கேட்ட காதையின் பாடல் வரி.

புழுங்கிய பச்சைப் பயிற்றோடு சருக்கரை முதலானவை கூட்டி ஆக்கப்படுவதான சிற்றுண்டி என உரை தருகிறார்கள் கும்மாயத்துக்கு. 'கும்மாயத் தொடு வெண்ணெய் விழுங்கி' என்பார் பெரியாழ்வார் திருமொழியில் மூன்றாம் பத்தின் 'தன்னேராயிரம்' பகுதியில் மூன்றாவது பாடலில். சர்க்கரைப் பொங்கலுடன் வெண்ணெயும் சேர்த்து விழுங்கினான் என்பது பொருள்.

பன்னருஞ் சிறப்பின் பவணந்தி முனிவர் இயற்றிய நன்னூல் எனும் இலக்கண நூலுக்கு மயிலை நாதர் எழுதிய உரையே மூத்தது என்பர். வேற்றுமை உருபுகள் பேசுமிடத்து, ஆறாம் வேற்றுமை உருபு – அது, ஆது எனப் பேசப்படும். அவற்றுள், அது எனும் ஆறாம் வேற்றுமைக்கு எடுத்துக்காட்டுக் கூறுமிடத்து மயிலை நாதர் – 'பயிற்றது கும்மாயம்' என்பார்.

பெருமாள் கோயில்களில் கும்மாயம் பிரசாதமாக இருந்துள்ளது. பழனி – பஞ்சாமிர்தம், திருச்செந்தூர் – பிட்டு, பறக்கை – மாம்பழக்காடி, திருவரங்கம் – அர்த்த சாமப் பூசையில் பால், திருப்பதி – இலட்டுகம், திருவல்லிக்கேணி – திருக்கண்ண முறுக்கு, மண்டைக்காட்டுப் பகவதி – கொழுக்கட்டை, ஆழ்வார் திரு நகரி – வங்கார தோசை, முத்தாரம்மன் – பிட்டமுது, உப்பிலியப்பன் கோயில் – காஞ்சிபுரம் இட்லி, சிதம்பரம் – திருவாதிரைக்களி எனச்சில நினைவுக்கு வருகிறது. எவரேனும் முனைந்து விரிவானதோர் நூல் எழுதலாம். நமக்கினி அதற்கான அவகாசம் இல்லை.

எங்கள் ஊர் முத்தாரம்மன் கோயிலில் மார்கழி மாதம் முதல் நாளில் காலை ஆறுமணிக்குப் பூசை முடிந்ததும் பிரசாதமாகப் பொங்கல் தருவார்கள். நாங்கள் பொங்கல் என்ற அளவில் நிற்க மாட்டோம். பொங்கல்சோறு என்போம். உளுந்தஞ்சோறு, கூட்டாஞ்சோறு, புளித்தண்ணிச்சோறு, சோளாஞ்சோறு, குருணைச்சோறு, படப்புச்சோறு போலப் பொங்கல் சோறு.

முத்தாரம்மன் கோயில் பொங்கலுக்கு இலேசாக வறுத்த சிறுபயிறு – பாசிப்பயிறு – பச்சைப் பயிறு ஒரு கப், பச்சரிசி மூன்று கப் என்பது கணக்கு. சீரகம், நல்லமிளகு, உப்பு அவரவர் ருசி பேதம் சார்ந்து. நெய்த்தாராளம் என்பது மனத்தாராளம், கைத்தாராளம், உக்கிராணப் புரைத்தாராளம் பொறுத்தது. அங்ஙனமே அண்டிப் பருப்பு, கஷு வண்டி என்ற முந்திரிப் பருப்பும்.

போர் முனைகளில் பங்கேற்ற எனது நண்பர் மிலிட்டரி அதிகாரி சுந்தரராஜன், விருதுநகர் பக்கம் இருக்கும் அவர் சொந்த ஊர் ஆவல் சூரன் பட்டியில், அவர் காட்டில் விளைந்த

குதிரைவாலி கொணர்ந்து தந்தார் ஒருமுறை. பொங்கலுக்கு அரிசிக்கு மாற்றாக உடைத்த குதிரைவாலி அபாரமாக இருந்தது.

இந்த இடத்தில் ஒரு செய்தி – சங்க இலக்கிய காலத்தில் உப்பளத்தில் இருந்த கல் உப்பு – பரல் உப்பு விற்க வரும் உமணரின் அன்பு மகள், கை வளை ஒலிக்க வீசி நடந்து உழவர் சேரிகளில் உப்பு விற்றாளாம். ஒரு படி நெல்லுக்கு ஒரு படி உப்பு என விலை கூவி. அகநானூறு நூலில் அம் மூவனார் பாடல் வரிகள் (எண் 140) –

"கதழ் கோல் உமணர் காதல் மடமகள்
சில்கோல் எல்வளை தெளிர்ப்ப வீசி,
'நெல்லின் நேரே வெண்கல் உப்பு' என
சேரி விலைமாறு கூறலின்"

எனச் சாற்றும்.

இன்றெல்லாம் வீடுகளில் பொங்கலுக்குத் தோலுடன் பச்சைப் பயிறு பயன்படுத்துவதில்லை. தோல் நீக்கி, இரண்டாகப் பிளந்த பயிற்றம் பருப்பே பயன்படுத்துகிறார்கள். பயிறுகளின், கடலைகளின் தோல்களும் அரிசியின் தவிடுமே நமக்குப் பகையாகிப் போயின. சோறு மல்லிகைப் பூப்போல இருத்தல் வேண்டும், மனம் எவ்வளவு மாசடைந்து கிடந்தாலும்!

சோளாஞ்சோறு

சோளம் நாஞ்சில் நாட்டுப் பயிரல்ல. எனினும் திருவிதாங்கூர் எல்லை தாண்டிய பின் புஞ்சைப் பகுதிகளாக காவல் கிணறு, வள்ளியூர், பணகுடி போன்ற திருநெல்வேலி மாவட்டத் தெற்கு எல்லைப் பகுதிகளில் சோளம் விளையும்.

சோளாஞ்சோறு எல்லோரும் பொங்குவதில்லை. பாண்டி நாட்டிலிருந்து புலம் பெயர்ந்து வந்தவர், அவர்தம் கொண்டான் – கொடுத்தான் வீடுகளிலிருந்து பதக்கு முக்குறுணி என்று கொடுத்தனுப்பும் சோளத்தைக் களைய மனதில்லாமல் அல்லது வறுமை காரணமாய், அரிசியை விடச் சோளம் விலை குறைவு என்பதனால் சோளாஞ்சோறு பொங்குவார்கள்.

நெல் மலிந்த நாஞ்சில் நாட்டில் சோளாஞ்சோறு தின்பது குறைச்சல் என்று அதுபற்றி அதிகம் வெளியில் பேசுவதில்லை. என்றாலும் அதற்கெனத் தனியானதோர் மணமும் சுவையும் உண்டு என்பதால், பொங்கினால் வேண்டியவர் வீடுகளுக்கு 'அலுசுவமான பண்டம்' போன்று சருவச் சட்டியில் வைத்து, இலை போட்டு மூடி கொடுத்து அனுப்புவதுண்டு.

பஞ்சகாலத்தில், மலிவான சோளம் வாங்கி, சோளாஞ் சோறு பொங்கித் தின்றது நினைவுக்கு வருகிறது.

சோளத்தைத் தண்ணீர் தெளித்து உமி போகக் குத்த வேண்டும். பிறகு ஒன்றிரண்டாக இடித்துக்கொள்ள வேண்டும். முழுச் சோள அரிசி, அரைச் சோளம், கால் சோளம், குருணை மாவு என இடி பட்டதை, நீத் தண்ணியில் உலை வைத்து, உப்புப் போட்டுப் பொங்கி இறக்க வேண்டும். சோளாஞ்சோற்றை உருண்டை பிடித்து அம்மி மேல் தட்டித் தட்டி வைத்திருப்பார்கள். சோளாஞ்சோற்றுக்குத் தொடுகறி கடலை – மொச்சைக் கொட்டை தீயல் அல்லது கருவாட்டுக் குழம்பு எனும் காரமான குழம்புகள்.

கூட்டாஞ்சோறு

கூட்டாஞ்சோறு என்பது பெரும்பாலும் காட்டுப் பொங்கலின்போது செய்வது என்றாலும் அவ்வப்போது வீடுகளிலும் பொங்கப்படுவது. வீட்டு விசேட அடியந்திரச் சாப்பாட்டின் தலைக்கா நாள், வீட்டுக்காரர்களுக்கும் நெருங்கிய சுற்றத்தார்க்கும், சமையல் வேலைக்கு வந்திருப்பவருக்கும் மற்ற சிப்பந்திகளுக்காக, இரவுச் சாப்பாடாகப் பொங்கப்படுவது.

பழைய காலங்களில் வில்வண்டி, கூண்டு வண்டி, சக்கடா வண்டி கட்டிக்கொண்டு, நாலைந்து குடும்பங்களாக, பத்து முப்பது பேராகக் காட்டுப் பகுதிகளில் இருக்கும் வழிபாட்டுத் தலங்களுக்கு, குடும்பக் கோயில்களுக்குப் போவார்கள். மேலும் அன்று நாஞ்சில் நாட்டு அறுத்தடிப்புக் காலங்களில் புலம்பெயர்ந்து வரும் அறுப்புக்காரர்கள் சூடடிக்காரர்களை எதிர்பார்க்காமல், கிராமத்து உழவர்களே தமக்குள் குழு அமைத்துக்கொண்டு அறுப்பு, சூடடி வேலைகளைக் கொத்து வாங்கிக்கொண்டு செய்தனர். கொத்து தினமும் முழு ஆள், முக்கால் ஆள், அரையாள் எனப் பங்கு வைத்து நெல் அளந்தாலும் கடைசியில் கொஞ்சம் நெல் மீந்து போகும். அதைப் பொதுக் கணக்கு என சாக்கில் கட்டி கூறுவடி வீட்டில் வைப்பார்கள். அறுவடைக் காலம் முடிந்த பிறகு, அந்த நெல்லை விற்று அந்தக் குழு, வண்டி கட்டிக்கொண்டு காட்டுப் பொங்கலுக்குப் போவார்கள். முக்கூடல் அணை, உலக்கை அருவி என. அப்போது பொங்குவது கூட்டாஞ்சோறு.

வித்தாரமாக அவியல், எரிசேரி, சாம்பார், துவட்டல், பச்சடி, கிச்சடி என்று வைக்க தோதுப்படாது என்பதால் கூட்டாஞ்சோறு. அரிசி, துவரம் பருப்பு, கிடைக்கிற காய்கறிகளைப் போட்டுப் பொங்குவது. சூடாகவும், ஆறினாலும் தின்னச் சுவையானது.

புழுங்கல் அரிசி, துவரம் பருப்பு நாலுக்கு ஒன்று எனும் விகிதத்தில் போட்டுக் கொதிக்க வைக்க வேண்டும். பெருங்காயம்

முதலில் போட்டுவிடலாம். பின்பு கூட்டு அவியலுக்கு நறுக்குவது போல் நறுக்கிய காய்கறிகளை, பருப்பும் அரிசியும் முக்கால் வேக்காடு ஆனவுடன் போட வேண்டும்.

காய்கறிகள் என்பன கத்தரிக்காய், வாழைக்காய், சேனைக்கிழங்கு, சீனி அவரைக்காய், முருங்கைக்காய், தடியன் காய் என்ற இளவன்காய் என்ற வெள்ளைப் பூசணிக்காய், வெள்ளரிக்காய், புடலங்காய், மாங்காய், பூசணிக்காய் ஆகியவை. மேற்சொன்ன காய்கறிகளில் ஒன்றிரண்டு குறைந்தாலும் பாதகமில்லை. ஆனால் குறிப்பிட்டவை அல்லாது வெண்டைக்காய், அவரைக்காய், சேப்பங்கிழங்கு மற்ற இங்கிலீஷ் காய்கறிகள் வேண்டாம்.

முழுதாய் உரித்த சின்ன வெங்காயம் தேங்காய் எண்ணெயில் வதக்கிப் போட வேண்டும்.

கூட்டாஞ்சோறுக்கான அரைக்கும் வெஞ்சணங்கள் மிளகாய் வற்றல், மஞ்சள், உள்ளி, கொஞ்சமாக முழுக் கொத்தமல்லி அரைத்துக் காய்கறி வெந்ததும் போட வேண்டும். காய்கறி வெந்து வந்ததும் தேங்காய், சீரகம், பச்சை மிளகாய், பூண்டு, கறிவேப்பிலை யாவற்றையும் அவியலுக்கு அரைப்பதுபோல பரபரவென அரைத்துச் சேர்க்க வேண்டும். இந்தத் தருணத்தில் புளிக்கரைசல் ஊற்றி உப்பும் போட்டு விடலாம். சோறு காய்கறிகள் அரைத்த வெஞ்சணம் யாவும் வெந்து கொதி வரும்போது உருவி வைத்திருக்கும் முருங்கைக் கீரையைத் தேங்காய் எண்ணெயில் வதக்கிப் போட்டு, கறிவேப்பிலை உருவிப் போட்டு, தேங்காய் எண்ணெய் கூடுதலாக விட்டுக் கிளறி அடுப்பைத் தாழ்த்துவிடலாம். வெந்த கூட்டாஞ்சோறு, உருட்டினால் கையில் ஒட்டாத பருவத்தில் இருக்கும்.

கூட்டாஞ்சோற்றுக்குத் தொட்டுக்கொள்ள உளுந்து பப்படம் தேங்காய் எண்ணெயில் வறுத்தது, தேங்காய்த் துவையல், தடியன் காய் தயிர்க் கிச்சடி ஆகியவை நல்ல சேர்ச்சை.

கூட்டாஞ்சோறு என்பதும் அபூர்வமான உணவு என்பதால் உளுந்தஞ்சோறுபோல வேண்டியவர்களுக்குக் கொடுத்து விடுவார்கள். மத்தியானம் பொங்கிய கூட்டாஞ்சோறு, சூடு ஆறியபின், இரவு தின்பதற்கும் உகந்தது.

சமைந்த குமருகள் சிறுவீட்டுப் பொங்கல் போடும்போது கூட்டாஞ்சோறு பொங்குவார்கள்.

நாஞ்சில் நாட்டுத் திருமணங்களில், காலையில் கல்யாணம் மாலையில் வரவேற்பு என்றிருப்பதால், கல்யாணத்துக்கு

முந்திய இரவில் சடங்கு விருந்து என்று எதுவும் கிடையாது. என்றாலும் கல்யாணத்துக்கு முன்தினமே வந்திருக்கும் வெளியூர் விருந்தாளிகள், சொந்தக்காரர்களுக்கு என்று அரிசி வைப்புக்காரர்கள் கூட்டாஞ்சோறு பொங்கி, தேங்காய்த் துவையல் அரைத்துப் பப்படம் காய்ச்சித் தருவார்கள். வீட்டில், காட்டில் பொங்குவதைவிட, வெண்கல உருளியில் பொங்கிய அடியந்திர வீட்டுக் கூட்டாஞ்சோறு வேறு தினுசான சுவையுடன் இருக்கும்.

புளித்தண்ணிச் சோறு இரண்டு நாட்கள் கெடாமல் இருக்கும். ஆனால் கூட்டாஞ்சோறு, மத்தியானம் பொங்கியது இரவு தாண்டினால் ஊசிப்போகும்.

படப்புச் சோறு

வீட்டில் நடக்கும் சிறு சடங்குகளில் வழங்கும் உணவுக்கு, சிறு சோறு என்றும் மரணம் போன்ற அமங்கல காரியங்களின் பிறகு பிறருக்கு அளிக்கும் உணவிற்குப் பெருஞ்சோறு என்றும் கூறும் மரபு தொன்மைத் தமிழர் மரபில் உண்டு.

இது படைப்புச்சோறு. படையல்சோறு, படப்புச்சோறு என்றாலும் இலக்கணப் பிழை ஒன்றுமில்லை.

சிறு தெய்வ வழிபாடுகளில் 'பொங்கிப் பொரிப்பது' என்றொரு வழிபாடு உண்டு. பெரும்பாலும் அம்மன் கோயில்களில் மூன்று நாள் கொடை நடக்கும்போது வெள்ளிக்கிழமை அல்லது செவ்வாய்க் கிழமை நள்ளிரவில் சாமிக்குப் படைக்கும்போது, விரதம் இருந்து, பச்சை நெல் குத்தி பச்சரிசி எடுத்து, அவியல், சாம்பார், பருப்பு, பச்சடி, கிச்சடி, துவட்டல், எரிசேரி எல்லாம் சமைத்து, பப்படம் வறுத்து, சாமிமுன் தலைவாழை இலைகள் பரத்தி, படைப்புப் போடுகிறவர்கள் வாயைத் துணியால் கட்டிக்கொண்டு, பொங்கிய சுடு சோற்றை ஒரு அடுக்குத் தட்டி, அதன்மேல் கறிகள் குழம்பு வைத்து மேலும் சுடு சோறு பரத்தி, வைக்கோலை ஆமைப் படப்பு போடுவது போல் படைப்பார்கள். மூன்று அடுக்கு, ஐந்து அடுக்கு என்ற வரைமுறை உண்டு. மேற்பரப்பில் பப்படங்கள் பரத்தி வைத்து, தென்னம்பாளை வகிர்ந்து வெள்ளைத் துணி சுற்றிப் பந்தம் செய்து, தேங்காய் எண்ணெயில் நனைத்து, படப்பின் மீது கொளுத்தி வைத்து, தீபாராதனை கொடுப்பார்கள்.

பெரும்பாலும் நள்ளிரவு பன்னிரண்டு மணிக்கு மேல் ஒரு மணிக்குள் நடப்பது படப்புப் போடுவது. காட்டுக் கோயில்கள் என்றால், படப்புப் போட்டு, பூசை முடிந்தவுடன்,

வந்திருந்தவர்களை உட்கார வைத்து, இலைத் துண்டு போட்டு, படைப்பை ஒரு பக்கத்திலிருந்து சோறும் கறியுமாகக் கலந்து வரும் விதத்தில் வெட்டி, செம்பு நிலவாயில் எடுத்துப் பரிமாறித் தீர்த்துவிடுவார்கள்.

ஊர் நடுவிலிருக்கும் கோயில் என்றால் படைப்புச் சோற்றை நள்ளிரவில் பிரிப்பதில்லை. விடிந்த பிறகு, காலைப் பூசைக்கான ஆயத்தங்கள் தொடங்குமுன், ஊர்-கோயில் முதலடிகள் முன்னிலையில் படப்புச் சோற்றைப் பிரித்து, வரிப் பிரகாரம், வரிதாரர்களுக்கு வீட்டுக்குப் பித்தளை வாளிகளில் கொடுத்து அனுப்புவார்கள் பிரசாதமாக. ஒரு வரிக்கான பிரசாதம் இரண்டு பேர் சாப்பிடும் தரத்தில் இருக்கும்.

மிகவும் வாசனையும் சுவையும் கோயில் மணமும் கலந்த இந்தப் பிரசாதம் அடிக்கடி கிடைப்பதில்லை. எனவே அபூர்வமானது. கடுமையாக விரதம் இருந்து தயாரித்து அம்மனுக்குப் படைக்கும் படப்புச் சோறு இது. சிறு பிராயத்தில் முத்தாரம்மன் கோயில் ஊர்ப் பொதுக் கொடையில், செவ்வாய் நள்ளிரவில் போடப்படும் இந்தப் படைப்புச் சோற்றை, புதன் அதிகாலையில் பிரிக்கும்போது, வரி வாசிக்குப் பெயர் கூப்பிட, காவல் கிடந்து வாங்கி வந்திருக்கிறேன்.

மேலே நாம் பார்ப்பது சைவப்படப்பு, சைவ சாமிகளுக்கு, பலி கேட்காத சாமிகளுக்கு.

பலி செய்யும் சாமிகளுக்கு அசைவப் படப்பு என்று ஒன்று உண்டு. காய்கறிச் சமையலுக்குப் பதிலாக, குளத்து மீன் குழம்பு, நாட்டுக் கோழிக் கறி, வேகவைத்த முட்டை எல்லாம் பச்சரிசிச் சோறு பொங்கிப் படப்புப் போட்டு வழிபடுதல்.

இங்கு நினைவில்கொள்ள வேண்டியது, படப்புச் சோறு என்பது கூட்டாஞ் சோறு அல்ல என்பது.

இலைபோட்டு, கூம்பாரமாகச் சோறு போட்டுத் தின்பவரைப் பார்த்து இளக்காரமாக, 'என்னா படப்புப் போட்டிருக்கா?' என்பார்கள்.

படப்பு எனும் சொல்லுக்குக் குவியல், போர் என்று பொருள். போர் எனில் சண்டையல்ல. வைக்கோற்போர் எனும் பொருளில் படப்பு புறநானூற்றில் கையாளப்பட்டுள்ள சொல். வைக்கோல் படப்பு, பூப்படப்பு, சோற்றுப் படப்பு என்பன நாஞ்சில் நாட்டுப் பிரயோகங்கள். படையல் தொடர்பான சொல்தான் எனினும் படையல் வேறு படப்பு வேறு.

எனக்குத் தெரிந்து, இவையன்றி வேறு சோறு வகைகள் நாஞ்சில் நாட்டில் இல்லை. எலுமிச்சை சாதம், தயிர் சாதம், தேங்காய் சாதம், புளிசாதம், கீரை சாதம், மல்லி சாதம், மிளகு சாதம், நெய்ச் சோறு, கற்கண்டு சாதம், புதினா சாதம், சாம்பார் சாதம், வெஜிடபிள் பிரியாணி என்ற தற்சமயம் காதில் ஒலிக்கும் கண்ணிற்படும், வாயிலும் படும் சாதங்கள் காலத்தால் மிகவும் பிற்பட்டவை. அவை பாரம்பரிய உணவு வகைகள் அல்ல.

குருணைச் சோறு

இது ஒரு பிற்சேர்க்கை. குருணை என்றால் என்ன என்று முன்பு பார்த்தோம். அரிசி வாங்கக் காசற்றவர் பாதி, கால்விலைக்கு, செய்து கொடுத்த சின்ன வேலைகளுக்குக் கூலியாக, அல்லது இலவசமாகப் பெற்று வந்த குருணையைப் பொங்குவது. குருணைச் சோற்றை வடிக்க இயலாது. ஒரு சொல் அதிகமாக வெந்து குழைந்து போனாலும் களி போல் ஆகிவிடும். குழம்பை ஊற்றிப் பிசைந்து தின்பதைவிட, குருணைச் சோற்றை உருண்டை பிடித்து, காரமான குழம்பு களில் தொட்டுக்கொண்டு விழுங்குவது நல்லது. பிஞ்சுக் கத்திரிக்காயோ, வாழைக்காயோ, பூசணிக்காயோ (பரங்கிக்காய்) சேர்த்து வைத்த நெத்திலி அல்லது மொரல் கருவாட்டுக் குழம்பு குருணைச் சோற்றுக்குச் சாலவும் நன்று.

5

சிற்றுண்டி

நாஞ்சில் நாட்டில் பொதுவாக உணவு என்பது காலையில் பழையது அல்லது சுடுகஞ்சி, மத்தியானம் சுடுசோறு, இரவு தண்ணீர் விட்ட சோறு. அமாவாசை, கடைசி வெள்ளி, பங்குனி உத்திரம், வைகாசி விசாகம், ஆடிப்பூரம், புரட்டாசிச் சனி, மாசி மகம், தைப்பூசம், போன்ற இந்துப் பண்டிகைகளின்போது இட்லி, தோசை. இடையிடையே கொழுக்கட்டை, உப்புமா, புட்டு, அவித்த பயிறு, பருவத்துக்குத் தகுந்தாற்போல. அத்தகு சிறு உண்டிகளைப் பற்றிய அத்தியாயம் இது.

தோசை

தினசரி செய்கின்ற பலகாரம் இல்லை என்றாலும் தோசை ஒரு சாதாரணமான பலகாரம். தோசைக்குக் கஞ்சம் என்றொரு மாற்றுச் சொல் தருகிறது பிங்கல நிகண்டு.

மாதம் இரண்டு முறை செய்தாலே அதிகம். வீட்டில் தோசை சுடுகிற நாள் கொண்டாட்டமான நாள். தினமும் மத்தியானத்துக்கு பழையது எடுத்துப் போகிற பள்ளி மாணவருக்கு, தோசை கொண்டு போகும் நாள் பெருநாள். பெரும்பாலும் உடன் வாசிக்கின்ற சேக்காளிகளுக்குத் துண்டுத் தோசை பங்கு தர வேண்டியது இருக்கும். மாதத்தின் கடைசி வெள்ளியை 'ஒடுக்கத்திய வெள்ளி' என்பார்கள். ஒடுக்கத்திய வெள்ளிக்கும்

அமாவாசைக்கும்தான் தோசைக்குப் போடுவார்கள். இதில் அமாவாசை பள்ளி விடுமுறை நாட்களில் வந்துவிட்டால் மனம் சோர்ந்துபோகும்.

புழுங்கலரிசி தனியாகவும் உடைத்த தோலுளுந்து தனியாகவும் ஊறப்போட்டு வைத்துக்கொள்வார்கள். நாலுக்கு ஒன்று என்பது கணக்கு. உளுந்து கொவர்ந்ததும் தோல் களைந்து விட்டு உளுந்துடன் அரைச் சிரங்கை வெந்தயம் போட்டு கொவர வைப்பார்கள்.

முதலில் உளுந்து பொங்கப் பொங்க அரைத்து எடுத்து விட்டு, பின்பு அதே உரலில் அரிசியையும் அரைத்து மாவு வாரும் போது உளுந்த மாவுடன் சேர்த்து அரிசிமாவையும் சேர்த்து வாரி, கல்லுப்பு போட்டு மாவு விரவி வைப்பார்கள். அரைப்பது என்பது அன்றெல்லாம் ஆட்டுரல்.

சில பெண்கள் ஒரு கையால் குழவியின் தலையைப் பற்றி ஆட்டி மறு கையால் மாவை ஒதுக்கிக்கொள்வார்கள், கை வாக்குப் போல. சில சமயம் அம்மா குழவி ஆட்ட மகள் ஒதுக்குவாள். அல்லது மூத்த மகள் ஆட்ட இளைய மகள் ஒதுக்குவாள். வீட்டில் தோசைக்குப் போடும் அன்று, அம்மா வுக்கும் சித்திக்கும் நான் மாவு ஒதுக்கிக் கொடுத்திருக்கிறேன். அதை ஒரு கடின வேலையாக எடுத்துக்கொள்ளாமல், கதை பேசிச் சிரிக்கும் நேரமாக ஆக்கிக்கொள்வார்கள்.

ஈண்டு நாம் தோசை எனக் குறிப்பிடுவது மதுரையின் மாவுத் தோசை, செட்டி நாட்டின் இளந்தோசை, வட மாவட்டங்களின் கல்லுத் தோசை போன்று எட்டங்குல விட்டத்தில் வட்ட மாகவும் காலே அரைக்கால் அங்குல கனத்திலும் இருப்பது. தோசை எனும்போது அது முறுகல் தோசை, ரோஸ்ட் எனும் கற்பனையைத் தவிர்த்துவிட்டு நாம் மேலே போகலாம்.

மாலை நாலுமணிக்கு மாவாட்டி, உப்புப்போட்டு விரவி வைத்து, இரவு எட்டுமணிக்குச் சுடுவது ‘புளியாத் தோசை’. மறுநாள் காலையில் சுடுவது ‘தோசை’. புளித்த தோசை மாவை, இரவு சுடுவது ‘புளித்த மாத் தோசை’.

அன்று குளிர் சாதனப் பெட்டிகள் அறிமுகமாகி இருக்க வில்லை. எனவே வியாழன் மாலை ஆட்டிய தோசை மாவு, சனிக்கிழமை காலையுடன் காலாவதி ஆகிவிடும்.

தோசைக்குத் தொட்டுக்கொள்ள பெரும்பாலும் மிளகாய்ப் பொடி, அல்லது தேங்காய்த் துவையல் அல்லது

சட்டினி. மத்தியானம் வைத்த சாம்பார் அல்லது தீயலை இரவுக்கு அல்லது மறுநாள் காலைக்குச் சூடாக்கித் தொட்டுக் கொள்வதுண்டு. தோசைக்கு மீன் குழம்பு என்ற பழக்கம் அங்கு இருந்ததில்லை.

இறந்துபோனவர்களுக்கு வியாழன் அல்லது ஞாயிறு களில் கிழமைமுறை நடத்தும்போது, காலையில் அல்லது மூந்திக்கருக்கலில், இறந்தவர் நினைவாக விளக்கு முன் வைத்து அழுவதற்கும், 'அம்மாடி – தாயரே' அடிப்பதற்கும் சில பண்டங்கள் செய்து துட்டி கேட்டு வந்தவர்களுக்கு உண்ணக் கொடுப்பார்கள். ஊருக்கும் விளம்புவதுண்டு. அந்தக் கிழமைகளில் முக்கியமானவை பயத்தங்கிழமை (பெரும்பயிறு), கடலைக் கிழமை (கொண்டைக்கடலை) தோசைக் கிழமை, முறுக்குக் கிழமை. எனவே நாஞ்சில் நாட்டின் சாவுச் சடங்குகளில் இடம் பெறும் பண்டம் தோசை.

கைநிறைய வெந்தயம், புதிய உளுந்துபோட்டு பொங்கப் பொங்க அரைத்த மாவில் நல்ல சம்பா புழுங்கலரிசி அரைத்த மாவும் சேர்த்து அளவாக உப்புப்போட்டு, தரமாகப் புளித்த மாவில் நல்லெண்ணெய் தடவிச் சுட்டெடுத்த தோசை ஓரங்கள் பொன்னிறமாய்ச் சிவந்து, கண்கண்ணாகத் துளைவிட்டு நல்ல வாசமுடன் இருக்கும்.

ஆட்டுக்கல்லில் அரைத்துச் சுட்ட தோசைக்கு வாசமும் ருசியும் அதிகம் என்று பரவலாகப் பேசக் கேட்கிறோம். கிரைண்டர் வந்த பிறகு, மாலை ஏழு மணிக்குக் கோவை மாநகரின் தெருக்களில் நடந்தால் வீடுகளுக்கு உள்ளே இருந்து வரும் தோசையின் வாசனை சமத்துவ குணத்துடன் இருக்கும். ஆனால் ஆட்டுக்கல்லில் ஆட்டிய தோசைக்கு, வீட்டுக்கு ஒரு மணம் உண்டு.

அரிசியின் உளுந்தின் தன்மை, வெந்தயத்தின் அளவு, உப்பின் அளவு, புளிப்புத் திறன், நல்லெண்ணெயின் தரம் என தோசையின் சுவைக்குப் பல காரணங்கள். எனினும் ஒன்றை எல்லோரும் மறந்துவிடுகிறோம். தோசைக்கு அரைப்பவர், மாவு ஒதுக்குபவர் கையிலிருக்கும் மாவைப் புளிக்கச் செய்யும் பேக்டீரியாக்கள் கிரைண்டரில் செயல்படுவதில்லை.

மேலும் கையால் மாவட்டும்போது உரல் அசையாது, குழவி ஆடும். குழவி ஆடும்போது அதன் வேகம் *Rotation per Minute* எனப்படும் *RPM* மிகக் குறைவு. அரையும்போது மாவு சூடாவதில்லை. ஆனால் *Wet Grinder* என்றால் குழவி அசையாது உரல் சுழலும். அதன் *RPM* என்ன என்பதை *Grinder Label*

பார்த்துத் தெரிந்துகொள்ளுங்கள். வேகமாக அரைபடும் மாவு சற்றுச் சூடாகும். அதாவது அரைபடும் போதே மாவு சற்று வெந்துபோகும். கிரைண்டர் தோசை மாவு சீக்கிரம் புளித்துப் போவதற்கும் ருசி பேதம் அடிப்பதற்கும் இவை முக்கியமான காரணங்கள் என்பது எனது துணிபு.

தீபாவளிப் பண்டிகைக்கு, எண்ணெய்ப் பலகாரம் செய்வது, இனிப்பு செய்வது மிகப் பிந்திய வழமை. ஆனால் தோசையும் இட்லியும் கண்டிப்பாய் செய்யப்படும். குடிமகன், குடி வண்ணான், மற்றுள்ள சிப்பந்திகளுக்குக் கொடுத்தனுப்பும் தோதில்.

பெருமாள் கோயில் நைவேத்தியப் பண்டங்களில் தோசை ஒன்று . நாங்குனேரி வானமாமலைப் பெருமாள் கோயிலில் மிகச் சமீபத்தில், காலை ஒன்பது மணிக்குத் தோசை வாங்கித் தின்றேன், பிரசாதமாக. ஒரு தோசையை இரண்டு பேர் தின்னலாம். அந்த விட்டம், அத்தனை கனம்.

இன்று தமிழ்நாடு முழுக்க முக்கியமான ஒரு வேளை காலை, மாலை – உணவாக இருப்பவை சில: தோசை, இட்லி, பரோட்டா, சப்பாத்தி, கோதுமை ரவை உப்புமா.

கருப்பட்டித் தோசை

பச்சரிசி கொவரப்போட்டு அரைத்துக்கொள்ள வேண்டும். உளுந்து நனையப்போட்டு அதனுடன் கொஞ்சம் வெந்தயமும் போட்டு பொங்கப் பொங்க அரைத்து பச்சரிசி மாவையும் உளுந்த மாவையும் விரவி வைக்கலாம். உப்புப் போடக் கூடாது. மறுநாள் காலையில் புளித்துப் பொங்கி இருக்கும் மாவில் கருப்பட்டி சீவிப் போட்டுக் கலக்கித் தோசையாகச் சுட்டு எடுக்க வேண்டும். நல்ல வாசனையும் செங்கரிய நிறமுமாக இருக்கும்.

அளவு என்பது பச்சரிசியும் உளுந்தும் நாலுக்கு ஒன்று. அரைச் சிரங்கை வெந்தயம். நாழி அரிசிக்கு தரமான ஒரு கருப்பட்டி என்பது கணக்கு. தோசைக் கல்லில் நல்லெண்ணெய் தாராளமாகத் தடவி கருப்பட்டித் தோசை சுட வேண்டும். கட்டியாக இருக்கும் தோசையைப் பிட்டால் அறையறையாக இருக்கும்.

சாதாரணமாக வீட்டில் சுடும் தோசைக்குப் புழுங்கலரிசி என்றால் கருப்பட்டித் தோசைக்குப் பச்சரிசி. பெரும்பாலும் உடைத்த தோல் நீக்காத உளுந்து பயன்படுத்துவார்கள். கருப்பட்டித் தோசை சுட்டால் தெருவெல்லாம் மணக்கும்.

தெரிந்த உறவுக்கார சூலிப் பெண்களுக்கு, சுட்டுக் கொடுத்தனுப்புவார்கள்.

தேங்காய்த் தோசை

இது ஒரு தனித்துவமுள்ள நாஞ்சில் நாட்டுப் பண்டம். எனக்குத் தெரிந்து 2020வரை, ஓட்டல்களில் மெஸ்களில் பரிமாறப்படாத ஐயிட்டம் இது.

முதல் நாள் தோசைக்கு மாவரைத்து வைத்து, மறுநாள் காலையில் இட்லி அவிப்பார்கள். அன்று இரவு விரதம் இருப்பவர்களுக்கு, அதே மாவில் தோசை சுடுவார்கள். பின்னும் மாவு மிச்சம் இருக்கும். தோசைமாவு புளிக்காமல் காபந்து செய்ய குளிர்பதனப் பெட்டிகளும் இல்லை. மறுநாள் காலை தோசைமாவு மேலும் புளித்து நுரைத்துப் பொங்கி இருக்கும். வெயில் காலமானால் கேட்கவே வேண்டாம். அந்த மாவை வீண் செய்யாமல் செலவாக்குவதற்காகக் கண்டடைந்த பண்டம் தேங்காய்த் தோசை.

தேங்காய்த் தோசைக்கு நல்ல இளம் தேங்காயாகப் பார்த்துத் தேர்ந்து உடைத்துத் திருவி தட்டில் வைத்துக்கொள்வார்கள். தோசைக் கல்லை அடுப்பில் காயப் போட்டுக் கல் காய்ந்ததும் நல்லெண்ணெய் தடவி, தோசை வார்த்து நேரம் கடத்தாமல், மேற்பகுதி மாவாக இருக்கும் போதே அதன்மேல் தேங்காய்ப் பூ கணிசமாக நிரவிப் பரத்தி, அதன்மேல் மெலிதாக மறுபடியும் தோசைமாவை வார்க்க வேண்டும். தேங்காய்த் தோசை நல்ல கனமாக இருக்கும். இரண்டு பக்கமும் நன்கு சிவக்க முறுக வேக வேண்டும். நல்லெண்ணெய் தாராளமாக விட்டு வேகவைக்கலாம். இரண்டு தேங்காய்த் தோசை தின்பவன் நல்ல சாப்பாட்டுக்காரன். நெடு நேரம் பசிக்கவும் செய்யாது.

தேங்காய்த் தோசைக்குத் தொட்டுக்கொள்ள மிளகாய்ப் பொடியும் குழப்ப நல்லெண்ணெயும். வேறெதுவும் – சட்னி, சாம்பார், கொத்சு போன்றவை – தோதுப் படாது. வெங்காய தோசை, கீரை தோசை, தக்காளி தோசை, காரட் தோசை, முட்டைக் கோசு தோசை, ஆட்டுக் கறி தோசை என வகை வகையாகப் பயிலும் உணவகங்கள் எதுவும் இன்றுவரை தேங்காய் தோசை பயின்று பார்த்ததில்லை.

உள்ளித் தோசை

இதுவும் தேங்காய் தோசை போன்றதே. தேங்காய்க்குப் பதிலாக சின்ன உள்ளியும் பிஞ்சு பச்சை மிளகாயும் அரிந்து பரத்திச் சுட வேண்டும். தொட்டுக்கொள்ள மிளகாய்ப்

பொடி நல்லெண்ணெய். புளிக்காத மாவுக்கு உள்ளித் தோசை எடுபடாது. சின்ன உள்ளி உரிக்க மாய்ச்சல் படுகிறவர்கள், இன்று பெரிய வெங்காயம் உரித்து அரிந்துகொள்கிறார்கள். உள்ளித் தோசையின் உடன் பிறப்புத்தான் 'ஆனியன் ஊத்தப்பம்'.

குருணைத் தோசை

புழுங்கலரிசிக்குப் பதிலாக அரிசிக் குருணையைக் கொவரப் போட்டுக் கொஞ்சம் பரபரப்பாக அரைத்து, உளுந்தமாவுடன் விரவிப் புளிக்க வைத்துச் சுடும் தோசை. இதற்குத் தொட்டுக்கொள்ள வற்றல்மிளகு வைத்து அரைத்த காரமான தேங்காய் சட்டினி, தேங்காய் சேர்க்காமல் காரமான வெங்காய சட்டினி தோதாக இருக்கும்.

முழு உளுந்து தோசை

உளுந்தை உடைக்காமல், கொவரப் போட்டு, தோல் நீக்காமல் அரைத்துப் புழுங்கல் அரிசி மாவுடன் சேர்த்து விரவி, புளிக்க வைத்துச் சுடுவது. தோசை சற்று சாம்பல் நிறத்தில் இருக்கும். நல்ல வாசனை வரும், தொட்டுக்கொள்ள குருணைத் தோசைக்குச் சொன்ன சட்னிகள்.

சோளாந் தோசை

இலக்கணப் படி இதனைச் சோளத்தோசை அல்லது சோளந்தோசை என்றுதான் கூற வேண்டும். ஆனால் மக்கள் பேச்சு வழக்கில் இலக்கணத்தை எங்கே பொருட் படுத்துகிறார்கள்.

வெள்ளைச் சோளத்தைத் தண்ணீர் தெளித்து உரலில் போட்டுக் குத்தி உமி நீக்கிப் புடைத்த பின்னர், ஒன்றிரண்டாக உடைக்க வேண்டும். பின்பு சோளம் ஒன்றரை உழக்கு, புழுங்கலரிசி அரை உழக்கு, உளுந்து அரை உழக்கு வெந்தயம் கொஞ்சம் சேர்த்து, தனித்தனியாகக் கொவரப்போட்டு அரைக்க வேண்டும். தோசைக்கு அரைக்கும் பருவம்தான். பின்பு மூன்று மாவுகளையும் சேர்த்து உப்புப்போட்டு விரவி வைத்து மறுநாள் காலையில் மாவு புளித்த பிறகு, தோசை சுடலாம். சோளாந்தோசை கட்டியாக, பிட்டால் அறையறையாக, வாசமுடன் இருக்கும். தொட்டுக்கொள்ள காரமான உள்ளிச் சட்டினி சிறப்பு.

அடை

அடை எனும் சொல்லுக்கு அப்பம் என்று பொருள் தருகிறது பிங்கலம். இலைப் பணியாரம் என்று நாம் பேசும்

இலை அடையை, இலையப்பம் என்றும் குறிப்பதுண்டு. அஃதோர் ஆவியில் வேகும் இனிப்புப் பணியாரம். இங்கு நாம் பேசப்புகும் அடை, தோசை போல் தோசைக்கல்லில் வேகும் பணியாரம். சில வீடுகளில் தோசைக்கல் போல ஆப்பச் சட்டி, அடைச் சட்டி எனத் தனியாக வைத்திருப்பார்கள்.

பத்துப்பாட்டு நூல்களில் ஒன்றான மதுரைக் காஞ்சி, அடை பற்றிக் குறிப்பிடுகிறது. 'நல் வரி இறா அல் புரையும் மெல் அடை' என்பது பாடல் வரி. கோடுகளை உடைய தேன் இறால் போன்ற மென்மையான அடை எனப் பொருள் கொள்ளலாம். தேனீக்கள் தேன் சேகரித்து வைக்கும், அடையடையாக இருக்கும் தேன் கூட்டுப் பகுதியைத் தேனடை என்றே வழங்குகிறோம். தோசை வடிவத்தில் இருந்தாலும், நிறம் காவி படர்ந்திருந்தாலும், அடை என்பது பிட்டால் அறை அறையாக இருப்பது.

தோசை, இட்டிலி, கொழுக்கட்டை, புட்டு, ஆப்பம் போல, அடையும் விரும்பி உண்ணப்படும் சிற்றுண்டி. அடையை அடைத்தோசை என்பாரும் உண்டு.

அடைக்குத் தொட்டுக்கொள்ள நாட்டு சர்க்கரைத் தூள் அல்லது அஸ்கா – ஜீனி – பஞ்சசாரை – சீனி. தண்ணீர் ஊற்றாமல் பிருபிரு என அரைத்த தேங்காய்த் துவையல்.

இருபது ஆண்டுகள் முன்பு கோவையில் நீலிக்கோனான் பாளையம் பகுதியில், ஒரு *1BHK* வீட்டில் முதல் மாடியில் குடியிருந்தபோது, கோவை வந்திருந்த, என் பிள்ளைகள் அத்தை என்றழைக்கும், மூத்த எழுத்தாளர் அம்பை வீட்டுக்கு வந்திருந்தார். அன்று தற்செயலாக எங்கள் வீட்டில் அடை. தேங்காய்த் துவையலும் வெல்லத் தூளும் இருந்தது. அன்று தொட்டுக்கொள்ள வெண்ணெய் கேட்டார் அம்பை. அன்று முதல் எங்கள் வீட்டில் அடைக்குத் தொட்டுக்கொள்ள வெண்ணெயும்.

தற்போது பாலக்காட்டு அவியல் – சற்று இளக்கமாகக் குழம்பு போல் வைப்பது – வைத்து மீந்து போனால் அடுத்த நாள் அடையும் அவியலும். அடை அவியல் எனும் மெனு ஓட்டல்கள் மூலம் அறிந்துகொண்டது. அது நாஞ்சில் நாட்டு உணவு வகையில் சேராது. அதுபோல் 'காரடையான் நோன்பு' என்பதும் ஆங்கோர் பண்டிகை இல்லை. எனவே கார அடை, வெல்ல அடை என்பதைக் கண்டேனில்லை. பம்பாய்க்கு வேலைக்குப் போய், சில காலம் தொழிற்சாலையில் எழுத்தர், பண்டகக் காப்பாளர் எனப் பணிபுரிந்து, பிறகு சேல்ஸ்மேன் ஆகப் பதவி உயர்வு பெற்று, தலைமை அலுவலகம் சென்ற

போது அங்கு எனக்கு புருஷோத்தமன் என்று சக சேல்ஸ்மேன் நண்பர். காலையில் நகரில் அலைந்து திரிந்த பின்னர் மதிய உணவு அலுவலக மேசையில் அமர்ந்து சாப்பிடுவோம். அவரது பூர்வீகம் பாலக்காடு. அவர்தான் எனக்கு மெழுக்கு வரட்டியும், மொளகூட்டலும் பகிர்ந்தளித்தார். பண்டிகை நாட்களில் அவர் விசேடமான உணவு கொணர்ந்தால், நான் தாமதமாக அலுவலகம் அடைந்தாலும் எனக்காகச் சாப்பிடாமல் காத்திருப்பார். அவற்றுள் ஒன்று காரடையான் நோன்பு. அவர் தந்து நானந்த அடைகள் அனுபவித்துத் தின்றதுண்டு.

அடைக்கு அரைக்க நான்கு கப்பு பச்சரிசி அல்லது புழுங்கலரிசி, ஊறப்போட வேண்டும். அது போல் முக்கால் கப்பு உளுந்தம் பருப்பு, கடலைப் பருப்பும் துவரம் பருப்பும் கலந்து முக்கால் கப்பு ஊற வைத்துக்கொள்ளலாம். ஊற வைத்த அரிசியை முதலில் ரவை பருவத்தில் அரைத்து, அதனுடன் உளுந்து கடலைப் பருப்பு துவரம் பருப்பு முதலானவை கொவர்ந்திருந்ததைச் சேர்த்துப்போட்டு பிருபிருவென பத்துப் பன்னிரண்டு வற்றல் மிளகாயும் துண்டுக் காயமும் சேர்த்து அரைத்துக்கொள்ளலாம்.

வழித்தெடுத்த மாவில் நல்ல மிளகும் சீரகமும் நுணுக்கிச் சேர்த்துக்கொள்ளலாம். அரிந்த சின்ன உள்ளி, கறிவேப்பிலை, தேவையானால் பச்சை மிளகாய், தேங்காய்ப் பூ சேர்த்து மாவை விரவ வேண்டும். உப்பு சேர்ப்பதைச் சொல்லத் தேவையில்லை. உப்பின்றி அமையாது உணவு.

அடைமாவு புளிக்கக் கூடாது. அரைத்த உடன் அடை சுட வேண்டும். முறுவலாகவோ, கனமாகவோ என்பது அவரவர் மனம் போலச் சுட்டு எடுக்கலாம். அடை சுட நல்லெண்ணெய் பயன்படுத்துவார்கள். சில வீடுகளில் கொழுந்து முருங்கைக் கீரை பறித்து, ஆய்ந்து அடைமாவில் கலக்கிச் சுடுவார்கள். மணமும் சத்தும் ஆகும்.

முருங்கையின் அனைத்துப் பாகங்களுமே மருத்துவப் பயனுள்ளது. பதார்த்த குண சிந்தாமணியின் 391ஆவது பாடல் பகரும் –

> பிஞ்சால் திரி தோஷம் பெரும் பூவால் போகும்,
> உஞ்சு விழிக்குக் குளிர்ச்சியும் சேரும் – விஞ்சிலை வெப்பு
> ஆற்றும், தோல் நஞ்சறுக்கும், அல்வோ் வாதச் சினத்தை
> ஆற்றும் முருங்கை யினது

என்று. முருங்கையை மலையாளம் முரிங்ங என்றும், ஈழம் முருங்கா என்றும் உரைக்கும். இன்றோ யாவர்க்கும் *Drum Stick.*

முற்றிய முருங்கை விதையில் இருந்து எடுக்கப்படும் எண்ணெய் மிகவும் விலை உயர்ந்தது என்று ஈழத்துப் படைப்பாளி, ஆசி. கந்தராசா எழுதியிருந்தார்.

உளுந்து ரொட்டி

நாஞ்சில் நாட்டில் அடையை ரொட்டி என்றும் சொல்வதுண்டு. பூரி, சப்பாத்தி, பரோட்டா, தந்தூரி ரொட்டி, நான், சுக்கா ரொட்டி, குப்புஸ், பன் பரோட்டா, ஃபுல்கா, பிரெட், பன் என்பன அன்று அவர் அறிய மாட்டார். மிகுந்த சிரமப்பட்டு, நான்கணா சேமித்து, நாகர்கோயில் ஆசாத் ஓட்டலில், என் ஆயுளில் முதன்முறையாக பிரியாணி தின்ற போது எனக்கு பத்தொன்பது வயது. உளுந்து ரொட்டி என்ற உளுந்து அடைக்கு, அரிசி இரண்டு கப்பு, உளுந்து முக்கால் கப்பு தனித்தனியாக ஊற வைக்க வேண்டும். உளுந்து தோலுடன் முழுதாகவோ, உடைத்ததாகவோ இருக்கலாம். முதலில் உளுந்தை நன்றாக அரைத்துக்கொண்டு, அதிலேயே அரிசியும் சேர்த்துப் போட்டு அரைத்து வழித்து எடுக்கலாம். உப்பு, பொடித்த நல்ல மிளகு, சீரகம் ஆகியவை சேர்த்துக் கலக்கலாம். தேங்காய்ப்பூ கலந்து சுடலாம். இங்கும் மாவு புளித்தல் ஆகாது. சுடுவதற்கு நல்லெண்ணெய். தொட்டுக் கொள்ள நல்லெண்ணெய் ஊற்றிக் குழைத்த மிளகாய்ப் பொடி அல்லது எள்ளு மிளகாய்ப் பொடி.

கலக்கிச் சுடும் ரொட்டி

இரண்டு கப்பு பச்சரிசி, தோலுடன் கூடிய முழு உளுந்தும் துவரம் பருப்பும் சேர்த்து முக்கால் கப்பு. இவற்றை கலந்து, நன்றாகக் கழுவி, ஈரம் உலர்த்தி, வெயிலில் காய வைக்க வேண்டும். இரண்டு நாள் நன்றாக உணக்கக் காய்ந்த பின் பொடித்துக் கெள்ள வேண்டும். இன்று மிக்சி, அன்று திரிவை. பொடித்து வைத்திருக்கும் மாவில் வெந்நீர் விட்டு விரவி, உப்பும் நல்ல மிளகு சீரகம் நுணுக்கியதும் சேர்த்துக்கொள்ள வேண்டும். துருவிய தேங்காய்ப் பூ நிர்ப்பந்தம். இங்கும் மாவு புளிக்கக் கூடாது. நல்லெண்ணெய்யில் சுட்டு எடுப்பது. தொட்டுக்கொள்ள, வற்றல் மிளகாய் வைத்து அரைத்த தேங்காய்த் துவையல்.

கிழங்கு ரொட்டி

மரச்சீனிக் கிழங்கு, சில நூற்றாண்டுகளுக்கு முன்பு, பெரும் பஞ்ச காலத்து, திருவிதாங்கூர் மன்னர்களால் அறிமுகம் செய்யப்பட்டது. எங்களுக்கு ஒருவேளை உணவும் ஆனது.

சுட்டு, அவித்து, தாளித்து, கறிவைத்து, உணக்கிய கிழங்கை மாவாக இடித்துப் புட்டு செய்து சாப்பிட்டோம். அதில் ஒரு வகை கிழங்கு ரொட்டி.

பதார்த்த குண சிந்தாமணி மரவள்ளிக் கிழங்கை உயர்வாகப் பேசவில்லை. என்றாலும் பசி எனும் பெரும் பாவி அதையெல்லாம் கணக்கில் கொள்ளவில்லை.

பித்தம் கலந்த பெரு வாய்வை உண்டாக்கும்
மெத்த அனல் மந்தத்தை மேலெழுப்பும்

என்பது பாடல் வரி.

என்றாலும் கிழங்கு ரொட்டி சுவையானது. அரைகிலோ கிழங்கின் இரண்டு தோலும் நீக்கி, துண்டுகளாக்கிக் கழுவிக் கொண்டு, அரிசி ஒரு கப்பு, பருப்பும் உளுந்தும் சேர்த்து அரை கப்பு. முன்பு கூறியது போல் அரைத்தெடுத்து, நுணுக்கிய நல்லமிளகு, சீரகம் சேர்த்து, தேங்காய்ப்பூ கலந்து, சின்ன உள்ளி, கறிவேப்பிலை, பச்சைமிளகாய் அரிந்து போட்டுக் கலக்கி உடனே சுடுவது. வற்றல் மிளகாய் சேர்த்தரைத்த தேங்காய்த் துவையல் தொட்டுக்கொள்ள.

திரும்பத் திரும்ப கறிவேப்பிலை பேசுகிறோம். மிகத் தொன்மையான தாவரம் அது. பத்துப் பாட்டு நூல், கடியலூர் உருத்திரங்கண்ணனார் பாடியது பெரும்பாணாற்றுப் படை. அது 'கஞ்சக நறு முறி' என்ற சொற்றொடர் பயன்படுத்துகிறது. கஞ்சகம் எனில் கறிவேம்பு. நறுமுறி எனில் மணமிக்க இலை.

சிறுவயதில் குட்டிச் சாக்கும் முக்கால் ரூபாயும் கொண்டு மேற்குமலைக் கூம்புக்கு நடந்தேறி நான் மரச்சீனிக்கிழங்கு வாங்கி வந்த கதையொன்று உண்டு எம்வசம். விற்பனைக்கு அல்ல, வீட்டு அவசியத்துக்கு.

இன்று நடைமுறையில் கோதுமை இனிப்பு ரொட்டி, சோளரொட்டி, கம்பு ரொட்டி, ராகி ரொட்டி உண்டு. ஆனால் அன்று அவை நாஞ்சில் நாட்டு ரொட்டிகள் அல்ல.

இட்லி

இரவு எட்டு மணிக்கு மேல், உணவு விடுதிகளில் இட்லி கொணரப் பணிப்பவரைத் திரும்பிப் பார்க்காமலேயே அவரது வயதை நிர்ணயித்துவிடலாம். பெரும்பாலும் அறுபதை நெருங்குபவராக இருப்பார்.

எளிதில் சீரணமாவது, விலை குறைவானது, எண்ணெய் இலாதது. அரிசி, உளுந்து, உப்பு மூன்றே பொருள் கொண்டது.

நீராவியில் வெந்ததைப் புட்டு என்று சொன்னான் தமிழன். இட்லி எனும் பெயர் முதலில் எந்த மொழியில் என்று பயன் படுத்தப்பட்டது என்பதை ஆய்வாளர் தேடலுக்கு விட்டு விடுவோம்.

வட நாட்டவரும் விரும்பி உண்ணும் பலகாரம் இட்லி. மேட்டுக் குடியினர் அதனை Rice Cake எனப் பகடி செய்வதைக் காண அருவருப்பு ஏற்படுகிறது அவர்பால்.

தோசைக்கு மாவாட்டும் அதே பருவம்தான். ஒரு வேறுபாடு, இட்லிக்கு ஊறப்போடும் உளுந்தில் முன்பு வெந்தயம் சேர்க்க மாட்டார்கள். இன்று அவ்விதம் பிரித்துப் பார்ப்பதில்லை. நூறாண்டுகள் முன்பு இட்டிலிக் கொப்பரையும் மூடியும் தட்டுக்களும் மண்ணால் ஆனவை என்கிறார் பேராசிரியர் அ.கா. பெருமாள். முன்பு வேகவைக்கப்பட்ட இட்லிகளின் அளவில் நான்கில் ஒரு பங்குதான் இப்போதைய உருவம்.

முன்பு இட்லி எனில் மிளகாய்ப் பொடி, தேங்காய் சட்னி. இட்லி சாம்பார் எனும் பக்குவம் நாஞ்சில் நாட்டில் பெரும்பாலும் கல்யாண வீடுகளில்தான். மல்லிகைப் பூ இட்லி, காஞ்சிபுரம் இட்லி என்று நாங்கள் கேள்விப்பட்டதே இல்லை. எதற்கு சோறும் இட்டிலியும் மல்லிகைப்பூ நிறத்தில் இருக்க வேண்டும்?

பயணம் போவோருக்குத் தோசையை விட இட்லி உகந்த உணவு. என்றாலும் ஒரு காலத்தில் இட்லியே ஏழை மக்களுக்கு எட்டாத உணவாகவே இருந்துள்ளது. 'ஏழைச் சிறுமியர் மனப்புழுக்கம்' எனும் பாடலில் கவிமணி தேசிக விநாயகம் பிள்ளை, இட்டெலியை ஏதோ வோர் எலி வகை என்றெண்ணி சிறுமியர் மயங்கியதாகப் பாடுகிறார்–

இட்டெலி ஐந்தாறு தின்றோம் என்பீர் – நீங்கள்
ஏதும் கருணை இலீரோ அம்மா

என்று.

நாம் இட்டிலியைப் பிட்டுத் தின்போம், வட நாட்டவர் பலர் முழு இட்டிலியைக் கையில் எடுத்துச் சட்னி அல்லது சாம்பாரில் முக்கிக் கடித்துத் தின்பார்கள்.

சினை இட்லி

நாஞ்சில் நாட்டிலும் இந்தப் பலகாரம் இப்போது அருகிப் போய்விட்டது. சினை எனில் கர்ப்பம். பூரணம் வைத்து அவிப்பதால் சினை இட்லி எனப் பெயர் பெற்றது. இனிப்பான

பண்டம் அது. இட்லி மாவு வழக்கம் போல் அரைத்துக்கொள்வது தான். தலைக்கா நாள் மாவு அரைத்து உப்புப் போட்டு விரவி வைத்துக்கொள்வார்கள்.

மறுநாள் காலையில் சிறுபயிறு வறுத்து உடைத்துத் தோல் நீக்கிய பயற்றம் பருப்பை வேகவைத்து தண்ணீரை துவர வைத்துக்கொள்ள வேண்டும். பின்பு கருப்பட்டிப் பாகு எடுத்து, தூசு தும்பு இல்லாமல் வடிகட்டி, தேங்காய் திருவிப் போட்டு அதில் வேகவைத்த பாசிப்பருப்பையும் கலந்து வைத்துக்கொள்ள வேண்டும். இட்லிக் கொப்பரையின் தட்டில் வெள்ளைத் துணி, அல்லது வாழை இலைத் துண்டு விரித்துக் கொஞ்சமாய் இட்லி மாவு ஊற்றி அதில் ஓரகப்பை பூரணம் வைத்து அதின் மேல் மறுபடியும் இட்லி மாவு இலேசாக ஊற்றி நீராவியில் வேக வைத்து எடுக்க வேண்டும்.

இட்லியின் மிதமான உப்புச் சுவையும் பூரணத்தின் இனிப்புமாக சினை இட்லி நூதனமானதோர் பண்டம். கர்ப்பமாயிருக்கும் பெண்கள் ஆசைப்பட்டுச் செய்து கேட்பதாலும் அதற்கு சினை இட்லி எனப் பெயர் வந்திருக்கலாம். தொட்டுக் கொள்ள வேறெதுவும் தேவைப்படாத பலகாரம் இது.

பொதுவாக நாஞ்சில் நாட்டுச் சிற்றுண்டிகளுக்கு எண்ணெய்ச் செலவு அதிகம் கிடையாது. அதுவும் சினை இட்லியில் எண்ணெய் ஆவதே இல்லை. பயற்றம் பருப்பு, கருப்பட்டி, தேங்காய், அரிசிமாவு, உளுந்தமாவு என ஊட்டச் சத்துள்ள உணவு இது. எனினும் எனது நினைவை எத்தனை அகழ்ந்து பார்த்தாலும் நான் சினை இட்லி தின்ற நாள் ஐம்பது ஆண்டுகளுக்கு மேலிருக்கும். இதுவும் ஒரு Endangered Delicacy.

கொழுக்கட்டை

இதுவோர் தமிழர் உணவு. பால் கொழுக்கட்டை, சர்க்கரைக் கொழுக்கட்டை, காரக் கொழுக்கட்டை, வெந்தயக் கொழுக்கட்டை, உளுந்துக் கொழுக்கட்டை, மணிக் கொழுக்கட்டை, உப்புக் கொழுக்கட்டை, மண்டைக் கொழுக்கட்டை என இதில் ஏராளமான தினுசுகள். 'வாயிலே என்ன கொழுக்கட்டையா கெடக்கு?' என்பது வாய் பேசாமல் ஊமையாய் நிற்பவரைப் பார்த்துக் கேட்கும் கேள்வி. 'கூழுக்கும் ஆசை கொழுக்கட்டைக்கும் ஆசை' என்பதோர் சொலவம். 'மண்டை, கொழுக்கட்டை மாதிரி வீங்கிப் போச்சு' என்பதோர் உவமை. மிக எளிதான, கொழுப்பே இல்லாத, மக்கள் பண்டம் இது. தமிழ்நாட்டின் எல்லாப் பகுதிகளிலும் பரவலாக இன்னும் புழக்கத்தில் உள்ள பலகாரம்தான். நூடுல்சையும் பிட்சாவையும்

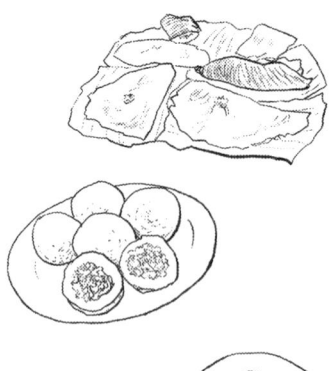

வென்றும் இது வாழ்ந்திருக்கும் என்பது என் நம்பிக்கை. இது காலைப் பலகாரம், மாலைப் பலகாரம், இரவு உணவும் ஆகும். மிக எளிதாய்த் தயாரித்துவிட இயலும் கொழுக்கட்டைகளைக் கைவிட்டுவிடக் கூடாது.

இனி, பரவலாக நாஞ்சில் நாட்டில் வழங்கும் சில கொழுக்கட்டைகளைப் பார்ப்போம். இதைச் செய்வதற்குக் கடையில் சிட்டை கொடுத்து எதுவும் வாங்கிவர வேண்டியதும் இல்லை. பச்சரிசி அல்லது புழுங்கலரிசி ஆதாரம். உப்பு அல்லது சர்க்கரை சுவைக்கு. தேங்காய்த் துருவல் போதும். ஆவியில் அல்லது நீரில் வெந்து எடுப்பதால் கொழுப்புக்கு வழி இல்லை.

காரக்கொழுக்கட்டை

தேவையான பொருட்கள்: புழுங்கல் அரிசி, மிளகாய் வற்றல், காயம், துவரம் பருப்பு, நல்ல மிளகு, சீரகம், உப்பு கறிவேப்பிலை.

அரைக்கிலோ அரிசிக்கு நூறுகிராம் துவரம் பருப்பு என்பது கணக்கு. பத்து மிளகாய் வற்றல், தேவைக்கு உப்பு, கொஞ்சம் நல்ல மிளகு, சீரகம், காயம், கறிவேப்பிலை பொடியாக நறுக்கியது.

கொவரப்போட்ட அரிசியையும் துவரம் பருப்பையும் தண்ணீர் விட்டு அரைக்க வேண்டும். அரைக்கும்போது, காயம் வத்தல் மிளகாய், நல்ல மிளகு, சீரகம், உப்புப் போட்டு பிருபிருவென அரைத்துக்கொள்ள வேண்டும். எப்போதுமே கொழுக்கட்டைக்கு 'பிருபிரு' வென்றுதான். நைசாக அரைக்கக் கூடாது. அரைத்து வழிக்கும்போது அரிந்த கறிவேப்பிலை சேர்த்துக்கொள்ளலாம்.

பிறகு சீனிச் சட்டியை அடுப்பில் ஏற்றி, சின்ன அகப்பைக்கு இரண்டு அகப்பை தேங்காய் எண்ணெய் விட்டு, அரைத்த கொழுக்கட்டை மாவை அதில் போட்டு, கொழுக்கட்டை

பிடிக்கும் பருவத்துக்கு வறட்டிக்கொள்ள வேண்டும். பிறகு மாவைக் கொழுக்கட்டைகளாகப் பிடித்து இட்டிலிக் குட்டுவத்தின் தட்டில் வைத்து அவித்து எடுக்கலாம். கொழுக்கட்டை மாவில் தேங்காய் போட்டும் பிசையலாம். ஆனால் கொழுக்கட்டை சீக்கிரம் ஊசிப் போகும்.

தேங்காய்ப் பூ போடாமல் பிசைந்து அவித்தால் பிரயாணங்களுக்குக் கெட்டுப் போகாமல் இருக்கும். வெங்காயம் போடலாகாது. சீனியைத் தொட்டுத் தின்பாரும் தேங்காய் சட்னி தொட்டுத் தின்பாரும் ஒன்றுமே தொட்டுக் கொள்ளாமல் தின்பாரும் தேசத்தில் உண்டு. சிலர் பெரிய எலுமிச்சம் பழம்போலக் கொழுக்கட்டை உருட்டுவார்கள். சிலர் நீள் உருண்டையாகப் பிடிப்பார்கள். எப்படிப் பிடித்தாலும் கொழுக்கட்டையைக் கரண்டியால் இரண்டாக வெட்டிப் பார்த்து, வெந்துவிட்டதா, மாவாக இருக்கிறதா என்று தெரிந்த பிறகு எடுக்க வேண்டும்.

சர்க்கரைக் கொழுக்கட்டை

மற்றுமோர் எண்ணெய் இல்லாத பண்டம் இது. அடிப்படைத் தேவைகள் பச்சரிசி – சம்பாப் பச்சரிசியானால் சிறப்பு – சர்க்கரை, தேங்காய். இங்கு நான் சர்க்கரை என்பது வெல்லம். சீனி என்ற பஞ்சசாரை அல்ல. இத்தனைக் குறைவான மூலப் பொருட்கள் கொண்ட மற்றுமோர் பலகாரம் காண்பதரிது. பெரும்பாலும் ஔவையாரம்மன் கோயில் விரதம், மண்டைக்காட்டு அம்மன் கோயில் விரதத்துக்குச் சர்க்கரைக் கொழுக்கட்டை அவிப்பார்கள்.

ஔவையார் அம்மனுக்கு ஆடி, தை, மாசி மாதச் செவ்வாய்க் கிழமைகளில் விரதம் இருந்து சர்க்கரைக் கொழுக்கட்டை அவித்து வழிபடுவார்கள். ‘அயர்த்தால் ஆடி, தப்பினால் தை, மறந்தால் மாசி’ என்பது சொலவம்.

கோயிலுக்கு என்றால் எப்போதும் பச்சரிசிதான். புழுங்கல் அரிசி ஒரு முறை வேக வைக்கப்படுவதால் எச்சில் என்பது நம்பிக்கை. எனவே தெய்வங்களுக்கு ஆகாது.

சர்க்கரைக் கொழுக்கட்டை அவிக்க, முதலில் அரிசியைக் கல் நாவிக்கொள்ள வேண்டும். கொழுக்கட்டையில் மண், கல் கடிபட்டால் மனசு சங்கடப்படும். ஒன்று அரிசியைக் கொவரப் போடாமல் அம்மியில் ‘பிருபிரு’வென அரைத்துக்கொள்ளலாம். அல்லது திருவையில் திரித்துக்கொள்ளலாம். தற்போது மிக்சியிலும் திரிக்கிறார்கள். ஒரு கிலோ அரிசிக்கு அரைக்கிலோ சர்க்கரை, ஒருமுறித் தேங்காய் என்பது கணக்கு.

பொடித்த அரிசிமாவில் கொஞ்சம் பச்சைத் தண்ணீர் விட்டு விரவி, சீவிய சர்க்கரை, துருவிய தேங்காய்ப் பூ இவற்றையும் சேர்த்துக்கொள்ள வேண்டும். உப்பில்லாத, கறுப்பான, சின்ன உருண்டைகளாக இருக்கும் கோட்டயம் சர்க்கரை, முழுக்க முற்றாத இளம் தேங்காய் சிறப்பு. கொழுக்கட்டைப் பருவத்துக்கு விரவி, உருண்டைகளாகப் பிடித்து தாலத்தில் அடுக்கிக்கொள்ளலாம். கொழுக்கட்டை என்றாலே உருண்டை என்றும் பொருள் எழுதிக் கொள்ளலாம்.

சர்க்கரைகளில் ஓரோர் மண்ணுக்கு ஓரோர் சிறப்பு உண்டு. கோட்டயம் சர்க்கரையில் உப்புச் சுவை இருக்காது. இனிப்புச் சத்து அதிகம். சின்ன, கருத்த உருண்டைகளாக இருக்கும். இரசாயன உப்புக்கள் சேர்த்து, கரும்புப் பாலை வெள்ளாவி வைத்து வெளுப்பதில்லை. பண்டங்கள் யாவும் எதற்காக வெள்ளை நிறத்தில் இருக்க வேண்டும் என்று தெரியவில்லை. பெண்ணின், ஆணின் தோலின் வெளுப்புக்குக்கூட நாட்டில் அதிக விலை கிடைக்கிறது.

கூம்பு வடிவத்தில் உள்ள வெள்ளை உருண்டை வெல்லத்தை நாஞ்சில் நாட்டில் முன்பெல்லாம் தொடுவதே இல்லை. மண்டைச் சர்க்கரை என்று கேவலமாகச் சொல்வார்கள். எனவே சர்க்கரையின் நிறத்துக்குத் தக்க பிரதமன், கொழுக்கட்டை, அப்பம் யாவும் நல்ல கனிந்த கருப்பு நிறத்தில் இருக்கும்.

கொழுக்கட்டை அவிப்பதற்குச் சின்ன வெங்கல உருளி நல்லது. மிதமாகச் சூடு ஏறும், நீண்ட நேரம் சூடு நிற்கவும் செய்யும். உருளி பரந்து குழிந்த பாத்திரம் என்பதால் நிறையக் கொழுக்கட்டை ஒரே நேரத்தில் வேகவிடலாம். கொழுக்கட்டை உருண்டைகளைப் போடுவதும் கண்ணகப்பையால் எடுப்பதும் எளிது.

உருளி என்பது கேரளத்தில் அதிகம் பயன்படுத்தப்படும் வெண்கல வார்ப்புப் பாத்திரம். களிம்பு பிடிக்காது, ஈயம் பூச வேண்டாம். விரலால் தட்டினால் இசைக் கருவி போல் வண்டின் ரீங்காரம் நீண்டு நிதானித்து ஒலிக்கும். நாழித் தண்ணீர் முதல் பத்துக்குடம் தண்ணீர் பிடிக்கும் அளவுகளில் உருளிகள் நாஞ்சில் நாட்டில் புழக்கத்தில் உண்டு. பெரிய உருளிகளைக் கவிழ்த்துத் தூக்கி இரண்டு பேர் தலை கொடுத்து, கால் தடம் பார்த்து நடந்து போவதுண்டு. பண்டு, கல்யாணம் செய்து கொடுத்த பெண் பிள்ளைகளுக்குப் பொங்கல் படி கொடுக்கும்போது, பித்தளை நிலை விளக்கு, செப்புக்குடம், இரண்டு காதுகள் கைப்பிடிக்க

வைத்த செம்பு நிலவாய், செம்புப் பானை, வெண்கல வார்ப்பு உருளி கட்டாயம் இடம் பெறும்.

உருளி நசுங்காது, வளையாது, குழி விழாது. கீழே போட்டால் விரிசல் விழும் அல்லது உடையும். விரிசல் அல்லது கீறல் விழுந்த உருளியைத் தட்டிப் பார்த்தால் ஒலி வேறுபட்டால் கண்டுபிடித்துவிடலாம். அப்படி விரிசல் விழுவதை ‘மூச்சு விட்டிற்று’ என்பார்கள். மண்பானை, உருளி, வரிக் கற்கள், தொலித்த நெற்றுத் தேங்காய் என்பன மூச்சு விட்டால் போச்சு.

உடைந்த உருளியைக் கோட்டாற்றுக் கம்போளத்தில் பழைய விலைக்கு விற்றுவிட வேண்டியதுதான். ரிப்பேர் செய்ய இயலாது. உடையாமல் இருந்தால் பல தலைமுறைகள் சந்ததியினருக்குக் கைமாறிக்கொண்டிருக்கும். கல்யாண அடியந்திரங்களுக்கும், சிறிய பெரிய விசேடங்களுக்கும் அண்டை அயலில் இருந்து வார்ப்பு, உருளி, பெரிய போணி, நிலவாய், அண்டா, செம்பு எல்லாம் இரவல் வாங்கிக் கொள்வார்கள். தேய்ந்து போகும் என யாரும் கணக்குப் பார்ப்பதில்லை.

மன்னர்களுக்குக் கொடி, குடை, கிரீடம், முரசு, பட்டத்து யானை, பட்டத்துக் குதிரைபோல, பெரிய குடும்பங்களில் உருளி ஓர் ஐசுவரியம்.

கல்யாண வீடுகளில் பிரதமனும் அவியலும் உருளியில்தான் வைப்பார்கள். உருளியில் வைத்த அவியலுக்கு ருசியே தனி. சாயங்காலம்வரை சூடு நிற்கும். ஊசாது, புளிக்காது. இன்றும் ஊட்டுப்புரைகள் நடப்பில் இருந்த கோயில்களில், கொட்டாரங்களில் பெரிய உருளிகளைப் பார்வைக்கு வைத்திருக்கிறார்கள். தண்ணீர் நிறைத்தால் இரண்டு பேர் கிடந்து குளிக்கலாம். பத்மநாபபுரம் கொட்டாரம், திருவனந்தபுரம் அனந்த பத்மநாபன் கோயில், குருவாயூர் அம்பலம் போன்ற இடங்களில் அந்த உருளிகளைப் பார்க்கலாம். நான்கு பேர் சேர்ந்து தூக்க முடியாது. நிரந்தரமாக அடுப்பில் கிடக்கும். சமையல் முடிந்ததும் கழுவித் தண்ணீர் கோரி, துண்டால் துடைப்பார்கள்.

நாஞ்சில் நாட்டில் பெரிய உருளிகளில் பாயசம் வைத்தால், உருளியின் குறுக்கே மூங்கில் நுகம் வைத்து, இரு பக்கக் காதுகளிலும் கொச்சக் கயிற்றால் கட்டி, பக்கத்துக்கு இரண்டு பலசாலிகள் தூக்கி அடுப்பிலிருந்து கீழே இறக்குவார்கள்.

கொழுக்கட்டை அவிப்பதற்குச் சின்ன உருளி கிடைக்கா விட்டால், சின்ன மைசூர் சருவம் அல்லது வேறேதும் வாய் அகன்ற பாத்திரம் போதும்.

பாத்திரத்தில் விட்ட தண்ணீர் 'தறதற'வெனக் கொதிக்க வேண்டும். வெறுமனே ஆவி அல்லது குமிழி வந்தால் மட்டும் போதாது. கொதிக்காத தண்ணீரில் பிடித்து வைத்திருக்கும் கொழுக்கட்டையைப் போட்டால் உதிர்ந்து போகும். பிறகு கூழ் கிடைக்கும், கொழுக்கட்டை கிடைக்காது. கொழுக்கட்டை உருண்டைகளைப் போட்ட பிறகு சூடு அமர்ந்து மறுபடியும் கொதி வந்தபிறகு, கண்ணகப்பை அல்லது பரந்த வெண்கல அகப்பையால் புரட்டிப் போட வேண்டும். கொழுக்கட்டை வெந்து விட்டதன் அடையாளங்களில் ஒன்று, மாவினுள் இருக்கும் தேங்காய்ப் பூ வெளியே தெரியும்.

அப்படியும் சந்தேகம் இருந்தால், ஒரு கொழுக்கட்டையை வெளியே எடுத்து, அகப்பையால் இரண்டாக வெட்டி, உள்ளே மாவாக இருக்கிறதா, வெந்துவிட்டதா என்று பார்க்கலாம். வெந்தும் வேகாததுமான கொழுக்கட்டையை நாக்கு வெந்து விடாமல் ஊதியூதித் தின்பதும் ஒரு சுவைதான்.

ஏற்கெனவே சிவந்த சம்பாப் பச்சரிசி மாவு, கருத்த கோட்டயம் சர்க்கரை, வெளுத்த தேங்காய்ப் பூ எல்லாம் சேர்ந்து வெந்த சர்க்கரைக் கொழுக்கட்டை, வாடிப்போன தாமரைப்பூ நிறத்தில் அல்லது குறிஞ்சிப் பூ நிறத்தில் இருக்கும்.

சர்க்கரைக் கொழுக்கட்டை தின்னும்போது தொட்டுக் கொள்ள வேண்டும் எனில் பக்கத்தில் இருப்பவரைத் தொட்டுக் கொள்ளலாம். சீவிப் போட்ட சர்க்கரை சூட்டில் உருகி, கொழுக்கட்டையின் மேற்புறம் கண் கண்ணாகத் தெரியும். அந்த இடம் கடித்துத் தின்ன சொந்த இடம்.

கொழுக்கட்டை அவித்த தண்ணீரில் கொஞ்சம் சர்க்கரை சீவிப்போட்டு, பச்சரிசி மாவு கரைத்து ஊற்றி, சுக்கும் தட்டிப் போட்டுக் கொதிக்க விட்டால் அதன் பெயர் கூழ். சுடச் சுடக் குடிக்கச் சுவை. ஆறியபின் அமுது.

வீட்டில் சர்க்கரைக் கொழுக்கட்டை அவித்தால், கொழுக்கட்டை மாவில், ஏலம் சுக்கு பொடித்துக் கலந்து கொள்ளலாம். ஔவையாரம்மன் கோயிலில் கூழும் கொழுக்கட்டையும் அவித்து வழிபடும்போது, அந்தக் கொழுக்கட்டையில் ஏலம் சுக்கு போடக் கூடாது என்பது விதி. ஒருவேளை எளிமை குலைந்துவிடும் என்று எதிர்பார்த்தார்கள் போலும்.

எவ்வளவு எளிய உணவு ஔவையாருக்குப் படைக்கப் படுகிறது என்று பாருங்கள். பச்சரிசி மாவு, சர்க்கரை, தேங்காய் அவ்வளவே. எண்ணெய் கிடையாது, கொழுப்பு கிடையாது, சர்க்கரை ஒன்றுதான் கடையில் வாங்கும் பொருள். தின்னால் திகட்டாது, தேகத்துக்கும் கேடில்லை.

உப்புக் கொழுக்கட்டை

சர்க்கரைக்குப் பதில் உப்பு எனுமோர் பாடபேதம் மட்டும்தான். சர்க்கரைச் சீவிப் போட்டுப் பிசைவதற்குப் பதிலாக, உப்புத் தண்ணீர் தெளித்து மாவைப் பிசைந்துகொள்ள வேண்டும். அல்லது அரைக்கும் போதே உப்புப்பரல் சேர்த்து அரைத்துக் கொள்வது.

பெரும்பாலும் சர்க்கரைக் கொழுக்கட்டை அவித்தால் உப்புக் கொழுக்கட்டையும் அவிப்பார்கள். அவ்விதம் இரண்டும் அவிக்கும்போது முதலில் உப்புக் கொழுக்கட்டை அவித்த பிறகு அந்தத் தண்ணீரிலேயே சர்க்கரைக் கொழுக்கட்டை அவிக்கலாம். பிறகு கூழ் காய்ச்ச வேண்டும். முதலில் சர்க்கரைக் கொழுக்கட்டை அவித்து அதே தண்ணீரில் உப்புக் கொழுக்கட்டை அவித்தால் விளங்காது. உப்புக் கொழுக்கட்டை ருசி பேதப்படும்.

ஔவையாரம்மன் விரதத்துக்கு அவிக்கும் கொழுக்கட்டையில் உப்புப் போடக் கூடாது. பச்சரிசிக்கும் தேங்காய்க்கும் இயல்பாக ஓர் இனிப்பு உண்டு. உப்புப் போடாமல் அவித்த விரதக் கொழுக்கட்டைக்கு விநோதமான மந்தமான இனிப்புச் சுவை உண்டு.

ஔவையாரம்மன் கொழுக்கட்டை

ஔவையாரம்மன் கொழுக்கட்டை என்றாலேயே அது சர்க்கரை போடாத, உப்பும் போடாத விரதக் கொழுக்கட்டை. செந்தவிடு போகத் தீட்டாத பச்சரிசி இடித்து, தேங்காய்ப்பூ மாத்திரம் போட்டு, தண்ணீர் தெளித்து விரவி, கொழுக்கட்டை பிடித்து, கொதிக்கும் தண்ணீரில் போட்டு வேகவைத்து எடுப்பது.

ஔவையாரம்மன் கோயில் பற்றியும் விரதம் பற்றியும் வேறோர் இடத்தில் விரிவாக எழுதி இருக்கிறேன். கன்னியாகுமரி மாவட்டத்தில் ஔவையாரம்மனுக்கு மூன்று இடங்களில் கோயில்கள் உண்டு. கர்ண பரம்பரைக் கதைகளாகவும் சில உண்டு. பறம்பு மலைக்குச் சொந்தமான பாரி மகளிர் பாடியதாக புறநானூறு (எண் – 112) பாடல் உண்டு.

அற்றைத் திங்கள் அவ்வெண் நிலவின்,
எந்தையும் உடையேம்; எம்குன்றும் பிறர் கொளார்;
இற்றைத் திங்கள் இவ்வெண் நிலவின்,
வென்று எறிமுரசின் வேந்தர் எம்
குன்றும் கொண்டார்; யாம் எந்தையும் இலமே

என்பது பாடல்.

அங்கவை சங்கவைக்கு மணம் செய்து வைக்க, ஔவையார் அவர்களைக் குமரி மாவட்ட எல்லையில் காவல் கிணறு எனும் ஊருக்கும் ஆரல்வாய்மொழிக்கும் இடையே இருக்கும் முப்பந்தல் எனும் இடத்துக்கு அழைத்து வந்து, சேரசோழ பாண்டிய மன்னர்களுக்கு மூன்று பந்தல் அமைத்து மணம் செய்வித்தாள் என்றும் பின்பு நாஞ்சில் நாட்டில் அம்மனாகக் குடி இருந்தாள் என்பது கதை.

ஔவையாரம்மன் கோயில் இன்று ஆரல்வாய்மொழி – நெடுமங்காடு சாலையில், காட்டுப் பகுதியில் இருக்கிறது.

சாலைக்கு வடக்குக் கரையில் ஆறு. தெற்கில் நஞ்சை வயல்கள். ஆற்றைத் தாண்டினால் அழிசு, காராமுள், நொச்சி, உண்ணி, மஞ்சணத்தி, கொழுஞ்சி, ஈந்து எனப் புதர்களும் சிறுமரங்களும் மண்டிய பாறைகளும் பாறை சார்ந்த இடமும். தொடர்ந்து ஏறினால் சின்னஞ்சிறு குன்றுகள், மலை. ஆற்றுக்கும் சாலைக்கும் இடையில் நாவல், மா, பனை, வேம்பு என உயர்ந்த மரங்கள் செழித்த காட்டுத் தோப்பில் ஔவையாரம்மனுக்குக் கோயில். பச்சை மண் சுவர், மர அழிப் படிப்புரை, ஓட்டுப் பணி செய்த கூரை. ஆடம்பரமில்லாத கோயில் நாஞ்சில் நாட்டுப் பராமரிப்பில் இன்றும் சக்தியுடனும் செயலுடனும் இருப்பது.

சில தமிழ் இலக்கியப் பரப்பில் ஔவையார் எனும் பெயரில் சில பெண்பாற் புலவர்கள் வாழ்ந்ததாக வரலாறு. குறுந்தொகைப் புலவர் வெள்ளி வீதியாரின் தோழியான ஔவை ஒருத்தி, அதியமான் நெடுமான் அஞ்சியைப் பாடியவள் –

களம் புகல் ஓம்புமின், தெவ்விர்! போர் எதிர்ந்து
எம்முளும் உளன் ஒரு பொருநன்; வைகல்
எண் தேர் செய்யும் தச்சன்
திங்கள் வலித்த கால் அன்னோனே

என்பது புறநானூற்றுப் பாடல் (87).

'அடகு என்று சொல்லி அமுதினை இட்ட கடகம் செறிந்த கையாள்' என்றும் 'நீலச் சிற்றாடைக்கு நேர்' என்றும் பாடியவர். உப்புக்கும் கூழுக்கும் பாடியவர். எந்த ஔவை ஆனாலும்,

எந்தக் காலத்தில் வாழ்ந்தாலும், அனைவரும் வீரமும் தயையும் தமிழும் மிக்கவர்கள். எனவே பாரதி, தனது கட்டுரையில், ‘திருவள்ளுவரைக்கூடத் தமிழர்கள் தொலைத்துவிடலாம். ஆனால் ஔவையைத் தொலைத்துவிடக் கூடாது’ என்று எழுதினார்.

ஔவை சாந்தமும் இரக்கமும் அன்பும் கொண்டவள். ஆனால் நாஞ்சில் நாட்டுப் பெண்களும் திருவிதாங்கூர் சமஸ்தானத்து மலையாளக் குறுப்பு இனப் பெண்களும் ஔவையையும் அவள் கோபத்தையும் மிகவும் அஞ்சினார்கள். நாஞ்சில் நாட்டு வடமீதிக் கிராமம் ஒன்றில் ஔவையின் பசியாற்றத் தவறிய ஊரை, ‘வடக்கு மலைக் காற்றடித்து வாரிக்கொண்டு போக’ என அவள் சபித்து அந்த ஊரே அழிந்து போயிற்று என்றொரு தொன்மம் உண்டு. ஔவையார் எங்ஙனம் ஔவையார் அம்மன் ஆனாள் எனும் தகவல்களை நாட்டுப்புற ஆய்வாளர்கள் அ.கா. பெருமாள், பத்மநாபன் போன்றோர் எழுதி இருக்கிறார்கள்.

ஔவையாரம்மன் விரதம் கட்டுப்பாடுகளும் ஒழுக்க நெறிகளும் பயபக்தியும் தொனிக்க நிற்பது. எப்போதுமே ‘அம்மன்’ எனும் அடைமொழி கோரிப் பெறும் விஷயங்கள் தான் அவை.

காலையில் எதுவும் குடிக்காமல், தின்னாமல், வெறும் வயிற்றுடன் விரதம் இருந்து பெண்கள் நோன்பு கொண்டாடினார்கள். உரலில் குத்திக் கொழித்துப் புடைத்துக் கல் நாவிய பச்சரிசி. அதை இடித்த மாவில் தேங்காய்ப் பூ மட்டும் போட்டுத் தண்ணீர் தெளித்துப் பிசைந்த கொழுக்கட்டை மாவு.

ஆடிச் செவ்வாய்களில் கோயிலைச் சுற்றித் தோப்புவரை பெருங்கூட்டம் கிடக்கும். பேருந்தில் வந்தவர், மாட்டு வண்டி கட்டி வந்தவர், சைக்கிளில் வந்தவர், காரில் வந்தவர் யாவரும் விறகு, தேங்காய், மாவு, பாத்திரம் என முன்னேற்பாடுகளுடன் வந்திருப்பர். நண்பகல் பன்னிரண்டு மணிக்குத் தீபாராதனை கொடுக்க வேண்டும். அதற்குள் கொழுக்கட்டை அவித்து, கூழ் காய்ச்சி, கோயில் சுற்றுப் பிரகார உட்திண்ணையில் வெள்ளையடித்த சுவரில் மஞ்சணையால் சூலம் வரைந்து, வெற்றிலை, பாக்கு, பழம், தேங்காய் வைத்து விரதம் இருந்து அவித்த கொழுக்கட்டையைப் படைத்து தீபாராதனைக் கொடுத்து, முழங்கால் மடித்து மண்டி போட்டு, குளித்து ஈரம் உலராத கோடாலி முடிச்சுப் போட்ட கூந்தல் மண்புரள கும்பிட்டு எழுந்தல்லாமல் விரதம் முடியாது.

ஓராள் குனிந்து நுழையும் கருவறை வாசலில், நெரிபிரியாகக் கிடக்கும் பெண்கள் கூட்டத்தில் தீபாராதனை நின்று கும்பிட நேரம் வாய்க்காது. அம்மனுக்குச் சூடம் கொழுத்தி தீபம் காட்டி உச்சிக்கால பூஜை நடக்கும் போது தத்தம் படைப்புக்கள் முன்னால் சூடம் காட்டுவார்கள். மனதினுள் கருவறையின் ஔவையார் அம்மன் சிலை பொன் போல் துலங்கும் பித்தளை அங்கி சாத்தி தோவாளைப் பிச்சிப்பூ அரளிப்பூ மாலைகள் சாத்தி, பிரகாசமாக இருக்கும்.

இந்த விரதம் இருக்கும் மாதங்களில், கோயில் வளாகம் அன்றியும் சின்னஞ்சிறு நாஞ்சில் நாட்டுக் கிராமங்களில் ஔவையாரம்மனுக்கு விரதம் இருந்தார்கள். ஔவையாரம்மன் விரதம் என்றாலேயே கொழுக்கட்டை விரதம்தான். பெரும்பாலும் கிராமத்தில் ஏதாவது வாய்ப்பான ஒரு வீட்டில் கூடி, ஆடிச் செவ்வாய் இரவுகளில் கொழுக்கட்டை அவித்து நள்ளிரவில் சாமி கும்பிட்டார்கள்.

எனது நினைவு சுமார் அரை நூற்றாண்டு பின்னோக்கிப் பாய்கிறது. வீரநாராயண மங்கலத்தில் எங்கள் வீடு வடக்குத் தெருவும் கீழத்தெருவும் சந்திக்கும் ஈசான மூலையில். வடக்குத் தெருவில் நான்கு வீடுகள் தாண்டி இருந்தது பழவூர்ப் பெரியம்மை வீடு. எனக்குப் பழவூர்ப் பெரியம்மை, ஊரில் பலருக்கும் பழவூர் ஆத்தா. வெள்ளைச் சேலை ஆடை, காது பாம்படம் அணிகலன். அன்று அந்த வயதுப் பெண்கள் ஜெம்பர், ஜாக்கெட், ப்ளவுஸ், சோளி, ரவிக்கை எதுவும் அணிவதில்லை. பெண்களின் மேற்சட்டைக்குச் சரியான தமிழ்ப் பெயர் எனக்குத் தெரியாது. மேற் சொன்ன யாவும் பிறமொழிச் சொற்கள். பழவூர்ப் பெரியம்மை பெண்ணென்று பேர் படைத்தாலும் இரண்டு ஆண்களுக்குச் சமம். என் வயதுப் பெண்களும் பையன்களும் பலர் அவள் கையில் பிறந்தவர்கள். மருத்துவச்சி அல்ல, பழவூர் சைவ வெள்ளாடிச்சி.

நியாயத்தின் பால் நிற்கும் ஆவேசமும் தைரியமும் கொண்ட குரல். யார்க்கும் எதற்கும் அஞ்ச மாட்டாள். நோய்க்கும் பயமில்லை. பேய்க்கும் பயமில்லை. அவள் நாக்கைத் துருத்தி, கண்களை உருட்டினால் பெரியவர்களுக்கே பயமாக இருக்கும். சின்ன வயதில் கணவனை இழந்து கைம்மை நோற்றவள். ஒற்றைக்கு ஒரு மகன், வீரியப் பெருமாள் பிள்ளை என்று பெயர், நல்ல படிப்பாளி, அறிவாளி, கவிஞர் பாபன் என்று எழுதியவர். வந்த அரசு வேலைக்கும் போகவில்லை, கவிதைப் புத்தகமும் வரவில்லை. கடைசியில் நெசவுப்பட்டறைக்குத் தறி நெய்யப் போனார். இன்று போயே போனார்.

ஏழெட்டுப் பெண்கள் கூடி முதல் காட்சி, ரெண்டாம் காட்சி ஆட்டம் முடிந்து, காட்டு வழியில் நாலுமைல் ஊருக்கு நடக்கையில் ஒரே துணை பழவூர்ப் பெரியம்மைதான். அவள் இயற்பெயர் எனக்கு இன்று மறந்து போயிற்று. சினிமா முடிந்து பாம்புறங்கும் பேய் உலவும் இரவு இரண்டு மணிக்கு, மேல் சீலையைத் தலைப்பாகைப் போல் கட்டி முன்னால் நடப்பாள். அழுத பிள்ளைக்குப் பயம் காட்ட மாத்திரம் இல்லாமல், ஆத்திர அவசரத்துக்கு ஆஸ்பத்திரிக்கும் அவள்தான் கூடப் போவாள். முன்பு சினிமாப் புரைகளில் நடந்து வரும் பிள்ளைகளுக்கு டிக்கட் உண்டு. இடுப்புப் பிள்ளைகளுக்கு டிக்கட் கிடையாது. எங்கம்மை இடுப்பில் ஏற்கெனவே ஒரு பிள்ளை இருக்கும். பழவூர்ப் பெரியம்மை என்னைத் தூக்கி இடுப்பில் வைத்துக் கொள்வாள். எனக்கு அப்போது பதினோரு வயதிருக்கும். வாசலில் டிக்கட் கிழிப்பவனுக்கே சிரிப்பு வரும். “யாத்தா இடுப்பு எலும்பு நொறிஞ்சிராம!” என்பான்.

பழவூர்ப் பெரியம்மை வீட்டில்தான் ஆடிமாதம் ஏதேனும் ஒரு செவ்வாய் இரவு ஔவையாரம்மன் விரதம் இருப்பார்கள் பெண்கள். அன்றிரவு கவிஞர் பாபனுக்கு படுக்கை ஊர்ப்பள்ளிக்கூட வராந்தாவில். ஏனெனில் விரதம் இருக்கும் வீட்டில் ஆண்வாடை ஆகாது.

பழவூர்ப் பெரியம்மை வீடு ஓலை வீடுதான். தெருவிலிருந்து நுழைந்ததும் முற்றம், வாசலுக்கு இருபுறமும் படிப்புரைகள். படிப்புரையில் ஆட்டுரல், விறகு அடுக்கு, புன்னைக்கொட்டை சாக்கு, தென்னை மடல் எனப் பலவும் கிடக்கும். உள்ளே நுழைந்தால் முன் திண்ணை, அடுக்களை, புறவாசல் அவ்வளவே!

நாள் முழுக்க, ஒரு பொழுது விரதம் இருந்த பெண்கள், முன்னிரவில் விரதம் இருக்கும் வீட்டில் கூடுவார்கள்.

சமையாத சிறுமிகள், சமைந்த குமரிகள், வாழ்வரசிகள், விதவைகள் என எல்லாப் பருவத்தினரும் பங்கெடுக்கலாம். மாதவிடாய் வந்தவர்கள் மட்டும் ஐந்து நாட்கள் ஆகாவிட்டால் விலக்கு.

தலைக்கு இருநாழி பச்சை நெல், ஒரு தேங்காய், உழக்குத் தேங்காய் எண்ணெய், வெற்றிலை, பாக்கு, பழம், சாம்பிராணி கொண்டு போவார்கள்.

விரதம் இருக்கும் இடம், கொழுக்கட்டைக்கு நெல் குத்தும் உரல் – உலக்கை, சுளவு, மாவு திரிக்கும் திரிவை, எல்லாம் மெழுகிக் கழுவி சுத்தமாக இருக்கும்.

பச்சை நெல்லைக் கல்நாவி, கைக்குத்தலாக, உரலில் போட்டு விரதத்தன்று இரவுதான் குத்துவார்கள். கைக்குத்தல் அரிசியைத் தீட்டுவதில்லை. பின்பு அரிசியைத் திருவையில் திரிப்பார்கள். நெல் குத்தி, அரிசி எடுத்து, அரிசியைத் திரித்த பின், நள்ளிரவில் தேரேகால் என்றழைக்கப்பட்ட ஆற்றுக்கு அனைவரும் குளிக்கப் போவார்கள். ஆறு என்றால் வெகு தூரமில்லை. தெருவில் இறங்கி, இடதுகைப் பக்கம் திரும்பினால் வரும் சின்ன முடுக்கைக் கடந்தால் சாலை, சாலையிலிருந்து ஆற்றில் இறங்க கல்கட்டுப் படித்துறை.

குளித்துவிட்டு வந்து ஈரத்துணியுடன் கொழுக்கட்டை செய்யத் தொடங்குவார்கள். அனைவர் நெல்லையும் சேர்த்துப் போட்டுக் குத்திய கைத்குத்தல் அரிசியை மொத்தமாய்த் திரித்த மாவு. அனைவர் தேங்காயையும் உடைத்துத் திருவிய தேங்காய்ப்பூ. உப்புப் போடாமல் சர்க்கரையும் போடாமல் தண்ணீர் விட்டு மாவு விரவுவார்கள். எல்லோரும் உட்கார்ந்து கொழுக்கட்டை பிடிப்பார்கள். கொழுக்கட்டைகள் ஒருவடிவம், ஒருதரம் என்றிருப்பதில்லை. அம்மி, குழவி, குட்டுவம், அகல் விளக்கு, தொட்டி, குழித்தட்டு எனும் வடிவங்களில் கொழுக்கட்டை பிடிக்கப்படும்.

பெரிய மைசூர் சருவம் அல்லது உருளியில் தண்ணீரை வெட்டக் கொதிக்க வைத்து, பிடித்த கொழுக்கட்டைகளை வேகவைத்து எடுப்பார்கள். முதலில் குமரிகள் பிடித்த கொழுக்கட்டைகள். பின்பு மற்றவர் பிடித்தவை.

ஔவையாரம்மன் முகம் செய்வதற்கு சிவகிரி அம்மன் கோயிலில் இருந்து மடிச் சீலையில் மண் கொணர்ந்து வைத்திருப்பார்கள். மண்ணை நீரூற்றிப் பிசைந்து முகம் செய்து, பூ இதழ்களால் கண், வாய், மூக்கு சோடித்து, சந்தனம் குங்குமம் வைத்து ஔவையார் அம்மனாகப் பாவித்துக்கொள்வார்கள்.

பாட்டி ஒருத்தி ஔவையாரம்மன் கதை சொல்ல, அரவம் எழுப்பாமல் கேட்பார்கள். விளக்கேற்றி, வெற்றிலை, பாக்கு, பூ பழம் வைத்து, சாம்பிராணி புகை போட்டு, அகல் விளக்குப் போல் செய்த கொழுக்கட்டைகளில் தேங்காய் எண்ணெய் ஊற்றி, வாழை இலை மேல் வைத்து, வெள்ளைத் துணி கிழித்துத் திரிதிரித்துப் போட்டு, தீபம் ஏற்றி, வேகவைத்த கொழுக்கட்டைகளைப் படைத்து சூடம் காட்டிக் கும்பிடுவார்கள்.

பல வடிவங்களில் பிடித்த கொழுக்கட்டையை, அம்மனுக்குப் படைத்ததை, ஆண்களுக்குத் தின்னத் தருவ தில்லை. அவர்களுக்கு என, தனியாகச் சர்க்கரை சீவிப்போட்டு

உருட்டிப் போட்டு, வேக வைத்து எடுத்துக்கொள்வார்கள். எங்ஙனமாயினும் வேக வைத்த கொழுக்கட்டை மறுநாள் மாலைக்குள் செலவாக்கப்பட்டிருக்க வேண்டும்.

இந்தப் பூசையில் பெண்களைத் தவிர, குஞ்சு முளைத்த வேறெவரையும் கலந்துகொள்ள அனுமதிப்பதில்லை. பூசை நடக்கும் வீட்டு ஆண்கள் அன்று முன்னிரவில் சாப்பிட்டபின், அம்மன் கோயில் அல்லது சாத்தாங்கோயில் படிப்புரையில் போய்ப் படுத்துக்கொள்வார்கள்.

கொழுக்கட்டைக்கு நெல் குத்திய உமியைக்கூட வெளியில் போடக் கூடாது என்றொரு சட்டம் உண்டு.

இந்த நள்ளிரவு ஔவையாரம்மன் விரதப் பூஜை, பல் பருவப் பெண்களும் கலந்துகொண்டு, உடல் கூச்சம் விலக்கி, அம்மணமாக நடைபெறும் என்றொரு பேச்சு பிற பகுதிகளில் உண்டு. மிகச் சமீபத்தில் இந்த நூல் எழுதும் முகத்தான், பலமுறை இந்த விரதம் எடுத்த, 89 வயதாகிய என் அம்மையிடம் கேட்டபோது, அவள் அதை ஏற்றுக்கொள்ளவும் மறுக்கவும் செய்யாமல் தாண்டிப் போனாள். பழவூர்ப் பெரியம்மை காலமாகிப் பல பத்தாண்டுகளுக்கும் மேலாகிவிட்டது. அதன் பிறகு அந்த விரதம் மேற்கொள்ளப்பட்டதாக எனக்குத் துல்லியமாகத் தகவல் இல்லை. நானும் ஊரிலிருந்து புலம்பெயர்ந்து 50 ஆண்டுகள் ஆகிவிட்டன.

தமிழ் பாடிய ஔவைக்குக் கூழும் கொழுக்கட்டையும் வைத்து வழிபடுவது எனக்குப் புரிகிறது. ஆனால் அவள் அம்மன் ஆகியதும் இவ்வளவு பயபக்தியைக் கோரியதும் வியப்புத் தரும் செய்திகள்.

மண்டைக்காட்டு அம்மன் கொழுக்கட்டை

மண்டைக்காடு என்பது கன்னியாகுமரி மாவட்டத்தின் மேற்குப் பகுதியில் அமைந்த அற்புதமான கடற்புரம். சென்ற நூற்றாண்டின் பிற்பாதியில் நடந்த இனக்கலவரங்களின் போது இந்தப் பெயரை நீங்கள் இன்னும் நினைவு கூரலாம். கன்னியாகுமரி மாவட்டத்துக்கு அறுபது கிலோ மீட்டருக்கு மேல் கடல் எல்லை உண்டு. முட்டம், சின்ன முட்டம், சங்குத்துறை, குளச்சல், சொத்தவிளை, ராஜாக்கமங்கலம், மணவாளக்குறிச்சி, கோவளம், வட்டக் கோட்டை, பெரிய காடு முதலியன முக்கியமான சில மீன் பிடித்துறைகள். சுற்றுலா மேம்பாடு எனும் பெயரில் இயற்கைக்கும் கலையுணர்வுக்கும் சுற்றுச் சூழலுக்கும் செய்த நாசங்களுக்கு நல்லதோர் எடுத்துக்காட்டு கன்னியாகுமரி. சபரிமலை ஐயப்பன் யாத்திரைக் காலங்களிலும்

பிற விடுமுறைக் காலங்களிலும் பயணிகளும் கடை கண்ணி வைத்திருப்பவர்களும் திறந்தவெளி மலங்கழிக்கும் இடமாகப் பயன்படுத்துவது கன்னியாகுமரிக் கடற்கரை. அந்த வாசனையில் தான் 'நீலத்திரைகடல் ஓரத்திலே நின்று நித்தம் தவம் செய்யும் குமரி அன்னை'.

இயற்கை அழகு மிக்க, மானுடப் பூண்டுகளின் மலமூத்திர வியர்வை நாற்றமடிக்காத, சாய்க்கடை கலக்காத துறைகளில் ஒன்று மண்டைக்காடு. மற்ற தமிழ் நாட்டுக் கடற்புரங்களைப் போலன்றி, கன்னியாகுமரி மாவட்டக் கடற்கரைகள் அழகுடன் ஆபத்தையும் புதைத்து வைத்திருப்பவை. முட்டளவு தண்ணீர் என்று இறங்கினால் அடுத்த அடி கால் நிலைக்காத மடுவாக இருக்கும். மேலும் பாறைகளும் சுழிகளும் எளிதில் ஏமாற்றிவிடும் அபாயம் கொண்டவை. திருச்செந்தூரோ, வேளாங்கன்னியோ அல்ல அரபிக்கடல் ஓரங்கள்.

அரபிக்கடலோரம், கேரள மாநில எல்லையை ஒட்டி அமைந்திருக்கும் சக்தி வாய்ந்த பகவதி கோயில் இருப்பது மண்டைக்காடு கிராமத்தில். கேரளத்தில் புகழ் பெற்ற, பயபக்தியுடன் வழிபடப்படும் பகவதி கோயில்கள் பல உண்டு. திருவனந்தபுரத்து ஆற்றுக்கால் பகவதி, காடம்புழ பகவதி, மீன்குளத்தி பகவதி, பூக்குளத்தி பகவதி, கொடுங்கல்லூர் பகவதி, சோட்டானிக்கரை பகவதி, திருச்சூர் பகவதி என்பாரின் வரிசையில் முக்கியமானது மண்டைக்காட்டுப் பகவதி. தமிழ்நாட்டில் இருந்தாலும் கேரளத்துப் பக்தர்கள் வெள்ளமாகப் பாயும் கோயில் மண்டைக்காடு. கன்னியாகுமரி பகவதி தென்முனைக் கடல் நோக்கி நின்று தவம் செய்கிறார் என்றால் மண்டைக்காட்டு பகவதி, கடலுக்குப் புறம் காட்டி நிலம் பார்த்து நின்று அருள் செய்பவள். அவளது முன்வாசல் பெரு நிலப்பரப்பு, பின்வாசல் நீலத் திரைப் பரப்பு.

மண்டைக்காட்டு அம்மனுக்கு ஆடு, கோழி பலி உண்டு. பொங்கலிட்டு வழிபடுவதும் உண்டு. ஆற்றுக்கால் பகவதிக்கு மாசி மாதம் மகம் நட்சத்திரத்தன்று வழிபடும் பொங்கல் ஆற்றுக்கால் பொங்காலை எனப்படும். பொங்கல் வைக்கும் பெண்கள் வரிசை இன்றெல்லாம் நான்கு கிலோ மீட்டர் தாண்டிப் போகிறது என்கிறார்கள்.

மங்கலாக எனக்கோர் ஞாபகம் உண்டு. பத்துப் பன்னிரண்டு வயதிருக்கலாம். மண்டைக்காட்டுக் கொடைக்குப் போனது. நாஞ்சில் நாட்டுச் சிற்றூரில் இருந்து கரிக்கேஸ் வண்டி பிடித்து நாகர்கோயில் மணிமேடை சந்திப்பில் இறங்கி, அங்கு காத்துக்கிடந்து மற்றொரு கரிக்கேஸ் வண்டி பிடித்து இறங்கி,

நடந்து, நடந்து, நடந்து... இரவுச் சாப்பாட்டுக்கான கட்டுச்சோறு அடைந்த பித்தளை வாளியும் கைக் குழந்தையும் அம்மா விடம். அப்பா தலைமேல் குட்டிச் சாக்கில் கட்டப்பட்ட சமையல் பானை, சருவம், அரிவட்டி, சாப்பாட்டு அரிசி, கொழுக்கட்டை சாமான்கள், தோளில் தொங்கும் மாற்றுடைகள் திணிக்கப்பட்ட பை.

கரிக்கேஸ் வண்டியில் இருந்து இறங்கும்போது விளக்கு வைத்துவிட்டது. சிணுங்கிக்கொண்டே, கால்வலி துன்புறுத்த, கேட்டது நினைவிருக்கிறது. “இன்னும் எவ்வளவு தூரம்?” கேட்ட பதிலும் நினைவிருக்கிறது, “அன்னா வெளக்கு தெரியில்லா, அதுக்குக் கிட்டதான்.”

கற்றூண்களில் அகல்போல் குடையப்பட்டு, குழியில் திரி ஏற்றி, காற்றுக்குக் கண்ணாடிக் கூண்டு காபந்து செய்த விளக்குத் தூண்கள். பல விளக்குகள் கடந்த பின்பு மண்டைக்காட்டு அம்மன் கோயில் முகப்பு மைதானம் வந்தது.

புளித்தண்ணி தாளித்த சோறும் சுண்டவைத்த மொச்சைக் கொட்டை கடலை தீயலும் தின்று கடற்கரைத் தோப்பு மணலில் அம்மாவின் கண்டாங்கி விரித்துப் படுத்து உறங்கியது நினைவில் இருக்கிறது.

எல்லாம் வாங்கக் கிடைக்கும். விறகு, எண்ணெய், வெற்றிலை, பாக்கு, சூடம், சாம்பிராணி சகலமும்.

பச்சரிசிக் கொழுக்கட்டை மாவு சேர்ப்பது ஏற்கெனவே நாம் பார்த்த பக்குவம்தான்.

முதல் கொழுக்கட்டை பெரிதாக உருட்டி எடுத்துக் கொள்வார்கள். சேம்பங்கிழங்கு முளை போல் இரண்டு கொம்பு வைப்பார்கள், கொழுக்கட்டையின் தலை போல். அந்தக் கொழுக்கட்டை மட்டும் முதலில் கொம்பு முறியாமல், உடைபடாமல் வேகவைத்து எடுப்பது சம்பிரதாயம். அது அம்மன் கொழுக்கட்டை. படையல் கொழுக்கட்டை. மண்டைக்காட்டு அம்மனுக்கு மட்டும்தான், கொம்பு வைத்து அவித்த கொழுக்கட்டை. மாவில் சீவிப் போட்டிருக்கும் சர்க்கரை, வேக வைக்கும்போது உருகி, இளகி, கொழுக்கட்டையின் முகப்பில் கண்போல், வாய் போல் ஒழுகி, பார்க்க முகம் போலிருக்கும்.

மண்டைக்காட்டு அம்மனுக்கும் ஆடிமாத, மாசிமாத செவ்வாய்க்கிழமைகள் வழிபாட்டுக்குச் சிறப்பானவை.

கொழுக்கட்டை அவித்து அம்மனுக்குப் படையல் செய்து முடிக்கும்போது, மண்டைக்காட்டுக் கடற்புரத்தில் முற்பகல்

மடி வந்து இறங்கும் நேரமாக இருக்கும். மடி என்பது மீன் பிடிக்கப்போகும் கட்டுமரங்களில் இருந்து இறங்கும் மீன் வலைகள். மீன் இறங்கும் இடத்தில் வாங்க மலிவாக இருக்கும். மண்டைக்காட்டுக் கடற்புரத்து குதிப்பு மீன் மிகவும் சுவையுடையது. குதிப்பு, நவரை, நெத்திலி, பன்னா, குத்தா, அயிலை, சாளை எனச் சிறுமீன்கள் வாங்கி, பச்சைத் தேங்காய், கொத்தமல்லி, நல்லமிளகு, மிளகாய் வத்தல், மஞ்சள், சின்ன உள்ளி வைத்து வடிய அரைத்து – மாங்காய் கிடைத்தால் நல்லது – புளி கரைத்து ஊற்றி ஒரு புளி முளம் வைப்பார்கள். மீன் கறி வைக்க மண்சட்டியும் சிரட்டை அகப்பையும் அங்கேயே வாங்கக் கிடைக்கும். கொண்டு போயிருந்த புழுங்கலரிசியை அங்கேயே பொங்கிச் சாப்பிட்டு விட்டு கொடை பார்க்கப் போகலாம். கோயில் பிரகாரத்தில் அம்மி, குழவி, ஆட்டுரல் வரிசை வரிசையாகக் கிடப்பதால் அரைக்க, பொடிக்க பிரச்னை இல்லை. தோப்பில் காற்றுக்கு மறைவான இடம் பார்த்துக் கூட்டிப் போட்டிருக்கும் அடுப்புக்களில் பொங்கிக் கொள்ளலாம்.

மிகச் சமீப காலத்தில், ஐம்பதாண்டுகளுக்குப் பிறகு குடும்பத்துடன், பண்டிகை எதுவும் இல்லாததோர் நாளில் மண்டைக்காடு போயிருந்தோம். அன்று தின்ற சர்க்கரைக் கொழுக்கட்டைக்கும் புழுங்கலரிசிச் சோற்றுக்கும் குதிப்பு மீன் புளிமுளத்தில் கிடந்த பச்சை மிளகாய்க்கும் நா ஊறி வந்தது. இந்த இடத்தில் எனக்கு ஆலப்புழை முல்லைக்கல் பகவதியும் நினைவுக்கு வருகிறாள்.

தொன்னைக் கொழுக்கட்டை

பெரும்பாலும் மாசி மாதம் மகம் நட்சத்திரம் வரும் அன்று பௌர்ணமியாக இருக்கும். பௌர்ணமியை 'பௌர்ணை' என்றும் சொல்வார்கள். அன்றுதான் ஆற்றுக்கால் பகவதி கோயில் பொங்காலை. பொங்காலை என்பது பொங்கலின் மலையாளத் திரிபு. மொழி என்பது மக்கள் நாவின் சுழற்சியும் பிறழ்ச்சியும் நவிர்ச்சியும் பெற்ற வடிவங்கள் தானே. இன்றைய கன்னியாகுமரி மாவட்டம் 1956 நவம்பர்முதல் தேதிவரை திருவிதாங்கூர் சமஸ்தானத்துடன்தான் இருந்தது என்பதையும் மறந்துவிடக் கூடாது. அப்போது தலைநகராக இருந்த திருவனந்தபுரத்து ஆற்றுக்கால் பொங்காலையில் நாஞ்சில் நாட்டுக் காரர்களும் பங்கேற்றிருந்தனர். இன்றும் கூடப் பங்கேற்கிறார்கள். மூன்று பானை, ஐந்து பானை, ஏழுபானை என பொங்கல்விட நேர்ச்சைகள் இருந்தன. பொங்கல் விட்ட பிறகு அவிப்பது தொன்னைக் கொழுக்கட்டை.

தொன்னை என்றால் தெரியுமல்லவா? மாவிலையில் அல்லது பலா இலையில் கிண்ணம்போல மடித்துச் செய்வது. தொன்னைக் கொழுக்கட்டைக்குத் தொன்னை பிடிப்பது திரளி இலையில். திரளி என்பது மாவிலை போல் நீண்டிருக்கும் ஒரு இலை. ஒடித்துப் பார்த்தால் கருவாப்பட்டை வாசனை வரும். உண்மையில் வாசனை மசாலாப் பொருட்களில் ஒன்றான கருவாப்பட்டை எனப்படும் பட்டை உரித்து எடுக்கப்படும் மரத்தின் இலைதான் திரளி. பிரியாணி, பிரிஞ்சி ஆகிய தயாரிப்புகளில் காய்ந்த இந்தத் திரளி இலையை இரண்டாக ஒடித்து வாசனைக்காகப் போடுவார்கள்.

புட்டு மாவு போல் இடித்துச் சலித்த பச்சரிசி மாவு, வறுத்த சிறுபயிற்றம் பருப்பு, சீவிய சர்க்கரை, தேங்காய்ப் பூ, பழுத்த பாளையங்கோடன் வாழைப்பழம் போட்டுப் பிசைந்து, திரளி இலைத் தொன்னையில் அடைந்து, ஆவியில் வேகவைப்பது. அதாவது தொன்னைக் கொழுக்கட்டையைக் கொழுக்கட்டையாகப் பிடிக்காமல், தொன்னை கொள்ளும் அளவுக்குப் பிசைந்த மாவை அள்ளி வைத்து ஆவியில் வேக வைத்து எடுப்பது.

ஆவியில் வெந்த பிறகு, திரளி இலையின் வாசம் கொழுக்கட்டையில் இறங்கி மணமும் சுவையும் நன்றாக இருக்கும்.

பிடி கொழுக்கட்டை

பிள்ளையார் சதுர்த்திக்கு அவிக்கும் கொழுக்கட்டை இது. சர்க்கரைக் கொழுக்கட்டையின் பக்குவம். அதாவது பச்சரிசி கொவரப் போட்டு இடித்து அல்லது நனையப் போடாமல் நைசாகத் திரித்து, சர்க்கரை சீவிப் போட்டு, தேங்காய்ப் பூ வறுத்துப் போட்டு விரவிக்கொள்ள வேண்டும். பிள்ளையாருக்குப் பிடிக்கும் கொழுக்கட்டையில் ஏலம் சுக்குப் பொடித்துச் சேர்த்துக்கொள்வார்கள். கொழுக்கட்டையை உருண்டையாகப் பிடிக்காமல் வலது கையின் விரல் அடையாளங்கள் பதியும்படி நீள வாட்டத்தில் பிடித்து நீராவியில் வேகவைத்து எடுத்துப் பிள்ளையாருக்குப் படைத்து தீபாராதனை கொடுப்பார்கள்.

மண்டைக் கொழுக்கட்டை

இது நேர்ச்சைக் கொழுக்கட்டை. திருவனந்தபுரம் பத்மநாபசாமி, திருவட்டாறு ஆதிகேசவப் பெருமாள் கோயில்களில் நேர்ந்துகொண்டு செய்து படைக்கும்

கொழுக்கட்டை. தீராத தலைவலி வந்தால் குணமாவதற்காக மண்டைக் கொழுக்கட்டை நேர்ந்துகொள்வார்கள்.

பச்சரிசியை நைசாகத் திரித்து வைத்துக்கொள்ள வேண்டும். பாசிப் பயிறு எனப்படும் சிறுபயறு வறுக்காமல் முழுதாகப் போட்டு வேகவைத்து, தண்ணீர் இறுத்துக்கொள்ளலாம். வேகவைத்த சிறுபயிற்றில் சர்க்கரை சீவிப்போட்டு, தேங்காய் திருவிப்போட்டுப் பிசைந்து கொள்ளலாம். இது பூரணம். பச்சரிசி மாவை உப்புப் போடாமல் வெண்ணெய் பருவத்தில் குழைத்து, வாழை இலைத் துண்டில் தோசை போல் வட்டமாகப் பரத்திக் கொள்ள வேண்டும். அதன் நடுவில் பூரணத்தை வைத்து, வேறொரு இலையில் பரத்திய பச்சரிசி மாவைக் கொண்டு மூட வேண்டும். மேலும் கீழும் வாழை இலை பொதிந்திருக்க, ஒரு தட்டுக்கு ஒன்று எனும் வீதத்தில் இட்லிக் குட்டுவத்தில் வைத்து ஆவியில் வேகவைத்து எடுக்க வேண்டும். வாழை இலை வெந்து நிறம் மாறிவிட்டால் கொழுக்கட்டை அவிந்து விட்டது என்று பொருள்.

பெருமாளுக்கு – மூன்று, ஐந்து, ஏழு, பதினொன்று, இருபத்தொன்று மண்டைக் கொழுக்கட்டை என்று நேர்ந்திருப்பார்கள். அவித்து எடுத்த கொழுக்கட்டைகளைப் பெரிய தாலத்தில் வைத்து, வாழை இலைபோட்டு மூடி, கோயிலில் கொடுத்து தீபாராதனை காட்டித் திரும்ப வாங்குவார்கள்.

தீராத் தலைவலி தீரும் என்பது நம்பிக்கை.

மோதகம்

பிள்ளையாருக்கும் அவருக்குப் போக மிஞ்சினால் அவரது வாகனமான மூஞ்சூறுக்கும் பிடித்தமான பலகாரம் இது. குறிப்பு – மூஞ்சூறு என்பது எலியல்ல, எலிபோல் தோற்றமளிக்கும் இன்னொரு உயிரினம். எலியளவுக்குச் சேதம் செய்வதில்லை. முன்னிரவு நேரங்களில், கிராமப் புறங்களில் வீட்டின் சுவரோரம் நீண்ட வாலுடன் ஊர்ந்து போகும். மூஞ்சூறினைக் கொல்லவும் மாட்டார்கள். கொன்று தின்னவும் மாட்டார்கள். பெரும்பாலான மக்கள் பிள்ளையாரின் வாகனம் என எலியையும் பெருச்சாளி எனும் அவயானையும் புரிந்து வைத்திருக்கிறார்கள்.

கறாரான பொருளில் மோதகம் கொழுக்கட்டை இனம் அல்ல. எனினும் ஒரு நிர்வாக வசதி கருதி, இந்தப் பிரிவில் எழுதுகிறேன். கர்னாடக இசையில் மோகனம்போல, பலகார

வரிசையில் மோதகம் மிகவும் சுவாரசியமான தின்பண்டம். பிள்ளையார் அன்றி வேறு எந்தத் தெய்வத்துக்கும் மோதகம் படைக்கப்படுவதாகத் தெரியவில்லை. மோதகம் எனும் சொல்லுக்கு இலட்டுகம் என்று பொருள் தருகிறது பிங்கல நிகண்டு.

பச்சரிசி மாவை நைசாக இடித்துக்கொள்ள வேண்டும். தண்ணீர் தெளித்து வெண்ணெய் சேர்த்துப் பிசைந்து கொள்ளலாம். சிலர் உப்பு சேர்ப்பார்கள், சேர்க்காமலும் செய்யலாம். சிறுபயிறு வறுத்து, உடைத்து, தோல் நீக்கி, முக்கால் வேக்காடாக அவித்து வைத்துக்கொள்ள வேண்டும். தேங்காய் திருவி, தேங்காய்ப் பூவை சிவக்க வறுத்துக்கொள்ளலாம். சர்க்கரையைச் சீவி, வறுத்த தேங்காயுடன் சேர்த்து, வேகவைத்துத் துவரவைத்த சிறுபயிற்றம் பருப்புடன் சேர்த்துப் பிசைந்தால் பூரணம் தயார். பூரணத்தைச் சிறு உருண்டைகளாக உருட்டி அடுக்கிக்கொள்ள வேண்டும்.

ஏற்கெனவே வெண்ணெய் சேர்த்து வெண்ணெய் போல் பிசைந்து வைத்திருக்கும் பச்சரிசி மாவை, சட்டிபோலப் பிடித்து, பூரண உருண்டையை அதனுள் வைத்து, மூடி, குடுமிபோலப் பிடிக்கவேண்டும். பின்பு இட்டிலிக் கொப்பரையில் துணிமேல் அல்லது இலைமேல் அடுக்கி, ஆவியில் வேகவைத்து எடுத்தால் அது மோதகம்.

பூரணத்துக்குச் சிறுபயிற்றம் பருப்புக்கு மாற்றாக அவல் சேர்த்துக்கொள்பவர்கள் உண்டு. சிறுபயிற்றம் பருப்பும் அவலும் தவிர்த்து, கணிசமாக வறட்டிய தேங்காய்ப் பூவுடன் சீவிய சர்க்கரை சேர்த்துப் பூரணம் பிடித்துச் செய்வாரும் உண்டு. சிலர் வறுத்த சிறுபயிற்றம் பருப்புக்குப் பதிலாகக் கடலைப் பருப்பை வேக வைத்துத் தண்ணீர் துவர வைத்தும் மோதகத்துக்கான பூரணம் செய்வார்கள்.

மோதகம் பழங்காலத்துப் பலகாரம். பத்துப் பாட்டு நூல்களில் ஒன்றான மாங்குடி மருதனார் இயற்றிய மதுரைக் காஞ்சி மோதகம் பற்றிக் குறிப்பிடுகிறது. மதுரை நகரின் இரவுக் காலம் பேசும் காலை 'கவவொடு பிடித்த வகையமை மோதகம்' என்கிறது. காய்ச்சப்பட்ட சர்க்கரைப் பாகுடன் பருப்பு, தேங்காய் முதலானவை உள்ளே வைத்துப் பிடித்த மோதகம் என்பது பொருள்.

அமிர்த கலசம்

பல் பல்லாக நறுக்கிய தேங்காயை நெய்யில் வறுத்து, நெய், கற்கண்டு சேர்த்துச் செய்த பூரணத்தில் மோதகம்

செய்தால் அதன் பெயர் அமிர்த கலசம். கோட்டாறு செட்டியத் தெரு நயினார் தேசிக விநாயகர் தேவஸ்தானத்தில் அமிர்த கலசம் நைவேத்தியம் சிறப்பானது. இந்தப் பிள்ளையாரின் பெயரைத்தான் கவிமணிக்கு, தேசிக விநாயகம் பிள்ளை என்று சூட்டினார்கள் அவரது பெற்றோர்.

உளுந்தம் பருப்பு கொழுக்கட்டை

நாழிப் புழுங்கல், அரிசிக்கு வறுத்து உடைத்துத் தோல் நீக்காத உளுந்தம் பருப்பு ஒரு உழக்கு என்பது கணக்கு. அதாவது நாலுக்கு ஒன்று. புழுங்கலரிசியை ஒரு மணி நேரம் ஊறப்போட வேண்டும். அரைக்கக் கூடாது. பொடிக்க வேண்டும். அரைப்பது என்பது ஆட்டுரலில் போட்டு ஆட்டுவது. பொடிப்பது என்பது அம்மியில் வைத்து நுணுக்குவது. இரண்டுக்கும் வேறுபாடு உண்டு. நுணுக்கிய புழுங்கல் அரிசி மாவு, உப்பு, தேங்காய்ப் பூ, வறுத்த உளுந்தம் பருப்பு எல்லாம் போட்டு மாவு பிசைய வேண்டும். பிசைந்து கொழுக்கட்டை தரத்துக்கு உருட்டி கொதிக்கிற தண்ணீரில் போட்டு வேகவைத்து எடுக்கலாம். வெந்துவிட்டதா என்பதறிய ஒரு கொழுக்கட்டையை மாத்திரம் வெளியே எடுத்து, கண் அகப்பையால் இரண்டாக வெட்டிப் பார்த்தால் கொழுக்கட்டை வெந்துவிட்டது தெரியும். பொதுவாக, தொட்டுக்கொள்ள எதுவும் தேவை இல்லாத, காலை அல்லது இரவுப் பலகாரம் இது.

புழுங்கல் அரிசிக் கொழுக்கட்டை

மேலே சொன்ன பக்குவம்தான். ஆனால் வறுத்துடைத்த உளுந்தம்பருப்பு போட வேண்டாம்.

பச்சரிசிக் கொழுக்கட்டை

புழுங்கல் அரிசிக்குப் பதில் பச்சரிசி அவ்வளவே. பச்சரிசிக் கொழுக்கட்டைக்குச் சுயம்புவானதோர் இனிப்புத் தன்மை உண்டாகும் தேங்காயும் சேரும்போது. சற்றுக் கடின பதமான கொழுக்கட்டை இது. தின்னத் திகட்டும், எளிதில் சீரணமும் ஆகாது. புழுங்கலரிசிக் கொழுக்கட்டை எளிதில் சீரணமாகும்.

மணிக்கொழுக்கட்டை

இதற்கான மாவு, புழுங்கல் அரிசிக் கொழுக்கட்டை மாவு, அல்லது உளுந்தம் பருப்பு கொழுக்கட்டை மாவு. சின்ன நெல்லிக்காய் அளவு சின்ன உருண்டையாக உருட்டிக்கொள்ள வேண்டும். மணிக் கொட்டையை அவித்து எடுத்து வைத்துக்

கொண்டு சீனிச்சட்டியில் தேங்காய் எண்ணெய் விட்டு, கடுகு, வத்தல்மிளகு கிள்ளிப் போட்டது, கறிவேப்பிலைப் போட்டுப் பொரிந்த உடன், மணிக் கொழுக்கட்டைகளைக் கொட்டி வறட்டி எடுக்க வேண்டும். கொழுக்கட்டைகளின் மேற்பரப்பு பொன்னிறமாய்ச் சிவந்து மொரமொரப்புடன் இருப்பது மணமும் சுவையுமாகும்.

புளித்தண்ணிக் கொழுக்கட்டை

மேற்சொன்ன மணிக்கொழுக்கட்டைகளில் புளித்தண்ணிச் சோற்றுக்குச் செய்யும் புளித்தண்ணியை ஊற்றிப் புரட்டி எடுப்பது.

வெந்தயக் கொழுக்கட்டை

இஃதோர் புரதச் சத்து நிறைந்த காலை அல்லது இரவுப் பலகாரம். நாழிப் புழுங்கல் அரிசிக்கு உழக்கு உளுந்து என்பது கணக்கு. புழுங்கலரிசியையும் உடைத்த உளுந்தையும் தனித்தனியாக ஊற வைக்க வேண்டும். உளுந்தைக் கழுவித் தோலெடுத்த பின் ஆட்டுக் கல்லில் போட்டு அரைக்க வேண்டும். அரைக்கும்போது ஒரு கை வெந்தயம் சேர்த்து அரைக்க வேண்டும். உளுந்தில் தண்ணீர் ஊற்றாமல், கை கையாய்த் தண்ணீர் தெளித்துத் தெளித்துப் பொங்கப் பொங்க அரைக்க வேண்டும். ஊறிய புழுங்கல் அரிசியை அம்மியில் வைத்து நுணுக்கிக்கொள்ள வேண்டும். மாவாக்குவதற்கு நம்மிடம் சில உபகரணங்கள் இருந்தன. தண்ணீர் சேர்த்து மாவாக ஆட்டுவதற்கு ஆட்டுக்கல் – குழவி, நுணுக்குவதற்கு அம்மி – குழவி, இடிப்பதற்கு உரல் – உலக்கை, ஒன்றிரண்டாய் சதைக்கவும் நசுக்கவும் சிற்றுரல், பொடிப்பதற்கு திருவை என. ஒவ்வொன்றுக்கும் ஒவ்வொரு பயன், ஒவ்வொரு சுவை. நெல்லுக்குத்த, தீட்ட, மாவிடிக்க உரல் எனில் தோசைக்கு மாவாட்ட ஆட்டுரல், வறுத்துப் பொடிக்க திருவை, மைபோல் அரைக்க அம்மி.

பெரும்பாலும் கொழுக்கட்டை மாவு அம்மியில் நுணுக்கப் படுவது. அரைப்பது வேறு என்றும் நுணுக்குவது வேறு என்றும் அறிக. வெந்தயக் கொழுக்கட்டைக்கு, அரைத்த உளுந்த மாவையும் நுணுக்கிய புழுங்கல் அரிசி மாவையும் உப்புப் போட்டு விரவி வைக்க வேண்டும். நினைவில் கொள்ள வேண்டியது, மாவு புளிக்கக் கூடாது.

இட்லிக் குட்டுவத்தில் தண்ணீர் ஊற்றி, தண்ணீர் சூடானதும் இட்டிலித் தட்டு வைத்து, தட்டின் மீது துணி

விரித்து, துணியின் மீது துருவிய தேங்காய்ப் பூ தூவி, மாவைக் கை அகலத்துக்குத் தட்டையாகத் தட்டி, இட்டிலித் தட்டில் வைத்து அடுக்கி, அதன் மீது மேலும் தேங்காய்ப் பூ தூவி ஆவியில் வேகவைத்து எடுக்க வேண்டும்.

பொதுவாக இட்லி, தோசை, இடியாப்பம், ஆப்பம் தவிர வேறெந்தப் பலகாரத்துக்கும் தொட்டுக்கொள்ள என்று நாஞ்சில் நாட்டில் வேறெதுவும் கிடையாது. அது கொழுக்கட்டைக்கும் பொருந்தும். வடை, பஜ்ஜி, போண்டாவுக்கும் சாம்பார் அல்லது சட்னி தொட்டுக்கொண்டு சாப்பிடுவது நாஞ்சில் நாட்டு உணவு மரபு அல்ல.

திரளி

இது பெரும்பாலும் திருக்கார்த்திகை அன்று அவிக்கப்படும் பலகாரம். திருக்கார்த்திகைக்கு முதல் நாள், கனக மூலம் சந்தை மேட்டில் குவியல் குவியலாகத் திரளி இலைகள் கொத்துக் கொத்தாகக் கொப்போடும் குழையோடும் கூறு கட்டி வைத்திருப்பார்கள். திரளி இலை வாங்கி வந்து ஆய்ந்து கழுவி அடுக்கி வைத்துக்கொள்வார்கள். கரும்பச்சை நிறத்தில் மாவிலை வடிவத்தில் பொலிவுடன் இருக்கும். இலை காயப் போட்டுப் பத்திரப்படுத்திக்கொள்வதும் உண்டு. ஒரு வருடம் ஆனாலும் தண்ணீரில் நனையப் போட்டுப் பயன்படுத்தலாம். காய்ந்த இலையை இரண்டு மூன்றாக உடைத்து பிரியாணியிலும் ஆடு, கோழி இறைச்சிப் பக்குவங்களிலும் வாசனைக்காகப் போடுகிறார்கள். வருடம் முழுதும் உபயோகப்படுத்திக்கொள்ள, இலையை உலர வைத்துப் பாதுகாத்துக் கொள்கிறவர்களும் உண்டு. திரளி இலையில் சுற்றி ஆவியில் வேக வைத்து எடுக்கும் ஒரு கொழுக்கட்டை தான் திரளி.

பச்சரிசியைக் கொவரப் போட்டு, புட்டுக்கு மாவிடிப்பது போல் இடித்துக்கொள்ள வேண்டும். புட்டு மாவை இலேசாக வறுப்பதுண்டு. திரளிக்கு மாவு வறுக்கக் கூடாது.

சர்க்கரையைப் பாகு எடுத்து, கல், மண் தூசி வடிகட்டி வைத்துக்கொள்ள வேண்டும். தேங்காய் துருவிப் பூ எடுத்து, பூவை நெய்யில் வறுத்து வைத்துக்கொள்ளலாம். பச்சரிசி மாவு, சர்க்கரைப்பாகு, நெய்யில் வறுத்த தேங்காய்ப் பூ யாவற்றையும் கலந்து, ஏலம் சுக்கு பொடித்துப் போட்டுக் கொழுக்கட்டைப் பருவத்துக்கு விரவிக்கொள்ள வேண்டும்.

கைப்பிடி அளவில் நீண்ட வாக்கில் பிடித்த கொழுக்கட்டை மாவைத் திரளியின் தும்புப் பகுதியில் வைத்து, இலையைச்

சுற்றி, இன்னொன்று வைத்துச் சுருட்டி, மூன்றாவதும் வைத்துச் சுருட்டிய பின், திரளி இலையின் காம்பினால் குத்தி சீல் செய்துவிடலாம். பெரிய திரளி இலையானால் மூன்றும் சின்ன இலையானால் இரண்டுமாகச் சுருட்டலாம். சுருட்டி வைத்திருக்கும் திரளிச் சுருணைகளை, இட்டிலிக் கொப்பரையில் தட்டில் அடுக்கி, ஆவியில் வேகவைத்து எடுக்கலாம். நீராவியில் அவிப்பதால் திரளி இலையின் வாசம் கொழுக்கட்டையில் இறங்கி, பிரித்துத் தின்னும்போது சுவையுடன் மணமும் நன்றாக இருக்கும். திரளி இரண்டு மூன்று நாட்கள் கெட்டுப் போகாது. ஆற ஆற வாசம் நிற்கும். திரளி இலை மரத்தின் பெயர் எனக்குத் தெரியாது. அதன் பூர்வீகம் இந்தியா தானா என்றும் தெரியாது. ஆனால் சமீபத்தில் சிங்கப்பூர் சென்று வந்த ஜெயமோகன், அங்கிருக்கும் புத்த விகாரைக்குச் செல்ல நேர்ந்ததையும் அதன் முகப்பில் திரளி மரம் ஒன்று நிற்பதைக் கண்டதாயும் சொன்னார். மேலும் ஏதோ வோர் விசேட தினத்தில் திரளி இலையில் சுற்றிய பணியாரம் ஒன்று படைக்கப்படுவதாயும்.

கொழுக்கட்டை எனும் பொதுப்பிரிவில், வேறு வகைகள், என் கண்ணுக்குத் தப்பி இருத்தல் சாத்தியம்தான். தெரிந்தவர் தகவல் தரலாம்.

உருண்டை

பெட்டிக்கடை போல் இருக்கும் இனிப்புப் பலகாரக் கடைகளில் இன்று பல நிறங்களில், வடிவங்களில், சுவைகளில், ஒப்பனைகளுடன் இருபதுக்கும் குறையாத இனிப்புகள் காட்சிக்கு அடுக்கப்பட்டிருக்கும். ஆனால் சொந்த நாட்டு இனிப்பான அப்பம், கச்சாயம், முந்திரிக்கொத்து, மற்றும் ஏகப்பட்ட வகைகளின் உருண்டைகள் எதுவும் காணக் கிடைக்காது. அப்பம் விற்பதும் வாங்குவதும் நமக்கு அவமானம். ஆனால் பாதுஷா, மைசூர்பா, பேடா, ஜிலேபி, பர்பி எனில் அது நவ நாகரீகம். இதில் உருண்டை எனும் சொல்லேகூட நமக்குக் கெட்ட வார்த்தை போல் ஒலிக்கும். கேலிக்கு இடமானதாக இருக்கும். என்றாலும் எனது கர்த்தவ்யம் என ஒன்று இருக்கிறதே! எங்ஙனம் நான் தாண்டிப் போவது? நாஞ்சில் நாட்டு உருண்டைகளில் பலவும் தமிழ்நாட்டுக்கும் பொதுவானவை தான், எனினும் பதிவு கருதி இவண் குறிப்பிடுகிறேன்.

கொக்கட்டான்

உத்தேசமாக ஆறு மாதத்தில் குழந்தைகளுக்கு முன்னம் பற்கள் முளைக்கத் தொடங்கும். பல் முளைக்க ஆரம்பிக்கும்

போது, ஈறு கனத்து எதைக் கடிக்கலாம் எனப் பரபரத்துத் திரியும். பெற்றோர் கை விரல்கள், கைக்குக் கிடைக்கும் எப்பொருளும் – செருப்பு முதற்கொண்டு – எதையும் கடிக்கும். பலசமயம் பால் கொடுக்கும் தாயாரின் முலைக் காம்பில் ஈறு பதியக் கடித்துப் பிராணவலி ஏற்படுத்தும். சில தன் பெருவிரலைக் கடித்து விட்டு அழும். சில காலை வளைத்துப் பிடித்துக்கொண்டு பெருவிரலைக் கடிக்கும். பாலகிருஷ்ணன் ஓவியக் காட்சி அது. பாலகிருஷ்ணன் தாய்மாமனான கம்சனைக் கொன்றவன் என்பதால், அவ்விதம் கால் பெருவிரல் கடிக்கக் குழந்தைகளை அனுமதிப்பதில்லை. 'மாமனுக்கு ஆகாது' என்பார்கள்.

ஐம்பதாண்டுகளுக்கு முன்பு, பிளாஸ்டிக் பொருட்கள் உலக சேவையை ஏற்று எடுத்துக்கொள்ளும் முன்பு, மரத் தச்சர்கள் ஓய்வு நேரங்களில், குழந்தைகள் விளையாட பொம்மைகள், சின்னஞ்சிறு பாத்திரங்கள், பானை கரண்டி என செதுக்கியும் கடைந்தும் சின்னக் குழந்தைகளுக்கு விளையாடக் கொடுப்பார்கள். அவை வர்ணம் பூசப்படாமல் தீங்கற்ற மரங்களில் செதுக்கப்படும். ஆசாரி அல்லாத சிலருக்கும் அன்று மரவேலைகளில் ஈடுபாடு இருந்தது. சிற்றுளி, வீச்சுளி, தமிர் உளி, வாள், சுத்தியல்களும் அவரது சேகரிப்பில் இருந்தன. ஓய்வு நேரங்களில் வேம்பு, கோங்கு, வேங்கை, தேக்கு, பூவரசு, வாகை, கருமருது போன்ற தீங்கற்ற மரத்துண்டுகளில் விளையாட்டுச் சாமான்கள் செய்து சின்னக் குழந்தைகளுக்கு விளையாடத் தருவார்கள். 'பெருந்தச்சன்' எனும் திலகன் நடித்த மலையாளப் படத்தில், தென்னை மரத்தின் குண்டி மட்டையில் கணப் பொழுதில் பாவைகள் செய்து கொடுக்கும் பெருந்தச்சனை நீங்கள் கண்டிருக்கலாம்.

பின்பு கடைசல் இயந்திரங்கள் வந்தபின்பு, காட்டு மரங்களில் கடைந்து, பச்சை சிவப்பு நீலம் மஞ்சள் கறுப்பு என பிரகாசமான வண்ணங்கள் தீட்டிய விளையாட்டுச் சாமான்கள் வந்தன. ஒருச்சாண் கன சதுரமுள்ள, மூடி போட்ட, பனையோலைப் பெட்டிகளில் மரத்தாலான விளையாட்டுச் சமையல் பாத்திரங்கள் திருநாள் கடைகளில் விலைக்கு வந்தன. அன்று நாஞ்சில் நாட்டில் திருவிழா என்ற சொல்லுக்கு மாற்றாகத் திருநாள் என்ற சொல் புழக்கத்தில் இருந்தது. தேர்த் திருநாள், தெப்பத் திருநாள், நாலாந்திருநாள், ஏழாம் திருநாள், பிறந்த நாள், நாட்கதிர், நாட் கலப்பை, நாள் வித்து என. அதையும் திருநாள் என்று சொல்லாமல் 'திரு நா' என்றனர்.

திரு நாட்கடைகளில் குழந்தைகளுக்கு மரத்திலான விளையாட்டுச் சாமான்கள் வாங்கித் தருவார்கள். மேலும் கடைகளில் மரத்தினால் ஆன, மரவை, தொட்டில் கம்பு, நடை

வண்டி, சோறு வடிக்கப் பயன்படும் சோற்றுப் பலகை, குங்குமச் செப்பு, அஞ்சறைப் பெட்டி, நகைப்பெட்டி என்பன. அதில் ‘கொக்கட்டான்’ என்றொரு பொருளும் கிடக்கும்.

நான்கு விரற்கடை நீளம் இருக்கும். இரு முனைகளிலும் ரோஜா மொட்டுப் போன்றும் மத்தியப் பகுதி விரல் கனத்திலும் – வடிவமைக்கப்பட்டிருக்கும். வழவழவென்று, கூரற்று, மொட்டை மொழுக்கட்டையாக இருக்கும். தீங்கில்லாத மரத்தில் கடைந்து இளகாத கரையாத வண்ணங்கள் பூசப் பட்டிருப்பதும் உண்டு. திரு நாள் கடைகளில் வாங்கி வரும் இந்தக் கொக்கட்டானை ஆறுமாதக் குழந்தையின் கையில் கொடுப்பார்கள். தரையில் கவிழ்ந்து கிடந்து கொண்டும், மல்லாந்து படுத்துக் காலாட்டிக்கொண்டும், கொக்கட்டானை எச்சில் ஒழுகக் கடித்துக்கொண்டும், வாய்க்குள் விட்டுக் குதப்பிக் கொண்டும் சத்தம் வருகிறதா எனத் தரையில் இரண்டு தட்டுத் தட்டிக்கொண்டு கிடக்கும்.

நாஞ்சில் நாட்டுக் குழந்தைகளுக்கு ‘எச்சில் புரட்டுவது’ என்று ஒரு சடங்கு உண்டு. அதைச் ‘சோறு கொடுப்பது’ என்றும் மேட்டிமையுடன் ‘அன்னப் பிரஸ்னம்’ என்றும் சொல்வார்கள். ஏழைச் சம்சாரிகள் பௌர்ணமி அன்று உள்ளூர் அம்மன் கோயில் பிரசாதம், அரிசிப் பாயசம் வாங்கிக் கொடுப்பார்கள். சற்று வசதி உடையவர் வீட்டில் நெருங்கிய பந்து மித்திரர்களைக் கூட்டி சின்ன விழாவாக எடுப்பார்கள். சிலர் கோயில்களில் ‘சோறு கொடுக்க’ நேர்ந்திருப்பார்கள். குமார கோயில், திருச்செந்தூர், முப்பந்தல் என மாட்டு வண்டி கட்டிக்கொண்டு போய் முன்னாளிலும், வேன் பிடித்துக்கொண்டு போய் இன்னாளிலும் சோறு கொடுப்பார்கள். பெண் பிள்ளைகளானால் ஒன்றிரண்டு மாதங்கள் முன்பேயும் ஆண் பிள்ளைகளானால் தாமதமாகவும் நடக்கும்.

எச்சி புரட்டுவதற்கு முன்பு குழந்தைகளுக்கு உப்பு, புளி, எரிப்பு கொடுப்பதில்லை. அன்று இத்தனை வகையான டப்பா மாவுகளும் கிடையாது. கிடைத்தாலும் விவசாயி வாங்கிப் பயன்படுத்த பலசாலி அல்ல. தாராளமான தாய்ப்பால் கிடைத்த குழந்தைகள் பாக்கியசாலிகள். கட்டி ஆகாரமாகக் கொடுப்பது கேழ்வரகுக் காடி, கனிந்த பேயன் பழம். ஏத்தன் வாழைக்காய் செங்காய் பருவத்தில் இரண்டு மூன்றாக வெட்டி, தோல் நீக்கி, சுக்காகக் காயப்போட்டு அதை இடித்து மாவெடுத்து பனங்கருப்பட்டிச் சேர்த்துக் கூழாகக் காய்ச்சிக் கொடுப்பது.

பல் முளைக்கும் பருவத்தில், மரக் கொக்கட்டானுக்கு மாற்றாக, குழந்தைகள் கடிக்க, செய்து கொடுக்கும் பலகாரத்தின்

பெயர், 'கொக்கட்டான்'. எச்சில் புரட்டுவதன் முன்பே குழந்தைகள் ஈறுகளாலும் பலம் குறைந்த பால் பற்களாலும் கரம்பித்தின்னும் பலகாரம் அது. சொல்லப் போனால் நாஞ்சில் நாட்டான் ஆயுளில் முதலாவதாக ருசி பார்க்கும் பண்டம் அது.

தேவையான பொருட்கள் – வறுத்து திருவையில் திரித்த புழுங்கல் அரிசி, கருப்பட்டிப் பாகு – தூசு தும்பு மண் வடிகட்டியது. ஏலம், சுக்கு, பொடித்தது.

செய்முறை – வறுத்துத் திரித்த புழுங்கலரிசி மாவில், பொடித்த ஏலம் சுக்கு போட்டு, சுடச்சுட கருப்பட்டிப் பாகு ஊற்றி, கிளறி, சூடாக இருக்கும் போதே கை பொறுக்கப் பொறுக்கப் பிடிப்பது கொக்கட்டான். பாகு ஆறி இறுகும்போது கொக்கட்டான் பாறை போல் இறுகிக்கொள்ளும். நீள வாட்டத்தில் ஆன சின்ன உருண்டை. குழந்தைக் கையில் பிடிபடும் விதத்தில். சில நாட்கள் கெடாமல் இருக்கும், ஊசிப் போகாமல். குழந்தைகளின் எச்சிலில் ஊறிக் கரம்பிக் கரம்பித் தின்னும். பசியாறும், சத்துண்டு, வயிற்றுக்குக் கேடில்லை, பல் முளைக்கும் ஈறு தினவடங்கும்.

புழுங்கல் அரிசி வறுபடும்போது ஒரு வாசனை வரும். கருப்பட்டிப் பாகுக்கு வேறொரு வாசனை. ஏலம் சுக்கு சேர்ந்தால் கேட்க வேண்டாம். நல்ல இனிப்பு, மணம், பல்லுக்கு உறுதி. சிறு குழந்தைகளுக்குச் செய்வதே ஆனாலும் பெரியவர்களுக்கும் ஒன்றிரண்டு தின்னத் தருவார்கள். நான் கடைசியாகக் கொக்கட்டான் தின்று ஐம்பது ஆண்டுகள் இருக்கும். என் பிள்ளைகள் தின்றதே இல்லை. பேரப்பிள்ளைகள் பற்றிப் பேசுவானேன்?

எள்ளுருண்டை

ஏழைக் கேற்ற எள்ளுருண்டை என்பார்கள். அதாவது எளிய மக்களுக்கான பலகாரம். எளிமையான பலகாரம். எண்ணெய் என்பதே எள் + நெய் என்று சிறுவயதில் கற்பித்திருக் கிறார்கள். எள்ளின் பூ, வெள்ளை நிறமாக வடிவுடன் இருக்கும். 'எட்பூ ஏசிய நாசியாய்' என்பது தமிழ்க் கவிதை. அதாவது எள்ளின் பூ, அழகான பெண்ணின் நாசியின் மீது பொறாமை கொண்டு ஏசியது எனும் பொருளில். பெண்ணின் கூர் நாசிக்கு எட் பூ உவமை. அந்த உவமை அர்த்தமாக, நீங்கள் எட்பூ பார்த்திருக்க வேண்டும்.

வானம் பார்த்த பூமியில் எள் விதைப்பார்கள். பூத்துக் காய்த்து, காய் முதிர்ந்ததும் வெயிலில் வெடித்து எள் நிலத்தில்

சிதறும். அங்ஙனம் சிதற ஆரம்பிக்கு முன் செடியுடன் பிடுங்கி வந்து களத்தில் சேர்ப்பார்கள். செடி காய்ந்ததும் அடித்து எடுத்து எள்ளைப் பிரிப்பார்கள். காய்ந்த செடி, மாட்டுத் தீவனம். களத்தில் கூட்டிச் சேர்க்கும் எள் கல்லும் மண்ணும் தூசியுமாக இருக்கும். தூற்றி, புடைத்து, நாவி, சுத்த எள்ளைப் பிரித்தெடுப்பார்கள்.

புடைத்து எடுப்பது ஒரு தொழில் நுட்பம். சுளவை முறம் என்றும் சொல்கிறோம். சுளவின் அடிப்பக்கம் விரிந்து வளைந்த மட்டையின் பாதுகாப்புடன் இருக்கும். நுனிப்பாகம் ஒடுங்கி, திறப்புடன் இருக்கும். புடைப்பது என்பது சுளவின் அடிப்பக்கம் தானியத்தைப் போட்டு, சுளவை பக்கவாடுகளில் ஆட்டியும் உயர்த்தித் தூற்றியும் தூசு தும்பு போக்குவது. தானியம் பின்புறம் தங்கும் குப்பை முன்புறமாக வெளியேறும். எனினும் கல்மண் தானியத்துடன் கலந்தே கிடக்கும். தானியம் கிடக்கும் சுளவை இருபுறமும் அசைத்து, விரலால் தட்டி, தானியத்தைக் குதிக்கச் செய்து, கல்மண் அடிப்பக்கம் தங்குமாறு செய்வது. அதனைக் கல் நாவுவது என்பார்கள். சுளவில் தானியங்களைப் போட்டுக் கல் நாவும் ஓசை நல்ல தாள லயத்துடன் இருக்கும். பழக்கம் இல்லாதவர்க்கு அது சரியாக வராது.

கடையில் வாங்கி வரும் கடுகு, சீரகம், ஓமம், எள் போன்ற சிறு மசாலா சாமான்களையும் காணம், சிறுபயறு, பருப்பு போன்றவற்றையும் வீட்டுக்கு வந்ததும் புடைத்து, நாவி, சுத்தம் செய்து காயப் போட்டு வைத்துக்கொள்வார்கள். சுளவு இல்லாத வீடுகள், புடைக்கவும் நாவவும் தெரியாத பெண்டிர் பெருகிப் போன காலகட்டம் இன்று. எளிதான வேலை, கடையில் வாங்கி வந்த எள்ளை, வாளி நிறையத் தண்ணீரில் கொட்டி, மிதக்கும் தூசிகளை நீக்கி, அடியில் கிடக்கும் கல்மண்ணை மாற்றி, சுத்தமான எள்ளைக் கடும் வெயிலில் காயப்போடுவது.

எள் எனில் நாஞ்சில் நாட்டில் கறுப்பு எள். வெள்ளை எள் பக்கத்து மாவட்டத்தில் விளைவதும் இல்லை, அதைக் கைகொண்டு தொடுவதும் இல்லை.

தேவையான அளவு எள் எடுத்து, கல்லுரலில் போட்டு, உலக்கையால் இடித்து, கல் மண் இல்லாத கருப்பட்டியும் உடைத்துப் போட்டுச் சேர்த்து இடிக்க வேண்டும். இடிக்க இடிக்க எள்ளும் கருப்பட்டியும் சதைந்து எண்ணெய் கசிந்து திரண்டு வரும். உலக்கையை மாற்றிவிட்டு, சின்னச் சின்ன உருண்டைகளாக உருட்டிப் போட வேண்டியதுதான். எத்தனை நாட்கள் ஆனாலும் எள்ளுருண்டை கெட்டுப் போகாது.

இரண்டே பொருட்களில் செய்யும் இந்தப் பலகாரம் உலக அதிசயம்.

மாமியார் வீட்டுக்கு விருந்துக்குப் போன மருமகன், எள்ளுருண்டை இடித்துக் கொடுத்தபோது, எள்ளுருண்டை தின்பது குறைச்சல் என்று பந்தாவுக்காக வேண்டாம் என்றதாகவும், பின்பு வாசனை தாங்க முடியாமல் உரலுக்குள் தலைவிட்டு நாக்கை நீட்டி நக்கியதாகவும் தலை உரலினுள் சிக்கிக்கொண்டதாகவும் உரலை உடைத்துத் தலையை மீட்டதாகவும் நாஞ்சில் நாட்டில் ஒரு கதை உண்டு.

நல்ல எள்ளும் நல்ல கருப்பட்டியும் இருந்தால் எள்ளுருண்டைக்கு மிஞ்சிய பலகாரம் உண்டா? அங்கு சிறு தெய்வ வழிபாட்டில், சில தெய்வங்களுக்கு எள்ளுப் பிண்ணாக்கும் கருப்பட்டியும் படையல் சாதனங்கள்.

நாட்டுச் செக்கில் எள் ஆட்டும்போது, எள்ளும் பிண்ணாக்குமாகப் பிரியும். நாட்டுச் செக்கில் ஆடும்போது, எவ்வளவு ஆட்டினாலும் பிண்ணாக்கில் நல்ல எண்ணெய்ப் பதம் இருக்கும். இறுகிக் காய்ந்த எண்ணெய்ப் பதமுள்ள பிண்ணாக்குப் புதிய வாசனையுடன் இருக்கும்போது பிண்ணாக்கு ஒரு கடி, கருப்பட்டி ஒருகடி மென்று தின்பது ஒரு சுவை, ஒரு சுகம். தான் விரும்பித் தின்பதைத் தானே தெய்வங்களுக்கும் படைப்பான் மனிதன். எனவே புலைமாடன், சுடலை மாடன்களுக்கு எள்ளுப் பிண்ணாக்கும் கருப்பட்டியும் விருப்பமான பலகாரங்கள் ஆகிப் போயின. 'யாவர்க்குமாம் இறைவர்க்கோர் பச்சிலை' என்று திருமூலர் சொல்வது போல், ஆண்டுக்கு ஒருமுறை எள்ளுப் பிண்ணாக்கு, கருப்பட்டி, அரைக்குப்பி சாராயம், சுட்ட அயிலைக் கருவாடு, சுருட்டு போதும் சுடலை மாடனுக்கு. அவனுக்கு அக்கார அடிசிலும் வேண்டாம் அமிர்த கலசமும் வேண்டாம், ஆளுயர வடை மாலையும் வேண்டாம்.

ஆனால் எள்ளுப் பிண்ணாக்கும் கருப்பட்டியும் தின்ற தெய்வங்கள் ஏன் தேங்காய்ப் பிண்ணாக்கும் கருப்பட்டியும் தின்னவில்லை என்பது எனக்குப் பெரும் புதிர். உண்மையில் எள் + நெய் = எண்ணெய். அதனை எண்ணை என எழுதுவது பிழை. ஐயமிருந்தால் அரசின் ஓய்வூதியம் பெறும் தமிழறிஞர் ஆயிரக்கணக்கானோரில் ஒருவரிடம் கேட்டுத் தெளியலாம். நாமிப்போது தேங்காய் எண்ணெய், கடலை எண்ணெய், ஆமணக்கு எண்ணெய், வேப்பெண்ணெய், இலுப்பெண்ணெய் என்கிறோம். பிரித்துக் காட்ட எள் + நெய் = எண்ணெய்

என்பதனை நல்லெண்ணெய் என்கிறோம். நாஞ்சில் நாட்டில் மருத்துவ உள், வெளிப் பயன்பாட்டுக்காகக் கொல்லாங் கொட்டை எண்ணெய், ஆலம்பால் எண்ணெய், முக்கூட்டு எண்ணெய், மீன் எண்ணெய், பன்றி எண்ணெய், பாம்பு எண்ணெய் உண்டு.

பதார்த்த குண சிந்தாமணி எள் நெய்க் குணம் பேசுகிறது.

புத்தி நயனக் குளிர்ச்சி பூரிப்பு மெய்ப்புளகம்
சத்துவம் காந்தி தனி இளமை – மெத்த உண்டாம்
கண்ணோய் செவி நோய் கபால அழல் காச நோய்
புண்ணோய் போம் எள் நெய்யால் போற்று

என்பது பாடல்.

நாஞ்சில் நாட்டார் இட்டிலி மிளகாய்ப் பொடியில் நிறைய எள் சேர்ப்பார்கள். எள் எனில் எமக்குக் கருப்பு எள்.

பொரி உருண்டை

பொரியில் இரண்டு வகை உண்டு. பாதி உடைந்த மண்பானைத் தூரை அடுப்பில் ஏற்றி ஆற்று மணல் போட்டு, மணல் சூடானதும் நல்ல காய்ந்த நெல்லைப் போட்டுக் கண் அகப்பையால் கிண்டிக் கொடுத்து வறுப்பது நெற்பொரி அல்லது நெல்லுப் பொரி. நெல் பொரிந்து, குடுமி போல் உமி ஒட்டிக் கொண்டிருக்கும். சுளவில் போட்டுக் கையால் பரசிப் புடைத்துப் பொரியையும் உமியையும் பிரிப்பார்கள்.

அம்மன் கோயில், சாஸ்தா கோயில், பிள்ளையார் கோயில் நைவேத்தியத்துக்கு எப்போதும் நெல்லுப் பொரிதான். ஏனெனில் அது புது நெல்லில் பொரித்ததால். நெல்லுப் பொரியுடன் பாளையங்கோடன் பழம் நறுக்கிப் போட்டு, சர்க்கரை சீவிப்போட்டு, கருக்குத் தேங்காய் போட்டு விரவி, ஒரு அவசர அடியான பஞ்சாமிர்தமும் செய்வதுண்டு.

அரிசிப் பொரி என்பது இதே பாணியில், நெல்லுக்குப் பதிலாகப் புழுங்கல் அரிசி போட்டு வறுப்பது. நெல்லுப் பொரியை விட வாசமானது. அரிசிப் பொரி பொரிக்கும்போது உமி நீக்க வேண்டிய வேலை இல்லை. ஆனால் உமியின் பாதுகாப்பு இல்லாத காரணத்தால், நெல்லுப் பொரியை விடக் கவனமாக இருந்து வறுக்க வேண்டும். சூடு பொறுத்தால் பொரி கரியாகிப்போகும் அபாயம் உண்டு. ஒருமுனை லேசாகக் கரிந்த அரிசிப் பொரியை உதிர்ந்த புங்கம் பூவுக்கு உவமை சொல்கிறது சங்க இலக்கியம்.

நெல்லுப்பொரியை விட அரிசிப்பொரி தின்பதற்குச் சுவையானது. நெல்லுப்பொரி, சிறிது காற்று நயப்பபடிந்தால் ‘வலுக் வலுக்’ என்று ஆகிவிடும். அரிசிப் பொரி தின்ன ‘மொரமொர’ வென்றிருக்கும். ‘மொரமொர’ வென்றிருக்கும் காரணத்தால் வடநாட்டில் அரிசிப் பொரியைக் ‘கரா முரா’ என்கிறார்கள். வயோதிகர் விரும்பிச் சாப்பிடுவார்கள். குறிப்பாக வங்காளிகளுக்கு அரிசிப்பொரி மிகவும் பிடிக்கும்.

கடவுளுக்கு நைவேத்தியமாகும் பேறு நெல்லுப்பொரிக்குத் தான் உண்டு, அரிசிப் பொரிக்குக் கிடையாது. காரணம் புழுங்கல் அரிசியில் வறுக்கப்படுவதால்.

எளிய சிற்றுண்டியாக ‘பேல்’ எனப்படும் கலவையை இளைஞர்கள் விரும்பிச் சாப்பிடுவார்கள். பேல் என்றாலும் பொரிதான். ‘பேல்பூரி’ எனும் பெயரில் வெங்காயம், தக்காளி, மல்லித் தழை, பச்சை மிளகாய் யாவும் அரிசிப் பொரியுடன் அரிந்து போட்டு, சர்க்கரை புளி உப்பு முதலாயவற்றின் கரைசலைத் தெளித்து கொஞ்சம் ஓமப் பொடி, கடலை தூவிக் குலுக்கித் தந்தால் அது பேல் அல்லது பேல்பூரி.

பொரி உருண்டை செய்வதற்கு இரண்டு பொரிக்கும் ஒரே பக்குவம்தான். கருப்பட்டிப் பாகைத் தண்ணீராகக் காய்ச்சிக் கொள்ள வேண்டும். பாகில் மொத்தப் பொரியையும் தட்டி விரவி சுடச்சுடப் பிடிக்க வேண்டும், இரண்டு கைகளாலும், பெரிய உருண்டைகளாக. உருண்டை என்பது வடிவம். சின்ன உருண்டையாகவும் பெரிய உருண்டையாகவும் அவரவர் தோதுக்குப் பிடிக்கலாம்.

பொரி உருண்டை, ஒரு திருக்கார்த்திகைப் பலகாரம். ஆனால் நாஞ்சில் நாட்டில் அது மரபு இல்லை.

நெல்லுப் பொரி, அரிசிப் பொரி பொரிப்பதற்கு என்று சில வீடுகள் இருந்தன. காசுக்கு விற்பார்கள் அல்லது நெல்லுக்குப் பண்ட மாற்று. அவல் இடிப்பதற்கென்று வீடுகள் இருந்ததைப் போன்று பொரி பொரிப்பதும் குடிசைத் தொழில்தான். பொரி பொரிப்பதற்கு என்றே, கழுத்து இல்லாத, நாலு குடம் தண்ணீர் பிடிக்கிற அளவிலான மண் பானைகள் வைத்திருப்பார்கள். அவர்களே பொரி உருண்டை பிடித்து, பெரிய பனையோலைக் கடவங்களில் சுமந்து கூவி விற்பதுண்டு. பொரியை மாத்திரம் வாங்கி, உருண்டையை வீட்டில் பிடித்துக்கொள்வதும் உண்டு. வெயிலுக்கு முன், தலையில் பொரிச்சாக்கும் இடுப்பில் பண்டமாற்றுச் செய்த நெல் சாக்குமாக, ‘ஏ பொரி வாங்கலையா

பொரி' என்று நடக்கும் கூவியர் ஒலி என் காதில் இன்னும் உண்டு. கம்பனின் தனிப்பாடல்,

> இட்ட அடி நோவ எடுத்த அடி கொப்பளிக்க
> வட்டில் சுமந்து மருங்கு அசைய – கொட்டிக்
> கிழங்கோ கிழங்கென்று கூவுவாள் நாவில்
> வழங்கோசை வையம் பெறும்

எனும் வெண்பாவும் ஞாபகம் வருகிறது.

திருநாள் கடைகளில் பொரி உருண்டை வியாபாரம் மும்முரமாய் நடக்கும். மிகவும் மலிவான, ஏழைகளின் பண்டம் அது. அணாவுக்கு ஆறு பொரி உருண்டைகள் எனது பள்ளி மாணவப் பருவத்தில். அதாவது அறுபது ஆண்டுகள் முன்பு. காசுக்கு ஒன்று எனும் கணக்கில் கை விரல்களில் கருப்பட்டிப் பாகு பிசுபிசுக்க, கடித்து நடந்த நாட்கள் ஞாபகம் வருகிறது.

பொரி விளங்காய் உருண்டை

இதுவும் உருண்டை இனம் தான். இதனைப் 'பொருள் விளங்கா உருண்டை' என்று நையாண்டி செய்வதுண்டு. விளாங்காய் வடிவத்தில், அளவில் இருப்பதால் அப்பெயர் போலும். பெயரில் பொரி இருக்கிறதே அன்றி, இதன் தயாரிப்பில் அரிசிப் பொரிக்கோ நெல்லுப் பொரிக்கோ இடமே இல்லை.

பெண்கள் கர்ப்பமாக இருக்கிற காலத்தில் அவர்கள் உடலில் சத்துக்கள் சேர்வதற்காகவும், அடிக்கடி பசி எடுப்பதால் பசி அடங்கவும் இந்த உருண்டை பிடித்துப் போடுவார்கள். கர்ப்பிணிகளுக்குச் செய்தாலும் வீட்டிலுள்ள மற்றவர்களுக்கு விலக்கு அல்ல.

வித்தியாசமான கலவை கொண்ட பலகாரம் பொரி விளங்காய். சம அளவில் பொரிகடலை, நிலக்கடலை, மொச்சை, பெரும் பயிறு, சிறு பயிறு, அண்டிப் பருப்பு, கொண்டைக் கடலை என்பனவற்றைத் தனித்தனியே வறுத்து ஒன்றிரண்டாக உடைத்து வைத்துக்கொள்ள வேண்டும். பச்சரிசியை மாவாகத் திரித்து வைத்துக்கொள்ள வேண்டும். கருப்பட்டிப் பாகு எடுத்து, தூசி தும்பு மண் இல்லாமல் வடிகட்டிக் கொண்டு, சுடச்சுட இருக்கும் கருப்பட்டிப் பாகில் பச்சரிசி மாவைப் போட்டு, வறுத்து உடைத்து வைத்திருக்கும் கலவையைப் போட்டு, வெண்கல அகப்பைக் கணையால் நன்றாகக் கிண்டி சுடச்சுடப் பிடிக்க வேண்டும். உருண்டை, தரத்துக் கொய்யா அளவில் இருக்கலாம். எத்தனை நாட்கள் ஆனாலும் கெட்டுப் போகாது.

ஆறி இறுகிய பின், பற்களுக்கு இஃதோர் சவால். முன்பல் பலமில்லாதவர் இதைத் தின்ன முயற்சி செய்ய வேண்டாம்.

கடலை உருண்டை

கடலை என்றால் கொண்டைக் கடலை எனும் சுண்டல் கடலையையும் நிலக்கடலை எனும் மணிலாக் கொட்டையை யும் குறிக்கும். கொண்டைக் கடலை குத்துச் செடியில் காய்ப்பது. நிலக்கடலை மண்ணுக்குக்கீழே வேரில் காய்ப்பது. மண்ணுக்கு மேல் அதுவும் குத்துச் செடிதான். இங்கு கடலை உருண்டை எனப்படுவது நிலக்கடலை உருண்டையை. நிலக்கடலை விளைந்து பறிக்கும் பருவ காலங்களில், தோட்டுடன் மணியாகக் காய்ந்த கடலையை உடைத்து கடலை மணிகளைச் சேகரிப்பார்கள்.

கழுத்து உடைந்த மண்பானையில் ஆற்றுமணல் போட்டு அடுப்பில் ஏற்றி, மணல் சூடானதும் கடலை மணிகளைக் கொட்டி, சீராக, சிவப்பாக, மொரமொரப்பாக வறுத்து எடுக்க வேண்டும். வறுத்த கடலை மணிகளைத் தோல் நீக்கி இரண்டாகப் பிளந்த நிலையில் உடைத்துக்கொள்ளலாம். கருப்பட்டிப் பாகு எடுத்து, வடிகட்டி, கம்பிப் பதத்தில் இறக்கி வைத்துக் கொண்டு, வறுத்து உடைத்த நிலக்கடலைப் பருப்பைக் கிளறி, சூடாக, சின்னச் சின்ன உருண்டைகளாக, சிறிய எலுமிச்சம்பழ அளவில் பிடித்தால் அது கடலை உருண்டை.

ஓட்டுடன் வறுத்த நிலக்கடலையை ஒவ்வொன்றாக உடைத்து, உள்ளே இருக்கும் மணியை எடுத்து, செந்தோல் உதிர்த்து, ஒவ்வொன்றாய்த் தின்பது சுவையும் பொழுது போக்கும் ஆகும். தோட்டுடன் வறுபடும் நிலக்கடலைக்குத் தனிவாசம் உண்டு. நிலக்கடலையைப் பச்சையாக வறுக்காமல் சாப்பிடக் கூடாது என்பார்கள். அதிகம் தின்றால், பித்தம் பெருகி வாந்தி வரும். வறுத்துத் தின்றாலும்கூட, கடைசியில் சிறு துண்டு கருப்பட்டி கடித்துக்கொள்வது வழக்கம். கருப்பட்டி பித்தத்தைக் கண்டிக்கும். எனவேதான் கடலை உருண்டை செய்ய வெல்லப் பாகை விடக் கருப்பட்டிப் பாகு சிறந்தது. உருண்டையாகச் செய்வதற்குப் பதில் தட்டையாக, வில்லைகளாக, வணிகத்துக்குக் கடலைமிட்டாய் செய்வதுண்டு. வடமொழியில் கட்டா எனில் புளிப்பு, மிட்டா எனில் இனிப்பு. மிட்டா எனும் சொல்லின் பிறப்புத்தான் மிட்டாய். வடநாட்டில் மிட்டாயி என்பார்கள். மேலும் நாகரீகப்படுத்தி, கடலை மிட்டாயை இன்று கடலைப் பர்பி என்கிறார்கள். கோவில்பட்டிக் கடலை மிட்டாய் வெகு சிறப்பு. இரண்டு கடலைமிட்டாய் தின்று தண்ணீர் குடித்தால்

பசி அடங்கும். சிவகாசித் தீப்பெட்டிக் கம்பனிகளில் வேலை செய்யும் சிறுவர் சிறுமியருக்குப் பெரும்பாலும் மதிய உணவே இரண்டு கடலை மிட்டாயும் ஒரு செம்புப் பச்சைத் தண்ணீரும்தான்.

பலரும் மதிய உணவு முடிந்த கையுடன் ஒரு கடலை மிட்டாய் தின்பது வழக்கம். இன்று கருப்பட்டி விற்கும் விலையில், கருப்பட்டிப் பாகில் கடலை உருண்டை செய்வது கட்டுபடி ஆகாது என சர்க்கரைப் பாகில் செய்கிறார்கள். எனினும் இன்றும் திருநெல்வேலியில் 'காளிமார்க்' என்றொரு பிராண்ட் கடலை மிட்டாய், கருப்பட்டியில் செய்தது கிடைக்கும். ஆனால் இருட்டுக் கடை அல்வாபோல, டிமாண்ட் உள்ள ஐயிட்டம் அது.

பொரி கடலை உருண்டை

பொரித்துத் தோல் நீக்கிய கொண்டைக் கடலையைப் பொரிகடலை என்பார்கள். தமிழ் மொழியில் சொல்வதானால் பொட்டுக் கடலை. புதுமைப்பித்தனின் கதாபாத்திரச் சிறுமி ஒருத்தி, 'பொரி கடலையாவது வாங்கியாரப் பிடாதா?' என்று மாலையில் வேலை முடிந்து வீடு திரும்பும் தகப்பனிடம் கேட்கும். அத்தனை எளிய தின்பண்டம் வறுத்து உடைத்துத் தோல் நீக்கிய கொண்டைக் கடலை.

பசி நேரத்தில் வழிநடப்பவர் மடியில் காலணாவுக்கு பொரிகடலை வாங்கிப் போட்டுக் கொண்டு கொறித்துக் கொண்டே நான்கு மைல் நடந்த காலம் உண்டு. கடுமையான வயிற்றுக் கடுப்பு உடையவருக்குக் கனிந்த பேயம் பழத்துடன் பொரிகடலையை மென்று தின்னச் சொல்வார்கள். அவசர விருந்தாளிகள் வந்தால், புளிக்கறிக்குத் தொடுகறியாகவும் முதல் சோற்றில் போட்டு விரவவும், கடையில் பொரி கடலை வாங்கி வந்து துவையல் அரைப்பதுண்டு.

மேற்சொன்ன கடலை உருண்டைப் பக்குவம்தான் பொரிகடலை உருண்டைக்கு. கருப்பட்டிப் பாகில் பொரிகடலையைக் கொட்டிக் கிளறி, சுடச்சுட உருண்டை பிடிக்க வேண்டும்.

இன்னொரு பக்குவம் உண்டு. பொரிகடலையைத் திரித்து, சீனியையும் திரித்து வைக்க வேண்டும். நெய்யை உருக்கி பொரிகடலை மாவில் ஊற்றி விரவி, சுண்டக் காய்ச்சிய பாலில் சீனிப் பொடியைப் போட்டு விரவி, சூடாக இரண்டையும் கலந்து பிடிப்பது. இது நாஞ்சில் நாட்டில் அவ்வளவு பரவலாகச் செய்யப்படுவதில்லை.

மாவுருண்டை

மாவிளக்கு பற்றிக் கேள்விப்பட்டிருப்பீர்கள். இது சாமிக்கு நேர்ச்சைக்காகச் செய்து கொள்வது. தீராத வயிற்று வலிக்காரர்கள் பேச்சியம்மன் கோயிலில் மாவிளக்கு நேர்ந்து கொள்வார்கள்.

பச்சரிசி மாவு இடித்து, தினைமாவும் தேனும் வாழைப்பழம் போட்டுப் பிசைந்து, அகல் விளக்குப் போல் மாவைக் குழியாகப் பிடித்துக்கொள்வார்கள். வயிற்று வலிக்காரரை பேச்சியம்மன் சந்நிதியில் நிமிர்ந்து படுக்க வைத்து, வயிற்றில் வாழை இலை போட்டு, மாவிளக்கை வைத்து, அதில் தேங்காய் எண்ணெய் ஊற்றி, புதுத் திரி போட்டு விளக்கேற்றி எரிப்பார்கள். வேறு கோயில்களிலும் மாவிளக்கு ஏற்றுவதுண்டு. வழிபாடு முடிந்தபின், மாவிளக்கின் திரியைத் தாழ்த்திக் குளிரவைத்துவிட்டு, மாவைப் பிட்டு எண்ணெயுடன் பிரசாதமாகத் தின்னத் தருவார்கள்.

ஆனால் மாவிளக்கு வேறு மாவுருண்டை வேறு.

பச்சரிசியைக் கொவரப் போட்டு, கல்லுரலில் மர உலக்கை கொண்டு இடித்து எடுத்துக்கொள்ள வேண்டும். அத்துடன் கருப்பட்டிச் சீவிப்போட்டு இளம் தேங்காய் திருவிப்போட்டு, சுக்கும் தட்டிப் போட்டு ஈர நயப்புடன் உருண்டை பிடித்தால் அது மாவுருண்டை.

பெண்பிள்ளைகள் சமைந்தால், மாவுருண்டை செய்து ஊருக்கு விளம்புவார்கள். வயதானவர் செத்துப்போனாலும் மாவுருண்டை செய்வார்கள்.

சமைந்ததற்கு மாவுருண்டை இடித்தால், சமைந்த பெண்பிள்ளைகளுக்கு அதை நல்லெண்ணெயில் முக்கித் தின்னச் சொல்வார்கள்.

செத்துப்போனவர்களுக்கு வாய்க்கரிசி போட பச்சை நெல் குத்துவார்கள். பெட்டி நெல்லில், வாய்க்கரிசிக்கு நெல் குத்திய பிறகு நெல் மீதமிருக்கும். பிணம் எடுத்துச் சுடுகாட்டுக்குப் போனபின்பு, சிதைக்குத் தீ மூட்டப் பட்ட பிறகு, மிச்ச நெல்லை உரலில் போட்டுக் குத்தி, அரிசி எடுத்து, அதை இடித்து மாவுருண்டை செய்வார்கள். நிறை நாழிக்காக மரக்காலில் தட்டி வைத்திருக்கும் நெல்லை எடுக்க மாட்டார்கள். இறந்தவர்களுக்கு விளக்கு முன் வைத்துக் கும்பிட்டு அழுவதற்காக இடிக்கும் இந்த மாவுருண்டையில் சுக்குப் போட மாட்டார்கள்.

வீடுகளில் புட்டுக்கு மாவு இடிக்கும்போது, கொஞ்சம் மாவு தனியாக எடுத்துப் பிள்ளைகளுக்கு மாவுருண்டை பிடித்துத் தின்னத் தருவதுண்டு. மற்ற நாட்களிலும் கூட, நினைப்பு வந்தால் செய்து கொடுப்பார்கள்.

அவல் உருண்டை

அவலை, கல், உமி எல்லாம் பொறுக்கிச் சுத்தம் செய்தபின் உரலில் போட்டுக் குருணையாக இடிப்பார்கள். அதில் சர்க்கரை, ஏலம், சுக்கு, தேங்காய்ப்பூ எல்லாம் போட்டு இடிக்கும்போது, தேங்காயின் பால் இறங்கி, இடிபட்ட அவல் கொழுக்கட்டை பருவத்துக்கு வரும். அதைக் கைப்பிடி அளவுக்கு எடுத்து நீள உருண்டையாகப் பிடிப்பார்கள். இந்த அவல் உருண்டை, ஒரு நாள் பயணத்துக்குக் காலை உணவாக அமையும். பயணம் போகிறபோது அவல் உருண்டையுடன் பேயன்பழம் வாங்கிப் பிசைந்து தின்பதும் உண்டு. நாலைந்து அவல் உருண்டைகள் தின்று ஒரு செம்பு தண்ணீர் குடித்தால், வயிறு 'கப்'பென்று நிறைந்து போகும்.

கோயில்களுக்கு வழிபாடுகள் நடத்த வண்டி கட்டிப் போகிறவர் முன்தினம் இரவே, கருதி, காலை ஆகாரத்துக்கு என்று அவல் உருண்டை இடித்துப் பிடித்துத் தூக்கு வாளியில் அடுக்கி வைத்திருப்பார்கள்.

இன்றும் குடும்ப அங்கத்தினர்களாக நாங்கள் எட்டுப் பத்துப் பேர் சபரிமலை யாத்திரை போகும்போது, பம்பையில் நள்ளிரவில் நீராடி, மலை ஏறி, பதினெட்டாம் படி மிதித்து, சாமி தரிசனம் ஆகி, நெய் அபிஷேகத்துக்கு நெய்த் தேங்காய் எடுக்க, இருமுடிக்கட்டுப் பிரிக்கும்போது, பசி எடுத்து விடும் ஆகையால், தலைக்கு நாலு அவல் உருண்டை தின்போம். எங்கள் தமக்கையின் உபயமாக, அவள் கை விரல்கள் பதிந்து, ஆண்டு தோறும் கிடைக்கும் சிற்றுண்டி அது.

அவல்

அவல் குறித்து நாம் சற்று விரிவாகப் பார்க்கலாம். பால்ய சிநேகிதனுக்கு குசேலன் அவல் கொண்டு போனதை நமது புராணங்கள் பேசுகின்றன. நெல் பயிராக ஆன பிறகு, அரிசியின் பயன்பாடு அறியப்பட்ட பிறகு, அவல் தயாரிக்கும் தொழில் நுட்பமும் கலாச்சாரத்தினுள் இடம் பெற்றிருக்க வேண்டும். மிகத் தொன்மையான, எளிமையான உணவாக அவல் விவசாய சமூகத்தில் இடம் பெற்றிருக்க வேண்டும். *Flakes* எனும் ஆங்கிலச் சொல் அவலுக்கு நன்கு பொருந்துகிறது.

பச்சை நெல்லை அரை வேக்காட்டுக்கு அவிப்பார்கள், பெரிய பானையில் போட்டு அவித்து, தண்ணீரை முற்றிலும் துவர வைத்த பின்பு, சூடு மட்டாக ஆறிய பின், கல்லுரலில் மர உலக்கை போட்டு இடிப்பார்கள். ஏழெட்டுச் சிற்றூருக்கு ஒன்று என அவல் இடிக்கும் வீடு இருக்கும். இன்று அவல் இடிக்க இயந்திர உலக்கை வந்துவிட்டது. முன்பு சேலையை வரிந்து கட்டிக்கொண்டு, 'மூசு மூசென்று' மூச்சு விட்டு, மாற்றுலக்கை போட்டு அவல் இடிப்பார்கள். அவல் பருவத்தில் இடிபட்ட பாதி வேக்காட்டு அரைச் சூட்டு நெற் புழுங்கல் புடைத்தெடுத்தால் அவல் தனி, உமி தனியாகப் பிரியும். பின்பு வெயில் முகம் காட்டி விரித்துப் போட்டுக் காய்ந்ததும் கூட்டிப் பெரிய பனை நார்ப் பெட்டிகளில் வாரி வைப்பார்கள்.

அவல் ஒரு பண்டமாற்றுப் பொருள். நான்கு நாழி நெல்லுக்கு ஒரு நாழி அவல் என்பது கணக்கு. மூலதனம், செய்கூலி, சேதாரம் எல்லாம் அதனுள் அடக்கம்.

நெல் விளையும் நாஞ்சில் நாட்டில், பெரும் பண்ணையார் வீடுகளிலும் சிறு, குறு நில உடைமையாளர் வீடுகளிலும் 'ஓர்நேர்' சம்சாரி வீடுகளிலும் விவசாயக் கூலிகளின் வீடுகளிலும் மண்பானையில் எப்போதும் அவல் கிடக்கும். எதிர்பாரா விருந்து வந்தால், பத்து நிமிடத்தில் ஒரு சிற்றுண்டி தயாரிக்க அவல் கைவசம் இருந்தால் எளிது. பசியோடு பள்ளி விட்டு வரும் பிள்ளைகளுக்கு, வயல் வேலை செய்து பசியோடு வரும் ஆண்களுக்கு, இடைத் தீவனமாக, பனையோலைக் கொட்டானில் ஒரு பெரிய கை அவல் கிடைத்தால் அப்படியே மென்று தின்று பசியாறுவார்கள். கடித்துக்கொள்ள சின்னத் துண்டு கருப்பட்டிக் கிடைத்தால் சிறப்பு. தேங்காய்ச் சில்லு ஒன்று வாய்த்தால் அது விருந்து.

மாலைப் பொழுதில் வீட்டு நடையில் உட்கார்ந்து, தெருவை வேடிக்கை பார்த்துக்கொண்டு சிறுவர் அவல் தின்னும் காட்சி இன்று மறைந்து போயிற்று. விளையாடப் போகும்போது நிக்கர் பாக்கெட்டில் ஒரு கை அவல் அள்ளிப் போட்டுக்கொண்டு ஓடுவதும் நின்று போயிற்று. வீட்டுப் புழக்கடையில் விளைந்த மொந்தன் வாழைக்காயோ, முருங்கைக் கீரையோ காயோ, தண்டன் கீரையோ இரண்டு தெரு தாண்டி இருக்கும் சொந்தக் காரர் வீட்டுக்கு சிறுவர் மூலம் கொடுத்தனுப்புவார்கள். ஆற்றங்கரைப் புதரில் எடுத்த தாழம்பூவில் ஒரு பங்காகக்கூட இருக்கும். கொண்டு போய்ச் சேர்த்த உடன், அந்த வீட்டுக்காரப் பெரியம்மை அல்லது அத்தை, 'எலே, நில்லு' என்று கூறி அரங்கினுள் போய்ப் பெரிய கை நிறைய அவலும் ஒரு துண்டுக்

கருப்பட்டியும் தருவாள். நிக்கரின் பக்கவாட்டில் இருக்கும் பாக்கெட்டை விரித்துக் காட்ட, அதில் அவலைத் திணித்து அனுப்புவாள். வேளாண்மைக்கும் மனிதப் பண்புகளுக்கும் அன்றும் இன்றும் நேரடித் தொடர்பு உண்டு.

வீட்டுக்கு விருந்து வந்தால், தன் வீட்டுப் பானையில் அவல் தற்காலிகமாகத் தீர்ந்து போனால் புறவாசல் வழியாகப் பக்கத்து வீட்டுக்கு ஓடிப் போய், “மயினி, நாழி அவுலு இருந்தா தாருங்கோ… நாலு நாளா அவுலுக் காரியைக் காணோம். . . ஒசரவிளை சித்தப்பா வந்திருக்கா…” என்று கூறி, மடிச் சீலையில் வெளிக்குத் தெரியாமல் வாங்கி வருவதுண்டு.

அவல், கருப்பட்டி, தேங்காய் இருந்தால் எந்த விருந்தையும் சமாளித்துவிட முடியும். பழம் இருந்தால் வெள்ளம். அவலுக்கு கட்டிச் சம்பா, உகந்த நெல். அவல் இளஞ்சிவப்பு நிறத்துடன், கெட்டியாக, சடைசடையாக இருக்கும். அதை விட்டால் சடையாரி, வல்லரக்கன் போன்ற நெல் வகைகள். தட்டார வெள்ளை, வாசறுமிண்டான் நெல்லின் அவல்கள் மெலிதாக, நல்ல வெள்ளை நிறத்தில், உதிரி உதிரியாக இருக்கும்.

பனை நார்ப் பெட்டியில் நாலுபடி, எட்டுப்படி என அளந்து வாங்கி, தன் வீட்டு முற்றத்தில் மேலும் ஒருமுறை வெயில் முகம் காட்டி எடுப்பார்கள். எப்படியும் தப்பிய நெல், உமி, நெல் மூக்கு ஆகியவற்றைப் புடைத்து எடுப்பார்கள். நெல் மூக்கு என்பது நெல்லின் முனையில் இருந்து முறிந்து விழும் முளையும் உமியுமான பகுதி. மண் பானையொன்றில் அவல் சேமிதமாகும். அரங்கினுள் ஏற்கெனவே பெரிய மண்பானைகளில் கிடக்கும் பச்சரிசி, புழுங்கல் அரிசி, புளி, உப்பு, நாரத்தங்காய் ஊறுகாய், கருப்பட்டிப் பானைகளின் உரையாடல் நள்ளிரவில் சன்னமாகக் கேட்கும். மண்பானை எனில் ஒரு குடம், இரண்டு குடம் தண்ணீர் கொள்ளும் தரத்தில். அரிசி பெரும்பாலும் பெரிய செம்புப் பானையில் கிடக்கும். ஒரு காலத்தில் பெரிய மண்பானைகளில் தான் துணி மடித்து வைத்திருந்தார்கள். அலமாரியும் இல்லை கப்போர்டும் இல்லை. வார்ட்ரோப்பும் இல்லை.

நெல் அதிகம் விளையாத களியக்காவிளை, வள்ளியூர், ஈத்தாமொழி போன்ற ஊர்களில் இருந்து வந்து உறவினர் திரும்பும் போது அவர்கள் கொண்டு செல்லும் துணிப் பையில் நாலுபடி அவல் கண்டிப்பாக இருக்கும்.

இழவு விழுந்த வீடுகளில், பதினாறு கருமாதி அடியந்திரம் முடியும்வரை விரதம் இருக்கும் பெண்களுக்கு முறையுள்ள

உறவினர்கள் ‘பட்டினிப் பண்டம்’ என்று கொண்டு கொடுப்பார்கள். அதில் அவல் கண்டிப்பாக இடம் பெற்றிருக்கும். வெறும் அவல் மட்டும் கொண்டு போக மாட்டார்கள். இரண்டு பக்கா அவலுக்கு இரண்டு தேங்காய், இரண்டு கருப்பட்டி என்று சேர்த்துக் கொண்டு போவார்கள். பட்டினிப் பண்டத்துக்கான இன்னொரு பொருள் சிறுபயிறு. அவலைத் தாளித்தோ, கருப்பட்டிப் போட்டு விரவித் தின்றோ விரதம் கடத்துவார்கள். பருப்புத் தண்ணீர் வைக்க சிறுபயிறு, தேங்காய், கருப்பட்டி பயன்படும்.

எனக்குத் தெரிந்து மராத்திய மாநிலத்தில் அவல் முக்கிய மான பயன்பாட்டில் இருந்து வருகிறது. அவலை அவர்கள் ‘போஹா’ என்கிறார்கள். நம்மைப் போல மராத்தியர்கள் காலைச் சிற்றுண்டிக்கு கனமாக இட்லி, தோசை, ஆப்பம் அடை எனச் செய்து தின்பதில்லை. சுடச்சுட, நெய் தடவிய, ஒரு சப்பாத்தியுடன் சாய். தொட்டுக்கொள்ள ஏதுமின்றி சாயுடன் தின்பார்கள். அல்லது உப்பிட்டு என்று பாம்பே ரவை உப்புமா. டீ கப் சாசரில், சாசர் கொள்ளும் அளவுக்கு. அல்லது ஜவ்வரிசியைக் கொவரப் போட்டு, நிலக்கடலை வறுத்துப் பொடித்துப் போட்டு, வெங்காயம் பச்சை மிளகாய் அரிந்து போட்ட ‘சாபுதானா கிச்சடி’ அல்லது போஹா. மராத்திய கிராமப் புறங்களில், சின்னச்சின்ன சிற்றுண்டி விடுதிகளில், காலை நேரம், பெரிய தட்டங்களில், சிறு குன்று போல் போஹா குவித்து வைத்திருப்பார்கள்.

நனையப் போட்டு வாரிய அவல், வேகவைத்து உதிர்த்த உருளைக்கிழங்கு, அரிந்த பச்சை மிளகாய் பெரிய வெங்காயம் ஆகியவறை உப்பு சேர்த்து, பெரிய சீனிச் சட்டியில் சிறிது எண்ணெய் விட்டு, யாவறையும் கொட்டி, சூடாக இரண்டுமுறை புரட்டி இறக்குவார்கள். சாங்லி, சத்தாரா, கோலாப்பூர், ரத்னகிரி, மீரஜ் என்று தென்னை மரம் அடர்ந்த பகுதிகளில், போஹாவின் மேல் தேங்காய்ப் பூ தூவித்தருவார்கள். பருவ காலங்களில் உரித்த பச்சைப் பட்டாணி சேர்த்துக்கொள்வார்கள். ஆனால் நம் தேவைக்குப் பிழிந்துகொள்ள தட்டில் கால் துண்டு எலுமிச்சம் பழம் இருக்கும்.

காலையில் சாயாவும் போஹாவும் ருசி பார்க்க ஆசைப் படுகிறவர்கள், முன்னறிவிப்புடன் என் வீட்டுக்கு வரலாம்.

மராத்தியர்களுக்கு எப்படியும் வாரம் ஒருநாள் விரதம் இருக்கும். சந்தோஷி மாதாவுக்கு குருவார் எனப்படும் வியாழன், கண்பதிக்கு மங்கல்வார் எனப்படும் செவ்வாய், ஷிவ்ஜிக்கு சோமவார் எனப்படும் திங்கள் உபவாசம் இருப்பார்கள்.

உபவாசம் எனில், அன்று பகல் பூரா திட உணவு சாப்பிட மாட்டார்கள். பால், காலையில். மதியத்துக்கு போஹா அல்லது சாபுதானா கிச்சடி. சிலர் அதுவும் தின்னாமல் பழம் அல்லது இளநீர். இரவு மட்டும் ஒரு நேர உணவு. தென்னிந்தியர்களைப் போல, குறிப்பாகத் தமிழர்களைப் போல, மராத்தியரில் பெருந்தொந்தி கொண்டவரைக் காண்பதரிது. மும்பை மராத்தியர், நம்மவர்களை வயிற்றில் தட்டி 'ஏ, காய் அண்ணா?' என்று கேட்பார்கள், 'அண்ணா, இது என்ன?' எனும் பொருளில் கேலியாக.

இனி நாம் அவலில் செய்யும் நமது பலகாரங்களைப் பார்ப்போம்.

அவல் விரவியது

தேவையான அளவு அவல் எடுத்து நல்ல தண்ணீரில் நனைத்துக்கொள்ள வேண்டும். நனைத்த தண்ணீரை உடனடியாக இறுத்துத் துவர வைக்க வேண்டும். நிமிடங்களில் தண்ணீரை உள்வாங்கிய அவல் பொதுமும். சரியாகப் பொதுமும் அளவுக்கு அவல் எவ்வளவு நேரம் தண்ணீரில் கிடக்க வேண்டுமென்பதை அனுபவம் கற்றுத் தரும். தேவையான அளவு கொவர்ந்த அவலில் கருப்பட்டி அல்லது கோட்டயம் சர்க்கரை சீவி இளம் தேங்காயும் திருவிப் போட்டு, கையகப்பையால் கிளறினால் தீர்ந்தது சோலி.

திடீரென, பகல் பதினொன்றுக்கோ மாலை ஆறுமணிக்கோ வரும் விருந்தாளிகள், உட்கார்ந்து உரையாட ஆரம்பிக்கும்போது விரவிய அவலும் சுக்குக் காப்பியும் தயார். விரவிய அவலை விரல்களைக் குவித்து வாரித்தின்பது ஒரு சுவை எனில், நன்கு பழுத்த பேயன் பழமோ, பேயன்பழம் கிடைக்காவிட்டால் பாளையங்கோடன் பழமோ பிசைந்து தின்பது இன்னொரு ருசி.

வெள்ளாளர் வீடுகளில் சமைத்த உணவு சாப்பிட சாத்திரம் பார்க்கும் தச்சர், கம்மாளர், கொல்லர், சைவர், பார்ப்பனர் போன்றோருக்கு, பசி நேரங்களில் விரவிய அவல் மறுப்பில்லை. கருப்பட்டிக் காப்பிக்குப் பதிலாக, நல்ல மதுரமுள்ள பெரிய தென்னங்கருக்குச் சீவி வைப்பார்கள். கருக்கு எனில் இளநீர்.

தமிழ் வருடப் பிறப்பு தையா, ஆவணியா, சித்திரையா என ஒரு பக்கம் வாதங்கள் நடைபெற்றாலும், நாஞ்சில் நாட்டில் இன்னும் சித்திரை ஒன்றாம் தேதி சிறப்பாகக் கொண்டாடப்படுகிறது. அன்று காலை 'கணி' கண்டவுடன், காலைப் பலகாரத்துக்கு விரவிய அவல் கண்டிப்பாக இருக்கும்.

அது ஒரு சம்பிரதாயம். எனக்குத் திருமணமாகிய இந்த நாற்பத்து நான்கு ஆண்டுகளில், பம்பாயில் இருந்த போதும் இன்று கோவையில் வாழும் போதும் சித்திரை வருஷப் பிறப்பு/விஷுக் கணி காணவும் அவல் விரவியது தின்னாமலும் பெரும்பாலும் இருந்ததில்லை. ஊரிலிருந்து அம்மையோ தங்கையோ தம்பியோ தந்து விடும் அவலும் வருடப் பிறப்புக்கு விரவ வீட்டில் கிடக்கும்.

ஆவணியில் அறுவடையாகும் சம்பா நெல்லில், அடுத்த பூ வில் விதைக்க வித்துக் காயப் போட்டு வைத்திருப்பார்கள். அது பெரும்பாலும் சித்திரை மாதம் நிகழும். அப்போது விதைத்து மிஞ்சிய வித்தில் அவல் இடித்து வாங்குவார்கள். மிகுந்த மணமுடைய அவல் அது. சிலசமயம் பொடியில் விதைப்பதை விட்டு, வித்தை முளைய வைத்து தொழியில் விதைப்பதற்காக வித்து நெல்லை சாக்கில் இறுகக் கட்டி பகல் பூரா ஆற்றில் அல்லது குளத்தில் நனையப் போடுவார்கள். மாலையில் கரையேற்றி வைப்பார்கள். மறுநாள் காலை மறுநீர் காட்டுவார்கள். அப்படியே மூன்றாவது நாளும். நாலாவது நாள் காலையில் கட்டி வைத்த சாக்கைத் துளைத்துக்கொண்டு தந்த நிறத்தில் நெல் முளைகள் வந்திருக்கும். வயலில் விதைக்க சாக்கை அவிழ்க்கும்போது ஆவி பறக்கும் கதகதப்புடன் முளை நெல்கள் இருக்கும்.

வயலில் கொண்டு போய் முளைத்த விதை நெல்லைத் தொழியில் விதைத்த பிறகு, மீந்த விதை நெல்லைக் கை கையாகத் தானமாகவும் கொடுத்த பிறகு, மிச்ச முளைத்த விதை நெல்லில் அவல் இடிப்பார்கள். அந்த அவல் ஆண்டுக்கு ஒருமுறை கிடைக்கும். ஆனால் செழிப்பாகக் கிடைக்காது. நான் அந்த முளைத்த விதை நெல் அவல் வாசனை முகர்ந்து நான்கு குறிஞ்சிப் பருவங்கள் ஆகின்றன. இனிமேல் கிடைக்கும் என்ற நம்பிக்கையும் இல்லை. அதுவும் சம்பா வித்து முளை நெல்லின் அவல் தின்ன வாய்ப்பே இல்லை. ஆன்மா சாந்தி பெறாமல் பேயாய் அலைந்து திரிவதற்கு இது போல் பல காரணங்கள் உள்ளன.

இடித்த அவல்

முன்பு அவல் உருண்டையில் பார்த்த அதே பக்குவம்தான். ஆனால் அவலை ஒன்றிரண்டாக இடித்து, பிரு பிருவென ஏனத்தில் வாரி வைத்துக்கொள்வார்கள். ஒரே வேறுபாடு, தேங்காய்ப் பூவை அப்படியே போடுவதற்குப் பதில் வறுத்துப் போடுவார்கள். தண்ணீர் படாமல் இடிப்பதாலும் தேங்காய் வறுத்துப் போடுவதாலும் சில நாட்கள் கெட்டுப் போகாமல் இருக்கும். நாலைந்து நாட்கள் பயணத்துக்கும் தோதானது.

வறட்டிய அவல்

இதுவும் ஒரு இனிப்பு அவல்.

சிறுபயிறு வறுத்து உடைத்துத் தோல் நீக்க வேண்டும். சர்க்கரையைப் பாகு எடுத்து வைத்துக்கொள்ளலாம். சீர் பார்த்து வைத்திருக்கும் அவலையும் வறுத்துடைத்த சிறு பயிற்றம் பருப்பையும் சர்க்கரைப் பாகில் கொட்டி, ஏலம் சுக்கு பொடித்துப் போட்டு, தேங்காய்ப் பூ போட்டு, புத்துருக்கு நெய்விட்டு அடுப்பில் ஏற்றிக் கிண்டினால் அது வறட்டிய அவல். சிலர் ஏத்தன் பழத்தைச் சிறுசிறு துண்டுகளாக நறுக்கிப்போட்டுக் கிண்டி இறக்குவதும் உண்டு.

தாளித்த அவல்

நாஞ்சில் நாட்டில் தாளித்த அவல் மிகப் பிரபலமான காலை உணவு. முன்பு கூறியது போல் அவலைக் கொவரப் போட்டுத் தண்ணீரைத் துவர வைத்துக்கொள்ள வேண்டும். சீனிச் சட்டியில் ஒரு கரண்டி எண்ணெய் விட்டு, கடுகு உளுந்தம் பருப்பு கறிவேப்பிலை போட்டுத் தாளித்து, அரிந்து வைத்திருக்கும் பச்சைமிளகாய், உள்ளி போட்டு வதக்கி, நனைத்த அவலைப் போட்டுக் கிண்டி, உப்புத் தூள் போட்டு, ஆவி வர ஆரம்பித்ததும் இளம் தேங்காய் பூ நிறையப் போட்டு கிண்டி இறக்கினால் போதும்.

இதுவும் விருந்தினர் வருகை அவசரச் சிற்றுண்டி. இந்த அவலில் பஞ்சசாரை என்று மலையாளத்திலும் பஞ்சாரை என்று நாஞ்சில் நாட்டு வழக்கிலும் அழைக்கப்படும் சீனி தூவித் தின்னலாம். நாஞ்சில் நாட்டில் சர்க்கரை என்றால் அது உருண்டை வெல்லம். சீனி தூவாமலும் தின்னலாம். அவரவர் தேர்வு. ஆனால் சுடச்சுட சாப்பிட வேண்டும். இல்லாவிட்டால் அவல் விறைத்து தொண்டையில் இறங்குவது சிரமமாக இருக்கும். தாளித்த அவல், ரவை தாளித்தது எல்லாம் இப்போ அவல் உப்புமா, ரவை உப்புமா என மேநிலை ஆக்கம் பெற்றுள்ளது.

துவையல் போட்டு விரவிய அவல்

முதலில் தேங்காய்த் துவையல் அரைத்துக்கொள்ளலாம். நன்கு முற்றாத இளம் தேங்காய் – ஆனால் கருக்குத் தேங்காய் அல்ல, உப்பு, பூண்டு, கறி வேப்பிலை, பச்சை மிளகாய் வைத்து

முதலில் தேங்காய்த் துவையல். இந்தத் துவையலுக்குப் புளி வைக்கக் கூடாது.

நனைத்துக் கொவர்த்து வைத்திருந்த அவலில், துவையலைப் பிருத்துப் போட்டு, தேங்காய் எண்ணெய் தாராளமாக ஊற்றிக் கிண்டி வைத்தால் போதும். இந்தத் தயாரிப்புக்கு அடுப்பு பற்ற வைக்க வேண்டாம்.

சிலர் சீனிச் சட்டியில் எண்ணெய் விட்டு, கடுகு உளுந்தம் பருப்பு, கறிவேப்பிலை, கிள்ளிய வத்தல் மிளகு போட்டுத் தாளித்து, நனைத்த அவலைக் கொட்டி, தேங்காய்த் துவையலையும் பிருத்துப் போட்டுக் கிண்டி, சூடானதும் இறக்குவார்கள்.

சிலர் துவையலுக்குப் பச்சை மிளகாய்க்குப் பதில் வத்தல் மிளகாய் வைத்து அரைப்பதுண்டு. ஒன்று இளம் பச்சை நிறத்தில் இருக்கும், மற்றது இளஞ்சிவப்பு நிறத்தில் இருக்கும். எனினும் வாசம் பச்சைமிளகாய்த் துவையல் போட்டுக் கிண்டி தேங்காய் எண்ணெய் விட்டுக் கிளறும் போதுதான்.

புளி அவல்

ஏற்கெனவே சொன்ன தாளித்த அவல் பக்குவம்தான். அவலைத் தண்ணீரில் நனைத்து எடுப்பதற்குப் பதில் புளித் தண்ணீரில் நனைத்துக்கொள்ள வேண்டும்.

தயிர் அவல்

நாஞ்சில் நாட்டு சிறந்த சமையற் கலைஞர்களில் ஒருவரான, போன தலைமுறை, வடிவீசுவரம் சீனி ஐயர், தனது அறுபது கடந்த முதிர்ந்த பிராயத்தில் எங்கள் குடும்பத்து முதல் கல்யாண அடியந்திரமான என் தங்கை கல்யாணத்துக்கு அரிசி வைப்புக்கு ஏற்பாடாகி இருந்தார். ஏழு செம்பு அரிசி வைப்பதான திட்டம். அச்சாரம் வாங்கிவிட்டால், ஒரு நாள் வீட்டுக்கு வந்து சாமான்கள் வாங்குவதற்கான 'டாப்' தந்தார். முதலில் பலவெஞ்சண சாமான்களுக்கான பட்டியல், காய்கறிகளுக்கான பட்டியல். பின்பு வீட்டில் வறுத்து இடித்துப் பொடித்து வைக்க வேண்டியதற்கான பட்டியல். அடுத்து திருமணத்தன்று மாலை 'டீ பார்ட்டி' பலகாரத் தயாரிப்பதற்கான பட்டியல்.

திருமணச் சமையல் மாத்திரம் என்றால், திருமணத்துக்கு முன் தினம் பிற்பகல் வந்து சேர்வார். திருமணத்துக்கு முன்தினம் வீட்டு விருந்தினர், அக்கம் பக்கத்து வேண்டியவர், வேலை செய்பவர் முதலியோருக்கான முரட்டுச் சமையல். ஒரு செம்பு

அரிசி என்பது ஏழு மரக்கால் அரிசி பொங்குவார்கள். பருப்பு, தடியன்காயும் முருங்கைக்காயும் போட்டு புளிக்கறி, ரசம், மோர். தொடுகறி ஒரு பெரிய அவியலும் மிளகாய்ப் பச்சடியும்.

நாஞ்சில் நாட்டுக் கல்யாண விசேடங்களுக்குக் காலைப் பலகாரமும் அவ்வளவு முக்கியம் இல்லை. காலைப் பலகாரத் துக்கு இட்லியும் சாம்பாரும்தான். முந்தியநாள் காலையில் அரிசி அரைத்து மதியம் உளுந்து அரைத்து விரவி வைத்து காலை நாலுமணிக்குப் பெரிய இட்லிக் கொப்பரைகளைக் கிடார அடுப்பில் ஏற்றி ஒரே நேரத்தில் அறுபது எழுபது இட்லிகள் அவிய இரண்டு தட்டுக்களில் ஊற்றி அவித்துப் பெரிய பனையோலைக் கடவங்களில் அடுக்குவார்கள். பெரிய அண்டாவில் வைத்த சாம்பார். இந்த இட்லி சாம்பாரும் வீட்டு விருந்தினருக்கும் அக்கம் பக்கம் உள்ளவருக்கும் வேலை செய்பவர்களுக்கும்தான்.

காரணம் நாஞ்சில் நாட்டுக் கல்யாணங்கள் காலையில், முடிந்ததும் இருபத்தோரு கூட்டான் வைத்து சத்திதான். அது ஒரு நேர சிறப்பான சாப்பாடு. பிறகு சாயங்காலம் டீ பார்ட்டி என்பது ஒரு சம்பிரதாயமாகவே இருந்தது சமீப காலம்வரை. இரவு நாலா நீர்ச் சாப்பாடு. அது பெரும்பாலும் மிச்சம் மீதிதான். சோறு மாத்திரம் தட்டுப்பட்டால் புதிதாய் வடிப்பார்கள். குழம்புக்கு தீயல் வைப்பர்.

அடுத்த நாள் காலை, முந்திய நாள் அவித்து மீந்த இட்லி பிருத்து நாளித்தது, மிச்சம் கிடக்கும் பழையது – பழங்கறி அல்லது சாம்பா ரவை தாளித்தது. பொங்கல் விட்டுக் காப்பறுத்து, பிள்ளை மாற்றுச் சடங்கு போன்றவை ஆனபிறகு மத்தியானத்துச் சிறுபயிற்றம் பருப்பு, பொரிச்ச கூட்டு, வற்றல் வடகம் போட்ட தீயல், புதிய பிரதமன்.

டீ பார்ட்டிக்குப் பலகாரம் போட வேண்டியதிருந்தால், திருமணத்துக்கு முதல் நாள் காலையில் வைப்புக்கார ஐயர் வருவார். அதிகாலையில் வருபவருக்கு முதல் வேலை, சேகரித்து வைத்திருக்கும் பலவெஞ்சனங்கள், இடித்தது, பொடித்தது, நெல் அவித்துக் குத்திப் புடைத்து வைத்திருக்கும் அரிசி, தொலித்துப் போட்டிருக்கும் தேங்காய், வாங்கிப் போட்டிருக்கும் காய்கறிகள், கீறிப் பிளந்து அடுக்கி வைத்திருக்கும் விறகு என மேற்பார்வை செய்வார்.

விறகு சரியில்லை என்றால் மாற்ற வேண்டும். தேங்காய் சிறியது எனில் மேலும் வாங்க வேண்டும் அல்லது புதிதாய்த் தொலிக்க வேண்டும். அவியலுக்கும், பிரதமனுக்குப்

பாலெடுக்கவும் பருவம் தப்பிய தேங்காய்கள் எனில் ஆகாது என்பார். தேங்காய் எண்ணெய் டின்னை பொட்டித்துப் பார்த்து, காம்பல் வாசனை வந்தால் வேறு எண்ணெய் டின் வாங்க வேண்டும். புளிசேரிக்கு, இடித்து வைத்திருக்கும் அரிசி மாவு நைஸ் போதுமா என்று பரிசோதிப்பார். நெய் நல்ல தரமானதா என்று பார்ப்பார்.

இதெல்லாம் செய்து முடித்துவிட்டு, பலகாரம் போட – போளி சுடவோ, ஜிலேபி பிழியவோ, லட்டு பிடிக்கவோ யத்தனங்கள் கூட்டு முன் அவருக்கும்கூட வந்திருக்கும் முக்கியமான இரு கையாள்களுக்கும் பசிக்கும். கையாட்கள் ஐயரல்ல, என்ன கொடுத்தாலும் சாப்பிடுவார்கள். ஆனால் வைப்புக்கார ஐயர், வீட்டில் செய்த இட்லி, தோசையைத் தொட மாட்டார். திருமணத் தேவைக்கான தோசைமாவு தயாராகி இருக்காது.

நான் தீவிரமாய் வேலை செய்த முதல் கல்யாண அடியந்திரம் 1967இல். தென் திருவிதாங்கூர் இந்துக் கல்லூரியில், கணிதம் இரண்டாம் ஆண்டு பயின்றுகொண்டிருந்தேன். குடும்பத்தில் மூத்த மகன், சுறுசுறுப்பாகக் கல்யாண வேலை பார்க்கிறவன், சமையல் செய்கிற சாமிக்கும் எடுபிடி.

எனது சித்தப்பா, சித்தி, அப்பா, அம்மா, அத்தைமார், மாமன்மார், ஆத்தாக்கள் அனைவரும் என்னை ‘முருகா’ என்று கூப்பிடுவார்கள். இடப்பட்ட பெயர், தாத்தாவுக்கு சொந்தமானது, சுப்பிரமணியம் என்றாலும், ஒருவரும் அந்தப் பெயரை உச்சரிக்க மாட்டார்கள்.

திருமணத்துக்கு முன்தினம் காலை பத்து மணிக்கு, முதல் சுற்று மேற்பார்வை வேலை முடிந்த பிறகு சீனி ஐயர் என்னைக் கூப்பிட்டார்.

“முருகா, சாப்ட்டியாடா?”

“இல்ல சாமி, நீங்க சாப்பிடாண்டாமா?”

“அப்பம் ஒரு காரியம் செய்யி... உனக்க சித்திக்கிட்டே கேட்டு, ரெண்டு படி அவுலு மட்டும் கொண்டா”

பனையோலை அரிவட்டியில் இரண்டு நாழி அவல் அளந்து தந்ததைக் கொண்டு கொடுத்தேன். பெரிய மைசூர் சருவத்தில் அவலை நனையப் போட்டு வாரி அதே அரிவட்டியில் துவர விட்டார். அவரே காய்கறிகள் காற்றாட பரத்திப் போட்டிருக்கும் சாய்ப்புக்குப் போய் ஐந்தாறு பச்சை மிளகாயும் ஒரு துண்டு இஞ்சியும் எடுத்து வந்தார்.

“சட்டுண்ணு பக்கத்துக் களத்திலே போய் ரெண்டு இணுக்கு கறிவேப்பிலை கொண்டா பாப்போம்” என்றார்.

பச்சைமிளகாய், இஞ்சி, கறிவேப்பிலை எல்லாம் கழுவி எடுத்து, பக்கத்தில் கழுவித் துடைத்து வைத்திருந்த ஆட்டுக்கல்லில் போட்டு ஒன்றிரண்டாகச் சதைத்து எடுத்தார்.

துவர வைத்திருந்த நனைத்த அவலை மறுபடியும் மைசூர் சருவத்தில் கொட்டி, சதைத்து வைத்திருந்தவற்றை அதன்மேல் போட்டு, உப்புப் போட்டு, உறையூற்றி வைத்திருந்த தயிர்ப் பானையில் இருந்து கட்டித் தயிர் நாலைந்து சிரட்டைத் தவி வெட்டி எடுத்து அவல் மீது ஊற்றினார். தேங்காய் எண்ணெய் டின்னைத் திறந்து அரைஅகப்பை அதன் மீது ஊற்றி வெண்கல அகப்பையால் நாலைந்து புரட்டுப் புரட்டினார். வாசம் அள்ளிக் கொண்டு போயிற்று. உள் வீட்டு முற்றத்தில் உட்கார்ந்து, தலைக்கொரு துண்டு இலைபோட்டு சீனி ஐயர், அவரது இரண்டு உதவியாளர்கள், நான். கேட்டுக் கேட்டு வைத்தார் ஐயர். இனியெனக்கு இந்திரன் அமிழ்தம் ஈந்தாலும் வேண்டேன். அப்படியோர் வாசம், அவ்விதமோர் சுவை. ஐம்பத்தாறு ஆண்டுகள் ஓடிவிட்டன. இன்றதை நினைவு வைத்துப் பேசுகிறேன். வாசத்தைக் காற்றில் கரையவிட்டு, சீனி ஐயர் போயாச்சு. ஆத்தாமார் போனார்கள். அப்பா, சித்தி, சித்தப்பா, அம்மா போயாச்சு. வாசம் சுமந்து திரிய எனக்கின்னும் வாய்க்கலாம் சில காலம்.

அவல் பொரி

ஏற்கெனவே அரிசிப் பொரி, நெல்லுப் பொரி பார்த்தோம். அவை வாங்கக் கிடைக்கும். அவல் பொரி வீட்டில் செய்தால் தான் உண்டு. காய்ந்த அவலை, மண்பானைத் தூரில் போட்டு, மிதமான சூட்டில் கிண்டிக் கொடுத்து, கரிந்து போகாமல் வறுத்து எடுப்பது. சுடச்சுடத் தின்றால் மொரமொரப்பாகவும் வாசனையாகவும் இருக்கும். நாகர்கோயிலில் கடைகளில் நீங்கள் மிக்சர் வாங்கினால், அதில் அவல் பொரி கிடக்கும். பிற பிரதேசங்களில் அவல் மிக்சர் என்றே தனியாகக் கிடைக்கும், அதில் கிடப்பது அவல் பொரிதான்.

முதியோர், நோயாளிகளுக்குக் காய்ச்சிய பசும்பாலில் சீனிபோட்டு ஆற்றி, ஒரு குத்து அவல் பொரியும் போட்டுக் கொடுப்பார்கள். இந்தக் காலத்து ஓட்ஸ் கஞ்சி, கெலாக்ஸ்போல, அன்று அஃதோர் எளிய சீரண உணவு.

அவல் மோதகம்

மோதகம் பற்றி ஏற்கெனவே பார்த்தோம். அதன் சேர்மானங்களில் சிறுபயிற்றம் பருப்புக்கு மாற்றாக அவலை உபயோகித்துச் செய்வது.

அவல் உருண்டை

இந்தத் தயாரிப்பு, 'உருண்டை' பிரிவில் நாம் ஏற்கெனவே பார்த்துவிட்டோம்.

அவல் பாயசம்

பிரதமன் – பாயசம் பகுதியில் பிறகு நாம் இதை விரிவாகக் காணலாம்.

அவல் இலைப் பணியாரம்

அடுத்துவரும் இலைப் பணியாரம் பகுதியில் பார்க்க இருக்கிறோம்.

சுண்டல்கள்

மேற்சொன்ன பக்குவங்கள் தவிர, சிறுபயிறு, பெரும்பயிறு, உளுந்து வேகவைத்து அதைத் தாளித்து சுண்டல் செய்யும் போது அதில் இரண்டு கை அவலும் சேர்த்துக்கொள்வார்கள், சுவைக்காகவும் அளவைப் பெருக்கவும்.

இலைப் பணியாரம்

முதலில் குழிப் பணியாரம் வேறு, இலைப்பணியாரம் வேறு என்பதைப் புரிந்துகொள்ள வேண்டும். பணியாரம் என்பது இந்த இனத்தின் பொதுப் பெயர். செட்டி நாட்டு உணவு வகைகளில் பால் பணியாரம் குறிப்பானது. நான் பம்பாய் திக்விஜயங்கள் முடிந்து, என் மகளை மனைவி ஈன்றிருந்த காலை, கி.ரா.வைப் பார்க்க, மதுரை வழியாகப் பயணம் ஆனபோது, மதுரை கள்ளழகர் கோயில் தெருவில் நின்று முதன்முதலில் சுடச்சுடப் பணியாரம் தின்றேன். அப்போது எனக்கு வயது முப்பத்தாறு. சொல்வதற்குக் காரணம், பணியாரம் நாஞ்சில் நாட்டுப் பணியாரம் அல்ல என்பதைச் சுட்ட. அப்பக்கரம் என்று பணியாரச் சட்டியில் வைத்துச் சுடும் இனிப்பு அப்பம் ஒன்றுண்டு. அஃதோர் எண்ணெய்ப் பலகாரம்.

எனவே பால்பணியாரம் செட்டிநாட்டுக் கொடை எனில், குழிப்பணியாரம் தென்மதுரைக் கொடை எனில் இலைப் பணியாரம் நாஞ்சில் நாட்டுக் கொடை எனலாம். இதை மலையாளத்தில் இலையப்பம், இலையடை, வல்சன் எனும் பெயர்களில் இன்றும் விரும்பி உண்கிறார்கள்.

இலைப் பணியாரம் என்பதோர் இனிப்பு வகை. பெரும்பாலும் தீபாவளி முடிந்தபின், கார்த்திகை மாதத்தில் வரும் திருக்கார்த்திகைப் பண்டிகை அன்று முன்னிரவில் செய்யப்படுவது. நாம் இதுவரை பார்த்த பல பலகாரங்களைப் போன்று இதன் சேர்மானங்களும் பச்சரிசி மாவு அல்லது புழுங்கலரிசி மாவு, கருப்பட்டி அல்லது சர்க்கரை, ஏலம், சுக்கு, சிறுபயிற்றம் பருப்பு, தேங்காய்ப் பூ ஆகியவையே. சிறுசிறு சுதி பேதங்களுடன்.

மேலும் ஒன்றை நீங்கள் கவனித்திருக்கலாம். இதுவரை எண்ணெய் பற்றிய பேச்சே இல்லை. 'மானுடர்க் கெனும் பேச்சுப் படின் வாழ்கிலேன் காண்' என்றது போல, மிகக் குறைந்த சேர்மானங்கள் என்பதையும் வாசனைத் திரவியங்கள் தவிர மிச்ச முள்ளவை எல்லாம் சொந்த நாட்டின் விளை பொருட்கள் என்பதையும். பெரிய விலையுள்ள பொருட்களும் அல்ல தான். மானுடர்க்கு எந்தப் பின்விளைவையும் ஏற்படுத்தும் தன்மைத்தன அல்ல. தயாரிப்பு நேரமும் சொற்பம். ஒன்றிரண்டு நாட்களில் தின்றும் தீர்ந்து போகும்.

தமிழ்ப் பண்பாட்டு மரபில் பன்னிரண்டு மாதங்களும் ஏதோ ஒரு பண்டிகை மாதம்தான். ஒவ்வொரு பண்டிகைக்கும் ஒவ்வொரு பலகாரம் விசேடம். மற்ற நாட்களில் அவ்வகைப் பலகாரங்களும் செய்யப்படுவதில்லை. இயற்கைக்குப் படைத்தும் இறைவனுக்குப் படைத்தும் உண்பது மனிதன் தானே! வீட்டைச் சுத்தப்படுத்துவதும், மாட்டுத் தொழுவத்தைச் சுத்தப் படுத்துவதும், புத்தாடை அணிவதும், நல்ல பலகாரங்கள் செய்து தின்பதும், தீற்றிப்பதும், உறவு முறைகளைக் கண்டு கூடிப் பேசி மகிழ்வதும் மூட நம்பிக்கை என்று அறிவாளிகள் என்று தம்மைச் சொல்லியும் கருதியும் கொண்டு திரிபவர்கள் வெகுவாகப் பிரச்சாரம் செய்து வெற்றியும் கண்டிருக்கிறார்கள் அல்லவா? ஆனால் இன்றும் மக்கள் பண்டிகைகளைக் கொண்டாடுவதை நிறுத்தக் காணோம்.

துன்பம் என்னவெனில் தீபாவளியும் திருக்கார்த்திகையும் மூட நம்பிக்கை. வாலண்டீன்ஸ் டே, நியூ இயர் டே அறிவு நம்பிக்கை. கேக் வெட்டுவது பகுத்தறிவு, புத்தரிசி பொங்குவது

மூட நம்பிக்கை. திருக்கல்யாணம், தெப்பத் திருநாள், தேரோட்டம், சூரன்பாடு, காளி ஊட்டு, அம்மன் கொடை எல்லாம் மூட நம்பிக்கை. பர்த் டே, வெட்டிங் அனிவர்சரி, எல்லாம் பகுத்தறிவு நம்பிக்கை. இந்தியப் பண்டிகைகள் யாவும் ஆபாசம். இங்கிலாந்துப் பண்டிகைகள் அதியற்புதம்.

அது கிடக்க –

ஐப்பசி முடிந்து கார்த்திகை பிறந்ததுமே மரப்பட்டைகள் சேகரிக்கத் தொடங்குவோம், திருக்கார்த்திகைக்கு வாணம் செய்ய எல்லாமரத்துப் பட்டைகளும் பயன்படாது. வாகைப் பட்டை, புளியம் பட்டை, பூவரசம் பட்டை, மருதம் பட்டை, வேப்பம் பட்டை என எளிதாகக் காய்ந்து அடர்ந்து வரும் பட்டைகள். மரத்துக்குச் சேதம் இல்லாமல்.

பட்டைகள் எனும் போது மரங்களைப் பற்றியும் பேசத் தோன்றுகிறது. வேம்பு, புங்கு, பனை, தென்னை, கமுகு, இலுப்பை, புன்னை, கொய்யா, புளி, மா, கொல்லாமா, மருது போன்றவை விதை போட்டு வளர்பவை. ஆல், முருங்கை, முள் முருங்கை, உசிலை, மஞ்சணத்தி கம்பு வைத்தாலும் துளிர்ப்பவை. பூவரசு விதை போட்டால் வளராது. கம்பு வெட்டி வைத்து அல்லது வேரிலிருந்து துளிர்ப்பது. வாழைக்குக் கம்போ விதையோ இல்லை. கிழங்கில் இருந்து கிளைப்பது.

அதுவும் கிடக்க –

சேகரித்த மரப்பட்டைகளை உலர்த்துவதும் தீப்போட்டுச் சுட்டுக் கரி சேகரிப்பதும் கரியைக் கல்லுப்புடன் சேர்த்துப் பொடிப்பதுமாகக் கார்த்திகை மாதத்து விடுமுறை நாட்கள் கழியும். திருக்கார்த்திகை அன்று ஓரங்குல விட்டமும் ஒரு முழு நீளமும் கொண்ட ஒழுங்கான உசில மரத்தின் கம்பொன்றை வெட்டிக்கொள்வார்கள். கம்பின் நுனியில் ஆறங்குல நீளத்துக்கு நான்காய்ப் பிளந்துகொள்வார்கள். கம்பு எளிதாகவும் சமமாகவும் பிளக்கும் என்பதினால்தான் உசிலங் கம்பு. வீட்டில் கிடக்கும் பழைய கந்தல் துணிகளை விரித்துப் பரத்தி, அதன்மேல் தேங்காய்ச் சவரியைப் பிய்த்துப் பரத்தி, அதன்மேல் கரித்தூளைக் கொட்டி, நீள் வாட்டத்திலுள்ள தரத்துத் தேங்காய் அளவில் துணியோடு சேர்த்து உருட்டிக்கொள்வார்கள். அதனை மணிக்கொச்சக்கயிறு கொண்டு வரிந்து கட்டி, முடி போட்டு, அந்தப் பொட்டணத்தைப் பிளந்து வைத்திருக்கும் உசிலங் கம்பின் நடுக்கே வைத்து மறுபடியும் மணிக்கொச்சம் கொண்டு வரிந்து கட்டி மாலை ஐந்து மணிக்கெல்லாம் தயார் நிலையில் வைத்துக்கொள்வார்கள். இதற்கு ‘வாணம்’ என்று பெயர்.

மாலை இருண்டு வரும் நேரத்தில், வீடுகளின் படிப்புரைகளில், வாசலில், மதில் சுவரில், படிக்கட்டுகளில், நடைகளில், மாடங்களில் இடுக்கான் சட்டி என்று அழைக்கப்படும் எலுமிச்சம் பழத்தின் பாதி அளவில் இருக்கும் மண் சட்டிகளில் புன்னக்காய் எண்ணெய் அல்லது இலுப்பெண்ணெய் ஊற்றி, திரி திரித்துப் போட்டு விளக்கேற்றுவார்கள். சுடலைமாடன், புலைமாடன், இசக்கியம்மன், பேச்சியம்மன், கழுமாடன், பூதத்தான் பீடங்கள் எல்லாம் திருக்கார்த்திகை விளக்கு அலங்கார வரிசைகளில் பொலியும்.

விளக்கேற்றும் வேலை முடிந்தவுடன் நன்கு இருட்டிவிடும். திருக்கார்த்திகைப் பலகாரமான இலைப் பணியாரங்கள் அவிக்கப் போவார்கள். சிறுவரும் சிறுமியரும் வேகப் போகும் இலைப் பணியாரத்தைக் கருத்தில் வைத்துக்கொண்டே வாணம் சுற்றப் போவார்கள்.

தெருவில் உள்ள சிறுவர் சிறுமியர் சேர்ந்து வாணத்தின் முனையில் நெருப்பு வைப்பார்கள். வாணம் என்பது தீப்பந்தம் போல எரியாது. கரித்தூள் நெருப்பில் கனிந்து மினுக் மினுக் என நட்சத்திரத் துமிகளாய் மினுங்கும். கம்பைப் பிடித்துக்கொண்டு, சாலை வழியாக, நெடுந்தூரம், 'வாணப் பூ, வர்ணப்பூ' எனப் பாடிக்கொண்டு அல்லது கூவிக்கொண்டு ஓடுவார்கள். கையில் சுழலும் வாணம் தீவட்டமாகத் தெரியும். கரித்துகள் நெருப்புப் பொடியாகப் பறக்கும். பத்துப் பன்னிரண்டு சிறுவர் சிறுமியர் வாணம் சுழற்றி ஓடுவது, தூரத்தில் இருந்து பார்த்தால், நெருப்பு வளையங்கள் குதித்துக் குதித்து ஓடுவதாக, சாடுவதாக, சரிவதாக, வளைவதாகக் கண் நிறைந்து தெரியும். சிலரது வாணம் கையில் இருந்து பறிந்து போய் வயலில் விழுவதுண்டு. சிலர் வாணம் கயிற்றுக் கட்டுக்கள் எரிந்த நிலையில் கம்பில் இருந்து நழுவிப் போய் தூரத்தில் சிதறுவதுண்டு. கூரை வீடுகளில் போய் விழுந்து விடும் என்பதால் ஊருக்குள் வாணம் அனுமதிக்கப்படுவதில்லை.

அண்ணன், மாமா, தாத்தா என நச்சரித்து வாணம் கட்டி வாங்கியவர்கள் சுழற்றும்போது, கட்டித் தந்தவர்களே தொலைவில் நின்று கண்கொள்ளாமல் மகிழ்வதுண்டு. யாரும் சுட்டுக்கொள்வதோ, காயம் பட்டுக் கொள்வதோ இல்லை. வாணம் சுற்றிக் களைந்து, வியர்த்து ஒழுகித் திரும்பும்போது சுடச்சுட இலைப்பணியாரம், திரளி ஆகியவை, திருவிளக்குக்குப் படைத்த பின்பு தின்னத் தயாராக இருக்கும்.

“எலே, பையத் திண்ணு, வா வெந்து போயிராமே...” என்றொரு குரல் வீட்டுக்கு வீடு எச்சரிக்கவும் செய்யும். அந்த இலைப் பணியாரங்கள் என்பதென்ன, வகைகள் என்ன என்பதைத் தொடர்ந்து பார்ப்போம்.

இன்று எவரும் வாணம் கட்டிச் சுழற்றுகிறார்களா என்று தெரியவில்லை. தீபாவளிக்கு வாங்கிய படக்கு எனப்பட்ட பட்டாசு மீந்தவற்றை வெடிக்கிறார்கள் அல்லது கொளுத்து கிறார்கள். ஆனால் இலைப் பணியாரம் அவிப்பது மட்டும் தொடர்கிறது. இன்னும் எத்தனை காலமோ அதன் வாழ்வு?

நாஞ்சில் நாட்டில் திருக்கார்த்திகைக்குப் பொரி, பொரி உருண்டை எல்லாம் செய்வதில்லை. பார்ப்பனர்கள் செய்வார் களாக இருக்கும். மேலும் அவர்கள் உப்பு அடை, இனிப்பு அடை செய்கிறார்கள் என்பது எனக்குத் தெரியும். ஆனால் அதுபற்றிய விவரம் என் கைவசம் இல்லை.

இலைப் பணியாரம் – பூரணம் வைத்தது, பூரணம் வையாதது, திரளி என மூன்று வகை செய்கிறார்கள்.

அடப்பம் வைத்த இலைப் பணியாரத்துக்குப் பச்சரிசி, ஆட்டுரலில் அரைக்க வேண்டும். அடைப்பம் வைக்காத இலைப் பணியாரத்துக்குப் புழுங்கலரிசி அல்லது பச்சரிசி திருவையில் திரிக்க வேண்டும். திரளிக்குப் பச்சரிசி உரலில் இடிக்க வேண்டும். இலைப் பணியாரத்தை இலையப்பம் என்றும் கூறுவதுண்டு.

அடைப்பம் வைத்த இலைப்பணியாரம் (சிறுபயிற்றம் பருப்பு)

மோதகத்தின் உள்ளே வைத்துப் பொதிவதைப் பூரணம் என்று சொல்வதைப் போல, இலைப் பணியாரத்தின் உள்ளே வைத்து மடிப்பதை அடைப்பம் என்பார்கள். தமிழில் அடப்பம் என்றால் தாம்பூலம். மலையாளத்தில் அடக்கா எனில் பாக்கு. அடப்பக்காரன், அடப்பந்தாங்கி என்று தமிழில் சொற்கள் உண்டு. சுண்ணாம்பு தடவிய வெற்றிலையின் உள்ளே பாக்கு, ஏலம், கிராம்பு, தேங்காய்ப்பூ வைத்துப் பொதிவதுபோல இலைப் பணியாரத்தையும் பொதிவதால் அடைப்பம் வைத்தது எனச் சொல்கிறார்களோ?

புழுங்கல் அரிசியை கொவரப் போட்டு, ஆட்டுரலில் வெண்ணெய் போல் அரைத்துக்கொள்ள வேண்டும். பெரும்பாலும் கார்த்திகை மாதத்தில் வாசறுமிண்டான் அல்லது தட்டாரவெள்ளை என்று பிச்சிப்பூ போல் வெண்மை பூத்த அரிசிதான் வடமீதியில். எனவே மாவு நிறத்திலும்

வெண்ணெய் போலவே இருக்கும். அரைத்த மாவை, சீனிச் சட்டியில் எண்ணெய் விட்டு கையில் ஒட்டாத மாவு பதத்தில் வறட்டி எடுத்துக்கொள்ள வேண்டும். வாழை இலைத் துண்டு அல்லது நல்ல அகலமான, காம்புடன் பறித்த பூவரச இலையில் மெலிதாய் மாவைப் பரத்தி அடைப்பந்தை அதன் நடுவில் வைக்க வேண்டும்.

இங்கு ஒரு செய்தி, பூவரச மரம் வேறு, புரச மரம் வேறு, அரச மரம் வேறு.

இனி அடைப்பம் என்பதென்ன?

சிறுபயிறு வறுத்து உடைத்துத் தோல் நீக்கி வைத்துக் கொள்வார். நல்ல நயம் கோட்டயம் சர்க்கரையில் சர்க்கரைப் பாகு இளக்கி வைத்துக்கொள்வார். தேங்காய் திருவி, அதை நெய்யில் வறுத்து, சர்க்கரைப் பாகில் இரண்டையும் கிண்டிக் கொள்வார். இது அடைப்பம். அடைப்பத்தைப் பச்சரிசி மாவு பரத்தி வைக்கப்பட்டிருந்த இலையின் நடுவில் வைத்து இரண்டாக மடித்துக்கொள்வார். இட்டிலிக் கொப்பரையில், மடித்து வைக்கப்பட்டிருக்கும் இலைகளை அடுக்கி ஆவியில் வேக வைத்து எடுப்பார். இரண்டு நாட்கள்வரை கெட்டுப் போகாது.

அடைப்பம் வைத்த இலைப் பணியாரம் (அவல்)

மேற்சொன்ன இலைப்பணியாரத்தில் சிறுபயிற்றம் பருப்புக்குப் பதிலாக அவலையும் தேங்காய்த் துருவலையும் சர்க்கரைப் பாகில் வறட்டி அடைப்பம் வைப்பது. இதில் வறுத்த சிறுபயிற்றம் பருப்பு சேர்த்துக்கொள்வார் உண்டு. இதை மலையாளத்தில் வல்சன் என்பார்கள்.

அடைப்பம் வைத்த இலைப் பணியாரம் (வருக்கைச் சக்கை)

நாஞ்சில் நாட்டில் சக்கை, சக்க, சக்கா என்றெல்லாம் தொனிக்கும் சொல்லின் பொருள் பலா என்பதாகும். பலாவை வடநாட்டார் ஃபனஸ் என்பார். கம்பன் இதனைப் பனசம் என்பான். இது பருவ காலங்களில் மட்டுமே கிடைக்கும். எனவே திருக்கார்த்திகைக்கு வருக்கைச் சக்கை இலைப் பணியாரம் சாத்தியம் இல்லை, எனவே வழக்கமும் இல்லை. பருவ காலங்களில் மட்டுமே சக்கை இலைப் பணியாரம் வாய்ப்படும்.

சக்கையில் சில சாதிகள் உண்டு. ஆனால் அவை ஆண்ட சாதி, அடிமை சாதி அல்ல. மாவில் இருப்பதுபோல.அதில் வருக்கைச் சக்கை சிறந்தது. இனிப்பும் வாசமும் அமோகமாக இருக்கும். அதில் தேன் வருக்கை இன்னும் உயர்ந்தது. செம்பருத்தி

வருக்கை என்றும் ஓர் இனம் உண்டு. பலாச் சுளைகளில் ரசம் சொட்டி நிற்கும். மெலிதான சிவந்த சுளைகளை உடையதாக இருக்கும். கனத்துத் தடித்த வெள்ளை நிறமுடைய சுளைகள் கொண்ட வருக்கைப் பலாவும் உண்டு. உரிக்காத பெரிய தேங்காய் வடிவம் முதல் ஒரு ஆள் சுமையான நீள் உருண்டைப் பருவத்துப் பலாக்காய்கள் உண்டு. கேரளத்து வருக்கைப் பலா, பண்ருட்டிப் பலா, மராத்திய மாநிலத்து அரபிக் கடலோர ஊரான ரத்தினகிரி பலாப்பழங்கள் தனித்துவம் உடையவை. 'கோரிக்கை அற்றுக் கிடக்கு தண்ணே இங்கு வேரிற் பழுத்த பலா' என அழகிய இளம் விதவைக்கு உவமை சொல்லும் பாரதிதாசன் பாடல் ஒன்றுண்டு.

வருக்கை என நினைத்து எவரும் எளிதில் ஏமாந்து போகும் இனம் ஒன்றுண்டு. அதனைக் கூழஞ்சக்கை என்பர். காய் பழுத்த பின் சுளை கூழ்போலக் கொழகொழ என இருக்கும். பழுத்த இந்தப் பலாவில் சுளை எடுப்பது பெரும்பாடு. பெரும்பாலும் பலாப்பழத்தில் சுளை பிரித்தெடுப்பது சோலாந்தரம் என்பார்கள்.

கூழஞ்சக்கையைக் கறிக்கும் சக்கை வற்றல் வறுக்கவும் பயன்படுத்துவார்கள்.

தனிப்பாடல் திரட்டில் ஔவை பாடியதாக ஒரு பழம் பாடல் வெண்பா:

கூரிய வாளால் குறைத்திட்ட கூன்பலா
ஓரிதழாய் கன்றாய் உயர்மரமாய் – சீரியதோர்
வண்டுபோற் கொட்டையாய் வண்காயாய் தின்பழமாய்
பண்டு போல் நிற்கப் பலா

என்றுத் தொடர்ந்து மற்றுமோர் வெண்பாவும் உண்டு.

கூழைப் பலாத்தழைக்கப் பாடக் குறமகளும்
மூழக்குழக்குத் தினை தந்தாள் – சோழா கேள்
உப்புக்கும் பாடிப் புளிக்கும் ஒரு கவிதை
ஒப்பிக்கும் என்தன் உளம்

என்பதது.

இதில் கூழைப் பலா என்பதற்குத் தறிபட்ட பலாமரம் என்று காஞ்சிபுரம் மகாவித்வான் இராமசாமி நாயுடு உரை எழுதினார். மேற்சொன்ன கூழஞ்சக்கை இனமான பலா மரம் என்று பொருள் கொளலும் ஆகும்.

பேராசிரியர், முனைவர் கு. சீனிவாசன், தனது 'சங்க இலக்கியத் தாவரங்கள்' எனும் நூலில் பலா பற்றி மிக விரிவாக ஆய்வு செய்து பேசுகிறார். 'பலவு எனச் சங்க இலக்கியங்கள்

குறிப்பிடும் பலா மரம் இந்திய நாட்டைச் சேர்ந்தது. இப்பேரினத்தில் 40 சிற்றினங்கள் உள்ளன. 1500 முதல் 4000 அடி உயரம்வரையிலான மலைப்பாங்கில் நன்கு வளரும். வள்ளல் பாரியின் பறம்பு மலையில் உழுது பயிரிடாத பயனுள்ள இம்மரம் தானே வளர்ந்து பயன்கொடுத்தது என்பர் கபிலர்' என்பது அவரது கூற்று.

சர்க்கரை நோயுள்ளவர்களை மா, பலா, வாழை எனும் முக்கனிகளையும் தவிர்க்க அறிவுறுத்துவர் மருத்துவர். காரணம் பலாவில் 75 விழுக்காடு சர்க்கரை. சக்கை என்பது மலையாளச் சொல். சக்கையில் இருந்துதான் *JACK FRUIT* எனும் சொல் வந்திருக்கிறது. பலவு என்று சங்க இலக்கியம் பயன்படுத்தும் சொல் பிலாவு என்று மலையாளத்தில் இன்றும் வழங்குகிறது.

வேரல் வேலி வேர்க்கோட் பலவின்
சாரல் நாட

என்று குறுந்தொகை பேசும்.

வண்கோட் பலவின் சுளைவிளை தீம்பழம்

என்பது மலைபடுகடாம்.

மற்றும் ஐங்குறுநூறும் நற்றிணையும் புறநானூறும் அகநானூறும் பெரும்பாணாற்றுப் படை, சிறுபாணாற்றுப் படை யாவும் பலாவின் புகழ் பாடுகின்றன.

வருக்கைப் பலாச்சுளையைத் தேனில் தோய்த்துத் தின்பார்கள் என்றும் காட்டினுள் பயணம் போவோர்க்கு மந்தி பறித்து உடைத்துப் போட்ட பலாப்பழங்களின் சுளைகள் தின்னக் கிடைக்கும் என்றும் சொல்லக் கேட்டதுண்டு. பலாக்காயில் செய்யும் கறிவகைகள், பலாப்பழப் பிரதமன் (பாயசம்) பற்றி எல்லாம் நாம் பின்னர் காணலாம்.

'ஒரு வடக்கன் வீர கதா' என்று மம்மூட்டி நடித்த, எம்.டி. வாசுதேவன் நாயர் திரைக்கதை எழுதிய புகழ்பெற்ற திரைப்படம் ஒன்றுண்டு. அதில் கண்ட வசனத்தின் தமிழாக்கம் – "நல்ல பெரிய பழுத்த வருக்கைச் சக்கைக்கும் மூத்த வலிய நெய்மீனுக்கும் வழக்குண்டாக்கி, அங்கம் குறித்து வெட்டிச் சாவார்கள் நாடுவாழிகள்' என்பது.

அத்தனை முக்கியத்துவம் வாய்ந்த வருக்கைப் பலா வாங்கி வந்து, கனியக் காத்திருந்து, பக்குவமாய் அறுத்து, பூஞ்சு, கொட்டை, கள்ளன் களைந்து சுளை எடுக்க வேண்டும். கையில் பிசின் ஒட்டுவதைத் தடுக்க இயலாது. தேங்காய் எண்ணெய் தடவிக்கொள்வது ஒரு மாற்று.

சுளையை பொடிப்பொடியாக அரிந்துகொள்ளலாம். அல்லது உளிகொண்டு கொத்தலாம். அரிந்த சுளையை நயம் கோட்டயம் சர்க்கரையுடன் சேர்த்து வறட்டிக்கொள்ள வேண்டும். நல்ல வறண்டு வரும்போது நெய், வறுத்த தேங்காய்ப்பூ, வறுத்த சிறுபயிற்றம் பருப்பு எல்லாம் சேர்த்துக் கிளறி ஆற வைக்க வேண்டும்.

பிறகு ஏற்கெனவே சொன்னது போல், வெண்ணெயாக அரைத்த பச்சரிசி மாவைப் பொரியணி இலை அல்லது பூவரச இலை அல்லது வாழை இலைத் துண்டில் பரத்தி, அடைப்பம் அள்ளி வைத்து மடக்கி, இட்டிலித் தட்டில் அடுக்கி, குட்டுவத்தினுள் வைத்து வேக வைக்க வேண்டும்.

அடைப்பம் வைக்காத இலைப்பணியாரம்

புழுங்கலரிசி அல்லது பச்சரிசியைத் திருவையில் திரித்து, கருப்பட்டிப் பாகு இளக்கி, சிறுபயிறு வறுத்து உடைத்துத் தோல் நீக்கி யாவும் சேர்த்து விரவிக்கொள்ள வேண்டும். தேங்காய்ப்பூ வேண்டாம். பெரிய பூவரச இலையில் இந்த விரவிய மாவை எடுத்து வைத்து இலையை மடக்கி, ஆவியில் வேகவைப்பது. பெரும்பாலும் இட்டிலித் தட்டுக்களில் அடுக்கி. பச்சரிசியைத் திருவையில் திரிக்காமல் கொவரப்போட்டு அரைத்தும் செய்வதுண்டு. சிலர் தேங்காய்ப் பூவை வறுத்துப் போட்டுக் கிண்டியும் செய்வதுண்டு. சில ஊர்களில் பொரியணிமரம் என்றொரு மரம் காட்டுப் பகுதிகளில் வளரும். பூவரச இலையை விட இலை வீதியாக இருக்கும். பூவரச இலை போல் பளபளப்பாக இல்லாமல் சற்றுச் சொரசொரப்பாக இருக்கும். பொரியணி இலை கிடைத்தால் இலைப் பணியாரத்துக்கு விசேடம். நாஞ்சில் நாட்டில் பூவரசுக்குப் பஞ்சமில்லை. நல்ல பூவரச மர முண்டில் கலப்பைக் குத்தி செய்வார்கள். பூவரச மரத்தின் வைரம் தோதகத்தி எனப்படும் ஈட்டி மர நிறத்தில் இருக்கும். ஆனால் பூவரசில் ஒழுங்கான, போடு இல்லாத மரம் கிடைப்பது அபூர்வம். பொரியணி மரம் அடையாளம் தெரிந்து வைத்திருப்பவர்கள் தேடி நடப்பார்கள்.

இலைப்பணியார வகைகளில் திரளி மணமுடைத்து. அதுபற்றி ஏற்கெனவே பார்த்தோம். வாழை இலைக்கோ, பூவரசம் இலைக்கோ, பொரியணி இலைக்கோ திரளி இலை போல் மணம் கிடையாது.

பழைய காலத்தில் பெரிய மண்பானையிலும் இலைப்பணியாரம் அவிப்பதுண்டு. மண்பானையில் தண்ணீர் ஊற்றி, அதன்மேல் பூவரசின் சிறுகொப்புகளை இலையுடன் போட்டு, தண்ணீரில் கொம்புகள் முங்கிவிடாமல் போட்டு

நிறைத்தவுடன் அதன்மேல் மடித்த பணியாரங்களை அடுக்கி மூடி வைத்து ஒரு நாழிகை நேரம் ஆனபிறகு இலைப் பணியாரத்தை வெளியே எடுப்பார்கள். முதலில் ஒரு பணியாரத்தைச் சூடாகப் பிட்டுப் பார்த்தால் வெந்துள்ளதா இல்லையா என்பது தெரியும். பூவரசங்கொப்பு குழைகளுக்குப் பதிலாகத் திரளிக் கொப்புக் குழைகள் கிடைத்தால் பணியாரம் வாசமுடன் இருக்கும்.

இலைப்பணியாரங்களில் அடைப்பம் வைக்காதது, திரளி ஆகியவை சற்று அதிகமாகச் செய்வார்கள். இரண்டு நாட்கள் வைத்திருந்து தின்ன, திருக்கார்த்திகை இல்லாத வீடுகளுக்குக் கொடுத்தனுப்ப, வண்ணார் நாவிதருக்குக் கொடுக்க, வழிப் போக்கருக்கும் யாசகம் கேட்பவருக்கும் கொடுக்க என. அப்படியும் மீந்து போனால், ஊசிப் போகாமல் இருக்க, இலையை அகற்றி, சுளகில் போட்டு வெயிலில் காய வைத்து மேலும் இரண்டு நாட்கள் வைத்துக்கொள்வார்கள். பள்ளிக்கூடம் போகும் போது நிக்கர் பாக்கெட்டில் கூட இரண்டு கொண்டு போகலாம்.

சக்கைப் பழம் இலைப்பணியாரம் அடைப்பம் வைக்காதது

பருவ காலங்களில் கூழஞ்சக்கை மலிவாகக் கிடைக்கும். அதன் சுளையை எடுத்து கொவரப் போட்டு வைத்திருக்கும் பச்சரிசி அல்லது புழுங்கலரிசியுடன் சேர்த்து ஆட்டுரலில் ஆட்டி, சர்க்கரை சீவிப்போட்டு, தேங்காய் துருவிப்போட்டு, ஏலம் சுக்கு தட்டிப் போட்டு, கொழுக்கட்டைப் பருவத்தில் உருட்டி, வாழை இலைத் துண்டில் அல்லது பூவரச இலையில் வைத்து மடக்கி ஆவியில் வேக வைப்பது.

கூழஞ்சக்கை என்பதால் ஆட்டிய மாவு சற்றுக் கிளுகிளுப்பாக வாய்ப்பு உண்டு. அதை இட்டிலித் தட்டில் இட்லி போல் ஊற்றி வேகவைத்து எடுப்பதும் உண்டு.

இந்த இடத்தில் வேறொன்றைத் தெளிவுபடுத்திவிடுவது நல்லது. ஈண்டு யாம் சர்க்கரை எனச் சொல்லி வருவது வெல்லத்தை. அதில் கோட்டயம் சர்க்கரை என்று திரும்பத் திரும்ப உங்களுக்கு எரிச்சலூட்டும் அளவுக்குச் சொல்கிறேன்.

விளையும் மண்ணுக்குத் தகுந்த படியும் தண்ணீருக்குத் தக்கபடியும் கரும்பின் இனிப்புச் சுவை இருக்கும். நாம் கடித்து உரித்துத் தின்னும் செங்கரும்பின் இனிப்பைவிட, கடித்து உரித்தால் வாய் கிழிந்து போகும் அளவுக்குப் பலமுடைய, வெளிறிய பச்சை நிறமுடைய கரும்பின் இனிப்பு அதிகம். கோட்டயம் சர்க்கரை என்பது நிறைந்த இனிப்பும் கருத்த

நிறமும் நல்ல காய்வும் கொண்ட சின்ன உருண்டைகள். சற்றுப் பெரிய உருண்டையாகவும் செந்நிறமாயும் இருக்கும் ராஜபாளையத்துச் சர்க்கரை உருண்டைகளை மண்டைச் சர்க்கரை என்பார்கள். சற்று உப்புச் சுவை இருக்கும். சேலத்துச் சர்க்கரை கூம்பு வடிவத்தில் நல்ல வெளுப்பாகவும் அதிக உப்புச் சுவையுடனும் இருக்கும். சர்க்கரை வெளுக்க கருப்பஞ்சாற்றில் இரசாயன உப்புப் போட்டுக் காய்ச்சுவார்கள் போலும். பண்டு நாஞ்சில் நாட்டுக்காரர்கள் இந்த மண்டை வெல்லங்களைச் சீந்த மாட்டார்கள். இன்று கோட்டயம் சர்க்கரை வரத்துக் குறைவு, விலையும் அதிகம், கிடைப்பதும் இல்லை. முக்கியமாக, பிரதமன் எனப்படும் பாயசங்களின் சக்ரவர்த்தி இனத்துக்கு கோட்டயம் சர்க்கரை பயன்படுத்தினால் தான் பிரதமனுக்கான செங்கருப்பு நிறம் வரும். என்ன செய்ய? விரும்பியது கிடைக்காவிட்டால் கிடைத்ததை விரும்பு என ஆகிவிட்டது கதை.

புட்டு

இது ஒரு மலையாளப் பலகாரம் என்பார்கள். ஆனால் மலையாளம் என்பதே ஐந்நூறு ஆண்டு வரலாறு தானே! பெரும்பாலான நாஞ்சில் நாட்டுப் பலகாரங்கள் மலையாளப் பலகாரங்களாகவும் உள்ளன. எது மூலம், எது திருந்திய வடிவம் என்பது இங்கெனக்குச் சர்ச்சைப் பொருள் இல்லை. புட்டு எனும் சொல்லின் மூலம் என்ன என்பதையும் பார்க்க வேண்டும். பிட்டு என்று அதனைச் சொல்வதுண்டு.

> ‘அப்பம், பிட்டு, அஃகுல்லி, இடி எனச்
> செப்பிய எல்லாம் சிற்றுண்டி யாகும்’

எனப் பிங்கல நிகண்டு குறிப்பிடுகின்றது. பிட்டுக்கு மண் சுமந்த திருவிளையாடற் புராணம் நமக்குத் தெரியும். நாஞ்சில் நாட்டில் இன்றும் இன்றியமையாத காலைப் பலகாரங்களில் ஒன்று புட்டு. எளிமையான தயாரிப்பு முறையும் குறைந்த சேர்மானங்களும் நின்று நிதானித்துச் சீரணமாகும் தன்மையும் கொண்டது புட்டு.

முன்பு புட்டுக்காகவே சொர்ணவாரி என்ற நெல் நாஞ்சில் நாட்டில் விளைந்தது என்பார் அ.கா. பெருமாள். கைக்குத்தாகக் குத்தி, கொழியல் அரிசியாக அந்த அரிசியை வைத்திருப்பார்கள். பயணம்போகும் போது அந்த அரிசியைக் கையோடு கொண்டு போவார்கள். தாவளம் போடும் இடங்களில் வெள்ளைத் துவர்த்தில் தேவையான அளவு புட்டரிசியை எடுத்து ஆற்றுத் தண்ணீரிலோ, நன்னீர்க் குளத்திலோ நனையப் போடுவார்கள். நன்றாகக் கொவர்ந்த பின் வெளியே எடுத்து, தண்ணீரை உலர வைத்து, முடிச்சை அவிழ்த்து கை கொண்டு பிசைந்தால்

அந்த கொவர்ந்த அரிசி, புட்டு மாவெனப் பொலபொலவென உதிரும். கருப்பட்டியும் தேங்காய் முறியும் கடித்துக்கொண்டு தின்பார்கள். அந்த நெல்லினம் இன்று போய்ச் சேர்ந்த இடம் எங்கே? நாஞ்சில் நாட்டில் மட்டும் 82 வகை நெல்லினம் விளைந்தன என்கிறார்கள். அறுவடைக் காலங்களில் நள்ளிரவில் உடுக்கடித்துப் பாடிவரும் இராப்பாடிக்கு அந்த வகை நெல்களின் பெயர்கள் தெரிந்திருந்தன.

ஆனால் நாஞ்சில் நாட்டின் ஆதாரமான நெல்லினங்கள் கன்னிப்பூவில் கட்டிச் சம்பா, கும்பப்பூவில் வாசறுமிண்டான் அல்லது தட்டாரவெள்ளை. அந்த நெற்களே இன்று பயிரிடப் படுவதில்லை. எல்லோரும் கோ, ஆடுதுறை, ஐ.ஆர்., காவேரி, பொன்னி என்று. அவற்றின் வரிசை எண்கள் அரசு அலுவலர்களுக்கு நினைவில் தங்க எளிதாக இருக்கும். தென்னைக்கும் வாழைக்கும் கரும்புக்கும் புடலங்காய்க்கும் மொச்சைக் கொட்டைக்கும் எண்கள்தான்.

எனவே கிடைக்கின்ற பச்சரிசியில் அனக்கமில்லாமல் புட்டு செய்து சாப்பிடுவதே உத்தமம்.

அரிசிமாப் புட்டு

புட்டுக்கு எப்போதுமே பச்சரிசிதான். பச்சரிசி நனையப் போட்டு, கல்லுரலில் குப்பிப் பூண் உலக்கைப் போட்டு இடித்து, அரித்து, மறுபடி இடித்து, அரித்து, தரியில்லாத மாவை காற்றாட விடுவார்கள். புட்டு மாப் போல என்றே உவமை சொல்வார்கள் பெண்கள். முன்தினம் புட்டுக்கு மாவிடித்தால், அன்று மாலையிலேயே அந்த மாவை வாசனை வரும்வரை இளம் வறுப்பாக வறுத்து எடுத்துக்கொள்ள வேண்டும். மாவு சிவக்கக் கூடாது. வறுத்த மாவை முறத்தில் பரத்தி ஆறவைக்க வேண்டும்.

மறுநாள் காலை, புட்டு மாவை உப்புத் தண்ணீர் தெளித்து உதிரியாக விரவிக்கொள்ள வேண்டும். புட்டுத் தோண்டி என்று முன்பு மண்தோண்டிகள் விற்கும். கலயம் வேறு, தோண்டி வேறு. தோண்டிக்குக் கழுத்து உயரமாக இருக்கும். இப்போது மண்தோண்டிகள் காணக்கிடைப்பதில்லை. அலுமினிய, எவர் சில்வர், பித்தளை, செம்புத் தோண்டிகள் வந்துவிட்டன. சமையல் பிரஷர் குக்கரில் பொருத்திக்கொள்கிற மாதிரி, விசில் இருக்கும் இடத்தில் உட்காருகிற மாதிரி, மூடி வைத்த புட்டுக் கிண்ணங்கள் வந்துவிட்டன. வேகவைத்த புட்டு அரை உருண்டை வடிவில் கிடைக்கும் படியாக மலையாளிகள் புட்டுத் தோண்டிகளுக்கு மாற்றாக, அருமையான பாத்திரம்

ஒன்றை வடிவமைத்திருக்கிறார்கள் அலுமினியத்தில். இட்டிலிக் கொப்பரையின் மூடியில் மூன்றங்குல விட்டத்தில் ஐந்து துளைகள். அதில் பொருந்தும் படியாக ஐந்து புட்டுக் குழல்கள், மூடிகளுடன். புட்டுக் குழலின் கீழே சின்னச் சின்ன ஓட்டைகள் உள்ள புட்டுச் சில்லுகள். அந்தப் புட்டவிக்கும் கொப்பரையைப் பார்த்தால், தலையில் ஐந்து கொம்பு முளைத்த சின்ன அரக்கன் போலிருக்கும். ஒரே நேரத்தில் ஐந்து குற்றிப் புட்டு அவியும்.

தோண்டி பற்றிப் பேசும்போது எளிமையான நாடோடித் தத்துவப் பாடல் ஒன்று நினைவில் வருகிறது.

'நந்த வனத்திலோர் ஆண்டி – அவன்
நாலாறு மாதமாய்க் குயவனை வேண்டி
கொண்டு வந்தானொரு தோண்டி – அதைக்
கூத்தாடிக் கூத்தாடிப் போட்டுடைத் தாண்டி'

என்று. உண்மைகள் தத்துவங்களை எளிதாகச் சொல்லி விட்டுப் போய் விடுகிறார்கள். தத்துவங்களை விரித்துரைத்து மக்களிடம் எடுத்துப் போகும் வியாக்கியான கர்த்தாக்கள் மக்களை அண்டவிடாது துரத்திவிடுகிறார்கள். 'காதற்ற ஊசியும் வாராது காண் கடைவழிக்கே' என்றால் நமக்குப் புரியாதா என்ன? இல்லை, ஓட்டைத் துருத்தி என்றால் புரியாதா.

சரி! புட்டு பற்றி எழுதும்போது நமக்கேன் இந்தத் தத்துவ விசாரம்!

முன்பெல்லாம், சுட்ட மண் புட்டுத் தோண்டிக்குத் தோதாக, மூங்கிலால் புட்டுக்குழல் ஒன்று செய்துகொள்வார்கள். குழல் ஒன்றரைச் சாண் நீளம் இருக்கும். கணக்குப் புரியவில்லை என்றால், சுமார் 25 செ.மீ. மூங்கிலில் தண்டயம் மூங்கில், ஓலை மூங்கில், கல் மூங்கில், புல்லாங்குழல் மூங்கில் எனப் பல தினுசுகள். தண்டய மூங்கில் எட்டு அங்குல விட்டத்தில் இருக்கும். கோயில் வாகனங்கள் சுமக்க, தோள் போட உதவும். மூங்கிலின் சுவர்க்கனம் இரண்டங்குலம் இருக்கும். பெரிய பந்தல்களுக்குத் தூண் நாட்டவும் பயன்பட்டது. கல்மூங்கிலைக் கழிக்கோல் என்பார்கள். கடினமானது, உறுதியானது. குழலில் சுவர்க்கனமும் ஓரங்குலம் உடையது. வீட்டுக்குக் கூரைகட்ட, பந்தல் கால் நாட்ட, வயலில் மரமடிக்கப் பயன்படும் மரத்துக்கு வள்ளைக்கோலாகப் பயன்படும். ஓலை மூங்கில் என்றால், சுவர்க்கனம் குறைவாக இருக்கும். நேராக நீண்டு வளரும். எளிதில் கீறிப்போகும். பலம் குறைந்தது. வீட்டுக் கூரைக்குக் குறுக்காக வைத்துக் கட்டப் பயன்படும். பச்சை நிறம், மஞ்சள் நிறம், பழுப்பு நிறம் எனப் பலவகை உண்டு இதில்.

புட்டுத் தோண்டியின் வாய்க்குப் பொருந்தும் கனத்தில் மூங்கிலைத் தெரிவு செய்து, அதன் கணுப்பாகம் தோண்டிலின் வாய்ப்பக்கம் வருமாறு அளவாக அறுத்துக்கொள்வார்கள். கணுப்பக்கம் இருக்கும் அடைப்பைத் துரந்து ஓட்டையைப் பெரிதாக்கிக்கொள்வார்கள். அந்தக் கணுப்பகுதியில்தான் புட்டுக் குழலின் சில்லு உட்காரும். சில்லு என்பது வேறொன்றும் இல்லை. தேங்காய்ச் சிரட்டையை வட்ட வடிவமாக உரைத்துத் தேய்த்துப் புட்டுக் குழலின் கணுப்பகுதியில் அமருமாறு அமைத்துக்கொள்ளுவார்கள்.

தத்துவம் இதுதான். நீர் ஊற்றி புட்டுத் தோண்டியை அடுப்பில் ஏற்றுவார்கள். பின்பு சில்லுப் போட்ட புட்டுக் குழலை, தோண்டியின் வாயில் வைத்து, நீராவி வெளியே வீணாகிப் போகாமல், தோண்டிக்கும் புட்டுக் குழலுக்கும் இணைப்பாக ஈரத்துணியைச் சுற்றிக் கட்டுவார்கள். புட்டுக் குழலில் புட்டு மாவு இருக்கும். புட்டுக் குழலுக்கு ஒரு மூடியும் – துவாரங்கள் உடையது – இருக்கும். தோண்டித் தண்ணீர் கொதித்து, சில்லுத்துவாரம் வழியாக உயர்ந்து, புட்டு மாவை ஊடுருவி, மூடி வழியாக வெளியேறும். ஆவி மேலெழுந்து வாசம் வந்துவிட்டால், புட்டு அவிந்துவிட்டது என்று அர்த்தம்.

இன்று, செம்பு, பித்தளை, எவர் சில்வர், அலுமினியப் புட்டுத் தோண்டிகளும் புட்டுக் குழலும் ஓட்டையுள்ள புட்டுச் சில்லும், ஓட்டையுள்ள மூடியும் வந்துவிட்டன.

முதலில் புட்டுத் தோண்டியைத் தண்ணீர் விட்டு அடுப்பில் ஏற்றி பின்பு புட்டுக் குழலில் சில்லுப் போட்டு, துருவிய இளம் தேங்காயைப் பரத்தி அதன் மேல் புட்டு மாவு அதன் மேல் தேங்காய்த் துருவல் அதன் மேல் புட்டு மாவு அதன் மேல் தேங்காய்த் துருவல் அதன் மேல் புட்டு மாவு கடைசியாகத் தேங்காய்த் துருவல் போட்டு மூடியால் மூடிவிட வேண்டும்.

பெரும்பாலும் ஒரு குற்றிப் புட்டு என்பது மூன்று துண்டுகள். கீழும் மேலும் தேங்காய்த் துருவலும் நடுவில் வெந்த அரிசி மாவுமாய் சின்ன உருளை வடிவத்தில். ஒரு குற்றியில் நாலும் ஆகலாம், யாரும் வழக்குப் போட மாட்டார்கள்.

தோண்டியின் நீராவி வெளியே பாழாகப் போய்விடாமல் இருக்கத்தான் தோண்டியும் குழலும் சேரும் இடத்தில் வெள்ளைப் பழந்துணி நனைத்துச் சுற்றுவது. தோண்டித் தண்ணீர் சூடாகி, கொதித்து, நீராவி சில்வழிப் புகுந்து, மாவைச்சூடாக்கி வேகவைத்து, மூடி வழியாக வெளிப்போகும். ஆவி வெளியே போகும் அளவும் வெந்த புட்டின் மணமும் தான் புட்டு அவிந்து விட்டதன் அடையாளம். வெந்த புட்டை,

வாழை இலைக்குத் தள்ளிய பிறகு, புட்டு வேகவில்லை, மாவாக இருக்கிறது என்று தெரிந்தால் ஒன்றும் செய்வதற்கு இல்லை. எனவே போதுமான நேரம் கொடுத்து புட்டை எடுப்பார்கள்.

அரிசி மாவு இடிக்கும்போது, நைசாக இடி படாமல் தரி தரியாகக் கிடந்தாலோ, மாவு சரியாக வறுபடாமல் போனாலோ, சீராக விரவப்படாமல் போனாலோ, புட்டு முண்டு முண்டாகக் கிடக்கும். இவை எல்லாம் அனுபவத்தில் கூடிவரும் நிச்சயம். மேலும் உடைத்துத் திருவிப் பூ எடுக்கும் தேங்காய் கருக்குக்கும் நெற்றுக்கும் நடுவிலுள்ள பருவத்தில் இருப்பது நல்லது. இளம் தேங்காய்ப் புட்டுக்குக் கொண்டாட்டம்.

சூடான புட்டை உதிர்த்து, பொறுக்கப் பொறுக்க தேங்காய்ப் பூவுடன் உருண்டை பிடித்துச் சும்மா தின்றாலே சுகம்தான். சிலர் சீனிபோட்டு விரவித் தின்பார்கள். சிலர் பழுத்த பேயன் பழம், பாளையங்கோட்டன் பழத்துடன் பிசைந்து தின்பதுண்டு. சிலர் புழுங்கிய அதாவது வேகவைத்த ஏத்தன் அதாவது நேந்திரன் பழம்போட்டுப் பிசைந்து உண்பார்கள். பழத்துடன் சீனியும் போட்டுப் பிசைவதுண்டு. சிலர் புத்துருக்கு நெய்யும் சீனியும் போட்டு விரவுவார்கள். சிலர் முழுதாக உப்புப் போட்டு வேகவைத்த சிறுபயறுடன் பப்படம் இரண்டையும் விரவித் தின்பார்கள். சிறுபயறு என்பது பாசிப் பயறு. பப்படம் என்பது உளுந்து பப்படம். அப்பளம் அல்ல. சிலர் அதிலும் சீனி போட்டுக்கொள்வார்கள். சிலர் புட்டும் பப்படமும் மட்டும் விரவிக்கொள்வார்கள். சிலருக்குப் புட்டும் கடலைக்கறியும் பிரதானம். கடலைக் கறியைப் பின்னர் பார்ப்போம்.

மேற்கண்ட எதிலும் விருப்பமற்ற சிலர் புட்டின் மேல் மிளகாய்ப்பொடி தூவி, எண்ணெய் விட்டுப் பிசைந்து தின்பார்கள்.

எவ்வாறாயினும் புட்டு நல்ல பசிதாங்கும். புட்டு தின்றால் நிறைய தண்ணீர் குடிக்க வேண்டும். கோவையில் ஒரு ஊருக்குப் பெயர் 'புட்டு விக்கி'. புட்டு அளவுக்கு அதிகமாகத் தின்றால் மாலைவரை பசிக்காது. அசீரணத்துக்கும் நெஞ்சுக் கரிப்புக்கும் ஆளாக நேரிடும். சற்று யோசித்துப் பார்த்தால், இறக்குமதியாகும் எந்தச் சரக்கும் இதில் சேர்மானம் இல்லை. வயலில் விளையும் நெல், வரப்பில் வளரும் தெங்கு, உப்பளம் விளையும் கல்லுப்பு. மூன்றே மூன்று செய்பொருட்கள். இப்படித்தான் எளிமையானதாக இந்திய உணவு இருந்திருக்கிறது.

இந்தப் புட்டுத் தோண்டி, புட்டுக்குழல், புட்டுச்சில்லு, புட்டுக் குழல் மூடி, புட்டுத் தோண்டியையும் புட்டுக் குழலையும் இணைத்துச் சுற்றும் வெள்ளைத் துணி எனும் சீண்டறம் எதுவும்

வேண்டாம் என்று நினைப்பவர்கள், இட்டிலிக் கொப்பரையில் தட்டின்மீது துணிவிரித்து, தேங்காய்ப்பூ பரத்தி, அதன்மேல் புட்டுமாவு பரத்தி, அதன்மேல் மறுபடியும் தேங்காய்ப்பூ தூவி ஆவிவர வேகவைத்து எடுப்பார்கள்.

எதுவானாலும் புட்டுக்கு மாற்றுப் பெயர் குழாய்ப் புட்டு. குழாய்ப் புட்டு கொப்பரைப் புட்டானால் எப்படி? ஏற்கெனவே இலேசாக மணம் வர வறுபட்ட மாவு, நீராவியில் எளிதில் வெந்துவிடும். துளியும் எண்ணெய் கலவாத பலகாரம் இது. உடனே கேட்பீர்கள், தேங்காய் கொழுப்பு இல்லையா என்று. அந்தத் தேற்றத்தை உடைத்து எறிந்துவிட்டார்கள்.

புட்டு, தொன்மையான தமிழர் உணவு. சிவபெருமானே புட்டுக்கு மண் சுமந்திருக்கிறான். ஆனால் அன்று புட்டு, பிட்டு என்றழைக்கப்பட்டது. பிட்டுக்கு மண் சுமந்த கதையை 'அன்று இரவு' என்ற கதையில் புதுமைப்பித்தன் பிரமாதமாக ஆண்டிருப்பார். தமிழ்ச் சிறுகதையின் உச்சங்களில் ஒன்று அந்தக் கதை. சிவனுக்கு உதிர்ந்த புட்டு. நாம் புட்டை உதிர்த்துக் கொள்கிறோம்.

1968 – வாக்கில் கன்னியாகுமரி மாவட்டத்தில் பட்டமேற்படிப்புக்கு எம்.ஏ. தமிழ் மட்டுமே இருந்தது. பொறியியற் கல்லூரி, மருத்துவக் கல்லூரி, அரசு கலைக் கல்லூரி வேறு எதுவும் இல்லை என்பதும் 2010இல் தான் மருத்துவக் கல்லூரியே வந்தது என்பது உபரித் தகவல். எம்.எஸ்.சி. பயில திருவனந்தபுரம், கேரளப் பல்கலைக் கழகம் போனேன். மன்னத்து பத்மநாபன் அறங்காவலர் குழுத் தலைவராக இருந்த நாயர் சர்வீஸ் சொசைட்டி கல்லூரி அது. மாணவர் விடுதி வாசம். அங்கு வாரம் ஒரு முறை புட்டும் கடலைக் கறியும் காலை ஆகாரத்துக்குப் போடுவார்கள். பெரிய இட்லிக் கொப்பரையில் ஆவியில் வேகும் பக்குவம். எங்கள் விடுதியில் அதற்கு 'மயக்குப் பொடி' என்று பொருள். வகுப்பில் இருக்கையில், உறக்கம் சொக்கிக்கொண்டு வரும்.

அதனால்தான் இந்த நாட்டுக்கு ஜனாதிபதியாகும் வாய்ப்பு இழந்து, நான் புட்டு பற்றி எழுதிக்கொண்டிருக்கிறேன் போலும். அன்றெல்லாம் கேரளத்தில் பயணம் செய்வோர் கவனித்திருக்கலாம். காப்பிக் கடைகளின் கண்ணாடிப் பெட்டிகளில் புட்டு அவித்து அடுக்கி வைத்திருப்பதை. இன்றும் கேரளத்தில் எந்த உணவு விடுதியிலும் புட்டு கிடைக்கும். நம்மூர் ரெட்டியார்கள் நடத்தும் விடுதிகள் மட்டும் விலக்கு. மலையாளிகளுக்கு, புட்டு இன்றும் செல்வாக்குள்ள நாடன் பலகாரம்.

சற்று அனுமதிப்பீர்களே ஆனால் உணவுக்கு எதிர்மறையான ஒரு சேதியையும் சொல்வேன். ஆற்றங்கரை, குளத்தங்கரை, ஓடைக் கரைகளில் மிகவும் சிரமப்பட்டு, முக்கி முக்கி பெரிய தடிகளாக மலம் கழிக்கிறவர்களை, 'புட்டுத் தள்ளுகிறான்' என்று கேலி பேசுவார்கள்.

மரச்சீனிப் புட்டு

முன்பு கன்னியாகுமரி மாவட்டம், கேரளம் என எல்லாச் சந்தைகளிலும் உணக்கக் கிழங்கு கிடைக்கும். உணக்கக் கிழங்கு என்பது உணங்கிய கிழங்கு. காய்ந்த கிழங்கு என்று பொருள். மாட்டு வண்டிகளில் சாக்குச் சாக்காகக் கொண்டு வந்து கூம்பாரமாகக் கொட்டி இருப்பார்கள். மலைக் கூப்புகளில் பெரிய கண்டங்களாக மரச்சீனியை வெட்டி, தோல் நீக்கி, பாறை மேல் காயப் போட்டு, உணக்கி, மூடைபோட்டு, சமதளத்துக்குக் கொண்டு வருவார்கள். இந்தச் சந்தர்ப்பத்தில் மரச்சீனி என்பது மரவள்ளி. குச்சிக் கிழங்கு, ஏழிலைக் கிழங்கு, கப்பைக் கிழங்கு என்பதையும் நான் சொல்லிவிட வேண்டும். கொள்ளிக் கிழங்கென்பர் மலையாளத்தில். நல்ல தீக்கொளுத்தும் வெயிலில் பாறைமேல் காய்ந்த கிழங்கு, பல்லினால் கடிக்க முடியாத பருவத்தில் இருக்கும்.

உணக்கக் கிழங்கு என்பது மலையாளம். கருவாட்டையும் மலையாளத்தில் உணக்க மீன் என்பார்கள். சந்தையில் வாங்கி வந்த உணக்கக் கிழங்கை, கல்லுரலில் போட்டு இரண்டு பேர் நின்று, மாற்றுலக்கைப் போட்டு, மாங்கு மாங்கென்று இடிப்பார்கள். மாவு அரிக்கும், அதாவது சலிக்கும் அரிப்பு அதாவது சல்லடைகளில் புட்டரிப்பு என்று ஒன்று உண்டு. மிகச் சன்மையான சதுர ஓட்டைகளைக் கொண்டது. இடித்த கிழங்கு மாவைப் புட்டரிப்பு கொண்டு அரித்து, அந்த மாவை உப்புத் தண்ணீர் தெளித்து விரவிப் புட்டவிப்பார்கள். மற்றதெல்லாம் அரிசிமாப் புட்டுப் பக்குவம்தான். ஒரே வித்தியாசம், மரச்சீனி மாவை வறுக்கக் கூடாது.

மலையாளிகள், மரச்சீனிக் கிழங்கு பிடுங்கும் காலங்களில், கிழங்கைத் துண்டு வெட்டிப் போட்டு, உணக்கி, பெரிய மண்பானைகளில் சேமித்து வைத்துக்கொள்வார்கள். அவசியத்துக்கு, அவ்வப்போது, புட்டுக்கு, மாவு இடித்துக் கொள்ளலாம்.

நல்ல இளம் மஞ்சள் நிறத்துடன், சற்று பசைத் தன்மையுடன், மிகுந்த வாசனையுடன் இருக்கும். மரச்சீனிப் புட்டை,

சுடச்சுட தின்ன வேண்டும். இன்று நேரடியாகவே புட்டு மாவுகள் – மரச்சீனி, சம்பா பச்சரிசி, கோதுமை, ராகி, கம்பு மாவுகள் கிடைக்கின்றன. விருப்பமுள்ளவர் முயன்று பார்க்கலாம். எப்போதும் ரெடி மிக்ஸ், திடீர் மிக்ஸ் என்பன சுவையில் மாற்றுக் குறைவுதான். அதற்கென்ன செய்யலாம்?

எனது அம்மாவுக்குச் சொந்த ஊர் குற்றிச்சல். அது கேரளம் நெடுமங்காடு பக்கம் காட்டாக்கடை சமீபம் ஆரிய நாட்டுக்கு அடுத்த ஊர். மலைக் கிராமம். சில நூறு ஆண்டுகளுக்கு முன்பு, பஞ்ச காலத்தில் குடியேறிய பாண்டி நாட்டு வேளாளர்கள். இன்றோ கொடு மலையாளக் குடி இருப்பு. அம்மாவுக்குத் திருமணமான பின், எனது அம்மா வழி ஆச்சி, மாடிப்பிள்ளை, பேறு பார்க்க நாஞ்சில் நாட்டுக்குப் புறப்பட்டு வருவாள். எங்கள் ஊரில் அவள் அடையாளம் ஆரிய நாட்டு ஆச்சி. அவள் சுமந்து வரும் குட்டிச் சாக்கு, கடவாப் பெட்டிகளில், ஈன்றவர் குளிக்கும் வேவு நீர்ப் பானையில் போடும் நல்லமிளகுக் கொடி, உணக்கக் கிழங்கு, திரளி இலை முதலிய மலை படு பொருட்கள். சின்ன வயதில், நாஞ்சில் நாட்டுப் பிறவியான நான், மரச்சீனிப் புட்டு என்றால் கண் காணாத தொலைவுக்கு ஓடுவேன். இன்று அது வேகும் மணம் என் நாசியில் சுற்றுகிறது.

புழுங்கலரிசிப் புட்டு

பெரும்பாலும் புட்டுக்குப் பச்சரிசி மாவுதான். என்றாலும் சிலர் புழுங்கல் அரிசி கொவரப் போட்டு இடித்து உப்புத் தண்ணீர் விட்டு விரவி தேங்காய்ப் பூ போட்டுப் புட்டவிப் பார்கள். ஒரு நிபந்தனை, புழுங்கல் அரிசிப் புட்டு மாவை வறுக்கக் கூடாது என்பது.

கோதுமை மாவுப் புட்டு

எங்களூரில் கோதுமையைக் கோதம்பு என்பார்கள். கோதுமை மாவை, இலேசாக வறுத்தோ, வறுக்காமலோ, விரவி, தேங்காய் பூ போட்டு அவிப்பது.

கூவரகுப் புட்டு

கேழ்வரகு அல்லது ராகிக்கு நாஞ்சில் நாட்டுப் பெயர் இது. கேழ்வரகு திரித்து, சலித்து, மாவெடுத்து, லேசாக வறுத்து, அரிசிமாவுப் பருவத்தில் புட்டவிப்பது. இதன் அரக்குச் சிவப்பு நிறம் பார்க்க அருமை. நல்ல மணமும் உண்டு. சூடான புட்டில் நெய்யும் சீனியும் போட்டு விரவி, உருண்டை பிடித்துத் தின்று பாருங்கள்.

ஆப்பம்

நாஞ்சில் நாட்டார், மாதம் ஒரு தரமாவது செய்யும் சிறப்பான காலைப் பலகாரம் இது. வராத விருந்தினர், நாலைந்து நாட்கள் தங்குவதுபோல வந்தால், முதல் நாள் புட்டு, மறுநாள் ஆப்பம், அடுத்தநாள் இடியாப்பம், கொழுக்கட்டை என்பது வளமை. விருந்தும் மருந்தும் மூன்று நாள் தானே! ஆப்பம், இட்லி, தோசை போல், நினைத்த உடன் நடத்தும் விஷயமல்ல. சில முன் தயாரிப்புகள் வேண்டும். சற்று சோலாந்தரம்.

பச்சரிசியைக் கொவரப்போட்டு, இடித்து, அரித்து வைத்துக்கொள்ள வேண்டும். மாவிடிக்கும்போது அரித்த மிச்சமான கப்பியைக் கூழ் பருவத்தில் காய்ச்சி, ஆறவைத்து, அதில் இடித்த பச்சரிசி மாவை முன் தினம் இரவே சேர்த்துக் கலக்கிப் புளிக்க விட வேண்டும். மாவு விரவும்போது, ஒன்றிரண்டு நாட்களாக சேமித்து, சீனிபோட்டு, ஏற்கெனவே புளிக்க வைத்த தேங்காய்த் தண்ணீரைச் சேர்த்து விரவ வேண்டும். தென்னங்கள், பனங்கள் கிடைத்தால் சாலவும் நன்று. சீனிபோட்டுப் புளிக்க வைத்த தேங்காய்த் தண்ணீர் என்பதே, ஒரு மாற்று ஏற்பாடுதான்.

சிலர் பச்சரிசியை இடிப்பதற்கு மாய்ச்சல் பட்டு, நனையப் போட்டு ஆட்டுரலில் மாவாட்டுவார்கள். மாவை அரைத்து முடியும் தருணத்தில் ஒரு கை சோறு போட்டு அரைப்பார்கள். இது ஒரு புளிக்க வைக்கும் சூத்திரம். இதிலும் தேங்காய்த் தண்ணீர் அல்லது கருக்குத் தண்ணீர் விட்டு விரவலாம். கருக்கு என்றால் இளநீர். கள் கிடைத்தால் அது பெருங்கருணை. விரவி வைத்த மாவு மறுநாள் புளித்து நுரைத்துப் பொங்கிப் போய் நிற்கும். சிறிது சோடா உப்புப் போட்டு விரவினால் ஆப்ப மாவு தயார். கள் ஊற்றிப் பிசையப் பட்டிருந்தால் ஆப்ப மாவு நன்றாகப் பொங்கி, புளித்து, மணமுடன் இருக்கும்.

அன்றே சோடா உப்பும் பழக்கத்தில் வந்துவிட்டது. எமை ஆட்கொண்டு விட்டதென்றே சொல்லலாம்.

ஆப்பக்கல் என்று வீடுகளில் குழிவான உருக்கு இரும்புச் சட்டி வைத்திருப்பார்கள். ஆப்பக்கல் வேறு, அப்பக்கல் வேறு. தோசைக்குத் தோசைக்கல், ஆப்பத்துக்கு ஆப்பக்கல். ஆப்பக்கல் இல்லாவிட்டால் இருக்கவே இருக்கிறது சீனிச்சட்டி. புரியவில்லை என்றால் கடாய் அல்லது வாணலி.

சீனிச்சட்டியை அல்லது ஆப்பச் சட்டியை அடுப்பில் ஏற்றி, இலேசாக நல்லெண்ணெய் தடவி, சட்டி சூடானவுடன்,

பெரிய அகப்பைக்கு ஓரகப்பை மாவை ஊற்றி, சீனிச்சட்டியின் இரு காதுகளையும் அடுப்பங்கரைத் துணியால் பற்றித் தூக்கி, மாவைச் சட்டியோடு ஒரு சுற்றுச் சுற்றி, அடுப்பில் வைக்க வேண்டும். ஆப்ப மாவு எப்போதும் தோசை மாவை விடச் சற்றுத் தண்ணீராக இருக்க வேண்டும். அப்போதுதான் சுற்றுவதற்கு விளங்கும். ஆப்பம் என்பது மத்திய அரசிடம் குவிந்துள்ள அதிகாரங்கள் போல, நடுப்பகுதியில் இட்லி போல் கனத்தும் வெளிச்சுற்று இலேசாகவும் இருக்கும்.

சீனிச்சட்டியைத் தோதான மூடியால் மூடி வைக்கலாம். ஆப்பம் வெந்துவிட்டதா என்பதற்கு இரண்டு அடையாளங்கள். மூடியில் படியும் நீராவி, நீர்த்துளியாகி மீண்டும் ஆப்பக்கல்லில் விழும்போது கேட்கும் 'சுர்' ஒலி. அல்லது ஆப்பச்சட்டியில் ஆப்பத்தின் விளிம்புகள் காட்டும் பொன்னிறம். உணவு விடுதிகளில் நான் ஆப்பம் தின்பதில்லை. நடுவண் அரசும் வலுவாக இருப்பதில்லை, விளிம்புகளும் சிவந்து மொரமொரப்பாவதில்லை.

வெந்த ஆப்பத்தைத் திருப்பிப் போடக் கூடாது கல்லில். விளிம்புகள் அனங்காமல் எடுத்தால் இலகுவாக வரும். சேர்மானம், புளிப்பு எல்லாம் சரியாக இருந்தால் ஆப்பத்தின் மத்தியில் இட்லி போல் பொலிந்திருக்கும் பகுதி வாசமாகவும் மிருதுவாகவும் அறையறையாகவும் இருக்கும். பச்சரிசி மாவும் இளநீரும் என்பதால் ஆப்பத்தில் சின்ன இனிப்பு இருக்கும். இருக்க வேண்டும். சிலர் ஆப்பத்துக்கு ஆட்டுரலில் அரைக்கும் போது தேங்காய்த் துருவலும் சேர்த்து அரைப்பதுண்டு. கள் சேர்த்த ஆப்பம் தின்னக் கிடைத்தவர்கள் பாக்கியவான்கள். நான் தின்றிருக்கிறேன் சின்ன வயதில். இரண்டு மைல் நடந்து சந்தைவிளை எனும் ஊரின் பனங்காட்டுக்குள் போய் கள் வாங்கிக் கொடுத்திருக்கிறேன்.

அதுகிடக்க, ஆப்பத்தை அப்பம் என்றும் சொல்வார்கள். ஆப்பத்துக்குப் பல் விதமாய் தொடுகறிகள் உண்டு. சிலருக்குச் சீனி மாத்திரம். சிலருக்குத் தேங்காய்ப் பாலில் சீனியும் ஏலக்காயும் பொடித்துப்போட்டுக் கிண்ணத்தில் வைத்துத் தொட்டுக் கொள்வது. சிலருக்குப் பூண்டு வைத்து அரைத்த வத்தல் மிளகாய்த் துகையல், சிலருக்குத் தேங்காய்ச் சட்னி, சாம்பார் தொட்டுத் தின்னும் தலையெழுத்து உடையவரும் உண்டு காண். சிலருக்கு, பின்னால் நாம் பார்க்க இருக்கும் கடலைக் கறி. சிலருக்குச் சின்ன வெங்காயம் நிறைய உரித்துப் போட்ட உருளைக்கிழங்கு மசால் கறி. யோகம் உடையவர் மசால் கறிக்கு உருளைக்கிழங்குக்கு மாற்றாகச் சீமைச் சக்கை

பயன்படுத்துவார். அன்னாசிப் பழம் பயன்படுத்துவாரும் உளர். காலிஃப்ளவரும் ஆகலாம்.

அதனினும் சிறந்தது, புளி ஊற்றாமல் வறுத்து அரைத்த நாட்டுக்கோழி முட்டைக் குழம்பு. மேலும் சிறந்தது, குழம்பாக இல்லாமல் புரட்டலாக வைக்கும் பெரிய வெங்காயம் நிறைய அரிந்து போட்ட தாராக் கோழி முட்டை ரோஸ்ட். கோழிக் குழம்பும் ஆட்டிறைச்சிக் குழம்பும் அரிய தொடுகறிகள். எல்லாவற்றுக்கும் ஆப்பம் நன்றாக வர வேண்டும்.

எப்போதும் அதிரசம் சுடுவதும் ஆப்பம் சுடுவதும் சத்தியத்துக்குக் கட்டுப்பட்ட விஷயங்கள். மாவு அரைதல், சேர்மானம் சரியாக இருத்தல், நிதானமாகப் புளித்தல் எனப் பல கூறுகள் உண்டு. ஆசையாய்ச் செய்யப்போய், ஆப்பம் சுருண்டு சுருண்டு போய், ஆப்பச் சட்டியைத் தூக்கி அங்கணத்தில் வீசுவதையும், ஆப்பமாவைத் தோசை போல் தோசைக் கல்லில் ஊற்றிச் சுடுவதையும் செயலற்று நான் பார்த்ததுண்டு.

சித்திரமும் கைப்பழக்கம், செந்தமிழும் நாப்பழக்கம், ஆப்பம் சுடுவதும் அனுபவம். கட்டிச் சம்பாப் பச்சரிசி, சடையாரி நெல்லின் பச்சரிசியில் ஆப்பம் சுட்டால் 'அளகோல இருக்கும்' என்பாள் என் வயசான அம்மா.

இடியாப்பம் – சேவை

ஆப்பத்துக்குப் பச்சரிசி என்றால் இடியாப்பத்துக்குப் புழுங்கலரிசி. அரிசியை நனையப் போட்டு நைசாக அரைத்துக் கொள்ள வேண்டும். கெட்டியாக அரைத்த மாவை, இடியாப்ப நாழியில் திணித்து, இட்டிலித் தட்டில் பிழிந்து ஆவியில் வேகவைத்தால் அது இடியாப்பம். இடியாப்பத்தை மலையாளத்தில் 'நூல்புட்டு' என்கிறார்கள். கோவையில் சந்தகை என்கிறார்கள். ஏதோ சிற்றிலக்கிய வகை போல் தொனிக்கிறது. 'இடியாப்பச் சிக்கல்' என்றொரு புதுமொழி தற்போது வழங்கி வருகிறது.

மதுரையில் பர்மா இடியாப்பக் கடையில் ஒருநாள் நண்பர் சண்முக சுந்தரத்துடன் இடியாப்பம் தின்று பார்த்தேன். பூட்டப்பட்ட கடைகளின் படிகளில் உட்கார்ந்து, தட்டைக் கையில் ஏந்தியபடி, தேங்காய்ப் பால் மற்றும் தக்காளி கொத்சுடன் அருமையாக இருந்தது. இடியாப்பம் பிழிந்து, கொப்பரைகளில் ஆவியில் வேகவைத்துப் போர் போலக் குவித்து வைத்திருந்தது கண்கொள்ளாக் காட்சி. பர்மா இடியாப்பம் போலக் கொழும்பு சேவையும் பிரசித்தமானது.

கன்னியாகுமரி கடற்கரை முக்குவர்கள், பரதவர்கள், நாகர்கோயில் ஓட்டலில் சாப்பிட வந்து, இடியாப்பம் தருவித்து அதை இலையில் பார்த்தவுடன், 'இதை எப்பம் தெத்தெடுத்து எப்பம் தின்னியது?' என்றார்களாம் வேடிக்கையாக. தெத்து எடுப்பது என்பது, மீன் வலையில் சிக்கு எடுப்பதாகும்.

தற்சமயம் பச்சரிசியிலும் இடியாப்பம் அவிக்கிறார்கள். இடியாப்ப நாழி என்றொரு பாத்திர உபகரணம் உண்டு. அது மூன்று பகுதிகளால் ஆனது. ஒன்று மேலும் கீழும் குழல்போல் உருளை வடிவத்தில், மேலே கைப்பிடி வைத்த கால் லிட்டர் அளவை அளவுக்கு இருக்கும். அலுமினியம் அல்லது பித்தளையில். அந்தக் குழலில் பொருந்தும் படியாக, மேல் பக்கம் கைப்பிடி வைத்த, கெட்டி உலோக உருளை. முதலில் சொன்ன நாழியில் பொருந்தும்படி, விதவிதமான சில்லுகள் இருக்கும். சில்லுகளின் கண்கள் சன்னச் சேமியா, சற்றுப் பெரிய சேமியா அளவில் இருக்கும். அவரவர் விருப்பம்போல, சின்னத் துவாரம் அல்லது பெரிய துவாரம் கொண்ட சில் போட்டுப் பிழிவார்கள்.

பிசையப்பட்ட பச்சை மாவை, இடியாப்ப நாழியில் அடைத்துப் பிழிந்து எடுத்து, இட்டிலிக் கொப்பரையில் அடுக்கி, நீராவியில் வேக வைப்பார்கள். இடியாப்பம் முதலில் லேசாகப் பிழிந்து அதன் மேல் சீனியும் தேங்காய்ப் பூவும் விரவிய பூரணம் வைத்து அதன் மேல் மறுபடியும் இடியாப்ப மாவைப் பிழிந்து வேகவைத்து எடுக்கலாம். மாவு புளிக்காத, உளுந்தும் சேராத, எளிதில் சீரணமாகும் உணவு இடியாப்பம். வயோதிகர், நோயாளிகள், உண்ணலாம்.

சீனிச்சட்டியில் தேங்காய் எண்ணெய் விட்டு, சூடாக்கி, அரைத்த மாவைப் போட்டு நன்றாகப் புரட்டி எடுக்க வேண்டும். மாவு கொழுக்கட்டை பருவத்துக்கு வரும். அதை இடியாப்ப நாழியில் அடைத்து நேரடியாக இட்டிலித் தட்டில் பிழிந்து, ஆவியில் வேகவைத்து எடுத்தால் அது சேவை. சேவையை, இட்டிலித் தட்டில் மொத்தமாகப் பிழிந்து, ஆவியில் வேகவைத்து, ஆறவைத்து, உதிர்ந்துக்கொள்ளலாம். பின்னர் சீனிச் சட்டியில் எண்ணெய் விட்டு, கடுகு, வத்தல் மிளகாய், கடலைப் பருப்பு, கறிவேப்பிலை, பச்சைமிளகாய் சின்ன வெங்காயம் அரிந்தது எல்லாம் போட்டு வசக்கி, அதன்மேல் பிழிந்து வேகவைத்து உதிர்த்த சேவை போட்டுக் கிளறி, தேங்காய்ப் பூ போட்டு, எலுமிச்சம்பழச் சொட்டுகள் பிழிந்து சாப்பிடுவதுண்டு.

நாஞ்சில் நாட்டில் இடியாப்பத்துக்கும் சேவைக்கும் தொட்டுக்கொள்ள புளிசேரி என்னும் மோர்க்குழம்பு.

புளிசேரியைப் பின்பு விஸ்தாரமாகப் பார்ப்போம். சிலர் தேங்காய்ச் சட்னி தொட்டுக்கொள்வது உண்டு. தேங்காய்ப் பாலும் விசேடம் தான். இடியாப்பம் – பாயா அல்லது இடியாப்பம் – குறுமா நாஞ்சில் நாட்டில் வழக்கம் இல்லை.

உப்புமா

பாம்பே ரவை, சம்பா ரவை எல்லாம் ஐம்பதாண்டு காலத்தில் அறிமுகம் ஆன பொருட்கள். அதற்கு முன்பு உப்புமா எனில் அது அரிசி உப்புமா. அரிசி உப்புமா, புழுங்கலரிசி, பச்சரிசி இரண்டிலும் கிளறலாம் எனினும் புழுங்கல் அரிசி மணம் கூடியது.

புழுங்கல் அரிசியைச் சீனிச்சட்டியில் போட்டு வறுத்துத் தட்டி, அம்மியில் வைத்து, தண்ணீர் தெளிக்காமல் நுணுக்க வேண்டும். திருவையிலும் திரிக்கலாம். மிகவும் நைசாக இருக்க வேண்டியதில்லை. சற்றுப் பிருபிரு என்றிருந்தால் போதும். இது எப்போதுமே திடீர் பலகாரம். வீட்டு விசேடங்களில் இட்லி தீர்ந்து போனால் அடுத்துவருவது உப்புமா. அதற்காகவே, முன்கூறாக, அரிசி வறுத்துப் பொடித்து வைத்திருப்பார்கள். சுடச்சுடப் பரிமாறினாலும், இட்டிலி தீர்ந்து போச்சே எனும் ஆவலாதியை ஆற்ற முடியாது.

முதலில் எரியும் அடுப்பில் சீனிச்சட்டியை ஏற்ற வேண்டும். சற்றுத் தாராளமாகத் தேங்காய் எண்ணெய் விட்டு, முதலில் கடுகு, உளுந்தம் பருப்பு, வத்தல் மிளகாய், கறிவேப்பிலை தாளித்து, பின்னர் அரிந்து வைத்திருக்கும் பச்சை மிளகாய், சின்ன உள்ளி எல்லாம் அள்ளிப் போட்டு வதக்க வேண்டும். இரண்டு பேருக்குச் செய்வதாக இருந்தால் பெரிய தம்ளருக்கு ஒரு தம்ளர் பொடித்த அரிசி இருந்தால்போதும். ஒரு தம்ளர் அரிசிப் பொடிக்கு, இரண்டரைத் தம்ளர் தண்ணீர் சீனிச்சட்டியில் ஊற்றிக் கொதிக்க விட வேண்டும். கொதித்தல் என்பது வெட்டித் திளைத்தல். ஆவி வருதல் அல்ல. தண்ணீர் கொதி வந்ததும் வறுத்து நுணுக்கிய புழுங்கலரிசிப் பொடியைக் கொஞ்சம் கொஞ்சமாகத் தூவி, கட்டி பிடிக்காமல் கிளறிக் கொடுக்க வேண்டும். உப்புமா வெந்து, இளக்கம் மாறி இறுகி, சீனிச்சட்டியில் ஒட்டாமல் உருளும்போது திருவிய இளம் தேங்காய்ப் பூ போட்டுக் கிளறி இறக்கலாம்.

இந்தப் பக்குவங்களில் எங்குமே நான் உப்புப் போடுவது பற்றிப் பேசவில்லை. ‘உப்பு அமைந்தற்றால் புலவி’. சுடச்சுட உப்புமாவுக்குத் தொட்டுக்கொள்ள எனக்கு எதுவும் வேண்டாம். சிலர் சீனி தொட்டுக் கொள்வார்கள், சிலருக்கு மிளகாய்ப்

பொடி எண்ணெய். சிலருக்குத் தேங்காய்ச் சட்டினி, சிலருக்குச் சாம்பார். சிலருக்குத் தண்டன் கீரைக் கூட்டு.

நாஞ்சில் நாட்டில் பழக்கமில்லை என்றாலும், பல பிரதேசத்து மக்கள் வீடுகளில் நேரங்கெட்ட நேரத்தில் போய் உப்புமா தின்றவன் என்ற அனுபவத்தில் இங்கு நான் குறிப்பிட விரும்புவது – மும்பையில் அம்பை வீட்டில் உப்புமாவுக்குத் தொட்டுக்கொள்ளத் தந்த மாவடு ஊறுகாய். ஒரு ஆந்திரக்காரர் வீட்டில் தந்த ஆவக்காய் மாங்காய் ஊறுகாய். வடிவீசுவரத்து ஐயர் ஒருவர் வீட்டில் தந்த அரைக்கீரைக் கூட்டு அமோகமாக இருந்தது. கோவையில் நாயக்கர் சமூகத்தில், சம்பா ரவை உப்புமாக்குக் கெட்டியான இளம் புளிப்புத் தயிர்.

இப்போதெல்லாம் அரிசி உப்புமா யாரும் செய்து தின்கிறார்களா என்பதே ஐயத்துக்கு இடம். நாம் தொட்டுக் கொள்வதைப் பற்றிப் பேசுகிறோம்.

வீட்டில் காலையில் அவித்த இட்டிலி மீந்து போனால் அதனைப் பிருத்து சீனிச்சட்டியில் போட்டுப் புரட்டி, வெங்காயம், பச்சைமிளகாய், கறிவேப்பிலை வதக்கிப் போட்டு, இட்டிலி உப்புமா செய்கிறோம். தொட்டுக்கொள்ள சட்டினி அல்லது தோசை மிளகாய்ப் பொடி. அதுபோன்றே பிரட் உப்புமா செய்கிறார்கள்.

என்றும் கிராமத்தாராகிய எமக்கு உப்புமா என்பது விருந்து. இந்தக் கொரோனா காலத்துக்குப் பிறகு வாட்ஸ் ஆப்பில் உப்புமா குறித்து நூறு ஜோக்குகள் பார்த்திருப்பேன். உணவைக் கேலி செய்யும் இவர்களை என்ன செய்தால் தகும்?

6

எண்ணெய்ப் பலகாரங்கள்

எண்ணெய்ப் பலகாரம் என்பது அன்றாடப் பலகாரம் அல்ல. சாயங்காலமானால் பலகாரங்களுடன் தேநீர் அல்லது காப்பி என்பது பண்டு செல்வந்தர் வீடுகளுக்கேகூட வந்திருக்கவில்லை. இளம்பசியும் கிடையாது இடைத் தீவனமும் கிடையாது சொல்லப் போனால்.

காலையில் பல்விளக்கிவிட்டு நீராகாரம். பின்பு காலை ஆகாரம் பழையது, சுடு கஞ்சி அல்லது இதுவரை எழுதியவற்றுள் ஏதோ ஒன்று. மத்தியானம் சோறு ஏதோஒரு துவரன், குழம்பு; இரவு தண்ணீர் ஊற்றிய சோறு. இவற்றுள் பலகாரங்களின் – எண்ணெய்ப் பலகாரங்களின் பங்கு என்ன? எனினும் எண்ணெய்ச் சட்டி வைத்து, பலகாரங்கள் சுடும் சந்தர்ப்பங்கள் சில உண்டு. 'அடுப்பிலே எண்ணெய்ச் சட்டி ஏத்தியாச்சு' என்பதே பண்டிகைகளில், வேறு விசேடங்களின் முன் கூறல்.

நாஞ்சில் நாட்டு விவசாயியின் வாழ்க்கையில், நானறிய, நெல் வயல்கள் கதிர் முற்றி, தாள் பழுத்து, தலைசாயத் தருணம் பார்த்து நிற்கையில், நல்ல நாள் பார்த்து, 'நாட்கதிர்' கொள்வார்கள். நாட்கதிர் என்பது கதிர் நிறைப்பு. எல்லா உழவன் வீட்டிலும், அரங்கில் நாட்கதிர்ப் பானை ஒன்றிருக்கும். நாட்கதிர்ப் பானை என்பது உருண்ட மண்பானை. உத்தேசமாக நூறு லிட்டர் தண்ணீர் பிடிக்கும்.

சிவந்த புதுப் பானையில் கழுத்திலிருந்து கீழ்நோக்கி அரிசிமாக் கோலமாவில் வரி வரியாக எழுதி இருப்பார்கள்.

நிறை நாழி வைத்து, கன்னிப் பசுஞ்சாணத்தில் பிள்ளையார் பிடித்து, அறுகம்புல் குத்தி, நிலை விளக்கு ஏற்றிவைத்து, தேங்காய் உடைத்து, வெற்றிலை பாக்கு பழம் வைத்து, சாம்பிராணிப் புகை போட்ட பின் வயலிலிருந்து அறுத்து வந்த நெற்கதிர்களைக் கைப்பிடி அளவு எடுத்து இரண்டாய் மடக்கி பானையில் வைப்பார்கள். மூன்று முறை. அன்று சாமிக்கு, நாட்கதிர் பானைக்கு நைவேத்தியம், கொவர வைத்த பச்சரிசியும் சர்க்கரை சீவியதும் தேங்காய் துருவியதும் கனிந்த வாழைப்பழம் உரித்து நறுக்கிப் போட்டதுமான கலவைப் பஞ்சாமிர்தம்.

பெரும்பாலும் வீடுகளில், நாட்கருது கொண்ட அன்று, பழைய அரிசியுடன் கொஞ்சம் புதுநெல்லின் அரிசியும் உரித்துப் போட்டு, 'புத்தரிசி' அல்லது 'புதரிசி' பொங்குவார்கள். புத்தரிசி பொங்கும் அன்று சுடும் முதல் எண்ணெய்ப் பலகாரம், புழுங்கலரிசி கொவரப்போட்டு அரைத்து, உப்புப்போட்டு, எண்ணெயில் சுட்டெடுக்கும் சீடை. 'பொதுக் பொதுக்' என்று வெந்தும் வேகாமலும், தேங்காய் எண்ணெய் வாசத்துடன் இருக்கும்.

பண்பாட்டின் அடுத்த எண்ணெய்ப் பலகாரம் வயிற்றுச் சூலிகளுக்கு சீமந்தம் நடத்தும்போது, ஐந்துவகை, ஏழுவகை, ஒன்பது வகைப் பலகாரங்கள் சுட்டு – மாதக் கணக்குப் போல – பெரிய போணி, பானை, தூக்குவாளிகளில் சீர்ப்பலகாரம் கொண்டு போவார்கள், பெண்ணைப் பெற்றோர். அவை முறுக்கு, தேன்குழல், முந்திரிக் கொத்து, சீடை, அப்பம், அதிரசம், பூந்தி, காரச்சேவு, தட்டை எனும் கணக்கில்.

திருமணமாகி, பெண்ணை முதல் மறுவீடு அனுப்பும் போது பித்தளைப் பானை நிறையப் பூந்தி சுட்டுக் கொடுத்தனுப்புவார்கள். புதுமணமக்கள், இரண்டாம் மறுவீடு வந்து திரும்பும்போது, பெண்ணைப் பெற்றவர்கள் முறுக்குச் சுட்டு, பெரிய ஈயம் பூசிய, செம்புப் பானைகளில் அல்லது பித்தளைப் போணிகளில் கொடுத்தனுப்புவார்கள். அதற்கு மறுவீட்டுப் பலகாரம் என்று பெயர். மாப்பிள்ளை வீட்டார் இத்தனை முறுக்கு என்று உத்தரவிடுவார்கள். ஐநூறு, ஆயிரம், இரண்டாயிரம் என்று.

சீமந்தப் பலகாரம், மறுவீட்டுப் பலகாரம் தவிர, பெண்பிள்ளைகள் பூப்படைந்தால், உறவின் முறையினர், பலகாரங்கள் செய்து கொண்டு போய்ப் பார்த்து வருவார்கள்.

அது போல், வயதாகிச் செத்தவர்களின் பேத்தி முறை உடையவர்கள், எண்ணெய்ப் பலகாரங்கள் செய்து, மூலைக்கு வைத்து அழுதபின், எடுத்து உற்றார் உறவினர்களுக்குக் கொடுப்பார்கள். சீமந்தம், மறுவீடு, பூப்புச் சடங்குப் பலகாரங்களை ஊருக்கும் விளம்புவதுண்டு.

அஃதன்றி, எண்ணெய்ப் பலகாரங்களைச் செய்வது தீபாவளிக்குத்தான். அதுவும் எல்லா வீடுகளிலும் எல்லாம் செய்வார்கள் என்றில்லை. வசதியான, பெரிய வீடுகளில், ஒரு மாதமானாலும் கெட்டுப் போகாமல் இருக்கும் பலகாரங்களைத் தீபாவளிக்கு நாலைந்து நாட்கள் இருக்கும்போதே செய்ய ஆரம்பித்துவிடுவார்கள். ஒரு நாள் மட்டும் வாழும் வடை, அப்பம், சுஜியன் போன்றவை தீபாவளி இரவில் செய்யப்படும்.

நாஞ்சில் நாட்டில் எண்ணெய்ப் பலகாரம் எனில் அது தேங்காய் எண்ணெய்ப் பலகாரம். அங்கு பயன்பாட்டில் இருந்த எண்ணெய்கள், சமையலுக்குத் தேங்காய் எண்ணெய். ஒன்றிரண்டு பதார்த்தம் மட்டும் விதி விலக்கு. தலைக்குத் தேய்க்க, காய்ச்சிய தேங்காய் எண்ணெய். சிலருக்கு நல்லெண்ணெய். தோசை மிளகாய்ப் பொடிக்கு நல்லெண்ணெய் அல்லது பலகாரம் சுட்ட தேங்காய் எண்ணெய். பேதிக்கு ஆமணக்கு எண்ணெய். விளக்கெரிக்க புன்னைக்காய் எண்ணெய், இலுப்பை எண்ணெய். உள் கோயிலுக்கு நல்லெண்ணெய். பருப்புச் சோற்றுக்கு நெய். மருந்துக்கு வேப்பெண்ணெய், அபூர்வமாகப் புங்கெண்ணெய். சில நோய்களுக்கு மீன் எண்ணெய். சில புண்களுக்குப் பன்றி நெய். வெட்டுக் காயத்துக்குக் கொல்லாம்கொட்டை எண்ணெய். கடலை எண்ணெய் நாஞ்சில் நாட்டில், அன்று, கை கொண்டு தொடுவது குறைச்சல். சமையலுக்கும் பலகாரத்துக்கும் கடலை எண்ணெய் உபயோகிப்பதில்லை. ஐம்பது ஆண்டுகள் முன்புதான் அறிமுக மானது. மிகச் சமீபமாகவே பாமாயில், ரேஷன் கடைகள் மூலம்.

எனவே, எண்ணெய்ப் பலகாரம் செய்வது தேங்காய் எண்ணெயில். ஒரு மாதம் வரைக்கும் முறுக்கு, தேங்குழல், முந்திரிக்கொத்து காம்பிப் போகாது. பலகாரம் சுட தேங்காய் எண்ணெய் வாங்கும்போது, சுத்த செக்கு எண்ணெயாகப் பார்த்து வாங்குவார்கள். சிலர் தேங்காய் வெட்டி கொப்பரை உணக்கி, செக்கில் போய் ஆட்டி வைத்துக்கொள்வதும் உண்டு. ஏழைக் குடியானவனுக்கு, கடவாப் பெட்டியில் எண்ணெய் சுமந்து வரும் எண்ணெய் வாணிபச் செட்டியார்.

இனிமேல் சில எண்ணெய்ப் பலகாரங்களைப் பார்ப்போம்.

அப்பம்

அப்பம் என்பது மிகவும் தொன்மையான பலகாரமாக இருக்கலாம். காலம் கணிக்கின்ற ஆர்வம் எனக்கு இல்லை. 'கைத்தல மொடு கனி, அப்பமொடு அவல் பொரி' என்பது எந்தக் காலத்தது என்று தெரியவில்லை. சபரிமலை சாஸ்தாவுக்கு அப்பம் நிவேதனம் என்பதே நூற்றாண்டுகள் ஆன சமாச்சாரம் தானே!

பண்டைத் தமிழர் உணவில் அப்பம் ஆதிகாலம் முதலே இருந்ததாகச் சொல்கிறார்கள். இன்று தமிழகத்தில் எந்தச் சிறு நகரப் பேருந்து நிலையத்து இனிப்புக் கடை முன் நின்றாலும் பல்வேறு வண்ணங்களிலும் வடிவங்களிலும் பெயர்களிலும் பதினாறுக்கும் குறையாத இனிப்பு வகைகளைக் காணலாம். நீரிழிவுக்காரர்கள் வாயூறி நிற்கவும் செய்யலாம். எந்தக் கடையிலாவது அப்பம் இருக்கிறதா என்று கேட்டுப் பாருங்கள். பரிகசித்துச் சிரிப்பார்கள். ஆனால் அப்பம், தமிழனின் தொன்மையான இனிப்பு.

பிங்கல நிகண்டு அப்ப வருக்கம், அதாவது அப்ப வகை என அபூபம், கஞ்சம், இலையடை, மெல்லடை, நொலையன், போனகம், மண்டிகை, பொள்ளல் என எட்டு குறிப்பிடுகின்றது.

அல்வா, ஜாங்கிரி, மைசூர்ப்பாகு, குலாப் ஜாமுன், லட்டு, பர்பி, பாதுஷா, பேடா, கத்லி, ரசகுல்லா என்பன அன்று தமிழர் உணவில் இருந்ததில்லை. கடைகளிலும் வாங்கக் கிடைத்ததில்லை. நாஞ்சில் நாட்டுக்கு இவை தலைகாட்டியது நூறு ஆண்டுகளுக்கு உள்ளேதான். முதன்முதலில் கோவில்பட்டி, சாத்தூர், விருதுநகர் நாடார்கள், சுசீந்திரம் தேரோட்டத்துக்கும் சவேரியார் கோயில் திருவிழாவுக்கும் பூந்தி, லட்டு, உளுந்த மாவும் அரிசிமாவும் கலந்து, கொஞ்சம் புளிக்க வைத்து, சங்கிலி சங்கிலியாகப் பிழிந்து, சீனிப்பாகில் முக்கி எடுத்த மிட்டாயும் விற்பனைக்குக் கொண்டு வந்தனர்.

அதுவரை, நாஞ்சில் நாட்டில் இனிப்பு எனப்படுவது அப்பம், அதிரசம், முந்திரிக்கொத்து என்பன – எண்ணெயில் சுட்டவை. அவையல்லாமல் பாயசம், உளுந்தங்களி, வெந்தயக்காடி போன்றவையும் இனிப்புகள்தாம். வேண்டு மானால் சர்க்கரை அவல், பருப்பரிசி, பஞ்சாமிர்தம், சர்க்கரைக் கொழுக்கட்டை என்று சேர்த்துக்கொள்ளலாம்.

அப்பத்துக்கு, பச்சரிசி இடித்து, சலித்து, மாவு எடுத்துக் கொள்ள வேண்டும். மாவில் கருப்பட்டி அல்லது சர்க்கரை

சீவிப் போட்டு, சிறிது தண்ணீர்விட்டுப் பிசைந்துகொள்ள வேண்டும். அரைக்கிலோ அரிசிக்கு அரைக்கிலோ கருப்பட்டி அல்லது சர்க்கரை என்பது கணக்கு. அப்பம் மெதுவாக இருக்க, பாளையங்கோட்டன் பழம் போட்டுப் பிசைந்துகொள்ளலாம். அரைக்கிலோ பச்சரிசிக்கு நான்கைந்து பழங்கள். அப்பம் மெதுவாக இருக்கும் அதே நேரம் எண்ணெயும் குடிக்கும். பழம் போடாமலும் சுடலாம். அப்பம் கல்லுப் போல இருக்கும். தேங்காய் மலிந்த நாஞ்சில் நாட்டில், அனுமதித்தால் காப்பியில்கூடத் தேங்காய் திருவிப் போட்டு விடுவார்கள். அப்பத்தை விட்டு வைப்பார்களா? முற்றிய தேங்காயைப் பல்பல்லாக நறுக்கி, நெய்யில் வறுத்து, அப்பமாவுடன் சேர்த்துப் பிசைந்தும் சுடலாம்.

இரவில் அப்பம் சுடும் எண்ணம் இருந்தால், மாவு பிசைந்து காலையிலேயே தயாராக வைத்துவிடுவார்கள்.

சக்கை எனப்படும் பலாப்பழம் சுளை எடுத்து, சர்க்கரை போட்டு வறட்டி வைத்திருக்கும் சக்கை வறட்டி இருந்தால், பாளையங்கோட்டன் பழத்துக்கு மாற்றாக அதைப் போட்டுப் பிசைந்துகொள்வார்கள். வாசனை பிரமாதமாக இருக்கும். சக்கை எனும் சொல் தமிழர் பலருக்கும் சிரிப்பு வரவழைக்கும். ஆனால் JACK FRUIT எனும் ஆங்கிலச் சொல்லுக்கு அடிப்படையான JACK எனும் சொல் சக்கையிலிருந்து வந்தது என்பதை அவரறியார். நமக்குச் சக்கைப் பழம் என்று சொல்வதை விட ஜேக்ஃப்ரூட் என்று சொல்வதுதானே பிரியமானது.

அப்பம், சிலர் வடைபோல் தட்டி, கொதிக்கும் எண்ணெயில் போடுவார்கள். சிலர் நுள்ளிப் போடுவார்கள். செங்கறுப்பு நிறத்தில் வாசனையுடன் இருக்கும். பிட்டுப் பார்த்தால், உள்ளே அறையறையாக இருக்கும். இரண்டு மூன்று நாட்கள், ஊசிப் போகாது. சிலர் அப்பமாவில் எள்போட்டுப் பிசைந்து சுடுவதுண்டு. அப்பம் சுட்டு எடுத்த உடன் அதைச் சீனியில் புரட்டிக்கொள்வதும் உண்டு. இரண்டு மூன்று நாட்களுக்கு மேல் தாங்காது என்பதால், கண்டமானம் செய்வது கிடையாது.

உண்ணி அப்பம்

உண்ணி என்றால் மாட்டின்மேல் இருக்கும் உண்ணி என்று மட்டும் எண்ணிவிடலாகாது. கருவிழியைக் கண்ணின் உண்ணி என்பார்கள் மலையாளிகள். 'உண்ணி' என்பது மலையாளத்தில் ஆண் குழந்தைகளுக்கும் சிறுவருக்கும் செல்ல விளி. 'உண்ணி வா! உண்ணிக் கண்ணா வா!' என்பது

மலையாளத் தாலாட்டின் வரி. புகழ் பெற்ற கர்னாடக இசைப் பாடகர்களில் ஒருவர், 'உண்ணி கிருஷ்ணன்', உண்ணித்தான், கிருஷ்ணன் உண்ணி எனப் பல பெயர்களும் அவர்களிடம் உண்டு. எனவே வடிவம் சார்ந்தும், நிறம் சார்ந்தும், பளபளப்பு சார்ந்தும் உண்ணியப்பம் எனும் பெயர் பெறப்பட்டிருக்கலாம். தமிழ்நாட்டில் வேலியோரம் வளரும் ஒரு புதரை, எங்களூரில் உண்ணிச் செடி என்றும் அதன் பழத்தை உண்ணிப் பழம் என்றும் சொல்வோம். சிறுவயதில் பறித்துத் தின்று வாயெல்லாம் நாவற்பழம் தின்றது போல் நீலமாக்கிக் கொண்டதுண்டு.

எண்ணெய்ச் சட்டியில் அப்ப மாவைத் தட்டிப் போட்டோ, நுள்ளிப் போட்டோ சுடுவதற்குப் பதிலாக, ஏழு குழி, ஒன்பது குழி என்று வார்க்கப்பட்ட அப்பச் சட்டி வைத்திருப்பார்கள். வார்ப்பு இரும்பில், கெட்டி அலுமினியத்தில், இன்று எவர் சில்வரிலும் கிடைக்கிறது. 'அப்பம் தின்னவோ, அலால் குழி எண்ணவோ?' என்பார் மனோன்மணீயம் சுந்தரம் பிள்ளை. கைப்பிடிபோலக் காது வைத்த அப்பச் சட்டியை அடுப்பில் ஏற்றி, ஒவ்வொரு குழியிலும் கால் குழி எண்ணெய் ஊற்றி, அப்பமாவைக் கரண்டியால் கோரி ஊற்றி வேக வேகத் திருப்பித் திருப்பிப் போட்டுச் சுடுவார்கள்.

உணவு விடுதிகளில், கொய்யாப்பழ அளவில், சற்றுக் கெட்டியாகப் பிசைந்த மாவை உருட்டி, எண்ணெய்ச் சட்டியில் சுட்டு எடுப்பதுண்டு. இன்று கோதுமை மாவிலும் உண்ணியப்பம் வந்துவிட்டது.

ஐயப்பன் கோயில்களிலும் சாஸ்தா கோயில்களிலும் பெருமாள் கோயில்களிலும் உண்ணியப்பம் நைவேத்திய பிரசாதம். நாத்திகனாக இருந்த காலத்தும் நைவேத்திய பிரசாதங்களின் மீது எனக்கொரு பிரேமை இருந்ததுண்டு. சபரிமலை ஐயப்பன் கோயிலில், அப்பப் பிரசாதம் நீண்ட நாட்கள் கெட்டுப் போகாமல் இருக்க, பழம் போடாமல் பிசைந்து முறுக முறுகச் சுட்டு எடுப்பார்கள். கடிப்பதற்குக் கடைவாய்ப் பற்கள் திறனுடன் இருக்க வேண்டும். கேரளத்து அம்பலப்புழை கிருஷ்ணனுக்கு பால்பாயசம் பிரதானமான நைவேத்தியம்போல, சபரிமலை சாஸ்தாவுக்கு அரவணைப் பாயசம் பிரதானமான நைவேத்தியம் போல, குருவாயூர் உண்ணி கிருஷ்ணனுக்கு உண்ணியப்பம் முக்கியமானது. ஏழைச் சாமிகளுக்கு எள்ளுப் பிண்ணாக்கும் கருப்பட்டியுமே பிரதானமான நைவேத்தியம்தான்.

அருள் செய்யும் தெய்வங்களுக்கும், பொருள் உள்ள பக்தர் கூட்டம் இல்லை என்றால் இவ்வுலக அனுபவங்கள்

ஆவலாதிகள்தான். சாமியின் கோயில், அலங்காரம், அமுது படிகள் வைத்து வழிபடுகிறவர்களின் சமூகத் தளத்தைப் புரிந்து கொள்ளலாம். ஒரு சாமிக்குத் திகட்டத்திகட்ட நெய்ப் பாயசம், இன்னொரு சாமிக்குப் புளித்த கள்ளும் சுட்ட கருவாடும். யாவும் விளித்தால் விளி கேட்கின்ற தெய்வங்களே!

நெய்யப்பம்

தேங்காய் எண்ணெய்க்குப் பதிலாக, நெய்யில் சுட்டு எடுப்பது நெய்யப்பம். மொழி வாரி மாகாணங்கள் பிரிவதற்கு முன்பு, 1956 நவம்பர்வரை, நாஞ்சில் நாடு திருவிதாங்கூர் சமஸ்தானத்தின் பகுதி. அந்தக் காலகட்டத்தில், சிறுவர் சிறுமியர் பாடித் திரியும் பாட்டொன்று உண்டு.

அய்யப்பன் பொண்டாட்டி நெய்யப்பம் சுட்டா
காக்கா கொத்தி கடலிலே போட்டு
முக்குவன் பிள்ளைகள் முங்கி எடுத்து
தட்டான் பிள்ளைகள் தட்டிப் பறிச்சு

என்று பாதி மலையாளத்தில் பாடும் பாட்டு.

சிறுவயதில் திருவண்பரிசாரம் என்று நம்மாழ்வார் பாடிய, இன்று திருப்பதிசாரம் என்று வழங்கப்படுகிற, எங்கள் பக்கத்து ஊர் திருவாழிமார்பன் கோயிலில் நெய்யப்பம் தின்னக் கிடைத்திருக்கிறது. சுவையில் நாக்கு ஒரு எல்லையைத் தொட்டுணர்ந்து விட்டது என்றால், பின்பு அதனையே ஒப்பீட்டு அளவாகக் கொண்டு விடுகிறது. ஒரு கல்யாண வீட்டு அவியல், மற்றொரு மறுவீட்டுப் பந்தி புளிசேரி, என மனம் சென்று நிலைகொண்டு விடுகிறது. ‘பப்பனாவ சாமிக்குப் பால்பாயாசம், எனக்கு மனப் பாயாசம்’ என்றொரு வழக்கு உண்டு நாஞ்சில் நாட்டில். இன்று பெருமாளுக்கே, நெய் எனில் வனஸ்பதி, ரீபைன்டு ஆயில், பாமாயில்... பக்தனுக்குக் காம்பிய கடலெண்ணெய்.

முந்திரிக்கொத்து

நாலைந்து மாதங்கள் முன்பு ஒரு மாத இதழில் வாசித்தேன். இதழ் பெயர் நினைவில் உண்டு, சொல்லப் பிரியம் இல்லை. ஒரு அம்மா எழுதுகிறார், வீட்டில் மீந்து கிடந்த பாசிப்பருப்பு மாவு, வெல்லம், உலர்கனிகள் எல்லாம் சேர்த்துப் பிசைந்து, மைதாமாவில் முக்கி எண்ணெயில் போட்டுச் சுட்டாராம். அது கொத்துக் கொத்தாகச் சேர்ந்து வந்ததாம். அதற்கு அவர் கண்டுபிடித்த பெயர் முந்திரிக் கொத்தாம். முட்டாள்த்தனம்

ஒரு காரணமாக இருக்கலாம் அல்லது பித்தலாட்டம். தானே கண்டுபிடித்த பலகாரம் என்று. சிரிக்காமல் என்ன செய்ய?

முந்திரிக் கொத்து தொன்மையானதோர் நாஞ்சில் நாட்டு இனிப்பு. ஆனால் புலவர் நாவால் பாடாது ஒழிந்தது. எந்தக் கோயிலுக்கும் நைவேத்திய மாக இது இருந்ததில்லை. முந்திரிப் பழம் போலக் கொத்துக் கொத்தாகச் சுட்டு எடுக்கப்பட்டதால் காரணப் பெயராக அமைந்திருக்கலாம். மற்றபடி முந்திரிக்கும் இதற்கும் எந்தத் தொடர்பும் இல்லை. இங்கு முந்திரி என்றது திராட்சை எனும் பொருளில்.

நாஞ்சில் நாடன்றி வேறெங்கும் காணக் கிடைக்காத, தின்னக் கிடைக்காத பண்டம் இது. நாஞ்சில் நாட்டின் தீபாவளிப் பலகாரங் களில், சீர்ப் பலகாரங்களில் இது தவிர்க்க முடியாதது. ஆனால் ஐம்பதாண்டுகளுக்கு முன்பே எம் நாவில் ஏறிப்போன சுவைக்கும் இன்றைய சுவைக்கும் தொடர்பே இல்லை. பெரும்பாலும் வீடுகளில் முந்திரிக்கொத்து செய்வது அருகிப் போய்விட்டது. சிறுபயிறு வாங்கி, கல் நாவி, காயப்போட்டு, வறுத்து, உடைத்து, திருவையில் திரித்து, கருப்பட்டுப் பாகு உருக்கி... யாருக்கு நேரம் இருக்கிறது இன்று!

2010 ஜனவரியில், சென்னை பாரதீய வித்யாபவனில், நாஞ்சில் மலர் இலக்கிய வட்டம் சார்பில், சாகித்ய அகாதமி விருது பெற்றமைக்காக, எனக்கொரு பாராட்டுக் கூட்டம் நடத்தினார்கள். கூட்டம் தொடங்குமுன் தந்த சிற்றுண்டியில் நாஞ்சில் நாட்டு கைமுறுக்கும், முந்திரிக்கொத்தும். ஏற்பாடுகள் செய்துகொண்டிருந்த இறச்சகுளம் பொன்னுசாமி என்னிடம் கேட்டார், “முந்திரிக் கொத்து கொள்ளாமா?” என்று. பக்கத்தில் ‘மகடூஉ முன்னிலை’ என்ற அற்புதமான நூல் எழுதிய பேராசிரியர் தாயம்மாள் அறவாணன் நின்றுகொண்டிருந்தார்.

அவர் நாஞ்சில் நாடு. நான் சொன்னேன். ‘அக்காட்டயே கேளுங்க” என்று. உடனே தாயம்மாள் அக்கா சொன்னது, “கருப்பட்டியிலே செய்யல்லே, இல்லே... இனிப்பும் கொஞ்சம் கொறவுதான்” என்று. நானும் அப்படித்தான் நினைத்தேன் என்றேன்.

இன்று முந்திரிக் கொத்து, சில பலகாரக் கடைகளில், பாக்கெட்டுகளில் கிடைக்கிறது. கோட்டாறு செட்டித் தெருவில் ஒரு வீட்டில் அற்புதமாகச் செய்கிறார்கள். தூய சவேரியார் கோயில் பக்கம் ஒரு வீட்டையும் நண்பர் நெய்தல் கிருஷ்ணன் அறிமுகம் செய்து வைத்தார். உணவுப் பண்டங்கள் வாங்க நெய்தல் கிருஷ்ணன் கை பிடித்து வழி நடக்கலாம்.

திருவை எனும் உபகரணம் இல்லாமல் முந்திரிக்கொத்து முழுமையான சுவையுடன் வருமா என்று தெரியாது. திருவை எனில் யந்திரம் என்று கொள்க.

தரமான முழு சிறுபயிறு வாங்கி வரலாம். சிறுபயிறு எனில் பாசிப்பயிறு அல்லது பச்சைப் பயிறு. அதன் பச்சை நிறமே தனித்துவமானது. முன்பெல்லாம், தைமாதம், கன்னிப்பூ அறுவடையில் சம்பா நெல் களத்துக்கு வந்த பின்பு, வயலில் காலடி பதியும் ஈரம் இருக்கும்போது, ஏர் பூட்டி, ஒரு பரக்கன் உழவு ஓட்டி, உளுந்து அல்லது சிறுபயிறு விதைத்து, அறுவடை முடிந்தபின் அவிழ்த்து மேயவிடும் ஆடுமாடுகள் கடிக்காமல் காவலும் போடுவார்கள். இடையில் ஒரு மழை கிடைத்தால் போதும். உளுந்தச் செடியும் சிறுபயிற்றம் செடியும் பெரும்பயிற்றம் செடியும் கொடி வீசி வளர்ந்து, பூத்து, காய்த்து, நெற்று விடும். நெற்றுப் பறித்து, தோல் நீக்கி சேமித்துக்கொள்வார்கள். செடிகள் மாட்டுத் தீவனம்.

இன்றெவரும் கும்பப் பூவுக்குக் காயும் நிலத்தில் இடைப்பயிர் செய்கிறார்களா என்று தெரியவில்லை.

தலைச்சுமட்டில் கொண்டு வருபவரிடம் பண்டமாற்று செய்ததோ, பயிர் செய்து தங்கரியம் செய்து வைத்ததோ, அல்லது கோட்டாற்றுக் கம்போளத்தில் வாங்கியதோ, எதுவானாலும் நல்ல காய்ந்த பயிறாக இருக்க வேண்டும். சுத்தமாகக் கல் நாவ வேண்டும். சீனிச் சட்டியில் நான்கு சொட்டு தேங்காய் எண்ணெய் விட்டு, சட்டி சூடானதும் சிறுபயிறு கொட்டி வறுக்க வேண்டும். இங்கு பயிறு வறுக்கும் பருவம் முக்கியம். பச்சை வாசனை போக வேண்டும். பயிறு வறுபடும் வாசனையில், தோல் எளிதாகக் கழருமா என்று பெண்டிருக்குத்

தெரிந்துவிடும். வறுபட்ட பயிறு மொத்தமும் சுளவில் கொட்டி ஆறவிடுவார்கள். ஆறிய சிறுபயிறு, திருவையில் போட்டு இரண்டிரண்டாக உடைத்து, வாரி, சுளவில் இட்டுப் புடைத்துத் தோல் நீக்கிக்கொள்வார்கள். தோல் நீக்கிய பருப்பை மறுபடி திருவையில் கை கையாக அள்ளிப் போட்டு, 'பிருபிரு'வெனத் திரித்துக்கொள்ள வேண்டும். மிக நைசாக இருக்கக் கூடாது. மிக பருக்கனாகவும் இல்லாமல் பார்த்துக்கொள்ள வேண்டும். பாம்பே ரவை என்று சொல்லப்படும் வெள்ளை ரவை தரத்தில் இருக்கலாம். இப்போது சிறுபயிறு பொடித்தது தயார்.

நன்கு முற்றிய நெற்றுத் தேங்காய் உடைத்துத் திருவி, சிவக்க வறுத்துச் சேர்க்க வேண்டும். பின்பு கருப்பட்டிப் பாகு இளக்கி, கல்மண் போக அரித்து, கருத்த எள், ஏலக்காய் பொடித்தது போட்டு, பாகுடன் மாவு, வறுத்த தேங்காய்த் துருவல் எல்லாம் கலந்து, இளஞ்சூட்டில், சின்ன சின்ன உருண்டைகளாகப் பிடித்துக்கொள்ளலாம். சின்னப் புன்னைக்காய், அல்லது சின்ன எலுமிச்சம் பழம், அல்லது பெரிய நெல்லிக்காய் வடிவம். உருட்டி உருட்டி பனையோலைச் சுளவில் அல்லது தாம்பாளத்தில் அடுக்கி வைத்துக்கொள்வதுடன் முதல் நாள் வேலை முடிந்தது. முந்திரிக் கொத்துக்குச் சுக்கு பொடித்துப் போட வேண்டாம்.

மறுநாள் பச்சரிசி மாவு, கொஞ்சமாக உளுந்தமாவு, நைசாக இடித்துச் சலித்தது, சிறிது மஞ்சள் தூள் சேர்த்துக் கலக்கி வைத்துக்கொள்வார்கள்.

எண்ணெய்ச் சட்டி வைத்து, தேங்காய் எண்ணெய் ஊற்றி, எண்ணெய் காய்ந்ததும் கலக்கி வைத்திருந்த மாவில், முன்தினம் மாலை உருட்டி வைத்திருந்த உருண்டைகளைப் போட்டு, முக்கி எடுத்து, எண்ணெயில் பத்திருவது உருண்டைகளைப் போட வேண்டும். சட்டியின் அளவு, எண்ணெயின் அளவு முக்கியம்.

மேல் தோடு மொரமொரப்பாகவும், உள் பகுதி பதமாக வும், கடித்துத் தின்னும் பலகாரம் இது. எனக்கு ஒரு முந்திரிக்கொத்து ஒரு வாய் தான். சீனத்து உணவுகள்போல. சிலர் மூன்று வாயாகக் கடித்துத் தின்பார்கள். ஊசித் தொண்டையும் கலப்பெட்டி வயிறும். உருட்டி வைத்திருக்கும் மாவும் தின்ன அற்புதப் பொருளாம். ஆனால் ஆசைக்கு ஒன்றுக்கு மேல் தின்னத் தர மாட்டார்கள். தந்தால் மாவு உருண்டையாகவே பாதிக்கு மேல் காலியாகிப்போகும்.

சுட்டு எடுத்த முந்திரிக் கொத்தை ஓட்டுடன் தின்பதுதான் மரபு. நாவல் பழத்துக்கும், கொய்யாப் பழத்துக்கும் தோல்

சீவுவது போல, சிலர் வேலை மெனக்கெட்டு, முந்திரிக்கொத்தின் ஓட்டைப் பெயர்த்துக் கொண்டிருப்பார்கள். மாவு கரைப்பது பொறுத்து முந்திரிக் கொத்து ஓட்டின் கெட்டி அமையும். மிக மெலிதான ஓடு முந்திரிக்கொத்தின் சிறப்பு. கருப்பட்டியின் பாகு எடுப்பதற்கு, ஈத்தாமொழி பனங்கருப்பட்டி தோதானது. உடன்குடிக் கருப்பட்டியானால் சற்றுக் கறுப்பு ஏறி அடிக்கும். இன்று கோட்டாறு செட்டித் தெருவில் ஒரு முந்திரிக் கொத்துப் பத்து ரூபாய்க்குக் கிடைக்கிறது. ஒன்றும் பெரிய விஷயம் இல்லை. ஒரு மக்காச் சோள மாவு பருப்புவடை பதினைந்து ரூபாய்க்கு விற்கும் நாளில்.

சீருக்கு, ஐந்நூறு ஆயிரம் என்று தேவைப்பட்டால் முன்கூறாக முன்பணம் கொடுத்து ஆர்டர் செய்ய வேண்டும்.

தோராயமானதோர் கணக்கு சொல்கிறேன். ஒரு கிலோ பாசிப்பருப்புக்கு இரண்டு கிலோ கருப்பட்டி, பெரிய தேங்காய் – முற்றியது – இரண்டு, கால் கிலோ கறுப்பு எள்.

எனக்கு 35 ஆண்டுகளாக நீரிழிவு. ஊருக்குப் போனால், நேரம் வாய்த்தால், செட்டித் தெருவுக்குப் போய் என் தம்பி, நூறு முந்திரிக்கொத்து வாங்கிவருவான். இருந்த இருப்பில் பத்து என் கணக்கு.

சுசியன்

இதன் பெயர் காரணமே ஆராய்ச்சிக்கு உரியது. மலையாளத்தில் சுய்யன் என்கிறார்கள். நாஞ்சில் நாட்டில் சுஜியன், சுசியன் என்கிறார்கள். சுசீந்திரம் எனும் ஊர்ப் பெயரை எங்கள் ஆத்தா சுயீந்திரம் எனச் சொல்லக் கேட்டிருக்கிறேன். சிவிந்திரம் என்பாரும் உண்டு. மோதகம் என்பதுண்டு. ஆனால் மோதகம் நீராவியில் வேகவைத்து எடுப்பது. சுசியன் எண்ணெய்ப் பலகாரம். இன்றும் நாஞ்சில் நாட்டிலும் கேரளத்திலும் நாடன் கடைகளில் வாங்கக்கிடைப்பது. ஏன் நாடன் கடைகள் என்று சொன்னேன் எனில், பவன், விலாஸ், கபேக்கள் சுசியனை நாகரீகமான பலகாரமாகக் கருதுவதில்லை போலும்.

இது நான்கு நாள் வைத்துச் சாப்பிடும் எண்ணெய்ப் பலகாரம் அல்ல. வடை போன்ற ஆயுள் உள்ளது. சுட்ட அன்று அல்லது யுத்தகால நடவடிக்கையாக மறுநாள் தீர்த்துவிட வேண்டும். இன்றேல் ஊசிப்போகும். எனவே நாடன் காப்பிக் கடைகளில் காலையிலும் மாலையிலும் சுடச்சுடப்

போட்டுத் தருவார்கள். வடை, சுசியனைச் சீர்ப்பலகாரங்களில் சேர்ப்பதில்லை. ஆனால் தீபாவளிக்குச்சுட மறப்பதும் இல்லை. வயதான, பல் போன கிழப் பருவத்தார்கூட இதைப் பெரிய பிரயத்தனமில்லாமல் உண்ணலாம். நாட்டுத் தலைவர்கள் பங்கேற்கும் விருந்துகளில் பரிந்துரைக்கப்படும் தகுதி கொண்டது.

சுடச்சுடச் சுசியனைக் கண்டால் எனக்கொரு ஆவேசம் வரும். 'எதைக் கண்டால் தான் உனக்கு ஆவேசம் வராது?' என்றும் நீங்கள் கேட்கலாம். காலை உணவு அல்லது இரவு உணவுக்கு, வேறெதுவும் தின்னாமல் பதினைந்து சுசியன்கள் தின்ற காலம் உண்டு. இன்று அஃதெல்லாம் முதியோர் காதலாக மாறிப் போய்விட்டது.

பெரிய எலுமிச்சம் பழத்தைவிடவும் சற்றுப் பெரியதாக, உருண்டை வடிவத்தில் இருக்கும்.

கல், தூசு, தும்பு நீக்கிய கடலைப் பருப்பை முக்கால் வேக்காட்டில் அவித்து, தண்ணீர் துவர வைத்து, ஒன்றிரண்டாக அரைத்துக்கொள்வார்கள். பின்பு சீனிச்சட்டியை அடுப்பில் ஏற்றி, கொஞ்சமாய் நெய்விட்டு, அரைத்த கடலைப்பருப்பை வறட்டிக்கொள்வார்கள். தேங்காயைத் துருவி நெய்யில் வறுத்து வைத்துக்கொள்வார்கள். உப்பில்லாத, கோட்டயம் சர்க்கரைப் பாகு எடுத்து, வடிகட்டி, அதில் வறட்டிய கடலைமாவு, வறுத்த தேங்காய், எல்லாம் சேர்த்துக் கிளறி வைத்துக் கொள்வார்கள். பின்பு மைதா மாவை சீனிபோட்டுக் கெட்டியாகக் கரைத்து வைத்துக்கொள்ளலாம். எண்ணெய்ச் சட்டி வைத்து, கிளறி வைத்திருந்த பூரணத்தை மைதா மாவில் முக்கி, எண்ணெயில் போட்டு, சுட்டு எடுக்கலாம்.

இதில் கவனிக்கப்பட வேண்டியது, சுட்டு எடுத்த பின்பு, சுசியன் பார்க்க, பால் வெள்ளை நிறத்தில் இருக்க வேண்டும். நிறம் மங்கக் கூடாது.

சிலருக்கு, கடலைப் பருப்பு சுசியன் வயிற்றுக்கு ஆகாது. வாய்வு உபத்திரவம் என்பார்கள். மாற்றாகச் சிறுபயிறு பயன்படுத்தலாம். சிறுபயிறை முழுதாக சற்றே வறுத்து, வேகவைத்தும் சுசியன் சுடலாம்.

அரைக்கிலோ கடலைப் பருப்புக்கு, முக்கால் கிலோ சர்க்கரை, ஒரு தேங்காய் என்பது கணக்கு.

கேரளத்தின் சுய்யன் பெரும்பாலும் சிறுபயிற்றில் செய்வது.

போளி

இதைத் தீபாவளிக்குச் செய்வதில்லை. சீர் பலகாரம் கொண்டு போவதற்குச் செய்துகொள்வார்கள். கல்யாண வீடுகளில், விருந்துக்கு, ஒன்றுக்கு மேல் பாயசம் வைக்கும்போது, இரண்டாவது பாயசம் பால் பாயசமாக இருக்கும். பால் பாயசம் ஊற்றுமுன் இலையில் போளி போட்டு, அதன் மேல் ஊற்றுவார்கள். அடியந்திர தினத்தின் தலைக்கா நாள், மொத்தமாகச் செய்து வைத்துக்கொள்வது. நாலைந்து நாட்கள் கெட்டுப் போகாமல் இருக்கும். பிறகு பூசணம் எனப்படும் பூஞ்சக்காளான் பிடிக்கும். பெரிய தாம்பாளங்களில், சிறிய கனம் குறைந்த தோசை போல் வட்டமாகச் சுட்டு, இரண்டாக மடித்து, ஆற ஆற, வெற்றிலை அடுக்குவதுபோல அடுக்கிக்கொள்வார்கள். பந்தி விளம்பும் போது, போளி கிழிந்து போகாமல், இலகுவாக எடுத்து விளம்பத் தோதாக இருக்கும்.

கடலைப் பருப்பைச் சீர் பார்த்து, கழுவி, நனையப்போட்டு, வேக வைத்துக்கொள்ள வேண்டும். முன்பு பிரஷர் குக்கர் வசதி இல்லை. எனவே பெரிய, வாயகன்ற பாத்திரத்தில், நன்கு குழைய வேகவைத்து, தண்ணீரைத் துவரவிட்டு, ஆட்டு உரலில் போட்டு ஆட்டிக்கொள்வார்கள்.

சீனிப்பாகு எடுத்து, சுத்தம் செய்தபின், அரைத்த கடலைப்பருப்பு வேக வைத்த மாவில், பக்குவமாகப் பாகை விட்டுக் கலந்து பிசைந்துகொள்ளலாம்.

மைதா மாவை, சப்பாத்திக்குப் பிசைவதுபோல் பிசைந்து, பெரிய உருளியில் போட்டு, மைதா மாவு மூழ்கும்படி நல்லெண்ணெயில் ஊறப் போடுவார்கள்.

அடுப்புப் பற்ற வைத்து, நீள் சதுரமான பெரிய தோசைக் கல்லை அடுப்பில் ஏற்றி, பதமான சூட்டில் கல்மீது நெய் தடவித் தயாராக இருக்க வேண்டும். பக்கத்தில் இரண்டு மூன்றுபேர் அமர்ந்து, எண்ணெயில் ஊறும் மைதா மாவைச் சிறு உருண்டையாக எடுத்து, மெல்லிய சம்பாத்திபோலப் பரத்தித் தட்டி, அதன்மீது கடலை மாவு, சீனிப்பாகுக் கலவை உருண்டை எடுத்து வைத்துப் பரத்தி, மைதா மாவும் கடலைமாப் பூரணமும் இரண்டறக் கலந்தபின் கல்லில் போட்டுச் சுட்டு எடுப்பார்கள். பக்கத்தில் நனைத்துக் , கொவரப்போட்டு, துவரவைத்து, இடித்துச் சலித்த பச்சரிசி மாவு தயாராக இருக்கும். சுட்டு எடுத்த போளியை, அரிசிமாவில் புரட்டி எடுத்து மடித்து அடுக்குவார்கள். சுடச்சுடத் தின்றால், போளி நெய் மணக்க, ருசியாக இருக்கும்.

பருப்புப் போளி என்று ஊரில் மிட்டாய்க் கடைகளில் வாங்கக் கிடைக்கிறது. இதன் இன்னொரு வடிவம் – சற்றுச் சிறிய, கனத்த, தோசை போல் திடமான, அடர்ந்த பூரணம் கொண்ட, தெலுங்கு உடன்பிறப்பு, அதன் பெயர் உப்பிட்டு.

உப்பிட்டுப் பிசைந்து, நெய் ஊற்றி, அதில் வாழைப்பழம் சேர்த்துச் சாப்பிடச் சொல்லித் தந்தார் பாரதி அறநிலை ரவீந்திரன். கடம்பூர் போளிபோல, பொங்கலூர் உப்பிட்டு உலகப் பிரசித்தம். உப்பிட்டுச் செய்ய சீனிப்பாகுக்குப் பதிலாக, உப்பில்லாத சர்க்கரைப் பாகு பயன்படுத்தினால் இன்னும் நன்று. கடலைப் பருப்புப் பூரணத்துக்கு மாற்றாக, துருவிய தேங்காயில் சீனி சேர்த்தும் செய்கிறார்கள்.

மராத்தியர்கள் கோதுமை மாவுச் சப்பாத்தியைப் போளி என்று சொல்வதுண்டு.

சிலர் போளிப் பூரணத்தில் ஏலக்காய் பொடித்துச் சேர்ப்பதுண்டு. சிலர் சீனி பாகு எடுப்பதற்குப் பதிலாக, சீனியைச் சேர்த்துப் போட்டே அரைப்பதுண்டு. அரைத்த மாவு அளவுக்கு அதிகமாக இளக்கமாக இருந்தால் உருளியில் போட்டு புரட்டி எடுப்பதுண்டு.

சீனியும் கடலைப் பருப்பும், ஒன்றுக்கு ஒன்று என்பது கணக்கு.

முறுக்கு

முறுக்கு என்பது நாஞ்சில் நாட்டின் பிரதான எண்ணெய்ப் பலகாரம். இதன் காலம் பற்றிய கல்வெட்டுகள், சங்கப்பாடல் – ஆழ்வாராதிகள் – நாயன்மார் – சிற்றிலக்கியங்கள் – பெருங்காப்பியங்கள் – சிறுகாப்பியங்கள் எவற்றுளும் குறிப்புகள் உண்டா என்பது தெரியாது. சுமார் பதினேழு ஆண்டுகள் முன்பு, 95 வயதான என் பெரியம்மையிடம் கேட்டேன். அவளுக்குத் தன் காலம் பற்றியே தெளிவில்லை. அவள் தனது பன்னிரண்டாவது வயதில் குற்றிச்சல் – ஆரியநாடு – காட்டாக்கடை – நெடுமங்காடு – நெய்யாற்றின் கரை வழியாக நாஞ்சில் நாடு வந்தடைந்தவள், வாழ்க்கைப் பட்டு. ஏன் முறுக்கின் காலம் பற்றி அவளிடம் கேட்டேன் என்றால், அவள் நாஞ்சில் நாட்டுக்கு வந்த பிறகு முறுக்குச் சுற்றப் பழகி, மரணம்வரை சுமார் ஐந்து லட்சம் முறுக்குகள் சுற்றி, சுட்டு எடுத்திருப்பாள். ஐம்பதுக்கு குறையாத பிள்ளைப் பேறுகள் பாத்திருப்பாள். ஆரிய நாட்டு ஆச்சி என்றால் – அவள் இயற்பெயர் பகவதியம்மாள் என்பது எவருக்கும் தெரியாது –

கவிமணி வாழ்ந்த புத்தேரியில் தெரிந்துகொள்வார்கள். இன்னும் சொன்னால், கவிமணியின் வீட்டிலேயே முறுக்குச் சுற்றியவள். முறுக்குச் சுற்றியும் பிள்ளைப் பேறு பார்த்தும் சிறிய அடியந்திர வீடுகளில் பொங்கிப் பொரித்தும் ஐந்து பெண்பிள்ளைகளைக் கரையேற்றியவள். ஆண்பிள்ளையும் இல்லை, கட்டிய கணவன் பொய் சொல்லா மெய்யன் பிள்ளையும் குணமில்லை, சீரில்லை, பொறுப்பில்லை.

மகன் என்றால் அது நான் தான் அவளுக்கு. பகவதியம்மாள் நாஞ்சில் நாட்டுக்கு வந்ததனால் அவள் ஒரே தங்கை, பன்னிரண்டு வயது இளைய சரஸ்வதி அம்மாளும் வந்தாள். முறுக்குச் சுற்றும் பிள்ளைப் பேறும் இருக்கட்டும், பெரியம்மை நாஞ்சில் நாட்டுக்கு வந்திருக்காவிட்டால், சரஸ்வதி வந்திருக்க மாட்டாள், நாஞ்சில் நாடன் எனும் பெயரில் நானிதை எழுதிக் கொண்டிருக்கவும் மாட்டேன்.

பெரியம்மை நாஞ்சில் நாட்டுக்கு வரும்போது அங்கு முறுக்கு இருந்திருக்கிறது. அதற்கு முன்னும் சில நூற்றாண்டு களாக இந்தப் பலகாரம் இருந்திருக்க வேண்டும். தமிழ்நாட்டின் பிற பகுதிகளைப் போல, வளைந்த யாவற்றையும் அங்கு முறுக்கு என்பதில்லை. முறுக்கு என்றால் அது கைச்சுற்று முறுக்கு. பன்னிரண்டு வயது இளைய என் அம்மா, தமக்கையிடம் இருந்து முறுக்குச் சுற்ற கற்றுக்கொண்டிருக்க வேண்டும். அல்லால், குற்றிச்சலில் அவள் முறுக்கை எங்கு சுற்றி இருப்பாள்? கஞ்சி குடித்த மலையாளி, சோற்றைக் கண்டால் விடுவானா என்பதே நாஞ்சில் நாட்டில் பாட்டாகக் கிடந்த காலம்.

சரசுவதியிடமும் கைச் சுற்று முறுக்குப் பக்குவத்தின் தேர்ச்சி உண்டு. ஆனால் பகவதியம்மை கற்றுத் துறை போகியவள்.

தேன் குழலும் மனகாவலமும் முள்ளுத் தேன் குழலும், காராச் சேவு, சீவல் பக்கோடா என்பன வேறு என்றாலும் பொதுப்படையாக முறுக்கு என்றே அழைக்கின்றனர். மொழி ஒன்றே ஆயினும் வெண்பா, விருத்தம், ஆசிரியப்பா, கலிப்பா, வஞ்சிப்பா வேறு வேறுதானே!

பருப்பில்லாமல் கல்யாணமா என்பார்கள்! கை முறுக்கு இல்லாத சீர்ப் பலகாரம் இல்லை. மறுவீடு சீர், சீமந்த சீர், சாமத்திய சீர் என இன்னும் ஆயிரம், இரண்டாயிரம் முறுக்கு என்று பேசுவார்கள். ஈயம் பூசிய பெரிய பெரிய பித்தளைக் குத்துப் போணிகளில் முறுக்குகளை எண்ணி எண்ணி அடுக்கி, சக்கடா வண்டியில் அல்லது வில்வண்டியில் ஏற்றிக்கொண்டு போவார்கள். போணியின் வாயை மூட என்றே, பெரிய

தாம்பாளங்கள் உண்டு. வெளுத்த வேட்டியால் மூடிய வாயைப் பொதிந்து கட்டுவார்கள். வண்டிப் பாதை நொடிகளில் வண்டி ஏறி இறங்கி, முறுக்கு உடையாமல் எடுத்துப் போவது பெரும்பாடு.

கைச்சுற்று என்றால், மூன்று பிரி, ஐந்துபிரி, ஏழுபிரி, ஒன்பது பிரி, பதினோரு பிரி என முறுக்குக்கு சுற்றுக் கணக்கு உண்டு.

சாதாரணமாகச் சீருக்கு எனில் ஐந்து பிரி முறுக்கு. வீட்டில் தின்ன மூன்று பிரியிலும் சுற்றுவார்கள்.

ஒரு மாதம் வரைக்கும் கெட்டுப் போகாமல் கிடக்கும் என்பதால், முறுக்கு முக்கியமான தீபாவளிப் பலகாரம். பள்ளிக் கூடம் விட்டு வந்ததும், நிக்கர் பாக்கெட்டில் இரண்டு முறுக்கை எடுத்துத் திணித்தவாறு விளையாடப் போவார்கள் சிறுவர்கள். எம் போன்ற அலந்து திரியும் சிறுவருக்கும் ஒரு துண்டு கடிக்கக் கிடைக்கும். யார், வீட்டுக்கு விருந்து வந்தாலும், தட்டத்தில் இரண்டு முறுக்கு கொண்டு வந்து வைத்த பின்பே, கருப்பட்டிக் காப்பி போடப் போவார்கள். பழைய சோறு, ரசச் சோறு, மோர்ச் சோற்றுக்குக் கடித்துக்கொள்ள முறுக்கு ஒரு தொடுகறி.

பக்கத்து வீட்டு, எதிர்த்த வீட்டுச் சிறுவர்களை, வசதியுள்ள வீடுகளில் சின்னச் சின்ன வேலை ஏவுவார்கள்.

“பெரியப்பா, வடக்குப் பத்திலே செக்கடி வயல்லே நிக்கா... இந்தக் காப்பிச் செம்பைக் கொண்டு குடுத்துக்கிட்டு வா மக்கா” என்பதுபோல. கொடுத்துவிட்டு வந்தால், தின்ன இரண்டு முறுக்கு எடுத்துத் தருவார்கள்.

காய்ச்சலுக்கு, கஷாயம் குடிக்கும் பிள்ளைகளுக்கு, கடித்துக்கொள்ளக் கொடுப்பது முறுக்கு. பல்லில்லாக் கிழவருக்கு, நான்கு முறுக்கைக் கல்லுரலில் போட்டு இடித்து, தேங்காய் திருவிப் போட்டு, சீனி தூவித் தின்னக் கொடுப்பார்கள். அதற்கு ‘முறுக்குப் பொடி’ எனும் நாமம்.

திருமண வீட்டில், முன்னிரவில், மணமேடையில் வைத்து நடக்கும் நாலாநீர்ச் சடங்கு, சுருள் வைப்பு முடிந்த பிறகு, பந்தலில் கூடி இருந்தவர்க்கு முறுக்கும் பழமும் விளம்புவார்கள். ஊரில், யார் வீட்டிலாவது சீர்ப்பலகாரம் வந்தால், குத்துப் போணியோடு தூக்கிக்கொண்டு, தெருத்தெருவாக நடந்து, வீட்டுக்கு இரண்டு என தட்டத்தில் வைத்து விளம்புவார்கள். ஊரில் வீடுகளின் எண்ணிக்கையைப் பொறுத்து, சீர்ப்பலகார மாக முறுக்குக் கேட்கும் எண்ணிக்கை அமையும்.

குறைவாகக் கொண்டு வரும் பெண்ணைப் பெற்றவர்களிடம், “இந்த அஞ்ஞூறு முறுக்கை வச்சுக்கிட்டு

நான் யாருக்குண்ணு வெளம்ப?" என்பார்கள். தொடர்ந்து, "மேக்கொண்டு நான் ஐநூறு முறுக்கு வெலக்கி வாங்குனாத்தான் ஊருக்கு வெளம்ப முடியும்! வெளம்பாம இருந்தா, மறுவீட்டு முறுக்கு யாருக்கும் குடுக்காம அடக்கமா வச்சிருந்து ஒத்தையிலே திண்ணேளாக்கும்ணு கேட்டு, சிரிச்சுத் துப்ப மாட்டாளா?" என்பார்கள்.

மறுவீடு வந்த வீட்டிலிருந்து முறுக்கு விளம்பப்படவில்லை என்றால், "முறுக்குக்குப் பதிலு ரூவாயை வாங்கி முடிஞ்சுக் கிட்டாளாக்கும்? இங்க என்னா, சவம் முறுக்குக்கு அலந்தா கெடக்கோம்?" என்பார்கள்.

சமீபத்தில் யாரோ சொன்னார்கள். பெண்ணைக் கட்டிக் குடுத்தவர்கள், மறுவீட்டுப் பலகாரமாக இரண்டாயிரம் முறுக்கு கேட்டார்களாம். இப்போது யார் ஆள் வைத்து, வீட்டில் எண்ணெய்ச் சட்டி வைத்து, முறுக்குச் சுற்றி, சுட்டெடுக்கிறார்கள்? எல்லாம் அச்சாரம் கொடுத்து செய்து வாங்குவதுதான். பித்தளைப் போணி கொண்டு போய் எண்ணி, அடுக்கி வாய்மூடி போட்டுக் கெட்டி, டெம்போவில் ஏற்றி சம்மந்தக்காரர் வீட்டில் கொண்டு இறக்கினார்கள். மாப்பிள்ளை வீட்டுக்காரர்கள் கையோடு அவர்கள் வீட்டுப் போணியில் முறுக்கை எண்ணி மாற்றி, முப்பது முறுக்கு எண்ணம் குறைவு, இருப்பத்தெட்டு உடைசல் என்றார்களாம். வேறு வழி? மேற்கொண்டு நூறு முறுக்குகள் வாங்கிக் கொடுத்தாராம் பெண்ணெய் பெற்றவர்.

பல வீடுகளுக்கும் விளம்பப் படும் பொருள், பல பேர் வாய்ப்படும் தின்பண்டம் என்பதால், முன்பெல்லாம் மிகுந்த சிரத்தை எடுத்து முறுக்குச் சுட்டுப் போடுவார்கள். முறுக்கு நன்கு சிவந்து விடக் கூடாது, கருக்கிட்டு விடக் கூடாது, வெந்தும் வேகாமலும் சவுக்கிடக் கூடாது, உப்பு சரியாக இருக்க வேண்டும், பொருபொருவென இருக்க வேண்டும். தேங்காய் எண்ணெய் வாசனையுடன் இருக்க வேண்டும் என்று ஏகப்பட்ட நொறுநாட்டியங்கள் உண்டு. சரியாக வராவிட்டால் குத்தல் பேச்சுக்குக் கேட்க வேண்டாம்.

"எந்தப் புண்ணியாட்டி முறுக்குக்கு இடிச்சு, சுத்தி, சுட்டு எடுத்தாளோ? சவம் பல்லிலே கடிபட மாட்டேங்கு... அம்மியிலே வச்சுத் தட்டித்தான் திங்கணும் போலிருக்கு" என்பார்கள் இளக்காரமாக.

ஊரில் எல்லோருக்கும் சமமாக விளம்பினாலும், நெருங்கிய சொந்தக்காரர் வீடுகளுக்குத் தனியாகக் கொடுத்து அனுப்ப

வேண்டும். சொக்காரர்கள், தாய் மாமன்மார், சம்மந்தக்காரர்கள் என. வீட்டுக்குப் பதினொன்று, இருபத்தொன்று எனக் கணக்கு உண்டு. ஒருத்தருக்குக் கூடி, ஒருத்தருக்குக் குறைந்தால் பிரச்சினை. வேலைக்காரர்களிடம் கொடுத்து அனுப்பினால் முறுக்குத் திரும்ப வந்துவிடும்.

"நாங்க என்னா, முறுக்குக்கு அலந்தா கெடக்கோம்?" என்று வசையுடன்.

திருஞான சம்பந்தரின் திருநீற்றுப் பதிகம் போல், திரு முறுக்குப் பதிகம் ஒன்று பாடலாம். பெரிய எண்ணிக்கையில் சுடப்படும் பலகாரம் முறுக்கு. இதைச் சாப்பாட்டுப் பந்தியில் விளம்புவதில்லை.

முறுக்குச் சுடுவது என்பது மூன்று நாள் வேலை. முதல் நாள் புழுங்கல் அரிசி கொவரப்போட்டு, துவர வைத்து, மாவிடிப்பது. இரண்டாம் நாள் உளுந்து வறுத்து, தோல் நீக்கி, நைசாகத் திரிப்பது. மூன்றாம் நாள் முறுக்குமாவு சேர்ப்பது, முறுக்குச் சுற்றுவது, சுட்டு எடுப்பது.

முதலில் தோலுள்ள முழு உளுந்து வறுத்து, ஆறப்போட்டு, உடைத்து தோல் களைந்து திருவையில் திரித்துக்கொள்ள வேண்டும். பிறகு புழுங்கலரிசியை இரண்டு பெண்கள் நின்று, மாற்றுலக்கைப் போட்டு இடித்து, நைஸ் புட்டு மா அரிப்பில் அரித்து, மறுபடியும் இடித்து மாவாக்குவார்கள். நாழி அரிசிக்கு உழக்கு உளுந்து என்பது கணக்கு. தெளிவாகவில்லை எனில், நாலுக்கு ஒன்று அரிசியும் உளுந்தும். பின்பு இரண்டுமாவையும் கலந்து, உப்புத் தண்ணீர் விட்டுப் பிசைய வேண்டும். பிசையும்போது மாவில் கறுத்த எள், சீரகம், பசு வெண்ணெய் போட்டுப் பிசைய வேண்டும். முறுக்குச் சுடுவதில் பாலபாடம் மாவு இடிப்பதும், பக்குவமாய்ப் பிசைவதும். வறுக்கவும் இடிக்கவும் இரண்டு பெண்கள் என்றால் முறுக்குச் சுற்ற நான்கு பேரும் சுட்டு எடுக்க ஒருவரும். புதுச் சுளவு கவிழ்த்துப் போட்டு, அதன்மேல் நனைத்துப் பிழிந்த ஈர வெள்ளைத் துணி விரித்து, அதன் மேல் முறுக்குச் சுற்றுவார்கள்.

காலை ஒன்பது மணிக்கு எண்ணெய்ச் சட்டி வைத்தால் சுட்டு முடிய இருட்டிவிடும். எண்ணெய்ச் சட்டி என்பது குறைந்தது இரண்டடி விட்டமுள்ள காது வைத்த சீனிச் சட்டி. அல்லது சின்ன வெங்கல உருளி.

தரையில் கால் நீட்டி அமர்ந்து, சுளவை மடிமீது வைத்துக் கொண்டு, கொழுக்கட்டை அளவுள்ள மாவைக் கையில்

எடுத்துக்கொண்டு, கையில் சற்று தேங்காய் எண்ணெய் தடவிக் கொண்டு முறுக்கு சுற்றுவார்கள். வலது உள்ளங்கையில் உருட்டிய மாவு இருக்கும். பெருவிரல், ஆட்காட்டி விரல், பாம்பு விரல்களை மாத்திரம் குவித்து வைத்துக்கொண்டு சுற்றுவதைக் காண்பது ஒரு அழகு. உண்மையில் ஒவ்வொரு முறுக்குமே ஒரு கலைப்படைப்புதான்.

ஒரு வீட்டில் முறுக்குச் சுடுகிறார்கள் என்றால், அக்கம் பக்கத்து முறுக்குச் சுற்றத் தெரிந்த பெண்களை ஒத்தாசைக்கு விளித்துக்கொள்வார்கள். அவர்கள் தம் வீட்டு வேலைகளை ஒதுக்கிவிட்டு வருவார்கள். உணவு நேரத்தில் அவரவர் வீட்டுக்குச் சாப்பிடப் போய் விடுவார்கள். சம்பளம் வாங்க மாட்டார்கள். இடையில் கருப்பட்டிக் காப்பி போட்டுக் கொடுத்தால் உண்டு. முறுக்குச் சுட்டு முடிந்தபின்பு, பத்திருபது முறுக்குகள் அவர்கள் வீட்டுக்குக் கொடுத்து அனுப்புவார்கள். கௌரவமாகப் பெற்றுக் கொள்வார்கள்.

நல்ல காற்றோட்டமுள்ள இடத்தில் அடுப்புக் கூட்டி, எண்ணெய்ச் சட்டி ஏற்றி, முறுக்கு மாவில் பிள்ளையார் பிடித்து அடுப்புக்குப் பக்கத்தில் வைத்து, தேங்காய் உடைத்து, சாம்பிராணி கொளுத்தி, வெற்றிலை, பாக்கு, பழம் வைத்து சூடம் காட்டிய பின்னரே முறுக்குச் சுட தீப்பெருக்குவார்கள்.

முதல் ஈடு முறுக்கு எடுத்துப் பிள்ளையாருக்குப் படைப்பார்கள். பின்னரே, சுட்ட முறுக்கை ருசி பார்ப்பது.

இன்னும் கைச்சுற்று முறுக்கு செய்கிற பழக்கம் நாஞ்சில் நாட்டில் பிரதானமாக இருக்கிறது. தோதுப் படாதவர்கள் ஆர்டர் கொடுத்து விலைக்கு வாங்கிக்கொள்கிறார்கள்.

ஏழை மக்கள் முறுக்குத் தின்பது, சீர்ப்பலகாரம் விளம்பப் படுகின்ற போதுதான்.

தேன் குழல்

பெயரைப் பார்த்து இதனை இனிப்பெனக் கொளலும் ஆமோ? தேங்குழல் என்பார்கள். இதுவும் ஒரு தீபாவளிப் பலகாரம், சீர்ப் பலகாரம். முறுக்கு என்பது அமைச்சர் எனில், தேங்குழல் என்பது அமைச்சரின் சீமந்த புத்திரன். வசதியான வீடுகளில் தீபாவளிக்கு முறுக்கும் சுடுவார்கள், தேங்குழலும் சுடுவார்கள். பாவப்பட்டவர், ஒன்று செய்தால் மற்றது செய்வதில்லை. சீர்ப்பலகாரத்தில் முறுக்கு ஆயிரம் எனில் தேங்குழல் ஐந்நூறு.

இதுவும் ஒருமாதம் வரைக்கும் கெட்டுப் போகாமல் இருக்கும் எண்ணெய்ப் பலகாரம்.

பச்சரிசியைக் கொவரப் போட்டு, துவர வைத்து, இடித்து, சலித்து, மாவாக்கிக்கொள்ளலாம். உளுந்து தனியாக வறுத்து, உடைத்துத் தோல் நீக்கி, இடித்து மாவெடுத்துக் கொள்ள வேண்டும். இங்கும் அரிசி, உளுந்து விகிதம் நாலுக்கு ஒன்றுதான்.

உளுந்தமாவை வறுத்து, ஆறவைத்து, அரிசி மாவுடன் கலந்து, கரைத்த உப்பு தேவைக்கு விட்டு, பக்குவமாக விரவிக் கொள்ள வேண்டும். சப்பாத்தி மாவு தரத்தில் மாவு இருக்கும். பிசையும்போது தேங்காய் எண்ணெய் ஊற்றலாம். தேங்குழல் நாழி எனக் கடைகளில் பித்தளையில், அலுமினியத்தில், எவர்சில்வரில் கிடைக்கும். முன்பெல்லாம் மரத்திலேயே கடைந்து வைத்திருந்தனர். இதன் அமைப்பு பற்றி நாம் இடியாப்பத்தில் பேசி இருக்கிறோம்.

தேன் குழல் நாழியில் பல்வகை அளவுள்ள துவாரங்கள் உள்ள சில்லுகள் இருக்கும். இடியாப்பம், தேங்குழல், அரிசி வற்றல் என்பனவற்றின் கனம் வெவ்வேறு. தேங்குழல் சில்லு நாழியில் போட்டு, மாவை நாழியில் திணித்து, நேரடியாக எண்ணெய்ச் சட்டியில் பிழியலாம். அல்லது முறுக்குப்போல, கவிழ்ந்த சுளவில் நனைத்துப் பிழிந்த துணி பரத்திப் பிழிந்து வைத்திருந்து, பின்பு எண்ணெய்ச் சட்டியில் போடலாம்.

தேன் குழல் மாவு சேர்க்கும்போது, எள்ளும் சீரகமும் சேர்ப்பதுண்டு. காரம் சேர்ப்பதில்லை. சுட்டு எடுக்கும்போது, விருப்பம்போல, வெள்ளை நிறத்தில், இளம் முறுகலாக எடுப்பார்கள் சிலர். சிலர் நல்ல முறுகலாகச் சிவந்தபின் எடுப்பார்கள்.

வடிவம் ஒப்புமை செய்தால் முறுக்கு நேர்த்தி, தேங்குழல் குழப்பம். கைவினை இல்லை என்பதால், இன்று பெண்கள் தேங்குழல் பிழியவே விருப்பப்படுகிறார்கள்.

காரச்சேவு

இஃதோர் கடலைமாவுப் பலகாரம். உப்புமாபோல, ஒரு அவசரத் தயாரிப்பு. விருதுநகர், சாத்தூர், கோவில்பட்டி கடைத் தெருக்களில், ஆள் உயரத்துக்கு, போர் போல் காரச்சேவு குவித்து வைத்திருப்பார்கள். பொரு பொருப்பும் உப்பும் பெயருக்குத் தகுந்த காரமும் வாசமும் சிவந்த நிறமும் இதன் கவர்ச்சி அம்சங்கள். பேருந்துகளில் பயணம் செய்கையில் எடை போட்டு

விற்பதை இன்றும் காணலாம். காப்பிக் கடைகளிலும் அன்றாடம் போடும் பலகாரம். தேக்கிலையில் பொதிந்து தரும் காரச்சேவின் மணம் தனியானது. காராச்சேவு என்று நீட்டலாகவும் சேவு என்று குறுக்கலாகவும் வழங்குவர்.

கோயில்பட்டி, சாத்தூர், விருதுநகர் என்று எனது பணி நிமித்தம் பயணம் செய்கையில் நான் திரும்பும்போது காரச்சேவும் இனிப்புச் சேவும் வாங்கிவர மறந்ததே இல்லை.

சேவு என்பதன் பெயர்க்காரணம் தெரியவில்லை. ஆனால் காரமாக இருப்பதால் காரச் சேவு, இனிப்பாக இருப்பதால் இனிப்புச் சேவு. இனிப்புச் சேவு, தனிப் பலகாரம். வீடுகளில் அவ்வப்போது செய்வதுண்டு. சீர்ப்பலகாரங்களில், எண்ணிக்கைக்காக இதனையும் சேர்த்துக்கொள்வார்கள். பெரும்பாலும் பலகாரக்கடைகளில், எந்தப் பிரயத்தனமும் இன்றி வாங்கக் கிடைப்பது. நாஞ்சில் நாட்டில் பெரும்பாலும் தினமும் மாலையில் சுக்குக் காப்பியும் காரச்சேவும் இணையர். வீட்டில், மதியச் சாப்பாட்டுக்கோ, பழைய சோற்றுக்கோ, தொடுகறி எதுவும் சரியில்லை என்றால், ஒரு பொதி காரச்சேவு வாங்கி வைத்துக்கொள்வார்கள். பள்ளி நாட்களில், சாப்பாடு கொண்டு போகத் தோதில்லாத நாட்களில், மதிய உணவு என்பது அரையணாவுக்கு காரச்சேவும் அரையணாவுக்கு சுக்குக் காப்பியும். நான் சொல்லும் கணக்கு 1960களில். பச்சைத் தண்ணீர் குடித்து வயிறு நிறைப்பவனுக்கு, இஃதோர் ஆடம்பரமேதான். அன்று ரூபாய்க்குப் பதினாறு அணாக்கள்; காலணாவும் அரையணாவும் சில்லறை நாணயங்கள். செம்பு உலோகத்தில், வட்டமாக, நடுவில் ஓட்டையுடன் இருப்பது ஓட்டைக்காலணா. பித்தளையில் சதுரமாக இருப்பது அரையணா. நிக்கலில், வட்டமாக, விளிம்பில் அரும்பு அரும்பாக இருப்பது ஓரணா.

கடலை மாவு விலைக்குத்தான் வாங்க வேண்டும். பச்சரிசி மாவு வீட்டில் இடித்து, அரித்து எடுத்துக்கொள்ளலாம். கடலைமாவும் அரிசிமாவும் மூன்றுக்கு இரண்டு என்பது விகிதம். உப்பும் காயமும் கரைத்து ஊற்றி மாவு பிசையணும். நல்லமிளகும் வற்றல் மிளகாயும் இடித்துக் கலந்துகொள்ளுவார்கள். தேங்குழல் நாழியில் மாவை அடைத்து, நேரடியாக எண்ணெய்ச் சட்டியில் பரத்திப் பிழிந்து சிவக்கச் சுட்டு எடுப்பது ஒரு முறை. பெரிய இரும்புக் கண் அகப்பையில் மாவை வைத்து, உள்ளங்கையால் அழுத்தி நேரடியாக எண்ணெய்ச் சட்டியில் தேய்ப்பது

இன்னொரு முறை. 'கொஞ்சம் காரச்சேவு தேச்சேன்' என்பார்கள் பெண்கள்.

இறுக்கமாக மூடி வைத்திருந்தால், பத்துப் பதினைந்து நாட்கள் காரச்சேவு மொரமொரப்பாகக் கிடக்கும். பிறகு நவத்துப்போகும்.

இனிப்புச் சேவு

காரச் சேவு மாவில், உப்பு, மிளகாய் வற்றல், காயம், நல்லமிளகு சேர்க்காமல் மாவு பிசைந்து, சேவு சுட்டு எடுத்து, அதை உடனே சீனிப்பாகில் போட்டுப் புரட்டி எடுத்து உலர வைத்தால் அது இனிப்புச் சேவு. வாசனைக்காக, சீனிப்பாகில், ஏலக்காய் பொடித்துச் சேர்த்துக்கொள்ளலாம். இது மிகவும் குறைவான அளவில் செய்யும் சீர்ப்பலகாரம். எண்ணிக்கைக் காகச் சுடுவார்கள். கடைகளிலும் வாங்கிக்கொள்ளலாம். மற்ற படி, வீட்டில் அடிக்கடி செய்யும் பலகாரம் அல்ல. சுசீந்திரம், பூதப்பாண்டி, திருப்பதிசாரம் என்று தேரோட்டங்கள் நடக்கும்போது, திருவிழாக் கடைகளில் மிட்டாய்க் கடைகள் முக்கியமானவை. கோவில்பட்டி, சாத்தூர், விருது நகர் நாடார்கள், மிட்டாய்க் கடை போடுவார்கள். ஒரு ராத்தல் மிட்டாய் என்று கேட்டால், ஜிலேபி, காரச்சேவு, இனிப்புச் சேவு, பூந்தி, பொரிகடலை எல்லாம் கலந்து, நிறுத்து, பனையோலைக் கொட்டான்களில் கட்டித் தருவார்கள்.

பெரும்பாலும் இனிப்புச் சேவு அப்போது தின்பது தான். எங்கள் வீட்டில் அம்மா, அப்பா, அப்பாவைப் பெற்ற வள்ளியம்மை ஆத்தா, அம்மாவைப் பெற்ற மாடிப்பிள்ளை ஆச்சி, ஏழு குழந்தைகள். ஒரு ராத்தல் மிட்டாய் என்பது சுமார் 450 கிராம். எப்படிப் பங்கு வைத்து எப்படித் தின்றோம் என்பது தனிக் கதை.

சீடை

இதுவும் பெரிய அளவில் செய்யப்படுவதில்லை. என்றாலும் சீருக்கு ஐந்து பலகாரம், ஏழு பலகாரம், ஒன்பது பலகாரம் எனும் போது கணக்குக்கு இதுவும் ஒன்று. தீபாவளிக்கு, பெரிய பண்ணையார் வீடுகளில் மட்டுமே சீடை செய்வார்கள். அடிக்கடியும் செய்யும் பழக்கமில்லை. ஆனால் விவசாயக் குடிகளில் ஆண்டுக்கு இரண்டுமுறை புதுநெல் கதிர் நிறைத்ததும் புத்தரிசி பொங்கும்போது கட்டாயம் சீடை சுடுவார்கள்.

பெரும்பாலான வீடுகளில் நிறை அன்றே புத்தரிசியும் இருக்கும். புத்தரிசி பொங்கும் அன்று பருப்பு, சாம்பார்,

ரசம், சம்பாரம் மற்றும் தொடுகறிகளாக அவியல், துவட்டல், பச்சடி, கிச்சடி, பப்படம் இருக்கும். ஒரு பாயசம் உண்டு. பொங்கல் எல்லோருக்கும் ஒரே நாளில் வரும் என்றால், புத்தரிசி பொங்குவது அவரவர் சௌகரியம்போல. புத்தரிசி சாப்பிட உள்ளூரில் இருக்கும் அண்ணன் தம்பிகள், அக்காள் தங்கைகள், மாமன் மச்சான்கள், அத்தை பெரியம்மைகளையும் விளிப்பதுண்டு.

புத்தரிசி பொங்குவது என்பது ஒரு சிறு குடும்ப விருந்து. நாற்பது ஐம்பது பேர் உண்பார்கள் ஒருவேளை.

நான், என் சித்தி கையில் வளர்ந்தவன். சித்தி என்றால் அம்மாவின் தங்கை அல்ல. சித்தப்பாவின் மனைவி. எங்களுக்கு வடக்குத் தெரு என்றால், அந்தச் சின்னஞ்சிறு கிராமத்தில் மேற்குத் தெருவில் பெண் கெட்டினார் சித்தப்பா. சித்தி திருமணமாகி வரும்போது எனக்கு ஒன்றரை வயது. சித்திக்கு நான்தான் மூத்த மகன். இருபத்தேழு வயதில் வேலை தேடிப் பம்பாய் புறப்படும்போது அழுதேன், “அப்பிடி சங்கடப் பட்டுக்கிட்டுப் போகாண்டாம் மக்கா... உள்ளதைக் குடிச்சுக் கிட்டு இங்கிண கெட” என்றாள் அழுதுகொண்டே! நான் கோவைக்கு மாற்றலாகி வந்தபோது, சித்தப்பாவிடம் கோவித்துக்கொண்டு தனியாகப் பஸ் ஏறி, காலை ஐந்துமணிக்கு வீட்டுக் கதவைத் தட்டியவள். அப்போது கோவை இராமநாதபுரத்தில் பங்கஜா மில் சாலையில், வானம்பாடிகளின் கூடாரமான செந்தமிழ் அச்சகத்தின் பக்கத்துக் கட்டிடத்தில் குடியிருந்தேன்.

இருமாதத்துக்கு ஒருமுறை கோவையிலிருந்து நான் ஊர் போவது தவறாது. அதுவும் புத்தரிசி பொங்கினால் போகாமல் இருக்க மாட்டேன். எந்த விசேட சமையல் ஆனாலும், தீபாவளி, திருக்கார்த்திகைப் பலகாரங்கள் ஆனாலும், விளக்கு மூட்டில் பலகாரம் வைத்தபின், சித்திக்கு முதல் முதல் உப்பு, எரிப்பு, புளிப்பு, இனிப்பு, பொருபொருப்பு, கடுகடுப்பு பார்த்துச் சொல்பவன் நான் தான். என் அம்மாவே சொல்வாள், “உனக்கு உன் சித்தி நாக்கை வளத்து விட்டுட்டா” என்று. சில சமயம் எனக்கே தோன்றும் ‘ரொம்ப வளத்து விட்டுட்டா’ என்று. நான் தேங்காய் வாங்க, காய்கறி வாங்க, பழம் வாங்க, கீரை வாங்க, மீன் வாங்கக் கற்றுக்கொண்டது அவளிடம். இன்றும் என்னிடம் ஒரு மீனின் பெயர் சொல்லி இன்னொரு மீனை விற்க முடியாது. அரை நூற்றாண்டாக மீன் வாங்குகிறேன், உக்கிப் போகும் மீனை என் தலையில் எவரும் கட்டியதும் இல்லை.

அறுத்தடிப்புக் காலங்களில் ஆண்டுக்கு இரண்டு முறை புத்தரிசி சாப்பிட என்றே, கோவையில் இருந்தே புறப்பட்டு 495 கி.மீ. பயணம் செய்து நாகர்கோயில் போவேன்.

ஒருமுறை புத்தரிசி சாப்பிட வந்துவிடுவேன் எனச் சொல்லிவிட்டு வந்தேன். அந்த முறை, ஏதோ அலுவலக நெருக்கடி என்னால் போக முடியவில்லை. அன்று பயன் படுத்துமாறு ஊரில் தொலைபேசி, செல்ஃபோன் எதுவும் இல்லை. பிற்பகல் நான்கு மணி வரை, எப்படியும் 'அவன் வாராதிருப்பானோ?' என்று சாப்பிடாமல் காத்துக் கிடந்திருக்கிறாள் எனக்காக. கடைசியில் சித்தப்பா கூப்பிட்டு சத்தம் போட்டாராம். "என்னத்துக்குக் காஞ்சுக்கிட்டு கெடக்கே சவமே! அந்தப் பய வாறதுண்ணா வாசத் தொளிக்கயிலே வந்தி நிக்கமாட்டானா! போயிச் சாப்பிடு" என்று.

என்றும் மானசீகமாய் ஒலிக்கும் குரல்கள். இன்று 30 ஆண்டுகள் கடந்து போய்விட்டன. அடுத்த புத்தரிசி பொங்க அவள் உயிருடன் இல்லை. அதன் பின் உயிருடன் அவளை நான் பார்க்கவும் இல்லை. அதன் பிறகு இன்றுவரை புத்தரிசி உண்ணவும் இல்லை. அழுதுகொண்டேதான் இதனை இப்போது எழுதுகிறேன். ஒருவேளை அவள் இல்லை என்றால், என்னால் இந்தப் புத்தகமும் இல்லை.

சரி! பொறுமையற்று நீங்கள் கேட்பது உணர்கிறேன். அதற்கும் சீடைக்கும் என்ன சம்மந்தம்?

புத்தரிசி விருந்தில் செய்து பரிமாறப்படும் ஒரேயொரு எண்ணெய்ப் பலகாரம் சீடை. ஆனால் அது கழியடைக்காய் எனும் பெயரில் அழைக்கப்பட்டது.

தீபாவளிக்கும், சீர்ப்பலகாரத்துக்கும் செய்யப்படும் சீடை, 'மொடுக் மொடுக்' என்று இரட்டைக் கிளவியில் சப்தமிடும். புத்தரிசிக் கழியடைக்காய் 'பொதுக் பொதுக்' என்றிருக்கும்.

பச்சரிசி கொவரப் போட்டு, இடித்து, உளுந்த மாவை வறுத்துச் சேர்த்து, சீரகம், போட்டு, உப்புத் தண்ணீர், தேங்காய் எண்ணெய் சேர்த்துப் பிசைந்து சிறு சிறு உருண்டைகளாக உருட்டிப் போட்டு முறுகலாக எடுத்தால் அது சீடை. சீடை மாவில் எள் சேர்க்க மாட்டார்கள்.

புழுங்கல் அரிசியைக் கொவரப்போட்டு, துவர வைத்து, அம்மியில் நுணிக்கி, தேங்காய் திருவிப்போட்டு, உப்புப்போட்டுப்

பிசைந்து, தேங்காய் எண்ணெயில் சுட்டு எடுப்பது கழியடைக்காய். புதுத் தேங்காய் எண்ணெய் மணத்துடன் இருக்கும். இலைக்கு நான்குதான் போடுவார்கள். பல் போன வயசாளிகளும்கூடத் தின்னலாம்.

அதன் பின் கழியடைக்காய் நான் தின்றதே இல்லை. சீடை என்றாலே சித்தி ஞாபகம் தான் வருகிறது. எப்படி, எனது 'ஊதுபத்தி' கதையில் நான் எழுதியபடி, ஒரு குறிப்பிட்ட ஊது பத்தி வாசனை, எனக்கு இன்னும் அம்பு ரோசை நினைவு படுத்துகிறதோ, அப்படி!

சீண்டுருண்டை

இதுவும் சீடை இனம்தான். இந்தப் பெயரை இன்று நாஞ்சில் நாட்டுக்காரர்களே மறந்து போனார்கள். சர்க்கரை போட்டுச் செய்த இனிப்புச் சீடை இது. கருப்பு நிறத்தில் இருக்கும். மாவு விரவும் போது கொஞ்சம் வெண்ணெய் சேர்த்துப் பிசைவார்கள், வாசனைக்கு. நான் இதைப் பார்த்தே அறுபது ஆண்டுகள் ஆகின்றன.

ஆமவடை

ஆமை போன்று முதுகு கூடிய வடிவத்தில் இருப்பதால் காரணப் பெயராக அமைந்திருக்கலாம். இதைப் பருப்பு வடை என்பார்கள். அதன் மலிந்ததோர் வடிவம் மசால் வடை. ஆமவடையின் அடுத்த அவதாரமான ரசவடையும் இட்டிலியும் இல்லாமல் தீபாவளிப் பண்டிகை நிறைவு பெறுதல் அரிது. எல்லா சுக்குக் காப்பிக் கடைகளிலும் காலையிலும் மாலையிலும் சுட்டு அடுக்கப்படும் பலகாரம் ஆமவடை. வயலில் வேலை செய்யும் விவசாயிகள், கட்டிடத் தொழிலாளர், பிற கூலி வேலை செய்வோர் யாவர்க்கும் சிறுபசியாற்றல் ஆமவடையும் சுக்குக்காப்பியும்.

மதியத்துக்குச் சோறு பொங்கி, வெறும் ரசம் மட்டும் தாளித்து, காப்பிக் கடையில் ஆமவடை இரண்டு வாங்கி, சாப்பாட்டை ஒப்பேற்றும் குடும்பங்கள் உண்டு. விருந்து வந்தால், தேநீரை வீட்டில் போட்டுக்கொண்டு, புறவாசல் வழியாக ஆமவடை வாங்க, கடைக்கு ஆள் அனுப்பும் தாய்மார் உண்டு. மலையாளத்திலும் சாயாவும் ஆமவடையும் பிரசித்தம். அதை, 'ஒரு கடி, ஒரு குடி' என்பார்கள். பொதுவுடைமைக் கட்சியின் மேல்மட்டக் கூட்டங்களில்கூட அங்கு சிற்றுண்டி என்பது ஆமவடை, சாயா. பின்பு பீடி. அது ஒரு காலம்.

சற்று வசதி படைத்த வீடுகளில், முன்னிரவில் ஆமவடை சுட்டு, அடுத்த நாள் காலைப் பலகாரத்துக்காக ரசவடை செய்வார்கள். சிலர் முற்பகலில் ஆமவடை சுட்டு, வடை அவியல் என்றொரு தொடுகறி வைப்பதுண்டு. சிலர் கடையில் ஆமவடை வாங்கி வந்து, வீட்டில் வடை அவியல் செய்தனர். அவற்றை விரிவாகப் பின்னர் காணலாம். மாலையில் சுட்டால், அடுத்த நாள் காலையிலாவது காலி செய்ய வேண்டிய பலகாரம் ஆமவடை.

முன்பெல்லாம், தீபாவளி அன்று காலை, புதிய பனைநார்ப் பெட்டி இடுப்பில் வைத்து குடிமகன், வண்ணான், பதிவு வயல் வேலை செய்யும் சாம்பான் வீட்டுப் பெண்கள் தீபாவளிப் படி வாங்க வருவார்கள். அவர்களுக்கு வேளாளர் வீடுகளில் தீபாவளிப் பலகாரம் தர வேண்டும். இட்லி, ஆமவடை, உளுந்தவடை, அப்பம், முறுக்கு, முந்திரிக்கொத்து, தேங்குழல் என்று அவரவர் வீட்டில் செய்த பலகாரங்கள் கொடுப்பார்கள். பெரிய நார்ப் பெட்டியில் இட்லி, சிறிய நார்ப்பெட்டியில் எண்ணெய்ப் பலகாரங்கள், தலைக்குத் தேய்க்க நல்லெண்ணெய்க்குத் தனியாகத் தூக்கு வாளி, குழம்புக்கு என்று தனியாக வாளி, இறைச்சிக் கறிக்கு என்று தனியாக வாளி என. கணிசமாகக் கொடுத்து அனுப்புவார்கள்.

விசேட நாட்களில், யாசகத்துக்கு என வருவோரும் உண்டு. அவர்களுக்கும் இரண்டிரண்டு இட்லி, வடை எனப் போட வேண்டும். எனவே தீபாவளி எனில் ஆமவடை, உளுந்தவடை, அப்பம் என்பன சற்று அதிகமாகச் செய்வார்கள்.

எனக்குச் சில சமயம் தோன்றும், எதற்கு எல்லாப் பலகாரங்களையும் ஒரே நாளில் செய்து தின்று தீர்க்க வேண்டும் என. அதற்குப் பதிலாக மாதத்திற்கு ஒன்று எனச் செய்யலாமே என. அறிவாளிகள் பேச்சை என்று, யார், கேட்டார்கள்?

தீபாவளி அன்று அதிகாலை ஐந்து மணிக்கெல்லாம் தலைக்கும் மேலுக்கும் சளம்பக் காய்ச்சிய நல்லெண்ணெய் தேய்த்து ஒரு மணிநேரம் ஊறப்போடுவார்கள். குளிக்கக் காத்திருக்கும் வேளையில் ஒரு சுற்று பலகாரங்கள் தீவனம், காலை ஆறுமணிக்குள்.

தலைக்குத் தேய்க்கும் நல்லெண்ணெய் காய்ச்சும்போது, சதைத்த இஞ்சி, நொறுங்கத் தல்லிய நல்ல மிளகு போட்டுக் காய்ச்சுவார்கள். பிறகு அந்த இஞ்சியை மென்று தின்னலாம். சரியான பருவத்தில் எண்ணெய் காய்ந்து விட்டது என்று

எப்படித் தெரிந்துகொள்வது? எண்ணெய் குறைவாகவும் காயக் கூடாது, முறுகியும் போகக் கூடாது. வெப்பமானி கிடையாது. ஈதென்ன தெலுங்கு மந்திரவாதப் படமா, கை விட்டுக் கிளறுவதற்கு? பெண்களுக்கு ஒரு சுருக்கு வழி உண்டு. காயும் எண்ணெயில் நான்கு நெல், எண்ணி எடுத்துப் போடுவார்கள். நெல் பொரிந்தால் காய்வு போதும் என்று பொருள்.

குடும்பத்தில் மூத்தவர், அம்மாவோ, அப்பாவோ, சித்தப்பாவோ, சித்தியோ, எண்ணெய் தேய்த்துக்கொள்பவரை ஒரு முக்காலியில் அமரச் செய்து குளிரத் தேய்த்துவிடுவார்கள். துவர்த்து மட்டும் உடுத்துக்கொள்வோம். அல்லது கோவணம். அன்று ஜட்டி எமக்கு அறிமுகம் ஆகி இருக்கவில்லை. தலையில் இருந்து தொடங்கி பாதம்வரை. தொப்பூள், நகக்கண்கள் என கண்களிலும்கூட இரண்டு சொட்டு விடுவார்கள் என்று சொல்லிக் கேள்வி.

பின்புதான் சீகைக்காய் பொடி போட்டுத் தேய்த்து வென்னீர்க் குளியல். குளித்துத் துவட்டியபின் புத்தாடை. அதன் பிறகு காலைப் பலகாரம், குடும்பத்துடன் அமர்ந்து இட்லி, இறைச்சிக் கறி, வடை, அப்பம்...

தீபாவளிப் பலகாரங்களில் ஆமவடைக்கு முக்கியமான இடம்.

பருப்பு வகைகளில் சமையலுக்குப் பயன்படுத்துவது துவரம் பருப்பு. அவற்றுள் முக்குப் பருப்பு என்றொரு வகை. ஆமவடைக்கு அன்று முக்குப் பருப்பு பயன்படுத்தினார்கள். இப்போது கடலைப் பருப்பும் பட்டாணிப் பருப்பும் பயன் படுகின்றன. இளைய சிறுகதை எழுத்தாளர் பா. திருச்செந்தாழை சொன்னார், மதுரையில் மூடை மூடையாக மக்காச் சோள மாவு வாங்கிக்கொண்டு போய், பிசைந்து மசால்வடைதான் சுடுகிறார்கள் என. பெயருக்குக் கொஞ்சம் கடலைப் பருப்பு வாங்கி கொவரப்போட்டு, மாவுடன் சேர்த்துக்கொள்வார்கள் போலும்.

பெரும்பாலும் வீடுகளில் கடலைப் பருப்பு அல்லது பட்டாணிப் பருப்பு வாங்கிக் கொவரப் போட்டு, ஆட்டுரலில் அரைப்பார்கள். நனைத்த பருப்பை ஒரு கை தனியாக எடுத்து வைத்துக்கொள்வதுண்டு, கடைசியில் மாவுடன் சேர்த்து விரவ. கொஞ்சமாகச் செய்பவர்கள் அம்மியிலும் அரைப்பதுண்டு. இப்போது மிக்ஸியில் அல்லது கிரைண்டரில் ஆட்டுகிறார்கள். அடிப்படையான வேறுபாடு, ஆட்டுரலில் அரையும்போது

பருப்பு நைந்து அரையும். அரைபடு பொருள் சூடாகாது. மிக்சி பொடிப் பொடியாக வெட்டித்தள்ளும். அது ருசி பேதம் காட்டும்.

பருப்பு ஆட்டிய பின், சின்ன வெங்காயம், பச்சை மிளகாய், கறிவேப்பிலை அரிந்து, காயம், உப்பும் சேர்த்து மாவைப் பிசைந்து எண்ணெய்ச் சட்டி ஏற்றி, எண்ணெய் காய்ந்ததும் சுட்டு எடுக்க வேண்டியதுதான். ஆமவடையின் மேல்தோடு கடினமாக மொர மொரப்பாக, உட்பாகம் மெதுவாக இருக்கும். வடைமாவு நைசாக அரையாமல், ஒன்றிரண்டாக அரைபடுவது விசேடம். வடையை உருண்டையாகத் தட்டாமல், சப்பையாகத் தட்ட வேண்டும். சில வீடுகளில் சின்னச்சின்ன வடைகளாகச் சுடுவார்கள்.

காரம் வேண்டுவோர், வடைப்பருப்பு அரைக்க ஆரம்பிக்கும்போது, இரண்டு மூன்று கை பருப்புடன் நாலைந்து வற்றல் மிளகாயும் சேர்த்து அரைப்பார்கள். காயம் தூளாக இல்லாமல் கட்டியாக இருந்தால் அதையும் அத்துடன் சேர்த்து அரைத்துக் கொள்வதுண்டு.

இன்று மசால் வடை என்ற பேரில், வடைமாவுடன் பெருஞ்சீரகம் எனும் சோம்பு சேர்க்கிறார்கள். கொத்தமல்லித் தழை அரிந்து போடுகிறார்கள். புதினாத் தழை அரிந்து தள்ளுகிறார்கள். கிட்டத்தட்ட வணிகத் தமிழ் சினிமா போல் ஆகிவிட்டது.

ரசவடை

ஆமவடையின் அடுத்த பிறவி ரசவடை. தீபாவளி அன்று காலை தின்றது, விளம்பியது போக மீதியை உடனே ரசவடை போட்டு விடுவார்கள். சற்று வசதியுள்ள வீடுகளில், காலைப் பலகாரத்துக்கு என முந்தின இரவே ஆமவடை சுட்டு ரசவடை போடுவார்கள். விரலுக்குத் தக்க வீக்கம் என்பார்கள்.

நாஞ்சில் நாட்டார் மிக விரும்பித் தின்னும் பலகாரம் இது. சமீபத்தில், கோயில் மண்டபத்தில் ஓரமாய் நின்று ஒரு சொற்பொழிவு கேட்டேன். மனிதர்கள் உண்பார்கள், விலங்குகள்தான் தின்னும் என்று வீச்சுப் பரோட்டா போட்டுக் கொண்டிருந்தார். மாட்டுத் தீவனத்தைத் தீனி என்பார்கள் என்றொரு எடுத்துக்காட்டு வேறு. நாம் என்ன செய்ய? இன்னும் சோறு தின்னத்தான் செய்கிறோம்.

ரசவடை என்பது, அதுவே மெயின் கோர்ஸ் உணவல்ல. இட்லி அல்லது தோசைக்கு பக்கவாத்தியம், ஒரு துண்டு இட்லி,

ஒரு துண்டு ரசவடை, தேங்காய்ச் சட்னியுடன் பிசைந்து சாப்பிடுவது சுவாரசியம். தனியாகவும் சட்னியில் தொட்டுச் சாப்பிடலாம். அப்படியே சாப்பிடுவதும் உண்டு. காப்பிக் கடைகளில் காலையில் ரசவடை வாங்கக் கிடைக்கும். எல்லா ஊர்களிலும், நாஞ்சில் நாட்டில், ஏதோ ஒரு வீட்டில், ரசவடை போட்டு விற்பார்கள். காலணாவுக்கு ஒன்று என்றிருந்த காலம் போக, இப்போது ஐந்து ரூபாய்க்கு ஒன்று எனக் கிடைக்கிறது, நகரம் வடைக்குப் பதினான்கு ரூபாய் வாங்கும் காலத்தில்.

சோறு மாத்திரம் பொங்கிக்கொண்டு, ரசம் ஊற்றிப் பிசைந்துகொண்டு, ரசவடையைத் தொடுகறியாக்கிச் சாப்பிடுகிறவர் உண்டு. நெசவுக்குப் போகிறவர், தார் சுற்றப் போகும் பெண்கள், ஈயம் பூசிய பித்தளை வாளிகளில் மதியத்துக்குப் பழையது பிழிந்து வைத்துக்கொண்டு போவார்கள். நெய்த்து ஆபீஸ் பக்கம் இருக்கும் காப்பிக் கடையில் ரசவடை வாங்கிக்கொள்வார்கள். ரசவடை என்பது ஆமவடையை, ஏதோ ஒரு ரசத்தில் போட்டுக் கொதிக்க வைப்பதல்ல. அதற்கென ரசம் தனியாக வைக்க வேண்டும்.

காயம், நல்லமிளகு, கொத்தமல்லி, மஞ்சள், வத்தல் மிளகாய் எல்லாம் ஒன்றிரண்டாக, நொய்ய நொறுங்கத் தட்டிப் போட்ட ரசம். பருப்பு ரசமோ தக்காளி ரசமோ அல்ல. ரசத்தில் உப்பும் புளியும் முனைப்பாக இருக்க வேண்டும். ரசம் கொதித்த பின்பு, ஆறிய ஆமவடைகளை ரசத்தில் முங்கும்படி போட வேண்டும். வடை சூடாக இருந்தால், ரசவடையின் உட்பகுதி நொசுக்கெனப் போய்விடும். ருசி, சரிப்பட்டு வராது. ரசத்தில் கிடந்து வடை கொதித்தபின், வடை கொவரும் வரை ஆறவிட வேண்டும். பின்பு எடுத்துப் பரிமாறலாம்.

ரசவடை ரசத்துக்குப் பருப்பு ஆகாது. ரசமும் சுள்ளென்று இருந்தால்தான் வடையில் இறங்கும்.

நாகர்கோவிலிலிருந்து பறக்கை போகும் சாலை, பறக்கை விலக்கில் திரும்பும். திரும்பியதும் இடதுகைப் பக்கம், நான்காவது ஐந்தாவதாக இருக்கும் வீடு போன்ற கட்டிடத்தில் ஒரு பிள்ளைமார் காப்பிக்கடை உண்டு. இட்லி, தோசை, வடை, சுசியன், ரசவடை போன்ற நாடன் பலகாரங்கள் காலையும் மாலையும். அங்கு போய் நீங்கள் ஆடம்பரமாகப் புன்னகை விரிந்த முகம் வைத்துக்கொண்டு 'கீ ஆனியன் ரவா மசாலா' ஆர்டர் செய்ய இயலாது. பார்த்தாலும் வீடு போலவே இருக்கும். அது ஒரு பெரிய குடும்பத்தைத் தாங்கும் பிழைப்பு. கடைக்காரர், அவர் அம்மா, மனைவி, இரண்டு பிள்கைள் எனச் சகலரின் உழைப்பு.

கூடமாட ஒத்தாசைக்கு – தோசைக்கு அரைக்க, வடைக்கு அரைக்க, சட்னி அரைக்க, தண்ணீர் கோர, பாத்திர பண்டங்கள் விளக்க, தூத்துவார, விறகு அள்ளிக்கொண்டு போட என ஒரு பெண் இருந்தாள். சாப்பிட அமர்ந்தவருக்கு வாழை இலைத் துண்டு போடுவார்கள். சாப்பிட்ட பின் இலையை அவரே எடுத்துப் போட்டுவிட வேண்டும். பார்சல் வாங்க வருகிறவர் ரசவடைக்குத் தனி வாளி, இட்லிக்குப் பாத்திரம், சட்டினிக்குச் சிறுவாளி கொண்டு வர வேண்டும்.

வாரம் ஏழு நாளும், மாதம் முப்பது நாளும், வருடம் முன்னூற்று அறபத்தைந்து நாளும் ஒரே மெனுதான். சில விடுமுறை நாட்கள் உண்டு. பொங்கல், தீபாவளி, ஆடி அமாவாசை என்று. மலையாளத்தில் ஒரு பழமொழி உண்டு, 'ஓணத்து அண்ணு ஆணோ புட்டுக் கச்சவடம்' என்று. அதாவது ஓண நாளில், எல்லா வீடுகளிலும் புட்டு செய்வார்கள். எனவே அன்று காப்பிக் கடைகளில் புட்டு வியாபாரம் ஆகாது. எனவே தீபாவளிக்கு இரண்டு நாட்கள் விடுமுறை விட்டு விடுவார்கள். அந்த நாட்களில் எவரும் இட்லி, ரசவடை வாங்க வர மாட்டார்கள்.

பிள்ளைவாள் கடையில் சில சமயம் சட்னி தீர்ந்து போகும். அவசரத்துக்கு என்று மிளகாய்ப் பொடி இடித்து வைத்திருப்பார்கள். நொறுங்க இடித்த மிளகாய்ப் பொடியும் வடைசுட்ட தேங்காய் எண்ணெயும். அஃதோர் எளிமையான மணமும் ருசியும்.

இன்னும் அந்தக் கடை இருக்கிறது. வயிறு நிறையச் சாப்பிட்டு, துணிமணி எடுத்து, பிள்ளைகளைப் படிக்க வைத்திருக்கிறார்கள். கடின உழைப்பால் அவர்களால் சிலநூறு கோடிகள் சேர்த்துவிட முடியவில்லை. இருவேறு உலகத்து இயற்கை. கோட்டையும் கட்டவில்லை, கோபுரமும் எழுப்பவில்லை.

எதற்கு இத்தனை விரிவாக, முகவரி – பெயர்ப்பலகை அற்ற அந்த ரசவடைக் கடையைப் பற்றி எழுதுகிறேன் என்றால், அந்தக் கடைக்கு ஒரு இலக்கிய அந்தஸ்து உண்டு என்பதால். நாகர்கோயில் வந்து, சில நாட்கள் சுந்தர ராமசாமியுடன் தங்கி இலக்கிய விசாரம் நடத்திய தீவிர இலக்கிய ஆசான்கள் பலரும் சுசீந்திரம் கோயில், கன்னியாகுமரிக் கடற்கரை போலத் தவறாமல் இந்தக் கடைக்கும் அழைத்துச் செல்லப்பட்டிருக் கிறார்கள். பல சமயம் சாட்சியாக உடன் இருந்த அ.கா. பெருமாள் பதிவு செய்த செய்தி, இந்தக் கடையில்

ரசவடை தின்றவர்களின் வரிசை – நா. பார்த்தசாரதி, சி.சு. செல்லப்பா, க.நா.சு., ஜி. நாகராஜன், எஸ்.என். நாகராஜன், நகுலன், வெங்கட் சாமிநாதன், பிரமிள் என நீளும். பிற உள்ளூர் ஆளுமைகள் – பொன்னீலன், கிருஷ்ணன் நம்பி, சுந்தர ராமசாமி, எம்.எஸ். பற்றிச் சொல்லத் தேவையில்லை. சில ஆண்டுகள் முன்பு அ.கா. பெருமாள் என்னையும் வேத சகாய குமாரையும் ஜெயமோகனையும் அந்தக் கடைக்குக் கூட்டிக்கொண்டு போனார், நாங்கள் சொத்தவிளை கடற்கரைக்குச் சென்று திரும்பிக்கொண்டிருந்த வழியில். தலைக்கு நாலு இட்டிலி, நாலு ரசவடை, சாயா அடக்கம் நான்கு பேருக்கு எவ்வளவு பில் தெரியுமா? எண்பது ரூபாய். பிறகெப்படி அவர் பி.எம். டபிள்யூ. கார் வாங்க முடியும்?

இதில் என்ன ஆச்சரியம் எனில், தமிழின் நவீன இலக்கிய ஆளுமைகள் இத்தனை பேர் தன் கடையில் சாப்பிட்டார்கள் என்ற விவரம்கூட அவருக்குத் தெரியாது.

இட்லியை விட, புளித்த தோசை மாவில் சுடும் கட்டித் தோசைக்கு ரசவடை பொருத்தமாக இருக்கும். அன்று குளிர் சாதனப் பெட்டிகள் இல்லாத காரணத்தால், அப்போது அரைத்த மாவில் உடனே சுட்டால் அது புளியாத் தோசை. மறுநாள் காலையில் மாவு புளித்த உடன் இட்டிலி. அதுபோக மிஞ்சின மாவில் மாலைக்கோ, அடுத்த நாள் காலைக்கோ புளித்த மாத் தோசை.

சுந்தர ராமசாமியின் ஐம்பதாவது திருமண விருந்தின்போது விசேடமான உணவு வகைகள் பரிமாறினார்கள். வேகவைத்த மரவள்ளிக் கிழங்கு, புழுங்கிய ஏத்தன் பழம், ரசவடை என்பன அவற்றுள் சில. நமது பிற மாவட்ட இலக்கியவாதி விருந்தினர்கள் ருசித்துப் பார்க்கட்டும் என்பதே உத்தேசம். கட்டுடைத்துப் பார், அஸ்திவாரத்தை ஆட்டு, குடும்பத்தைச் சிதறடி என்னும் புரட்சி இலக்கியவாதிகள் பலரும் அவற்றைத் தொட்டுக் கூடப் பார்க்கவில்லை. ஆனால் Half done, Full done மாட்டிறைச்சி, எருமை இறைச்சி, Hamburger, சூசி, ஈல், கேவியர் எனப் பின்நவீனத்துவப் பல்லாங்குழி ஆடுவார்கள். வெறும் எழுத்துதானே! வேகவைத்த நேந்திரப் பழம் தின்று, ஒருவேளை புத்தி மந்தமாகிப் போனால் யாருக்கு நஷ்டம்?

ஏற்கெனவே நான் எழுதி இருக்கிறேன். நான் ஒரு சிற்றரசனாக இருந்தால் ரசவடைக்கும் சாளைப் புளிமுளத்துக்கும் சில கிராமங்களை இறையிலி நிலங்களாக அறிவித்திருப்பேன் என.

ரசவடைக்குக் காய்ச்சும் ரசத்தை யாரும் சோற்றில் விட்டுப் பிசைந்து தின்பதில்லை. உப்பு, புளி, எரிப்பு அதிகமாக இருக்கும் என்பது காரணம். வடை உறிஞ்சிய பின்பும் அதில் மீந்திருக்கும் காரம் அத்தனை உவப்பானதில்லை.

உளுந்த வடை

உழுந்து என்பது சரியா, உளுந்து என்பது சரியா என்பது எனக்கு இன்னும் தீராத சந்தேகம். லெக்சிகனில் உளுந்து என்று தேடினால் see உழுந்து என்று வழிகாட்டுகிறது. உழுந்தைத் தேடிப் போனால், Black - gram என்கிறது. மேலும் உழுத்தமா, உழுத்தம் பொடி எனும் சொற்கள் உண்டு. உழுந்தோதனம் எனும் சொல்லுக்கு உழுத்தம் பயற்றோடு கலந்து அட்ட சோறு என, பதார்த்த குண சிந்தாமணியை மேற்கோள் காட்டுகிறது. அதாவது நாம் ஏற்கெனவே பார்த்த உளுந்தஞ்சோறு 'நெய்யொடு மயக்கிய உழுந்து நூற்றன்ன' என்ற ஐங்குறுநூறு பாடல்வரி ஒன்றும் மேற்கோள் காட்டுகிறது. எனவே உழுந்து என்பதே சரியாக இருக்கும். ஆனால் எழுபது வயசுவரை உளுந்து எனப் பயின்றாயிற்று. மேலும் இந்த நூலில் பல இடங்களில் திருத்தம் செய்ய வேண்டியதிருக்கும். எனவே, சகல தமிழ்த் தெய்வங்களையும் தொழுது, உளுந்து என்றே மேலும் பயில்வேன்.

உளுந்த வடை என்ற இந்தப் பிரிவில், நீங்கள் அறியாத எதையும் சொல்ல என்னிடம் ஏதும் இல்லை. மென்மையும் வாசனையும் சத்தும் மிகுந்த ஆகாரம் இது. வட மாவட்டங்களில், பெண் பிள்ளைகள் பருவம் எய்தினால், உளுந்த வடை சுட்டுக் கொடுப்பார்கள் என, பல சிறுகதைகளில் வாசித்திருக்கிறேன். எம்மிடம் அது வழக்கில்லை. பகரமாக, உளுந்தம் களி, உளுந்தம் சோறு விசேடம். அவற்றை அதனதன் இடத்தில் கண்டோம்.

நன்கு காய்ந்த புது உளுந்தை, திருவையில் வைத்து இரண்டிரண்டாக உடைத்துக்கொள்வார்கள். உடைக்கும்போது பொடிந்து விழும் குருணையைப் பிரித்து எடுத்து மிளகாய்ப் பொடி இடிக்க வறுக்கும்போது சேர்த்துக்கொள்ளலாம். அதுபோல் முந்திரிக்கொத்து செய்ய சிறுபயிறு வறுத்து உடைக்கும்போது கிடைக்கும் குருணையைச் சிறுபயிற்றம் பருப்பு துகையல் அரைக்க வைத்துக்கொள்வார்கள்.

திருவையில் இரண்டிரண்டாக உடைத்த உளுந்தைக் கொவரப் போட்டுத் தோலெடுத்துக்கொள்ள வேண்டும். தோலெடுத்த, கொவர்ந்த உளுந்தை ஆட்டுரலில் வடைக்கு அரைத்துக்கொள்ளலாம். அரைக்கும்போது தண்ணீர்

தெளிக்காமல் அரைப்பது சாலவும் நன்று. தண்ணீர் விட்டு அரைத்தால், வடையைக் கையில் வைத்துப் பிழியும் அளவுக்கு எண்ணெய் குடிக்கும்.

வடை மாவை, வாழையிலையில் தட்டி, நடுவில் துளை யிட்டுக் கொதிக்கும் தேங்காய் எண்ணெயில் சுட்டெடுக்கலாம். நடுவில் துளை போடுவதால் உளுந்த வடையைத் துளைவடை என்றும் ஏளனமாகச் சொல்வார்கள்.

முதல் சட்டி உளுந்த வடை வெந்ததும் எடுத்து, கண்ணகப்பையில் ஆறவிட்டு அதை மறுபடியும் சுட்டு எடுத்தால், வடை மொராமொரப்பாகச் சிவக்கச் சிவக்க இருக்கும். ஏன், ஒரேயடியாகவே சிவக்கச் சுட்டு எடுக்கலாமே என்றால், வடை கரிந்து போகும் அபாயம் உண்டு. ஏன் துளை போட வேண்டும் என்று கேட்பீர்கள். அதிகப் பரப்பு மொரமொரப்பாக இருக்க வேண்டும் என்பதற்காகத்தான். பிறகு ஏன் ஆமவடையில் துளை போடுவதில்லை என்று கேட்பீர்கள். எனக்கும் அது தீராத சந்தேகம்தான்.

துளை போடாமல், மாவு இறுக்கமாகப் பிசைந்து, பக்கோடா போல, நுள்ளிப் போட்டுச் சுடும் உளுந்த வடையும் உண்டு.

தீபாவளிக்கு, ஆமவடைபோல, உளுந்த வடையும் கூடுதலாகச் செய்வார்கள். இதுவும் ஒரு நாளைக்கு மேல் ஜீவனுடன் இருக்காது.

சுசீந்திரம் அனுமாருக்கு நேர்ந்துகொண்டு வடைமாலை சாத்துவார்கள். அந்த வடை கெட்டியான தட்டை போலிருக்கும். உடைத்த அரை உளுந்தம் பருப்புடனும், நொறுக்கப்பட்ட நல்ல மிளகுப் பொடியுடனும் சுக்காவாகச் சுட்டெடுப்பார்கள். வடைமாலையின் வடை பதினைந்து நாட்கள்வரைக்கும் இருக்கும்.

அரைத்த உளுந்த மாவில் சின்ன வெங்காயம், கறிவேப்பிலை, பச்சைமிளகாய் அரிந்து சேர்ப்பார்கள். ஒன்றிரண்டாய் நல்ல மிளகு உடைத்துச் சேர்க்கலாம். சீரகம் சேர்க்கலாம். தேங்காய் திருவிச் சேர்க்கலாம். தேங்காய் பல்பல்லாக நறுக்கிச் சேர்க்கலாம். இப்போதெல்லாம் காரட், முட்டைக்கோசு நறுக்கிச் சேர்க்கிறார்கள். அரைக்கீரையோ இளம் தண்டன் கீரையோ சேர்க்கிறார்கள்.

உளுந்த மாவுடன் கொஞ்சம் பச்சரிசி மாவும் சேர்த்துப் பிசைந்தால், வடை மொரமொரப்பாக இருக்கும்.

பஜ்ஜி

இது எந்த மொழிச் சொல்லெனத் தெரியவில்லை. இந்துஸ்தானி என்கிறது அயற்சொல் அகராதி. எங்களூரில் பச்சி என்றே சொல்கிறார்கள். ஆனால் தமிழ் நாட்டார்க்குச் சொல்லில் என்ன கிடக்கிறது. தினமும் இங்கு எத்தனை இலட்சம் பஜ்ஜிகள் சுடப்பட்டுத் தின்னப்படும்? மாலை ஐந்து மணி ஆனதும் இங்கு எல்லோர்க்கும் சாய் பருகும் அரிப்பு ஏற்படும். அந்த நேரத்தில் சரியாக, கடலைமாவு எண்ணெயில் முறுகும் வாசமும் எழும்பும். வடநாட்டில் இதனைப் பஜ்ஜியா என்கிறார்கள். பஜ்ஜி ஒருமை, பஜ்ஜியா பன்மை. பாஜி என்பது வேறு. வடமொழி இலக்கணப்படி பஜ்ஜி பெண்பாலா, ஆண்பாலா என்றும் ஆராய வேண்டும்.

நாஞ்சில் நாட்டில் உளுந்த வடையை, துளை இருப்பதன் காரணமாய், பெண் உறுப்புக்குக் குழூஉக் குறியாய்ச் சொல்வார்கள். வட நாட்டில் சில மாநிலங்களில் பஜ்ஜிக்கும் அந்தப் பேறு உண்டு.

இத்தனை இலட்சம் பஜ்ஜிகள் தினமும் தின்னப்படுகிற சூழலில், இதற்கொரு தனித்தமிழ்ப் பெயர் காண வேண்டிய கட்டாயம் உண்டு. இராஜாஜி, இராசாசி ஆகும்போது, நாஞ்சில் நாட்டுக்காரன் சரியாகத்தான் தமிழ்ப்படுத்தியிருக்கிறான் போலும். செல்வாக்குடைய எமது வாசகர்கள் வரும் சட்டமன்றக் கூட்டத் தொடரில் பஜ்ஜியைத் தமிழ்ப்படுத்த ஒரு அரசாணையோ அவசரச் சட்டமோ கொணரப் பரிந்துரைக்கலாம்.

அவசரத் தயாரிப்புகளில் ஒன்றாகத் தற்போது பஜ்ஜி ஆகிவிட்டது. முன்பெல்லாம் முன்மாலைப் பொழுதுகளில் விருந்தினர் வந்தால், வசதி உடையவர் அவல் விரவவோ, தாளிக்கவோ செய்த நாஞ்சில் நாட்டுத் தாய்மார்கள் தற்போது பஜ்ஜி சுட வாழைக்காய் தேடுகிறார்கள்.

பஜ்ஜி சுடுவதற்கு உகந்த காய்கறிகள் வாழைக்காய், கத்தரிக்காய், பெல்லாரி வெங்காயம், உருளைக் கிழங்கு என்பதை நீங்களும் அறிவீர்கள். நாஞ்சில் நாட்டுக்கு பெல்லாரியும் உருளைக் கிழங்கும் அற்புதப் பொருட்களாக வந்து சேர்ந்து அதிகக் காலம் ஆகிவிடவில்லை. சமீப காலமாகப் பஜ்ஜிக் காய்கறிகள் பட்டியலில் பூக்கோசு, குடைமிளகாய் சேர்ந்துள்ளன. வாழைக்காய் பஜ்ஜியை, வாழைக்காய் வடை

என்றும் மிளகாய் பஜ்ஜியை மிளகாய் வடை என்றும்கூடச் சொல்வார்கள்.

பஜ்ஜியின் அரசன் மிளகாய் பஜ்ஜி. தமிழ்நாட்டில் நாலங்குல நீளமும் ஓரங்குல விட்டமும் உள்ள பஜ்ஜி மிளகாய்கள் கிடைக்கின்றன. டெல்லி அப்பளமும் மிளகாய் பஜ்ஜியும் இல்லாத பொருட்காட்சி, கண்காட்சி உண்டா?

நாஞ்சில் நாட்டில் கைப்பெருவிரல் கனமுள்ள, கார மில்லாத, ஒழுங்கற்ற வடிவம் உடைய, இளம் பச்சை நிறம் உடைய, மிளகாய் கிடைக்கும். கேரளத்தில் இது மிகப் பிரசித்தம். இந்த மிளகாயின் நுனிப் பகுதியில் கீறி, முழுதாக, சாம்பாரிலும் மீன் குழம்பிலும் போடுவார்கள். எந்தக் காயைக் கழித்தாலும், உண்போர், குழம்பில் இருந்து தாலத்தில் விழும் இந்த மிளகாயைக் கழிப்பதில்லை. இந்த மிளகாயில் செய்த பஜ்ஜி, ஒன்று ஒரு வாய் என்ற கணக்கில் இருக்கும். சிலசமயம், மிளகாய் தனது பாரம்பரியக் குணமான எரிப்பைக் கரந்து வைத்திருந்து காட்டிவிட்டால், காரத்துக்குப் பழக்கமற்றவர் ஆ, ஊ, என ஊதிக்கொண்டு திரிவார்கள். சூடு ஒரு ருசி, சிவப்பு ஒரு அழகென்று சொல்வார்கள். என்னைக் கேட்டால் எரிப்பும் ஒரு ரசம் என்று சேர்த்துக்கொள்வேன்.

வட நாட்டில் 'பாலக்' என்றொரு கீரை கிடைக்கும். கொடியாக வேலியில் படரும் பசலிக் கீரை வேறு, முள்ளங்கி இலைபோல் மண்ணில் மேலெழும் பாலக் வேறு. இன்று அது தமிழ்நாட்டிலும் கிடைக்கிறது. பசலிக்கீரையில் காம்பும் நரம்பும் சிவப்பாகவும் பச்சையாகவும் இரண்டு வகை உண்டு. ஒற்றையொற்றை இலையாக இணுங்கி, பருப்பில் இட்டுக் கடைவார்கள். ஆனால் பாலக் என்பது கரும்பச்சை நிறத்தில், கொத்தாக, மண்ணிலிருந்து நேரடியாகக் கிளைத்து வருகின்ற கீரை, அதற்குத் தண்டும் இல்லை, கொடியும் இல்லை. பருவமெய்திய பாலக் பூத்து விதை வைத்து உதிரும்.

வட இந்திய உணவகங்களில் ஆலு பாலக், பாலக் பநீர், பாலக் கோஷ் என்று கேள்விப்பட்டிருப்பீர்கள். ஆலு எனில் உருளைக் கிழங்கு, பநீர் என்பது பாலடைக் கட்டி, கோஷ் எனில் மாமிசம். பாலக்கைக் கடைந்து அதில் மேற்சொன்னவற்றைப் பொரித்துப் போடுவது.

அந்தப் பாலக் இலைகளை, சைசாக வெட்டிக் கடலைமாவில் முக்கிப் பஜ்ஜி சுடுவார்கள். கேரளத்தில் உளுந்து பப்படத்தை நான்காகக் கீறி பஜ்ஜி போடுவார்கள். பப்பட பஜ்ஜி அல்லது பப்பட வடை என்பார்கள். பப்படம் என்பதும்

அப்பளம் என்பதும் வடிவத்தில் மட்டும் ஒத்த வெவ்வேறு தன்மை கொண்டவை.

திருப்பூரில், ரயில் நிலையத்திலிருந்து நகருக்குள் வரும் கிளைச் சாலை ஒன்றில் பீர்க்கங்காய் பஜ்ஜி தின்றதுண்டு. தில்லியில் வாழ்ந்திருந்த வடகலை வைணவ நண்பர் வீட்டில் பிஞ்சு வெண்டைக்காயில் பஜ்ஜி செய்து கொடுத்தார்கள்.

அந்தக் காலத்தில் அரசியல் கூட்டங்களுக்கு, பிரியாணி பொட்டலமும் குவார்ட்டரும் போகவர வேன் வசதியும் நூறு ரூபாயும் இல்லாமலேயே ஆட்கள் வருவார்கள். கூட்டம் நடக்கும் மைதான வெளி விளிம்புகளில், தட்டு வண்டிகளில் சுடச்சுட பஜ்ஜியும் சுக்குக் காப்பியும் வியாபாரமாகும். நான் ஒருமுறை பஜ்ஜி தின்னப் போனபோது, வாழைக்காய் தீர்ந்துவிட்டது. கரைத்த கடலைமாவு மிச்சம் இருந்தது. *தினத்தந்தி* பேப்பரை இரண்டாய் மடித்து இரண்டு அங்குல அகலம் நான்கு அங்குல நீளத்தில் கத்தரித்து, மாவில் முக்கி பஜ்ஜி போட்டுத் தந்தனர்.

உங்களுக்கு வேடிக்கையாக இருக்கலாம். சிலர் தாளை உருவி எறிந்துவிட்டுத் தின்றனர். சிலர் அப்படியே தின்றனர். கழுதை காகிதம் தின்னலாம் எனில் தமிழன் தின்ன மாட்டானா?

நாற்பது வயது தாண்டியவர்கள், எண்ணெய் ஒலிக்கும் பஜ்ஜிகளை நியூஸ் பேப்பர் துண்டுகளில் சுடச்சுட வைத்து அமுக்கி, அதிகப்படி எண்ணெய் எடுத்துக் காயகல்பம் செய்து சாப்பிடுவார்கள். வீட்டில் இரத்த அழுத்தம் என்றும் கொலஸ்ட்ரால் என்றும் வாய்வு உபத்திரவம் என்றும் கடுமையான விரதம் மேற்கொள்வோர், சாயாக் கடைகளில் சுடச்சுட, பொறுக்கப் பொறுக்க, அவசர அவசரமாக, அக்கம் பக்கம் பார்த்து, பட்டப் பகலில் பலர் பார்வையில் படும்படி புணர்ச்சியில் ஈடுபடும் கூச்சத்துடனும் வெறியுடனும் பஜ்ஜி தின்பதைத் தினமும் காணலாம்.

நாஞ்சில் நாட்டில் சராசரியானதோர் பலகாரமாக இது ஏற்றுக்கொள்ளப்பட்டுவிட்டது. தீபாவளி இரவில் சுடுவார்கள். சிறு நகரங்களில், சில வீடுகளில், சாயங்காலம் நான்கு மணிக்கு மேல் பஜ்ஜி சுட்டு விற்பார்கள். பார்சல் வாங்கிப் போகச் சிறுவரும் பெண்டிரும் காயும் அடுப்பைக் காத்து நிற்பார்கள்.

ஐம்பது ஆண்டுகள் முன்பு, பெண் பார்க்கும் படலத்தில், எல்லா பிராம்மண வீடுகளிலும் பஜ்ஜி சொஜ்ஜி செய்ததாகச்

சிறுகதைகள், தொடர்கதைகள், துணுக்குகள், கேலிச் சித்திரங்கள் மூலம் அறிகிறோம். அதில் பஜ்ஜி தெரியும், சொஜ்ஜி என்ன என்று இன்றளவும் தெரியாது. ஒருவேளை நான் ஏற்கெனவே அறிந்திருந்து, ஆனால் மாற்றுப் பெயரில் புழங்கிக் கொண்டிருக்கும் பலகாரமாக இருக்கலாம். தமிழிலக்கியம் பேசும் நுணா எனும் மரத்தை பெரு நாட்களாகத் தேடிக் கொண்டிருந்தேன். மிக அண்மையில் அறிந்துகொண்டேன், எங்கு திரும்பினாலும் காற்றில் கிளைவீசி ஆடிச் சிரிக்கும் மஞ்சணத்திதான் அது என்று. அது போல் இருக்கலாம் சொஜ்ஜியும்[1].

பஜ்ஜி மாவிலேயே வெங்காயம், மல்லித்தழை, பச்சை மிளகாய் அரிந்துபோட்டு, சின்ன உருண்டைகளாகச் சுட்டெடுப்பதுண்டு. உள்ளீடு அற்ற பஜ்ஜி அது. சிறுவர்களிடம் அந்தப் பஜ்ஜிக்குக் கிராக்கி உண்டு.

கெட்டியாகக் கரைத்த பஜ்ஜிமாவில், பெரிய வெங்காயம் அரிந்துபோட்டு, பிசைந்து, உதிரி உதிரியாகச் சுடுவதும் ஒரு பஜ்ஜி இனம்தான் என்றாலும் அதை உள்ளி பக்கோடா என்றனர். உள்ளி எனில் வெங்காயம்.

வடநாட்டில் தொட்டுத் தின்னவோ அல்லால் ஊற்றிப் பிசையவோ என்றில்லாமல் குடிப்பதற்கு என்றே கிண்ணங்களில் மோர்க் குழம்பு பாணியில் ஒரு குழம்பு செய்வார்கள். அதற்குக் ‘கடி’ என்று பெயர். மோரின் புளிப்பு, சற்றுக்காரம், கொஞ்சம் இனிப்பு என வினோதமான சுவை. சுடச்சுட கிண்ணத்தில், தீரத்தீரப் பரிமாறிக்கொண்டே இருப்பார்கள். அந்தக் கடியில், நாம் மேற் சொன்ன உள்ளீடற்ற பஜ்ஜிகளை மிதக்க விடுவதுண்டு.

எத்தனை பேசினாலும், என்ன கவி பாடினாலும், பலகார வரிசையில் பஜ்ஜிக்கு ஒரு இளக்காரமான இடம்தான். தமிழ் நாட்டின் பிற பகுதிகள்போல, நாஞ்சில் நாட்டில், கடந்த ஐம்பது அறுபது ஆண்டுகளாக, பஜ்ஜியும் தவிர்க்க முடியாத இடம் பிடித்தாயிற்று.

நாஞ்சில் நாட்டுக்காரர்களுக்குத் தேங்காய் எண்ணெயில் சுட்ட பலகாரங்களே பிடித்தம். என்றாலும் பஜ்ஜிக்கு வாசனை கூட்டுவது கடலை எண்ணெய்தான். பித்தம் என்றும், வாய்வு என்றும், கொழுப்பு என்றும் புலம்பிக்கொள்ளட்டும். பஜ்ஜி என்பது ஏழையின் சிரிப்பு.

---

1. சொஜ்ஜி: ரவா கேசரி; வண்ணப்பொடி சேர்காமல் உப்புமாபோல் வெண்ணிறத்தில் இருப்பது)

நாகர்கோயில் போயிருந்தபோது ஒருமுறை ஜெயமோகன் வீட்டுக்குப் போனேன். அலுவலகத்தில் இருந்து திரும்பிய அருண்மொழி சுடச்சுட பஜ்ஜி சுட்டாள். கவர்ச்சிகரமான நிறத்தில் கட்டன் சாயாவும். ஆறு தின்றாயிற்று, "கூட ரெண்டு சாப்பிடுங்க" என்றாள். "சாப்பிடலாம்மா... ராத்திரி ராமானமே ஜெயமோகன் பிளாக்லே ஏத்தீருவாரும்மா" என்றேன்.

"எழுத மாட்டாரு... சாப்பிடுங்க" என்றாள்.

அடுத்த நாளே உலகெங்கும் தெரிந்துபோயிற்று, இதயத்தில் அடைப்புக்கு ஆஞ்ஜியோ பிளாஸ்ட் செய்து, ஸ்டென்ட் வைத்திருக்கும் நாஞ்சில் நாடன் எட்டு பஜ்ஜி தின்றார் என.

எதுவானாலும், நாஞ்சில் நாட்டு விருந்துகளில் பஜ்ஜிக்கு என்று ஒரு ஸ்தானம் கிடையாது.

முதலில் வற்றல் மிளகாய், பூண்டு, சீரகம், பெருங்காயத் துண்டு வைத்து செக்கச் செவேல் என்று வடிய அரைப்பார்கள். கடலை மாவில் தண்ணீர் ஊற்றிப் பிசைத்து, உப்புப் போட்டு, கொஞ்சம் சோடாக்காரமும் சேர்த்துக் கலந்தால் பஜ்ஜி மாவு தயார். கொஞ்சம் அரிசி மாவு சேர்த்துக் கலக்கலாம். அல்லது ஒரு கரண்டி தோசை மாவும் சேர்த்துக்கொள்ளலாம்.

ஏத்தன் பழ அப்பம்

இது ஒரு அப்ப வகை என்றாலும் பஜ்ஜிக் குடும்பம் எனலாம். ஏத்தன் பழம் என்பது நேந்திரன் வாழைப்பழம். முதலில் மைதா மாவு சீனியுடன் சேர்த்து கரைத்துக்கொள்ள வேண்டும். உழக்கு மைதாமாவுக்கு நாலைந்து தேக்கரண்டி சீனி. கனிந்த வாழைப்பழத்தைத் தோலுரித்து, இரண்டாகக் குறுக்காக நறுக்கிய பின், நெடுக்காக வாழைக்காய் பஜ்ஜிக்குச் சீவுவது போல் நான்கு துண்டுகளாகச் சீவிக்கொள்ளலாம். எண்ணெய்ச் சட்டி ஏற்றி, வாழைப்பழத்தை மாவில் முக்கிப் போட்டுச் சுட்டு எடுக்கலாம்.

இதனை மலையாளிகள் பழம் பூரி என்பார்கள். பழ அப்பம் என்பதும் உண்டு. இனிப்புப் பலகாரம் என்றாலும் மாலைத் தேநீருடன் உண்ணச் சுவையாக இருக்கும்.

இதுவும் ஒரு அவசரகாலப் பலகாரம். தீபாவளிக்குச் சுடுவதுண்டு. ஏத்தன் பழம் வெந்து, அப்பம் முறுகும்போது, வாசமாக இருக்கும்.

பக்கோடா

இது வீடுகளில் சுடப்பட்டதில்லை. காப்பிக் கடைகளில் வாங்கக் கிடைக்கும். கடலைமாவைச் சற்றுக் கெட்டியாகக் கரைத்துக்கொண்டு, சூடான எண்ணெயில் நுள்ளிப் போட்டு சுடப்படுவது. காரமும் மசாலா வாசனையும் மொறுமொறுப்பும் தூக்கலாக இருக்கும். சின்ன உள்ளியோ பெல்லாரி வெங்காயமோ அரிந்துபோட்டு விரவிச் சுட்டால் உள்ளி பக்கோடா. உடைத்த முந்திரிப் பருப்பு கலந்து சுட்டால் முந்திரிப் பக்கோடா. வெளியே மொரமொரப்பாகவும் உள்ளே மெதுவாகவும் இருக்கும்படி சுட்டு எடுக்கப்படும் உருண்டையும் பக்கோடா எனப்பட்டது.

7

தொடு கறி

இதனைக் கூட்டான் என்றும் கூட்டுவான் என்றும் வழங்குவர். "நீங்க மீன் கூட்டுவேளா?" என்றால் 'நீங்கள் மீன் சாப்பிடுவீர்களா?' என்று பொருள். அடியந்திரத்துக்கு எத்தனை கூட்டான் என்று கேட்டால், கலியாண விருந்துக்கு எத்தனை தொடுகறிகள், குழம்புகள், பச்சடி கிச்சடிகள் என்று பொருள். இலையில் வைத்த ஒரு கறியை எவரேனும் தொட்டுக்கூடப் பார்க்காமல் இருந்தால், பரிமாறுகிற தாய் கேட்பாள், 'ஏன் நீ அதைக் கூட்ட மாட்டியா?' என்று.

என்றாலும் கூட்டான் என்று தலைப்பிடப் பட்டிருக்க வேண்டிய இந்தப் பகுதியைத் தொடுகறி என்கிறேன். ஊற்றிப் பிசைந்து சாப்பிடுவது வேறு, தொட்டுக்கொண்டு சாப்பிடுவது வேறு. மலையாள சினிமாக்களில், கூடி உட்கார்ந்து வீட்டில், 'வெள்ளம்' அடிக்கும்போது, பெண்டிரைப் பார்த்துக் கேட்பார்கள், 'தொட்டு நக்கான் ஒண்ணும் இல்லே?' என்று. தொட்டுக் கொண்டு குடிப்பதற்கு எதுவும் இல்லையா என்பது பொருள். கூட்டானையும் தொடுகறியையும் உணவு விடுதிகளில் கூவும் கூட்டுப் பொரியலையும் சுத்தத் தமிழில் சொன்னால் சைடு டிஷ்.

தொடுகறிகளுள், பெருங்காப்பியம், சிறுகாப்பியம், சிற்றிலக்கியம்போல, பெருங்கறிகள், சிறுகறிகள், உப்பிலிடுக்கள், துவையல்கள் எனப் பல தரப்பட்டன. உப்பிலிடு எனில் ஊறுகாய் தினுசுகள். வற்றல், வடகம், உப்பேரி என்பனவும்

பெரியதோர் திரைச்சீலையில் கொணர்ந்துவிடலாம். பெரிய அடியந்திர வீடுகளில், வைப்புக்காரர்கள், டாப் எனப்படும் சாமான்களுக்கான லிஸ்ட் எழுதும்போது, முதலில் எத்தனை வகைக் கூட்டான்கள் என்று கேட்பார்கள். அது பொருளாதார நிலை சார்ந்து, ஏழு, ஒன்பது என இருபத்தி ஒன்றுவரை நீளும். இதில் என்ன ஒற்றைப்படை, இரட்டைப் படை என்பதும் கணித முதுகலைப் பட்டதாரியான எனக்கு இன்னும் விளங்காத சமன்பாடு.

அன்றாட வாழ்க்கையிலும் அடியந்திர நாட்களிலும் விரும்பி உண்ணப்படும் தொடுகறிகளை விரிவாகக் காண்போம்.

அவியல்

அகர முதல் எழுத்தெல்லாம் என்று வள்ளுவம் தொடங்குவது போல, நாம் அவியல் முதலாய தொடுகறிகள் என்று தொடங்கலாம். அகரவரிசை என்றல்ல, அவியலின் முக்கியத்துவம் அவ்வகையானது. இசையில் கனராகம்போல, நாஞ்சில் நாட்டுச் சமையலில் அவியல்.

பொதுவாகக் கேரளத்திலும், திருநெல்வேலிச் சீமையிலும் அவியல் செய்யப்படுவதுண்டு என்றாலும், நாஞ்சில் நாட்டு அவியல் தகுதியும் தனிச்சிறப்பும் கொண்டது.

சங்க இலக்கியங்களான பத்துப் பாட்டு, எட்டுத் தொகை நூல்கள் பதினெட்டினுள் 'உவியல்' என்ற சொல் புறநானூற்றில் ஒரேயொரு பாடலில் பயன்படுத்தப்பட்டுள்ளது. மதுரை நக்கீரர், சோழ நாட்டுப் பிடவூர் கிழான் மகன் பெருஞ்சாத்தனைப் பாடிய பாடலில். உவியல் என்னும் சொல்லுக்கு அவியல் என்றே உரையாசிரியர்கள் பொருள் தந்துள்ளனர்.

எல்லாக் காய்கறிகளும் சேர்த்து அவிக்கப்படுவதாலும், தாளிதம் செய்யப்படுவதில்லை என்பதாலும் அவியல் என்று பெயர் வந்திருக்கலாம். அவியலுக்கு வேண்டிய காய்கறிகளின் பட்டியலே அதன் முக்கியத்துவத்தை உணர்த்தும்.

முதன்முதலில் முருங்கைக்காய், சிங்கன் வாழைக்காய் (மொந்தன் காய், பேயன்காய் ஆகாது), வெள்ளையும் நீலமுமான பெரிய கொய்யா அளவிலான கத்தரிக்காய், கண்டிப்பாய் வழுதுணங்காய் (ஆம் இரண்டுமே வேண்டும்), சீனி அவரைக்காய் எனும் கொத்தவரங்காய், புடலங்காய், இளவன் எனப்படும் தடியன் எனப்படும் வெள்ளைப் பூசணிக்காய், வெள்ளரிக்காய் அல்லது கக்கரிக்காய், மாங்காய், சேனைக்கிழங்கு – பத்துக் காய்கறிகள் ஆயிற்றா? இதில் ஒன்றும் குறையக் கூடாது. சில

பார்ப்பனர் வீடுகளில், அவியலில் அவரைக்காய் போடுவார்கள், நாஞ்சில் நாட்டில் தொட்டுக்கூடப் பார்ப்பதில்லை. வீடுகளில் அவியல் வைக்கும்போது, பருவ காலங்களில் சக்கைக் கொட்டை எனும் பலாக்கொட்டையின் கண்ணாடித் தோல் உரித்து, ஒட்டியிருக்கும் அரக்கு நிறத் தோல் சுரண்டி, கல்லால் இரண்டாகத் தல்லி உடைத்துப் போடுவார்கள். அடியந்திரச் சமையலில் இது சாத்தியம் இல்லை.

காய்கறிகள் புதியதாகப் பறிக்கப்பட்டவையாக இருத்தல் சிறப்பு. அரைக்க என நெற்றுப்பட்டு முற்றாத, அதே சமயம் கருக்காகவும் இல்லாத நிறையப் பூ விழும்படியான இளம் தேங்காய் விரும்பத்தக்கது. வாடாத உருண்டைப் பச்சை மிளகாய், சின்ன வெங்காயம், மணமுள்ள கறிவேப்பிலை எனக் காய்கறிகளில் சேர்த்துக்கொள்ளலாம்.

அவியல் வைப்பதற்கு வாய் அகன்ற, காதுகள் வைத்த, பெரிய வார்ப்பு உருளிகளைப் பயன்படுத்துவார்கள். வார்ப்பு உருளி மெல்லச் சூடாகும், ஏறிய சூடு தாங்கி நிற்கும், நிதானமாகச் சூடு இறங்கும். காய்கறிகளைப் புரட்டுவதற்கு எளிதாக இருக்கும்.

அவியல் சேர்மானங்களில் முக்கியமானவை அதிகப் புளிப்பில்லாத, கண்டிப்பாக ஊளை வாடை அடிக்காத கட்டித் தயிர். பிறகு வாசமுடன் இருக்கும் காம்பிப் போகாத நயம் தேங்காய் எண்ணெய்.

காய்கறிகளை, ஒன்றரை அங்குல நீளத்தில், அரையங்குல கனத்தில் நறுக்கிக்கொள்ள வேண்டும். மாங்காய்க்குத் தோல் எடுப்பாரும் விடுவாரும் உண்டு. முருங்கைக் காயை இரண்டாக வகுந்துகொள்ளலாம். இப்போதெல்லாம் சேனைக்கிழங்கின் தோலைக் கத்தியால் சீவுகிறார்கள். முன்பு, உடைத்த தேங்காய்ச் சிரட்டைத் துண்டினால் கரம்பி எடுப்போம்.

முதலில் வெண்கல உருளியில் நயம் தேங்காய் எண்ணெய் ஊற்றி, சூடானபின் கழுவித் துவர வைத்த சேனைக்கிழங்குத் துண்டுகளைப் போட்டு, இரண்டு புரட்டுப் புரட்டிய பின், மாங்காய் நீங்கலாக, மற்ற காய்கறித்துண்டுகளைக் கழுவி, உருளியில் போட வேண்டும். உடனே உப்புப் போட்டு, கொஞ்சமாய்ப் புளி கரைத்து ஊற்றணும். கறுத்த பழம் புளி கூடாது. புதுப்புளி மட்டுமே உகந்தது. பழம்புளியானால் அவியலின் நிறம் மங்கிப் போகும். அவியலுக்கு ஊற்றுவதை, ‘கைப்புளி ஊத்தணும்’ என்பார் தாய்மார். காய்கறிகளைச் சும்மா புரட்டிக்கொடுத்தால் போதும். கண்டிப்பாகத் தண்ணீர் ஊற்றக் கூடாது. தடியன்காய், வெள்ளரிக்காய், புடலங்காய் வேகும் போது விடும் தண்ணீர், மற்ற காய்கறிகள் வேகப் போதுமானது.

அரைப்பதற்கு – முற்றலும் மிக இளசும் இல்லாத தேங்காயின் திருவிய பூ. காம்பு ஆய்ந்த பச்சை மிளகாய், கொஞ்சம் மஞ்சள், சீரகம், குறைவாகச் சின்ன வெங்காயம், கறிவேப்பிலை ஆகியவற்றைப் பிருபிருவென ஆட்டுரலில் ஆட்டி எடுத்துக்கொள்ளலாம். அம்மியில் அரைக்கக் கூடாது என்றில்லை. ஆட்டுரல் விசேடம். வேறு போக்கு இல்லை என்றால் மிக்சி அல்லது கிரைண்டர். கவனத்தில் கொள்ள வேண்டியது, தேங்காய், பச்சை மிளகாய், மஞ்சள் இவற்றை முதலில் ஆட்டிக் கொண்டு, வழிக்கும் பருவத்தில் சீரகம், சின்ன வெங்காயம், கறிவேப்பிலை போட்டு இரண்டு சுற்றுச் சுற்றி வழித்து விடலாம்.

வெந்து வரும் காய்கறிகளுடன் அரைப்பு போட்டு, மாங்காயும் போடலாம். மிச்சம் போட வேண்டிய உப்பு சேர்க்கலாம். கறிவேப்பிலை உருவி முழுதாகப் போடலாம். காய்கறிகள் விடும் தண்ணீரைக் கோரி எடுக்கக்கூடாது. காய்கறிகள் எல்லாம் நன்கு வெந்ததும், கணிசமாகத் தேங்காய் எண்ணெய் ஊற்றிக் கிண்டி இறக்கலாம். இறக்கி வைத்துச் சற்று நேரம் சென்றதும் கட்டித் தயிர் ஊற்றிக் கிளறி அடைந்து வைத்தால் போதும்.

அடியந்திர வீடுகளில், வெண்கல உருளியில் காலை எட்டுமணிக்கு வைத்து இறக்கிய அவியல், இரவுவரை ஊசிப் போகாது. வைத்து இறக்கிய வெண்கல உருளியின் சூடும் மிதமாக இருக்கும்.

வெள்ளிக்கிழமை, அமாவாசை என்று தொட்டதற் கெல்லாம் அவியல் வைக்கும் வழக்கம் உண்டு நாஞ்சில் நாட்டில். எந்தச் சின்ன அடியந்திரமும் அவியல் இல்லாமல் இருக்காது. கல்யாணப் பந்திகளில் இரண்டாவது எடுப்பு பரிமாறும் கறிகளில் ஒன்று அவியல். அவியல் தட்டிப் போவது – பற்றாமல் போவது – என்பதோர் குறைச்சல். அவியல் சரியாக வைக்கத் தெரியாத வைப்புக்காரனை அங்கு யாரும் சீந்துவதில்லை. ஒரு அடியந்திரச் சாப்பாட்டில் அவியல் சரியாக வாய்க்காவிட்டாலும் சாப்பாடு எடுபடுவதில்லை. பந்தியில் சாப்பிட்டு முடிந்தபின், அன்று அவியல் சரியாக, வாய்ப்பாக, அமைந்துவிட்டால், வைப்புக்காரரைத் தேடிப்போய்ப் பார்த்து ‘சாமி, பேஷ், நல்லாருக்கு’ என்று சொல்லிப் போகும் சுவை தேடும் முதியோர் உண்டு. அவியல் சரியாகக் கொழுக்காமல் போய், முதுகில் அறைவாங்கிய வைப்புக்காரரும் உண்டு. நாஞ்சில் நாட்டு உணவில் அவியல் ஒரு பண்பாட்டுச் சின்னம். ஓவியர் ஜீவாவின் அம்மையைப் பெற்ற தாத்தா, பூதபாண்டி குற்றாலம் பிள்ளை அவியல் நிபுணர் எனப் பாராட்டப் பெற்றவர்.

அந்தக் காலத்து, சுசீந்திரம் ஏழாம் திருவிழாவில், 'என்ன கவி பாடினாலும் உந்தன் உளம் இரங்கவில்லை இன்னும் என்ன சோதனையோ, முருகா! என்ன கவி பாடினாலும்...' என்று மதுரை சோமு உருகிப் பாடும்போது 'சபாஷ்' என்று சொல்வதற்கு சற்றும் குறைந்ததல்ல, நல்ல அவியலுக்கு 'சபாஷ்' சொல்வது, அது செவி உணர்வின் நுட்பம் எனில், இது வாயுணர்வின் நுட்பம்.

1968–1970இல் திருவனந்தபுரம் மகாத்மா காந்தி நினைவுக் கல்லூரியில் விடுதியில் தங்கி நான் எம்.எஸ்சி. பயின்று கொண்டிருந்தேன். அஃதோர் நாயர் சர்வீஸ் சொசைட்டி - NSS - கல்லூரி. அப்போது என்.எஸ்.எஸ். தலைவராக இருந்த சுதந்திரப் போராட்ட வீரர், காந்தியவாதி, கேரளத்திலும் கேரளத்தைத் தாண்டியும் அறியப்பட்ட, வயது முதிர்ந்த மன்னத்து பத்மநாபன் அலுவல் நிமித்தம் திருவனந்தபுரம் வரும்போது, கல்லூரி வளாகத்தில் இருந்த என்.எஸ்.எஸ். மந்திரம் என்றழைக்கப்பட்ட விருந்தினர் விடுதியில் தங்குவார். எங்கள் விடுதி, மந்திரம், கல்லூரி யாவும் கேசவதாசபுரத்தில் ஒரு குன்றில் மேலிருந்தது. குன்றில் மேல் சிலகாலம் இருந்த குமரன் நான்.

விடுதி முகப்பில் பரந்த புல்வெளியும் புல்வெளியின் வரம்பாய் பூந்தோட்டமும். புல்வெளியில், மாலை ஆறு மணிக்கு மேல், ஒரு நாற்காலி கொணர்ந்து போடுவார்கள். தகவல் அறிந்து, அந்த நேரத்தில் விடுதியில் இருக்கும் மாணவர், பக்கத்து விடுதியில் இருக்கும் மாணவியர் அனைவரும் கூடி, புல்வெளியில், பங்கு பங்காக, வட்டச் சம்மணம் போட்டு அமருவோம். இரண்டு விடுதிகளுக்கும் பொறுப்பான தலைமை வைப்புக்காரர் பத்மநாப பிள்ளை, தோளில் கிடந்த துவர்த்தை எடுத்துக் கையில் போட்ட வண்ணம் பணிவாக நிற்பார். மன்னத்து பத்மநாபன் கேட்பார்.

"பேரு எந்தாணடோ?"

"பப்பனாவன்"

"என்ற பேரல்ல... தன்ற பேரு!"

"அதே! பப்பனாவன்"

உடனே திரும்பி, அரைவட்டமாய், வட்டச் சம்மணம் இட்டமர்ந்திருக்கும் எங்களைப் பார்த்துக் கேட்பார்.

"எந்தா? அவியல் ஒக்க சரியாயிட்டு வைக்குந்நுண்டோ?" எங்களது முதல்வராக இருந்த, கேரளத்தின் முதன்மை சர்வோதயத் தலைவரான எம்.பி. மன்மதன் உட்படக்

கோரசாகச் சொல்வோம். “அதே!” மன்னத்துப் பத்மநாபன் முகத்தில் ஒரு புன்னகை நெளியும். வைப்புக்காரர் பத்மநாப பிள்ளை முகத்திலும் அது பரவி விரியும்.

அன்றெல்லாம் மதுவிலக்கு அமலிலிருந்த காலம். திருமண வீடுகளில் உழைத்துக் களைத்த சிலரின் அலுப்புத் தீர்க்க, ‘கறுப்பு’ எனப்படும் வாற்றுச் சாராயம் வரும், ரகசியமாக. ரகசியம் என்றாலும் எல்லோருக்கும் தெரியும். அப்போது, சாராயத்துக்குத் தொட்டுக்கொள்ள, அவர்கள் கொண்டு போவது, வாழை இலையில் மடக்கிய அவியல். தொட்டுக்கொண்டு குடிக்க. தூய தமிழில் இன்று அதை ‘டச்சர்’ என்கிறார்கள் மக்கள்.

எங்கள் வீட்டு அடியந்திரத்துக்குப் பதிவாக வைப்புக்கு வரும், நான் ஏற்கெனவே விஸ்தரித்திருக்கும் சீனி ஐயர், வேலை முடிந்து, பப்படம் காய்ச்ச ஆரம்பித்ததும் குளிக்கப் புறப்படுவார் பழையாற்றுக்கு. குளிக்கப் போகுமுன், ஆக்குப்புரையின் ஓரத்தில் திரும்பி நின்று, தொட்டுக்கொள்ள அவியல் வைத்துக் கொண்டு, பழைய கிரைப் வாட்டர் குப்பியில் வரும் நாடன் சரக்கைக் கவிழ்த்துக்கொள்வார்.

கிராமங்களில், இலையில் வைக்கும் அவியலைக் குத்துக் குத்தாக அள்ளித் தின்பவர்க்கு ‘அவியல்’ என்றொரு பட்டப் பெயர் இருக்கும். ‘ஏ ! அவியல் வாறாண்டே... பேச்சை மாத்து’ என்பார்கள். அவியல் சிறப்பாக வைக்கும் வைப்புக்காரருக்கு அது விருதுப் பெயராக அமைந்துவிடும். சங்கராபரணம் சாஸ்திரிகள் என்பதுபோல, அவியல் பப்பு ஐயர் என்பார்கள்.

நாஞ்சில் நாட்டில் எந்த மாசப் பிறப்பும், ஒடுக்கத்திய வெள்ளியும் அமாவாசையும் கூட்டவியல் இல்லாமல் கடந்து போனதில்லை.

‘அவியல் வச்சுத் திண்ணே ஆண்டியாப் போனான்’ என்றொரு வழக்கும் உண்டு.

மிகுந்த சத்தும் சுவையும் வாசமும் கொண்ட இந்தச் சிறப்பான தொடுகறியில், எந்த அயல் பிரதேச வரத்துக் காய்கறியும் பயன்படுத்தப்படுவதில்லை. மற்றெந்த மசாலாவும் சேர்க்கப்படுவதில்லை.

இன்று அவியலில் சீனியவரைக்காய்க்கு மாற்று பீன்ஸ், சிங்கன் வாழைக்காய்க்கு மாற்று பேயன் வாழைக்காய், சேனைக் கிழங்குக்கு மாற்று கேரட், தடியன் காய்க்கு மாற்று சௌசௌ, எதற்கும் மாற்று என்றில்லாமல் உருளைக் கிழங்கு, அவரைக்காய் என்று பாய்ந்துகொண்டிருக்கிறது மாற்று உணவுக் கலாச்சாரம்.

புருத்திச் சக்கை புளிசேரிக்குப் பதில் பாளையன் கோடன் பழம் போட்டுப் புளி சேரி வைக்கும் காலம் இது.

அவியல் எனும் பெயரில் அறியப்படும் ஒரு தொடுகறிப் பரிபூரணம் நாம் மேலே கூறியது. எனினும் அவியலில் பத்திருவது வகைகள் உண்டு. தோசையில் இளந்தோசை, நெய்த்தோசை, முறுகல் தோசை, புளியாத் தோசை, புளித்தமாத் தோசை, தேங்காய்த் தோசை, குருணைத் தோசை, உள்ளித் தோசை, கிழங்குத் தோசை, சோளத் தோசை, கருப்பட்டித் தோசை, முழு உளுந்துத் தோசை என்பனபோல.

சீனி அவரைக்காய் அவியல்

சீனி அவரைக்காய் என்பது கொத்தவரங்காய். ஆங்கிலத்தில் Cluster beans.

நன்கு முற்றிய சீனி அவரைக்காயை முதலில் அவித்து ஆற வைத்துக்கொள்ள வேண்டும். மூடு, தும்பு, நரம்புகளை உரிந்து எடுத்துக்கொள்ள வேண்டும். சீனி அவரைக்காய் வேகவைக்கும் போது உப்புப் போட்டு அவிக்கலாம்.

இந்த வகை அவியல்களுக்கு, பச்சைமிளகாய் அரைப்ப தில்லை. மாறாக வற்றல் மிளகாய். அதனுடன் திருவிய தேங்காய், மஞ்சள் சீரகம், பூண்டு, கறிவேப்பிலை ஆகியவற்றைப் பிருபிருவென அரைத்துக்கொள்ளலாம்.

சீனிச் சட்டியில் கொஞ்சம் எண்ணெய் விட்டு, கடுகு உளுந்தம்பருப்பு கறிவேப்பிலைப் போட்டுத் தாளித்து அதில் அவித்து உரித்த சீனி அவரைக்காய் கொட்டி, அரைப்பைக் கொட்டி தேவைக்கு உப்புப்போட்டு வேகவிடலாம். தேங்காய் எண்ணெய் விட்டுக் கிளறி இறக்கிவிடலாம். இந்த வகை அவியலுக்குக் கைப்புளி ஊற்றக் கூடாது, தயிரும் வேண்டாம்.

இவ்வகை அவியலில் பெரும்பாலும் ஒற்றைக் காய்கறிதான். சிலசமயங்களில், இணைந்து போகிற இரண்டு காய்கறிகள் அல்லது கிழங்குகள். அதன் வகைகளில் சில காணலாம்.

அவரைக்காய் அவியல்

அவரைக்காயில் கோழி அவரை, மொச்சை அவரை, சாட்டை அவரை எனப்பல வகை உண்டு. அவரைக்காய் அவியலுக்கு, சற்றே நீலம் பாரித்த கோழி அவரை சிறந்தது.

பக்குவம் எல்லாம் சீனி அவரைக்காய் அவியல் போன்றதே.

சீவக்கிழங்கு அவியல்

சீவக்கிழங்கு என்பது நெல்லிக்காய் அளவிலான, வடிவ அமைதி அற்ற, கருந்தோல் கொண்ட, தோலைச் சுரண்டினால் வெள்ளையான கிழங்குப் பகுதியுள்ள கிழங்கு. பச்சையாகவும் தின்றால் ஒன்றும் செய்யாது. புதிதாய்ப் பிடுங்கப்பட்ட கிழங்கு எனில், கறிக்குத் தேவையான கிழங்கு அத்தனையையும் பழந்துணியில் நெகிழ்வாக முடிந்து, தரையில் அடித்தால், கிழங்குகள் தம்மில் தம்மில் உரசி, உருண்டு, தோல் நீங்கிவிடும். பிறகு இரண்டாய், நான்காய், தரம் போல் வகிர்ந்துகொள்ளலாம். அரிந்த கிழங்கு கறுக்காமல் இருக்க, தண்ணீரில் போட்டு வைக்க வேண்டும்.

சீவக்கிழங்கு பொரியலும் கூட்டும் உண்டு.

சீவக்கிழங்கை, சிறு கிழங்கு என்றும் கூர்க்கன் கிழங்கு என்றும் சொல்வார்கள். ஒருவேளை கூர்க் பகுதியில் அதிகம் விளையும் கிழங்காக இருக்கலாம்.

இதன் பக்குவம் சீனி அவரைக்காய் அவியல் பக்குவமே.

சீவக்கிழங்கு – அவரைக்காய் அவியல்

இஃதோர் வாசமுள்ள கூட்டணி அவியல். பக்குவத்தில் மாற்றம் எதுவும் இல்லை.

சீவக்கிழங்கு – வாழைக்காய் அவியல்

இங்கு வாழைக்காய் என்பது மொந்தன் காய். வாழைக்காயை மேல் தோல் நீக்கி, ஒன்றரை அங்குல நீளமும் அரையங்குல கனமுமாக நறுக்கிக்கொள்ள வேண்டும். பக்குவம் மேற்கண்டவாறே.

பிடி கிழங்கு அவியல்

கைப்பிடி அளவாய் உள்ள, மஞ்சள் நிறமான, தோல் சுரசுரப்பான கிழங்கு இது. வேகவைத்து உரித்தால் உள்ளே வெண்ணெய்போலக் கிழங்கு தெரியும். சற்று மழுமழுப்பான கிழங்கு இது. பக்குவம் மேற்சொன்னபடிதான்.

முருங்கைக்காய் அவியல்

ஒன்றரையங்குல நீளத்தில் நறுக்கி, இரண்டாய் வகுந்து செய்யும் அவியல். செய்முறை மேற்சொன்னவாறு.

முருங்கைக்காய் – வடகம் அவியல்

வடகம் என்பதைத் தனியாகப் பிறகு பார்ப்போம். தற்போது வெங்காய வடகம் என்று புரிந்துகொண்டால் போதும். வெறும் முருங்கைக்காய் அவியலில் வடகம் எண்ணெயில் வறுத்துப் போட்டு, கொதிக்க விடவேண்டும்.

முற்றல் கீரைத் தண்டு அவியல்

இதுவும் முருங்கைக்காய் அவியல் போன்றதே! முற்றல் தண்டைத் தோல் உரித்து, ஒன்றரை அங்குல நீளத்தில் நறுக்கி, இரண்டாய் வகிர்ந்து போட்டு வைக்கும் அவியல். செய்முறையில் மாற்றம் இல்லை. கீரைத்தண்டு எனில் எமக்கு செண்பகராமன் புதூர்த் தண்டு; அல்லது தோவாளைப் பூந்தோட்டங்களில் பூச்செடிகளுக்கு நடுவே வளரும் இடுப்பு உயரத் தண்டுகள்.

முருங்கைக்காய் – முந்திரிப் பருப்பு அவியல்

பச்சை முந்திரி கீண்டு, இரண்டாய் வகுந்து, முருங்கைக் காயுடன் சேர்த்து வைப்பது. மிகுந்த சத்துள்ள, பருவகால அவியல் இது. வீடுகளில் பரிமாறும்போது, முந்திரிப் பருப்புக்கு அடிதடி நடக்கும். பச்சை முந்திரிப் பருப்பு குறித்து கண்மணி குணசேகரன் அந்தாதி பாடி இருக்கிறார்.

வெண்டைக்காய் அவியல்

பருவமாய் விளைந்த வெண்டைக்காயை இரண்டங்குல நீளத்தில் நறுக்கி, நான்காய் வகுந்து, நிறைய ஈருள்ளி எனப்படும் சின்ன வெங்காயம் உரித்து, நீள வாக்கில் அரிந்துபோட்டு, வதக்கி வைப்பது. எங்களூரில் வதக்கி என்பதை வசக்கி என்பார்கள். வணக்கி என்றும் சொல்லலாம். கைப்புளி ஊற்ற வேண்டும்.

சேனைக்கிழங்கு – வாழைக்காய் அவியல்

நறுக்குவது அவியலுக்கு நறுக்குவது போல்தான். குழைய வேகும், ஊரல் இல்லாத சேனையாக இருத்தல் வேண்டும். இங்கு சேனைக்கிழங்கை மட்டும் புளியூற்றி வேகவைத்து, தண்ணீரைக் கொட்டிவிட்டு வாழைக்காயுடன் சேர்த்து அவியல் வைக்கலாம்.

கத்தரிக்காய் அவியல்

கத்தரிக்காயைக் கீற்றுக் கீற்றாய் நறுக்கி, எண்ணெயில் வதக்கி, கைப்புளி ஊற்றி, அவியலுக்கான அரைப்புச் சேர்த்துச் செய்வது. கத்தரி பிஞ்சாக இருத்தல் நன்று. கத்தரிக்காய் அவியல் சட்டி பற்ற இருப்பது சிறப்பு.

கத்தரிக்காய் – மாங்கய் – வடகம் அவியல்

இங்கு, மாங்காய் அதிகம் புளிப்பில்லாமல் இருக்கலாம். ஒட்டு மாங்காய் நல்லது. பழுப்பதற்கு முன்பான செங்காய்ப் பருவம் நன்றாக இருக்கும்; அல்லது செங்காய்ப் பருவத்துச் செந்தூரம். புளி ஊற்ற வேண்டிய அவசியம் இல்லை. கத்தரிக்காய் கீற்றுக் கீற்றாக நறுக்கி எண்ணெயில் வதக்கிக்கொள்ள வேண்டும். வடகம், தேங்காய் எண்ணெயில் பொரித்துப் போட வேண்டும். இந்த அவியலும் சட்டி பற்ற வைப்பது நல்லது.

சக்கைக்கொட்டை – முருங்கைக்காய் அவியல்

சக்கை என்பது பலா. JACK எனும் ஆங்கிலச் சொல் கூறும் ஜேக் ஃப்ரூட் ட்ரீ என்பது சக்கை மரம். பலாக்காயும் பலாப்பழமும் பருவ காலப் பயன்கள். பலாப்பழத்தின் கொட்டைதான் பலாக் கொட்டை அல்லது சக்கைக் கொட்டை. பலாச்சுளை எடுத்தபின் வெளிப் பிதுக்கித் தள்ளுவது.

பலாக்கொட்டைக்கு ஒரு மேல் தோல் ஒன்றுண்டு. உரித்து எடுக்கலாம். உரித்தபின் ஒரு கண்ணாடித் தோலுண்டு. அதையும் உரித்து எடுக்கலாம். அதனுள் இன்னொரு தவிட்டுத் தோலுண்டு. அதனைச் சுரண்டி எடுக்க வேண்டும். முழுக்கொட்டையை இரண்டாகப் பிளந்துகொள்ளலாம். அதனுடன் முருங்கைக்காய் சேர்த்துச் செய்யும் அவியல் இது.

சக்கைச் சுளை – சக்கைக் கொட்டை அவியல்

நல்ல முதிர்ந்த பலாக்காய் சுளையும், அதனுள் இருக்கும் கொட்டையும் தோல்கள் அகற்றி, சேர்த்துப் போட்டுச் செய்யும் அவியல் இது. பலாக்காய், 'உண்ணில் மிகு மந்தம் உறுதியாம்' என்பது பாடல் வரி.

பாவைக்காய் அவியல்

பாவைக்காயை முழுசாகக் குளிப்பாட்டி, நீட்ட வாக்கில் வகுந்து, விதை நீக்கி, அவியல் சைசில் நறுக்க வேண்டும். சின்ன வெங்காயம் நிறைய அரிந்து வைத்துக்கொள்ள வேண்டும். அரைப்பதற்கு பூண்டுப் பல்களுக்கு மாற்றாகச் சின்ன வெங்காயம். முதலில் பாவைக்காய் துண்டுகளையும் சின்ன வெங்காயம் அரிந்ததையும் எண்ணெயில் வதக்கிக்கொண்டு, பிறகு அரைப்புச் சேர்த்து வேகவைப்பது. கொஞ்சம் கைப்புளி ஊற்றணும்.

அவரைக்காய் – பக்கோடா அவியல்

இதில் அவரைக்காய் அவியலில் கடையில் வாங்கிய பக்கோடா தூள் மாற்றிப் பெரிய துண்டுகளாகச் சேர்த்துக் கொள்வதைத் தவிர வேறு மாற்றம் ஒன்றும் இல்லை.

வடை அவியல்

இங்கு வடை மட்டும் கடையிலிருந்து வாங்க வேண்டும். வடை என்றால் ஆமவடை என்ற பருப்பு வடை. சிலர் வடை சுட்டும் அவியல் வைப்பது உண்டு. வடையை முழுதாய் போடுவோரும் இரண்டாய் வெட்டிப் போடுவோரும் உண்டு. வடை அவியல் என்றால் பெரும்பாலும் ரசம்தான் – சோற்றில் ஊற்றிப் பிசைய.

வடை – முருங்கைக்காய் அவியல்

தோட்டத்தில் பறித்த முருங்கைக்காய், கடையில் வாங்கிய வடை கலந்து வைத்த அவியல்.

சுண்டைக்காய் அவியல்

சுண்டைக்காயைத் தல்லி, கழுவி, தண்ணீர் அதிகம் ஊற்றாமல் அவித்து, நிறைய சின்ன உள்ளி நீளமாக அரிந்து போட்டு, பொரு பொருவெனக் கிண்டி இறக்குவது. சுண்டைக்காய் அவியலுக்குக் கைப்புளி ஊற்ற வேண்டும்.

மேற்சொன்ன பக்குவங்கள் யாவும் சில விதி விலக்குகளுடன் ஒரே மாதிரிதான். வற்றல் மிளகாயே அரைக்க; பச்சை மிளகாய் அல்ல. சீனி அவரைக்காய் பிஞ்சாக இருந்தால் காம்பும் நுனியும் கிள்ளி இரண்டாக முறித்துப் போட்டு அவியல் வைக்கலாம். பயற்றங்காய் அவியல் வைக்கலாம். வெறும் மாங்காய் மட்டும் போட்டு அவியல் வைக்கலாம்.

அசைவத்திலும் சில அவியல்கள் உண்டு அவற்றை அந்தப் பிரிவில் பார்ப்போம்.

எரிசேரி

மிளகின் எரிவு சேர்வதால் எரிசேரி என்மனார் புலவர். எரி சோரி என்பாரும் உளர். கம்பனின் ஆட்சியில் சோரி எனில் இரத்தம். பொருள் பொருந்தி வருவதாய்த் தெரியவில்லை. வல்லின றகரம் கூட்டி எரிசேறி என்பார் சிலர். புளிசேரி என்றொரு குழம்பில் இந்தக் குழப்பம் இல்லை என்பதால்,

அதை முன் ஆதாரமாகக் கொண்டு, எரிசேரி எனும் சொல்லில் நிற்கிறேன் நான். திருவட்டாறு ஆதிகேசவப் பெருமாள் கோவிலில் இது நைவேத்தியமும்கூட.

திருமணப் பந்திச் சாப்பாட்டில், இஃதோர் சிறப்பான, வலுவான கறி. பெரிய கறி. கூட்டுக்கறி எனும் பொதுப் பிரிவிலும் அடக்கலாம். என்றாலும் எரிசேரி, கூட்டுக்கறிகளில் சக்கரவர்த்தி. காய்கறி என்று பார்த்தால், எரிசேரிக்கு இரண்டே தான். அதிலும் குறிப்பாகப் பிரித்தால் ஒன்று காய், மற்றது கிழங்கு. ஏத்தன் வாழைக்காயும் சேனைக்கிழங்கும். ஏத்தன் எனும் வாழை நேந்திரம் எனப்படும்.

சேனைக்கிழங்கு நன்கு வெந்து குழையும் தன்மைத்தாக இருக்க வேண்டும். ஊரல் இருக்கக் கூடாது. ஏத்தன் காய் நன்கு விளைந்து முற்றித் தெறித்த செங்காய்ப் பருவம். ஆனால் பழுக்க ஆரம்பித்துவிடக் கூடாது. பழுத்தால் எரிசேரி இனிப்பு அடிக்கும்.

கல்யாண அடியந்திரச் சமையலுக்குக் காய்கறி வெட்டுவோர் முழுச் சேனையைக் கவிழ்த்துப் போட்டு, உடைத்த தேங்காய்ச் சிரட்டை சில்லு கொண்டு தோல் சுரண்டுவார். சேனை சுரண்டுவோர் ஊரல் எடுக்காமல் இருக்க, கையில் தேங்காய் எண்ணெய் தடவிக்கொள்வார்கள். இப்போதெல்லாம் சேனையைச் சுரண்டுவது இல்லை. கத்தி கொண்டு தோல் சீவுகிறார்கள்.

சுரண்டிய சேனைக்கிழங்கை, அரைக்கால் அங்குல கனத்தில் பப்படம்போலச் சீவித் தள்ளுவார்கள். பப்படம் போலச் சீவித் தள்ளியதை, நான்கு பேர் வட்டமாய்ச் சுற்றி அமர்ந்து கையினால் முக்கோணமாக, சதுரமாக ஒடித்துக் குவிப்பார்கள். மற்றிருவர் ஏத்தன் காயைக் காம்பும் தும்பும் நறுக்கி எறிந்துவிட்டு, இரண்டாய் நீள வாக்கில் வகுந்து, அரைக்கால் அங்குல கனத்தில் அரிந்து குவிப்பார். எரிசேரிக்கான ஏத்தன் காயின் தோலெடுப்பது இல்லை.

சேனையும் ஏத்தன் காயும் பெரிய வெங்கல உருளியில் வேகப் போடும்போது, மஞ்சளும் மிளகாய் வத்தலும் அரைத்து, சின்ன உள்ளி சதைத்துப் போட வேண்டும். காய்கள் வேகும் போதே உப்பு போட்டுவிடலாம். காய்கறி வெந்து வரும்போது, திருவிய பச்சைத் தேங்காய், சீரகம், நல்ல மிளகு, பூண்டு இவற்றைப் பரக்கனாக அரைத்துச் சேர்க்க வேண்டும். காய்கறி வெந்து, அரைப்பும் சேர்த்த பிறகு, மிளகாய் வத்தல், கறிவேப்பிலை, உளுந்தம் பருப்பு, கடுகு போட்டுத் தாளித்தல் வேண்டும். கணிசமாக முற்றிய தேங்காயின் துருவலை,

விளக்கமாகத் தேங்காய் எண்ணெயில் சிவக்க வறட்டிச் சேர்க்க வேண்டும்.

வறுத்துப் போட்ட தேங்காயும் நல்ல மிளகுப் பொடியுமாய் நல்ல வாசனையுடன் இருக்கும் எரிசேரி. அவியல்போல எரிசேரியும் பெரிய கறி. விரித்த இலையில் இடது கைப் பக்கம், தும்பின் கீழ்ப்பாதி இதன் சொந்த வீடு.

சமீப காலமாய் எரிசேரிக்கு மாற்றாக உருளைக் கிழங்கும் பெரிய வெங்காயமும் போட்டு, பக்கோடா சுட்டுப் போட்டு, மசால் கறி வைக்கிறார்கள். திருமண விருந்தில் எரிசேரிக்கு மாற்றாக மசால்கறி பொருந்தாது.

வேகும் சேனையும் முற்றிய ஏத்தனும் நெற்றுத் தேங்காயும் அமைவது எரிசேரிக்கு விசேடம். இலையில் அவியலும் எரிசேரியும் வாகாய் அமைவது சாப்பாட்டுக்கு விசேடம். வெளியூர்வாசியான எனக்கு எப்போதும் இது வாய்ப்பதில்லை. வாய்த்த அன்றும் ருசி ஏமாற்றமாக இருந்தால் மனது தாங்காது.

அடியந்திர வீடுகளில் செய்யும் அவியலும் எரிசேரியும், என்னதான் அதே பொருட்கள் பயன்படுத்தி வீடுகளில் வைத்தாலும், சமமாய் வாய்ப்பதில்லை. கோட்டை அடுப்பின் விறகுத் தீ, வெங்கல உருளி, வைப்புக்காரரின் கைத் திட்டம் எனப் பல காரணங்கள் இருக்கலாம்.

அடியந்திர வீடுகளில் செய்யும் இந்த எரிசேரிபோல, மாற்றுக் காய்கறிகள் கொண்டும் வீடுகளில் எரிசேரி வைப்பதுண்டு.

சீவக்கிழங்கு – பெரும்பயறு எரிசேரி

சீவக்கிழங்கு பற்றி முன்பே பார்த்தோம். தோல் நீக்கிய கிழங்கை இரண்டாய், நான்காய், நெடுக்க வகுந்துகொள்ள வேண்டும். பெரும்பயறு என்பது தட்டப் பயறு. அதை ஊறவைத்து எடுத்துக்கொள்ள வேண்டும். பிற சேர்மானம், பக்குவம் எல்லாம் மேற்கண்டவாறுதான். ஆனால் சீவக்கிழங்கு கார்த்திகை, மார்கழி, தை மாதங்களில் மட்டுமே கிடைக்கும். டிபார்ட்மென்டல் ஸ்டோர்களின் காய்கறிப் பிரிவில் ஆண்டு முழுக்கக் கிடைக்கிறதே என்றால் அது குளிர வைத்த கதை.

பூசணிக்காய் – பெரும் பயறு எரிசேரி

இங்கு பூசணி என்பது பரங்கிக்காய். நல்ல விளைந்து சிவந்த காயாக இருக்க வேண்டும். எரிசேரி வைக்கும் பூசணியின் தோல்

நீக்கக் கூடாது. பூசணித் துண்டுகள் அச்சு வெல்லம் அளவில் வெட்டப்பட வேண்டும்.

காய்ச்சில் கிழங்கு எரிசேரி

காய்ச்சில் என்பது வடிவத்தில் சேனையுடன் ஒப்பிடக் கூடியது. ஆனால் சேனைபோல் வட்ட வடிவமாக இருக்காது. முண்டு முண்டாக இருக்கும். இரண்டு முதல் பத்துப் பனிரண்டு கிலோ வரை எடையுள்ள கிழங்கு இது. ஊரல் கிடையாது. கொஞ்சம் வழுவழுப்புத் தன்மை கொண்டது. மேல் தோல் மண் நிறத்தில் இருக்கும். சுரண்டினால் எளிதாக வரும். உள்தோல் குங்கும நிறத்தில் இருக்கும். அதை நீக்கத் தேவையில்லை. உட்பகுதி வெள்ளை வெளேர் என்றிருக்கும்.

இதனை உப்புப் போட்டு வேகவைத்து நுணுக்கிய மிளகாயுடன் தொட்டுக்கொண்டு சாப்பிடுவார்கள். கூட்டுக்கறி செய்யலாம். காய்ச்சிலைச் சாம்பாரிலும் போடலாம். சேம்பங்கிழங்குக்கு மாற்றாக.

சமீபத்தில் அமெரிக்க ஐக்கிய நாடுகளில் இரண்டு மாதங்கள் தங்கியிருந்தபோது, கலிஃபோர்னியா மாநிலத்தின் ஃப்ரிமாண்ட் நகரில் இருந்து மவுண்ட் சாஸ்தாவுக்குக் காரில் பயணமானபோது, நண்பர்கள் காய்ச்சில் கிழங்கு சிப்ஸ் வாங்கி வந்தார்கள் கொறிக்க. பீட்ரூட் சிப்சும் இருந்தது.

காய்ச்சில் கிழங்கும் கார்த்திகை, மார்கழியில் கிடைக்கும் கிழங்கு. எரிசேரிப் பக்குவம் ஒன்றேதான்.

சக்கைச்சுளை – சக்கைக்கொட்டை எரிசேரி

சக்கைச் சுளை என்றால் பலாச்சுளை. சக்கைக் கொட்டை என்றால் பலாக்கொட்டை. தோல், மடல், பூஞ்சு எல்லாம் எடுத்து மாற்றி, சக்கைச் சுளையைப் பிரிக்க வேண்டும். சுளையை மட்டும் பிரித்தெடுத்து இரண்டாய் அல்லது நான்காய் வகுத்து வைத்துக்கொள்ள வேண்டும். சக்கைக் கொட்டையின் மூன்று தோல்களையும் மாற்றி, இரண்டிரண்டாகப் பிளந்துகொள்ள வேண்டும். சக்கை நல்ல முற்றியதாக, பழுப்பதற்கு நாலைந்து நாட்கள் முந்திய பருவத்தில் கிடைத்தால் விசேடம்.

சக்கைச் சுளையையும் கொட்டையும் சேர்த்துப்போட்டுச் செய்யும் எரிசேரியில் தேங்காய் துருவி வறுத்துப் போடுவது கிடையாது.

பழுக்கு முன் பறித்த பலாக்காய்களின் தோல், மடல், பூஞ்சு எல்லாம் நீக்கி, முழுச் சுளையை (கொட்டை உள்ளேயே

இருக்கும்) தேங்காய்ப் பால் ஊற்றி வேகவைத்து உப்பு–மிளகு நுணுக்கியதைத் தொட்டுக்கொண்டு உரித்து உரித்துத் தின்பார்கள் மலையாளிகள். இதுதான் மதியத்துக்கான ஒரு உணவே. *Staple Fiber Food.* சத்து நிறைந்தது. பசியும் தாங்கும். வீட்டு முற்றத்தில், புறவாசலில் விளைவது, மலிவானது.

கூட்டுக் கறி

கூட்டு என்பதையே கூட்டுக் கறி என்கிறோம். இது அடியந்திரக் கறி அல்ல. அன்றாடக் கறி. கூட்டுக் கறிக்கான காய்கறிகள் பெரும்பாலும் ஒற்றைக் காய்கறி. வெள்ளரி, தடியன், புடவல், பூசணி, பீர்க்கன், சுரை, பப்பாளிக் காய் எனப் பெரும்பாலும் நீர்க்காய்கள்.

காய்கறி நறுக்கி, துவரம் பருப்பு அல்லது கடலைப் பருப்பு, சில சமயம் பாசிப் பருப்பு இவற்றை வேகவைக்க வேண்டும். பருப்பு முக்கால் வேக்காடு வெந்ததும், நறுக்கிய காய்கறித் துண்டுகளைக் கொட்டி வேகவிட வேண்டும்.

அம்மியில் வத்தல் மிளகாயும் மஞ்சளும் மைபோல் அரைத்த பின்னர் திருவிய தேங்காய், பூண்டு, சீரகம் இவற்றைப் பரக்க அரைத்து, காய்கறிகளும் வெந்த பிறகு கலக்க வேண்டும். தாளிதம், எரிசேரிக்குச் செய்வதுபோலத்தான். ஆனால் தேங்காய் வறுத்துப் போட வேண்டாம். நல்ல மிளகும் சேர்க்க வேண்டாம்.

கார்த்திகை, மார்கழி மாதங்களில் சந்தைக்கு வரும் பிடி கிழங்கு, காய்ச்சில் கிழங்கிலும் கூட்டுக்கறி செய்வார்கள். சற்று வழுவழு என்றிருக்கும். பிடி கிழங்கு வைத்து மசால் கறியும் புளிசேரியும்கூடச் செய்வதுண்டு.

கூவக்கிழங்கு, சீவக்கிழங்கிலும் கூட்டுக்கறி வைப்பார்கள்.

கூவக்கிழங்கு என்றால் அர்த்தமாகாது. *Arrow Root* என்றால் புரிகிறதா பாருங்கள். அதுவும் இல்லை என்றால், பின்னால் அட்டவணையில் பார்ப்போம்.

கோயில் கூட்டுக்கறி

கோயில்களில், ஊட்டு, கொடை, நம்பிரான் விளையாட்டு, சூரன்பாடு என திருவிழாக்கள் நடக்கும். திருவிழா நாட்களில் அன்னதானம் நடக்கும். அன்னதானம் பெரும்பாலும் கஞ்சியும் கூட்டுக்கறியும்.

பெரிய பெரிய அண்டாக்களில் வைத்த புழுங்கல் அரிசிக் கஞ்சி. தொடுகறியாகக் கூட்டுக்கறி. கஞ்சிக்குச் சம்பாப் புழுங்கலரிசி கொண்டாட்டம். நெல் அவித்து ஆலாட்டிக் காயப்

போட்டு, ரைஸ் மில்லில் குத்தி வந்தாலும் சம்பா அரிசி சற்றுச் செவ்வரி ஓடியே இருக்கும். மக்கள் சோறு என்றால் மல்லிகைப் பூ மலர்ந்தது போல் இருக்க வேண்டும் என்று எதிர்பார்க்கிறார்கள். பருவ இதழ்களும் நாவல்களும் சிறுகதைகளும் கவிதைகளுமே கூட மல்லிகைப் பூ போல் இட்டிலி என்கின்றன. இஃதோர் மயக்கம் அன்றி வேறல்ல. அரிசி என்றால் தீட்டோ தீட்டென்று தீட்டி தவிட்டையும் அத்துடன் சகல சத்துக்களையும் குப்பையில் தள்ளிவிட்டு வெறும் மாவுப் பொருள் தின்பது என்றாயிற்று. தமிழன் கொண்டாடுகிறான் மல்லிகைப் பூ இட்லி என்று.

அன்னதானமாகக் கஞ்சி என்றால் காலையிலேயே வண்டி வண்டியாகச் சக்கடா வண்டியில் பனையோலைகளை வெட்டிக் கொண்டு வந்து குவிப்பார்கள். பத்திருபது பெரியவர்கள் உட்கார்ந்து பனையோலையை மடல்களிலிருந்து தோதுப் போல் கிழித்துப் பட்டை முடைவார்கள். கஞ்சிப்பட்டை சற்றுப் பெரிதாகவும் கறிப்பட்டை சற்றுச் சின்னதாகவும் இருக்கும். முடைந்த பட்டைகள் தனித்தனியாகப் போர் போலக் கிடக்கும். பட்டை என்றால் புரியாதவர்கள், அல்லது பட்ட கிராம்பு என்று புரிந்துகொண்டவர்கள், இன்றும் சாலையோரங்களில் பதனீர் விற்கும் பட்டாளிகள் செய்து தரும் பட்டைகளைக் காணலாம். உங்கள் காலடிகளில் தெண்டனிட்டு நான் கேட்டுக்கொள்வது, அருள் கூர்ந்து பதனீர் அல்லது தெளுவு எவர்சில்வர் செம்பிலோ கண்ணாடித் தம்ளரிலோ வாங்கிக் குடிக்காதீர்கள். பனையோலைப் பட்டைகளில் வாங்கிக் குடியுங்கள்.

சம்பாப் புழுங்கலரிசிக் கஞ்சியும் கூட்டுக் கறியும் கொதிக்கக் கொதிக்க, பனையோலைப் பட்டைகளில் குடிப்பது தனி வாசனை. 'இச்சுவை தவிர, யான் போய் இந்திர லோகம் ஆளும் அச்சுவை பெறினும் வேண்டேன், அரங்க மா நகருளானே!' என்னும் தொண்டரடிப் பொடியாழ்வாரின் திருமால் நினைவுக்கு வருகிறது எனக்கு.

அடிப்பாகும் ஓடம் போலிருக்கும் பட்டை தரையில் நிற்காது என்பதால், இடது கையால் பட்டைக்கு அணையாக மண் அணைத்துக்கொள்வதுண்டு.

சுடுகஞ்சிக்கும் அன்னதானச் சோற்றுக்கும் தொடுகறியான, கணிசமாக விளம்பப்படும் கூட்டுக்கறி பற்றித்தானே பேசிக் கொண்டிருந்தோம்?

உபயோகிக்கப்படும் காய்கறிகள் சேனை, வாழைக்காய், மஞ்சட் பூசணிக்காய், கத்தரிக்காய். மேற்கொண்டு கடலைப் பருப்பு. கடலைப் பருப்பை வேகப் போட்டு, வெந்தபின் முதலில் துண்டு வெட்டி நறுக்கிய சேனை (கண்டிப்பாகத் தோல்

சுரண்டப்பட்டது), தோலுடன் வாழைக்காய்த் துண்டுகள், தோலுடன் துண்டு வெட்டிய பூசணிக்காய், நான்காக வெட்டப்பட்ட கத்தரிக்காய் என முறையே போட்டு வேகவிட வேண்டும். உப்பு போட்டுவிடலாம். அரைப்பு, எரிசேரிக்கு அரைத்ததுபோல். விலக்கு – சின்ன வெங்காயமும் பூண்டும். அரைத்ததை வெந்த காய்கறிகளுடன் சேர்த்து தேங்காய் வறுத்துப் போட்டு கடுகு கறிவேப்பிலை உளுந்தம் பருப்பு வரமிளகாய் தாளிதம் – தேங்காய் எண்ணெயில் – செய்து இறக்கலாம். காய்கறிகள் வெட்டும்போது ஒவ்வொரு துண்டும் ஒன்றரையங்குல கன சதுரத்தில் இருக்கும். உருளியில் வெந்து சேர்ந்துவிடும்.

ஆண்டுதோறும் நாகர்கோயில் வடிவீசுவரத்தில் தென்கிழக்கு மூலையில் இருக்கும் முத்தாரம்மனுக்குக் கோடைக்காலத்தில் கொடை கழிப்பார்கள். முப்பது – நாற்பது செம்பு அரிசி பொங்குவார்கள். அன்று இந்தக் கூட்டுக்கறி, முத்தாரம்மனே கூட்டுக்கறி அவதாரம் எடுத்து வந்ததுபோல், இலையில் அமர்ந்து அக்கினி ஆடுவாள். தின்றவர் விண்டிலர், விண்டவர் தின்றிலர்.

சிறுத்தொண்டர் புராணத்தின் பரஞ்சோதியார் புதல்வன் சீராளன் பிறந்த தினத்தன்று நாஞ்சில் நாட்டில் சீராளன் கறி என்றொரு கறி வைத்துப் பூசை செய்யப்பட்டு உண்ணப்படும் எனும் தகவல் மட்டும் அறிவேன். இன்று அந்தப் பெயரும்கூட வழங்கப்படுவதில்லை.

கடலைக்கறி

இது அரிசி மாப் புட்டுக்கான விரவும்கறி. நாஞ்சில் நாட்டுக் கறி என்பதைக் காட்டிலும் தென் திருவிதாங்கூர் கறி எனலாம். முதல் நாள் பின்னரவில், கொண்டைக்கடலை எனப்படும் சுண்டல்கடலையைத் தண்ணீரில் கொவரப் போட்டு வைத்துக் கொள்ள வேண்டும். முதலில் முழு கொத்த மல்லி, வத்தல் மிளகாய், பெருஞ்சீரகம் கொஞ்சம், இரண்டு ஏலக்காய் இவற்றைத் தனியாக வறுத்துக்கொள்ள வேண்டும் முற்றல் தேங்காய் திருவி தனியாக சிவக்க வறுக்க வேண்டும். எல்லாம் சேர்த்து, பூண்டுப் பற்கள் சேர்த்து, வடிய அரைத்து எடுக்க வேண்டும்.

கொவர்ந்திருந்த சுண்டல் கடலையை வேகவைத்து அதில் அரைப்பைக் கொட்டி, உப்பு சேர்த்து வேகவிடலாம். தாளிக்கக் கடுகு, கறிவேப்பிலை, கடலைக் கறி கொதித்து வரும்போது பெரிய வெங்காயம் அரிந்து, வசக்கிச் சேர்க்க வேண்டும்.

தேங்காயைப் பல்பல்லாக நறுக்கிச் சேர்ப்பதுண்டு. பெரிய வெங்காயம் இல்லாவிட்டால் சின்ன வெங்காயம்.

புட்டுக்கான தொடுகறிகளில் கடலைக்கறி ஒன்று. ஆப்பத்துக்கும் ஆகும். சப்பாத்திக்கும் ஆகும். ஏன், உப்புமாவுக்கும் தோசைக்கும்கூட ஆகும்.

மசால்கறி

இது ஆப்பத்துக்கான தொடுகறி. உருளைக்கிழங்கு வேகவைத்து, தோலுரித்து, கையால் ஐந்தாறு துண்டுகளாக உடைத்து வைத்துக்கொள்ள வேண்டும். சின்ன வெங்காயம் நிறைய உரித்து முழுதாக வைத்துக்கொள்ளலாம். அரைப்பது கடலைக்கறிக்கு அரைப்பது போலவே. மஞ்சள் சேர்த்துக் கொள்ள வேண்டும். நாலைந்து பச்சை மிளகாய், காம்பு நீக்கி, நுனிப் பகுதி வகுந்து முழுதாக.

பிறகென்ன கறி கூட்டிப் போட வேண்டியதுதான். சின்ன உள்ளியும் பச்சை மிளகாயும் எண்ணெயில் வதக்கி முழுதாகப் போட வேண்டும். பலர் இந்தப் பச்சை மிளகாயை, சாப்பிடும் போது எறிந்துவிடுவதைப் பார்த்திருக்கிறேன். பக்கத்தில் இருப்பவர் நண்பரானால், அதை எறிவதானால் எனக்குக் கொடுத்துவிடுங்கள் என்பேன். எச்சியாவது ஒண்ணாவது? இரண்டு லார்ஜ் குடித்த பிறகு எவரும் எச்சில் பார்க்கிறார்களா? எனக்கு செங்கோட்டை ஆவுடையக்காள் நினைவுக்கு வருகிறாள்.

எச்சில் எச்சில் என்று புலம்புகிறாய் மானிடர்கள் எச்சில்
இல்லாத இடமில்லை – பராபரமே
சில் எச்சில் மூர்த்தி கையில் ஈ எச்சில் தேனல்லவோ
என்றைக்கும் உண்ணும் தாய்முலை எச்சிலன்றோ – பராபரமே
மச்சம் எச்சில் நீரில் வந்து முழுகும் மறையோர்கள் எச்சில்
பச்சைக்கிளி கோதும் பழம் எச்சிலன்றோ – பராபரமே
தேரை எச்சில் தேங்காய் சிறு பூனை எச்சில் தேசம்
எல்லாமே எச்சில் என்றறிவேன் – பராபரமே
நாதம் எச்சில் பிந்து எச்சில் நால் மறையோர் வேதம் எச்சில்
மந்திரங்கள் சொல்லும் வாய் எச்சில் அன்றோ – பராபரமே

எனவே மசால்கறியில் கிடக்கும் வதங்கி வெந்த பச்சை மிளகாயை வாயில் வைத்து ஒரு உறுஞ்சு உறிஞ்சிப் பாருங்கள், பராபரமே!

கிழங்குக்கறி

இங்கு கிழங்கு என்பது மரவள்ளி, மரச்சீனி, கொள்ளி, கப்பை, குச்சி, ஏழிலைக் கிழங்கு. கிழங்குக் கறிக்கு நன்கு

வேகும் கிழங்காக இருக்க வேண்டும். நீண்ட உருண்டையான கிழங்கை இரண்டங்குல நீளத்தில் நறுக்கி, புறத்தோல் உள்தோல் நீக்கி, நான்கு துண்டுகளாக நறுக்கி தண்ணீர் முங்கவிட்டு உப்பிட்டு வேகவிட வேண்டும். நடுவில் இருக்கும் நரம்பை வீசிவிடலாம். குழைந்து வெந்த கிழங்கை, தண்ணீர் இறுத்து வைத்துக்கொள்ளலாம்.

அரைப்பதற்கு வத்தல் மிளகாய், மஞ்சள், தேங்காய், சீரகம், பூண்டு அரைத்து வழிக்கும் முன்பு கறிவேப்பிலை ஒன்றிரண்டாய் அரைத்து எடுத்துக்கொள்ளலாம்.

சட்டியில் வெந்த கிழங்கைக் கொட்டி, அரைப்பைக் கொட்டி, பச்சைக் கறிவேப்பிலை முழுதாய் உருகிப் போட்டுக் கிளற வேண்டும். கொஞ்சம் அதிகமாக வைத்து, சோறோ கஞ்சியோ குறைத்துச் சாப்பிடும் கறி என்பதால் கிழங்குக்கறி கூடுதலாக வைப்பார்கள். கிழங்குக் கறி கிளறுவதற்கு என்றே விடலிப் பனை மடலில் துடுப்புச் செய்து வைத்திருப்பார்கள். என் அம்மை வைத்திருந்தாள்.

எங்கள் அம்மா கேரளத்து ஆரிய நாட்டுக்காரி[1]. கிழங்குக் கறி வைத்தால் பெரிய சட்டி நிறைய இருக்கும். மண்சட்டியில்தான் வைப்பாள். இறக்கும்போது பச்சைத் தேங்காய் எண்ணெய் ஊற்றிக் கிளறுவாள்.

நான்கு இட்டிலிகள் சேர்த்துக் கூட்டிய அளவில் கிழங்குக் கறி வைத்து அதை நடுவில் குழித்து, நெத்திலி அல்லது சாளை மீன் புளிமுளம் ஊற்றி, தொட்டுச் சாப்பிடுவது விருந்து.

அல்லது சுடுகஞ்சிக்குத் தொட்டுக்கொள்ள கிழங்குக்கறி.

துவட்டல்

இஃதோர் அடியந்திரக் கறி. துவரன் போன்றது. சமகால வழக்கில் சொன்னால் பொரியல். ஆனால் நாஞ்சில் நாட்டில் பொரியல் என்றால் பொரிப்பு. துவட்டலுக்கு ஒரேயொரு காய்கறி, வாழைக்காய் மட்டுமே. வாழைக்காய் என்றால் மொந்தன், பேயன், சிங்கன், பாளையங்கோடன், துளுவன், செந்துளுவன், கருந்துளுவன், மட்டி, கற்பூர வள்ளி, ரசகதலி எனத் தொடரும் இருபத்தேழு இனங்கள் உண்டு நாஞ்சில் நாட்டில். எல்லாம் துவட்டலுக்கு ஆகா. பாளையங்கோடன் இனத்தில் அண்ணன் என்றொரு வாழையுண்டு. அண்ணங்காய் என்பார்கள். அந்த வாழைக்காய்தான் துவட்டலுக்கு. வடசேரிக் கனகமூலம் சந்தையில் கண்கொள்ளாமல் கிடக்கும். தடித்த

1. ஆரியநாடு: கேரள வெங்கோட்டை எல்லையில் இருப்பது.

பெருவிரல் கனமே உள்ள காய் அது. மற்ற காய்கள் ஆகவே ஆகாது.

குலை குலையாக வந்து கிடக்கும் அண்ணங்காய்களை, ஒருத்தர் ஒற்றைக் காய்களாக இணுங்கிப் போட்டாவாறு இருப்பார். மற்றொருவர் காம்பும் தும்பும் வெட்டி மூன்றாமவரிடம் வீசுவார். அவர் நீளவாக்கில் காயை வகுந்து, அரிவாள்மணையில் வைத்து அரைக்கால் அங்குல கனத்தில் அரிந்து தள்ளுவார். அவர் நாலைந்து காய்களைச் சேர்த்து வைத்து அரிவதுண்டு. ஆயிரம் பேர் சாப்பிடும் கல்யாண வீடானால், பெரிய பனையோலைக் கடவத்துக்கு இரண்டு கடவம் சீவுவார்கள். வாழைக்காய்க்குத் தோல் எடுப்பது கிடையாது.

அரிந்த அண்ணங்காய்த் துண்டுகளைப் பெரிய குத்துப் போணியில் தட்டிக் கழுவி, பனையோலைக் கடவத்தில் அள்ளி, தண்ணீர் துவர வைப்பார்கள். சமைக்கும்போது, வெண்கல உருளியை அடுப்பில் ஏற்றி, கழுவிய வாழைக்காயை உருளித் தண்ணீரில் கொட்டி அவிப்பார்கள். அவிக்கும்போது, உப்பும் மஞ்சள் தூளும் சேர்த்து, அண்ணங்காய் வெந்ததும் பனையோலைக் கடவத்தில் கொட்டி, தண்ணீரை வடிய வைப்பார்கள்.

பின்பு வேறொரு உருளியில் தேங்காய் எண்ணெய் விட்டு, கடுகு உளுந்தம் பருப்பு போட்டுத் தாளித்து கறிவேப்பிலை உருவிப் போட்டு, வேக வைத்துத் துவர வைத்த வாழைக்காயைக் கொட்டிப் புரட்டிக் கொடுப்பார்கள். நல்ல மிளகு, மஞ்சள், சின்ன உள்ளி அரைத்துக் கலக்கி ஊற்றிக் கிண்டுவார்கள். தேங்காய் திருவி, தேங்காய்ப் பூவை வறுத்து, துவட்டலில் கொட்டி கிண்டி இறக்கிவிடலாம். உளுந்தம் பருப்பும், தேங்காயும் அதிகம் சேரும் கறி இது. எனக்குத் தெரிந்து வேறு எந்தக் காயிலும் துவட்டல் செய்வது இல்லை. சற்று துவர்ப்புச் சுவை கொண்டது. காய் நன்கு குழையாமல், துவட்டி எடுப்பதால் துவட்டல் என்றாயிற்றோ என்னவோ?

கல்யாண வீடுகள் அன்றியும், வீடுகளில் இருபது முப்பது பேர் சாப்பிடுகிற சின்ன விசேடங்களுக்கும் துவட்டல் செய்வார்கள்.

பின்நவீனத்துவ காலத்தில், இன்றெல்லாம் துவட்டலின் இடத்தை முட்டைக் கோசு துவரன் பிடித்துக்கொண்டிருக்கிறது. வாழைப் பழத்துக்குத் தக்காளிப் பழம் மாற்று என்றால் அண்ணங்காய் துவட்டலுக்கு, முட்டைக் கோசு துவரன் மாற்றாகும்.

துவரன்

இதுவோர் அன்றாடக் கறி. பிற பகுதியினர் பொரியல் என்பதை, நாங்கள் துவரன் என்கிறோம். அவித்து, துவர வைத்துச் செய்வதால் துவரனோ? மலையாளிகளும் துவரன் என்றே சொல்கிறார்கள்.

மஞ்சள், வத்தல் மிளகாய் ஆகியவற்றை மை போலவும் தேங்காய், சீரகம், பூண்டு எனப்படும் வெள்ளாய்ங்கம் ஆகிய வற்றை சதைத்தது போலவும் அரைத்துக்கொள்ள வேண்டும்.

துவரனுக்குத் தோதான காய்கறிகள் – சீனி அவரைக்காய், வாழைக்காய், சேனை, புடலங்காய், வாழைத் தண்டு, வாழைப்பூ, பிஞ்சுச் சக்கை எனப்படும் பலா மூசு, கீரை என்பன. எல்லாமே ஒற்றைக் காய்கறி வைத்துத்தான் துவரன். இன்றைய கேரட் – பீன்ஸ், கேரட் – முட்டைக்கோசு போன்று அல்ல. இப்போது சேனை வாழைக்காய் தவிர காய்கறிகளை அவித்துத் தண்ணீர் இறுப்பதில்லை. கீரை தவிரப் பிற காய்கறிகளை வேகவைத்து, தண்ணீர் இறுத்து அரைப்புப் போட்டுக் கிண்டி, கடுகு, உளுந்தம் பருப்பு, கறிவேப்பிலை போட்டுத் தாளித்து இறக்கினால் போதும். இது ஒரு உப கறி. பெரும்பாலான விவசாயி வீடுகளில் ஒரு குழம்பு, ஒரு துவரன், மோர், ஊறுகாய் என்பதே அட்டவணை.

குறிப்பாகச் சில துவரன்களைக் காண்போம்.

சீனிஅவரைக்காய் துவரன்

காம்பும் தும்பும் நீக்கி, கழுவி, கண்ணில் போடுவதுபோல சீனி அவரைக்காய் அரிந்துகொள்ள வேண்டும். சின்ன உள்ளி நிறைய அரிந்து வதக்கி சேர்க்கலாம். துவரம் பருப்பு வேகவைத்து, துவரவைத்துச் சேர்த்துக்கொள்ளலாம். சிலர் பெருஞ்சீரகம் அரைத்துச் சேர்ப்பார்கள் சீனி அவரைக்காயை அவித்து இறுத்துச் செய்வாரும் அவித்துத் தண்ணீர் இறுக்காமல் செய்வாரும் உண்டு.

பிஞ்சுச் சக்கை துவரன்

பலாக்காயின் பிஞ்சுக்காயைப் பறித்து, தோல் சீவி, துண்டு துண்டாக, கால் அங்குல கனத்தில் நறுக்கி, வேகவைத்து, துவர வைத்துச் செய்யும் துவரன். நிறைய தேங்காய்ப்பூ போடலாம். 'ஆடவர்க்குப் போகம் மிகப் பொழியும்' பலாப் பிஞ்சு.

இடிசக்கைத் துவரன்

இதுவும் பிஞ்சுச் சக்கைதான். ஆனால் எட்டுத் துண்டுகளாக வெட்டி, வேகவைத்து, வேகவைத்த சக்கைப் பிஞ்சை இடித்துக் கொள்வார்கள். அதாவது அம்மியில் வைத்துத் தல்லி, பிரித்துக் கொள்வார்கள். இதற்குக் கரம் மசாலா சேர்த்துக்கொள்ளலாம். மலையாளிகள் சொல்லும் சக்கைப் பொடித் துவள் இதுதான்.

பயத்தங்காய் துவரன்

பயத்தங்காய் என்பது பெரும்பயிறு செடியின் முற்றாத காய். காய்கறிக் கடையில் வாங்கக் கிடைக்கும். காம்பும் நுனியும் நறுக்கி மாற்றி, கழுவி, அரைக்கால் அங்குல நீளத்தில் நறுக்கி செய்யப்படுவது. பயத்தங்காய் பிஞ்சாக இருப்பது முக்கியம். பயத்தங்காய் என்பது தட்டைப் பயத்தங்காய்.

வாழைக்காய் துவரன்

பெரும்பாலும் மொந்தன் காய், பேயன் காய் பயன்படுத்து வார்கள். வாழைக்காயைக் காலங்குல கனபரிமாணங்களுடன் நறுக்கி, வேகவைத்து, தண்ணீர் இறுத்துச் செய்வது.

சேனைத் துவரன்

சேனையைப் பொடியாக நறுக்கி, புளிவிட்டு அவித்து, தண்ணீர் இறுத்த பின் செய்வது.

சேனையைப் பெரிய துண்டுகளாக நறுக்கி, வேகவைத்து, தண்ணீர் இறுத்து, அம்மியில் வைத்துத் தல்லிப் பொடிதாக்கியும் செய்வதுண்டு.

வாழைத் தண்டு துவரன்

வாழைத் தண்டு நறுக்குவது பற்றி நான் சொல்லத் தேவை இல்லை. நறுக்கவே தெரியாதவர்கள் துவரன் எங்கே வைப்பார்கள்? வாழைத் தண்டு உடலுக்குள் சேமிதமாகி யிருக்கும் சிறுநீரக, மூத்திரப்பை கற்களையும் கரைக்கும் ஆற்றல் கொண்டது.

புடலங்காய் துவரன்

தேங்காய் அரைப்பதற்குப் பதில், பூவாக, கணிசமாகத் தூவலாம். கடலைப் பருப்பு வேக வைத்து, இறுத்து, சேர்த்துக் கொள்ளலாம்.

சக்கைக்கொட்டை துவரன்

பலாக் கொட்டையைப் பொடியாக நறுக்கி, வேகவைத்து, தண்ணீர் இறுத்துச் செய்யும் துவரன்.

சீமைச் சக்கை துவரன்

இதுபோர்ச்சுகீசியரின் நன்கொடை. இதனை Bread Plant என்கிறார்கள். பலா இலைகளைப் போல இல்லாமல் பப்பாளி இலைபோல் பெரிதாக இருக்கும். என்றாலும் பலா இனம்தான். ஒரு கிலோ எடையுள்ள கிளிப்பச்சை நிறக் காய்களைத் தரும். இது கனிவர்க்கம் அல்ல. காய்கறி உபயோகம். அந்தக் காய்களைத் தோல் சீவி, கத்தியால் கொத்திக் கொத்தி துணுக்குகள் ஆக்கிச் செய்யும் துவரன்.

சிறுபயிறு துவரன்

முழுச்சிறுபயிறை இலேசாக வறுத்து வேகவைத்து, தண்ணீர் இறுத்துச் செய்யும் துவரன். சுடு கஞ்சிக்குத் தோதான தொடுகறி இது.

கீரைத்துவரன்

கீரை என்றால் நாஞ்சில் நாட்டில் தண்டன் கீரை, அரைக்கீரை, கொடுப்பைக் கீரை, முருங்கைக் கீரை, அகத்திக் கீரை, ஆலங்கீரை, பொன்னாங்கண்ணிக் கீரை. இது கொடுப்பைக்கீரையில் சிவப்பு நிறத்தில் இருப்பது. கொடி வீசிப் படருவது. பிறகு கையாந்தகரை, வல்லாரை என்பன.

இவற்றுள் வல்லாரை கசப்பான கீரை. முருங்கைக் கீரைக்கும் அகத்திக் கீரைக்கும் சற்றுக் கடுப்பு உண்டு. வல்லாரையைத் துவரன் வைக்கும்போது ஆய்ந்து, கழுவி, துவரவைத்த கீரையை நல்லெண்ணெய் விட்டு வதக்க வேண்டும்.

பொதுவாக எந்தக் கீரைக்கும் மஞ்சளும் சீரகமும் அரைப்பதில்லை. முருங்கைக் கீரை துவரன் வைக்கும்போது, கீரையின் கடுப்பு மாற்ற ஒரு துண்டு கருப்பட்டி போடுவார்கள். மரத்தில் இருந்து பறிக்கும் முருங்கைக் கீரை, அகத்திக் கீரைகளைத் தூசு தட்டுவதுடன் சரி. கழுவுவதில்லை.

குப்பைக் கீரை லேசான உலும்பு வாடையுடன் இருக்கும். என் செய?

சங்க காலத்திலேயே இந்தக் கீரை சமைத்திருக்கிறார்கள். புறநானூறு, பாடல் எண் – 159. பெருஞ்சித்திரனார் குமணனைப் பாடியது.

> குப்பைக் கீரை கொய் கண் அகைத்த
> முற்றா இளந்தளிர் கொய்து கொண்டு உப்பு இன்று
> நீருலை யாக ஏற்றி மோர் இன்று
> அவிழ்ப்பதம் மறந்து பாசடகு மிசைந்து

என்று நடக்கும் பாடல்.

அடுத்தடுத்துப் பறித்தலால் குப்பைக் கீரையின் இளந்தளிரைப் பறித்து, உப்பு இடவும் போக்கு இன்றி, நீரே உலையாக ஏற்றிக் காய்ச்சி, மோரில்லாமல் சோற்றுப் பருக்கையை மறந்து, கீரையைத் தின்று... என்று நீளும் பொருள்.

வல்லாரைக் கீரைக்கும் மணத்தக்காளிக் கீரைக்கும் – இதனைக் கோவையில் சுக்கட்டிக் கீரை என்பார்கள் – சின்ன உள்ளி அரிந்து வதக்கிப் போட்டாலும் கடுப்பு எடுக்கும்.

ஆனால் குப்பைக் கீரை தரித்திரத்தின் அடையாளம்.

தண்டன் கீரை, முளைக் கீரை, அரைக் கீரை, சிறுகீரை யாவற்றுக்கும் துவரனுக்குச் செய்முறை ஒன்றுதான்.

கீரைக்கு அடகு என்றொரு சொல்லுண்டு மொழியில். அடப்பம் என்றால் வெற்றிலை பாக்குத் தாம்பூலம். அடுதல் எனில் சமைத்தல். அடகு எனும் சொல்லைப் புறநானூறும் மதுரைக் காஞ்சியும் பயன்படுத்தியுள்ளன. புறநானூற்றில், கழாத்தலையார் எனும் புலவர் சேரமான் குடக்கோ நெடுஞ்சேரலாதன், சோழன் வேற்பஃறடக்கைப் பெருவிறற் கிள்ளி ஆகியோரைப் பாடியது.

இருவரும் செய்த போரில் மாண்டவரின் பெண்களின் துயரத்தைப் பாடும்போது, புலவர் கூறுவது –

"பெண்டிரும் பாசடகு மிசையார், பனி நீர் மூழ்கார்" என்று. போரில் இறந்துபட்டவர் மனைவியர் பசிய கீரை சமைத்து உண்ணாமல், குளிர்ந்த நீரில் மூழ்காமல் கிடந்து இறந்தனர் என்பது பொருள்.

தனிப்பாடல் ஒன்றில் ஔவையார், பாரி மகளிர் சமைத்தளித்த கீரைக் கறி பற்றிப் பாடுகிறார்.

> வெய்தாய் நறுவிதாய் வேண்டளவும் தின்பதாய்
> நெய் தான் அளாவி நிறம் பசந்து – பொய் தான்
> அடகென்று சொல்லி அமுதத்தை இட்டார்
> கடகம் செறிந்த கையார்

என்பது முழுப்பாடல்

பாரி வாழ்ந்திருந்த காலத்தில் கைகளில் கடகங்கள் – வளைகள் செறிந்து கிடந்தன. தற்போது அவற்றின் தடம் மட்டுமே தெரிகிறது. அந்தப் பாரி மகளிர் – அங்கவை, சங்கவை – எனக்கு கீரை எனச் சொல்லி அமுதத்தைப் படைத்தாள் என்பாள் ஔவை.

கம்பனைச் சொல்லாமல் கடந்து போவதெப்படி? சுந்தர காண்டத்தில், காட்சிப் படலத்தில் தனிமைப் பட்டு சிறையில் இருக்கும் சீதை, இராமனை எண்ணி வருந்தும்போது ஒரு பாடல் –

> 'அருந்தும் மெல் அடகு ஆர் இட அருந்தும்?' என்று அழுங்கும்,
> 'விருந்து கண்ட போது என் உறுமோ?' என்று விம்மும்
> 'மருந்தும் உண்டு கொல் யான் கொண்ட நோய்க்கு?' என மயங்கும்
> இருந்த மா நிலம் செல் அரித்து எழவும் ஆண்டு எழாதாள்"

என்று உணர்ச்சிமயமாகப் பேசும்.

மலையாளம் கீரையைச் சீரை என்று வழங்கும்.

சக்கைக்கொட்டையும் தண்டன்கீரையும் துவரன்

பலாக்கொட்டை கிடைக்கும் பருவகாலங்களில், சக்கைக் கொட்டையைப் பொடியாக அரிந்து, வேகவைத்து, தண்ணீர் இறுத்து, தண்டன் கீரையுடன் சேர்த்து துவரன் வைப்பது.

குப்பைக் கீரையுடனும் சேர்த்து துவரன் வைப்பதுண்டு.

பயத்தங்கீரைத் துவரன்

சிறு பயறு அல்லது பெரும்பயிறு பூக்கும் பருவத்தில், இளசாக அவற்றின் இலைகளைப் பறித்து வந்து, அரிந்து வைக்கும் துவரன். மிக அபூர்வமாக, பங்குனி மாதத்தில் கிடைக்கும் பயத்தம் கீரை.

பூசணிஇலைத் துவரன்

இங்கு பூசணி என்பது பரங்கிக்காய், அரசாணிக்காய். இளசான பூசணி இலை பறித்து வந்து, கையினால் இலையைக் கசக்கி முள் போக்கி, இலக்கு இலக்காகக் கிழித்து, அரிந்து வைக்கும் துவரன்.

முருங்கைப்பூ துவரன்

அற்புதமான சத்துக்கள் கொண்டது முருங்கைப் பூ. காற்றில் பூவும் பிஞ்சுமாக மரம் ஒடிந்து விழுந்தால் மட்டுமே துவரன்

வைக்க முருங்கைப் பூ தாராளமாகக் கிடைக்கும். வேகவைத்துத் தண்ணீர் இறுக்காமல், பூக்களை வதக்கித் துவரன் செய்வார்கள்.

மேலும் பிஞ்சுப் பூசணிக்காய், பப்பாளிக்காய், வாழைப் பூ எனத் துவரன் வைக்க எத்தனையோ காய்கறிகள்.

புட்டு

நாம் ஏற்கெனவே பார்த்த அரிசிமா, கோதுமை மா, ராகி மா, மரச்சீனி மா புட்டுப் போன்றதல்ல இது. துவரன் போன்ற ஒரு தொடுகறி. அதிக காரம் இல்லாத, சாதுவான கறி. தீயல், காரக் குழம்புகளுடன் தொட்டுச் சாப்பிட சேர்ந்து போகும். பெரும்பாலும் மாவுச் சத்துக் கிழங்குகள், வாழைக்காய் இவற்றில் செய்யப்படுவது.

வாழைக்காய்ப் புட்டு

நன்கு விளைந்து தெறித்த மொத்தன் வாழைக்காயை, காம்பும் தும்பும் வெட்டி எறிந்துவிட்டு, குறுக்கே இரண்டாக நறுக்கி தோலுடன் தண்ணீரில் போட்டு வேகவைப்பார்கள். குடும்பத்தின் தேவை போல் வாழைக்காய்கள் வேகவைக்கலாம். வாழைக்காய் வெந்த பின் எடுத்து ஆறவைத்து, தோலைக் கழற்றிவிடலாம்.

புட்டு அரிப்பு என்றொரு உபகரணம் உண்டு. எட்டங்குல நீளத்தில், சாண் அகலத்தில் நீள்வட்டமாக இருக்கும், தட்டம் போல. தட்டம் முழுக்க வெளிப்பக்கம் பல்பல்லாக, அரம் போல, துவாரங்கள் இருக்கும். சீவும் அரும்பு வெளிப்பக்கமாகச் சாய்ந்து, ஒரு பாதி சிறிய துவாரமும் மறுபாதி பெரிய துவாரமுமாக வரி வரியாக. முன்பு இரும்புத் தகட்டில் கிடைத்த புட்டரிப்பு இப்போது கறுக்காத இரும்பிலும் கிடைக்கிறது.

வேகவைத்துத் தோல் உரித்த முழு வாழைக்காயின் பாதித்துண்டை புட்டரிப்பின் சொரசொரப்பான பகுதியில் வைத்து சீவிக்கொள்ள வேண்டும். கனமான தேங்காய்ப் பூபோல வந்து விழும்.

அரிந்த சின்ன உள்ளி, நறுக்கிய பச்சை மிளகய், துருவிய தேங்காய்ப் பூ தயாராக வைத்துக்கொள்ளலாம். தாளிக்க, கடுகு, உளுந்தம் பருப்பு, கறிவேப்பிலை, இரண்டாய்க் கிள்ளிய வத்தல் மிளகாய். சீனிச்சட்டியில் தேங்காய் எண்ணெய் விட்டு, தாளித்து, பின்பு வாழைக்காய்த் துருவலைப் போட்டுக் கிளறி, கடைசியாகத் தேங்காய்த் துருவல் போட்டுக் கிண்டி இறக்கி விடலாம்.

உருளைக் கிழங்கு புட்டு

மேற்சொன்ன பக்குவம்தான். வாழைக்காய்க்குப் பகரம் உருளைக் கிழங்கை வேகவைத்து, தோலுரித்து, பொடிப் பொடியாகக் கையினால் உதிர்த்துக்கொள்ள வேண்டும்.

கருணைக் கிழங்கு புட்டு

இது கருணைக் கிழங்கா, கரணைக் கிழங்கா? கரணை கரணையாக இருப்பதால் கரணைக் கிழங்கும் ஆகலாம். ஆனால் பதினெண் சித்தர்கள் அருளிச் செய்த பதார்த்த குண சிந்தாமணி, கருணைக் கிழங்கு என்றே பேசும். அதனுளும் மூன்று சொல்கிறது. காறு கருணைக் கிழங்கு, காறாக் கருணைக் கிழங்கு, காட்டுக் கருணைக் கிழங்கு என்று. காறும் எனில் ஊரும் கிழங்கென்று பொருள். அதாவது தின்னும்போது நாக்கும் வாயும் தொண்டையும் ஊரல் எடுப்பது. கத்தரிக்காயிலேயே காறக்காய் என்றொரு ரகம் உண்டு.

மேகம் அணுகாது வெகு தீபனம் ஆகும்
தேகம் அதில் மூல முளை சேராதே – போகாச்
சுர தோஷம் போம் கரப்பான் தோன்றும் வனத்தில்
பரவும் கருணைக் கிழங்கால் பார்

என்பது பாடல்.

சேனைக் கிழங்கு வேறு கருணைக் கிழங்கு வேறு. சேனை என்பது ஒரு கிழங்கே அரைக்கிலோ முதல் பத்துக்கிலோவரை எடை இருக்கும். பெரிய பனங்கருப்பட்டி போல, மத்தியில் முளைக்கும் முனையுடன் இருக்கும்.

கருணை நீள் உருண்டையாக, கறுப்பாக, கைப்பிடி அளவில் இருப்பது. சேனைக் கிழங்கு ஒற்றைத் தண்டுடன் இடுப்பளவு உயரத்தில் வளரும் செடி. கருணை கொடி வீசிப் போவது.

ஊரல் மிகுந்த சாதி கருணை. எனக்குத் தெரிந்து கருணைக் கிழங்கில் தீயல் எனும் குழம்பு அல்லது மசியல் எனப்படும் இந்தப் புட்டு மட்டுமே செய்கிறார்கள்.

வாய் சருக்கரை, கை கருணைக் கிழங்கு என்னும் பழமொழி, இந்த ஊரல் சார்ந்து ஏற்பட்டிருக்க வேண்டும். நறுக்கிய கை ஊரும். சரியாக வேகாவிட்டால் உண்ட பின் வாய் ஊரும், நாக்குத் தடிக்கும், சுண்டு கனக்கும், தொண்டை காறும்.

மூலப் பவுந்தரம் எனும் நோய்க்கு கருணைக் கிழங்கு லேகியம் மிக உகந்தது என்பார்கள். கருணைக் கிழங்கைப்

பிடுங்கிய உடன் சமைத்தால் ஊரல் அதிகமாகவும் எட்டுப் பத்து நாள் வாடப்போட்டுச் சமைத்தால் ஊரல் குறைவாகவும் இருக்கும் என்பார்கள்.

இந்தக் கிழங்கை முழுதாகத் தோலுடன் தண்ணீர் விட்டு வேகவைக்க வேண்டும். வேகவைக்கும் போது புளி சேர்த்து வேகவைப்பது ஊரல் மாற்றுவதற்கு.

வெந்துவிட்டால் வெண்ணெய் போலக் குழையும். பின்பு உதிர்த்துக்கொள்ளலாம். கையால். பக்குவம் வாழைக்காய்ப் புட்டுக்குச் சொன்னதுதான். சற்றுக் கைப்புளி தெளித்தோ, எலுமிச்சம் பழச் சாறு சிறு சொட்டுகள் பிழிந்தோ கிளறலாம்.

பொரியல்

இதன் சரியான பொருள் ஆங்கிலத்தில் சொன்னால் ஃப்ரை. பொரித்து எடுப்பதால் பொரியல் எனலாம். பொதுவாகப் பொரியலுக்கான காய்கறிகள் வாழைக்காய், சேனை, சீவக்கிழங்கு, சக்கைக் கொட்டை, சீனிக் கிழங்கு என்பன.

அரைப்பதற்கு – மஞ்சள், வத்தல் மிளகாய், சின்ன உள்ளி, நல்ல மிளகு. வடிய அரைத்துக்கொள்ள வேண்டும்.

பெரும்பாலும் தனித்தனியான காய்கறிகள்தான் பொரியலுக்கு. சிலசமயம் வாழைக்காயும் சேனைக்கிழங்கும் அணி சேரும். காய்கறிகளை அரிந்து, தண்ணீர் விட்டு வேக வைத்து, வடிய விட்டு, சற்று அதிகமாக எண்ணெய் விட்டு முறுகலாக வறுத்து எடுக்க வேண்டும். *Deep Fry* அல்ல. சட்டியோடு சேர்த்து வறுப்பது.

சீனிக்கிழங்குப் பொரியலுக்கும் சக்கைக் கொட்டைப் பொரியலுக்கும் நல்ல மிளகு சற்றுக் கூடுதலாக அரைக்க வேண்டும்.

சீவக்கிழங்கு பொரியலுக்கு, சீவக்கிழங்குடன் அரிந்த சின்ன உள்ளியும் சேர்த்து வேகவிடுவார்கள். இதில் தண்ணீர் வடித்தெடுப்பது இல்லை.

சீனிக் கிழங்கு ரோஸ் நிறத்தோல், மஞ்சள் நிறத்தோல் என இருவகை உண்டு. அவித்துத் தின்னலாம். தோலுரிக்க வேண்டாம். தோலுடன் பெரிய துண்டுகளாக வெட்டிப் போட்டு, வேக வைத்து, தண்ணீர் வடித்துச் செய்யும் பொரியல் உருளைக்கிழங்கைப் புறம் காணும். ஆனால் வாய்வு பெருக்கும் பொரியல் இது. சக்கைக் கொட்டைக்கும் இந்த அவப் பெயர்

உண்டு. உருளைக்கிழங்கு *Finger Chips* போல சர்க்கரை வள்ளிக் கிழங்கு என்ற சீனிக்கிழங்கிலும் *Finger Chips* செய்யலாம். நான் முதன்முதலில் 2013ஆம் ஆண்டு டொரோண்டோ நகரில் உஷா மதிவாணன் மகள் ரீங்கா வாங்கித் தந்து சாப்பிட்டேன்.

வாழைக்காய் பொரியல் எனில் மொந்தன் அல்லது பேயன் நன்று.

சேனைப் பொரியலுக்குச் சேனையைக் கன சதுரமாக நறுக்கி வேகவைத்து, தண்ணீர் வடிய விட்டுப் பொரியல் செய்யலாம். காலே அரைக்கால் இஞ்சு கனத்தில் ஓரங்குல சதுரத்தில் சீவி, நேராகவே வறுத்தும் பொரியல் செய்யலாம்.

உருளைக் கிழங்குப் பொரியல், அவித்துத் தோலுரித்துத் துண்டு வெட்டிச் செய்வது ஒரு பாகம். பச்சையாய் தோல் சீவிக் கழுவி, வறுத்தெடுப்பது இன்னொரு பாகம்.

கால் பெருவிரல் கனம் இருக்கும் சேம்பங்கிழங்கை முழுதாய் வேகவைத்துத் தோல் கழற்றி, முழுதாகவே போட்டுப் புரட்டிப் பொரியல் வைக்கலாம்.

வேகவைத்துத் தண்ணீர் இறுக்காமல் நேரடியாகப் பொரியல் செய்யும் இரண்டு காய்கள் உண்டு. பிஞ்சு சீனி அவரைக்காய், பிஞ்சு பயத்தங்காய்.

காய்களை முதலிலேயே கழுவி, காம்பு தும்பு ஆய்ந்து, ஒன்றரை அங்குல நீளத்தில் ஒடித்து, சீனிச்சட்டியில் எண்ணெய் விட்டு வதக்கிச் செய்யும் பொரியல்.

8

துவையல்

இதுவும் ஒரு தொடுகறியே என்றாலும் இதன் ஆழமும் விரிவும் கருதித் தனிப் பிரிவாக எழுத உத்தேசித்தேன். நாஞ்சில் நாட்டின் அன்றாடக் கறி துவையல். மலையாளத்தில் இதனைச் சம்மந்தி என்பார்கள். பார்ப்பனர் வீடுகளில் துகையல் என்பார். ஈழத் தமிழருக்குச் சம்பல். நம் தமிழர் சட்னி என்பார்.

துகையல் அல்லது துவையலில் பருவங்கள் பல. பிருபிரு என, உதிரி உதிரியாக அரைப்பதுண்டு. உருட்டிப் பிடிப்பது போல் உருண்டையாக அரைத்து உருட்டுவது உண்டு. கரண்டியால் கோரி எடுப்பது போல் ஒரு கிளுகிளுப்பான பருவம் உண்டு. சில துவையல்கள், காரமாக, ஊறுகாய் போலத் தொட்டுக்கொள்ளும் தோதில் இருக்கும். சில இட்லி, தோசை, அடை, பணியாரம் தின்னும்போது தொட்டுக்கொள்ளும் தோதில். வேறுசில, சுடு சோற்றில், முதல் சோற்றுக்குப் பிசைந்து சாப்பிடும் தோதில். துவையலுக்குச் சகல பயன்பாடுகளும் உண்டு. எளிய மக்களின் சுடுகஞ்சிக்கு, சுடு சோற்றுக்கு, பழஞ்சோற்றுக்கான கூட்டான் அல்லது தொடுகறி இது.

அம்மியில் வைத்து அரைத்து வழிப்பது, ஆட்டுரலில் போட்டு ஆட்டி எடுப்பது, சிற்றுரலில் போட்டு இடிப்பது என ஏகப்பட்ட தயாரிப்பு முறைகள். துவைத்து எடுப்பதால் துகையல் ஆகலாம். 'துவையே புளிங்கறி' என்பது பிங்கல நிகண்டு.

துவையலில் பல பருவம்போல, பல சுவை, பல நிறம், பலவகை. சிலவற்றைப் பார்ப்போம்.

காணத் துவையல்

காற்றோட்டமாக, ஆலமரத்தடி நிழலில், பாலத்துக் கலுங்கில் அமர்ந்திருக்கும் பாட்டையா, போகிறவனைப் பார்த்துக் கேட்பார்.

"எலே! சாப்பிட்டாச்சா?"

"ஆமா பாட்டா!"

"கறி என்னலே?"

"காணத் தொவையலும் தடியங்கா புளிக்கறியும்"

"போச்சு போ! பெரிய விருந்தில்லாடா?"

கிழடுகள் இளக்காரமாகப் பேசினாலும் அதில் உண்மை இல்லாமல் இல்லை. முற்பகலில் வேலை செய்து வந்த பசியில் சுடுசோறும் அதன் மேல் காணத்துவையலும் போட்டுப் பிசையும் போது ஊற்றப்படும் இரு கரண்டி தேங்காய் எண்ணெயும் உண்மையில் விருந்துதான்.

காணம் என்றால் உங்களுக்குப் பொருளாகவில்லை என்றால் கொள்ளு எனக் கொள்ளலாம். அதாவது Horse Gram. பண்டைத் தமிழ் இலக்கியமும் சமகால மலையாளமும் இதனை 'முதிரை' என வழங்கும்.

வேறு எந்தப் பயறும் விதைக்க முடியாத வறண்ட நிலங்களில் தை மாதத்தில் காணம் விதைப்பார்கள். விதைக்கும் பருவத்தில் மண்ணில் வித்து முளைக்கும் ஈரமும் பிறகு ஒரு மழையும் கிடைத்தால் போதும். ஐம்பது அறுபது நாள் பயிர். கொடிவீசிப் படரும் குத்துச் செடி. எனக்குத் தெரிந்து, மிக மலிவான பயிறு வகை இது. மிகச் சமீப காலம் வரை ஒரு கிலோ நாற்பது ரூபாய்க்கு வாங்கி இருக்கிறேன்.

முன்பெல்லாம் கறுப்பும் வெள்ளையுமாகக் கலந்து காணம் கிடைத்தது. இன்று அதைக் காண்பது அரிது. தவிட்டு நிறத்தில் வீரியக் காணம்தான். துகையல் அரைத்தால் கறுப்புத் காணத்தில் அரைக்க வேண்டும். வேறு வழியில்லை என்றால் இப்போது கிடைக்கும் தவிட்டுக் காணத்தில் அரைக்கலாம்.

காணத் துவையல் அரைத்ததும் சாப்பிட வேண்டும். அரை நாள் வைத்திருந்து உண்பதற்கானது அல்ல. உடனே உணவில் சேர்த்துக்கொண்டால் அதன் சுவை உச்சியில் இருக்கும். சுடு சோற்றின் உச்சியில் காணத் துவையல் போட்டு, ஒரு கரண்டி தேங்காய் எண்ணெயும் அதன் சிரசில் ஊற்றி, கை பொறுக்கப் பொறுக்கப் பிசைந்தால், அதன் மணம் அபாரமானது. இன்றைய அரை வேக்காடு அரிசிகள் பயனில்லை. கட்டிச் சம்பா அல்லது வாசறுமிண்டான் புழுங்கல் அரிசிச் சோறு. பார்க்கப் பெரிய பருக்கைகளாக அச்சுறுத்தும். ஆனால் பிசைந்தால் வெண்ணெய் போலக் குழைந்து சேரும். இன்றைய அரிசிகளோ மாணிக்கப் பரல்கள். பிசைந்து உண்ண இயலாது. வேண்டுமானால் பொறுக்கித் தின்னலாம். தம் கட்டிய பிக்கானிர் பிரியாணிச் சோற்றுப் பருக்கைகளை எப்படி ஐயா ரசம் விட்டுப் பிசைவது?

கறுப்புக் காணம் போலக் காணாமற் போய்க் கொண்டிருக்கும் சில பயிறு வகைகள் நரிப் பயிறு, கறுத்த மொச்சை, கருப்பு எள், கறுப்பும் வெள்ளையுமாய் மிடைந்த பெரும்பயிறு... காய்கறிகளில் எனிலோ மிதி பாகல், கோழி அவரைக்காய், சின்னக் கொத்தவரை, கத்தரிக்காயின் ஒரு இனமான காரல் கத்தரி, அதாவது காரைக்காய்.

அது கிடக்கட்டும் கட்டிச் சம்பா, வாசறு மிண்டான், தட்டார வெள்ளை, சடையாரி, அரிக்கிராவி நெல்லுகளுக்கு இன்று வித்து இருக்கிறதா எந்த விதை சேமிப்பு வங்கியிலேனும்? தமிழனும் இந்தியனும் தமது மரபு காத்த வரலாறு மிக்க அனுதாபத்துக்கு உரியது.

இனி காணத் துவையலுக்கு வருவோம்!

முதலில், காணத்தை அதன் வாசம் எழும் விதத்தில் முறுக வறுத்துக்கொள்ள வேண்டும். பிறகு திருவையில், கை கையாக

அள்ளிப் போட்டு இரண்டிரண்டாய் உடைக்க வேண்டும். உடைத்த பருப்பைச் சுளவில் போட்டுப் புடைத்தால், தோல் கழன்று தனியாகப் போகும். கொஞ்சம் காணப் பருப்போடு தோல் ஒட்டிக் கிடக்கும். அதனால் எதுவும் கெட்டுப் போகாது. துவையலுக்கு ஒரு பார்வை அம்சத்தை அந்தச் சில தோல்கள் தரும். வறுத்து உடைத்த காணப் பருப்பை அம்மியில் வைத்து, தண்ணீர் தெளித்து அரைக்க வேண்டும். அதனுடன் இளசான தேங்காயின் பூ எடுத்து, வற்றல் மிளகாய், புளி, பூண்டுப் பற்கள், சீரகம், உப்புப் பரல் சேர்த்து அரைக்க வேண்டும். எந்தத் துவையலுக்கும், பெரும்பாலும் மஞ்சள் சேர்ப்பதில்லை. பிருபிருவென அரைத்து, தண்ணீர் தெளித்து உருண்டை பிடிக்கும் பருவத்தில் துவையல் இருக்க வேண்டும். அம்மிப் பாலுடன் சேர்த்துப் பிடிக்கும் காணத் துவையல் உருண்டை, தொலித்த தேங்காய் அளவில் இருந்தால் ஆறேழு பேருக்குப் போதும் தொட்டுக்கொள்ள.

காணம் கொழுப்பு அறுப்பது. ஆகவே தான் குதிரைக்குக் கொள்ளு. காணம் சளி இருமல் சீதள நோய்களுக்கு மருந்தும் ஆகும். கொங்கு நாட்டில் சளி பிடித்தால் கொள்ளு ரசம், கொள்ளுப் பருப்பு. சளி சரியாகிப் போகும். காரசாரமான கொள்ளுரசம் நான் கேட்டு வாங்கிக் குடித்திருக்கிறேன். கொங்கு நாட்டில் எனக்குப் பிடித்த பதார்த்தங்கள் சில உண்டு. கொள்ளு ரசம், காட்டுக் கீரை கடைசல், அரிசியும் பருப்பும் சாதம், கம்மங் கூழ், கம்பு உருண்டை, செலவு ரசம், கச்சாயம். உப்பிட்டு என.

இவற்றுள் கவுண்டர், நாய்க்கர் என நான் பிரிக்கவில்லை. செல்லமாக, அரிசியும் பருப்பும் சாதத்தை – அரிசீம் பருப்பு சாதம் என்பார்கள் – கவுண்டர் பிரியாணி என்பார்கள். மாமிசம் இல்லாத பிரியாணி. இந்த நூல் எழுதி முடித்த பின் கொங்கு வேளாளக் கவுண்டர் வாழ்க்கை, கொங்கு நாட்டு உணவு என இரண்டு நூல்கள் எழுத எனக்கு உத்தரவு உண்டு. ஆனால் எந்தக் காலத்திலும் அதை என்னால் செய்ய இயலாது. பிறந்து வளர்ந்து வாழ்ந்து கற்றிருக்க வேண்டும் அதை எழுத.

சுடுசோற்றுக்கு மட்டுமல்லாமல், சுடு கஞ்சிக்கும் பழையதுக்கும்கூட காணத் துவையல் தொடுகறிதான். ஆனால் காணத் துவையலுக்கு இன்னும் விருந்து எனும் அரங்கில் ஏறி அமரும் உரிமை கிடைக்கவில்லை. பின்னால் நாம் பார்க்க இருக்கும் புளிக்கறி எனும் குழம்புக்கு காணத்துவையல் கொண்டாட்டம். அதைத்தான் இந்தப் பகுப்பின் தொடக்க உரையாடலில் பார்த்தோம். தீயலுக்கு மேலும் கொண்டாட்டம் காணத் துவையல். முதல் சோற்றுக்கு, தீயல் வைக்கும் அன்று, காணத் துவையலேதான்.

நாஞ்சில் நாட்டு உணவு

> கஞ்சிக்குக் காணம் கொண்டாட்டம்
> அந்தக் கதை கெட்ட மூளிக்குக்
> கோவம் கொண்டாட்டம்

என்றொரு நாட்டார் விருத்தத்தின் முதலிரண்டு வரிகளை எம் அம்மா அடிக்கடி சொல்வாள். அடுத்த வரியும் எனக்குத் தெரியும். அதை எங்காவது தனி அரங்குகளில் சொல்வேன்.

அது போல், 'கொள்ளு எனில் வாயைத் திறக்கும் குதிரை கடிவாளம் என்றால் மூடிக்கொள்ளும்' என்றும் ஒரு சொலவம் உண்டு.

உடலைக் கயிறுபோல இறுக்குவது காணம் என்று பம்பாயில் எங்கள் வீட்டுக்கு வந்து காணத்துவையல் பிசைந்து சுடுசோறு சாப்பிட்ட எழுத்தாளர் கோணங்கி சொன்னார். அவசர விருந்தாளிகள் சாப்பிட வந்தால் துவையல் அரைப்பதற்கு என்றே, காணம் வறுத்து உடைத்து பாட்டில்களில் தயாராக வைத்திருப்பார்கள்.

முதிர்ந்த காணப் பயிரை அறுத்து வந்து, காயப் போட்டு, தடியால் அடித்துக் காணத்தைப் பிரித்தபின்பு, காய்ந்து போன தாவரம் மாட்டுத் தீவனம்.

காணத்தை உப்புப் போட்டு அவித்து, அதனுடன் பச்சை அவல் சேர்த்துக் கலந்து, சின்ன பனையோலைக் கொட்டான்களில் பள்ளி விட்டு வந்ததும் தின்னத் தருவார்கள். கடித்துக்கொள்ள கருப்பட்டி. காணப் பருப்பும் காணத் தீயலும் பிற்பாடு பார்க்க இருக்கிறோம்.

பருப்புத் துவையல்

துவரம் பருப்பை வறுத்து அரைத்துச் செய்வது. இதற்குச் சீரகம் சேர்ப்பதில்லை. வத்தல் குழம்புக்குப் பருப்புத் துவையல் ஜோடி.

பெரும்பயிறு துவையல்

பெரும்பயிறு, தட்டப் பயிறு, காராமணி என்பன வேறு வேறு அவதாரங்கள். சின்னச் சின்ன வேறுபாடுகள் உண்டுதான் என்றாலும், பெரும்பயிறு என் இளம் பருவத்தில் கறுப்பும் வெள்ளையுமாகக் கிடைக்கும். இப்போது காணம்போல, இதுவும் வீரியம் பெற்று, தவிட்டு நிறத்துக்குப் போய்விட்டது. மாந்தரைக்கூட வீரிய ஒட்டு முறையில் தவிட்டு நிறத்துக்கு மாற்றிவிடுவார்கள் போலும்.

பெரும்பயிறு துவையலும் காணத் துவையல் போன்றதே!

சிறுபயிறு துவையல்

இதுவும் முழுப்பயிறு வறுத்து, உடைத்து, தோல் நீக்கி அரைக்கப்படும் துவையல். இன்று கடைகளில் வெள்ளை உளுந்துபோல, தோல் நீக்கப்பட்ட பாசிப் பருப்பு கிடைக்கிறது. இளம் மஞ்சள் நிறத்தில். அதை இலேசாக வறுத்துத் துவையல் அரைக்கிறார்கள். நீங்களே உங்களுக்கு நடுவராக இருந்து, முழுப்பயிறு வறுத்து உடைத்து தோல் நீக்கிய துவையலும் கடையில் வாங்கிய பாசிப் பருப்புத் துவையலும் தின்று பார்த்துவிட்டு முடிவுக்கு வாருங்கள். அதற்காக சாலமன் பாப்பையா பட்டிமண்டபம் நடத்த வேண்டாம்.

பொரிகடலைத் துவையல்

பொரிகடலை என்பது பொட்டுக் கடலை. அதாவது வறுத்து, தோல் நீக்கிய கொண்டைக் கடலை. விருந்தாளிகள் மதியச் சாப்பாட்டுக்கு வந்துவிட்டால், வீட்டில் வறுத்து உடைத்து வைத்திருக்கும் காணமோ, பெரும்பயிறோ, சிறுபயிறோ தயாராக இல்லாவிட்டால், ஒரு ஓட்டத்தில் கடைக்குப் போய் அரையணாவுக்குப் பொரிகடலை வாங்கிவந்து அம்மியில் கொட்டி அரைக்க வேண்டியதுதான். அவசரத் துவையல் என்றாலும் சேர்மானம் ஒன்றுதான். வற்றல் மிளகாய்க்குப் பதில் பச்சை மிளகாய் வைத்தும் அரைக்கலாம்.

தேங்காய்த் துவையல்

சாதாரணமாக இட்லி, தோசை, அடை, பச்சரிசி ரொட்டி முதலானவற்றுக்குத் தொட்டுக்கொள்ள அரைப்பது. படிக்கிற பிள்ளைகளுக்கு மதியச் சாப்பாட்டுக்கு மேற்சொன்னவற்றைக் கட்டிக் கொடுத்தனுப்பும்போது தொட்டுக்கொள்ள இந்தத் துவையல். அல்லது இருக்கவே இருக்கிறது மொளகாப் பொடி – நல்லெண்ணெய். டிபன் பாக்சில் இந்தத் துவையல் கசிவு, ஒழுக்கு, ஊறல் இல்லாமல் சிவனே என்று இருந்துகொள்ளும். ஊசியும் போகாது.

மிகவும் நெற்றாக இல்லாத தேங்காயின் பூ, காம்பு ஆய்ந்த பச்சை மிளகாய், கொஞ்சம் புளி, உப்பு வைத்து அரைப்பது. அரைத்து வழிக்கும்போது பூண்டு சேர்த்து அரைப்பதுண்டு. கறிவேப்பிலை சேர்த்தும் அரைக்கலாம். இஞ்சி சேர்த்தும் அரைக்கலாம். மூன்றில் ஏதோ ஒன்றோ, இரண்டோ, மூன்றுமேயோ சேர்த்துக்கொள்ளலாம். ஒவ்வொன்றும் ஒவ்வொரு மணம். உப்பு அவரவர் ரசனைக்கு என்று உறுதிப் படுத்த வேண்டியது இல்லை.

நாஞ்சில் நாட்டு உணவு

சிலர் கொஞ்சம் நைசாக அரைப்பார்கள். சிலர் பிருபிருவென அரைப்பார்கள்.

பச்சை மிளகாய்க்குப் பதில் வத்தல் மிளகாய் சேர்த்து அரைக்கலாம். பச்சை மிளகாய் ஒரு மணம் எனில், வத்தல் மிளகாய் இன்னொரு மணம். ஒன்றின் நிறம் இளம் பச்சை. மற்றது இளம் சிவப்பு.

பச்சரிசிச் சோற்றில் இரண்டு துவையலுமே பிசைந்து சாப்பிடலாம். ஒரு கரண்டி தேங்காய் எண்ணெய் சேர்த்துப் பிசைந்தால் தொண்டை கமறாது, வாசமும் சிறக்கும்.

ஞாயிற்றுக்கிழமைகளில் நாகரம்மன் கோயிலுக்கு விரதம் இருப்பவர்கள், கந்த சஷ்டி விரதம் இருப்பவர்கள் மதியம் ஒரு பொழுதுக்குப் பச்சரிசிச் சோறு பொங்கி தேங்காய்த் துவையல் அரைத்துக்கொள்வார்கள். காட்டுப் பொங்கல் போடுபவர்களுக்கு ஒரு சாம்பாரும் தேங்காய்த் துவையலும் தான். வண்டி கட்டிக்கொண்டு ஔவையாரம்மன் கோயிலுக்கும் போய் கூழும் கொழுக்கட்டையும் செய்து வழிபடுபவர்கள், மதியத்துக்கு சோறு பொங்கி, தேங்காய்த் துவையல் அரைத்துக் கொள்வார்கள்.

மிக்சியில், கிரைண்டரில், அம்மியில் அரைக்கும் தேங்காய்த் துவையலை விட, ஆட்டுரலில் அரைக்கும் துவையல் சுவையாக இருக்கும். சிலர் தேங்காய்த் துவையலை, உரலில் போட்டு இடிப்பதும் உண்டு. தண்ணீர்கூடத் தெளிக்காமல் இடிக்கப்படும் தேங்காய்த் துவையல் பிருபிருவெனத் தோசைக்குத் தொட்டுத் தின்ன சுவாரசியம்.

புளித் துவையல்

கொஞ்சம் காரமான துவையல் இது. இட்லி தோசைக்குப் பயன்படுத்துவதில்லை. சுடு கஞ்சி, பழையது, தயிர்ச் சோறுக்குத் தோதானது. சில வீடுகளில் புளிசேரிக்குத் தொடுகறியாக அரைப்பார்கள்.

வத்தல் மிளகாய், கொத்தமல்லி, தேங்காய் எல்லாம் வறுத்து புளி சேர்த்து, உப்புப் பரல் சேர்த்து அரைத்து வழித்து எடுப்பது.

எள்ளுத் துவையல்

உளுந்தஞ் சோற்றுக்குத் தொடுகறி இது. பார்ப்பனர் வீடுகளில் தேங்காய் சாதத்துக்கும் தோதானது என்பார்கள். மிளகாய் வத்தல், முழு கொத்தமல்லி, தேங்காய்ப் பூ ஆகிய

வற்றைத் தனியாகவும் கறுத்த எள்ளைத் தனியாகவும் வறுத்து எடுத்துக்கொள்ள வேண்டும். வறுத்த வத்தல் மிளகாய், கொத்தமல்லி, தேங்காய்ப் பூவுடன் சிறுதுண்டு சுக்கு, அளவாகப் புளி, உப்பு சேர்த்து, அரைப் பருவம் அரைந்த உடன் வறுத்த எள்ளைச் சேர்த்து அம்மியிலிருந்து வழிக்கும்போது கறிவேப்பிலை பூண்டு வைத்து அரைத்து எடுக்க வேண்டும்.

கறிவேப்பிலைத் துவையல்

இதற்கு எதையும் வறுக்க வேண்டாம். மிளகாய் வத்தல் கொஞ்சமாகக் கொத்தமல்லி, பச்சைத் தேங்காய்த் துருவியது, நிறைய கறிவேப்பிலை, உப்பு, புளி சேர்த்து அரைக்க வேண்டும். அரைத்து வழிக்கும்போது பூண்டு சேர்த்து அரைத்து வழிக்கலாம்.

நாரத்தைஇலைத் துவையல்

மேற்கண்ட பக்குவம்தான். ஆனால் கறிவேப்பிலைக்குப் பதிலாக நாரத்தை இலை தாராளமாகச் சேர்த்து அரைப்பது. நாரத்தைத் துவையல் அரைக்கும் போதே எட்டு வீடு மணக்கும். சென்னை புறநகர்ப் பகுதிகளில் நிறைய நாரத்தைச் செடிகள் உண்டு. நங்கநல்லூரில் எனது சகோதரி வீட்டிலும். சென்னை போய்த் திரும்பும் என் பையில் நாரத்தங்காய், நாரத்தை இலை இருக்கும். அலுவல் நிமித்தம் ஒரு முறை கல்கத்தா பக்கம் 24 பர்கானாஸ் மாவட்டம் சென்று, கீதாஞ்சலி எக்ஸ்பிரசில் திரும்பியபோது, நிறைய நாரத்தை இலை பறித்துக்கொண்டு வந்து, நவி மும்பையில் வாழ்ந்த சில தமிழர் வீடுகளுக்கு விநியோகம் செய்தேன்.

சுடுகஞ்சிக்கு, நாரத்தை இலைத் துகையல் நல்ல சேர்க்கை. மிகுந்த வாசனை கொண்டது.

நாரத்தங்காயில் கடாரங்காய், கொளுஞ்சி நாரத்தங்காய் எனச் சில உண்டு. நல்ல மருத்துவப் பயனுள்ள காய் இது.

நன்றி உற உலகில் நாரத்தங்காய் அருந்த
வென்றி தரும் புளிப்பால் மெய்ச் சுத்தம் – அன்றியுமோ
வாதமொடு குன்மம் அறும் வால் கிருமியும் போகும்
காதலுறு தீபனமாம் காண்

என்பது பதார்த்த குண சிந்தாமணி.

வாதம், குன்மம், வாலுள்ள புழுவும் போம். தேக சுத்தமும் தீபனமும் உண்டாம். என்பது உரை.

‘நரந்தம்’ என்று பேசுகிறது சங்க இலக்கியம், நாரத்தை எனும் செடியை. வெள்ளை நிறமுடைய வாசனையான மலர்களை உடையது.

நரத்தம், நாகம், நள்ளிருள் நாறி

என்கிறார் கபிலர் குறிஞ்சிப் பாட்டில்.

நரந்த நறும் பூ மலர் உதிர

என்கிறது அகநாநூறு – 141.

நரந்தம் நாறும் தன் கையால்
புலவு நாறும் என் தலை தைவரும் மன்னே

என்பது புறநானூறு – 235

நரந்தம் நாறும் கூந்தல்

என்கிறது கலித்தொகை.

ஆயிரக்கணக்கான ஆண்டுகளாய் நம்முடன் வாழும் இத்தாவரத்தின் இலை, துவையலுக்குப் பயன்படும், காய் ஊறுகாய்க்குப் பயன்படும், கனி சாறு பிழிந்து, நீர் பெருக்கி சர்க்கரை கலக்கிக் குடிக்கவும் பயன்படும். சில காலம் முன்பு, பாலாவின் ‘பரதேசி’ படத்தின் படப்பிடிப்பு, சிவகங்கைக்கும் மேலூருக்கும் நடுவில், கொஞ்சம் உள் ஒதுங்கி இருக்கும் சாலூர் கிராமத்தில். அங்கே ஏராளமான நாரத்தை மரங்கள் காய்ந்துப் பழுத்துக் கிடப்பதைக் கண்டேன். வழக்கமாய் நான் பார்த்த குற்றுச் செடிகள் போலன்றி, பெரிய வேப்பமர உயரத்தில் நின்றது நாரத்தை மரம். அனுமதித்தால் எல்லோரும் வளர்வார்கள் தானே!

படப்பிடிப்பை வேடிக்கை பார்த்தது போக, மிச்சம் இருக்கும் நேரங்களில் காலாற காட்டுப் பகுதியில் நடப்பது என் வழக்கம். கிராமத்தின் கோடியில், படத்தில் நீங்கள் பார்த்த குடிசை வீட்டுக்கு வெளியே கயிற்றுக் கட்டிலில் ஒருவர் உட்கார்ந்திருந்தார். பக்கத்தில் அலுமினியத் தட்டில் நாலைந்து வறுத்த மீன் துண்டுகள் இருந்தன. குளத்து மீன் துண்டுகள். நாங்கள் நாஞ்சில் நாட்டு வேளாளர்கள் சட்டப்படி ஆற்றுமீன், குளத்துமீன் சாப்பிடக் கூடாது. கடல் மீன் மட்டுமே சாப்பிடலாம். கயிற்றுக் கட்டிலில் இருந்த முத்தரையர் குலப் பெரியவருக்கு இதையெல்லாம் சொல்லிக்கொண்டிருக்க முடியாது. ஒரு துண்டு தின்றேன். குடிசைக்குள் இருந்து வந்த பெரியம்மா, மஞ்சள் நிறத்தில், பெரிய ஆரஞ்சு தரத்தில் நாரத்தம் பழம் ஒன்று கொண்டு வந்து கட்டிலில் வைத்தாள்.

'நார்த்தம் பழம்... உரிச்சுத் திண்ணு' என்றாள். அதற்குமுன் நான் பழுத்த நாரத்தைப் பார்த்திருக்கிறேன், தின்றதில்லை. ஆரஞ்சுச் சுளை போல் இலகுவாக உரிக்க வந்தது. புளிப்பும், கசப்பும், இனிப்புமான வாசனையும் கொண்ட பழச்சுளைகள். கோவைக்குத் திரும்பும் போது கொஞ்சம் நாரத்தங்காய் வாங்கிக் கொண்டு வரவேண்டும் என்று நினைத்தேன். படப்பிடிப்புத் தலம் மானாமதுரைப் பக்கம் மாறிவிட்டது.

அரைநூற்றாண்டுகளாக நான் நாரத்தை இலைத் துவையலுக்கும் நாரத்தை ஊறுகாய்க்கும் நாரத்தங்காய் பச்சடிக்கும் அடியேன். திருநீல கண்டத்துக் குயவனார்க்கு அடியேன், இல்லையே என்னாத இயற்பகைக்கும் அடியேன்...

மாங்காய்த் துவையல்

பருவகாலங்களில் மட்டும் அரைக்கப்படும் துவையல் இது. புதிதாய்ப் பறித்து, காம்பில் பால் துளிர்க்கும், பால் வாசம் வீசும் மாங்காய் தோலெடுத்துச் சிறுசிறு துண்டுகளாக வெட்டிய பிறகு அரைக்கப்படுவது. பச்சை மிளகாய், தேங்காய்ப் பூ, உப்புடன் சேர்த்து அரைப்பது. இந்தத் துவையலுக்குக் கறிவேப்பிலை, பூண்டு, இஞ்சி சேர்ப்பதில்லை. புளி சேர்க்க வேண்டாம் என்று சொல்ல வேண்டியது இல்லை.

நெல்லிக்காய்த் துவையல்

இங்கு நெல்லிக்காய் என்பது அரிநெல்லி அல்ல, காட்டு நெல்லி. பச்சையாக, கொட்டை எடுத்து சீவிக்கொள்ள வேண்டும். மாங்காய்த் துவையலுக்கான செய்முறைதான். துவையல் சாம்பல் பூத்த பச்சை நிறத்தில் இருக்கும். இருந்து விட்டுப் போகட்டுமே! மிகுந்த மருத்துவக் குணங்கள் கொண்டது.

நெல்லிக்காயைப் பச்சையாகக் கடித்துத் தின்று தண்ணீர் குடித்தால், நீரின் சுவை அமுது. அகநானூற்றில் மாற்றூர் கிழார் மகனார் கொற்றங் கொற்றனார் பாடுகிறார் – 'நுண் இலைப் புன் காழ் நெல்லிப் பைங்காய் தின்றவர் நீர் குடி சுவையில்' என்று. அகநானூற்றிலேயே இடைக்காடனார் பாடல் – "சிறியிலை நெல்லிக் காய் கண்டன்ன குறுவிழிக் கண்ண கூரல் அம் முறுவல்" என்று பேசும்.

இஞ்சித் துவையல்

தேங்காய்த் துவையலில், பச்சை மிளகாய் வைத்து அரைப்பதில், இஞ்சி அதிகமாக வைத்து அரைப்பது. பட்டினப் பாலை 'முளை இஞ்சி' எனக் குறிக்கும்.

கொத்தமல்லித் துவையல்

பச்சைக் கொத்தமல்லி, மிளகாய் வத்தல், தேங்காய்ப் பூ, புளி, உப்பு, பூண்டு, கறிவேப்பிலை வைத்து அரைப்பது. முழுக் கொத்தமல்லி கொஞ்சம் கூடுதலாக வைத்து அரைக்க வேண்டும். பழைய சோற்றுக்குக் கொத்தமல்லித் துவையல் கொண்டாட்டம்.

வறுத்து அரைத்த துவையல்

உளுந்தங்கஞ்சி, உளுந்தஞ் சோறு பொங்கும்போது, தவறாமல் இந்தத் துவையல் அரைப்பார்கள். பொருத்தமான தொடுகறி. முழுக் கொத்தமல்லி, வத்தல் மிளகாய், தேங்காய்ப் பூ, சின்னத் துண்டு சுக்கு, கறிவேப்பிலை எல்லாம் நன்றாய் வறுத்துக்கொள்ள வேண்டும். கொஞ்சம் எள் தனியாக வறுத்து வைத்துக்கொள்ள வேண்டும்.

முதலில் மல்லி, தேங்காய், வத்தல் மிளகாய், சுக்கு, கறிவேப்பிலை எல்லாம் சேர்த்து நன்றாக அரைத்து, பின்பு எள்ளுச் சேர்த்து அரைத்து, வழிக்கும்போது புளி, உப்பு, பூண்டு சேர்த்து நன்றாக அரைத்து, உருட்டி எடுக்கலாம்.

எள்ளுத் துவையலும் வறுத்து அரைத்த துவையலும் சீனிச் சட்டியில் நல்லெண்ணெய் விட்டுக் கடுகு கறிவேப்பிலைப் போட்டுத் தாளித்து, துவையலைக் கொட்டி புரட்டி எடுத்து விடுவதும் உண்டு. நாலைந்து நாட்கள் கெட்டுப் போகாமல் இருக்கும்.

பத்தியத் துவையல் – நுணுக்கியது

நாலைந்து நாட்கள் காய்ச்சலில் விழுந்து எழுந்தவர்களுக்கு வாய்க்கு எதுவும் ருசியாக இருக்காது. வாய் கசக்கவும் செய்யும். சீரண உறுப்புக்களையும் உமிழ் நீரையும் தூண்டுவதற்காக அரைக்கப்படும் துவையல் ஆகும்.

சுடுகஞ்சி, குருணைக் கஞ்சி, நொய்யரிசிக் கஞ்சிக்குத் தொட்டுக்கொள்ள நன்றாக இருக்கும்.

கோணி ஊசியில் முதலில் மிளகாய் வற்றலைக் குத்தி எடுத்து சுட்டுக்கொள்வார்கள். பிறகு அதே விதத்தில் கீற்றுத் தேங்காயைச் சுட வேண்டும். தண்ணீர் விட்டு அரைக்காமல் அம்மியில் வைத்து வெள்ளாய்ங்கம், உப்புப் பரல் சேர்த்து நுணுக்கி எடுப்பார்கள். புளி சேர்ப்பது கிடையாது. பரபரப்பாகப் பொடி போல் இருக்கும். நாக்கில் தொட்டுத் தீற்றிக்கொண்டு, சுடுகஞ்சியை ஊதியூதிக் குடிக்கலாம்.

பத்தியத் துவையல்

இதுவும் காய்ச்சலில் விழுந்து எழுந்தவர்களுக்காக அரைப்பது. மிகவும் மருத்துவத் தன்மை உடையது. இன்னும் சொன்னால் இந்தத் துவையலே மருந்துதான். ஆயுர்வேத டாக்டர் எல். மகாதேவன் எழுதிய நூல்களின் தலைப்புகள், 'உணவே மருந்து' மற்றும் 'மருந்தே உணவு'. கிராமத்து மக்களுக்கு மாத்திரம்தான் இந்தத் துவையல் அரைப்பதற்கு வசதிப்படும். மற்றவர்கள் நாலைந்து மாத்திரைகளை நுணுக்கித் தொட்டுக் கொள்ளலாம்.

வாசகர் பலருக்கும் நான் சொல்லப்போகும் தாவரங்களை அடையாளம் காண இயலாது.

பொடுதலை, வல்லாரை, பிரண்டை இலைகளைப் பறித்துக் கொள்ள வேண்டும். ஈர நயப்புள்ள மண்ணில் தாமாகவே வளர்ந்து கிடக்கும் இவை. அடையாளம் கண்டுகொள்ள வேண்டும். இந்த இலைகளை அரிந்து வதக்கிக்கொள்ளலாம். மல்லி, மிளகாய் வத்தல், துருவிய தேங்காய், உப்பு வைத்து அரைத்து வழிப்பது. புளியைச் சுட்டு சேர்த்துக்கொள்வார்கள்.

இந்தத் துவையலும் தொட்டு நாக்கில் தீற்றினால் தீப்போலப் பற்றி எரியும்.

பிரண்டை இலைத் துவையல்

பிரண்டை என்பதோர் கொடி. பச்சை அல்லது சாம்பல் பச்சை நிறத்தில், மூன்றங்குலத்துக்கு ஒருமுறை கணுக்களோடு கொடி வீசிப்படரும். தரையிலும் படரும். சின்னப் புதர்களிலும். பிரண்டையில் செய்யப்படும் வற்றல் ஒரு அரிய மருத்துவ குணமுள்ள வடகம். பின்னர் பார்க்கப் போகிறோம். பிரண்டை இலை பறிக்க அனுப்பும்போது சொல்லி அனுப்புவார்கள். நல்ல கொழுந்து இலையாக, கிளிப்பச்சை நிறத்தில் இருப்பதைப் பறிக்க வேண்டும் என்றும் திருகுக்கள்ளிகளில் கொடுக்கள்ளிகளில் படர்ந்திருக்கும் பிரண்டை இலை பறிக்கக் கூடாது என்றும்.

பிரண்டை இலையைப் பறித்து வந்து, கழுவி, அரிந்து, வதக்கி, மேற்சொன்ன சேர்மானங்களுடன் சேர்த்து அரைக்கும் துவையல் பிரண்டை இலைத் துவையல்.

பிரண்டைக் கூழ் வற்றல் பிறகு பார்க்கப் போகிறோம் என்றாலும் பதார்த்த குண சிந்தாமணி கூறும் பாடல்களை, இங்கேயே பாடி விட்டுக் கடந்துவிடலாம்.

பிரண்டையை நெய்யால் வறுத்துப் பின்பு அரைத்து மாதே
வெகுண்டிடாது ஏற்று விழுங்கில் – அரண்டு வரும்

மூலத் தினவு அடக்கும் மூல இரத்தம் அறும்
ஞாலத்தின் உள்ளே நவில்

பிரண்டையை நெய்யில் வறுத்து அரைத்து உண்டால் மாந்தம், வயிற்றுவலி, வாய்வு, அதிசாரம், முளை சேர்ந்த மூலம், கபம், இரத்தப் போக்கு, தளர்ந்த நடை எல்லாம் அகலும். அதிக பசி எழும்பும்.

பிரண்டையில் களிப் பிரண்டை, தீம் பிரண்டை, புளிப் பிரண்டை எனச் சில இனங்கள் உண்டு என்கிறது பதார்த்த குண சிந்தாமணி. யாராவது காண்பித்துத் தந்தால் தெரிந்து கொள்ளலாம்.

பிரண்டை, கிரி கள்ளி, வச்சிரவல்லி எனும் பெயர்களாலும் அறியப்படும் என்கிறார் பேராசிரியர் கு.வி. கிருஷ்ண மூர்த்தி, 'தமிழரும் தாவரமும்' எனும் நூலில்.

வல்லாரைத் துவையல்

வல்லாரை சற்றுக் கசப்பான கீரை. ஒற்றை ரூபாய் நாணயம் அளவுக்கு விளிம்புகளில் அரும்பு அரும்பாக, ஈரப்பாங்கான தரைகளில், புல்வெளிகளில் ஓடைக் கரைகளில் வயல் வரப்புகளில் முளைத்து நிற்கும். குற்றுச் செடியும் இல்லை, கொடியும் இல்லை. மண்ணிலிருந்தே காம்புடன் கிளைத்து வளரும். மூளைக்கு, நினைவாற்றலுக்குச் சிறந்த கீரை. தமிழனிடம் சொன்னால் எடுபடாது. 'மூளை இல்லாதவன் தின்னட்டும்' என்பான்.

பதார்த்த குண சிந்தாமணி அற்புதமான பாடல் ஒன்று தருகிறது.

அக்கர நோய் மாறும், அகலும் வயிற்று இழிவு
தக்க இரத்தக் கடுப்புத் தானேகும் – பக்கத்தில்
எல்லாரையும் அருந்து என்றே உரைத்து நல் மனையுள்
வல்லாரையை வளர்த்து வை

சர்க்கரை நோய் மாறும், வயிறு கழிச்சல் அகலும், இரத்தக் கடுப்பும் தானே போகும்.

உழவர் சந்தைகளில், பழமுதிர் நிலையங்களில் வல்லாரை இன்றும் கிடைக்கிற கீரைதான். பத்தியத் துவையல் அரைக்க இயலவில்லை என்றாலும் துவரன் செய்து சிறுவருக்குக் கொடுக்கலாம். துவையல் பக்குவம் பத்தியத் துவையல் பக்குவம் தான்.

பொடுதலைத் துவையல்

ஈரத் தரையில் படர்ந்து கொடி வீசி வளரும் சின்னஞ்சிறு தாவரம் இது. பெண்கள் வைக்கும் நீள் வட்டப் பொட்டுப் போல, விளிம்பில் அரம்போல இருக்கும். நானே பார்த்து நாளாயிற்று. பத்தியத் துவையலில் பொடுதலை மட்டும் வைத்து அரைக்கலாம்.

பொடுதலையின் பேர் உரைத்தால் போரமப் போக்கும்
அடுதலைச் செய் காசமும் அடங்கும் – கடுகி வெரு
பேதியொடு சூலை நோய் பேசரிய வெண்மேகம்
வாதமும் போம் மெய் உரக்கும் வாழ்ந்து

பொடுதலையின் பெயர் சொன்னாலேயே சீதப் போக்கு நிற்குமாம். காசம், பேதி, சூலை, வெண்மேகம், வாதம் போகுமாம். தேகம் பலக்குமாம்

பச்சிலைகளில் மூலிகைகளில், வேர்களில், காய்களில், கொட்டைகளில் மரப்பட்டைகளில், பிசின்களில் நமது வைத்தியம் நடந்தது. அன்றாட உணவில் அதன் சாரம் இருந்தது.

சரி! இரவு உணவுக்கு பீட்சா ஆர்டர் செய்வோமா!

பெரும்பாலும் நமது துவையல்கள், சோற்றில் விரவும் பொடிகள், தொட்டு நக்கும் பச்சடி கிச்சடிகள் வெறும் தொடு கறிகள் மட்டுமல்ல. அன்றாட உணவில் ஆரவாரம் இன்றி நாம் ஏற்றிக்கொள்ளும் சத்துகள், மருந்துகள், நோய் எதிர்ப்பு மூலங்கள். ஆங்கிலேயர் வரும்வரை வலுப் பெற்றிருந்த உணவின் இந்த அம்சங்கள் இன்று புத்துயிர்க்கப்படல் வேண்டும்.

கொள்ளை நோய்த் தடுப்பும் அறுவை சிகிட்சைகளும் வலுப்பெற்று வாழட்டும். அதற்காக நோய் எதிர்ப்புக் குணத்தை நாம் எதற்காக, யாருக்காக இழக்க வேண்டும்?

9

பொடி

இவை துவையலின் ஒரு பிரிவு எனக் கொண்டு பேசவியலாது என்பதனால் தனியாகப் பார்க்கிறோம். பொடிகள் பெரும்பாலும் முன்னெச்சரிக்கையாகப் பொடித்து வைத்துக் கொள்ளும் உப கறி. பத்துப் பதினைந்து தினங்கள் வாசனை மாறாது இருக்கும். பருப்புப் பொடியும்

காணப்பொடியும் இட்லி மிளகாய்ப் பொடியும் இன்று கண்டங்கள் கடந்து பயணமாகின்றன. 2012ஆம் ஆண்டு ஜூன் மாதத்தில் அமெரிக்க ஐக்கிய நாட்டின் வட கரோலினா மாகாணத்தின் சார்லெட் நகரில் என் மகன் விட்டுக்குப் போனபோது, குக்கரில் சோறு வைத்து, பருப்புப் பொடியும் நல்லெண்ணெயும் தந்தான். 'எங்கடா வங்குனே?' என்றேன். 'பட்டேல் கடையிலே' என்றான். உறைய வைக்கப்பட்ட புளிக்காய்ச்சல் பன்னீராயிரம் மைல்கள் போகும்போது பருப்புப் பொடி போகாதா?

சில பொடிகள் முதற் சோற்றுக்குப் பிசைந்து சாப்பிட. சுடு சோற்றில் போட்டு நெய்யோ, நல்லெண்ணெயோ, தேங்காய் எண்ணெயோ விட்டுப் பிசைந்து தின்பதற்கு. சில பொடிகள் தோசை இட்டிலிக்குத் தொட்டுக்கொள்ள. சில மோர்ச் சோற்றுக்குத் தொட்டுக்கொள்ள.

காணப் பொடி

காணம் வறுக்கும்போது படபடவெனப் பொட்ட வேண்டும். வறுத்து சுளவில் கொட்டி ஆறவிட வேண்டும். சூடு ஆறிய பின் திருவையில் கை கையாக அள்ளிப் போட்டு உடைக்க வேண்டும். உடைத்த காணத்தைத் தோல் நீக்கிப் புடைத்துக்கொள்ள வேண்டும். ஒன்றிரண்டு தோல் ஒட்டி இருந்தாலும் ஒன்றும் மோசம் போய்விடாது.

வத்தல் மிளகாய், சீரகம், நல்ல மிளகு இவற்றைச் சேர்த்து எளிய வறுப்பாக வறுத்து, காணப் பருப்புடன் கல்லுப்பும் சேர்த்துத் திரித்துக்கொள்ள வேண்டும். மிகையான நைசாக இருக்க வேண்டும் என்பதற்காக, திருவையில் போட்டுத் திரித்து, நைஸ் அரிப்பால் அரித்து மீண்டும் திருவையில் போட்டுத் திரித்து அரைத்துப் பாட்டிலில் சேமித்துக்கொள்ளலாம்.

காணம் கொழுப்பறுக்கும் என்று முன்பே சொன்னோம். 'இளைத்தவனுக்கு எள்ளைக் கொடு, கொழுத்தவனுக்குக் கொள்ளைக் கொடு' என்பது சொலவம்.

காணப்பொடி, சுடு சோற்றில் போட்டுச் சூடாக விரவிச் சாப்பிடும் அயிட்டம். தொண்டையில் பிடிக்கும் என்பதாலும், வாசனைக்காகவும் சத்துக்காகவும் நெய் அல்லது தேங்காய் எண்ணெய் விட்டுப் பிசைந்து சாப்பிடுவார்கள்.

பருப்புப் பொடி

துவரம் பருப்பு பாதி, பாசிப் பருப்பு மீதியாகச் சேர்த்து வறுத்து எடுத்துக்கொண்டு, மேற்கூறிய சாதனங்கள் கூட்டித் திரித்து வைத்துக்கொள்வது.

தனியாகத் துவரம் பருப்பு அல்லது பாசிப்பருப்பிலும் செய்வதுண்டு.

தவணப்புளி (தவணப்பொடி)

இது பழையதுக்கும் மோர்ச் சோற்றுக்கும் தொட்டுக் கொள்வதற்கான பொடி. வெளியூரில் வேலை பார்க்கும் திருமணமாகாத இளைஞர்கள் தாய்மார்களிடம் சொல்லி, இடித்து எடுத்துக்கொண்டு போவார்கள். மாதக்கணக்கில் இருந்தாலும் கெட்டுப் போகாது.

மிளகாய் வத்தல், முழுக் கொத்தமல்லி, உளுந்து, துவரம் பருப்பு, இவற்றை முதலில் நன்றாக வறுத்து வைத்துக்கொள்ள வேண்டும். தேங்காய்ப் பூ கணிசமாகக் கறிவேப்பிலை சேர்த்து நன்கு வறுத்து இறக்கும் தருணத்தில் பூண்டுப் பற்கள் சேர்த்து வெதுப்பித் தனியாக வைத்துக்கொள்ள வேண்டும். கறுப்பு எள்ளை வறுத்து எடுத்துக் கொள்ள வேண்டும்.

கல்லுரலைக் கழுவித் துடைத்த பின்பு, முதலில் வறுத்த வற்றை உலக்கை போட்டு இடித்த பிறகு, இரண்டாவது வறுத்தவற்றையும் போட்டு இடித்து, கடைசியில் கறுத்த எள்ளும் உப்பும் போட்டு இடிக்க வேண்டும்.

காம்பு, கோரு, கொட்டை நீக்கிய புளிச் சுளைகளைப் போட்டு மறுபடியும் சேர்த்து இடிக்க வேண்டும். இடித்த பின்பு கையில் எடுத்து கொழுக்கட்டைபோலப் பிடிக்கும் பருவத்தில் இருக்கும். உலக்கையைத் துடைத்து எடுத்து விட்டு, உரலில் கிடக்கும் இடிபட்ட தவணப்புளியைக் கொழுக்கட்டை கொழுக்கட்டையாகப் பிடித்து பரணியில் அடுக்கிக்கொள்வார்கள். பொடியாக, உதிரியாகக் கொட்டி வைக்கக் கூடாது என்றில்லை. என்றாலும் கொழுக்கட்டை போலப் பிடித்து அடுக்கிக்கொள்வார்கள். தேவைக்கு ஒவ்வொரு கொழுக்கட்டையாக எடுத்துக்கொள்வதுதான்.

தவணப்புளி வாசம் அலாதியானது. தவணப்புளி இடித்து, பம்பாய்க்கே கொண்டு போயிருக்கிறேன். கொழுக்கட்டை உதிர்ந்து போகாமல் கொண்டு சேர்ப்பதும் ஒரு சாமர்த்தியம் தான். பம்பாயில் வாழ்ந்த மூத்த இலக்கிய சகோதரி அம்பைக்கும் கொண்டு கொடுத்திருக்கிறேன்.

சுவையாக இருக்கிறதே என்று ஒரு கொழுக்கட்டைத் தவணப்புளியையும் ஒருவர் ஒரே நேரத்தில் தின்றால் அடுத்த நாள் காலை அதன் வீரியத்தை மூலம் காட்டும்.

மிளகாய்ப் பொடி (இட்டிலிப் பொடி)

இங்கு மிளகாய்ப் பொடி என்பது பொடித்த மிளகாய் அல்ல. அதாவது சில்லி பவுடர் அல்ல. வழக்கில், திருத்தமாக மிளகாய்ப் பொடி என்று சொல்வாரைவிடவும் மொளகாப் பொடி என்பாரே அதிகம். எனவே பயில்வோர் வசதி கருதி, நாமும் மொளகாப் பொடி என்றே பயன்படுத்துவோம்.

இதனை இட்டிலிப் பொடி அல்லது தோசைப்பொடி என்பாரும் உளர். இட்டிலி அல்லது தோசைக்குத் தொட்டுக் கொள்ள, மொளகாப் பொடியில் நல்லெண்ணெய் ஊற்றிக் குழைத்துக்கொள்ளலாம். செல்வந்தர் நெய்யூற்றியும் குழைத்துக் கொள்வார்கள். சிலர், இரண்டுக்கும் மாற்றாக, வடை சுட்ட எண்ணெய் – தேங்காய் எண்ணெய் – பயன்படுத்துவார்கள். வடை சுட்ட எண்ணெய்க்கு என்றும் தனியான வாசம் உண்டு.

இட்டிலி தோசைக்கு என்றில்லாமல், பாம்பே ரவை உப்புமாவுக்கும் தொட்டுக்கொள்ளலாம். அரிசி மாப் புட்டு உதிர்த்து, இரண்டு மூன்று கரண்டி மொளகாப் பொடி தூவி, எண்ணெய் ஊற்றி விரவித் தின்பார் சிலர். முதல் நாள் செய்த இட்டிலி நிறைய மீந்து போனால், அடுத்த நாள் காலையில் அதைப் பிருத்துத் தாளிக்கும்போது மொளகாப்பொடி தூவி, எண்ணெய் விட்டுப் புரட்டுவாரும் உண்டு. அடைக்கும், பச்சரிசி ரொட்டிக்கும், கோதம்புத் தோசைக்கும்கூடத் தொட்டுக் கொள்ளலாம். சிலர் கொழுக்கட்டைக்கு மொளகாப் பொடி தொட்டுக்கொள்வார்கள்.

தோசை வார்த்து, திருப்பிப் போட்டபின், அதன் மேல் பரவலாக மொளகாப் பொடி தூவி, அதன் மேல் தெளித்தாற் போல நல்லெண்ணெய் ஊற்றி, சிவக்கச் சிவக்கச் சுட்டு எடுப்பார்கள்.

நாஞ்சில் நாட்டில் புளித்த மாவில் சுடும் தேங்காய்த் தோசை என்றொரு இனம் உண்டு. அதற்குத் தொட்டுக் கொள்ள மொளகாப் பொடி அன்றி வேறொன்றும் உதவாது.

பழங்காலத்தில் பயணம் போவோர், இட்லி அவித்து, ஆற வைத்து மொளகாப் பொடியில் நல்லெண்ணெய் ஊற்றிக் குழைத்து, இதில் இட்லியின் வெளுப்புத் தெரியாமல் நன்கு புரட்டி, வாழை இலையைத் தீயில் வாட்டி அதில் பொதிந்து எடுத்துப் போவார்கள். இன்று காலையில் பொதிந்ததை நாளைக் காலையிலும் தின்னலாம். அதுபோல் நன்கு சிவக்க தோசை சுட்டு, ஒவ்வொரு தோசைக்கும் மொளகாப் பொடி – எண்ணெய் புரட்டி எடுத்துப் போகலாம்.

அமெரிக்க ஐக்கிய நாடுகளின் திரும்புகால் பயணத்தில், கலிபோர்னியாவின் ஃப்ரிமாண்ட் நகரிலிருந்து காரில் சான்ஃபிரான்சிஸ்கோ வந்து விமானம் பிடித்து டல்லஸ் விமான நிலையத்தில் இறங்கி அங்கிருந்து ஹ்யூஸ்டனுக்கு விமானம் பிடிக்க வேண்டும் எனக்கு. ஃப்ரிமான்டில் காலை நான்கு மணிக்குப் புறப்பட்டது. காலைப் பலகாரத்துக்கு, தென் திருப்பேரை திருமலை ராஜனின் மனைவி, எனக்கு டப்பாவில் கட்டிக் கொடுத்தது இட்லியும் மௌளகாப் பொடியும். செய்தி அதுவல்ல. சான்பிரான்சிஸ்கோ செக்குரிட்டி செக்கின்போது கைப்பையில் இருந்த டப்பாவைக் காட்டி என்ன என்று கேட்டார்கள் என்பது.

அந்த இட்டிலி மௌளகாப் பொடி டப்பா பறி போயிருந்தால் டல்லஸ் விமான நிலையத்தில் காலைச் சிற்றுண்டிக்கு இருபத்தைந்து டாலர், அதாவது ரூ. 1500.00 நான் கழற்றி இருக்க வேண்டும். மேலும், என்னிடம் பறி முதல் செய்த தென்திருப்பேரைக் கைப்பக்குவம் குப்பைக்கு அல்லவா போய்ச் சேரும். அன்று எனக்கு மகர நெடுங்குழைக் காதர் அருள் இருந்தது போலும்.

எப்போதும் தட்டத்தின் ஓரத்தில் மௌளகாப் பொடி வைத்துக்கொண்டு தோசையைத் தொட்டுத் தின்னலாகாது. தோசையின் நடுவில் ஒரு கரண்டி மௌளகாப் பொடி, அதைக் குழித்து நடுவில் ஒரு கரண்டி நல்லெண்ணெய் விட்டுக் குழைத்து வைத்துக்கொண்டு, தோசையை விளிம்பில் இருந்து பிய்த்துத் தின்ன தொடங்க வேண்டும். வட்டமாகப் பிய்த்துத் தின்றபின் நடுத்துண்டை – எண்ணெய், மௌளகாப் பொடி ஊறியதை – ஒரே வாயில் போட்டுக்கொள்ளலாம். இந்த இடத்தில் சற்றுக் கவனமாக இல்லை என்றால், வீட்டில் இருக்கும் சின்னப் பிள்ளைகள் வெடுக்கென அந்தத் துண்டை எடுத்து வாயில் போட்டுக்கொண்டு நடந்துவிடுவார்கள். அந்தச் சமயத்தில் வரும் கோபத்தை, சிவஞான போதம் கற்றாலும் அடக்க முடியாது.

எத்தனை தோசை தின்பவராக இருந்தாலும், ஒவ்வொரு தோசைக்கும் இதுதான் நடைமுறை. பெரிய குடும்பத்தின் பெண்களுக்குத் தோசை சுட்டுப் போட்டே காய்த்துப் போயிருக்கும் கைகள். நடந்து நடந்து காலில் பித்த வெடிப்பு வலித்திருக்கும்.

காலை ஒன்பது மணிக்கு ஐந்தாறு தோசை தின்றால், மத்தியானம் இரண்டு மணி ஆனாலும் பசிக்காது. இன்னொரு சிறு குறிப்பு – தோசை மௌளகாப் பொடி தின்றால் நிறையத் தண்ணீர் குடிக்க வேண்டும். தண்ணீர் அப்படி வாங்கும்.

பண்டு தோசைக் கற்கள் மண்ணில் சுட்டு எடுக்கப் பட்டவை. பின்பு தான் கெட்டி இரும்புத் தகடு, வார்ப்பு இரும்பு எனத் தோசைக் கல்லுகள் வந்தன. மெதுவாகச் சூடேறும் கல்லில் ஊற்றிய தோசைகள் நல்ல கனமாக, பிட்டால் அறையறையாகத் தென்படும். பலகைபோல் இருக்கும் ஒவ்வொரு தோசையும். பெரிய சாப்பாட்டுச் சட்டம்பிகூட நான்கு தோசைகள் தின்று விட முடியாது.

எனக்கு வள்ளியம்மை ஆத்தா என்ற அப்பாவைப் பெற்ற பறக்கை ஊர்க்காரி ஆத்தா இருந்தாள். அப்பா செத்துப்போன போது எனக்கு இருபத்து ஒன்பது வயது. இரண்டாண்டுகள் பொறுத்துத்தான் ஆத்தா செத்தாள். ஆத்தா செத்தபோது, நான் பம்பாயிலேயே ஒரு பக்கெட் தண்ணீரில் குளித்துத் துக்கம் கரைத்தேன்.

மருமக்கள் இரண்டு பேருடனும் வாழப் பிடிக்காமல், தனியாகச் சின்னதோர் வீட்டில் பொங்கித் தின்றுகொண்டு கிடந்தாள். அப்பாவும் சித்தப்பாவும், பூவுக்கு, தலைக்கு, ஒன்றரைக் கோட்டை நெல் கொடுப்பார்கள். அது வள்ளியம்மை ஆத்தாவுக்கு வெள்ளம். 1960களில் வள்ளியம்மை ஆத்தா, மண்கல்லில் சுட்ட தோசை, அரையங்குல கனத்தில், பத்தங்குல வீச்சில், பலகை போல் இருக்கும். பிட்டால் அறையறையாகத் தெரியும். தோசை சுட்டால் கால் துண்டு எனக்கும் வைத்திருப்பாள். ஏற்கெனவே வீட்டில் குடித்த பழையதுக்கு அது மேல்பாரம்.

நினைவின் அடுக்குகளில் எங்கோ ஒளிந்திருக்கிறது அந்தத் தோசையின் மணம். அப்போது ஆத்தா, மொளகாப் பொடியை உரலில் போட்டு இடிப்பதில்லை. அம்மியில் வைத்து நுணுக்குவாள். நுணுக்கி, மொளகாய்ப் பொடியை வாரிய பின், முதலில் சுட்ட தோசையைச் சுடச்சுட அம்மியில் மீதமிருக்கும் மொளகாப் பொடியில் புரட்டி ஆளுக்கு ஒரு துண்டு பிய்த்துக் கொடுப்பாள்.

வள்ளியம்மை ஆத்தாளின் பாம்படம் ஆடும் காதுகளும் பற்களற்ற பொக்கை வாயும் உடம்பைச் சுற்றிய பதினாறு முழம் வெள்ளைச் சேலையும் அள்ளிச் செருகிய பங்கொண்டையும் ஜெம்பர் போடாத சுருக்கம் விழுந்த கறுத்த உடம்பும் இன்று எனது நினைவுக்கு வருகின்றன.

மொளகாப் பொடி இடித்த கல்லுரலில் அல்லது ஆட்டுரலில் சூடு தோசையோ அல்லது இட்டிலியோ போட்டுப் புரட்டிய சம்பவங்கள் நான் கல்லூரிக்குப் போன நாட்களில் கூட நடந்திருக்கிறது.

தோசை என்பதும் இட்டலி என்பதும் அன்றாடப் பலகாரங்கள் அல்ல. அமாவாசைக்கும் ஒடுக்கத்திய வெள்ளிக் கிழமைக்குமான பலகாரம். அமாவாசைக்கு முன்தினம் காலை அல்லது தமிழ் மாதத்தின் கடைசி வெள்ளியின் முன்தினம் காலை தோசைக்குப் போட்டு, மாலையில் மாவாட்டி, முன்னிரவில் உப்புப்போட்டு விரவி வைத்து மறுநாள் காலை மாவு புளித்துப் பொங்கி மதுபோல் வழியும் தருணத்தில் மறுபடியும் கைவிட்டுக் கலக்கிச் சுடுவதற்கு எடுப்பார்கள்.

தெருவில் தலை தென்பட்டால், ஆத்தா கூவுவாள், "எலே, கொஞ்சம் இங்கிண வந்திற்றுப் போ."

என் தலையும் வேண்டும் என்றேதான் தென்படும். புருசன் பெயர் எனக்கு விட்டிருப்பதால், சொந்தப் பெயர் சொல்லிக் கூப்பிட மாட்டாள். சுப்பையா என்பதால் உப்பு என்றும் சொல்வதில்லை. 'கரைக்கப்பட்டது' என்றால் அது உப்பு.

அந்தத் தலைமுறையினருக்கு, தோசை என்பது ஒரு அபூர்வமான பலகாரம். செத்தவருக்குச் சுட்டு வைத்து அழும் கிழமைக்குத் 'தோசைக் கிழமை' என்று பெயர்.

தொடர்ந்து நான்கு நாட்கள் வீட்டில் தோசை சுட்டால், "இண்ணைக்கும் தோசக் கிழமையா?" என்று சலித்துக் கொள்வார்கள். அன்று எனக்கெல்லாம் தோசை, நிக்கர் பாக்கெட்டில் திணித்து வைத்துத் தின்னும் பலகாரம். முதல் நாள் சுட்ட தோசை மறுநாளும் கெட்டுப் போவதில்லை. இன்று நேரடியாகத் தோசைக் கல்லிலேயே சுடச்சுட தோசை தின்கிறார்கள்.

அரைத்து, இரண்டு நாட்கள் பொறுத்து, புளித்த மாவில் தோசை சுட்டால், தோசைமேல் மொளகாப் பொடி குழைத்துப் பரத்தி, இரண்டாக மடித்து, மடியில் போட்டுக்கொண்டு வீட்டுக்கு வருவாள் ஆத்தா.

"இந்தப் பயலைக் கண்ணுலயே காங்கலியே?" என்று வீட்டுக்கு வந்து தந்துவிட்டுப் போவாள். ஆனால் மருமகளிடம் பேச்சு வார்த்தை கிடையாது.

இனி மொளகாப் பொடி செய்முறை:

கொஞ்சமாகக் கொத்தமல்லி, மிளகாய் வற்றல், காயம், உளுந்து, துவரம் பருப்பு, கறிவேப்பிலை, பூண்டு யாவற்றையும் முதலில் சிவக்க வறுத்து எடுத்துக்கொள்ள வேண்டும். கொஞ்சம் எள்ளும் அரிசியும் தனியாக வறுத்து எடுத்துக்கொள்ள வேண்டும். எல்லாவற்றையும் உரலில் போட்டு, உப்புப் போட்டு,

கிளறிக் கொடுத்து இடித்து எடுத்துக்கொள்ளலாம். வீட்டுக்கு ஒரு பருவத்தில் இடிப்பார்கள். பரபரப்பாகவோ நைசாகவோ!

சில வீடுகளில் முழுக் கொத்தமல்லி போடுவதில்லை. சிலர் துவரம் பருப்பு போடாமலும் இடிப்பதுண்டு. அவரவர் சுவை, விருப்பம், மனோலயம் சார்ந்தது.

புது மொளகாப் பொடிக்கு என்றும் ஒரு கவர்ச்சி உண்டு. இன்று, ஊருக்குப் போனால், காலைச் சிற்றுண்டி உண்டபிறகு, உறவினர் வீடுகளுக்குப் போனால்,

"ரெண்டு தோசை திண்ணேன்" என்பார்கள்.

"வேண்டாம் மயினி. காலம்பற சாப்பிட்டாச்சு" என்றால்,

"எல! புது மொளகாப் பொடி" என்பார்கள்.

அது ஒரு தூண்டுதல். பெரும்பாலும், "ஒண்ணே ஒண்ணு தா" என்று நான் இணங்கி விடுவேன்.

எள்ளு மொளகாப்பொடி

சின்ன வேறுபாடுதான். துவரம் பருப்பு, உளுந்து, அரிசி மூன்றும் போடாமல் எள் தாராளமாகப் போட்டு, கறிவேப்பிலையும் அதிகம் போட்டு இடிப்பது. முன்பு சொன்ன மொளகாப் பொடியில் எண்ணெய் நயப்பு இருக்காது. இதில் எள்ளு அதிகம் என்பதால் எண்ணெய் மினுங்கும்.

மிளகாய் வத்தல் நுணுக்கியது

சீனிச் சட்டியில் எண்ணெய் விடாமல் மிளகாய் வத்தலை வறுத்துக்கொண்டு, கூடுதலாகப் பூண்டு சேர்த்து, உப்பு வைத்து அம்மியில் ஒன்றிரண்டாக நுணுக்குவது.

மிளகாய் வத்தலைச் சீனிச்சட்டியில் போட்டு வறுக்காமல், கம்பியில் குத்தி, தீயில் சுட்டு நுணுக்கினால் இன்னும் வாசனை.

துண்டு வெட்டிப் போட்டுப் புழுக்கிய மரச்சீனிக் கிழங்கு, புளித்த மாத் தோசை இவற்றுக்கு உகந்தது. சில சொட்டுத் தேங்காய் எண்ணெய் விட்டுக் குழைத்துக்கொள்ளலாம்.

பச்சை மிளகாய் நுணுக்கியது

காம்பெடுத்த பச்சை மிளகாய், கூடுதலாகப் பூண்டு, உப்பு எல்லாம் சேர்த்து அம்மியில் வைத்து ஒன்றிரண்டாக நுணுக்குவது. இதுவும் புளித்த மாத் தோசை, வேகவைத்த மரவள்ளிக் கிழங்குக்கு உகந்தது. காரம் கம்பீரமாக இருக்கும்.

எவ்வளவு எண்ணெய் விட்டுக் குழைத்தாலும் அடுத்த நாள் காலை ஆசனவாய் கம்பீரமாகத் தன் இருப்பு காட்டும்.

வத்தல் மிளகாய் சின்ன வெங்காயம் அரைத்தது

வத்தல் மிளகாய் வறுக்காமல், சின்ன வெங்காயம் கணிசமாக உரித்து எடுத்துக்கொண்டு, உப்புச் சேர்த்து அம்மியில் அரைத்து எடுப்பது. உள்ளியின் சாறு பெருகி, வழித் தெடுத்த மஞ்சணை போலிருக்கும். தேங்காய் எண்ணெய் ஊற்றிக் குழைத்துக் கிண்ணத்தில் வைத்துக்கொள்ளலாம். மரச்சீனிக்கிழங்கு அவித்துத் தின்னும்போது பொருத்தமான தொடுகறி.

10

பச்சடி, கிச்சடி

சின்னத் தொடுகறிகள் இவை. நாஞ்சில் நாட்டில், தயிர் விட்டால் கிச்சடி என்றும் தயிர் விடாவிட்டால் பச்சடி என்றும் சொல்வார்கள். வேறு பிரதேசங்களில் மாற்றியும் சொல்லக் கூடும். குஜராத் பக்கம் அலுவல் நிமித்தம் பயணம் செய்தால், சௌராஷ்ட்ரா ஓட்டல்களில் நான் சாப்பிட்ட கிச்சடி வேறு. அது பொங்கல் குடும்பத்தைச் சார்ந்தது. பெரும்பாலும் அடியந்திரச் சாப்பாட்டுக்குச் செய்யப்படுபவை இவை. வீட்டு மட்டுக்கு நடக்கும் குறு விசேடங்களில் ஏதோ ஒரு பச்சடியும் கிச்சடியும் கட்டாயம் இருக்கும். மாதத்தின் முக்கியமான பண்டிகை நாட்களிலும் வைப்பதுண்டு. தயிர்க் கிச்சடிகளை அன்றே பயன்படுத்த வேண்டும். பச்சைத் தேங்காய் அரைப்பும் தயிரும் சேர்வதால் புளித்தும் ஊசியும் போகும். பச்சடிகளில் தேங்காய், தயிர் சேர்வ தில்லை பெரும்பாலும். எண்ணெய் விட்டு வதக்கப் படும். எனவே இரண்டு மூன்று நாட்கள் ஒன்றும் ஆகாது.

நார்த்தங்காய் பச்சடி

நார்த்தங்காய் என்றாலும் அதற்கும் சில இலக்கணங்கள் உண்டு. தோல் கெட்டியாக இருக்க வேண்டும். முனிந்த கசப்பும் முகம் சுளிக்கும் புளிப்பும் அவசியம். கரும்பச்சை நிறம். தோல் எலுமிச்சம் பழத் தோல் போல் நிரப்பாக இருக்கக் கூடாது. கரடு, முரடாக, உழுது போட்ட நிலம் போலத் தோற்ற வேண்டும். தோலை நகத்தால் கீறினால் வாசனை தூக்கி அடிக்க வேண்டும்.

நார்த்தங்காயைப் பொடியாக நறுக்கிக்கொள்ளலாம். காலங்குல கனத்தால். நறுக்கும்போது பெரும்பாலும் மொட்டைக் கத்தியாலும் காயின் போங்கு பற்றிய அறிவின்மை யாலும் சாறு வீணாகப் போவதைக் கவனித்துச் சங்கடப் பட்டிருக்கிறேன். ஆரஞ்சுபோல, நாரத்தையும் சுளைகள் கொண்ட காய். கூர்ங் கத்தி பயன்படுத்தலாம். சுளையின் போக்கில் நறுக்கலாம். நறுக்கும்போது, கூடுமானவரை விதை களைந்துவிடுவது நல்லது. வெட்டுப்பட்ட விதையின் பருப்பு பச்சடியில் கிடந்தால் கசப்பின் கனம் கூடும்.

நார்த்தங்காய் நறுக்கிய பிறகு, தோல் சுரண்டப்பட்ட இஞ்சி, தோலுரிக்கப்பட்ட சின்ன உள்ளி, காம்பு ஆயப்பட்ட பச்சைமிளகாய் எல்லாவற்றையும் நார்த்தங்காய்த் துண்டு அளவில் நறுக்கிக்கொள்ளலாம். அரிந்த எல்லாவற்றையும் கணிசமாக நல்லெண்ணெய் விட்டு வதக்க வேண்டும். வீட்டில் சாம்பார் பொடி இருந்தால் வதக்கப்பட்ட பச்சடிக் காய்கள் மீது தூவிக்கொள்ளலாம். ஆனால் ஒரு நிபந்தனை. சாம்பார் பொடியில் கடலைப் பருப்போ பிற பருப்புகளோ சேர்ந்து இடிக்கப்பட்டிருக்கக் கூடாது. சாம்பார் பொடி இல்லா விட்டால், சாம்பாரில் சேர்க்கும் பிற பொடிகளை இலேசாக வறுத்துச் சேர்த்துக்கொள்ளலாம். பச்சடியில் காயம் போட்டு, புளியை அடர்த்தியாகக் கரைத்துவிட்டுக் கொதிக்க விடுவார்கள் சிலர். புளி சேர்க்காமலும் வைப்பார்கள் சிலர். பச்சடி கொதிக்கும்போது, பச்சடியின் அளவுக்குத் தக்கபடி, சர்க்கரைத் துண்டு பொடித்துச் சேர்க்க வேண்டும். சர்க்கரை கசப்பு எடுக்கவும் பச்சடியின் கமறல் தன்மையைப் போக்கவும் மட்டுமல்ல. புளிப்புக்கும் காரத்துக்கும் கசப்புக்கும் எதிர்மறை ருசி. இனிப்பு ஏறினால் பச்சடியின் சுவை தீவிரம் பெறும்.

கண்டிப்பாக உப்பு சேர்க்க வேண்டும் மாதோ! கரண்டியில் எடுத்துப் பரிமாறும் நெகிழ்வு இருக்க வேண்டும் பச்சடிக்கு.

தாளிதத்துக்குக் கடுகு, மிளகாய் வத்தல், கறிவேப்பிலை. தாளித எண்ணெய் நல்லெண்ணெய். இதே நாரத்தங்காய் உப்பிலிடு என்றும் மாற்றுப் பெயரில் சொல்வார்கள்.

முதல் வாய் பருப்புச் சோற்றுக்கு என்றுமே எனக்குத் தொட்டுக்கொள்ள நார்த்தங்காய் பச்சடி. பரிமாறும்போதே மேலும் ஒரு கரண்டி கேட்டு வாங்கிக்கொள்வேன். எங்கள் ஊர்த் திருமணம் என்றால், விளம்பும் தம்பிகளே சொல்வார்கள். "ஏ! முருகண்ணனுக்கு அவியல், எரிசேரி, நார்த்தங்காய் பச்சடி எல்லாம் விளக்கமா வைங்கப்பா... பொறவு வெளீல

வந்து ஏசுவான்" என்பார்கள். இதெல்லாம் ஒரு சாப்பாட்டுக் கலைஞனுக்குக் கிடைக்கும் மரியாதை அன்றி வேறென்ன?

பிறந்ததிலிருந்தே உள்ளூர்த் திருமணங்களில் என் தோழன் முத்தையா பிள்ளையுடன் சேர்ந்துதான் சாப்பிடுவேன். எங்களுக்குள் அப்படியொரு ராசி. எங்கள் வீட்டுக் கல்யாண மென்றால், அவன் வரும்வரை காத்திருப்பேன். இரண்டு ஆண்டுகள் முன்பு, எங்களூர் முத்தாரம்மன் கோயில் அன்னக் கொடையின்போது, கடைசியாக இரண்டு பேரும் சேர்ந்தமர்ந்து சாப்பிட்டோம். இனி எங்கே?

பாயசம் திகட்டும்போது நார்த்தங்காய் பச்சடியோ, அடுத்து நான் எழுத இருக்கும் மிளகாய்ப் பச்சடியோ தொட்டுக் கொள்ளலாம். மோர்ச் சோற்றுக்குப் பக்கபலம். நாலைந்து நாட்கள் கெட்டுப் போகாமல் இருக்கும். பழைய சோற்றுக்கும் பின்பாட்டு.

மிளகாய்ப் பச்சடி

கல்யாண வீடுகளுக்கு மிளகாய்ப் பச்சடி வைக்கும்போது சின்ன உள்ளி முழுதாக, பச்சை மிளகாய், காம்பெடுத்தது, முழுதாகப் போட்டுத்தான் மிளகாய்ப் பச்சடி வைப்பார்கள். வெண்கல உருளியில் நல்லெண்ணெயில் வதங்கி வெந்து போகும். ஆனால் வீட்டில் குறைவான அளவில் செய்வதால் முதலில் பச்சை மிளகாயும் சின்ன உள்ளியும் அரிந்து வைத்துக் கொள்வார்கள். நல்ல பழம்புளி, கன்னங்கரேல் என்றிருப்பது கரைத்து வைத்துக்கொள்வார்கள்.

சின்ன உருளியில் முதலில் நல்லெண்ணெய் விட்டு, கடுகு, கறிவேப்பிலை போட்டுத் தாளித்து, அதில் அரிந்த உள்ளி பச்சை மிளகாய் கொட்டி வதக்கி, புளிக்கரைசல் விட்டு, காயம் போட்டு, உப்புச் சேர்த்துக் கொதித்து, பருவத்துக்கு வற்றி இறக்கினால் போதும்.

பச்சடிகளில் நாரத்தங்காய் ராசா என்றால் மிளகாய் மந்திரி. இங்கு நான் 'பரதேசி' பட வசனம் சொல்லவில்லை. இதுவும் நாலைந்து நாட்கள் தாங்கும்.

பெரிய நார்த்தங்காய் பச்சடி

தொலித்த தேங்காய் மாதிரி மஞ்சள் நிறத்தில் சந்தையில் வாங்கக் கிடைக்கும் நார்த்தங்காய் இது. அரிந்து, நல்லெண்ணெயில் வதக்கி, காயம் சேர்த்து, மஞ்சள் பொடி, மிளகாய்ப் பொடி உப்புச் சேர்த்து கொதிக்க வைத்து, தாளித்துக்

கொட்டினால் போதும். புளி, சின்ன உள்ளி, இஞ்சி சேர்க்க வேண்டியதில்லை. நாலைந்து நாட்கள் கெட்டுப் போகாது.

மாங்காய்க் கோசு

கோசு என்பது இங்கு கொத்சு அல்ல. கோசுமல்லியும் அல்ல. இஃதோர் பச்சடி. இதை மாங்காய் உப்பிலிடு என்பார்கள். பச்சை மாங்காய், புத்தம் புதிதாக இருக்கும்போது, தோல் நீக்காமல், பல்பல்லாக அரிந்துகொள்ள வேண்டும். வத்தல் மிளகாய், காயம், மஞ்சள், வெள்ளாய்ங்கம், உப்பு சேர்த்து நைசாக, வடிய, அரைத்து எடுத்துக்கொண்டு, அரிந்து வைத்திருக்கும் மாங்காயில் கலந்து, நிறைய நல்லெண்ணெய் விட்டுக் கிளறிக்கொள்ள வேண்டும். கடுகு, வத்தல் மிளகாய், கறிவேப்பிலை போட்டுத் தாளித்து, கலந்து வைத்திருக்கும் மாங்காய் – அரைப்பு இவற்றுள் கொட்டிக் கிளறினால்போதும். மாங்காய்க் கோசு அடுப்பில் ஏற்றப்படுவதில்லை.

காரமும் சிவப்பும் சிறு தெய்வத்தின் முகம் போலத் தீவிரமாக இருக்கும். பரிமாறும்போது, பரிமாறப்படும் அளவுக்கு, தயிர் சேர்த்துக் கலக்கிக்கொள்வார்கள்.

வைத்த நாளில் சாப்பிட மாங்காயைக் கருகருவெனக் கடிக்கலாம். மற்றநாள் ஊற ஆரம்பித்துவிடும்.

நெல்லிக்காய் விடிவளம்

ஏன் 'கோசு', ஏன் 'விடிவளம்', பேசாமல் பச்சடி என்றே சொல்லிவிட்டுப் போய்விடலாம்தானே! போய்விடலாம்தான். என்றாலும் செய்முறைகளில் வேறுபாடு இருப்பதனால் தனித்தனிப் பெயர் சூட்டினார்கள் போலும்.

நெல்லி அல்லது நெல்லிக்காய் என்பது இங்கு காட்டு நெல்லி. இரண்டாயிரம் ஆண்டுகளாகியும் இன்னும் பெயர் மாற்றமோ திரிபோ கொள்ளாதிருப்பது இது. நெல்லி மரம் என வளர்வது. அகநானூறு நெல்லிக்காயை, குறுமுயலின் கண்களுக்கு உவமை சொல்கிறது.

சிறியிலை நெல்லிக் காய் கண்டன்ன
குறுவிழிக் கண்ண கூரல் அம் குறுமுயல்

என்பது பாடல் வரி. இடைக்காடனார் பாடல், பாடல் எண் – 284.

நெல்லிக்காய், கனிந்தால் மரத்திலிருந்து தானே உதிரும். தாகம் தீர்க்கும் அரும் சாதனம் இது. துவர்ப்புச் சுவைக்கு நெல்லியே சிறந்த எடுத்துக்காட்டு. முழுக்கவும் விட்டமின் – சி

நிறைந்தது. ஆயுர் வேத வைத்தியத்தின் லேகியம் ஒன்று பெரும்பகுதி நெல்லிக்காயை அடிப்படையாகக் கொண்டது. கனிந்தால் இது தக்காளி போல் அமுங்கிய பழம் ஆகாது. தெங்கின் கனி போலத்தான் நெல்லியின் கனியும். இறுக்கமான காய் வடிவம்தான் கனியும். புளிப்பும் துவர்ப்புமான காயும் கனியும் ஆகும் இது.

அகநானூற்றில், பாலை பாடிய பெருங்கடுங்கோ பாடல், பாடல் எண்–291,

> சிறியிலை நெல்லித் தீம்சுவைத் திரள்காய்
> உதிர் வன

என்று நடக்கும். இரண்டு புலவர்களுமே சிறிய இலைகளை உடைய நெல்லி என அடையாளம் காட்டுகிறார்கள். முதல் பாடல் நெல்லிக்காயை, குறுமுயலின் கண்களுக்கு உவமை சொல்கிறது. இரண்டாம் பாடல் தரும் செய்தி வேறு. மலையின் உச்சியில் நெல்லி மரங்களின் முதிர்ந்த கனிகளைக் கோடைக்காற்று உதிர்க்கிறது. அவற்றைத் தாம் தின்னாமல் தண்ணீர் இன்றித் தவிக்கும் பெண் மான்களுக்குத் தின்ன ஆண் மான்கள் அனுமதித்தன என்பது.

ஔவை – அதியமான் நட்புக்கு உருவமாகக் கூறும் செய்தி அரிய நெல்லிக்கனியை அதியன் ஔவைக்கு ஈந்தது. மாற்றாக ஔவை வாழ்த்துகிறாள், அதியனை, ‘நீல மணி மிடற்று ஒருவன் போல மன்னுக பெரும நீயே’ என்று. புறநானூற்றுப் பாடல் எண் – 91, ஔவை, நெடுமான் அஞ்சியைப் பாடியது. அந்தப் பாடலிலும் ‘சிறியிலை நெல்லித் தீம்கனி’ என்றே குறிக்கப் படுகிறது.

‘இன்றென இருத்தியால்’ எனக் கம்பனின் சீதை அனுமனை வாழ்த்துவது போலுள்ளது, ஔவை அதியனை வாழ்த்தும் இடம் – ‘நீல மணி மிடற்று ஒருவன் போல’ என்பது.

எனவே எவராவது தமிழ்ப் பேராசிரியர் சொன்னால், நெல்லிக்காய் பதினேழாம் நூற்றாண்டில் போர்ச்சுக்கீசியர் இந்தியாவுக்குக் கொணர்ந்தனர் என்று தயவு செய்து நம்பாதீர்கள், தாண்டிப் போய்விடுங்கள்.

இனி நெல்லிக்காய் விடிவளம்.

விளைந்த காட்டு நெல்லி, ஒளி ஊடுருவும் தன்மையுடன் இருக்கும். அதன் சுளைகளுக்கான பகுப்பு வரிகள் துலக்கமாகத் தெரியும். காயின் போது பச்சை நிறமாக இருக்கும் நெல்லி, முதிர முதிர வெளிறி செந்தண்மை பூணும்.

விளைந்த காட்டு நெல்லி பறித்து வந்து, உப்புப் போட்டு வேகவைத்து உதிர்த்துக் கொட்டை நீக்கிக்கொள்ள வேண்டும். வேகவைத்த தண்ணீர் மொத்தமும் விட்டமின் சி. அதைக் கொட்டி விடாமல், உதிர்ந்த நெல்லிச் சுளைகளை அதில் போட்டுக்கொள்ளலாம்.

மிளகாய் வத்தல், கடுகு, காயம், உப்புச் சேர்த்து வடிய அரைத்துக்கொள்ள வேண்டும். கடுகை மட்டும் வழிக்குமுன் சேர்த்து அரைத்தால் போதும். அரைத்ததை உதிர்ந்த நெல்லிக்காயில் கொட்டி அடுப்பில் ஏற்றிக் கொதிக்க விடலாம்.

சீனிச் சட்டியில் நல்லெண்ணெய் ஊற்றிச் சூடானதும் கடுகு, வத்தல் மிளகாய், கறிவேப்பிலை சேர்த்துத் தாளித்துக் கொட்டலாம். அறு சுவைகளில் துவர்ப்புச் சுவை கொண்டது இது.

மலங்காடுகளில் விளையும் இந்தக் காயைச் சாக்கில் பறித்து வந்து பண்டமாற்றுச் செய்வார்கள்.

சர்க்கரை நோய்க்குச் சிறந்தது நெல்லி என்றொரு ஆய்வு கூறுகிறது. பித்தம் முறிப்பது. வாய் நீர் ஊறுதலைத் தடுப்பது. இந்தப் பச்சடி இனம் ஊறியூறிக் கிடக்கும் சில நாட்கள்.

'உப்புத் தின்றவன் தண்ணீர் குடிப்பான்' என்பது பழமொழி. பச்சை நெல்லிக்காய் தின்றபின் தண்ணீர் குடித்துப் பாருங்கள். பச்சைத் தண்ணீரே பானகமாகத் தெரியும்.

இஞ்சிப் பச்சடி

பெரிய இஞ்சியாகப் பார்த்து வாங்க வேண்டும். இஞ்சி வாடாமல் இருந்தால் எளிதாகக் கத்தியால் சுரண்டித் தோல் எடுத்துவிடலாம். இஞ்சியின் தோல் *Toxic*, ஆகவேதான் தோலைச் சுரண்டுவது. பின்பு இஞ்சியைக் கழுவி, மெல்லிய பொட்டுக்களாக நறுக்கித் தேங்காய் எண்ணெயில் கருக வறுத்துக்கொள்ள வேண்டும். இஞ்சி வறுபடும்போது ஒரு வாசனை வரும் பாருங்கள், அடாடா!

வறுத்த இஞ்சிப் பொட்டுக்களை நன்கு மையாக அரைக்க வேண்டும். சில துண்டுகள் தரி தரியாகக் கிடந்தாலும் ஒன்றும் முழுகிவிடாது. அரைத்த வறுபட்ட இஞ்சியில் சர்க்கரைத் துண்டு சீவிப் போட்டு, கடலைப் பருப்பு சேராத சாம்பார் பொடி, காயம், உப்பு சேர்த்து புளிக்கரைசல் விட்டுக் கொதிக்க விட வேண்டும். காப்பிப் பொடி கரிந்த நிறத்தில் கரண்டியால் கோரி சொட்டு

வைக்கும் பருவத்தில் பச்சடி இருக்க வேண்டும். தாளிக்க, தேங்காய் எண்ணெயில் கடுகு, கறிவேப்பிலை, வத்தல் மிளகாய் சேர்த்துத் தாளித்து இறக்கி வைத்தால் போதும். ஒருவாரம் கெட்டுப்போகாது. எண்ணெய் மினுமினுப்புடன் இருக்கும். புளி இஞ்சி அல்லது இஞ்சிப்புளி என்பதும் பச்சடிதான். அது மலையாளத் தயாரிப்பு. அது வேற விதம், சுவை, மணம்.

இடையன் புளி

எங்கள் ஊரில் வெள்ளாளர் மட்டுமன்றி, ஆசாரி, தேவர், வைராவி, பண்டாரம் முதலாய பலரும் இடையன்புளி கரைப்பார்கள். இது ஒரு எமர்ஜென்சி கறி. பச்சடி இனத்தில் தான் சேரும்.

சின்ன வயதில் பள்ளி விட்டுத் திரும்பியதும், பசிப் போராட்டத்தில் சாப்பிட உட்கார்ந்தால் ஒன்றும் தோதிருக்காது. அன்றெல்லாம் ஏழு பிள்ளைகள் பெற்ற அந்த ஏழைத் தாயின் வைத்து விளம்பும் போராட்டம் பற்றிய அறிவும் கிடையாது. இருந்தாலும் இல்லாவிட்டாலும் நாக்குக்குக் கத்தியின் கூர்மை. அப்போது நானே என் தேவைக்கு இடையன்புளி கரைத்துக்கொள்வேன்.

வயற்காடுகளில், தை மாத அறுவடை முடிந்து நிலம் காய்வுக்குக் கிடக்கும்போது, பாண்டி நாட்டிலிருந்து இடையர்கள் குப்பம் குப்பமாக ஆடுகளுடன் வந்து, வயல் சொந்தக்காரர்களிடம் பேசிய தொகைக்கு வயலில் கிடை போடுவார்கள். பெரும்பாலும் வெள்ளாட்டுக் கிடை அல்லது செம்மறியாடு. நாட்கணக்கில் வீட்டிலிருந்து விலகி வாழும் இடையர்கள் சோறு பொங்கிக்கொள்வார்கள். ஏதோ ஒரு குழம்பு வைப்பார்கள். தொட்டுக்கொள்ள, காரசாரமாக அவர்கள் கரைத்துக்கொள்வது இடையன்புளி.

நல்ல வாசனையுடனும் நாவில் நீர் ஊறும்படியும் காரமாகவும் பழையதுக்கும் மோர்ச்சோற்றுக்கும் தொட்டுக் கொள்ளும்படியாகவும் இருக்கும். இதை நான் எப்படிக் கற்றுக்கொண்டேன் என்று கேட்பீர்கள். தேவைதானே கண்டுபிடிப்புக்களைச் செய்கிறது!

ஈருள்ளி எனப்படும் சின்ன உள்ளி உரித்து அரிந்துகொள்ள வேண்டும். மிளகாய் வற்றலைத் தீயில் சுட்டுக்கொள்ள வேண்டும். புளியை உப்புச் சேர்த்து, தண்ணீர் விட்டுக் கெட்டியாகக் கரைத்துக்கொள்ள வேண்டும். கரைத்த புளியில் சின்ன உள்ளியும் சுட்ட மிளகாய் வத்தலும் சேர்த்துக் கையினால் நல்ல

நவிட்டி நவிட்டிப் பிசைய வேண்டும். கறுப்பாக, பச்சடிபோல இருக்கும். இரண்டு மூன்று கரண்டி தேங்காய் எண்ணெய் ஊற்றிக்கொள்ளலாம். உப்பு, புளிப்பு, எரிப்பு எல்லாம் நச்சென்று இருக்கும். கரைத்த கையின் காந்தல் மாற்ற எண்ணெய் தடவ வேண்டியதும் இருக்கும். மிளகாய் வத்தல் சுடுவதற்கு அன்றி வேறு அடுப்பின் தீயின் அவசியம் கிடையாது.

சாதாரணமாக, வீடுகளில் இதை ஒரு பச்சடியாகச் செய்வ தில்லை. என்றாலும் அற்றவன் அலந்தவனுக்கு அமிர்தமானது.

புளிக் காய்ச்சி

இது பச்சடியாக வைத்துப் பரிமாறப்படுவது அல்ல. பந்தியில் விளம்பப்படுவதும் அல்ல. என்றாலும் தோசை இட்டிலிக்குத் தொட்டுக்கொள்ளலாம். புளித்தண்ணி தாளிச்ச சோறு போல, கட்டுச் சோறு கட்டுவதற்காகக் காய்ச்சப் படுவது இது. புளியோதரைக்கான அடிப்படைக் கலவை இது. புளிக்காய்ச்சி கலந்து கட்டப்படும் சுடுசோறு இரண்டு நாட்கள் கெட்டுப் போகாது. புளிக்காய்ச்சி பத்து நாட்கள் ஆனாலும் கெட்டுப்போகாது.

பழம் புளி நல்லது. கெட்டியாகக் கரைத்து இறுத்துக் கொள்ள வேண்டும், கல், மண், புளியத்தோட்டுப் பொடிகள் இல்லாமல். காயம், மிளகாய், வத்தல், வெந்தயம் வறுத்துப் பொடி செய்துகொள்ள வேண்டும்.

நல்லெண்ணெயில் கடுகு, முழு வெந்தயம், காயப் பொடி, கணிசமாக வத்தல் மிளகாய் கிள்ளிப் போட்டு, கடலைப் பருப்பு, சற்று அதிகமாகக் கறிவேப்பிலை போட்டுத் தாளிக்க வேண்டும். தாளித்ததில் புளிக்கரைசல் ஊற்றி, மஞ்சள் பொடி போட்டு, பொடித்து வைத்திருப்பதைப் போட்டு, உப்புப் போட்டு, கொதிக்க விட வேண்டும். சர்க்கரைத்துண்டு தட்டிப் போட்டு, கை கையாகப் பச்சை நிலக்கடலைப் பருப்புக்களை முழுதாகப் போட்டு, கொஞ்சம் வற்றிய பின் இறக்க வேண்டும்.

சூடாகச் சோறு போட்டு, அதில் பச்சை நல்லெண்ணெய் ஊற்றி, சில கரண்டிகள் புளிக் காய்ச்சி ஊற்றிக் கிளறி, ஆறிய பிறகு வாளியில், டப்பாவில், வாழையிலையில் பொதிந்து கொள்ளலாம்.

சட்டினி

இது தமிழ்ச் சொல் போலவே தாராளமாகவே புழங்குகிறது. தமிழ்ச் சுத்திகரிப்பாளர்கள்கூட, சாப்பிடும்போது, உணவு விடுதிகளில் சட்னிதான் கேட்கிறார்கள்.

பேராசிரியர் அருளி, அயற்சொல் அகராதியில், சட்னி எனும் சொல் பாரசீக மொழியிலிருந்து இந்திக்கு வந்து, இந்தியிலிருந்து தமிழுக்கு வந்ததாய்ச் சொல்கிறார். பொருள் – அரைப்பம் அல்லது துவையல் என்கிறார். அதை அவர் சட்டினி என்றும் சட்னி என்றும் எழுதுகிறார்.

ஆனால் நாஞ்சில் நாட்டார் சட்டினி என்றே வழங்கு கிறார்கள். சட்டினி, இட்லி, தோசை, ரொட்டி, அடை இவற்றுக்குத் தொடுகறி. சோற்றுக்குப் பயனில்லை. பொதுவாகச் சட்டினி என்றால் அது தேங்காய்ச் சட்டினிதான். சட்டினி எனும் சொல்லுக்கு மாற்றாகக் கிச்சடி எனும் சொல்லையும் பயன்படுத்தினர். விருந்துகளில் வைக்கும் கிச்சடிகள் வேறு, இந்தக் கிச்சடி வேறு. தேங்காய்ச் சட்டினிக்கு மூலப் பொருட்கள் – துருவிய தேங்காய், கொஞ்சம் புளி, பச்சை மிளகாய், இஞ்சி, பூண்டு, உப்பு. எல்லாம் சேர்த்து அரைக்க வேண்டும். பிருபிருப்பாய் அரைப்பாருண்டு, நைசாக அரைப்பாருண்டு. கெட்டியாகக் கலக்குவார் உண்டு, நீளமாகக் கலக்குவாரும் உண்டு காண்!

அரைத்ததை நீர் விட்டுக் கலக்கி, அடுப்பில் ஏற்றி, சூடாக்கி, நுரை வந்ததும் இறக்கித் தாளிக்க வேண்டும்.

தாளிதம் எனில், இரண்டு கரண்டி தேங்காய் எண்ணெய் சீனிச்சட்டியில் ஊற்றி, சூடானதும் கடுகு, உளுந்தம் பருப்பு, கறிவேப்பிலை, அரிந்து வைத்திருக்கும் சின்ன உள்ளி ஆகியவற்றைச் சிவக்க வறுத்துப் போடுவது. சிலர் மிளகாய் வத்தல் கிள்ளிப் போட்டுத் தாளிப்பதுண்டு. சட்டினிக்கு இஞ்சி சேர்க்காமலும் அரைப்பார்கள். புளிப்பு போதவில்லை என்றால், எரிப்பு கூடிப் போனால், தாளித்த பிறகு தயிர் ஊற்றிக் கிண்டிக் கொள்வதுண்டு.

இந்தச் சட்டினி இளம்பச்சை கலந்த வெள்ளை நிறத்தில் இருக்கும். பச்சைமிளகாய் வீட்டில் இல்லாத நாளில், அதற்குப் பதில் வத்தல் மிளகாய் பயன்படுத்துவதுண்டு. அது காவி நிறத்தில் இருக்கும். இந்துத்வா சட்டினி என்பார்கள் அறிவு ஜீவி இலக்கியவாதிப்போராளிகள். தேங்காய்ப்பூவும் பொரிகடலையும் பாதிக்குப் பாதி வைத்தும் சட்டினி அரைப்பதுண்டு. ஆனால் பொரிகடலையைப் பிருபிருப்பாக அரைப்பதுண்டு.

வீட்டில் வடகம் இருந்தால், வடகம் பிருத்துப் போட்டுத் தாளித்தால் சட்டினி மணமாக இருக்கும். பங்குனி மாதம் வடகம் போடும்போது, சுளவில் ஒட்டி உதிர்ந்து வரும் வடகம் பொடிகளைச் சட்டினி தாளிக்க என்றே சேர்த்துப் பாட்டிலில் போட்டு வைத்திருப்பார்கள்.

கத்தரிக்காய் சுட்டு பச்சடி

நல்ல, பெரிய, முற்றாத கத்தரிக்காய் பார்த்து வாங்க வேண்டும். தூரில் வெள்ளையும் காம்புப் பகுதியில் ஊதா நீலமாகவும் பெரிய ஆரஞ்சப் பழ தரத்திலும் நாஞ்சில் நாட்டில் கத்தரிக்காய் கிடைக்கும். அரிந்து பார்த்தால் வித்து வைத்திருக்காது. வெந்தால் வெண்ணெய் போலிருக்கும்.

அவ்விதமான கத்தரிக்காய் வாங்கி வந்து, அடுப்பில் 'கணகண'வென தீக்கங்கு கிடக்கும்போது, பக்குவமாகச் சுட்டு எடுக்க வேண்டும். நன்கு வெந்த கத்தரிக்காயின் தோல் பெரும்பாலும் கருகிவிடும். கத்தரிக்காய் ஆறிய பின் தோல் உதிர்ந்து விடும்.

சுட்ட கத்தரிக்காயைக் கீரை மத்துக் கொண்டு கடைந்து வைத்துக் கொண்டு புளியும் கரைத்துக்கொள்ள வேண்டும். நல்லெண்ணெயில் காயம், கடுகு, கறிவேப்பிலை தாளித்து, அரிந்து வைத்திருக்கும் சின்ன உள்ளி, பச்சைமிளகாய் போட்டு வதக்கிய பின்பு சுட்டுக் கடைந்த கத்தரிக்காயும் புளிக்கரைசலும் உப்புப் போட்டுக் கொதிக்க விட வேண்டும்.

இது தோசை – இட்டிலிக்கும், சோற்றுக்கும்கூட ஒரு தொடுகறி.

பூசணிக்காய் பச்சடி

நான் இங்கு பேசுவது பூசணிக்காய் தான், பூஷணிக்காய் அல்ல. எப்போதும் என் இலக்கிய உரையாடலில் பூசணி என்பது மஞ்சள் பூசணி. அதாவது பரங்கி. தடியன், இளவன் எனக்குறித்தால் அது வெள்ளைப் பூசணி என்று பிறர் அழைப்பது. தடியன் முதிர முதிர விதை மஞ்சள் நிறம் பாய்ந்து, நீர் மிகுந்த சதைப்பற்று பஞ்சு போல் வலுக் வலுக் என்று ஆகும். கறிக்கு உதவாது. பரங்கி எனப்படும் பூசணி முதிர முதிர சதைப்பகுதி இறுக்கமான மஞ்சளாகி, சிவந்து, இனிப்பு ஏறி, வேகவைத்தால் மாச்சத்து மிகுந்து கிழங்கு போல் தொனிக்கும்.

இரண்டுமே சாம்பாரில் போடலாம், இரண்டுமே பச்சடி – கிச்சடி வைக்கலாம். இரண்டுமே கூட்டு செய்யலாம். நாஞ்சில் நாட்டார் பரங்கிப் பூசணியை அவியலுக்குத் தொட மாட்டார்கள். இன்னும் சொன்னால் விசேட வீட்டு விருந்துகளில் பூசணிக்கு அனுமதி இல்லை. இதற்கு ஏதும் முற்படுத்தப்பட்ட, பிற்படுத்தப்பட்ட சாதிக்காரணங்கள் உண்டா எனத் தெரிய வில்லை. ஆனால் கோயில் அன்னதானங்களிலும் சாவுச் சடங்குகளிலும் பூசணிக்காயைப் பயன்படுத்துகிறார்கள்.

பூசணியில் பல வகைகள் உண்டு. என்ன முதிர்ந்தாலும் மேல் தோல் பச்சையாகவே இருப்பேன் என அடம்பிடிப்பது. மேல் தோல் பால் வெள்ளையாகவும் கொன்றை மஞ்சளாகவும் வெட்டினால் செக்கச் செவேல் என இருப்பது. கல்யாணப் பூசணி என்பார்கள். கடும்பச்சைப் பூசணி எனில் உயரமான உருண்டையாக, வெட்டினால் மஞ்சள்கிழங்கு போல் இருக்கும். பரவலாகக் கிடைக்கும் இனம் தோலில் பச்சை மஞ்சள் என வரியோடி, சப்பையான உருண்டையாக, உடல் முழுக்க விலா எலும்புகள் போல் கீற்றுக்கள் புடைக்க இருப்பது. வெட்டிப் பார்த்தால் அடர் மஞ்சள் நிறத்தில் இருக்கும். வேறொன்று பழுப்பு நிற மேனியில் பச்சைப் பொட்டுக்கள் தெளித்தாற்போல இருக்கும்.

நன்கு விளைந்த பூசணிக்காய் இரண்டு கிலோ முதல் இருபத்தைந்து கிலோ வரைக்கும் எடையுள்ளதாக இருக்கும். முற்றிய பூசணி விதைகளைக் கழுவி, காயப்போட்டு, விரல் நகத்தால் உரித்துத் தின்போம். எங்களுக்கு அதுதான் பதாம், பிஸ்தா, முந்திரி, அக்ரூட் எனும் செல்வக் களஞ்சியங்கள். தடியன்காய் விதையைத் நானறிய எவரும் உரித்துத் தின்ற தில்லை. கடைகளில் இப்போது உரித்த வெள்ளரி விதைகள் கிடைக்கின்றன. அதன் தொழில் நுட்பம் எனக்குத் தெரியாது.

தடியன்காயில், டெல்லி பக்கம், பேண்டா என்றொரு இனிப்புச் செய்கிறார்கள். பெரிய தடியன்காய் துண்டுகளில் நீரை வெளியேற்றி, அதில் சீனிப்பாகு செலுத்தி.

பூசணிக்காய் அல்வா என்று கேள்விப்பட்டிருக்கிறேன். ஒருமுறை, ரசிகமணி டி.கே.சி.யின் 123ஆவது பிறந்தநாள் விழா என்று நினைவு, அவர் பேரன் தீப. நடராஜன் வீட்டில், தென்காசிப் 'பஞ்சவடி'யில், மதியம் உணவருந்தியபோது, இலையில் பாயசம் விட்டார்கள். விளம்பிக்கொண்டிருந்த மூதாட்டி கேட்டார், "யாராவது இது என்ன பாயாசம்ணு சொல்லுங்க பார்ப்போம்?"

விழாவுக்கு என்னுடன் கோவையில் இருந்து வந்திருந்த மரபின் மைந்தன் முத்தையா, பாரதி அறநிலை ரவீந்திரன் எல்லோரும் என் முகத்தையே குறுஞ்சிரிப்புடன் பார்த்தார்கள். எனக்கு அது ஒரு சவால் தானே! "கொஞ்சம் டைம் குடுங்கம்மா!" என்று கேட்டு, இரண்டு நிமிடங்களில் சொன்னேன், "பூசணிக்காய் பாயசம்" என்று. உடனே ஒரு திருத்தமும் சொன்னேன் "மஞ்சள் பூசணி" என்று. டி.கே.சியின் இன்னொரு பேரனான தீப. குற்றாலிங்கத்துக்கு மட்டற்ற மகிழ்ச்சி, 'எம் முளும் உளன் ஒரு பொருநன்' என்று.

பிஞ்சுப் பூசணியில் சில தொடுகறிகள் செய்வார்கள். துவரனும் செய்யலாம்; பெரும்பயிறு அவித்து, தேங்காய்ப்பால் ஊற்றியோ ஊற்றாமலோ, பூசணிக்காய் தகடுகளாக அரிந்து போட்டு ஓலன் செய்யலாம்; பச்சடியும் வைக்கலாம். விளைந்து, இனிப்பாக, மாப்போல இருக்கும் பூசணிக்காயில் கூட்டுக்கறி, எரிசேரி, பச்சடி, சாம்பார், தீயல் வைக்கலாம்.

பூசணிக்காய் தோலுடன் சேர்த்துக் சமைக்கப்படும் காய். வெந்த அதன் தோலே ஒரு சுவை. சிலர் வேலை மெனக்கட்டுத் தோல் சீவுவார்கள்.

இனி பச்சடிக்கு வருவோம்.

விளைந்த பூசணிக்காய் துண்டுதுண்டாக நறுக்கிக் கொள்ளலாம் கால் அங்குல கனத்தில் பல் பல்லாக. மாங்காய், பச்சை மிளகாய் ஆகியவற்றையும் அதே கனத்தில் அரிந்து கொள்ளலாம். கட்டித் தோல் என்றால் மாங்காயின் தோலைச் சீவிக் கொள்வதுண்டு. யாவற்றையும் நயமாக வேகவைத்துக் கொள்ள வேண்டும். பின்பு கொஞ்சமாகத் தேங்காய்ப் பூ, கடுகு, சீரகம், இரண்டு பல் பூண்டு, மஞ்சள், பச்சை மிளகாய் எல்லாம் சேர்த்து அரைத்துக் கலக்க வேண்டும். இளம் வேக்காடாக வெந்த பின் தாளித்து இறக்க வேண்டியதுதான்.

மாங்காய் கிடைக்காத காலங்களில், தாளித்து இறக்கியபின், கட்டித் தயிர் விட்டுக் கிளறுவார்கள்.

சேம்பத்தடை பச்சடி

சேம்புச் செடி பார்த்திருப்பீர்கள். அகலமான ஒற்றையான முறம் போன்ற இலைகளுடன், கரும்பச்சை நிறத்தில், மினுமினுப்பாகக் காற்றில் ஆடிக்கொண்டிருக்கும். இதன் தண்டு அல்லது தடை, குழல் போலிருக்கும். கீழே கிழங்கிருக்கும். நான் முன்பு சேம்பின் பூவுக்குக் காளைக் கன்றின் நிமிர்ந்த குறியின் நீட்டலை உவமை சொன்னேன். யானைத் தந்தத்தை உலக்கையாகவும், சேம்பின் இலையைச் சுளகாகவும் கொண்டு மூங்கில் உரலில் இட்டுக் குத்துவோம் என சங்கப் பாடல் பேசுகிறது.

சேம்பின் கிழங்கையே சேப்பங்கிழங்கு என்கிறோம். நீலம் பாரித்து நிற்கும் செந்தண்டுடைய சேம்பின் இலையைச் சமைத்து உண்பர். வடநாட்டில் சேம்பின் இலை கொண்டு வடை போல் ஒரு கடலைமாப் பலகாரம் செய்குவர். ‘ஆலு வடி’ என்று பெயர்.

நீர்ப்பாங்கான இடங்களில் சேம்பு வளரும். ஓடை, ஆறு, குளங்கள் ஓரத்தில் வளரும் ஒருவகை நீர்த்தாவரம் என்றே

சொல்லலாம். நாஞ்சில் நாட்டில் எல்லா ஆற்றங்கரையிலும் ஓடைக் கரையிலும் சேம்பு வளரும். அது ஊரல் மிகுந்தது; உண்ணத் தகுந்தது அல்ல. மலஞ்சேம்பு, விரல் சேம்பு, பால் சேம்பு எனப் பலவகை. ஆயுர்வேதம் சேப்பங்கிழங்கை ஆதரித்துப் பேசவில்லை. ஆதாரம் டாக்டர் எல். மகாதேவன் எழுதிய 'உணவே மருந்து' என்றாலும் நாஞ்சில் நாட்டு கல்யாண விருந்தின் சாம்பாரில் சேம்பங்கிழங்கு இன்னும் முக்கியமாய் இடம் பெறுகிறது.

அகநானூறு, பாடல் எண் 336, பாவைக் கொட்டிலார் பாடல், மருதத் திணை.

குழற் கால் சேம்பின் கொழுமடல் அகல் இலைப்
பாசிப் பரப்பில் பறழொடு வதிந்த
உண்ணாப் பிணவின் உயக்கம் சொலிய
நாள் இரை தரீ இய எழுந்த நீர்நாய்
வாளையொடு உழப்ப, துறை கலுழ்த் தமையின்...

என்று போகும் பாடல், 'குழல் கால் சேம்பின் கொழுமடல் அகல் இலை' என்கிறது.

பாடல் வரிகளின் பொருள் அற்புதமானது. பறழ் – குட்டி, பிணவு – பெண் நாய், வாளை– வாளை மீன், உழப்ப – போரிட, கலுழ்ந்தமை – கலங்கியது.

துளை கொண்ட தண்டினைக் கொண்ட சேம்பின் கொழுமையான இலைகளுடன் கூடிய பாசி படர்ந்திருக்கும் நீர்ப்பரப்பு. பெண் நாய் தன் குட்டியுடன் பசித்திருக்கிறது. பெண் நாயின் வருத்தம் போக்க ஆண் நீர் நாய் வாளை மீனை வேட்டையாடப் போரிடுகிறது. எனவே துறையின் நீர் கலங்கியது.

என்ன வனப்பு பாருங்கள் பாடலில். ஆகவே, இங்கும் நமக்கு, சேம்பு, போர்ச்சுக்கீசய நாட்டிலிருந்து இந்தியாவுக்கு வரவில்லை என்பது தெளிவு.

மானாங்காணியாக வளரும் சேம்பு அல்ல இங்கு நான் பேசப்போவது. நஞ்சை நிலத் தோட்டங்களில், சேம்பு பயிர் செய்கிறார்கள். வாழைக்கும் தென்னைக்கும் ஊடு பயிராக. அரைகிலோ, முக்கால் கிலோ அளவுக்குக் கிழங்குகள் வருகின்றன.

பால் சேம்பின் தடையை மாத்திரம் வெட்டிக் கொண்டு வந்து, தோலை நீக்கி அரிந்து, புளிவிட்டு வேகவைத்து, தண்ணீர் இறுத்தபின் செய்யப்படும் பச்சடி இது. மற்றபடி பக்குவம், பூசணிக்காய் பச்சடி போன்றதே. இதில் தயிர் சேர்க்கலாகாது.

இஞ்சி தயிர்க் கிச்சடி

தோல் நீக்கிய இஞ்சியை உப்புச் சேர்த்து, மை போல் அரைக்க வேண்டும். அரைக்கும்போது தேங்காய்ப் பூ, பச்சை மிளகாய், வெள்ளாங்கம் சேர்த்துக்கொள்ள வேண்டும். அரைத்தவற்றைக் கொதிக்க வைத்து கடுகு கறிவேப்பிலை, வத்தல் மிளகாய் போட்டுத் தாளித்து ஆறிய பின்பு, கட்டித் தயிர் சேர்த்துக் கிளற வேண்டும்.

வெள்ளரிக்காய் கிச்சடி

வெள்ளரிக்காய் என்று பொதுப் பெயரில் அறியப்படும் இந்த நீர்க் காயில் மிகச் சுவையானது வெள்ளைத் தோலும் பச்சைக் கோலங்களுமாக இருப்பது. அதிகம் வெள்ளைத் தோல் வெளித் தெரியாமல் பட்டை பட்டையாகப் பச்சை வரிகளுடன் இருப்பதைக் கக்கரிக்காய் என்பார்கள். தன்மையில் எல்லாம் ஒன்றுதான் என்றாலும் இனங்கள் பல உண்டு. முழுப் பச்சை நிறத்திலும் தந்த நிறத்திலும் குட்டையாக மஞ்சள் நிறத்திலும் கூட வெள்ளரிகளைப் பார்க்கிறோம்.

கைமுழத்துக்கு ஒரு முழம் நீளமும் ஒரு கையால் அகற்றிப் பிடிக்கிற உருண்டையுமாக இருக்கும் நன்கு விளைந்த வெள்ளரிக்காய். பெரும்பாலும் கோடை காலங்களில் நெல் வயல்களில் பயிரிடுவார்கள். தண்ணீர் வற்றிய ஆற்றுப் புறம்போக்குகள், குளத்துப் புறம்போக்குகளிலும் பயிர் செய்வதுண்டு. கொடி வீசிப் படர்ந்து கொண்டு போகும். காய்க்க ஆரம்பித்தால் சாக்குச் சாக்காகப் பறித்து மாளாது. நாளொரு மேனியும் பொழுது ஒரு வண்ணமும் என்பார்களே, அதை வெள்ளரிக்காய்க்குச் சொல்லலாம்.

வெள்ளரிக்காய்க்கு வயலில் முக்கியமான எதிரிகள், எலிகள். சில சமயம் தும்பு சூம்பிப் போகும் சூன் நோயொன்றும்

விழுவதுண்டு. குறுகிய காலத்துக் கோடைப் பயிர். மணற்பாங்கான, ஈர நயப்புள்ள நிலங்களில் ஓடிப் படருவது. நாஞ்சில் நாட்டில் வெள்ளரியைப் பிஞ்சாகப் பறித்து விற்பது, மாங்காயை மாவடுவில் பறித்து விற்பது, இள நீருக்காகத் தேங்காய் வெட்டி விற்பது வழக்கம் இல்லை. எந்தக் காயையும் விளையும் முன் பறிப்பது இயற்கைக்கு எதிரானது, பாவச் செயல் என்றொரு மனோபாவம் இருந்தது விவசாயிகளிடம்.

பெரும்பாலும் வெள்ளரிக்காய், தனிக்காயாக உபயோகிக்கப்படுவது, தயிர்க்கிச்சடியிலும் புளிசேரியிலும் புளிக்கறியிலும் கூட்டுக் கறியிலும்தான். மற்றபடி அவியல், சாம்பார் இவற்றில் துணைக் காயாகச் சேரும்.

நன்கு விளைந்த வெள்ளரி பழுத்துப் பின் வெடிக்கும். வெள்ளரிப் பழத்துக்குப் பூண் போட முடியுமா என்றொரு சொலவம் உண்டு. சற்று இனிப்புடனும் மாப்போலவும் இருக்கும். அஃதோர் இலைத்த ருசி. எனினும் நல்ல குளிர்ச்சி என்பார்கள்.

வெள்ளரிக்காய் தயிர்க் கிச்சடிக்கு, முதலில் வெள்ளரிக் காயைத் தோலெடுக்க வேண்டும். புளிக்கறி, புளிசேரிக்கு மட்டும் தோல் நீக்குவதில்லை. கூட்டுக்கறிக்கும் அவியலுக்கும் தோல் நீக்கிவிடுவார்கள்.

தோலெடுத்த வெள்ளரியை, நீள வாக்கில் நான்காக வகிர்ந்து குடல் எடுத்து விடுவார்கள். வெள்ளரிக் குடலுக்கும் அலந்து திரிந்த காலம் இருந்தது எனக்கு. சில வெள்ளரிக்காய்கள் கசக்கும். என்ன காரணத்தினால் கசக்கிறது என்றெனக்குத் தெரியாது. சில சமயம் சக்கைச் சுளையும் கசக்கும். காயின் மேல் சாரைப் பாம்பு ஊர்ந்து போனால் கசக்கும் என்பார்கள். அதற்கெல்லாம் விஞ்ஞானபூர்வமான ஆதாரம் இல்லை. ஒவ்வொரு வெள்ளரிக்காயும் நறுக்கும்போது, கசக்கிறதா எனப் பரிசோதித்துப் பார்த்து ஒதுக்கிவிட வேண்டும். கறியானாலும் குழம்பானாலும் நாலு பேர் வாய் படுவதல்லவா? வெள்ளரிக்காய் கசக்கிறது என்றால், சித்துக் கசப்பல்ல, பாகற்காய் போன்ற கசப்பு.

தோலும் குடலும் நீக்கிய வெள்ளரியை, காலங்குல கனத்தில் பல் பல்லாக அரிந்துகொள்ள வேண்டும். பின்பு உப்புப் போட்டு வேகவைக்க வேண்டும்.

பச்சை மிளகாய், வெள்ளாய்ங்கம், சீரகம், தேங்காய்ப்பூ வெண்ணெய் போல் அரைத்துச் சேர்க்க வேண்டும். கல்யாண வீடுகளுக்கு, கிச்சடிக்கு அரைப்பது என்பது லேசுப்பட்ட காரியம்

அல்ல. வைப்புக்கார ஐயரே நேரில் வந்து, விரலால் அரைப்புப் பருவம் பார்த்து, "உறங்காம அரையும் வே. . . ராத்திரி ரெண்டு அரிவட்டி சோறு திண்ணேருல்லா?" என்று நக்கலடித்துப் போவார்.

வெந்த வெள்ளரிக்காயில் அரைத்ததைச் சேர்த்து, வெந்ததும் தாளிதம். தாளிச்சுக் கொட்ட கடுகு, மிளகாய் வத்தல், கறிவேப்பிலை, தயிர்க் கிச்சடியில் மஞ்சள் சேர்க்கும் வழக்கம் இல்லை.

சாம்பார் சோற்றுக்கு மிக அணியமான தொடுகறி இது.

தடியன்காய் தயிர்க்கிச்சடி

தடியன்காய் என நான் குறிப்பது இளவன் என்றும் கும்பளங்காய் என்றும் வெள்ளைப்பூசணிக்காய் என்றும் அழைக்கப்படும் காயை. நாஞ்சில் நாட்டில் தடியன் காய், நல்ல கிளிப்பச்சை நிறத்தோலுடன், தோலின்மேல் பூ முள் அரும்பி, முழுக்கை பாகம் நீளத்தில் இரண்டு கைகளால் மட்டுமே சேர்த்தெடுக்கும் ஒரு சாண் விட்டத்திலும் நீள் உருண்டையாக இருக்கும். ஒரு காய் சராசரியாக எட்டுப் பத்து கிலோ எடை இருக்கும். சாம்பல் பூசினாற்போல, உருண்டையாகவோ, நீள் உருண்டையாகவோ இருக்கும் தடியன் காயைச் சாம்பல் தடியன் காய் என்பார்கள். அதனைக் கறிக்கு எடுப்பதில்லை அன்று. உருண்டைச் சாம்பல் தடியனை திருஷ்டிக்கு வீட்டு வாசலில் தூக்கிக் கட்டவும், நீள் உருண்டைக் காய்களைக் கோயில் கொடைகளில், சிறப்புக்களில் திசை பலிக்கு வெட்டி முறிக்கவும், மந்திரவாதம் முடிந்து நாற்சந்திகளில் கழிப்புக் கழிக்கவும் பயன்படுத்துவார்கள்.

அடிபடாமல் இருந்தால் தடியங்காய் இரண்டு மாதமும் கிடக்கும். ஒரேயொரு காரியம் முதிர முதிர, தண்ணீர் வற்றிப் பஞ்சடையும்.

நல்ல விளைந்த பூசணிக்காய் பரங்கிக்காய் எனப்படும் அரசாணிக்காயை, பறித்து, கைக்கெட்டாமல் உயரத்தில் வைத்தால் ஆறு மாதமும் இருக்கும். இருக்க இருக்க விளையும்.

தடியன்காய்களைச் சாக்கில் போட்டுக் கட்டாமல், சக்கடா வண்டிகளில் அடுக்கிய வண்ணம் பாரமேற்றி சந்தைக்குக் கொண்டு செல்வார்கள். மிகவும் மலிவான காய் இது. தடியன்காய் புளிக்கறிக்கு என அரையணாவுக்கு, அதாவது

ரூபாயில் முப்பத்திரண்டில் ஒரு பங்குக்குக் கடையில் வாங்கி வந்திருக்கிறேன்.

செய்முறையில், தடியன்காய் தயிர்க்கிச்சடி என்பது, வெள்ளரிக்காய் தயிர்க்கிச்சடி செய்வது போலத்தான்.

11

குழம்பு

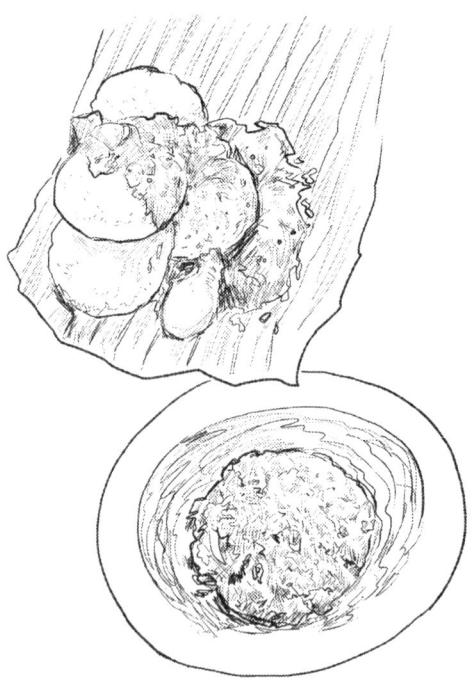

நாஞ்சில் நாட்டில் Millete எனப்படும் சிறுதானியங்கள் – வரகு, சாமை, சோளம், தினை, கம்பு விளைவதில்லை. நெல் ஒன்றே தானியம். எனவே பிற பகுதிகளில் நெல்லுச் சோறு என்பது விருந்தாக இருந்த காலத்தும் இங்கு சோறு என்றால் நெல்லுச் சோறு, கஞ்சி என்றால் அரிசிக் கஞ்சி.

இது விளை நிலம், தண்ணீர் வசதி சார்ந்த சங்கதியே அன்றி, ஆதிக்கச் சாதிகள் நெல்லுச் சோறு தின்றார்கள் எனப் புரிந்து கொண்டால் அந்நோய்க்கு எம்மிடம் மருந்து இல்லை.

கஞ்சியாகக் குடித்தால் தொட்டுக்கொள்ள ஒரு துவையல் அல்லது ஊறுகாய். சோறாகத் தின்றால் ஒரு குழம்பு என்பதுதான் ஏழை விவசாயக் கூலியின் நிலை. 'ஒரு கறிக்கு மறுகறி இல்லை' என்பது தாய்மார்களின் புலம்பலாக இருந்தது. குழம்புக்குத் தோதாக ஒரு துவையல் அல்லது துவரன் என்பதே ஆடம்பரம்தான்.

அலுவல் நிமித்தம் சேலம் போயிருந்தபோது, எனது இலக்கிய நண்பர் ஒருவர் இரவு விருந்துக்கு அவர் வீட்டுக்குக் கூட்டிப்போனார். போகவர அறுபது கிலோ மீட்டர், டி.வி. எஸ். 50 வண்டியில் நாற்பது ஆண்டுகள் முன்பு. எனக்கும் இடுப்பெலும்பு வலுவாக இருந்தது.

விருந்தென்பது சோறும், கத்தரிக்காய் – தக்காளி – வெங்காயம் – பச்சை மிளகாய் – பருப்புக் கடைசலும். எனக்காக விலைக்குத் தயிர் வாங்கி வைத்திருந்தனர். இதுதான் இந்திய விவசாயியின் பொருளாதாரம் அன்றும் இன்றும். சோறும் ஒரு குழம்பும். அதன் சுவை அலாதியானது என்பது வேறு விசயம்.

மராத்தி மாநிலத்தில் நூற்பாலைகள் இருந்த அத்தனை ஊர்களிலும் என் கால் பட்டிருக்கும். நட்புக் காரணமாய் பலர் வீடுகளில் சாப்பிட்டிருக்கிறேன். சோள ரொட்டியும் ஒரு சப்ஜியும்தான். சோளரொட்டிக்கு மாற்றாக நாங்கள் அரிசிச் சோறு தின்றோம். சில பிரதேசங்களில் களியோ கூழோ இருந்திருக்கும்.

பெரும்பாலும் முதற் சோற்றுக்கு ஒரு துவையல் அல்லது துவரன், இரண்டாம் சோற்றுக்கு ஒரு பெரும் குழம்பு, மூன்றாம் சோற்றுக்கு மோர் என்பதே வழமை. குழம்பு என்பது புளிக்கறி, ரசம், புளிசேரி, தீயல் எனும் வகைகளில் ஒன்றாக இருக்கும். இது அன்றாடச் சமையல். அடியந்திரச் சமையல் என்பது வேறு. ஊற்றிப் பிசைந்து தின்னும் குழம்புகள் ஒவ்வொன்றாய்ப் பார்ப்போம்!

குழம்புக்கு ஆணம் என்றொரு மாற்றுச் சொல் தருகிறது பிங்கல நிகண்டு. இன்றும் தமிழ் இசுலாமியர் வீடுகளில் அச்சொல் வாழ்ந்திருக்கிறது.

கட்டிப் பருப்பு

பருப்பெனப்படுவது துவரம் பருப்பு.

நயம் பருப்பை நன்றாக வேகவைத்துக்கொள்ள வேண்டும். வேகப் போடும்போது அதில் காயம் சேர்த்துக்கொள்ளலாம். வெந்த பருப்பில் உப்புப் போட்டு, அதிகம் தண்ணிர் விடாமல் கொதிக்க வைத்து, தேங்காய் எண்ணெய்த் தாளிதம். தாளிக்க, கடுகு, மிளகாய் வத்தல், கறிவேப்பிலை. சுடு சோற்றில், கட்டியாகத் துவையல் போல் போட்டு, நெய்யூற்றிப் பிசைந்து உண்ணலாம். துவரம் பருப்பும் காயமும் நெய்யும் தனிமணம்.

பருப்பு II

துவரம் பருப்பை வேகவைத்து, வேகவைக்கும்போது பூண்டு, காயம், சீரகம் சேர்த்துப் போட்டு, வெந்தபின் உப்புப் போட்டு, மிளகாய்த் தூள், மஞ்சள் தூள் போட்டுக் கொதிக்க விட வேண்டும். தேங்காய் எண்ணெயில் கடுகு, கறிவேப்பிலை, கிள்ளிய மிளகாய் வத்தல், போட்டுத் தாளிக்கலாம்.

சுடுசோறும் பருப்பும் புத்துருக்கு நெய்யும் அதன் தலைமேல் நொறுக்கிய உளுந்து பப்படமும் நல்ல போஜகாம்சம்.

பருப்பு III

துவரம் பருப்பைக் காயம் போட்டு வேகவைத்து எடுத்துக் கொள்ள வேண்டும். பின்பு தேங்காய், சீரகம், வத்தல் மிளகாய், மஞ்சள் சேர்த்துப் பரக்க அரைத்து, வெந்த பருப்பில் போட்டுக் கலக்கி, கொதித்தபின் தாளிதம் செய்வது.

பருப்பு IV – சிறுபயிற்றம் பருப்பு

இங்கு துவரம் பருப்புக்கு மாற்றாகச் சிறு பயிற்றம் பருப்பு. முன்பெல்லாம் சிறு பயிறு இலேசாக வறுத்து, உடைத்து, தோலெடுத்து வைத்திருப்பார்கள். வயதான பலருக்கும் துவரம் பருப்பினால் வாய்வு உபத்திரவம் உண்டு என்பதாலும், நாட்டு மருந்து சாப்பிடுகிறவருக்குத் துவரம் பருப்பு பத்தியம் என்றாலும் சிறு பருப்பு எனப்படும் சிறுபயிற்றம் பருப்பு உபயோகிப்பார்கள். இதன் மற்றொரு பெயர் தான் பாசிப்பருப்பு. பாசிப் பருப்பை வேகவைத்துச் செய்வது இந்தப் பருப்பு. சிறுபயிற்றம் பருப்புக்கு காயம் சேர்ப்பதில்லை. உண்மையில் துவரம் பருப்பின் வாய்வுத் தன்மை முறிப்பான்கள் தான் காயமும் பூண்டும். அவை வெறும் வாசனைத் தன்மைக்கு மட்டுமானவை அல்ல.

செய்முறைகள் எல்லாம் மேற்சொன்னவாறே! இப்போது பருத்தி வேட்டியாகக் காய்ப்பதுபோல, பாசிப்பருப்பு தயார் நிலையில் பொன்னிறத்தில் வாங்கக் கிடைக்கிறது. இலேசாக வறுத்துக் கொள்ள வேண்டும்.

என்றாலும் மணமும் ருசியும் முழுப்பயிறு வறுத்து உடைத்து தோலெடுத்துச் செய்வதுதான்.

பருப்பு V

பாசிப்பயிறை முழுதாகப் போட்டுச் செய்வது. இதனை வறுத்துக்கொள்ள வேண்டும். ஆனால் உடைத்துத் தோல் நீக்க வேண்டாம். உண்மையில் பருப்பின் இனங்களைத் தோல் நீக்காமல் செய்வதுதான் மணமும் சத்தும். ஆனால் நிறம் எனும் அலங்காரத்துக்கு ஆசைப்பட்டு அநாவசியமாக நாம் தோல் நீக்குகிறோம்.

பருப்பு – VI – பெரும்பயிறு

பெரும்பயிறு என்பது தட்டப்பயிறு. துவையலில் நாம் விரிவாகப் பார்த்தோம். இதையும் வறுத்து உடைத்துத் தோலெடுத்துக்கொள்ள வேண்டும். பெரும்பயிறு பருப்பு, தயாராகக் கடைகளில் கிடைப்பதில்லை. செய்முறை செயக்கண்டவாறே!

பருப்பு VII – காணப்பருப்பு

காணம் என்பதைத் துவையலில் கண்டுள்ளோம். காணப்பருப்புக்கு முதலில் காணத்துவையல் அரைத்துக்கொள்ள வேண்டும். சிறிது அரிசியும் வறுத்துப் பொடித்துச் சேர்த்துக் கொள்ள வேண்டும். இரண்டையும் தண்ணீர் போதுமான அளவு விட்டுக் கலக்கி, கொதிக்க விட வேண்டும். தாளிதம் வழக்கம் போல்தான். குளிர் காலத்தில் கொந்தலடிக்கும்போது, சுடச்சுடச் சோறும் சூடாகக் காணப் பருப்பும் வைப்பார்கள். சோறு ஆறினாலும் பருப்பு ஆறினாலும் சுவாரசியம் குறையும்.

பருப்பு VIII நரிப்பயிறு

நரிப்பயிறு என்பது சிறுபயிற்றிலும் சிறிய வடிவம். பாசிப்பச்சை நிறம்தான். இதை வறுத்து உடைத்துத் தோலெடுப்பது எல்லாம் சிரமம். எனவே வறுத்து அப்படியே வேகவைப்பதுதான் உசிதம். நவீன விவசாயம் வளர்ந்து தானியங்களும் பயிறுகளும் வீரியம் பெற்றுவரும் காலத்தில் நரிப்பயிறு தேடுவது என்பது இன்று நரிக்கொம்பு தேடுவதற்கு ஒப்பானது.

கீரைக் கடைசல்

இதைக் கீரை கடஞ்சது என்பார்கள். சின்னஞ்சிறு குழந்தைகளின் உள்ளங்கையை அகல விரித்து நமது வலது

கை முட்டியை அதில் மென்மையாய் வைத்து உருட்டி, ‘கீரை கடை கீரை கடை’ என்று விளையாட்டுக் காட்டுவார்கள் தாய்மார்கள். உள்ளங்கையில் கீரை கடைந்து, ‘முட்டை பொரித்து, முருங்கைக்காய் தீயல் வச்சு, அவரைக்காய் அவியல் வைத்து, நீ திண்ணு, நான் திண்ணு, காக்கா குருவி எல்லாம் திண்ணு, அம்மாக்கும் அப்பாக்கும் சோறு கொண்டு போகும் வழி எங்கே, வழி எங்கே’ என்று கைவிரல்களால் அக்குளில் கிச்சுக்கிச்சு மூட்டினால் குழந்தைகள் அழுதுகொண்டிருந்தாலும் பாற்பற்கள் காட்டிப் பொங்கிச் சிரிக்கும்.

அந்தக் கீரைக் கடைசலைத்தான் இங்கு பேசுகிறோம். இது பார்க்க, கரும்பச்சை நிறத்தில் கூட்டுக்கறி பருவத்தில் இருக்கும். என்றாலும், முதற் சோற்றில் ஊற்றிப் பிசைந்து சாப்பிடுவதால் குழம்புகள் பிரிவில் எழுதுகிறேன். தீயல் எனும் காரக் குழம்புக்கு இது தோதானதோர் தொடுகறியாகவும் அமையும்.

கீரைக் கடைசலுக்குப் பயன்படும் கீரைகள் அரைக்கீரை, தண்டன் கீரையின் முளைக் கீரை, பசலிக்கீரை, இப்போது பாலக் எனப்படும் கீரையும் பயன்படும். கொங்கு நாட்டில் காட்டுக் கீரை, சுக்கட்டிக் கீரை எனப்படும் மணத்தக்காளிக் கீரை, கோவைக் கீரை என்றும் கடைகிறார்கள். அது வேறு பக்குவம். நாஞ்சில் நாட்டில் வழக்கம் இல்லை.

கீரையை நன்றாக ஆய்ந்து, கழுவி, தண்ணீர் வடியும்படி துவரவைத்துக்கொள்ள வேண்டும். தண்ணீர் வடிந்த கீரையுடன் காயம், காம்பெடுத்த பச்சை மிளகாய், வெள்ளாங்கம் சேர்த்து வேகவிட வேண்டும். வெந்தபின் தயவு செய்து தண்ணீரை இறுத்துவிடாதீர்கள். எந்தக் கீரையானாலும் வேகவைக்கும் போது கீரையுடன் உப்புச் சேர்த்து வேகவைத்தால் பச்சை நிறம் கெட்டுவிடும் என்பார்கள். எனவே கீரை ஆறியபின் உப்புப் போட்டு, கீரை மத்து கொண்டு கடைய வேண்டும்.

மத்துக்கள் இரண்டு வகை உண்டு. ஒன்று தயிர் மத்து, மற்றது கீரை மத்து. மரத்தால் செய்யப்பட்டது. காம்பு முழ நீளத்தில் ஓரங்குல கனத்தில் உருண்டத்தடிபோல் இருக்கும். அதில் அடிப்பாகம் அரை உருண்டை வடிவத்தில், பாதித் தேங்காய் அளவில். தேங்காய் அளவு எனில் இங்கு உரித்த அல்லது தொலித்த தேங்காய். மரத்தால் செய்த உருண்டை வடிவப் பகுதி, மொட்டை மொழுக்கட்டையாக இருந்தால் அது கீரை கடைவதற்கான கீரை மத்து. பல்பல்லாகச் செலுக்கப் பட்டிருந்தால் அது தயிர் மத்து. ‘மத்துறு தயிர்’ என்பான் கம்பன்.

திருவில்லிபுத்தூர் கோதை நாச்சியாரின் திருப்பாவைப் பாசுரம் – 7, தயிர் மத்து பற்றிப் பேசுகிறது.

காசும் பிறப்பும் கலகலப்பக் கை பேர்த்து
வாச நறுங்குழல் ஆய்ச்சியர் மத்தினால்
ஓசைப் படுத்தத் தயிர் அரவம் கேட்டிலையோ?

என்பது ஆண்டாள் திருப்பாவை வரிகள்.

காசு, பிறப்பு என்பது வெண்பாவுக்கான ஈற்றடி இறுதி அசை வாய்ப்பாடு அல்ல. ஆய்ச்சியர் இடது வலது கைகளில் அணியும் ஆபரணங்கள்.

கீரைக் கடைசல் அல்லது கீரை மசியல் தாளிக்க, ஐயம் திரிபு அற, தேங்காய் எண்ணெய், கடுகு, கறிவேப்பிலை, இரண்டாய்க் கிள்ளிய வத்தல் மிளகாய் போட்டுத் தாளிப்பார்கள். வத்தல் மிளகாய்க்குப் பதிலாக மோர் மிளகாய் போட்டும் தாளிக்கலாம். ஆனால் அந்த மோர் மிளகாயை, மிளகாய் வற்றல் என்று எடுத்து எறிந்து விடுவார்கள் சிலர். காண வயிற்றெரிச்சலாக இருக்கும்.

கீரைத் துவரனோ கூட்டோ தின்ன அடம் பிடிக்கும் சின்னஞ்சிறு குழந்தைகளுக்கும் சோற்றில் கீரைக் கடைசல் ஊற்றிப் பிசைந்து, இரண்டு சொட்டு நெய்யும் விட்டுக் கொடுத்தால் பிரியமாகத் தின்பார்கள். வளரும் பிள்ளைகளுக்குக் கீரையின் இரும்புச் சத்து மிக அத்தியாவசியமானது.

என்ன சமைப்பது என்று கேட்ட தவசிப் பிள்ளையிடம் பதில் வெண்பாப் பாடல் வடிவமாக வந்தது. அதில் கீரைக் கடைசல் பேசப்படுகிறது. பாடலை நினைவிலிருந்து குறிப்பெடுக்கிறேன். பிழைகள் இருந்தால் பொறுக்க. இனி வெண்பா.

சற்றே துவையல் அரை! தம்பி ஒரு பச்சடி வை!
வற்றல் ஏதேனும் வறுத்து வை – குற்றமிலை!
காயம் இட்டுக் கீரை கடை, கம் எனவே மிளகுக்
காய் அரைத்து வைப்பாய் கறி

சாம்பார்

இஃதோர் பெரிய கறி. பெரும்பாலும் வெள்ளிக் கிழமைகளில் பருப்பு சேர்ந்த ஏதாவது ஒரு கறி இருக்கும். அது சாம்பாராகவே இருக்கும். அமாவாசை என்றாலும் ஒடுக்கத்திய வெள்ளி என்றாலும் பிறவும் ஆன சிறு பண்டிகைகள் என்றாலும் சாம்பார் வைப்பார்கள்.

சாம்பார் என்பது தமிழ்ச்சொல்போல ஒலித்தாலும், தமிழ்ச்சொல் அல்ல. முனைவர் வேதசகாய குமார், எனது நண்பர், சாம்பான் எனும் இனத்தவர், சகல காய்கறிகளும் பருப்பும் போட்டு செய்யும் குழம்பு எனவே சாம்பார் எனப் பெயர் பெற்றது என்கிறார். எனக்கு அதில் உடன்பாடு இல்லை.

"இவை தமிழல்ல" எனும் அயற்சொல் அகராதி தொகுத்த பேராசிரியர் ப. அருளி, சாம்பார் எனும் சொல் மராத்தி மொழிச் சொல் என்கிறார். பருப்புக் குழம்பு, கூட்டம்பு, இளங்குழம்பு என்று பொருளும் எழுதுகிறார்.

பிற்பாடு வாசித்து அறிந்து கொண்டேன் சாம்பாரின் மூலப் பிறப்பு குறித்து. மராத்தியப் பேரரசன் சத்திரபதி சிவாஜியின் ஒன்று விட்ட தம்பி வெங்கோஜி போன்ஸ்லே எனும் ஏக்கோஜி. அவர்தான் தஞ்சாவூரில் மராத்திய அரசாட்சியை நிறுவியவர். அவரது மகன் ஷாஹாஜி போன்ஸ்லே. அவர் கட்டிடக்கலை, இலக்கியம், சமையல் கலை முதலானவற்றில் ஆர்வம் உடையவர். சத்திரபதி சிவாஜியின் மகன் சம்பாஜி தஞ்சாவூர் வந்திருந்த போது, ஷாஹாஜி அவருக்காகச் சிறப்பாகச் செய்து பரிமாறிய குழம்பு சாம்பார்.

சாம்பா சே ஆஹார் (சம்பாஜிக்கான உணவுப் பதார்த்தம்) எனும் சொற்றொடர் சம்பா ஆஹார் ஆகி சாம்பாராக மருவியது. பின்பு அது தஞ்சாவூர் அரண்மனையின் மராத்திய அரச உணவின் அங்கமாக இருந்தது என்கிறார்கள். பண்டிட் பீம்ராவ் என்ற மராத்தியர் எழுதி வைத்திருந்த சுவடிகளில் இந்தத் தகவல் உள்ளது என்றும், தஞ்சாவூர் சரஸ்வதி மகாலில் அவை இன்றும் பாதுகாக்கப்பட்டுள்ளன என்றும் அறிகிறேன். திருவிதாங்கூர் அரசவம்சத்து பள்ளிக் கட்டில் (திருமணம்) தஞ்சை மராட்டிய சமையல்காரர்வழி சாம்பார் அறிமுகப்படுத்தப்பட்டது. பின் நாஞ்சில் நாட்டில் பரவலானது.

இன்றும் மராத்திய உணவின் சிறப்பான குழம்பு ஆம்டி டால். எனக்கும் மிகப் பிடித்தமானது. இப்போதும் பம்பாய் போனால் சாவல் அவுர் ஆம்டி டால் (சோறும் பருப்பும்) சாப்பிடாமல் திரும்புவதில்லை. அதுபோலவே வடா பாவ், உசல் பாவ், சாபுதானா கிச்சடி என்பன. டால் அல்லது தால் எனில் பருப்பு. இங்கு துவரம் பருப்பில் செய்த பருப்பு. ஆம்டி எனில் புளிப்பானது என்று பொருள். புளிப்புச் சுவைக்காக மராத்தியர் நமது புளியைக் கரைத்து ஊற்றுவதில்லை. கோக்கம் என்கிற குடம்புளி பயன்படுத்துகிறார்கள் இன்றும். ஆம்டி டால் காய்கறிகள் சேர்க்கப்பட்ட குழம்பு அல்ல. காய்கறிகள் சேர்த்து விரிவாக்கப்பட்ட குழம்பே சாம்பார் ஆகும்.

எவ்வாறேனும் ஆகுக! அதற்காக இன்று சாம்பாரைத் தமிழன் உணவில் இருந்து பிரிக்க இயலாது. இட்லி சாம்பாரும், வடை சாம்பாரும் தமிழர் உணவாக இன்று உலகெங்கும் அடையாளம் பெறுகின்றன. உணவு விடுதிகளில், தமிழ் நாட்டில், எங்கு சாப்பிடப் போனாலும் சாம்பார் இல்லாமல் சோறு

இல்லை. சாம்பார் இல்லாமல் இட்லி, பொங்கல், தோசை, ஊத்தப்பம், பணியாரம் இல்லை.

நாஞ்சில் நாட்டு அடியந்திரச் சமையலில் பருப்பு, புளிசேரி, ரசம், சம்பாரம் எனும் குழம்புகள் இருந்தாலும் சாம்பார் பெரிய குழம்பு. அதிகமாக வைக்கவும் ஊற்றிப் பிசையவும் படுவது.

சாம்பார் காய்கறிகள் எனில் பொதுவாக – முருங்கைக்காய், வாழைக்காய், கத்தரிக்காய், வெள்ளரிக்காய், புடலங்காய், சீனி அவரைக்காய், சின்ன உள்ளி, குறைவாகப் பச்சை மிளகாய், சேப்பங்கிழங்கு அல்லது வெண்டைக்காய். வீடுகளில் செய்யும் போது பூசணிக்காய், உருளைக்கிழங்கு போன்றவை இருந்தால் சேர்த்துக்கொள்வார்கள். வட மாவட்டங்களில் சாம்பாரில் மாங்காய் போடுவார்கள். கேரளத்தில் சேனைக்கிழங்கு போடுகிறார்கள். நாஞ்சில் நாட்டில் அது வழக்கம் இல்லை.

சாம்பார் காய் நறுக்குவதே பிரதேசத்துக்குப் பிரதேசம் வேறுபடுகிறது. அது அவரவர் மனோ தர்மம். சில பகுதிகளில் கீற்றுப் போல நறுக்குகிறார்கள். நாஞ்சில் நாட்டில் கன சதுரங்களாக நறுக்குவார்கள். சீக்கிரம் வெந்து கிடைப்பதும், உப்பு உறைப்பு பிடிப்பதும் பரிமாறத் தோதாக இருப்பதும் முக்கியம்.

முதலில் துவரம் பருப்பைக் காயம் சேர்த்து முக்கால் வேக்காடு வேக விடவேண்டும். பின்பு நறுக்கி வைத்திருக்கும் காய்களைப் போட்டு காய் வெந்தபின் புளி கரைத்து ஊற்ற வேண்டும். சாம்பார் பொடி என்பது மிளகாய் வத்தல், முழு கொத்தமல்லி, காயம், சீரகம், வெந்தயம் எல்லாவற்றையும் லேசாக வறுத்து இடித்து வைத்துக்கொள்வது. சிலர் அன்றாடத் தேவைக்கு, அம்மியில் வடிய அரைத்துக்கொள்வதும் உண்டு.

காய் வெந்ததும் சாம்பார் பொடி அல்லது அரைப்பைப் போட்டு, மீண்டும் கொதித்ததும் தாளித்துக் கொட்டலாம். தாளிக்க கடுகு, கறிவேப்பிலை, வத்தல் மிளகாய்.

சாம்பார் காய்கறிகளில், சேம்பங்கிழங்கு போட்டால் வெண்டைக்காய் வேண்டாம். இரண்டுமே வழுவழுப்பானவை என்பதால். வெண்டைக்காயையும் சின்ன உள்ளியையும் வதக்கி, சாம்பார் இறக்கும்போது போடுவது நல்லது. அதுபோல், காம்பு ஆய்ந்த பச்சை மிளகாய்களை, தும்புப் பகுதியில் மோர் மிளகாய்க்குக் கீறுவதுபோல் கீறி வதக்கிப் போடலாம்.

தக்காளிப் பழமும் மல்லிக் கீரையும் சமீப காலச் சேர்க்கைகள். அவற்றின் வருகைக்கு முன்னும் சாம்பார்

சுவையாகவும் மணமாகவும்தான் இருந்தது. சில வீடுகளில் சாம்பார், தீயல் போன்ற குழம்புகளுக்குப் பழம்புளி தேடி நடப்பார்கள்.

சாதாரண நாட்களில் சாம்பாருக்குத் தோது, தேங்காய்த் துவையல். முதல் சோற்றுக்கும் ஆகும், தொட்டுக்கொள்ளவும் ஆகும். சாம்பாருக்குச் சேர்ந்து போவது பப்படம், அவியல், தயிர்க்கிச்சடிகள், துவட்டல். காட்டுப் பொங்கல் போடும்போது, சைவச் சமையல் எனில் சாம்பார் இல்லாமல் இருக்காது. துணையாய்த் தேங்காய்த் துவையலும்.

மேற் சொன்ன காய்கறிகள் எல்லாம் சேர்த்துக் கதம்பமாய்ச் சாம்பார் வைப்பதற்குப் பதிலாக, ஒற்றைக் காய்கறி கொண்டும் மணக்கும் சாம்பார் வைக்கலாம். எல்லாவற்றிலும் சின்ன உள்ளி, தக்காளி போடலாம்.

முருங்கைக்காய், வெண்டைக்காய், கத்தரிக்காய், அவரைக்காய், பாகற்காய், முள்ளங்கி, சௌசௌ, சின்ன உள்ளி, பூசணிக்காய், தடியன்காய், வெள்ளரிக்காய், சுரைக்காய், கீரைத் தண்டு, வாழைத் தண்டு, காச்சில் கிழங்கு, உருளைக் கிழங்கு, சேப்பங்கிழங்கு, வாழைக்காய், சீனி அவரைக்காய், காரட் – பீன்ஸ் என ஏகப்பட்ட தேர்வு. ஆனால் எல்லாவற்றுக்கும் செய்முறை இதுதான்.

மத்தியானம் சோற்றுக்கு வைத்த சாம்பாரை. இரவுக்கும் எடுத்துக்கொள்ளலாம். மறுநாள் காலை இட்லி அல்லது தோசைக்கும் ஆகும். ஊசிப் போயிற்று என்றால் ஏதோ பத்தியப்பிழை ஏற்பட்டது என்று பொருள்.

சாம்பார் II

சில வீடுகளில் துவரம் பருப்புடன் பாசிப்பருப்பும் சேர்த்துப் போட்டு, வேக வைத்து, சாம்பார் செய்வார்கள். செய்முறையில் மாற்றம் இல்லை.

சாம்பார் III

இது இட்லிக்காக வைக்கக்கூடியது. சோற்றில் ஊற்ற அத்தனை சுவாரசியமாக இராது. இதில் சாம்பார் பொடி குறைத்துப் போடுவார்கள். பச்சை மிளகாய் சற்று அதிகமாக வகுத்து வதக்கிப் போடுவார்கள். புளி குறைவாக ஊற்ற வேண்டும். பருப்பு நன்கு குழைய வேக வேண்டும். காய்கறிகள் அதிகம் போடாமல், பூசணிக்காய் அல்லது உருளைக் கிழங்கு. முதலில் சொன்ன சாம்பார் அளவுக்குக் கெட்டியாக இல்லாமல், சற்று இளக்கமாக இருக்கும்.

சாம்பார் IV

சிறுபயிற்றம் பருப்பு பயன்படுத்தி வைப்பது. துவரம் பருப்பு தொடுவதில்லை. வாய்வுத் தொந்தரவு உடையவர்களும் இதை விரும்பி உண்வார்கள். மற்றபடி, செய்முறை ஒன்றேதான்.

பருப்புக் குழம்பு

இதனை வெள்ளை சாம்பார் என்பார் சிலர். தேங்காய் அரைத்த குழம்பு இது. சாம்பாரின் இனம்தான்.

கொஞ்சம் துவரம் பருப்பு, காயம்போட்டு முக்கால் வேக்காடு ஆக வேண்டும். வறுக்காமல் அரைக்க வேண்டும் மிளகாய் வத்தல், கொஞ்சமாக முழுக் கொத்தமல்லி, சின்ன உள்ளி, மஞ்சள் ஆகியவற்றை. அரைத்ததைப் பருப்புடன் சேர்த்து வேகவிட்டு, கொஞ்சமாகப் புளி கரைத்து ஊற்ற வேண்டும்.

காய்கறிகள் முக்கியமாக, வாழைக்காய், நன்கு வேகும் சேனை, கத்தரிக்காய், சீனி அவரை, சின்ன உள்ளி, நறுக்கிய காய்களை வேகப் போட்டுவிட்டு தேங்காய்ப் பூ, நல்ல மிளகு, சீரகம், பூண்டு ஆகியவற்றைப் பரபரவென மறுபடியும் அரைக்க வேண்டும்.. அரைத்தவற்றுடன் உப்பும் சேர்த்துக் கொதிக்க விடலாம். தேங்காய் எண்ணெயில் தாளிதம். கடுகு, வெந்தயம், கறிவேப்பிலை, வத்தல் மிளகாய் கிள்ளிப் போட்டு.

பருப்புக் குழம்புக்கும் தோது தேங்காய்த் துவையல்தான்.

புளிக்கறி

இஃதோர் தினசரிக் குழம்பு. வாரத்தில் நான்கு நாட்களாவது புளிக்கறி இருக்கும் வீட்டில். தண்ணீர்விட்ட சோற்றுக்கும் பழையதுக்கும் தோதான குழம்பு. என் மகன் தோசைக்குப் புளிக்கறி கேட்பான். எனக்குப் பிடிக்காது.

பெரும்பாலும் இது ஒற்றைக் காய்கறிக் குழம்பு. சில போதுகளில் தோதான இரண்டு அல்லது மூன்று காய்கள். மஞ்சள் நிறத்தில், சற்று நீளமாக, உப்பு, புளி, உறைப்புடன் இருக்கும். பெரும்பாலான நாஞ்சில் நாட்டுச் சம்சாரி வீட்டில் முதல் சோற்றுக்குத் துவையல், இரண்டாம் சோற்றுக்கு ஒரு குழம்பு, மூன்றாம் சோற்றுக்கு மோர் என ஆடம்பரங்களுக்குப் போக்கு இருக்காது. ஒரு துவரன், ஒரு குழம்பு என்பதே சீலம். மொத்தச் சோற்றுக்கும் ஊற்றிப் பிசைந்து தின்னப் புளிக்கறிதான். அதுவும் காலணாவுக்குக் கடையில் வாங்கிய தடியன் காய் அல்லது வெள்ளரிக்காய் புளிக்கறி.

புளிக்கறி வைத்த அன்று, வீட்டில் மோருக்கான பாக்கியம் இருந்தால், மோர்விட்டுப் பிசைந்த சோற்றின் நடுவே குழித்து, அதில் புளிக்கறி விட்டுத் தொட்டுச் சாப்பிடுவது ஒரு ரசனை. புளிக்கறிச் சோற்றுக்குத் தொட்டுக்கொள்ள துவரன் அல்லது துவையல் இருந்தாலும், மிளகாய்ப் பச்சடி கிடைத்தால் அஃதோர் ஆடம்பரம்.

முதலில் புளிக்கறிக்கான காயை உப்புப் போட்டு அவிக்க வேண்டும். அரைக்க மிளகாய் வத்தல், மஞ்சள், துருவிய தேங்காய்ப் பூ, சின்ன உள்ளி, நல்ல மிளகு. மைபோல் அரைக்க வேண்டும். காய் வெந்ததும் அரைத்ததைச் சேர்த்து புளிகரைத்து ஊற்ற வேண்டும். பழம்புளி ஆகாது. புதுப்புளி நன்று. உப்புச் சேர்த்து, புளிக்கறி கொதித்து நுரைத்து வரும்போது தாளிக்க வேண்டும். தாளிக்க தேங்காய் எண்ணெய், வெந்தயம், கடுகு, கறிவேப்பிலை, சன்னமாக அரிந்த உள்ளி.

இன்று மதியம் வைத்தால், அடுத்த நாள் காலை வரை ஊசாது. புளிக்கறி வகைகளையும், காய் சார்ந்து செய்யும் சின்னச்சின்ன மாற்றங்களையும் கீழே காணலாம்.

1. தடியன்காய் புளிக்கறி
2. கீரைத்தண்டு புளிக்கறி – நல்ல மிளகு சேர்த்து அரைக்கக் கூடாது.
3. முளைக்கீரையும் தண்டும் புளிக்கறி – நல்ல மிளகு சேர்த்து அரைக்கக் கூடாது.
4. கத்தரிக்காய் புளிக்கறி
5. கத்தரிப்பழம் புளிக்கறி – கத்தரிப்பழம் தல்லி, விதை மாற்றிக் கழுவி வைப்பது.
6. முருங்கைக்காய் புளிக்கறி
7. மாங்காய்ப் புளிக்கறி
8. மாங்காய், முருங்கைக்காய் புளிக்கறி
9. மாங்காய், தடியன்காய் புளிக்கறி
10. மாங்காய், தடியன்காய், முருங்கைக்காய் புளிக்கறி
11. சுண்ட வத்தல் புளிக்கறி – கொஞ்சம் வெந்தயம் வறுத்துப் போட வேண்டும்.
12. வெந்தயப் புளிக்கறி

13. சேம்பந்தடைப் புளிக்கறி – பால் சேம்புத் தடை புளிவிட்டு அவித்துத் தண்ணீர் இறுத்து வைப்பது.

14. காறக்காய் புளிக்கறி – காறக்காய் என்பது காறல் கூடிய கத்தரிக்காய் இனம். காறக்காயைத் தல்லி, புளிவிட்டு அவித்துத் தண்ணீர் இறுத்து வைப்பது.

15. சக்கைப் புளிக்கறி – அரை விளைச்சல் பலாச்சுளை, பலாக் கொட்டை, மடல் போட்டு வைப்பது. நல்ல மிளகு கூடுதலாக அரைக்க வேண்டும்.

16. சக்கைச் சுளை, சக்கைக் கொட்டை புளிக்கறி – முதிர்ந்த பலாச்சுளை, பலாக் கொட்டை போட்டு வைப்பது.

17. சுண்டக்காய் புளிக்கறி

18. வாழைக்காய் புளிக்கறி – பேயன்காய் அல்லது மொந்தன் காய் பயன்படுத்தியது.

19. சீனி அவரைக்காய் புளிக்கறி

20. சேனைப் புளிக்கறி

21. பிடி கிழங்கு புளிக்கறி

22. காய்ச்சிக் கிழங்கு புளிக்கறி

தீயல்

இது நாஞ்சில் நாட்டின் விசேடமான குழம்பு. கல்யாணப் பந்தியில் பரிமாறுவது இல்லை. ஆனால் கல்யாணம் முடிந்த மறுநாள் ஏழாம் நீர்ச்சாப்பாட்டுக்குத் தீயல் கண்டிப்பாக உண்டு. இப்போது கலியாணமான அடுத்த நாள் சடங்கு, வீட்டு மட்டுக்கும் எனச் சுருங்கிப் போனபடியால், கலியாணத்தன்று இரவு, நாலாம் நீர்ச்சாப்பாட்டுக்குத் தீயல் வைக்கிறார்கள்.

பொதுவாகத் தீயலுக்கு, வெஞ்சணம் வறுத்து அரைத்துக் கொள்வார்கள். தீயலுக்கு வறுக்கப் பயன்படும் தேங்காய், நல்ல முற்றிய நெற்றுத் தேங்காயாக இருத்தல் நன்று. திருவ முடியுமானால் கொப்பரைத் தேங்காயும் நல்லதுதான். கிடைக்காமற் போனால், விளைந்த தேங்காய். முற்றாத இளம் தேங்காய் ஆகவே ஆகாது.

துருவிய தேங்காய்ப் பூ, வத்தல் மிளகாய், முழுக் கொத்தமல்லி, கடலைப் பருப்பு, நல்ல மிளகு, சின்ன உள்ளி எல்லாம் சேர்த்து வறுத்து, ஆறவைத்து அம்மியிலோ ஆட்டு உரலிலோ மைபோல அரைத்து எடுத்துக்கொள்ள வேண்டும். பழம்புளி கரைத்து வைத்துக்கொள்ளலாம்.

பொதுவான காய்கறிகள் கத்தரிக்காய், முருங்கைக் காய், ஊரல் இல்லாத நன்கு வேகும் சேனை. காய்கறிகளை நறுக்கிக் கழுவி, வேகப் போட வேண்டும். அரைத்த மசாலா சேர்த்து, புளிக் கரைசல் ஊற்றி, உப்புப் போட்டுக் கொதிக்க விட வேண்டும்.

தாளிக்க வெந்தயம், கடுகு, கறிவேப்பிலை, நீளவாக்கில் கொஞ்சம் கூடுதலாக அரிந்த சின்ன உள்ளி.

தாளித்த பிறகு, சற்று நேரம் தீயல் கொதித்து வற்ற வேண்டும். கொதிக்கும்போது வாசனை அடுத்த தெருவரை வீசும். இரண்டு மூன்று நாட்கள் கெட்டுப் போகாத குழம்பு இது.

தீயல் ஊற்றியும் சோறு கட்டலாம். தோசை இட்டிலிக்கும் தொட்டுக்கொள்ளலாம்.

திருவிழாக்காண வில்வண்டி, சக்கடா வண்டி கட்டிச் செல்லும்போது, மதியச் சாப்பாட்டுக்குப் புளித்தண்ணி தாளித்துச் சோறு கட்டுவார்கள். புளித்தண்ணி பற்றிப் பின்னால் பார்க்க இருக்கிறோம். பத்திருபது பேர் சாப்பிடும் படியாக, பெரிய பித்தளைத் தூக்கு வாளிகளில் அல்லது ஈயம் பூசிய பித்தளைப் போணிகளில் புளித்தண்ணி தாளித்து சோறு அடையும்போது, நடுவில் குழி விட்டு, வற்றவைத்த தீயலைக் காய்கறிகளுடன் வைத்து அதன்மேல் மீண்டும் புளித்தண்ணி சோறு அடைத்து கட்டுச் சோறு கட்டுவார்கள். புளித்தண்ணி மணமும், சுண்ட வைத்த தீயல் மணமும் ஏறி, நன்றாக இருக்கும்.

புளித்தண்ணீர் தாளித்த சோறு என்பது வேறு, புளியோதரை வேறு. மற்றுமோர் தகவல், புளிக்குழம்பு, காரக்குழம்பு, வத்தல் குழம்பு, தீயல் எல்லாம் ஒரே குழம்புக் குடும்பம் என்றாலும், தீயல் மிகத் தனித்துவமானது. மலையாளத்திலும் தீயல் உண்டு.

நாஞ்சில் நாட்டுப் பெண்டுகள், வெள்ளிக்கிழமைகளில் தீயல் வைப்பதில்லை. காரணம் கேட்டால், வெள்ளிக்கிழமைகளில் வறுத்து அரைத்து கறிவைக்கக் கூடாது என்று மட்டும் சொல்கிறார்கள். அதுதான் ஏன் என்று கேட்டால் எனக்கு இன்னும் விடை கிடைக்கவில்லை.

கடலை, மொச்சைக் கொட்டை தீயல்

வறுத்துக் கொவரப் போட்ட கறுப்பு மொச்சை, ஊறவைத்த கொண்டைக்கடலை இதன் பிரதான அம்சங்கள். கத்தரிக்காய், முருங்கைக்காய், சேனைக்கிழங்கு சேர்த்துக்கொள்ளலாம். சுண்ட வத்தல், அடமாங்காய், வடகம் சேர்த்துக்கொள்ளலாம். அல்லது பச்சைக் காய்கறிகளுக்குப் பதிலாக கத்தரிக்காய் வத்தல்,

சீனி அவரைக்காய் வத்தல், மிதக்க வைத்தல், சுண்டக்காய் வத்தல், மணத்தக்காளி வத்தல், பாகற்காய் வத்தல் சேர்த்துக்கொள்ளலாம்.

செய்முறை முன் சொன்னபடிதான்.

புளித்தண்ணி தாளிச்ச சோற்றுக்கு, முன்பு சொன்ன தீயலை விட, சுண்ட வற்ற வைத்த கடலை, மொச்சைக் கொட்டை தீயல் சிறப்பு.

வற்றல், வடகம் தீயல்

இந்தத் தீயலுக்குக் காய் கறிகள் போடுவதில்லை. கடலை, மொச்சைக் கொட்டையும் போடுவதில்லை.

தீயலுக்கு வறுக்கும்போது தேங்காய் குறைவாகவும் முழுக் கொத்தமல்லி கூடுதலாகவும் வைத்து, கொஞ்சம் துவரம் பருப்பும் சேர்த்து வறுக்க வேண்டும். மற்ற சேர்மானங்கள் முன்பு கூறிய படிதான்.

வற்றல்கள் என்பன, அந்தந்தப் பருவ காலங்களில் மலிவாகக் கிடைக்கும் காய்களைச் சிலவற்றை உப்புப் போட்டு அவித்தும், சிலவற்றை அவிக்காமல் உப்பு மட்டும் போட்டும், சிலவற்றை அவிக்காமல் உப்புப் போட்டு மோரில் ஊறவைத்தும் சலசலவெனக் காய வைத்து எடுக்கப்படுவது. வற்றல் வடகம் தீயலில் சேரும் வற்றல்கள் – அடமாங்காய், கத்தரிக்காய் வற்றல், சீனி அவரைக்காய் வற்றல், மிதக்க வற்றல், சுண்டைக்காய் வற்றல், வடகம். சிலர் பாகற்காய் வற்றலும் குட்டித் தக்காளி வற்றலும் இருந்தால் போடுவார்கள்.

தீயலுக்கு அரைத்ததைக் கரைத்து, புளிக்கரைசல் ஊற்றிக் கொதிக்க வைத்து, அடமாங்காய் தவிர மீதி வற்றல், வடகம் எல்லாம் குழம்பில் வறுத்துப் போட்டு, தாளித்து உப்பும் போட்டு, கொதிக்க வைத்து இறக்குவது. இந்தத் தீயலில் கவனிக்கப்பட வேண்டிய விஷயம் – வற்றல் வடகங்களில் ஏற்கெனவே உப்பு இருக்கும். எனவே உப்புப் போடும்போது கொஞ்சம் எச்சரிக்கை தேவை.

இந்தத் தீயலை ஊற்றிக் கட்டுச் சோறு கட்டுவதுண்டு.

வற்றல் குழம்பு அல்லது வத்தக் குழம்பு என்னும் பெயரில் ஊருக்கு ஒன்று ஊற்றுகிறார்கள். நிறத்தைத் தவிர, வாசனையில், சுவையில் ஒரு ஒற்றுமையும் இல்லை. உணவு விடுதிகளில் மதிய உணவு உண்ண நேடும் நாட்களில், வத்தக் குழம்பு பரிமாறினால், இலையில் ஒரு சொட்டுவிடச் சொல்லி,

தொட்டு நக்கிப் பார்த்து, திருப்திப் பட்டால் மட்டுமே நான் சோற்றில் விடச் சொல்லுவேன். துணிந்து சோற்றில்விடச் சொல்லிச் சாப்பிடுவதற்கு, அந்த உணவு விடுதி பற்றி நமக்கு முன்னனுபவமும் நம்பிக்கையும் இருக்க வேண்டும்.

நாவின் சுவை அரும்புகளின் பயன்பாடு தெரியாதவருக்கு எல்லாம் ஒன்றுதான். பசி இதையெல்லாம் அறியுமா என்று கேட்பீர்கள்! பசிக்கு ருசி வேண்டாம், நித்திரைக்குப் பாய் வேண்டாம்.

பூசணிக்காய் தீயல்

பூசணி பற்றி மறுபடியும் ஒரு வியாக்கியானம் வேண்டாம் என்று கருதுகிறேன். நன்கு விளைந்து, விதைகள் தெறித்து, சிவந்து, இனித்து, மாப்போல இறுகிய பூசணி நன்று.

பொதுவான தீயலுக்கான அரைப்புதான். தீயலுக்கு அரைப்பதில் ஒரு பொது விதி தேங்காய், மல்லி, மிளகாய் வத்தல் வறுத்து அரைப்பதும் வெந்தயம் நல்ல மிளகு சேர்ப்பதும் ஆகும்.

பூசணிக்காய் தீயல் தாளிக்கும்போது நிறைய சின்ன உள்ளி கீற்றுக் கீற்றாக அரிந்து போட்டுத் தாளிக்க வேண்டும். தாளிக்கும்போது காயப்பொடி, முழு வெந்தயம் போட்டுத் தாளிக்க வேண்டும். புளித்தமாத் தோசைக்கு பூசணிக்காய் தீயல் நன்றாக இருக்கும்.

சக்கைக் கொட்டை தீயல்

சக்கைக் கொட்டைக்கு மேலே ஒரு பூஞ்சைத் தோல், அதனுள்ளே ஒரு கண்ணாடித் தோல், அதனுள்ளே கொட்டையை இறுக்கமாகப் பற்றிக் கொண்டு கருஞ்சிவப்பில் ஒரு தோல். கிழிந்தும் உரிந்தும் சுரண்டியும் எடுத்த பின்பு கொட்டையை முழுதாகவோ, இரண்டாகப் பிளந்தோ வேகவைத்துத் தீயல் வைப்பார்கள். சின்ன உள்ளி நீள வாக்கில் அரிந்து வதக்கிச் சேர்க்க வேண்டும்.

தீயலுக்கு உள்ளி அரிந்து வதக்கிச் சேர்க்கும்போது, எப்போதும் உள்ளி வெந்து குழைந்து விடாமல், பச்சை மணம் மாறி, கருகருவென மெல்லத் தகுந்ததாகக் கிடப்பது நன்றாக இருக்கும். ஒற்றைக் காய்கறிகள் கொண்டு வைக்கும் தீயல்கள் சில உண்டு.

செய்முறை ஒன்றேதான்.

1. பிஞ்சுச் சக்கைச் சுளை, சக்கைக் கொட்டை, சக்கை மடல் தீயல்

2. வழுதுணங்காய் தீயல்
3. பச்சை சுண்டைக்காய் தீயல்
4. அவரைக்காய் தீயல்
5. பிஞ்சு வாழைக்காய் தீயல்
6. எண்ணெய் கத்தரிக்காய் தீயல்
7. பிஞ்சு கத்தரிக்காய் தீயல்
8. பயிற்றங்காய் தீயல்
9. சீனி அவரைக்காய் தீயல்
10. கருணைக் கிழங்கு தீயல்

பெரும்பயிறு தீயல்

பெரும் பயிறு தீயல் சுடுகஞ்சிக்குத் தோது. சோற்றுக்கோ, மற்று எதற்குமோ பொருந்திப் போகாது. குடிக்கிற கஞ்சி அளவுக்கு நாலில் ஒரு பங்கு தீயல் தொடுகறி என்றால் பார்த்துக்கொள்ளுங்கள். எனவே குழம்பு அதிகமாக இல்லாமல், செட்டி நாட்டுக் கெட்டிக் குழம்புபோல, பெரும்பயிறு தான் குழம்பை அடைத்துக் கொண்டு கிடக்கும். இதில் அடமாங்காய் போடுவது விசேடம். வடகம் வறுத்துப் போடுவது அதினினும் நன்று. சேர்மானங்களில் மாற்றம் இல்லை. வடகம் போட்டுத் தாளிப்பதால், சின்ன உள்ளி அரிந்து வதக்கிப் போடுவதில்லை.

பெரும்பயிறு என்பது தட்டப் பயிறு. அதன் குடும்பம்தான் காராமணி. முன்பு கறுப்பாகவும் வெள்ளையாகவும் பெரும்பயிறு கிடைத்தது. இப்போது தவிட்டு நிறத்தில் ஒரு தட்டப்பயிறும், தனி வெள்ளையில் சற்று அளவில் பெரியதாகப் பிறமாநிலப் பயிறு ஒன்றும் கிடைக்கிறது. ஆனால் ருசி நாட்டுப் பயிறுதான், என்று புலம்பிக்கொள்ளலாம்.

காணத் தீயல்

காணம் என்றால் கொள்ளு. காணம் என்றால் கொள்ளு. காணம் என்றால் கொள்ளு. முக்கால் மூணுதரம். காணத்தின் தமிழ்ப் பெயர் முதிரை. மலையாளத்தில் இன்றும் காணத்துக்கு முதிரைதான். சங்கப் பாடல்களில் பதிற்றுப் பத்து மட்டும் முதிரை பேசுகிறது. உரை வேந்தர் ஔவை துரைசாமிப் பிள்ளை முதிரை எனும் சொல்லுக்கு ‘அவரை, துவரை முதலாயின’ என்கிறார்.

சென்னைப் பல்கலைக்கழகத்து லெக்சிகன், முதிரை எனும் சொல்லுக்குப் பதிற்றுப் பத்து பாடலை மேற்கோள் காட்டி, 'முதிரை வாலூன் வல்சி மழவர்' எனும் பாடல் வரியையும் சொல்லி, 'அவரை, துவரை முதலாயின' என்றே பொருள் எழுதுகிறது.

தஞ்சாவூர் அல்லது விழுப்புரத்தில் கொள்ளு எனக்கேட்டு 100 கிராம் வாங்கிக்கொள்ளுங்கள். சாத்தூர் அல்லது கோயில்பட்டியில் காணம் எனக் கேட்டு 100 கிராம் வாங்கிக் கொள்ளுங்கள். கொல்லம் அல்லது திருச்சூரில் முதிரை எனக் கேட்டு 100 கிராம் வாங்கிக்கொள்ளுங்கள்.

கொள்ளும் காணமும் முதிரையும் ஒன்றாக இருப்பதைக் காண்பீர்கள். புறநானூற்றுக்கு உ.வே.சா. எழுதிய உரைகளில் பிழைகள் கண்டு, திருத்தங்கள் எழுதினார் பேராசிரியர் கே.என். சிவராஜ பிள்ளை. நான் பிழை காணவரவில்லை, திருத்தமும் சொல்லவில்லை. மக்கள் மொழியில் கண்டதைச் சொல்லுகிறேன்.

காணத் தீயலுக்கும் செய்முறை, மற்றெந்த தீயலையும் போலவே. காணத் தீயலும் சுடுகஞ்சிக்கான தொடுகறி. இரண்டுமே வாய்வுத் தொந்தரவு என்பார்கள். மலையாளிகள் இந்த இரண்டு தீயல்களிலும், பெரும்பயிறு அளவில் பிஞ்சு வாழைத்தண்டு அரிந்து போடுவார்கள். வாய்வை முறித்து விடுமோ என்னவோ?

பெரும்பயிறு ஆனாலும் காணம் ஆனாலும் வேகப் போடு முன் சற்று நேரம் நன்னீரில் ஊறப் போட்டால், அவியும் நேரம் குறையும்.

நவதானியம் என்று பேசும் ஒன்பது வகை தானியங்களில் பெரும்பயிறும் காணமும் அடக்கம்.

மொளவச்சம்

இஃதோர் பத்தியக்கறி. காய்ச்சல் வந்து நீங்கிய பிறகு, அசீரணம் காரணமாக ஏற்படும் வாந்தி அடங்கிய பிறகு, வயிற்றுப் போக்கு, வயிற்றுவலி, வயிற்றுப் பொருமல் ஏற்பட்டு நின்ற பின்பு, நாக்கு சுவையற்றுக் கிடக்கும் போதுகளில் வைக்கப்படும் குழம்பு இது.

இதன் பெயர்க் காரணம் மற்றியும் மூலாதார பிந்துச் சொல் பற்றியும் எனக்குத் தகவல் இல்லை. இதனை மலையாளிகள் 'மொளவஷ்யம்' என்பார்கள். தற்பவமாகத் தென்

திருவிதாங்கூர் கையாண்டிருக்கக்கூடும். வேட்டி, வேஷ்டி ஆனதைப்போல, 'மௌளவச்சம்' 'மௌளவஷ்யம்' என 'மேன்மை' பெற்றிருக்கவும் கூடும்.

புளிசேர்க்காமல் வறுத்து அரைத்து வைக்கப்படும் குழம்பு இது. கருஞ்சாம்பல் நிறத்தில் இருக்கும். வாசனை தூக்கலாக இருக்கும். நாக்குக்கு ருசி தெரியாதவர்கள்கூட, இதன் வாசனையில் நாவூறுவார்கள்.

கொஞ்சமாகக் கொத்தமல்லி, தேங்காய்ப் பூ, கொஞ்சம் நல்ல மிளகு, சீரகம், வத்தல் மிளகு, கடுகு, காயம், சுக்கு, கறிவேப்பிலை, பூண்டு, சின்ன உள்ளி எல்லாம் தீயலுக்கு அரைப்பது போல் அரைத்து எடுத்துக்கொள்ள வேண்டும். வறுப்பது நல்லெண்ணெய் விட்டு.

காய்கறி அதிகம் வேண்டாம். தனித்த காய்களாக, வழுதுணங்காய், பிஞ்சுக் கத்தரிக்காய், கோழி அவரைக்காய் என ஏதோ ஒன்று மாத்திரம். காயை நன்றாக வதக்கிக்கொள்வது நல்லது. வதக்கி வேகவைத்த காயுடன் அரைத்து உருட்டி வைத்திருப்பதைச் சேர்த்து கொதிக்க விட்டு இறக்க வேண்டும். சுண்டை வத்தல் வறுத்துப் போட்டால் மணமும் மருத்துவக் குணமும். காய்கறிக்குப் பதிலாக, சேனைக்கிழங்கு, சுண்டை வத்தல், பூண்டு, சின்ன உள்ளி ஆகியவற்றைப் பயன்படுத்தியும் செய்யலாம்.

தாளிக்க நல்லெண்ணெய். கடுகு, கறிவேப்பிலை போட்டுத் தாளிக்க வேண்டும். புளி இல்லாப் பத்தியத்துக்கும் நல்லது. பசி, ருசி ஏற்படும். உப்பிட மறக்க வேண்டாம்.

சம்ச்சோறு

இதன் ஆதாரச் சொல்லையும் ஆராய வேண்டும். சமச் சாறு எனும் சொல் மூலமாக இருக்கலாம். உறுதியாகத் தெரியாது.

எனக்குத் தெரிந்து முருங்கைக் கீரை சம்ச்சோறு, முட்டை சம்ச்சோறு என இரண்டு தினுசுகள்.

சற்றும் உப்புச் சப்பில்லாத மந்தமான குழம்பு இது. பச்சைத் தேங்காய் துருவிப் பூ எடுத்து, வத்தல் மிளகாய், சீரகம், பூண்டு ஆகியவற்றைச் சேர்த்து அரைக்க வேண்டும். புளி வைக்க வேண்டாம். உப்புப் போட மறக்கவும் வேண்டாம்.

குழம்பு கொதிக்கக் கூடாது. துரைத்து வரும் போது, இளம் தளிராக ஆய்ந்து உருகிய முருங்கைக் கீரையை வதக்கிக்

குழம்பில் போட வேண்டும். வதக்கிய முருங்கைக் கீரை, குழம்பில் வாசமடிக்கும். பின்பு தாளித்துக் கொட்டலாம். இதுவும் புளி இல்லாத பத்தியக் கறி.

புளித்தண்ணி

உண்மையில், முழு அர்த்தத்தில் இதுவோர் குழம்பு அல்ல. ரசமும் மோரும் எப்படிக் குழம்புகள் இல்லையோ, அப்படி. இதைச் சாப்பிடும்போது ஊற்றிப் பிசைந்து உருட்டி உண்பதும் இல்லை.

இஃதோர் அவசரக் கட்டுச் சோறு ஏற்பாடு.

புளி நிறையக் கரைத்து வைத்துக்கொள்ள வேண்டும். நீர்ப் பாகமாக. சீனிச் சட்டியில் நல்லெண்ணெய் விட்டு, எண்ணெய் சூடானதும் கடுகு, காயம், கறிவேப்பிலை, கடலைப் பருப்பு, வெந்தயம், வத்தல் மிளகாய் நிறையக் கிள்ளிப் போட்டு முதலில் தாளித்த பின்னர், கரைத்து வைத்திருக்கும் புளித் தண்ணீரை விட்டுக் கொதிக்க வைத்து, தேவைக்கு உப்புப் போட்டு இறக்கிவிடலாம். வெந்தயமும் காயமும் வறுத்துப் பொடித்து சேர்க்க வேண்டும்.

சுடு சோற்றில் இந்தப் புளித்தண்ணியை விட்டுக்கிளறி, பாத்திரத்தில் அடைத்து வைத்துப் பயணம் செய்வோர் கொண்டு போவார்கள். காலையில் செய்ததை மறுநாள் மதியம்வரை உண்ணலாம். கல்லூரி, பள்ளிகளுக்கு மதிய உணவாக, சூட்டோடு வாழையிலை அல்லது தேக்கிலையில் பொதிந்து கொண்டு போவார்கள். கட்டுச் சோறு கட்ட, கொங்கு நாட்டில் கமுகம் பாளை பயன்படுத்துவார்கள். நாஞ்சில் நாட்டில் வாழை இலை அல்லது தேக்கிலை.

திருவிழாக் காலங்களில், வில் வண்டி கட்டி, கோயிலுக்குப் போவோர் கொண்டு போவது, புளித்தண்ணி தாளித்துக் கட்டிய சோறுதான். காலை, கோழி கூவியதும் எழுந்து, ஆயத்தமாகி, வண்டி கட்டிவிடுவார்கள். ஆதலின் இரவு மூன்று மணிக்கே எழுந்து, இட்டிலி அவித்து ஆறவைத்துப் பாத்திரத்தில் அடுக்கி, தண்ணீர் விடாமல் தேங்காய்த் துவையல் உரலில் போட்டு இடித்து, தேங்காய் எண்ணெய் விட்டுத் தாளித்துப் புரட்டி எடுத்து வைத்துக்கொள்வார்கள். துண்டு இலைகள் கொண்ட கட்டு இருக்கும். அது காலையில் சாப்பிட.

மத்தியானம் சாப்பிட, முன்னிரவில் கடலை – மொச்சைக் கொட்டை, முருங்கைக்காய், சேனை, கத்தரிக்காய், வடகம் போட்டுத் தீயல் வைத்து வற்றவைத்து வைத்துக்கொள்வார்கள். பின்பு சுடு சோறு பொங்கி, புளித்தண்ணி தாளித்துக் கிண்டி,

சூடாக, ஈயம் பூசிய பித்தளைப் போணி அல்லது பெரிய தூக்குவாளியில் கழுத்துவரை சோறு அடைத்து, நடுவில் சுண்ட வைத்த தீயல் தாராளமாகக் கோரி வைத்து, இறுதியில் மேலே சோறு அடைத்து மூடிவிடுவார்கள்.

மத்தியானம் சாப்பிட மிகுந்த மணமும் சுவையும் இருக்கும். சோற்றுக்குத் தொட்டுக்கொள்ள சுண்ட வைத்த தீயல். தனியாக எடுத்து வைத்த நாரத்தங்காய் ஊறுகாய். இதில், சுண்ட வைத்த தீயலை அடுத்து அடைந்திருக்கும் சோற்றுக்கட்டி, தீயலில் ஊறி உலர்ந்து இன்னும் வாசமுடன் இருக்கும்.

இந்தச் சோறு மதியம் தின்றால், தண்ணீர் வாங்கிக் கொண்டே இருக்கும். உப்புத் தின்றவன் மாத்திரம் தண்ணீர் குடிப்பதில்லை. தோசை – மொளகாப்பொடி தின்றவனும், புளித்தண்ணி தாளிச்ச கட்டுச் சோறு தின்றவனும் தண்ணீர் குடிப்பான்.

குமாரகோயில் போவதானாலும், கன்னியாகுமரி போவ தானாலும், சுசீந்திரம் தேரோட்டத்துக்குப் போவதானாலும், மண்டைக்காட்டுக் கொடைக்குப் போவதானாலும், சித்தூர் தென்கரை மகராஜா கோயிலுக்குப் போவதானாலும், திருச்செந்தூர் போவதானாலும், இட்டிலி – தேங்காய்த் துவையலும் புளித்தண்ணி தாளிச்ச சோறும் இல்லாமல் இருக்காது.

முன்பெல்லாம் நாகர்கோயில்வாசிகள் மெட்ராஸ் போக வேண்டுமானால், முன்மதியம் பதினொன்றரை மணிக்கு நாகர்கோயிலில் அவுட் ஏஜன்சி பஸ் பிடிக்க வேண்டும் திருநெல்வேலி ஜங்சனுக்கு. பிற்பகல் மூன்று மணிக்கு ஜங்ஷன் போகும். போனதும் சாப்பிட வேண்டும். ஆறரை மணிக்கு நெல்லை எக்ஸ்பிரஸ். அது புறப்பட்டு கோயில்பட்டி வந்ததும் வண்டி பூரா புளித்தண்ணி சோறு வாசனை தூக்கி அடிக்கும். அந்த ரயிலையே, அன்று, புளித் தண்ணிச் சோற்று ரயில் எனச் சொல்லி இருக்கலாம்.

நான் பி.எஸ்சி., வாசிக்கும் போது, 1967ஆக இருக்கலாம், பஸ் ஒன்று ஏற்பாடு செய்து எங்கள் சிற்றூர் மக்கள் எல்லாம் ஒரு டூர் போனோம். ஆண்கள், பெண்கள், சிறுவர் சிறுமியர் என 56 பேர்கள். மதுரை, வைகை அணைக்கட்டு, கொடைக்கானல் என்று, மூன்று நாட்கள். எப்போது வேண்டுமானாலும் சாப்பிடத் தயாராக, மொத்தமாக, அவரவர் பங்காய்க் கட்டப்பட்ட புளித்தண்ணிச் சோற்று வாளிகள். நல்லெண்ணெய் மினுமினுப்புடைய சோறு. முதல் நாள் மத்தியானம் வாளி திறந்த வாசனையே பஸ்சின் இண்டு இடுக்குகளில் இறையருள் போல்

நாஞ்சில் நாட்டு உணவு

நீக்கமற நிறைந்திருக்க, மேலும் மேலும் திறந்து மூடியதில், உடல் பொருள் ஆவி எங்கும் புளித்தண்ணி மணம்.

இன்றோ, பல நாட்கள் ஆகிவிட்டன, நான் புளித்தண்ணி தாளிச்ச கட்டுச் சோறும் வற்றவைத்த தீயலும் நார்த்தங்காய் ஊறுகாயும் தின்று. வீட்டில் செய்து கட்டி வைத்து, வீட்டிலேயே வைத்துத் தின்றால் அதற்குப் பெயர் கட்டுச் சோறா?

வீட்டில் கட்டி எடுத்துக் கொண்டு போய், பனை விளைகளிலோ, தென்னந்தோப்புகளிலோ மாமரத்து மூட்டில் அல்லது கொல்லாமா மரத்து மூட்டில், கிணறும் தண்ணீரும் உள்ள இடமாகப் பார்த்து உட்கார்ந்து சாப்பிட வேண்டும். தேங்காய் எண்ணெயில் வறுத்த தேங்குழல் வத்தலோ கூழ் வத்தலோ கூடவே வேண்டும்.

தேக்கிலை இன்னுமோர் வாசம். உள்ளி பக்கோடாவைத் தேக்கிலையில் பொதிந்து வாங்கி வந்து, பிரித்துச் சாப்பிடும் போது, அந்த வாசனை வித்தியாசமானது. அதுபோல் பொதிவதற்குப் பயனுள்ள இன்னொரு இலை, தாமரை இலை. தாமரை இலையின் பச்சை நிற மேல் பகுதி வானம் பார்த்துக் கிடக்கும். செந்தவிட்டு நிறமுள்ள அடிப்பகுதி, தண்ணீரைத் தொட்டுக் கொண்டு கிடக்கும். அடிப்பாகத்தைத் துணியால் ஈரம் போகத் துடைத்துவிட்டு உணவுப் பண்டங்களை அதில் பொதிந்து தருவார்கள்.

பூச்சரம் பொதியவும் தாமரை இலை, திராட்சைப் பழம் பொதியவும், வடை, சுஜியன் பொதியவும் ஆட்டுக்கறி பொதியவும் தாமரை இலை. தாமரை இலையின் மேற்பகுதி, பச்சைப் பகுதியில் தண்ணீர் ஒட்டுவதில்லை. பாதரசம் போல் தண்ணீர் உருண்டு கொண்டிருக்கும். எனவே தான் ஒட்டுதல் இல்லாமல் இருப்பதைத் தாமரை இலைத் தண்ணீர் என்று பற்றற்ற நிலைக்குத் தமிழன் உவமை சொன்னான்.

புளிசேரி

தீயல்போல, அவியல்போல, எரி சேரிபோல, புளிசேரியும் நாஞ்சில் நாட்டின் முக்கியமான ஐட்டம். அடியந்திரச் சாப்பாட்டில் புளிசேரி விசேடம். வயசாளிகள் சாப்பிட்டு விட்டுப் போகும்போது, "சவம்! என்ன அடியந்திரம் நடத்துகான்! ஒரு புளிசேரிகூட வைக்காமல்?" என்று சலித்துக் கொண்டு போவார்கள். புளிசேரி, தினமும் வைக்கும் குழம்பும் அல்ல. புளிசேரி என்பது மோர்க்குழம்பின் இளைய அல்லது மூத்த சகோதரி. மலையாளத்தில் என்றும் அது இந்தப் பெயரிலேயே வழங்கப்படுகிறது.

எந்த வேலைக்கும் போகாமல், உட்கார்ந்து சாப்பிட்டு, குடும்பச் சொத்தைத் தின்று தீர்ப்பவனை, "நல்ல புளிசேரி வச்சான்" என்பார்கள்.

பொதுவாகத் திருமண வீடுகளில், பந்தி விளம்பும்போது, முதலில் பருப்பு, அடுத்து சாம்பார், பின்பு புளிசேரி என்பது வைப்பு முறை. அதன்பின் இரண்டு அல்லது மூன்று பிரதமன், பின்பு ரசம், இறுதியில் சம்பாரம் எனப்படும் மோர்த் தயாரிப்பு.

புளிசேரியைக் கல்யாணச் சாப்பாட்டில் வெட்டிவிட்டால், சுருக்கமான கல்யாணம் என்று பொருள்.

புளிசேரிக்கு அடிப்படைத் தேவை, பக்குவமாகப் புளித்த கட்டித் தயிர். தயிரை, மத்தால் கடைந்து உடைத்து வைத்துக் கொள்ள வேண்டும். அரைப்பதற்கு, இளசாகவும் இல்லாத, நெற்றாகவும் முற்றாத பருவமான தேங்காய். சீரகம், பச்சை மிளகாயுடன் தேங்காய்ப் பூ சேர்த்து வெண்ணெய் போல் அரைத்துக்கொள்ள வேண்டும். அரைக்கும்போது கொஞ்சமாகப் பச்சரிசி மாவு சேர்த்து அரைத்துக் கொள்ளலாம். அல்லது அரிசி வறுத்து பொரியரிசி வைத்து அரைக்க வேண்டும்.

புளி சேரிக்குக் காய் எனில் நன்கு பழுத்து மணக்கும் புருத்திச் சக்கை. புருத்திச் சக்கை எனில் அன்னாசிப்பழம், கைதைச் சக்கை அதாவது பைனாப்பிள். புருத்திச் சக்கையின் மேல் தோலைக் கனமாகவும் கவனமாகவும் சீவ வேண்டும். நடுப்பகுதித் தண்டும் ஆகாது. சாம்பாருக்கும் பூசணிக்காய் வெட்டும் நீள் கன சதுரமாக வெட்டி வேக வைக்க வேண்டும். நல்ல இனிப்பாக அன்னாசிப்பழம் இருந்தால் புளிப்பும் இனிப்பும் எரிப்பும் உப்புமாகப் புளிசேரி விசித்திரமானதோர் சுவை தரும். அன்னாசிப் பழத்தில் இனிப்பு இல்லை என்றால், கொஞ்சம் சீனி போட்டுக்கொள்வார்கள். இங்குதான் மோர்க்குழம்பில் இருந்து தனித்து புளிசேரி பயணம் போகும் இடம். உப்பும் சேர்த்து விடலாம்.

அன்னாசிப் பழம் வெந்ததும், அரைத்ததைக் கலக்கி, குழம்பு நுரை வரும் பருவத்தில் இறக்கிவிடலாம். புளிசேரி கொதிக்கக் கூடாது என்பது விதி.

தாளிக்க, வத்தல் மிளகாய் கிள்ளியது, கடுகு, வெந்தயம், கறிவேப்பிலை. தேங்காய் எண்ணெயில் தாளிக்க வேண்டும். தயிர் உடைத்து வைத்திருக்கிறோமே எதற்கு என்பீர்கள்! உடைத்து வைத்த தயிரை ஊற்றிக் கலக்கி, தாளித்துக் கொட்டலாம்.

புளிசேரி ஊற்றிப் பிசைந்த சோற்றுக்கு, கேரளத்தில் தொட்டுக்கொள்ள தடியன்காய் – பெரும்பயிறு – தேங்காய்ப்

பால் கலந்து செய்த ஓலன். ஓலம் அல்ல, ஓலன். நாஞ்சில் நாட்டில், வீடுகளில் புருத்திச் சக்கை புளிசேரி வைத்தால் தொட்டுக்கொள்ள வறுத்து அரைத்த கொத்தமல்லித் துவையல் அல்லது எள்ளுத் துவையல்.

இதுவரை பார்த்தது புருத்திச் சக்கைப் புளிசேரி எனில் வேறு காய்கறிகள் சிலவற்றிலும் புளிசேரி வைக்கலாம்.

1. தடியன்காய் என்ற இளவன்காய் புளிசேரி.
2. வெள்ளரிக்காய் அல்லது கக்கரிக்காய் புளிசேரி
3. சேம்பங்கிழங்கு புளிசேரி
4. பிடி கிழங்கு புளிசேரி.
5. வெண்டைக்காய் புளிசேரி

தடியன்காய்க்குத் தோல் சீவ வேண்டும். வெள்ளரிக்காய் அல்லது கக்கரிக்காய்க்கு தோல் எடுக்கக் கூடாது. சேம்பங் கிழங்கு விரல் சேம்பு என்றாலும் பால் சேம்பு என்றாலும் வேகவைத்துத் தோல் நீக்க வேண்டும். பிடி கிழங்குக்கும் அஃதே. வெண்டைக்காய் நறுக்கி, வதக்கிப் போட வேண்டும். வெந்து குழையக் கூடாது.

மாம்பழப் புளிசேரி

புருத்திச் சக்கைப் புளிசேரி பால் வெள்ளை நிறம் எனில், மாம்பழப் புளிசேரி செம்மஞ்சள் நிறம். கேரளத்தில் மாம்பழப் புளிசேரிக்கு என்றே, கோழி முட்டையை விடச் சற்றுப் பெரிய மாம்பழங்கள் கிடைக்கும். பெரிய பெரிய பழங்கள் ஆகாது. ஏனெனில் மாம்பழப் புளிசேரியில் மாம்பழத்தை, தோலுரித்து, முழுதாகப் போடுவார்கள். மேற்சொன்ன புளிசேரி மாம்பழம் இல்லை எனில், கன்னியாகுமரி மாவட்டத்தில் செங்கை வருக்கை என்றொரு பழம் கிடைக்கும். கொஞ்சம் புளிப்பும் நல்ல இனிப்பும் லேசாக நாருமான பழம் நல்லது. மாற்றாக இராஜபாளையத்துக் குண்டு, ருமேனி, பயன்படுத்தலாம்.

மாம்பழங்கள் நன்கு கனிந்து இருக்க வேண்டும். மல்கோவா, இமாம் பசந்த், ஒட்டு மாம்பழங்கள் புளிசேரியில் சோபிப்பதில்லை.

அரைப்பதற்கு வத்தல் மிளகாய், தேங்காய்ப் பூ, சீரகம். சிலர் வெள்ளாய்ங்கம் அரைப்பார்கள். பொதுவாகப் புளிசேரிக்குப் பச்சைமிளகாய் எனில் மாம்பழப் புளிசேரிக்கு வத்தல் மிளகாய். மஞ்சள் அரைக்கக் கூடாது. சின்ன உள்ளியும் அரைக்கக் கூடாது.

மையாக அரைத்துக்கொள்ள வேண்டும்.

மாம்பழத்தைத் தோலுரித்து முழுதாகப் போட்டு வேக வைக்கணும். மாம்பழம் வெந்ததும், கொஞ்சம் சீனி போட்டு, அரைப்பைப் போட்டு, உப்பும் போட்டு, நுரை வரும்வரை சூடாக்கி, கொதிக்குமுன் இறக்கிவிட வேண்டும். இறக்குமுன் தயிர் ஊற்றிக் கலக்க வேண்டும்.

தாளிதம் புளிசேரி போலவேதான்.

எந்தப் புளிசேரியும் தயிர் ஊற்றிக் கலக்கியபின் சூடாக்கக் கூடாது.

இதே பக்குவத்தில், மாம்பழத்துக்கு மாற்றாக, வாழைப்பழம் போட்டு புளிசேரி வைக்கலாம். தோதான வாழைப்பழம் ஒன்றே ஒன்றுதான். வேக வைத்தாலும் கல்லுப்போல கிடக்கும். அது ஏத்தன் பழம் எனப்படும் நேந்திரன் பழம்.

புறநானூற்றில் தாமான் தோன்றிக் கோமானை ஐயூர் முடவனார் பாடும்போது மாம்பழப் புளிசேரி பற்றிக் குறிப்பிடுகிறார். ஏளனச் சிரிப்பு வேண்டாம். 'ஓங்கு சினை மாவின் தீம் கனி நறும்புளி' என்ற பாடல் வரிக்குப் பொருள் தேடி அறிந்துகொள்ளுங்கள்.

மோர்க்குழம்பு

எனக்கு எந்த ஊர் மோர்க்குழம்பு என்றாலும் பிடிக்கும். நான் கலிபோர்னியா மாநிலம் பிரிமான்ட் கவுண்டியில் இருந்த போது நண்பர் பேக்ஸ் எனப்படும் பகவதிப் பெருமாள் மனைவி எனக்காக மோர்க்குழம்பு செய்திருந்தார். சுமார் 25 பேர் பங்கேற்ற சிறு இலக்கியக் கூட்டத்துக்குப் பிறகு உணவு. அன்று நாவலாசிரியர் பி.ஏ. கிருஷ்ணனும் உடன் இருந்தார். புளிசேரியில் தடியன்காய் கிடந்தது. "இங்கு தடியன்காய் கிடைக்குமா?" என்றேன். "தடியன்காய் இல்லே இது, சௌசௌ" என்றார்.

மடிப்பாக்கம் மீனாட்சி சுந்தரம் சார் வீட்டு அம்மா, மோர்க்குழம்பில் பிஞ்சுக் கத்தரிக்காய் போட்டிருந்தார். இரண்டாய் வெட்டிய தக்காளி போட்ட மோர்க்குழம்பு எங்கோ சாப்பிட்டேன். ஒரு காயும் போடாமல் ஒரு புளிசேரி அல்லது மோர்க்குழம்பு வைப்பார்கள், இடியாப்பத்துக்குத் தொடுகறியாக. தஞ்சாவூர் பிராம்மணர் வீட்டில் ஒரு தினுசாகவும் திருச்சிப் பிள்ளைமார் வீட்டில் மற்றொரு தினுசாகவும் காஞ்சிபுரம் முதலியார் வீட்டில் வேறொரு தினுசாகவும் பல்வேறு சுவை பேதங்கள் காட்டும் மோர்க்குழம்பு. கோவையில் ஒரு மைசூர்

பிராம்மணர் நடத்தும் உணவு விடுதியில் மோர்க் குழம்பு நன்றாக இருக்கும்.

சமையல் என்பது நுட்பமானதோர் கலை. சமைப்பவர் மனோாலயம் பிரதானம். அதற்கு மோர்க் குழம்பு ஒரு எடுத்துக்காட்டு. நவீன தமிழிலக்கிய உலகின் பிதாமகர் க.நா. சுப்ரமணியம் அவர்களின் மாப்பிள்ளையும் 'பல நேரங்களில் பல மனிதர்கள்' நூலின் ஆசிரியரும் நவீனத் தமிழ் நாடக இயக்குநரும் நடிகருமான எஸ்.கே.எஸ். மணி என்ற பாரதி மணி, நாகர்கோயில் பார்வதிபுரம் அக்ரகாரத்துக்காரர். அவர் என்னிடம் மோர்க் குழம்பின் சுவாரசியமான பக்குவம் ஒன்று சொன்னார்.

அவர் வீட்டில், சென்னையில் தங்கியிருந்தபோது, தேங்காய் அரைத்த குழம்பு விட்டு சாப்பிட்டுக் கொண்டிருக்கையில் கேட்டார் பாரதி மணி.

"நாஞ்சில்... நீங்க அப்பக்கொடி பாத்திருக்கேளா?"

"இல்ல சார்... கருடக்கொடி தெரியும். கோவைக் கொடி, பெரண்டைக் கொடி பாத்திருக்கேன்..."

"இது வேற... மோர்க் குழம்புக்கும் தேங்காய் அரைத்த குழம்புக்கும் அரைக்கவும் தாளிக்கவும் உபயோகிப்பா... மொத்தமா சீசன்லே வாங்கி உணத்தி பெரிய டப்பால போட்டு வச்சிருப்பா..."

"கேள்விப்பட்டதே இல்ல சார்!"

"நான் சின்னப் பிள்ளையா இருக்கச்சிலே, எங்க வீட்டுக்கு முன்னால கெட்டுக் கெட்டா விக்கதுக்கு கொண்டு வருவா... அப்பனும் மகனுமா, ஒரு சக்கடா வண்டியிலே, காளை மாடு பூட்டி... வண்டி நிறஞ்சு கெடக்கும் அப்பக்கொடி நம்ம அழயாண்டிரம், கடுக்கரை, காட்டுப்பூரு காடுகள்ளே புடுங்கி கொண்டாருவா... எங்க அம்மை... சேது மாமிம்பா எங்க அம்மையை... நெறய வாங்குவா... நான் பாத்திருக்கேன்... இப்ப வாறதில்லே... ஒரு வாடு நாளாச்சு நான் பாத்தே..."

அப்பக்கொடி என்பது ஒரு கொடித் தாவரம், கிரீப்பர். காட்டு மரங்களைச் சுற்றிக்கொண்டு பற்றிப் படர்ந்து வளரும். வல்லாரை இலை போல் இருக்கும் இலைகள். கொடியுடன் அதைப் பிடுங்கிக்கொண்டு வருவார்கள், பிராம்மணர் அக்ரகாரங்களில், விற்பனைக்கு. பண்டமாற்று வணிகம். நெல், தேங்காய், அரிசி, அபூர்வமாக அணாவுக்குப் பண்டமாற்று. 1970வரை இந்த விற்பனை நடந்திருக்கிறது. முக்கியமாக

பார்வதிபுரம் கிராமம், வடிவீஸ்வரம் கிராமம், கிருஷ்ணன் கோயில் கிராமம் — இவையாவும் நாகர்கோயிலின் உட் பகுதிகள் இப்போது — இறச்சகுளம் கிராமம், திருப்பதிசாரம் கிராமம், வீமதேரி கிராமம், தாழக்குடி கிராமம், பூதப்பாண்டி கிராமம் என. இங்கு கிராமம் என்பது சிற்றூரைக் குறிக்கும் சொல் அல்ல. பார்ப்பனச் சேரி அல்லது அக்ரகாரத்தைக் குறிக்கும் சொல். நான் விசாரித்த வகையில், வெள்ளாளர் தெருக்களில் அப்பக்கொடி வாங்கியதாகத் தெரியவில்லை.

பாரதிமணி சொன்ன தகவல்களை, கிருஷ்ணன் நம்பியின் தம்பி வெங்கடாசலமும் உறுதி செய்தார்.

இலையுடன் கொடியைக் கட்டாக வாங்கி, இரண்டங்குல நீளத்துண்டுகளாக நறுக்கி, வெயிலில் உலர்த்துவார்கள். நறுக்கி உலர்த்தும்போது, இரண்டாவது நாள் ஒரு தினுசாக நாறும் அப்பக்கொடி. எனவே அப்பக்கொடிக்கு, 'இராவணன் குசு' என்றொரு பட்டப் பெயரும் உண்டு. நன்கு உலர்ந்ததும் நாற்றம் மாறிவிடும். பின்பு சேகரித்துப் பெரிய பரணிகளில் நிறைத்து வைத்துக்கொள்வார்கள். ஆண்டு முழுக்கப் பயன்படுத்த. உபயோகம், மேற்சொன்ன இரண்டு குழம்புகளுக்கும் அரைக்கவும் தாளிக்கவும்.

அடுத்த முறை நான் நாகர்கோயில் போனபோது, தெரிசனங்கோப்பு வைத்தியர் டாக்டர் எல். மாகதேவன் அவர்களின் தந்தை வைத்தியர் எம். இலட்சுமண அய்யரிடம் தகவல் கேட்டேன். ஏனெனில் அழகியபாண்டிபுரம், கடுக்கரை, அருமை நல்லூர், காட்டுப்புதூர் ஆகிய மலைப் பகுதி ஊர்களின் பக்கம் இருக்கும் ஊர் தெரிசனங்கோப்பு.

பார்ப்பனர்களில் முக்காணியன் என்றொரு பிரிவு உண்டு. நாஞ்சில் நாட்டு, தென்பாண்டி நாட்டு பிராமணர்களில் இவர்கள் நுண்பிரிவு. திருச்செந்தூர் முருகன் கோயிலின் அர்ச்சகப் பரம்பரை. முன் குடுமி வைத்திருந்தனர். கவி காளமேகம் பாடும், 'முன்குடுமிச் சோழியர்' இவரோ வேறெவரோ அறியேன்!

புளிசேரி என்றும் மோர்க்குழம்பு என்றும் வழங்கப்படுவதை இவர்கள் வட்டார வழக்கில், அல்லது பரிபாஷையில், உப்புச்சாறு என்பார்கள். முக்காணியரும் உப்புச்சாறுக்கு அப்பக்கொடியைப் பயன்படுத்தினர்.

எனக்கந்த கொடியைப் பார்க்க வேண்டும் என்றும், முடிந்தால் கொஞ்சம் வாங்கி உலர்த்தி, இராவணன் குசு நாற்றமும் அனுபவித்து, பாரதிமணி அண்ணாவிடம் சேர்க்க

வேண்டும் என்றும் ஆர்வம். ஏனெனில், பாரதி மணி, சிறந்த குணச்சித்திர நடிகர், நாடகத் துறையில் தில்லியில் பெரும் சேவை செய்தவர். கட்டுரை ஆசிரியர், இசை ரசிகர், அன்பும் பாசமும் கண்ணியமும் கொண்டவர் என்பன எல்லாம் தாண்டி சிறந்த சமையல் கலைஞரும் ஆவார்.

நாஞ்சில் நாட்டில் மோர்க் குழம்பு என்பது கிட்டத்தட்ட புளிசேரிதான். பச்சை மிளகாயும் அரைப்பார்கள் சில சமயம் வத்தல் மிளகாயும் அரைப்பார்கள் – மாம்பழத்துக்கும் ஏத்தன் பழத்துக்கும்.

வெந்தயக் குழம்பு

புளிக்கறி போன்ற குழம்பு இது. வெந்தயம் அதிகமாக வறுத்துப் போட்டு, சின்ன உள்ளி நிறைய நெடுக்க அரிந்து வதக்கிப் போட்டு, சுண்டை வத்தல் வறுத்துப் போட்டு, கடுகு கறிவேப்பிலை தாளிக்கும் குழம்பு. வேறு காய் எதுவும் பயன் படுத்துவதில்லை. புளிக்கறியின் வாசனை மிகுந்த பக்குவம் இது.

ரசம்

நாஞ்சில் நாட்டில் ரசம் ஒரு முக்கியமற்ற குழம்பு. சோற்றில் ஊற்றிப் பிசைவதால் இதனைக் குழம்பு என்கிறோம். விசேட வீடுகளில் செய்யப்படும் மூன்று முக்கியக் குழம்புகளுக்கு, இது துணைக் கதாபாத்திரம். "ஒரு ரசமும் வச்சு தொவையலும் அரச்சேன்" என்று எந்தத் தலைவியாவது சொன்னால் அது சலிப்பின், வறுமையின் அறிகுறி. கல்யாணப் பந்தி விளம்பும் போது இறுதிக்கு முந்திய ஐட்டம் ரசம். கொஞ்சம், அரைக் கைப்பிடிச் சோற்றில் ரசம் ஊற்றிப் பிசைந்துகொள்வார்கள். சிலர் வலக்கைக் குவித்து, ஒரு சிரங்கை வாங்கிக் குடிப்பதோடு சரி.

தினமும் வீடுகளில் ரசம் வைக்கும் வழக்கம் இல்லை. பெரும்பாலும் பருப்பு வைத்தால், கீரை கடைந்தால், கூட்டுக் கறி வைத்தால் மறுகறிக்கு ரசம். மாதத்தில் அதிக நாட்கள் வைக்கும் குழம்பு புளிக்கறி, மீன் புளிமுளம், தீயல், சாம்பார், புளிசேரி. ரசம் இந்தப் பட்டியலில் இறங்கு வரிசையில்.

ரசம் காரசாரமாக இருக்கும். எனவே குழம்பு போலவே ஊற்றிப் பிசைந்துகொள்வார்கள். நிறைய ஊற்றி, நெகிழ்ச்சியாகப் பிசைந்து கோரிக் குடிப்பதோ கரைத்துக் குடிப்பதோ முன்பெல்லாம் வழக்கில் இல்லை.

சில ஆண்டுகள் முன்பு, என் நெருங்கிய நண்பன் முத்தையா பிள்ளையின் நான்காவது மகன் மறுவீடு. நண்பரும் கோவையைச் சார்ந்தவருமான கவிஞர். இரா. சின்னசாமியைச் சாப்பிடக் கூப்பிட்டிருந்தேன். நாஞ்சில் நாட்டு உணவு தெரிந்து கொள்ளட்டும் என. அப்போது அவர் நாகர்கோயிலில் காவல்துறை உதவி ஆணையராக இருந்தார். விருந்தின் இறுதிப் பகுதியில் ரசத்துக்கு சோறு போட்டு, ரசம் ஊற்றும்போது சின்னசாமி, பக்கத்தில் உட்கார்ந்து சாப்பிட்டுக்கொண்டிருந்த என்னிடம் சொன்னார், “ரசத்துக்கு இப்படி அரைக்கரண்டி சோறு போட்டு அரைக்கரண்டி ரசம் ஊத்துனாங்கண்ணா எங்கூர்லே அடிச்சுப் போடுவானுங்கோ” என்று.

உண்மைதான். பிற ஊர்களில் ரசத்துக்குக் கொடுக்கப்படும் முக்கியத்துவம் நாஞ்சில் நாட்டில் இல்லை என்றே கொள்ளலாம்.

நாஞ்சில் நாட்டில் தக்காளிப் பழத்தின் உபயோகம் வந்து எண்பது ஆண்டுகள் இருக்கலாம். மல்லிக்கீரையின் பயன்பாடும் அவ்வாறே. இரண்டுமே அங்கு பயிராக செய்யப்பட்டதில்லை என்பதும் வரத்துக் காய்கறிகள் என்பதாலும் இருக்கலாம்.

சேர்மானங்களில், ரசப்பொடி பயன்படுத்துவது இந்தக் காலம். அம்மியில் அரைத்தோ, நுணுக்கியோ, சில சமயம் உரலில் – சின்னக் கல்லுரல், கையால் குழவி போட்டு இடிப்பது – அன்றாடத் தேவைக்குச் செய்து பயன்படுத்தினார்கள்.

தேங்காய் உடைத்த தண்ணீரை, ரசத்தில் சேர்த்துக் கொண்டனர்.

பருப்பு ரசம்

துவரம் பருப்பு கொஞ்சமாக எடுத்துக் குழைய வேக வைத்துக்கொள்ள வேண்டும். பருப்புக்கோ சாம்பாருக்கோ பருப்பு வேகவைத்தால் அதன் தண்ணீரை வடிய வைத்து ரசத்துக்கு எடுத்துக்கொள்வார்கள். புளி கரைத்து வைத்துக் கொள்ளலாம். பழம்புளியானால் ரசம் கறுத்துப் போகும். எனவே புதுப்புளி பயன்படுத்துவார்கள்.

மிளகாய்த் தூள், மல்லித்தூள், மஞ்சள் தூள், காயம், மிளகுத்தூள் தேவைக்கு எடுத்து, பூண்டு சதைத்து பருப்பு நீரில் போட்டு அடுப்பில் ஏற்ற வேண்டும். புளிக்கரைசலையும் விட வேண்டும். ரசம் நுரைத்து வரும்போது உப்புப் போட்டு இறக்கி, கடுகு கறிவேப்பிலை, மிளகாய் வத்தல் கிள்ளிப்போட்டுத்

தாளித்துக் கொட்டலாம். மல்லிக்கீரை கிள்ளிப் போடலாம். ரசத்தில் இரு கரண்டி சீனி போட்டால், ரசம் கமறாது.

தக்காளி ரசம்

மேலே சொன்ன ரசத்தில் புளி குறைத்துக்கொண்டு, நன்கு சிவந்த கனிந்த நாட்டுத் தக்காளிப் பழங்களைப் பிசைந்து போட்டால் அது தக்காளி ரசம். சிலர் தக்காளியை நான்காக நறுக்கிப் போடுவதும் உண்டு.

எலுமிச்சம்பழம் ரசம்

மிகவும் குறைவாகப் புளிக்கரைசல் விட்டு, எலுமிச்சம் பழச் சாறு தேவைக்குப் பிழிந்துவிடுவது. நல்ல மணமுடன் இருக்கும்.

அன்னாசிப் பழம் ரசம்

புருத்திச் சக்கையைத் தோல் சீவி, நறுக்கி, வேகவைத்துக் கொள்ள வேண்டும். கொஞ்சமாகப் புளி சேர்க்கலாம். மல்லி, வத்தல்மிளகாய், காயம், சீரகம், மிளகு, கொஞ்சம் கடலைப்பருப்பு, கறிவேப்பிலை வறுத்துப் பொடித்துக்கொள்ள வேண்டும். தக்காளி ரசத்தில் நான்காய் வெட்டிப் போட்ட தக்காளிப் பழம்போல, அன்னாசிப்பழ ரசத்தில் துண்டுகள் கிடக்கும். மென்று தின்ன நன்றாக இருக்கும்.

வறுத்து அரைத்த ரசம்

துவரம் பருப்பு வேண்டாம். தக்காளி, எலுமிச்சம்பழம், புருத்திச் சக்கை, மல்லித் தழை எதுவும் வேண்டாம்.

புளி கரைத்த தண்ணீர் போதும்.

மிளகாய் வற்றல், கொத்தமல்லி, மிளகு, சீரகம், காயம், கறிவேப்பிலை வறுத்துப் பொடித்துக்கொள்ள வேண்டும். பொடிக்கும்போது பூண்டு சேர்த்துக்கொள்ளலாம். வேறு மாற்றங்கள் இல்லை.

பச்சை ரசம்

துவரம் பருப்பு வேண்டாம். தக்காளி சேர்க்கலாம். புளிக்கரைசல் வேண்டும். கொத்தமல்லி, பச்சை மிளகாய், பூண்டு, சீரகம், மிளகு, காயம், கறிவேப்பிலை சதைத்துக் கொள்ள வேண்டும். புளித் தண்ணீரில் சதைத்தவற்றைப் போட்டு, ஒரு கொதி வந்ததும் இறக்கலாம். பின்பு தாளிதம், வழக்கம்போல.

பிள்ளை பெத்தாள் ரசம்

பிள்ளை பெற்ற தாய்க்கு வைத்துக் கொடுக்கும் ரசம் இது. முதலில் புளித்தண்ணீர் கரைத்து வைத்துக்கொள்ள வேண்டும். மிளகாய் வற்றலைக் குறைத்து வைத்து, பூண்டு, நல்ல மிளகு அதிகமாய்ச் சேர்த்து, வறுத்து நுணுக்கி வைக்கும் ரசம். தக்காளி சேர்க்காமல், துவரம் பருப்பும் இல்லாமல் வைக்கும் ரசம். இந்த ரசம் சோற்றுக்குத் தொட்டுக்கொள்ள, தீக்கங்கில் சுட்ட உளுந்து பப்படம்.

ரசவடை ரசம்

வீரியம் கூடிய இனம் இது.

முதலில் பருப்பு வடை எனப்படும் ஆமவடை சுட்டு ஆறவைத்துக்கொண்ட பின்பே, இந்த ரசத்துக்கான அவசியம் எழும்.

ஏற்கெனவே பார்த்த, வறுத்து அரைத்த ரசத்தின் சேர்மானங்களில் புளி, மிளகாய் வத்தல், நல்ல மிளகு இரட்டிப்பு பங்கு வேண்டும். நாம் சுட்டுவைத்திருக்கும் எல்லா வடைகளும் ஊறுகிற விதத்தில், ரசத்தின் அளவு இருக்க வேண்டும்.

ரசம் கொதித்த பின், வடையைப் போட்டு, சற்று நேரம் மேலும் சூடாக்க வேண்டும். ரசத்தில் வடை ஊறிக் கிடைப்பதற்கு குறைந்தது மூன்றுமணி நேரம் எடுக்கும்.

முன்பு எல்லாம் தீபாவளிக்குச் செய்து மீந்த ஆமவடை ஊசிப்போகுமுன் மத்தியானமே இந்த ரசம் காய்ச்சி ரசவடை போட்டனர். இன்று வசதியுள்ள வீடுகளில், வீட்டில் வடை சுட்டுத்தின்று மிச்சத்தை ரசவடையும் போட்டார்கள். மேலும் வசதியுடையவர் காலை அல்லது மாலை பலகாரத்துக்கு – இட்லிக்கோ தோசைக்கோ – என்று நேரடியாகவே ரசவடை போட்டனர்.

நாஞ்சில் நாட்டு கிராமப்புற காப்பிக் கடைகளிலும், நகர்ப்புறத்தில் சில குறிப்பிட்ட கடைகளிலும் காலையும் மாலையும் ரசவடை கிடைக்கும்.

ரசவடை ரசத்தைத் தோசையில் ஊற்றித் தின்பாரும் உண்டு. காரமாகச் சோற்றில் ஊற்றிப் பிசைந்து தின்பாரும் உண்டு. சற்று மனஉறுதியும் மூலபலமும் உடையவர்கள் வெறும் ரசத்தை அரைத்தம்ளர் குடித்துப் பார்க்கலாம்.

மோர்

இது ஒரு குழம்பா, இது ஒரு சமாச்சாரமா என்று கேட்பீர்கள். தயிர் உடைத்து, நீர் விட்டுப் பெருக்கி, கடைந்து எடுத்தால் மோர் தயார் என்று எனக்கும் தெரியும் உங்களுக்கும் தெரியும். தயிர் மத்துக் கொண்டு கடைந்து வெண்ணெய் எடுத்தபின் தான் மோருக்கு வாசமே வரும். பசுமோர் என்பதும் எருமை மோர் என்பதும் தனித்தனியான மணத்தன.

முதன் முதலில் கி.ராஜ நாராயணனைப் பார்க்க, பம்பாயிலிருந்து புறப்பட்டு கோயில்பட்டியில் இறங்கினேன். ஆண்டு 1981 செப்டம்பர் மாதம், பிற்பாதி. ஏன் இவ்வளவு துல்லியமாகச் சொல்கிறேன் என்றால், திருவனந்தபுரத்தில் அரசு மருத்துவமனையில், என் மகள் பிறந்திருந்தாள். அவளைப் பார்க்கப் போகும் வழி. பயண காலத்தில் சென்னை, மதுரை, கோயில்பட்டி என்று கிடைத்ததைத் தின்று மேலே சீனிமிட்டாய், சேவு, வெள்ளரிப் பிஞ்சு என அரைத்து, வயிறு செம்மிப் போயிருந்தது. முன்னிரவில் கோயில்பட்டியில் தங்கி, காலையில் வயிற்றுப்புரட்டலும் புளிச்சேப்பமும் வாந்தி உணர்வும் சங்கடப்படுத்த, பல் தேய்த்துக் குளித்து, தேநீர் கூடப் பருகாமல், பஸ் பிடித்து, இடைசெவலில் இறங்கி, கி.ரா. வீட்டுக்கு வழி கேட்டு நடந்தேன். அவர் வீட்டு வாசலில் நிற்கும்போது காலை ஏழரைமணி. தெரு வாசல் கதவுக்கு வந்த கி.ரா. எட்டிப் பார்த்து, "யாரு?" என்றார். "நாஞ்சில் நாடன்" என்றேன். அடுத்து அவர் பேசிய வாசகம், "என்னது? மம்மதைத் தேடி மலை வந்திருக்கு?" என்பது. சளைக்காமல் நானும் கேட்டேன், "யார் மம்மது, யார் மலை?"

அன்று உரையாடலில் இருந்த எளிமை, உரிமை, வாத்சல்யம், 40 ஆண்டுகளாகத் தொடர்ந்தது. பாண்டிச்சேரிக்குப் போய் பார்த்திருக்கிறேன். தினமணியும் தில்லித் தமிழ்ச் சங்கமும் நடத்திய அகில இந்திய தமிழ் இலக்கிய அமைப்புகளின் மாநாட்டில், கி.ரா.வுக்கு 91 அகவை பிறந்த தினத்தில் அவரைத் தில்லியில் வாழ்த்திப் பேசினேன். பாண்டிச்சேரியில் 95ஆவது வயதில் வாழ்த்திப் பேசினேன். மேடையில் உடனிருந்தவர்கள் பழ. நெடுமாறன், இரா. நல்லகண்ணு ஆகிய தியாகிகள். வாழ்த்தலாம், தப்பே இல்லை. வாழ்த்த வயதில்லை வணங்குகிறேன் என்பார்கள் தமிழ் மேடைகளில் போலியாக. கடவுள் வாழ்த்துப் பாடுவது, கடவுளை விடப் பாடியவருக்கு வயது கூடிப் போனதினாலா?

இடைசெவலில், அன்று காலை சிற்றுண்டிக்கு அழைத்தார் கணவதி அம்மா. நான் என் வயிற்றுச் சிக்கலைச் சொன்னேன்.

"அப்பம் வேண்டாம்" என்று சொல்லி, நான் பார்க்க சிலுப்பிக் கொண்டிருந்த பசுமோரில் முனைக்க உப்புப் போட்டு, சின்ன ஈயம் பூசிய பித்தளைச் செம்பு நிறையத் தந்தார். "இதக் குடிங்க. சரியாப் போகும். மத்தியானத்துக்குச் சாப்பிடலாம்" என்று சொல்லி.மத்தியானம் காராமணி போட்டுச் செய்த காரக்குழம்பு சாப்பிடுகையில் வயிறு வாங்கிக்கொண்டது.

எதற்குச் சொல்கிறேன் என்றால், மோர் மிகச் சிறந்த சீரண சக்தி. எனவேதான் எத்தனை வலிய ஊண் ஆக இருந்தாலும் இறுதியில் மோர் ஊற்றிச் சாப்பிடுவது. மேலும் சொன்னால், மண் சுமக்கும், விறகு கீறும் கனத்த வேலைகளைச் செய்வோர், மோர் ஊற்றிச் சாப்பிட மாட்டார்கள். எளிதில் சீரணமாகி விட்டால் மறுபடியும் பசிக்கும் என்று.

மோரில் நிறைய நீர் சேர்த்துக்கொள்ள வேண்டும். 'மோரைப் பெருக்கு' என்பது பழமொழி. எங்கள் அப்பா, மீன், கோழி, ஆட்டுக்கறி சாப்பிடும் அன்று மோர் ஊற்றிக்கொள்ள மாட்டார். ஊனும் மோரும் ஒவ்வாது என்பதவர் துணிபு.

தாளித்த மோர்

மோரின் கடும் புளிப்பையும் புளிப்பின் விடத்தன்மையை யும் முறிக்கவே மோர் தாளிப்பது.

சீனிச்சட்டியில் ஒரு கரண்டி தேங்காய் எண்ணெய் விட்டு, கொஞ்சம் உளுந்தம் பருப்பு, கிள்ளிய மிளகாய் வத்தல், கடுகு, கறிவேப்பிலை, காயப்பொடி போட்டுத் தாளித்து, மோரை உப்புப் போட்டுக் கரைத்து, தாளிதம் நடந்த சீனிச்சட்டியில் கொட்டி, உடனே இறக்கிவிட வேண்டும். மோர் சூடாகவோ, நுரைக்கவோ, கொதிக்கவோ கூடாது.

சுடுசோற்றில் தாளித்த மோர் ஊற்றிப் பிசைந்து, கட்டுச் சாதம் கட்டுவதுண்டு. தொட்டுக்கொள்ள எலுமிச்சை, நாரத்தை, மாங்காய் அல்லது நெல்லிக்காய் ஊறுகாய்.

தாளித்த மோர், எண்ணெய் மினுங்க, வத்தல் மிளகாய் கறிவேப்பிலை மிதக்க, காயம் வாசனையுடன் கமகமவென்று இருக்கும். மோருக்கும் உண்டோ அடைக்கும் தாழ்?

சம்பாரம்

இதனைச் சாம்பாரம் எனப் பிழையாக வாசிக்கலாகாது. கல்யாணப் பந்தியில் மோர் விளம்ப மாட்டார்கள். அதன் பெயர் சம்பாரம். சம்பாரம் எனும் சொல் இதே பொருளில் மலையாளத்திலும் புழங்குகிறது.

தயிரைத் தண்ணீர் விட்டு, உடைத்து, கலக்கி, கறிவேப்பிலை உருவிப்போட்டு, பச்சைமிளகாயும் இஞ்சியும் சதைத்துப் போட்டு, உப்புப் பரல் போட்டுக் கலக்க வேண்டும். எலுமிச்சம் பழச்சாறு பிழிந்த மூடிகளை மிதக்கவிட்டால் அது நானாவித பரிமள புஷ்பங்களைத் தூக்கித் தூர எறியும் வாசனையுடன் இருக்கும். பெருந்தீனி தின்றுவிட்டு, ஒரு தம்ளர் சம்பாரம் குடித்தால் அற்றுப்போகும்.

காப்பியும் தேநீரும் ஆங்கிலேயச் சதியால் நம்மீது குத்தி இறக்கப்படுவதற்கு முன்பு, இரண்டுங்கெட்ட முற்பகல் நேரத்தில் வரும் விருந்தினர்க்குக் கொடுக்கப்பட்ட பானம் மோர், பானகம், சுக்குக் காப்பி.

1989இல் பம்பாயிலிருந்து மாற்றலாகிக் கோவைக்கு வந்தேன். என் கடன் நூற்பாலை பார்ப்பது, வியாபாரத்துக்காக. முதலாளி நாயக்கரின் மேசைமுன் அமர்ந்தால் – அவர்களெல்லாம் அப்போது தனியறை, குளிர்பதனம், பெண் செயலாளர் வசதிகளுடன் தொழில் செய்யவில்லை – குடிப்பதற்கு உயரமான தம்ளரில் மோர் வரும். இதற்கெனவே நூற்பாலை வளாகத்தில் பசு வளர்த்தனர். வளாகப் புல்வெளிகளில் மேயும் பசுவும் துள்ளும் கன்றும் பார்த்திருக்கிறேன். பசுவும் கன்றும், கதராடையும், பேராயக்கட்சிக்கு ஆதரவும். ஆனால் தொழிலாளர் பூரா செங்கொடிப் பட்டாளம். இன்று நூற்பாலைகளைப் பேராயமும் கைகழுவி விட்டது. செங்கொடியின் சாயமும் வெளிறிப் போயிற்று.

மொழியியலாளர்கள் சம்பாரத்தின் மூலச்சொல் ஆராயலாம். அல்லது மலையாளம் என ஒதுக்கிவிடலாம். எதுக்கு வேலை மெனக்கெட்ட காரியம் பார்க்கணும்?

என் மகனுக்கு ஒரு வயது இருக்கும்போது, நாற்பது ஆண்டுகளுக்கு முன்பு குடும்பத்துடன் பம்பாயில் ஆமதாபாத் போனோம். பெல்மார் எனும் ஊரைச் சார்ந்த ராகவேந்திர ராவ் எனும் உடுப்பி பிராம்மணனான என் நண்பர் வீட்டில் தங்கி இருந்தோம். எனக்கு ஒரு நாள் அசீரணம் காரணமாகக் கொஞ்சம் வயிறு இரைந்தது. ராவின் மனைவி, மோரில் ஒரு மருந்து செய்து தந்தாள். அதை மோர் எனலாம், பானம் எனலாம், மருந்தும் எனலாம். அதனால்தான் ஆயுர்வேத மருத்துவர் மகாதேவன் உணவே மருந்து என்றும் மருந்தே உணவு என்றும் சொல்கிறார் போலும்.

தேவையான பொருட்கள் புளித்த மோர். எங்கள் ஆத்தாள் மொழியில் சொன்னால், ‘கள்ளுப் போல புளிச்ச மோரு! உரித்த வெள்ளாங்கம் எனப்படும் பூண்டு கைநிறைய. கொஞ்சம்

தேங்காய்ப் பூ, காயம், வத்தல் மிளகாய் ஒன்றே ஒன்று. மையாக அரைக்க வேண்டும். அதை மோரில் கலக்க வேண்டும். உப்புப் போட வேண்டும். கடுகு, கறிவேப்பிலை, வத்தல் மிளகாய் கிள்ளிப் போட்டுத் தாளித்துக் கலக்கிய மோரில் விட வேண்டும். கலக்கிய மோரை அடுப்பில் ஏற்றக் கூடாது. கொஞ்சம் காரமாக இருக்கும். காரம் மிளகாயில் பிறந்தது அல்ல பூண்டில் (பூடு) பிறந்தது.

சோற்றில் ஊற்றி, பாயசம் போல் நெகிழ்வாய்ப் பிசைந்தும் சாப்பிடலாம். துளுவில் இதற்கு என்ன பெயர் என்று தெரியவில்லை. வேண்டுமானால் பூண்டு மோர் எனலாம். இதுபோல் இஞ்சி மோர், காய மோர் என்று வளர்ந்து போகலாம். அவரவர் கை மணம். பிராம்மணர் வீடுகளில், பூண்டு சேர்க்காதவர்கள், அதற்குப் பதிலாகக் காயம் பெருக்குகிறார்கள்.

இன்னும் எங்கள் வீட்டில் மோர் நிறையச் சேர்ந்து போனாலோ, யாருக்கேனும் வயிற்று அசுகம் இருந்தாலோ, இந்தத் தயாரிப்பு உண்டு.

12

பிரதமன்

உண்மையில் இதை நாம் 'ப்ரதமன்' என்றே உச்சரிக்க வேண்டும். சொல் தற்பவமாகத் திரிந்தது. பிரதமன் என்று எழுதினாலும் ப்ரதமன் என்றே நாங்கள் உச்சரிக்கிறோம். ப்ரதம என்பதன் சரியான ஆங்கிலச் சொல் Prime. ஒரு காலத்தில் ஆங்கிலத்தில் பயன்படுத்திய Prime Minister எனும் பதவியை நாம் பிரதம மந்திரி என்றே அழைத்தோம். இன்று அது தலைமை அமைச்சர் ஆயிற்று. ஆனால் Chief Justice எனும் சொல்லும் தலைமை நீதிபதி என்றாயிற்று. Prime என்பதும் Chief என்பதும் ஒன்றே எனில் ஒன்றேயாம். பல என்று உரைக்கின் பலவேயாம். Justice எனும் பதவி நீதிபதியாக இருந்து இன்று நீதி அரசர் என்றாயிற்று. நீதிக்கு அரசர், King of Justice. எனக்குச் சிரிப்பூட்டும் சில தமிழ்ப் பிரயோகங்களில் ஒன்று நீதியரசர். பாருங்கள், பயன்பாடு என்றே சொல்லி இருக்கலாம், ஆனால் பிரயோகம் என்று வந்து விழுகிறது. நாஞ்சில் நாடன் என்பவன் நாஞ்சில் நாடன் பிள்ளையாகி, வடமொழி தாசனாவதற்கும் இது போதும். எருமை மாட்டை எந்தப் பெயர் சொல்லி அழைத்தால் என்ன ஐயா? அது சேற்றில்தானே புரளும்? கழுநீர்தானே குடிக்கும்! ஆனால் கட்டிப் பாலும் கறக்கிறதே! கன்றுக்கும் போகத் தருகிறதே! எட்டுத் திசையும் ஜெயக்கொடி நாட்டும் அரசப் புரவி பால் கறந்து தருமா ஐயா?

நாஞ்சில் நாட்டில் பிரதமன் என்று வழங்குவதை, உத்தேசமாக மொழிபெயர்த்தால் பாயசம் எனலாம். 'பரதேசி' திரைப்படத்தில் பணியாரம், பாயாசம் என இரு சொற்கள் கல்யாணப் பந்தியில் பரிமாறப்படும். உடனே நமது முகநூல் அறிஞர் ஒருவருக்கு ஐயம் வருகிறது. 1939இல் பாயசம் உண்டா? இல்லையென்றால் நாஞ்சில் நாடன் பயன்படுத்துவானா என்ற யோசனை வேண்டாம்?

பணியாரம் எனில் தின்பண்டம் என்று பொருள். சங்க இலக்கியம் பண்ணியம் என்று பயன்படுத்துகிறது, பணியாரத்தை. நற்றிணை, பட்டினப்பாலை, பதிற்றுப் பத்து, பரிபாடல், மதுரைக் காஞ்சி யாவும் பண்ணியம் என்கின்றன. பரிபாடலில், 19ஆவது செவ்வேள் பாடல். நப்பண்ணனார் புலவர்.

'குரங்கு அருந்து பண்ணியம் கொடுப் போரும்
கரும்பு கருமுகக் கணக்கு அளிப்போரும்'

என்கிறது.

திருப்பரங்குன்றின் மேல் இருந்த சிலர், ஓடித்திருந்த குரங்குகளுக்குத் தின்பண்டம் கொடுத்தனர். சிலர் கருங்குரங்கின் கூட்டத்துக்குக் கரும்பு தந்தனர் என்பது உரை.

பண்ணியம் சரி ஐயா. பாயசம்? பாயசம் எனும் சொல்லை, வழக்கில் பாயாசம் என்பாருமுளர். பேராசிரியர் அருளி, பாயசம் எனும் சொல்லை சமற்கிருதம், வடமொழி என்கிறார். பாற் கன்னல், கன்னல், பால் மிதவை, பாற் சொற்றி என்று தமிழ்ப் பொருளும் தருகிறார். கன்னல் எனில் கரும்பு. மிதவை எனில் சோறு. எனவே அரிசி, சர்க்கரைக்கட்டி, பால் தொடர்பானதோர் இனிப்பு எனப் புரிகிறது. ஆனால் பாயசம் எனில் நமக்கு வழக்கில்லை, வடமொழிச் சொல்லே ஆனாலும் பிரதமன் எனில் வழக்கு நிலுவையில் உண்டு.

இனி 'பரதேசி'க்கு வந்தால், முகநூல் அறிவு ஜீவியின் கேள்வி, 1939இல் தமிழ்நாட்டில் பாயசம் இருந்ததா என்பது.

தமிழில் இதுவரை 41 நிகண்டுகள் பேசப்பட்டுள்ளன. அவற்றுள் 21 நிகண்டுகள் அச்சிடப்பட்டு வெளிவந்துள்ளன. நிகண்டு எனில் தொகுதி, உண்மை, கூட்டம் என்று பொருள். அதாவது சொற்களின் தொகுதி. அச்சான 21 நிகண்டுகளில், காலத்தால் முந்தியது திவாகர நிகண்டு என்றும், திவாகர முனிவர் இயற்றியது என்றும் காலம் கி.பி. 9 அல்லது 10ஆவது நூற்றாண்டு என்றும் அறிஞர் கருதுவார். திவாகர முனிவரின்

மகனே பிங்கல முனிவர் என்றும் அவர் பிங்கல நிகண்டு செய்தார் என்றும் கூறுவர். பிங்கல நிகண்டு மொத்தம் 4121 நூற்பாக்களை உடையது. 15,800 சொற்களுக்குப் பொருள் பிரிப்பதாகும்.

பிங்கல நிகண்டின் 1104ஆவது நூற்பா சொல்கிறது, 'பாயசம் பாற் சோறே'. 1939ஆவது ஆண்டில் தமிழ்நாட்டில் பாயசம் இருந்ததா என்று கேட்கும் முகநூல் அறிஞர்க்கு, செந்தமிழ்க் காற்றே, சென்றுரைப்பாய், 'பாயசம் பாற் சோறே', பத்தாம் நூற்றாண்டுப் பாடல் வரி, என்று.

இந்த அத்தியாயத்தில் பிரதமன், பாயசம் இரண்டையுமே நாம் விரிவாகப் பாக்கப் போகிறோம், எனவே பொறுமையாக இரு மனமே!

பிரதமனைப் பேச்சு வழக்கில் பிரசமன் என்றும் சொல்வோம். முயலை முசல் என்றும் புயலைப் பொசல் என்றும் கயத்தைக் கசம் என்றும் சொல்வதைப் போல. பாயசம் என்பதும் வழக்குத்தான் என்றாலும் மலையாளத்தில் பிரதமன் என்றே வழங்குவர்.

எண்ணெயில், நெய்யில் செய்த, பொரித்த, வறட்டிய இனிப்புப் பதார்த்தங்கள் மிக அருகி இருந்த காலை, என்ன சின்ன விசேடம் ஆனாலும் மத்தியானம் பாயசம் வைப்பார்கள். பிறந்த நாள், காதுகுத்து, சட்டிபானை தொடுதல், குழந்தைக்குச் சோறு கொடுத்தல், குழந்தையை எழுத்துக்கு இருத்துதல், பூப்புச் சடங்கு, திருமணம் பேசி வெற்றிலை கைமாறுதல், நிச்சயதார்த்தம், திருமணம், நாலாம் நீர், ஏழாம் நீர், மறுவீடு என்று எந்தச் சடங்கும் பாயசம் இன்றி அமையாது. சொல்லப் போனால் வயது மூத்தோர் செத்துப் போனால் கிழமை முறை நாட்களிலும் பதினாறு அடியந்திரம் அன்றும் என பிறப்புமுதல் சாவுவரை.

நாளேர் பிடித்தல், நல்லப்பம் நடுதல் அல்லது விதைத்தல், நாட்கதிர் கொள்ளல், புத்தரிசி உண்ணல் என நெல் விவசாயத்தின் சகல சடங்குகளின் போதும், ஆவணி மாதப் பிறப்பு, ஓணம், தை மாதப் பிறப்பு, தை அமாவாசை, மாசி மகம், வைகாசி விசாகம், பங்குனி உத்திரம், சித்திரை விஷு, நயினார் நோன்பு என வரும் பண்டிகை நாட்களின் போதும். தீபாவளி, திருக்கார்த்திகை நாட்களில் அப்பம், அதிரசம், முந்திரிக்கொத்து செய்வதாலும் இலைப் பணியாரம் அவிப்பதாலும் பாயசம் வைப்பதில்லை.

பொங்கல் என்றால் ஒரு அரிசிப் பாயசம் கண்டிப்பாக உண்டு. கல்யாண வீட்டு விருந்துகளில், புளிசேரி ஊற்றிச்

சாப்பிட்டதும் இலையில் கொஞ்சம் சோறு எடுத்து, சுத்தமாய்த் துடைத்த பின்பு, இலையின் இடது கைப்பக்கம் வைக்கப் பட்டிருக்கும் ரச கதலி, மட்டி அல்லது பாளையங்கோடன், வெள்ளைத் துளுவன் பழம் உரித்து இலை நடுவில் வைத்து நசுக்கிக்கொள்வார்கள். அதன் மீது, பெரிய தேங்காய்ச் சிரட்டையில் செய்த தவி எனப்படும் சிரட்டை அகப்பைக்கு ஒரு அகப்பை சிறு பயத்தம் பருப்பு பிரதமன் ஊற்றுவார்கள். பருப்புக்குப் போட்டுப் பிசைந்து தின்ற ஆனைக்கால் பப்படத்தின் அரைப் பங்கு மிச்சம் வைத்திருப்பார்கள். அதைப் பிரதமனின் மேல் போட்டு, பழம், பப்படம், பிரதமன் என்று பிசைந்து சாப்பிடுவார்கள்.

பெரும்பாலும் இரண்டாம் பிரதமன் பால் பாயசமாக இருக்கும். பால் பாயசம் என்பது சேமியா, உடைத்த பச்சரிசி, ஜவ்வரிசி இவற்றுள் ஏதேனும் ஒன்றில் செய்வது. சிறுபயித்தம் பருப்புப் பிரதமன் குடித்து முடிந்ததும் இலையில் போளி போட்டு அதன்மேல் பால் பாயசம் ஊற்றுவார்கள். பிசைந்து சாப்பிட வேண்டியதுதான். போளி இல்லை என்றால் பால் பாயசம் ஊற்றியபின் அதன்மேல் இனிப்புப் பூந்தி ஒரு கை போடுவார்கள். விளம்பும் போளி தீர்ந்து போனால் பூந்தி, பூந்தியும் தீர்ந்து போனால், ஒரு குத்து சீனி. வசதியுள்ளவர், பந்திக்கு விளம்ப மூன்றாவது பிரதமனுக்கும் நகர்ந்து போவார். அது ஏத்தன் பழம் அல்லது வருக்கைச் சக்கைப் பழம் பிரதமனாக இருக்கும். சிலர் அடைப் பிரதமன் வைப்பதுண்டு. முதல் பிரதமன், சிறுபயத்தம் பருப்புக்குப் பதில் கடலைப் பருப்பு பிரதமன் வைப்பதுண்டு. தற்போது கோதுமையை மூன்று நான்காக உடைத்துப் போட்டும் பிரதமன் வைக்கிறார்கள். ஒவ்வொன்றாய்ப் பார்ப்போம்.

சிறுபயிற்றம் பருப்பு பிரதமன்

நூற்றுக்குத் தொண்ணூறு திருமண வீட்டு அடியந்திரங் களில் முதல் பிரதமன் சிறுபயிறு பிரதமன். வீடுகளில் விசேட தினங்களுக்கு பாயசம் வைக்கும்போதும் சிறுபயிறே பிரதானம். உண்மையில், நாஞ்சில் நாட்டுப் பிரதமன்களைக் குடித்த ஒருவன், வேறு எங்கு பாயசம் குடிக்க நேர்ந்தாலும், மறக்காமல் சொல்லும் வாசகம், பலமுறை காதாரக் கேட்டிருக்கிறேன், ‘இனிப்புக் கஞ்சி மாதிரி இருக்கு’ என்று. நானும் அவ்விதமே உணர்ந்தாலும் எந்த உணவையும் பழிப்பது எனக்குப் பழக்கம் இல்லை. சிறுபயிற்றம் பருப்புப் பிரதமன் குடித்துப் பார்த்தால் அது அர்த்தமாகும். நானோ, எல்லையே இல்லாத இதன் சுவைக்கும் அடியேன்.

முதலில் நல்ல சிறுபயிறு பார்த்து வாங்கி, கல் மண் கள்ளப்பயிறு நீக்கி, வாசம் வரும்வரை வறுத்துக்கொள்ள வேண்டும், முழுசாக, தோலுடன். பின்பு, திருவை எனப்படும் கல் இயந்திரத்தில் இரண்டாக உடைத்துக் கொள்ள வேண்டும். உடைக்கும் போதே அதன் வறுபட்ட தோல் கழன்று வரும். பருப்பை மட்டும் சுளவு எனப்படும் முறத்தில் போட்டுப் புடைத்து, தோல் நீக்கிக்கொள்ள வேண்டும். அதிலும் கொஞ்சம் குருணையாகப் பொடிந்த பருப்பு கிடைக்கும். அதை மாற்றி வைத்துக்கொண்டால், பின்னர் துவையல் அரைக்க ஆகும். ஒன்றிரண்டு பருப்பில் தோல் ஒட்டி இருந்தால் அதைக் கத்தியால் சுரண்ட வேண்டிய அவசியம் இல்லை. தோலும் உண்ணும் தரத்தது தானே! மேலும் வாசம்தான் கூடும்.

இன்று முழுதாகவோ, உடைத்தோ, பாசிப்பருப்பாக, தோல்நீக்கி, சிறுபயத்தம் பருப்பு கடைகளில் எத்தனை மூடை வேண்டுமானாலும் கிடைக்கும். ஆனால் பருப்பு வாங்கி வறுத்துப் பிரதமன் செய்வது என்பது வேறு, தோலுடன் முழுதாக வறுத்து உடைத்துத் தோல் நீக்கிக்கொள்வது வேறு. நமக்கு ஓடில்லாத முட்டையும் தோலில்லாத வாழைப்பழமும் கிடைத்தால் அது நன்று. தோலும் கொட்டையும் இல்லாமல் மாம்பழம் காய்த்தால் அதனினும் நன்று. எல்லாம் விதை இல்லா வித்தகம்.

வறுத்து உடைத்துப் புடைத்து எடுத்த சிறுபயத்தம் பருப்பை, நன்கு குழைய வேகவைத்துக்கொள்ள வேண்டும். நன்கு வெந்து வரும்போது ஜவ்வரிசி போட்டுக் கொதிக்கவிட வேண்டும்.

மண் இல்லாத, உப்பும் இல்லாத, நயம் கோட்டயம் சர்க்கரை பார்க்கக் கன்னங்கரேல் என்று இருக்கும். கோட்டயம் சர்க்கரையை உடைத்து, வெந்து வந்திருக்கும் பாசிப் பருப்புடன் சேர்க்க வேண்டும். இப்போது நயம் கோட்டயம் சர்க்கரை கிடைப்பதரிது. உடுமலைப் பேட்டையில் இருந்து மூணாறு போகும் வழியில், மறையூர் என்று ஒரு ஊரில் கூட்டுறவு சர்க்கரை விற்பனைக் கடையொன்று உண்டு. சர்க்கரையை வெளுக்க வைக்க இரசாயன உப்புக்கள் போடாத, அன்றாடம் காய்ச்சப்பட்ட சர்க்கரை வாங்கக் கிடைக்கும். அதன் மணமே தனியாகத் தெரியும். அதற்காகச் சர்க்கரை வாங்க மறையூர் போக இயலுமா?

ராஜபாளையம் அல்லது சேலம் சர்க்கரை பிளீச் செய்யப் பட்டும் உப்புத் தன்மையுடனும் பெரிய உருண்டையாகவும் இருக்கும். கூம்புச் சர்க்கரை அல்லது மண்டை வெல்லம்

என்பார்கள். நமது தீப்பேறு, இன்று அதைத்தான் பயன்படுத்த வேண்டியது இருக்கிறது. சிலசமயம் அந்தச் சர்க்கரையில் கல்லும் மண்ணும் தூசுதும்பும் கிடக்கவும் வாய்ப்பு உண்டு.

எனவே மண்டை வெல்லம் வாங்கி, உடைத்து, தனியே ஒரு பாத்திரத்தில் தண்ணீர் விட்டு, அதில் சர்க்கரையைப் போட்டு, பாகு எடுத்து, அதனை இறுத்தும் வடிகட்டியும் அரித்தும் கொள்ளலாம். அதை வேக வைத்த சிறுபயிற்றுடன் சேர்த்துக்கொள்ளலாம். ஆனால் பாகு எடுத்து பருப்புடன் கிண்டுவதை விடவும், பருப்பு வேகும்போது சர்க்கரையுடன் கிடந்தே உருகுவதுதான் சுவை கூட்டும்.

தேங்காயை – நன்கு முற்றிய நெற்றுத்தேங்காயாகவும் இல்லாமல் விளையாத கருக்குத் தேங்காயாகவும் இல்லாமல், பார்த்துப் பொறுக்கி, உடைத்து, துருவி, ஆட்டுரலில் ஆட்டிப் பால் எடுத்து வைத்துக்கொள்ளலாம். ஆட்டுரலில் இலேசாகத் தண்ணீர் தெளித்து அரைக்க வேண்டும். ஆட்டுரல் பார்த்தே இராத நகரவாசிகள் கிரைண்டரில் அரைக்கலாம். அதுவும் அற்றவர் மிக்சியில் அரைத்துக்கொள்ளலாம். மிக்சி அரைக்கும் என்று சொல்வதை விடவும் நுணுக்கமாக வெட்டும் எனலாம். மேலும் மிக்சி வெட்டும் வேகத்தில் உண்டாகும் வெப்பம், அரையும் பொருளின் மணத்தையும் சுவையையும் குறைக்கவும் செய்யும். ஆனால் நமக்கு வேறு வழி என்ன?

அரைத்தெடுத்த தேங்காய்ப் பூவைத் தண்ணீர் விடாமல் பிழிந்து எடுப்பது முதல் பால். சற்றுத் தண்ணீர் விட்டு மேலும் பிழிந்தால் அது இரண்டாம் பால். இன்னும் தண்ணீர் விட்டு மீண்டும் பிழிந்தால் அது மூன்றாம் பால். பால் பிழிவதற்கு என்றே ஈரிழைத் துண்டு வாங்கி, நனைத்துப் பிழிந்து வைத்துக் கொள்வார்கள்.

தேங்காய்ப் பால் மூன்றும் தனித்தனியாக வைத்திருக்க வேண்டும். வெந்து கிட்டியிருக்கும் சிறுபயித்தம் பருப்பு சர்க்கரைக் கலவையில் மூன்றாம் பாலை விட்டு, அது கொதித்ததும் இரண்டாம் பாலை விட்டு அதுவும் கொதித்ததும் தேவையான பருவத்தில் வற்றி இறுகி வரும். இப்போது பாயசத்தின் நிறமும் மணமும் வரத் தொடங்கியிருக்கும்.

அடியந்திர வீடுகளில் ஆக்குப் புரையில் பாயசம் அல்லது பிரதமன் செய்யும்போது, பாத்திரமாக வெண்கல உருளி பயன் படுத்துவார்கள். கிண்டிக் கொடுப்பதற்கு ஆள் உயரமுள்ள பித்தளைக் குழைச் சட்டுவம். அதன் அகப்பைப் பகுதி பித்தளையாகவும் காம்புப் பகுதி மரத்தினாலும் செய்யப்

பட்டிருக்கும். வெண்கல உருளி, வாய் அகன்று, உட்குவிந்து, விரிவாக இருக்கும். நிதானமாகச் சூடு ஏறும். சூடு நிற்கும். மெதுவாகவே சூடு ஆறும். அடி பிடிக்காது. வாய் அகன்று இருப்பதால் நிரப்பாகத் தீ ஏறும். பரந்து கிடந்து வேக, வசதி. நின்று கிண்டவும் தோது.

நன்கு கொதித்து, பாயசம் போதுமான தளர்வுப் பருவத்தில் இருக்கும்போது முதல் பால் விட்டுக் கிளற வேண்டும். திருக்குறள், முப்பால் – அறத்துப்பால், பொருட்பால், இன்பத்துப்பால். தேங்காயின் முதல் பால் இன்பத்துப்பால். எனவே அதைக் கடைசியாக ஊற்றுவது. முதல்பால் விட்டபின், பிரதமனைக் கிளறிக் கொடுத்துச் சூடாக வேண்டுமே தவிர, பிரதமன் கொதிக்கக் கூடாது.

இதற்கிடையில், நன்கு முற்றிய தேங்காயை உடைத்து, சிரட்டை தல்லிக் கழற்றி, பருப்பைக் கீற்றாகக் கீறி, அதனைப் பல்பல்லாக நறுக்கிக்கொள்ள வேண்டும். பல்பல்லாய் நறுக்கிய தேங்காய், அண்டிப் பருப்பு எனப்படும் முந்திரிப் பருப்பு, கிஸ்மிஸ் ஆகியவற்றைத் தாராளமாக நெய்விட்டு, சிவக்க வறுத்து, சூடான பாயசத்தில் போட்டு விடலாம். ஏலக்காயைப் பொடித்து, தூவி, பிரதமன் இருக்கும் உருளியை அடுப்பில் இருந்து இறக்கி விடலாம்.

இறக்கிய பின்பு, ஆற ஆற, பிரதமன் கொஞ்சம் இறுகும். அதற்கான வாட்டம் கொடுத்து பிரதமனின் இளக்கத்தைத் தீர்மானித்துக்கொள்ள வேண்டும்.

கவனிக்க வேண்டிய முக்கியமான காரியம், என்னதான் வாயகன்ற உருளியாக இருந்தாலும், பயத்தம் பருப்பு அடியில் பிடிக்கும் தன்மை உடையது. எனவே, அடியில் பிடிக்காமல் இருக்க ஒருவர், கைவிடாமல் கிளறிக்கொண்டே இருப்பார்.

வீட்டில் செய்யும் பிரதமன் ஆனாலும் வாய்ப்பாடு இதுதான். அளவுதான் குறையும். எப்போதும், வீட்டில் பிரதமன் வைத்த உடன், ஒரு தம்ளரில் ஊற்றி எடுத்து விளக்கு முன் வைப்பார்கள். பிறகுதான் கொதிக்கக் கொதிக்க ஒரு தம்ளர் எனக்குக் குடிக்கக் கிடைக்கும். முப்பது ஆண்டுகளாக எனக்குச் சர்க்கரை வியாதி. அஃதோர் பொருட்டு இல்லை. சாப்பாடு எல்லாம் பிற்பாடுதான். நாக்கு பொத்துப்போகாமல் ஒரு நாளும் நான் பிரதமன் குடித்தது இல்லை.

பத்துப் பன்னிரண்டு வயது முதல், என் சித்திக்கு நான் சமையலில் கையாள். எனவே என்ன செய்தாலும் இனிப்புப் பார்க்கவும், உப்புப்புளி எரிப்பு பார்த்துச் சொல்லவும் நான்தான்.

பிரதமனை எப்போதும் இலையில் விட்டுச் சாப்பிட வேண்டும். சிலர் தம்ளரில் வாங்கிக் குடிப்பார்கள். அது ஊக்குவிக்கப்பட வேண்டிய சமாச்சாரம் இல்லை. கைவிரல்களால் அளைந்து வாரிக் குடிக்க வேண்டும்.

இளநீரை, குழாய் போட்டு உறிஞ்சுவதற்கும், அப்படியே வெட்டிய துவாரத்தில் வாய் வைத்துக் குடிப்பதற்கும் வேறுபாடு உண்டு. என்ன வேறுபாடு? இரண்டும் ஒன்றுதானே என எளிதில் கேட்டுவிடலாம். வாய் வைத்துக் குடிக்கும்போது, வெட்டுப் பட்ட இளநீரின் புதுமணம் நாசி ஏற்றுக்கொண்டே இருக்கும். சுவையை நாக்கு உறிஞ்சிக்கொண்டும். இளநீரைத் தம்ளரிலும் ஊற்றிக் குடிக்கலாம். அது புது மனைவியை மூக்கடைப்பு வந்தவன் மோந்து பார்ப்பதுபோல. இப்போது அர்த்தமாகிறது அல்லவா?

உருளியில் கொதித்த சூட்டுடன் இருந்த பிரதமன், வாளியில் கோரப்பட்டு, சிரட்டைத் தவியால் முகர்ந்து, இலையில் விடும்போது, பிரதமன் இலையில் பரவிச் சூடு ஆறும். கைவிரல் அளையச் சூடு தக்கதாக இருக்கும். மேலும் பிரதமன் என்பது களியல்ல. கரண்டியில் கோரி, சொத்தென இலையில் போட. அது அவசரப்பட்டுப் பெருக்கெடுத்து இலையின் விளிம்புக்கு ஓடும் பருவத்தில் இளக்கமாகவும் இருத்தல் ஆகாது. கெட்டிப் பருப்பு போல் இறுக்கமாகவும் இருக்கலாகாது.

இறைவனை நேதி, நேதி என மறுதலையாக விளக்க முற்படுவது போலத்தான். நான் சரியான பக்குவத்தில் உள்ள பிரதமனை விவரிக்க முயல்வதும். அதனால்தான் அதற்கு முக்கியமானவன், முதல்வன், பிரதமன் என்று பெயர் போலும். அதற்கெப்படித் தலைவன் என்று பொருள் வரும்?

வடநாட்டில் இதனை உத்தேசமாக 'கீர்' என்கிறார்கள். ஒன்றை வைத்து மற்றதைப் புரிந்துகொள்ள வேண்டியதுதான். இலையில் விட்ட பிரதமனை விரல்களால் கோரிக் குடிக்கத் தெரியாதவன், நாஞ்சில் நாட்டில் விருந்துச் சாப்பாட்டை அனுபவிக்கவோ இந்தப் புத்தகத்தை வாசிக்கவோ தகுதி யற்றவன்.

2012இல் பாஸ்டன் நகரில், ஒரு ஜப்பானிய உணவகத்தில் உணவருந்த என்னைப் 'பாஸ்டன்' பாலாஜியும் 'பிரக்ஞை' ரவி சங்கரும் கூட்டிப் போனார்கள். இன்று இருவருமே *சொல்வனம்* இணைய இதழாசிரியர்கள், வ.ஸ்ரீ.யுடன் சேர்ந்து. கொதிக்கும் அரிசிச் சாராயம் 'சாக்கே' குடித்த பின்பு, குச்சிகள் வைத்து உணவெடுத்து அருந்தக் கற்றுக்கொடுத்தார் ரவி சங்கர். ஐந்தில் வளையாதது, ஐம்பதிலும் வளையாது.

பிரதமன் கொதித்து இறக்கியவுடன், சுடச்சுட இலையில் விட்டுக் குடிப்பது ஒரு சுவை என்றால், பிரதமன் ஆறியபின்பு, மிச்சம் இருந்தால், மாலையில் தம்ளரில் வாங்கிக் குடிப்பது இன்னொரு சுவை. இலேசான புளிப்புடன் இரவிலும் மிச்சமிருந்தால் குடிப்பது அடுத்த சுவை. அதன்பின் அதை வைத்திருக்க மாட்டார்கள். மாட்டுக்கான கழுநீர்த் தொட்டிக்குத்தான் லாயக்கு. இதைத்தான் திருவள்ளுவர் வேறொரு சந்தர்ப்பத்தில் சொல்கிறார் –

> 'தலையின் இழிந்த மயிர் அனையர் மாந்தர் தம்
> நிலையின் இழிந்தக் கடை'

என்று.

வீடுகளில், விசேட நாட்களில் பிரதமன் வைத்தால், விளக்குமுன் ஒரு தம்ளர் வைத்தது போக, இனிப்புப் பார்க்கக் குடித்தது போக, அரைப்படி பிடிக்கும் பித்தளை வாளிகளில் வேண்டப்பட்டவர் வீடுகளுக்குப் பகர்ச்சை போகும். குறிப்பாக வயிற்றுச் சூலிகள், முதியவர், சமைந்த பெண்கள், சூலழைத்து வந்திருப்பவர், பாயசத்தில் கொதி உடையவர் ஆகியோர் முதன்மையானவர்கள்.

கோட்டயம் சர்க்கரை உபயோகித்தால், எத்தனைதான் தேங்காய்ப் பால் ஊற்றினாலும், பிரதமனின் நிறம் சற்று கறுப்பாகவே காட்சிப்படும். மண்டை வெல்லமானால் சற்று வெளுத்துக் காணப்படும். உப்புச் சர்க்கரை, பிரதமனின் சுவைக்கு ஆகப்பெரிய எதிரி. எவ்வாறாயினும் நிறங்களில் கார்மேகம் தான் வனப்பு.

உத்தேசமாக அரைக்கிலோ சிறுபயத்தம் பருப்புக்கு, ஒரு கிலோ சர்க்கரை என்பது கணக்கு. என்றாலும் அவரவர் நாவின் இனிப்பு வாங்கு தன்மை குறித்து, இந்தக் கணக்கு ஏறவோ இறங்கவோ செய்யும். அரைக்கிலோ பருப்புக்கு இரண்டு தேங்காய் உடைத்துத் திருவி பாலெடுப்பது முக்கியம். இங்கும் தேங்காய் என்பது தரத்துக் காய். கோழிமுட்டை சைஸ் அல்ல. தேங்காய்களுக்கும் பால் திறன் உண்டு, பசுக்களைப் போல. எனவே பால் போதாது எனில் கூட ஒரு தேங்காய் உடைக்க கை கூசக் கூடாது. ஏனெனில் இவன் பிரதமன்.

பிரதமன் திகட்டாமல் குடிக்க வேண்டுமானால் தொட்டுக் கொள்ள நாரத்தங்காய் பச்சடி அல்லது மிளகாய்ப் பச்சடி.

கடலைப் பருப்பு பிரதமன்

கடலைப் பருப்பு கடையில் வாங்கி, சுத்தப்படுத்தி வறுக்க வேண்டும், கொஞ்சமான வறுப்பு. கடலைப்பருப்பு வெந்து

குழைந்த பிறகே சர்க்கரை போட வேண்டும். முன்னாலேயே போட்டால் கடலைப் பருப்பு தேறிவிடும். சிறுபயத்தம் பருப்பு பிரதமன் முதல் தேர்வு எனில் இரண்டாம் தேர்வு கடலைப் பருப்பு. வயதானவர் சிலர் "கடலைப் பருப்பா? சவம், வாய்வுல்லா?" என்பார்கள் வயிறு முட்டக் குடித்த பிறகு. சிலர் கல்யாணத்துக்குச் சிறுபயத்தம் பருப்பு பிரதமன் என்றால், ஏழாம் நீருக்கு கடலைப் பருப்பு என்பார். சிலர் மறுவீட்டுக்கு வைப்பார்.

ஏத்தன் பழப் பிரதமன்

அரை உழக்கு அதாவது 100 மி.லி. சிறுபயத்தம் பருப்பு எடுத்துக் கொண்டால் நான்கு பெரிய கனிந்த ஏத்தன் பழங்கள். சிறுபயத்தம் பருப்பைத் தனியாக வேகவைத்துக்கொள்ள வேண்டும். ஏத்தன் பழத்தைத் தோலுரித்து, பொடிப்பொடியாக அரிந்து, அதிலேயே சர்க்கரையும் உடைத்துப் போட்டு வேக வைக்க வேண்டும். ஏத்தன் பழம் வெந்து குழைந்தபின் அதில் வெந்த சிறுபயத்தம் பருப்பைக் கொட்டிக் கலந்த பின், முன்சொன்ன பக்குவம்தான்.

ஏத்தன் பழத்தின் நடுப்பகுதியில் – எல்லாப் பழத்திலும் – கறுப்பாக எள் வடிவத்தில் குடல் போல் இருக்கும். எனவே ஏத்தன் பழத்தை முழுதாகவே போட்டு வேக வைத்து, இரண்டாய் வகுந்து விரல்களால் சுரண்டி, குடலை மாற்றி விட்டுச் சர்க்கரையுடன் சேர்த்து வறட்டிச் செய்வார்கள்.

கல்யாண அடியந்திர வீடுகளின் ஆக்குப்புரை எப்போதுமே எனக்குத் தனியான ஈடுபாட்டுத் தலம். வேண்டப்பட்டவர் வீடுகள் எனில் முன்தினம் இரவே ஆஜர். சுவையானதோர் கூட்டாஞ்சோறு, நண்பர்களுடன் உரையாடல், சீட்டுக்களி...

ஆக்குப்புரையில் எட்டிப் பார்த்தால், எப்போதும் கற்றுக் கொள்ள ஏதாவது இருக்கும். சமீபத்தில் ஒரு திருமண வீடு. திருமணத்தின் முன்தினம் பின்னிரவில் ஆக்குப்புரையில் எட்டிப் பார்த்தேன். பெரிய வெண்கல உருளியில் தண்ணீர் சூடாகிக் கொண்டிருந்தது. ஒருவர் கனிந்த ஏத்தன்பழக் குலையைப் பக்கத்தில் வைத்துக்கொண்டு, ஒவ்வொரு பழமாக இணுங்கி தோலுரித்து உருளித் தண்ணீரில் எறிந்துகொண்டிருந்தார். வேறொருவர் ஏழெட்டு நெற்றுத் தேங்காய்களின் குடுமி எடுத்து, நார்களையும் நீக்கி, செம்பு நிலவாய்த் தண்ணீரில் கழுவி, பழம் உரித்துப் போடும் உருளியில் எல்லாத் தேங்காய்களையும் உருட்டிவிட்டார்.

வியப்புடன் பார்த்துக்கொண்டு நின்றேன்.

“என்னண்ணேன் பாக்க?” என்றார் வைப்புக்காரர்.

“இல்ல... புதுசா இருக்கேண்ணுதான்...”

“கொஞ்சம் அந்த ஸ்டூல்ல இரி...”

தண்ணீர் கொதிக்க ஆரம்பித்தது. ஏத்தன் பழம் மொத்தமும் உரித்துப் போட்டாயிற்று. சட்டுவதத்தால் கிளறிக் கொடுக்கும்போது, உருண்ட தேங்காய்கள் பழத்தில் மோதி, பழம் சதைந்து கொண்டிருந்தது. தேங்காய்கள் ஒன்றுடன் ஒன்று அடிக்க, கனிந்த நேந்திரன் பழம் மசிய ஆரம்பித்ததுக் கொதிக்கும் தண்ணீரில். ஆகா என்று வியந்தது மனது.

“ஆமா, இந்தத் தேங்காய்களை என்ன செய்வே?”

“பிரசமனுக்குத் தேங்காய் பல்லுபல்லாக் கீறி, நெய்யிலே வறுத்துப் போடணும்லா... அதுக்கு வச்சுக்கிடுவோம்...” என்றார்.

எனக்கு ஔவையார் பாடல்தான் நினைவுக்கு வந்தது.

> வான் குருவியின் கூடு வல்லரக்குத் தொல் கறையான்
> தேன் சிலம்பி யாவர்க்கும் செய்ய அரிதால் – யாம் பெரிதும்
> வல்லோமே என்று வலிமை சொல வேண்டாம் காண்
> எல்லோர்க்கும் ஒவ்வொன்று எளிது

என்பது பாடல்.

தூக்கணாம் குருவியின் கூடு, உறுதியான அரக்கு, தொன்மையான கறையான் புற்று, தேன் கூடு, சிலந்திவலை என்பன செய்வதற்கு யாருக்கும் எளிமையானது அல்ல. எனவே யாம் பெரிதும் வல்லவனே என்று சொந்த வலிமை பேசுதல் வேண்டாம் கண்டீர்! எல்லோர்க்கும் ஒவ்வொன்று எளிது என்பது பொருள்.

சக்கைப் பிரதமன்

எத்தனை முறைதான் எழுதுவது சக்கை தான் *Jack* என்றும் பலா என்றும். ஆங்கிலச் சொல்லுக்கு வேர்ச்சொல்லான தமிழ்ச் சொல் தமிழனுக்கு வேறு சொல். நன்கு பழுத்த வருக்கைச் சக்கை வேண்டும். ஏன் வருக்கைச் சக்கை?

மாவில், வாழையில் பல இனங்கள் உண்டு என்பது போல் பலாவிலும் உண்டு பல. வருக்கை, தேன் வருக்கை, செம்பருத்திச் சக்கை, கூழஞ் சக்கை என்பன எனக்குத் தெரிந்த சில. வருக்கை மெல்லிய அல்லது கனத்த சுளையுடன் இருக்கும். எத்தனை கனிந்தாலும் சுளை எடுக்கச் சிக்கல் இருக்காது. கூழஞ்சக்கை

யின் பழுத்த சுளைகள் பிய்த்து எடுக்கத் தோதில்லாமல் கொழகொழ என்றிருக்கும். இனிப்பு இருந்தாலும் தின்னும்போது இருக்கும் கொழ கொழப்பு அசௌகரியமானது. வருக்கை என்பதே தாழம்பூ நிறத்திலும், சிவந்த செண்பகப்பூ நிறத்திலும், சற்று அடர்த்தி குறைவான செம்பருத்திச் சிவப்பிலும் இருக்கும்.

பலா பற்றி ஔவையாரின் சில பாடல்கள் உண்டு. பாடல்களின் பின்னே சின்னக் கதைகளும் உண்டு. சக்களத்திச் சண்டையில் வெட்டுப்பட்ட பலா பற்றிய பாடல்.

கூரிய வாளால் குறைபட்ட கூன் பலா
ஓரிலையாய்க் கொம்பாய் உயர் மரமாய் – சீரிய
வண்டு போல் கொட்டையாய் வன்காயாய்ப் பின்பழமாய்ப்
பண்டு போல் நிற்கப் பணி

என வாழ்த்தி, மரம் தழைக்கச் செய்த பாடல் ஒன்று.

கூழைப் பலா தழைக்கப் பாடியதால் குறச்சிறுவர்கள் தந்த தினையை மடியில் கட்டிக்கொண்டு சோழமன்னன் முன் போகிறாள். மடி கனமாக இருக்கிறதே என அவன் கிண்டலுடன் வினவ, ஔவையின் பதிலான பாடல்.

கூழைப் பலாத் தழைக்கப் பாடக் குறச் சிறார்
மூழக்குழக்குத் தினை தந்தார் – சோழா கேள்
உப்புக்கும் பாடிப் புளிக்கும் ஒரு கவிதை
ஒப்பிக்கும் என்தன் உளம்

என்பது.

பலா மரம் பற்றிய தகவல் இருக்கட்டும். ஔவையின் கவிதைக்கொள்கை வியப்பளிக்கிறது. கவிபாடி ஆயிரம் பொற் கழஞ்சுகள் பரிசில் பெற்ற புலவர் உண்டு, யானையும் குதிரையும் முத்துப் பல்லக்கும் பெற்றவர் உண்டு, கவிச் சக்கரவர்த்தி பட்டம் பெற்றவர் உண்டு, மலையடி வாரத்தில் கோட்டைச் சுவர் எழுப்பி உள்ளே மாளிகை எழுப்பி தலைவர்களுக்குப் புள்ளிமானின் கறி சமைத்து விருந்து படைத்தவர் உண்டு, கிராமங்களைக் கொடையாகப் பெற்றவர் உண்டு, மன்னனுடன் சரியமர்ந்து உண்டு உடுத்துக் களித்தவர் உண்டு.

ஈங்கோர் பெண், கிழவி, மூதாட்டி, மடியில் தினையரிசி வாங்கி அப்படியே அரசன் முன் செல்லும் துணிச்சல் உள்ளவள் சொல்கிறாள் – 'உப்புக்கும் பாடிப் புளிக்கும் ஒரு கவிதை ஒப்பிக்கும் என்தன் உளம்' என்று.

ஒரு கவிஞனுக்கு இருக்க வேண்டிய மானுடக் கரிசனம், சக உயிரிகளின் பால் கொண்ட நேயம், இவற்றுக்கு

எடுத்துக்காட்டாய் இந்தப் பாடல். எனவேதான் பாரதி தன் வசனங்களில் எழுதுகிறான், தமிழ்க்குடி மக்களே, நீங்கள் வள்ளுவனைக்கூடத் தொலைத்து விடலாம், தமிழ் மூதாட்டி ஒளவையைத் தொலைத்துவிடாதீர்கள் என்று. நாமோ, இருவரையுமே தொலைத்துவிட்டோம்.

நாம் பலாவை விட்டுவிட்டுக் கவிதை ஆராய்ச்சிக்குப் போய்விட்டோம்.

எனக்குக் கொஞ்சம் மனவருத்தம் உண்டு. சங்க இலக்கியம் சக்கை எனும் சொல்லைப் பயன்படுத்தவில்லையே என. ஆனால் பலா எனும் சொல் பயன்படுத்தியுள்ளது. பலவு, பலா எனும் சொற்கள். பலாசம் என்றொரு தாவரப் பெயருண்டு, அது வேறு, புரசமரம் குறிப்பது.

பலா எனும் பேரினத்தில் 40 சிற்றினங்கள் உண்டு என்கிறார் பேராசிரியர் கு. சீனிவாசன், 'சங்க இலக்கியத் தாவரங்கள்' எனும் நூலில். ஐங்குறு நூறு, நற்றிணை, புறநானூறு, அகநானூறு, பெரும்பாணாற்றுப்படை, மலைபடு கடாம், குறுந்தொகை, சிறுபாணாற்றுப்படை நூல்கள் பலாவைப் பாடுகின்றன.

திருக்கோவையார் பாடிய மாணிக்கவாசகர்,

'அந்தியின் வாய் எழில் அம்பலத்து
எம்பிரான் அம்பொன் வெற்பில்,
பந்தியின் வாய்ப் பலவின் சுளை
பைந்தேன் ஓடும், கடுவன்
மந்தியின் வாய்க்கொடுத்து ஓம்பும்'

என்று பாடுகிறார்.

மத்தளம் போலவும் குடம் போலவும் இருக்கும் பலா, வேர்ப்பலா, ஆலடிப்பலா, கோட்டுப்பலா என அவை காய்க்கும் இடம் சார்ந்தும் பெயர் பெற்றன.

'கானப் பலவின் முழவு மருள் பெரும்பழம்' என்று மலைபடுகடாம் பாடல் வரி பேசும். முழவு – மத்தளம் போன்ற பெரும்பழம் என்கிறது.

'சிறு சுளைப் பெரும்பழம்' என்கிறார் நச்சினார்க்கினியர். சிறிய அளவிலான சுளைகளைக்கொண்ட பெரும்பழம் என்று பொருள் கொள்கிறார்கள்.

இத்தகு பலாப்பழத்தின், வருக்கை இனப் பழங்களை வாங்கி, தோல் உரித்து, மடல் – பூஞ்சு – கள்ளன் எல்லாம் களைந்து, சுளை எடுத்து, கொட்டையை நீக்கி அதனைச் சிறு துண்டுகளாக, தச்சர் பயன்படுத்தும் உளி கொண்டு

கொத்தி, சர்க்கரையுடன் சேர்த்து வேகவைப்பார்கள். பிரதமன் கொழுப்பாக இருக்க, பாசிப்பருப்பு வறுத்து வேகவைத்துச் சேர்த்துக்கொள்வார்கள்.

ஏத்தன் பழம் பிரதமனுக்கும் சக்கைப் பிரதமனுக்கும் ஜவ்வரிசி சேர்க்க வேண்டாம். சக்கைப் பிரதமன் பருவ காலங்களில் மட்டுமே செய்ய முடியும் என்பதால் மேலும் அருமை பெறுகிறது.

மலையாளிகள், சக்கைப்பழ பருவகாலங்களில், வருக்கைச் சக்கை சுளைஎடுத்து, உளியால் கொத்தி, சர்க்கரையும் நெய்யும் சேர்த்து வறட்டி வைத்துக்கொள்வார்கள். அதற்குச் சக்கை வறட்டி என்று பெயர். ஓராண்டு ஆனாலும் கெட்டுப் போகாது. எனவே சக்கை சீசன் இல்லாத காலத்தும், அந்தச் சக்கை வறட்டி போட்டு அவர்கள் பிரதமன் செய்துகொள்வார்கள். பிரதமன்களிலேயே மிகவும் கறுப்பாக இருக்கும் பிரதமன் இது.

நீரிழிவு நோயாளிகள் நினைவில் கொள்ள வேண்டியது, கனிந்த சக்கைச் சுளையில் 75 சதமானம் சர்க்கரை.

என் மகள் திருமணத்தில், வெளியூர் இலக்கிய நண்பர்கள் சுவை அறிய சக்கைப் பிரதமன் செய்து பரிமாறினோம். அப்போது பலாப்பழம் சீசன் இல்லை. ஆனால் நாகர்கோயில் ஆரிய பவன் உரிமையாளர், சகோதரர் திருவேங்கடம் ரமேஷ் எங்கிருந்தோ நான்கு பழங்கள் கொண்டு வந்து, சக்கைப் பிரதமன் செய்து பரிமாறினார். பந்தி விளம்பும்போது கூட நின்று, சொல்லிச் சொல்லிப் பரிமாறினார். நாகர்கோயில் ஆரிய பவன் ரமேஷின் அன்பிற்கும் அடியேன்.

அடைப் பிரதமன்

பிரதமனுக்காக, உலர்த்திய அடை, முன்பெல்லாம் கடைகளில் கிடைப்பதில்லை. பிரதமன் செய்யும்போது, நாமே தயாரித்துக்கொள்ள வேண்டும். பின்பு தயாரித்து உலர்த்திய அடை கோணிச் சாக்குகளில் வந்தது. இன்று 'மீல் மேக்கர்' வருவது போல. தேவைக்கு, நிறுத்து வாங்கிவருவார்கள். சுருக்க மான கல்யாணங்களில், அடைப்பிரதமன் என்பது அலுப்பு இல்லாத பிரதமன். ஏனெனில் அடை வாங்கிக்கொள்ளலாம். கடைகளில் வாங்கும் அடை பழைய துணியின் மடி வாடை யுடன் இருக்கும். பின்பு நூறு கிராம், கால்கிலோ, அரைகிலோ பாக்கெட்டுகளில் வந்தன.

எந்த வடிவத்தில் வந்தால் என்ன?

முதலில், கடையில் வாங்கி வந்த அடையைத் தண்ணீர் விட்டு வேகவைத்துத் தண்ணீர் இறுத்துக்கொள்ள வேண்டும். அடையின் சின்ன சைசில், கேரளத்தில் பாலடை என்று கிடைக்கும். அதை வாங்கித்தான் 'பாலடைப் பிரதமன்' செய்கிறார்கள். தண்ணீரில் போட்டுக் கொதிக்க வைத்தால் போதும். பாலடை, சீனி, பால்பொடி, வறுத்துப் போட்ட அண்டிப்பருப்பு, கிஸ்மிஸ் எல்லாம் பாக்கெட்டில் அடக்கம். நூடுல்ஸ் கிண்டுவது போல்தான். திடீர்த் தயாரிப்புகள்.

கேரளத்து 'ஓண சத்தியா', 'பொட விட சத்தியா' எனும் விருந்துகளில் பாலடைப் பிரதமன் ஒரு அற்புதமான அயிட்டமாக இருக்கும். இதை எழுதும் இந்த நாள் சித்திரை விஷு. மரபுத் தமிழ்ப் புத்தாண்டின் சுபகிருது ஆண்டு. பாலக்காட்டு மலையாளிகள் நடத்தும் பலகாரக் கடைகள், கேட்டரிங் சர்வீசஸ் யாவும் காலை பத்து மணிக்கு விநியோகம் ஆகும் விதத்தில் 'பாலடைப் பிரதமன்' விற்கிறார்கள். முன்பணம் கட்டிப் பதிவு செய்தால் வீட்டு டெலிவரி. லிட்டர் கணக்கு. விலை அதிகம்தான், ஆனால் சுவை குறைசொல்ல முடியாது.

நான் மேலாளராக இருந்த கிளையில், ஸ்டோர் உதவியாளனாக இருந்து, ஃபிட்டர் ஆகி, எனது ஊக்கத்தின் பேரில் கேட்டரிங் சர்வீசும் தொடங்கி, இன்று செழிப்பாக இருக்கும் பாலக்காட்டு சிவகுமாரின் பாலடைப் பிரதமன் அமோகமாக இருக்கும். ஓய்வு பெற்றபின்னும், விஷு அன்று முன்பதிவு செய்து வாங்கிக் கொண்டிருக்கிறேன்.

நாஞ்சில் நாட்டில் அடைப்பிரதமன்தான் வழக்கம். பாலடைப் பிரதமன் வழக்கு இல்லை. சுருக்கமான திருமணத்துக்கு அடைப் பாயசம் வைப்பவர்களுக்கு, பாலடைப்பிரதமன் கட்டுபடி ஆகாது. அடைப்பிரதமனுக்கான அடை ஒரு சதுர அங்குல அளவில் இரண்டாய் மடித்த பப்படத்தின் கனத்தில் இருக்கும். பாலடை என்பது அதன் நாலில் ஒரு பங்கு சிறிதானது. வாய்ப்பாக இன்றும் மலையாளிகளின் திருமணத்தில் பாலடைப் பிரதமன் அமைகிறது. எனது அபிப்பிராயத்தில், மலையாளிகள், விருந்துகளின்போது, மரபு மீறாத உணவே விளம்புகிறார்கள். அவியல், எரிசேரி, உப்பேரி, காளன், ஓலன், இஞ்சிப்புளி பாலடைப் பிரதமன், கதலிப்பழம் என்று. நாம் தான் வெகுவேகமாக பரோட்டா, மீல் மேக்கர் போட்ட குருமா, வெஜிடபிள் குருமா, ஐஸ்கிரீம் என நவீனப்பட்டுவிட்டோம். இதுதான் நவீன மயம் ஆதலா என்பது வேறு கேள்வி.

நான் பத்து வயதுச் சிறுவனாக இருந்தபோது, அதாவது 1957இல் அடை கடைகளில் வாங்கக் கிடைக்கவில்லை. அடையை அப்போதே தயாரித்துக்கொண்டார்கள். நெய்யூற்றி, உப்புப் போடாமல், மைதாமாவு பிசைந்து உருட்டி, மெல்லிய சப்பாத்திபோலப் பரத்தி வாழையிலையில் வைத்து, இட்டிலிக் கொப்பரையில் வேகவைத்து, இலையை எறிந்துவிட்டு, அடையைப் பிய்த்துப் போட்டுப் பிரதமன் செய்தனர்.

கல்யாண வீடுகளுக்கு என்றால், மைதாமாவைக் கெட்டி யாகக் கரைத்து வைத்துக்கொண்டு, மாவில் விரல்விட்டு வாழை இலைத் துண்டுகளில் எட்டணா அளவிலான பொட்டுக்களாக விழும் விதத்தில் உதறி, இட்டிலிக் கொப்பரையில் வேகவைத்து, பின்பு அடையை இலையிலிருந்து உதிர்த்து எடுத்து அடை செய்தனர்.

கொதிக்கும் தண்ணீரில் சர்க்கரை போட்டு இளக்கி, அதில் அடை போட்டுக் கொதிக்க வைத்து, தேங்காய்ப் பால் ஊற்றி மேலும் வேகவைத்துச் செய்வது அடைப் பிரதமன்.

அடையும் சர்க்கரையும் ஒன்றுக்கு இரண்டு என்பது கணக்கு.

சேமியாப் பிரதமன்

சேமியா வீட்டில் செய்ய முடியாது. மூடையாக வரும் கடையில் தேவைக்கு வாங்கிக்கொள்ளலாம். வாங்கி வந்த சேமியாவை, நெய்விட்டு சிவக்க வறுத்துக்கொள்ள வேண்டும். அப்போதுதான் பிரதமனில் சேமியா குழைந்து கோந்து போல் ஆகாமல், உதிரி உதிரியாக, ஒன்றுடன் ஒன்று ஒட்டாமல் கிடக்கும். வறுத்த சேமியாவில் தண்ணீர் விட்டு, சர்க்கரை போட்டு வேகவைக்க வேண்டும். பின்பு தேங்காய்ப் பால் பக்குவம். இந்த சேமியாப் பிரதமன், பால் பாயசம் வகை அல்ல. அது தனியாக வரும். இங்கும் இனிப்பு ஒன்றுக்கு இரண்டு என்பதுதான்.

அவல் பிரதமன்

அவல் என்பது செந்நிறம் உள்ள சம்பா அவல் இங்கு. கெட்டியாக இருக்கும். இதே தன்மையுடன் தான் ஐ.ஆர்.8 நெல்லின் அவலும் இருக்கும். ஆனால் சம்பா நெல், சம்பா அரிசி, சம்பா அவல், சம்பா அரிசி மாவு என்பன தனி. சர்க்கரைப் பாகில் சம்பா அவல் போட்டு வறட்டி, பிறகு தேங்காய் பால் ஊற்றிச் செய்வது.

கோதுமைப் பிரதமன்

இரண்டாக, நான்காக உடைத்த கோதுமையை, சர்க்கரைப் பாகில் வேகவைத்து, தேங்காய்ப் பாலூற்றிச் செய்வது.

பால் பாயசம்

பாலூற்றிச் செய்வதைப் பிரதமன் என்பதில்லை. பாயசம் என்பார்கள். இப்போது நீங்கள் பிங்கல நிகண்டு சொல்வதைத் திருப்பிப் பார்க்கலாம் – 'பாயசம் பாற் சோறே!' நாஞ்சில் நாட்டுக்காரர்கள், பிற பகுதிகளில் பாயசம் குடிக்க நேர்ந்தால், இளக்காரமாகவே, 'பாற் கஞ்சி' என்றனர்.

கேரளத்தில் பல கிருஷ்ணன் கோயில்களில் பால் பாயசம் நைவேத்தியம். குருவாயூர் உண்ணிக் கிருஷ்ணனுக்கு உச்சிக் காலப் பால் பாயசம். மதியம் பன்னிரண்டு மணிக்கு, நைவேத்தியம் பிரசாதம் ஸ்டால்களில் விற்பனையும் ஆகும்.

அதைவிட விசேடம் அம்பலப்புழை கிருஷ்ணன் கோயில் பால் பாயசம் என்பார்கள். நம்பூதிரிக் கதைகளில் சொல்வார்கள். வயிறு நிறைய சோறுண்ட பின், ஒரு நம்பூதிரியிடம் கேட்டார்களாம் – "போற்றி போருமா?" என்று. போற்றியின் பதில் – "எல்லாம் திருப்தியாச்சு... பேஷ்! ஒரு செம்பு அம்பலப்புழை பால் பாயசம் கிட்டியால் கொள்ளாம்" என்று.

அத்தகுச் சிறப்பு அம்பலப்புழை பால் பாயசத்துக்கு.

நாஞ்சில் நாட்டில் ஒரு சொலவம் உண்டு. வில்வண்டி கட்டிக் கொண்டு மூத்தபிள்ளை என்றழைக்கப்படும் பண்ணையாரும், வண்டியடிக்காரனும் கல்யாணத்துக்குப் போவார்கள். சொலவம் இப்படிப் போவும், 'மூத்த பிள்ளைக்குப் பால் பாயாசம், வண்டிக்காரனுக்கு மனப் பாயாசம்' என்று. அதாவது நிலக்கிழார் பந்தியில் பாயசம் குடிப்பார், வண்டிக்காரன் மனதிலேயே பாயசம் வைத்துக் குடித்துக்கொள்ள வேண்டியது தான். இதையே, மூத்தபிள்ளை வைப்பாட்டி வீட்டுக்குப் போவதாக மாற்றிப் பொருள் கொண்டு பாருங்கள்! வாழ்க்கை என்பது இப்படித்தான் வழி சொல்கிறது. நல்வழியோ, பெருவழியோ?

இலையில் போளி போட்டு, அதன்மேல் பால் பாயசம் என்பது நாஞ்சில் நாட்டு மரபு. அதுவும் கிண்ணத்துக்கு மாறும் நேரம் தூரத்தில் இல்லை.

அரிசி பால் பாயசம்

உயர் ரகப் பச்சரிசியை இரண்டு மூன்றாக உடைத்துக் கொள்ள வேண்டும். அடுப்பில் பாத்திரம் ஏற்றி, பாலூற்றி, பால் சூடானதும் அரிசியைக் களைந்து போட்டு, அரிசி பாலில் வேக வேண்டும். அரிசி வெந்தவுடன் சீனி போட்டுக் கிளற வேண்டும். பின்பு ஏலக்காய் பொடித்துப் போட்டு, கிஸ்மிஸ் அண்டிப் பருப்பு நெய்யில் சிவக்க வறுத்துப் போட்டால் தீர்ந்தது சோலி.

பெரும்பாலான வீடுகளில் இன்று பாயசம் என்பது இதுதான்.

சேமியாப் பாயசம்

சேமியாவை வறுத்துப் பாலில் கொதிக்க விட வேண்டும். மற்றபடி செய்தொழில் மாற்றம் இல்லை.

அடைப் பால்பாயசம்

அடையை வேகவைத்துத் தண்ணீர் வடிய வைத்து, பின்பு பாலூற்றி, சீனி போட்டுக் கொதிக்க வைப்பது. தயாரிப்பு மேற்சொன்னவாறே!

அரிசிப் பாயசம்

இது கோயில்களின் நைவேத்தியப் பிரசாதம். அம்மன் கோயில், சாஸ்தா கோயில், பூதத்தான் கோயில். . .

முழுப் பச்சரிசியை வேக வைத்து, அதில் சர்க்கரை உடைத்துப் போட்டு, சுக்கு தட்டிப் போட்டு, தேங்காய் திருவிப் போட்டுக் கிளறி இறக்குவது. இலையில் வைத்தால் ஓடாது. 'சொதக்' என்று போட்ட இடத்திலேயே கிடக்கும். கரண்டியால் கோரி இலைத்துண்டில் வைத்து விளம்பும் பக்குவம். இலையை நிமிர்த்து, பிரசாதம் வாங்கி, கையிலேயே வீட்டுக்கும் கொண்டு போகலாம்.

சர்க்கரைப் பொங்கல்

பச்சரிசி வேக வைத்து, அரிசி வெந்தபின் சர்க்கரை உடைத்துப் போட்டு, தேங்காய் திருவிப் போட்டு, நெய்யில் கிஸ்மிஸ் அண்டிப் பருப்பு வறுத்துப் போட்டு, ஏலக்காய் பொடித்துப் போட்டு, கட்டியாக வற்ற வைத்து இறக்குவது. நெய் சேரச்சேர, சர்க்கரைப் பொங்கல் மணக்கும். பச்சரிசியைப் பாலில் வேக வைப்பாரும் உண்டு.

அரவணை

இஃதோர் கோயில் நைவேத்தியம். அரவணைப் பாயசம் என்பார். பெருமாள் கோயில், சாஸ்தா கோயில், பிள்ளையார் கோயில் பிரசாதம். வீட்டிலும் செய்யலாம், தெய்வக் குற்றம் எதுவும் நிகழ்ந்துவிடாது. பச்சரிசி முக்கால் வேக்காடு வெந்ததும், மண் தூசி தும்பு இல்லாத சர்க்கரை உடைத்துப் போட்டு, நிறைய நெய் ஊற்றி ஊற்றிக் கிண்டி, நல்ல இறுகிய, அகப்பையில் ஒட்டாத, நெய் மினுங்கும் பருவத்தில் கிஸ்மிஸ் அண்டிப் பருப்பு வறுத்துப் போட்டு, கிளறி இறக்கிவிடலாம்.

அரவணையைச் சின்ன உருளியில் செய்வது விசேடம். கிண்டிக் கொடுப்பதற்கு எளிதாக இருக்கும். அரவணை நாலைந்து நாட்கள் ஆனாலும் கெட்டுப் போகாது.

திருப்பதி ஏழுமலையான் லட்டுப் போல, சபரிமலை சாஸ்தா கோயில் அரவணைப் பிரசாதமும் சிறப்பானது. அதனால் இரண்டுக்குமே பெரிய அடிதடி. நம்மாழ்வார் பாடிய திருவண்பரிசாரத்துத் திருவாழிமார்பர்க்கும் அரவணை பெரு விருப்பு.

13

அவித்துத் தின்பவை

சில காய்களை எந்த அலங்காரமும் ருசிப்படுத்தலும் இன்றி, வெறுமனே வேகவைத்துத் தின்பது கிராமத்தார் இயல்பு. இதைப் புழுக்கு என்பர் மலையாளத்தார். புழுங்குதல் என்றால் வேகவைத்தல். அதனால்தான் புழுங்கல் நெல், புழுங்கல் அரிசி. அதிலிருந்துதான் சமைக்கும் வேலையைக் காழ்ப்புடன் புழுக்க வேலை என்றனர். புழுக்கச்சி என்று வைதனர். ஒவ்வொரு சாதியிலும் அடிமை வேலை செய்தவரை, அந்தச் சாதிப் பெயரின் முன்பு ‘புழுக்க’ என்று அடைமொழி சேர்த்துக்கொண்டனர்.

மனக்குமைச்சலுடன் இருப்பவனை, ‘அவன் உள்ளே புழுங்கினான்’ என்று எழுதினார்கள்.

சாதாரணர் மொழியில், புழுங்கித் தின்பது என்பது அவித்துத் தின்பது. மலையாள சினிமாவில் அடிக்கடி கேட்கும் வசனம், “புழுங்கித் தின்னா னாணோ?” என்பது. நல்ல தமிழ்ச் சொற்களையும் மலையாளம் என்று மயங்குகிறோம். களை கிடக்க பயிர் பிடுங்கிகள்!

எத்தைத் தின்றால் பெருந்தீ அடங்கும் என்பது கிராமத்தான் கவலை. பசிப் பிணி அது. உணவே மருந்து. பச்சையாகத் தின்பது, சுட்டுத் தின்பது, வேகவைத்துத் தின்பது. தின்னும் தோதில் என்ன கிடைத்தாலும் தின்பது! தாது வருடப் பஞ்சத்தில், கோவை மாவட்டத்தில், ரயிலடிக் கற்றாழைகளை வெட்டி, அதன் கிழங்கு எடுத்து வந்து, ஏழுமுறை

தண்ணீர் மாற்றி மாற்றி அவித்துத் தின்றிருக்கிறார்கள். இன்றும் வீட்டு வாசல்களில் அலங்காரத்துக்காக வளர்க்கப்படும் சேம்புச் செடிகளின் கிழங்கு எடுத்து வேகவைத்துத் தின்பவர் உண்டு.

காய் கிழங்கு கந்த மூலங்கள் கனல் வாதை வந்து எய்தின் அள்ளிப் புசித்து, கண்மூடி மௌனியாகி என்று தமிழ்ப் பாடல் பேசுகிறது. இவ்விதம் வேகவைத்த பலவும் கிராமத்தவர்க்கு சிற்றுண்டி அல்ல, ஒரு நேரத்து உணவே!

மரச்சீனிக் கிழங்கு

மக்களின் பட்டினி தீர்க்க உண்மையான கரிசனம் கொண்டிருந்த திருவிதாங்கூர் மன்னர் ஒருவர், பரீட்சார்த்தமாக இந்தக் கிழங்கைத் தென் திருவிதாங்கூர் கொணர்ந்து, கொஞ்சமாய்ப் பயிர் செய்து தனது மந்திரி பிரதானிகளுடன் உடன் அமர்ந்து அந்தக் கிழங்கைச் சமைத்து உண்டு, குடிமக்களின் அச்சமும் ஐயமும் போக்கி, மேலும் விரிவாகப் பயிர் செய்யத்

தூண்டி, பரவலாக்கினார். எனது 'பெருந்தவம்' எனும் சிறுகதையில், மரச்சீனி பற்றி மிக விரிவாக எழுதி இருக்கிறேன்.

இந்தக் கிழங்குக்கு மண் நிறத்தில் ஒரு தோலும் அதன் உள்ளே வெள்ளை நிறத்தில், அல்லது ரோஸ் நிறத்தில் கட்டியாக இன்னொரு தோலும் இருக்கும். நல்ல தரத்துக் கிழங்கு ஒரு கிலோ எடை கொண்டதாக வெள்ளை வெளேர் என்றிருக்கும். இதைப் பெரிய துண்டுகளாக்கி, தண்ணீர் முங்க விட்டு வேகவைத்து, நீரைக் களைந்து விடுவார்கள். வேகவைத்து நீர் களைந்தால், கிழங்கில் இருக்கும் விடத்தன்மை, *toxic* கூறுகள் அழிந்து வெளியேறும்.

நல்ல கிழங்கு பூப்போல் வெந்து மலரும். சுடச்சுட தின்பது நல்லது. தொட்டுக்கொள்ள, வத்தல் மிளகாய் தீக்கங்கில் சுட்டு, பூண்டும் உப்பும் வைத்து துணிக்கி, நாலுசொட்டுத் தேங்காய் எண்ணெய் விட்டுக் குழப்பிக்கொண்டால் நன்றாக இருக்கும். வத்தல் மிளகாயை எண்ணெய் விடாமல் சீனிச் சட்டியில் போட்டு வெதுப்பி, அதனுடன் சின்ன உள்ளியும் உப்பும் வைத்துச் சதைத்து, தேங்காய் எண்ணெய் விட்டுப் புரட்டித் தொட்டுக்கொள்வதும் உண்டு.

பெரிய துண்டங்களாக வெட்டிப் போட்டு அவிப்பதைக் 'கண்டம் வெட்டி அவிப்பது என்பார்கள். இதைக் கண்டிக் கிழங்கு என்பார்கள். அவித்துத் தின்னும் கிழங்கு, நல்ல வேகும் கிழங்காக இருக்க வேண்டும்.

கிழங்கு வளமாகப் பயன் தரும் காலத்தில், பிடுங்கி, தோல் நீக்கி, கண்டி போட்டு வெட்டி, பாறை மீதே உலர்த்தி, பானைகளில் சாக்குகளில் சேகரித்து வைத்துக்கொள்வார்கள். கிழங்கு கிடைக்காத நாட்களில் கண்டிக் கிழங்கு அவித்துத் தின்பது உண்டு. சற்று மஞ்சள் நிறம் பாவித்து இருக்கும். கண்டிக் கிழங்கை இடித்து மாவெடுத்து, மரச்சீனிப்புட்டு செய்வதுண்டு.

மரவள்ளியில் எனக்குத் தெரிந்த சில வகைகள்:

1. தீத்திக் கிழங்கு – மேல்தோல் கறுப்பு, உள் தோல் ரோஸ் நிறம். நன்கு வேகும். சுட்டும் அவித்தும் தின்பதற்கு மிகவும் ஏற்ற கிழங்கு தீத்திக் கிழங்கு.

2. கரிகாலன் . கறுப்பு மேல்தோல், வெள்ளையான உட்தோல். கிழங்குக் குட்டையாக, நுனி கூம்பி இருக்கும். நன்கு வேகும்.

3. கோவில் வெள்ளை – தவிட்டு நிற மேல்தோல், வெள்ளை உள்தோல், கிழங்கு கசக்கும், வேகவும் செய்யாது. மாவு அடிப்பதற்குத் தோதான கிழங்கு இது.

4. செங்கொம்பன் – இந்தக் கிழங்கின் தண்டு, இலைக்காம்பு சிவப்பாக இருக்கும். லேசாகக் கசக்கும். சரியாக வேக்காடும் ஆகாது. மாவடிப்பதற்குச் சிறந்தது.

மரச்சீனிக் கிழங்கு ஒன்றிரண்டு துண்டுகள் பச்சையாகத் தின்னலாம். ஆனால் நிறையத் தின்றால் வாந்தியும் புரட்டலும் உறுதி. பித்தம் கிளப்பும் என்பார்கள்.

நான் ஒன்பதாவது படிக்கும்போது, குட்டிச் சாக்கும் முக்கால் ரூவாயுமாக, எம் குடும்பம் பசியாற, மரச்சீனிக் கிழங்கு வாங்க மலையேறி இருக்கிறேன். காலையில் பானையில் கிடக்கும் பத்தும் தண்ணீருமாய் உப்புப் போட்டு, புளிக்கறிக் குழம்பு ஊற்றி, அலசி அலசிக் குடித்துவிட்டு, பலபலா விடிய மாயாண்டி அண்ணன் கூட்டிக்கொண்டு போவான். வீரநாராயணமங்கலம் வடக்குத் தெருவிலிருந்து புறப்பட்டு, பாறையாறு தாண்டி, நொண்டிப்பாலம் தான் கடந்து, குறுக்குப் பாதையில் ஏறி இறச்சகுளம் பிராமணக்குடி கடந்து, பாலமோர் ரோடு போக்கு விட்டு, வயக்காட்டில் இறங்கி, நாவல்காடு குறுக்கு வெட்டி, அனந்தனாறு தான் கடந்து. . . போனானே மாயாண்டி! அவனுடன் ஓட்டமும் நடையுமாகப் போனானே சுப்பிரமணியம்...

அனந்தனாற்றைத் தாண்டி மேற்குமலை ஏற்றம். காலை எட்டு மணிக்கெல்லாம் கூப்புக்காரர்கள் வந்துவிடுவார்கள். சில நாட்கள் பொங்கித் தின்றுகொண்டு, சாக்கு விரித்துப் படுத்து அங்கேயே தங்கியும் விடுவார்கள். மலையேறிப் போய், கூப்பு அடைந்தவுடன், மழை பெய்து மண்கொவர்ந்த மூடுகளுடன் மண்வெடித்துப் புடைத்திருக்கும் மரச்சீனிச் செடிகளைக் கிழங்குடன் சேர்த்துப் பிடுங்க வேண்டும். தத்தம் தேவைக்குப் பிடுங்கி, கிழங்குகளை ஆய்ந்து குவிக்க வேண்டும். அங்கு நிறுத்தல் அளவை இல்லை. இரண்டு கை கொள்ள, உத்தேசமாகத் தூக்கிப் போடுவது ஒரு பூட்டு. முக்கால் ரூபாய்க்கு வாங்கிக் குட்டிச் சாக்கினுள் அடுக்கி, சில தப்புக் கிழங்குகளும் பொறுக்கிச் சேர்த்து சாக்கின் வாய்ப் பகுதியைக் காட்டுக் கொடியால் கொருத்துத் தைத்து சுமடு ஏற்றிக் கொள்ளத் தயாராகலாம். குடும்பப் பாரம் சுமக்க – துணை சுமட்டுக்காரனாக, முதல் சுமட்டுக்காரனாக – தொடங்கியது, இந்தக் கிழட்டுப் பருவத்தில் இன்னும் ஓயவில்லை.

ஒரு நாள் நடு மத்தியானம், கூப்புக்காரர்கள் பாறைமேல் பட்டுப்போன மரச்சுள்ளிகள் எரித்து, அதில் பிடுங்கிய கிழங்குகளைப் போட்டுச் சுட்டு, தொட்டுக்கொள்ள பச்சை மிளகாய், பூண்டு, உப்புச் சேர்த்து நுணிக்கிய சம்மந்தியுமாகத்

தின்றுவிட்டு மிச்சத்தைக் கொஞ்சம் எனக்கும் மாயாண்டி அண்ணனுக்கும் தந்தார்கள். அது போல் சுவையான கிழங்கை என் ஆயுளில் நான் முன்னும் தின்றதில்லை, பின்னும் தின்ற தில்லை. இதை எழுதும் போதும் எனக்கந்த பழைய கண்ணீர் திரும்ப வந்து முட்டுகிறது.

மக்கள் நினைப்பார்கள், உருளைக் கிழங்கு உயர்ந்த இனம் என்றும் மரச்சீனி மலிவு இனம் என்றும். உருளைக்கிழங்கு எம் உயிர் காத்ததில்லை. ஆனால் மரச்சீனி இலட்சக்கணக்கான மக்களின் பஞ்சகாலப் பசி ஆற்றியது.

சீனிக் கிழங்கு

வேகவைத்துத் தின்னும் இன்னுமோர் கிழங்கு. மரவள்ளி ஆளுயரம் கைப்பிடி அளவு தண்டுள்ள செடி என்றால், சீனிக் கிழங்கு கொடி. மண்ணில் வேரோடி, முண்டு முண்டாக, சற்றுப் பெரிய பிடியளவு கிழங்கு வைப்பது. இதன் மேல் தோல் மெல்லியது. தங்க நகை பொதிந்து தரும் கடும் ஊதா நிறக் காகித நிறத்தில் தோலுள்ள ஓரினம். இளம் மஞ்சள் நிறத்தில் தோலுள்ள இன்னொரு இனம். நல்ல இனிப்புக் கொண்டதாலும் அவித்துப் பிட்டால் சீனி போல் மினுங்குவதாலும் சீனிக் கிழங்கு என்று பெயர் கொண்டதாக இருக்கலாம்.

சீனி என்பதைச் சிலர் சர்க்கரை என்பதுபோல, சீனிக் கிழங்கையும் சர்க்கரை வள்ளிக் கிழங்கு என்பார்கள். எனக்குத் தெரிந்து இதைச் சுட்டுத் தின்பதில்லை. வேகவைத்துத் தின்னலாம். தோல் நீக்க மாட்டார்கள். பச்சையாகவும் தின்னலாம். கொஞ்சம் பாலும் வடியும். இந்தக் கிழங்குக்கு வாய்வுத் தொந்தரவு உண்டு என்பார்கள். எனவே வேகவைத்த சீனிக்கிழங்குக்கு, தொட்டுக்கொள்ள உப்பும் நல்ல மிளகும் நுணுக்கி வைத்துக் கொள்வார்கள். எனக்குத் தெரிந்து, சீனிக்கிழங்கில் செய்யப்படும் தொடுகறி, பொரியல் ஒன்றுதான். பொரியல் என்பது நான் புழங்கி வரும் பொருளில், பிங்கர் சிப்ஸ் தின்றதை முன்பு சொன்னேன்.

பெரிய கிழங்கு அரை கிலோ எடையும் சாதாரணமான கிழங்குகள் முண்டு முண்டாக, நூறு இரு நூறு கிராம் எடையும் இருக்கும். சீனிக் கிழங்கு பயிர் செய்யும் தோட்டங்களில் காட்டுப் பன்றிகள் உபத்திரவம் தாங்காது. முகத்தால் மண்ணைக் குடைந்து கிழங்குகளைத் தின்று கொடிகளையும் அழித்து விடும். அடித்து ஓட்டினால் அடுத்த நாளும் வரும். ‘சீனிக் கெழங்கு திண்ண பண்ணி, செவியறுத்தாலும் நிக்காது’ என்பது நாஞ்சில் நாட்டுச் சொலவம். அது பன்றிக்கானது மட்டுமே அல்ல.

காய்ச்சில் கிழங்கு

வடிவத்தில் கரடு முரடான சேனை போலிருக்கும். ஆனால் குணத்தில் சேனை அல்ல. வழக்கில் இதைக் காய்ச்சிக் கிழங்கு என்பார்கள். எனக்குத் தெரிந்து, கேரளம் அதிகமான கிழங்குகள் விளையும் மாநிலம். சேனைக் கிழங்குக்கு மண் நிறத்தில் ஒரே தோல் தான். காய்ச்சிலுக்கும் மேல்தோல் மண் நிறம். சுரண்டினால் வாடாமலலிப் பூ நிறத்தில், அரிசியில் தவிடுபோல் இன்னொரு தோல். ஒரு கிழங்கு இரண்டு கிலோ முதல் பதினைந்து கிலோ வரைக்கும் இருக்கும். ஊரல் கிடையாது. சேனை குத்துச் செடி எனில் காய்ச்சில் கொடி. சற்று வழுவழுப்பானது. கலிபோர்னியாவில் பிரிமான்ட் நகரிலிருந்து காரில் லாஸ் வெகாஸ் போனோம். கிராண்ட் கேன்யான் போகும் பயணம். திருமலைராஜன், பகவதிப் பெருமாள், லாஸ் ஏன்ஜல்ஸ் ராஜேஸ், நரேன் முதலானோர். நொறுக்குத் தீனியாக சிப்ஸ் பாக்கட் வாங்கிப் போட்டிருந்தார்கள். கலவை சிப்ஸ். அதில் கிடந்த கிழங்குகளில் காய்ச்சில், மரவள்ளி, பீட்ரூட் முக்கியமானவை. அது காய்ச்சில் என்று எப்படித் தெரியும் என்பீர்கள்! தெரிந்ததால் தானே இந்நூல்!

காய்ச்சிலை, மண் நிறத்து மேல் தோல் மட்டும் சுரண்டி, பெரிய துண்டுகளாக வெட்டி, உப்புப் போட்டு வேகவைத்துத் தின்னலாம். சற்று வழுவழுப்பு உண்டு. ஆனால் சேம்பங்கிழங்கு போல் வழுவழுப்பு இல்லை. தொட்டுக் கொள்ள, முன்பு சொன்ன நுணுக்கல்.

கூவைக் கிழங்கு

கூவக்கிழங்கு என்றே உச்சரித்துப் பழக்கம். மலையாளத்திலும் அப்படியே உச்சரிக்கிறார்கள். பிறகேன் கூவைக்கிழங்கு என்று எழுதுகிறேன் என்பது எனக்கு விளங்க வில்லை. மஞ்சள் அல்லது இஞ்சி போன்றதொரு தாவரம் இது. ஆனால் மஞ்சளுக்கோ, இஞ்சிக்கோ உள்ள நிறமோ, மணமோ, சுவையோ கிடையாது. பெருவிரலைவிடச் சற்று கனமாக முக்கால் சாண் நீளத்தில், செதில் செதிலாகத் தோலுரியும் கிழங்கு. பச்சையாகத் தின்றால் கருகருவென, வெள்ளரி தின்பது போலிருக்கும். அவித்துத் தின்றாலும் அப்படியே. மாவுச் சத்தும் நீர்ச் சத்துமாக. சந்தையில் மார்கழி – தை மாதங்களில் வாங்கக் கிடைக்கும். எந்தச் சுவையும் இல்லாத இந்தக் கிழங்கை எதற்கு வாங்கி வந்து வேகவைத்துத் தின்னுகிறார்கள் என்று எனக்கு விளங்கியதே இல்லை. என்றாலும் தின்றால் பசி ஆறாமலா போய்விடும்? இதைத்தான் *Arrow Root* என்பர். ஆரோ ரூட் மாவு

என மருந்துக் கடைகளில் கேட்டால் கிடைக்கும். ஆரொட்டி மாவு என்பார் என் அம்மா. குழந்தைகளுக்கு வயிற்றுப்போக்கு இருந்தால், இந்த மாவை உப்புப் போட்டு, கூழ்போலக் காய்ச்சிக் கொடுத்தால் வயிற்று இளைச்சல் கேட்கும். கூழ் பிசு பிசுவெனச் சளிபோல் இருக்கும். இந்தக் கிழங்கைப் பருவகாலங்களில் வாங்கி வந்து, உணக்கி, உரலில் இட்டு இடித்து, சலித்து மாவாக்கி டப்பாக்களில் போட்டு வைத்திருப்பார்கள், குழந்தை வைத்தியத்துக்கு என்றே. சிலப்பதிகாரம், வஞ்சிக் காண்டம் காட்சிக் காதையில், இளங்கோவடிகள், "ஏலவல்லியும் இருங்கறி வல்லியும் கூவை நூறும்" என கூவைக் கிழங்கைப் பாடுகிறார்.

பிடிக் கிழங்கு

கைப்பிடி அளவில், கொழுக்கட்டைபோல, சொரசொரத்த மஞ்சள் தோலுடன் இருக்கும். சற்றே வழுவழுப்பான மாப்பற்று. அவித்தால் தோல் எளிதில் கழன்று வரும். வேகவைத்துத் தின்னலாம்.

பனங்கிழங்கு

கழுவித் தோலுடன் போட்டு அவிப்பது மணமாக இருக்கும். தோல் நீக்கி, மூடு, காம்பு நறுக்கியும் அவிப்பார்கள். நீளமாக, அதன் குருத்தின் போக்கில் கிழங்கைப் பிளந்து, ஒன்றரையங்குல நீளத்தில் ஒடித்து, நாரெடுத்துத் தின்ன வேண்டும். இடை யிடையே கருப்பட்டித் துண்டு கடித்திருப்போம். பனங்கிழங்கின் பித்தத்தைக் கருப்பட்டி முறிக்கும். நார் இருந்தாலும் அடர்த்தி யான மாச்சத்துக் கொண்டது. நாரையின் நீண்ட கூரிய வாய்க்கு, பிளந்த பனங் கிழங்கு உவமை.

திருச்சத்தி முற்றத்தைச் சார்ந்த பட்டீசுரத்தில் தெற்கு வீதியில் வசித்து வந்த சோழிய வேளாளர், சத்திமுத்தப் புலவர். வறுமையில் மெலிந்து பொருள் தேடிவர மதுரை சென்று, ஒரு பாழடைந்த சத்திரத்தில் இரவில் படுத்துக் கொண்டு, தமது வறுமையைப் பாடிய பாடல் இது.

'நாராய்! நாராய்! செங்கால் நாராய்!
பழம்படு பனையின் கிழங்கு பிளந்தன்ன
பவளக் கூர்வாய்ச் செங்கால் நாராய்!
நீயும் உன் மனைவியும் தென்திசைக் குமரி ஆடி
வடதிசைக்கு ஏகுவீர் ஆயின், எம்மூர்ச்
சத்தி முத்த வாவியுள் தங்கி,
நனை சுவர்க் கூரை கனைகுரல் பல்லி
பாடு பார்த்திருக்கும் எம் மனைவியைக் கண்டு,
எம்கோன் மாறன் வழுதி கூடலில்,
ஆடையின்றி வாடையில் மெலிந்து,

கையது கொண்டு மெய் அது பொத்திக்
காலது கொண்டு மேலது தழீ இப்
பேழையுள் இருக்கும் பாம்பு என உயிர்க்கும்
ஏழையாளனைக் கண்டனம் எனுமே!'

மிகவும் பிந்திய காலப் பாடல் இது. தமிழ்க் கவிதையின் அற்புதங்களில் ஒன்று. 1932ஆம் ஆண்டு, மதுரை மீனாட்சி விலால் அச்சகத்தில் அச்சிடப்பட்டு, சென்னை – இட்டா பார்த்த சாரதி நாயுடு குமாரன் இ. கோவிந்தராஜுலு நாயுடு அவர்களால் பதிப்பிக்கப்பட்ட தனிப்பாடல் திரட்டு நூலில், சத்திமுத்தப் புலவர் பாடிய இரண்டே பாடல்களே உள்ளன. அவற்றுள் முதல் பாடல் இது.

புலவன் என்பது ஒரு புறம் இருக்க, ஒரு மனிதன் தனது வறுமையைக், கையறு நிலையை, நாரையிடம் சொல்லும் பாடல் இது. கவிஞர் மதுமிதாவின் மொழிபெயர்ப்பில், 'தமிழினி' பதிப்பகம் வெளியீடாக வந்துள்ள, காளிதாசனின் மேகதூதம் வாசிக்கும்போது ஏற்பட்ட உணர்ச்சிக் கொந்தளிப்பு, இந்தப் பாடலை வாசிக்கும்போது நமக்குக் கிடைக்கிறது. தமிழில் எண்ணற்ற தூது நூல்கள் உள்ளன. நான் எனது 'சிற்றிலக்கியங்கள்' நூலில் எனக்குப் பிடித்த தூது நூல்களை விரிவாகவே எழுதியுள்ளேன். ஆனால் நொந்து கிடக்கும் தன் மனைவிக்கு, வாடிக்கிடக்கும் தன் நிலையை, நாரை மூலமாகச் செய்தி அனுப்பும் இந்தத் தமிழ்ப்பாடல், தமிழின் கவிதைச் சாத்தியப்பாடுகளின் சிகரங்களில் ஒன்று.

இந்தப் பாடலில் எதுகைச் சிறப்பென்ன? மோனைச் சிறப்பென்ன? சந்தச் சிறப்பென்ன? ஒன்றுமே இல்லை. ஆனால் கொடிய வறுமையின் பாவம் நம்மை இரங்கி அழச் செய்கிறது. 'ஏழையாளனைக் கண்டனம் எனுமே' எனும்போது, நான் இன்னும் செத்துப் போகவில்லை. ஒடுங்கிப் போனாலும் உயிருடன் தான் இருக்கிறேன் எனும் செய்தியை மனையாட்டிக்குப் பகர்கிறது. பாடலின் பொருளும் எளிமையானதுதான்.

நாரையே! நாரையே! சிவந்த கால்களை உடைய நாரையே! பழம் தருகின்ற பனையின் கிழங்கைப் பிளந்தது போன்று, பவளம் போன்ற கூர்மையான வாயையும் செங்கால்களையும் உடைய நாரையே! நீயும் உனது மனைவி நாரையும் தென் திசையிலுள்ள குமரியில் ஆடி, வடதிசைக்குப் போவீர்களே ஆனால் எமது ஊராகிய சத்திமுத்தத்தின் தடாகத்தில் தங்குங்கள். அங்கு நனைந்த சுவரையுடைய குடிசையில், கூரையில் இருக்கும் பல்லியின் கனைகுரல் கேட்டுப் பாடு பார்த்திருக்கும் என்

மனைவியைக் காணுங்கள். அவளிடம் சொல்லுங்கள், இங்கு, என் கோன் மாறன், வழுதி கூடலாகிய மதுரையில், ஒரு பாழ்ச் சத்திரத்தில் ஆடையின்றி, வாடைக்காற்றில் மெலிந்து, கைகளைக் கொண்டு குளிருக்கு வேண்டி உடம்பு பொத்தி, காலது கொண்டு மேலது தழுவி, பெட்டியில் இருக்கும் பாம்பு போல மூச்செறிந்து கிடக்கும் ஒரு எளியவனைக் கண்டோம் என்று சொல்லுங்கள்.

இன்று நவ கவிதை என்றும், உடல்மொழி என்றும், மனமொழி என்றும் காதல் மொழி என்றும் கவிதை மொழி யென்றும் கட்டமைப்பு என்றும் கட்டுடைப்பு என்றும் வெற்றுப் பேச்சால் வெருட்டித் திரியும், சோற்றுப் பாட்டுக்கும் உடுதுணிக்கும் உல்லாச பானத்துக்கும் பஞ்சமிலா கவிப் பட்டாளத்தினர் வாசித்துப் பார்க்க வேண்டும் இது போன்ற தமிழ்க் கவிதையின் வானுயர் சாத்தியப்பாடுகளை!

நாம் பனங்கிழங்கு பற்றிய உவமை காணப் புறப்பட்டுத் தமிழ்க் கவிப் புலத்தில் அலைந்து திரிந்துவிட்டோம்.

பனை என்பது ஒரு பண்டைய மரம். அற்புதமான மரம். கற்பக விருட்சம் என்பார்கள். மெத்தச் சரி! கிழங்கு, தவண், குருத்து, மடல், ஓலை, கருக்கு, மட்டை, நார், தடி, பாளை, பதநீர், கள், நுங்கு, பனம்பழம், கருப்பட்டி, கூழ்ப்பதனீர், பனங்கற்கண்டு, இலட்சக்கணக்கான தமிழ்ப் பாடல்கள் எழுதப்பட்ட சுவடிகள்... வானோர் கற்பக விருட்சம் எப்படி இருந்தால் எமக்கு என்ன? இங்கொரு கற்பகத் தரு கண்முன் இருக்கையில்!

சேர மன்னர்களின் குடிப்பூ பனை. முதலில் பனம் பாளை, பிறகு பனை மடல், அதில் மலர்ந்திருக்கும் ஆயிரமாய் பனம்பூ. பதனீரில் உதிர்ந்து மிதக்கும். வேப்பம் பூவை விடச் சற்றே பெரியதாய், தந்தப் பழுப்பு நிறத்தில், இதழ் தடித்த பூவாக. . . அதைத்தானே சேரன் அணிந்திருக்க முடியும். சில ஆண்டுகள் முன்பு, தமிழ் மன்னர்கள் பற்றிய ஆவணப்படம் ஒன்று பார்த்தேன். சேரமன்னன் பனம் பூ சூடுவான் என்பதற்காக அவன் பனம் பூ அமர்ந்திருக்கும் காய்ந்த பனம் பிடுக்கு – அது ஆண் கழுதையின் குறிக்கு மும்மடங்கு நீளத்தில் இருக்கும் கதிர் – சூடிக் கொண்டு உட்கார்ந்திருந்தான்.

அடப்பாவிகளா என்றிருந்தது எனக்கு. இதை எவ்விதம் ஒரு மன்னன் அணிய இயலும் எனும் கேள்வி கூடவா இருக்காது? முட்டாள்த் தமிழன் பார்த்துக்கொண்டும் இருந்திருப்பான் தானே!

பனைமரம் புல்லினம். புறத்தே வைரம். ‘புறக்காழ் எனவே புல் என மொழிப’ என்பது தொல்காப்பியம். காழ் எனில்

வைரம். சங்க இலக்கியத்தில் பனை, போந்தை, பெண்ணை எனும் பெயர்களிலும் பிற்காலத்தில் தாலம், புற்பதி, தாளி, புல்தாளி எனும் பெயரிலும் வழங்கப்பட்டிருக்கிறது. முன்பு மணச் சடங்கில் பெண்களுக்குப் பனங்குருத்தில் செய்து தாலி அணிவித்தனர். தாலத்தில் செய்ததனால் தாலி. சரியா? பனை மரத்தில் பல இனங்கள் உண்டு. அவற்றுள் ஆண்பனை, பெண்பனை உண்டு. நான் சும்மா கதை சொல்லவில்லை. பெண்பனையும் ஆண்பனையும் பதனீர் எனப்படும் நீரா எனப்படும் தெளுவு தரும். அதுவே கள்ளாகவும் மாறும். ஆனால் பெண்பனை தான் நுங்கு, பனங்காய், பனம் பழம் தரும்.

எங்கள் ஊரில் நாடார் சமூக மூதாட்டிகள், பதனீர் விற்கக் கொண்டு வரும்போது, 'யம்மா, இது பத்ரகாளிக்க பாலுல்லா!' என்பார்கள். ஆமாம். பத்ரகாளியின் பாலே பதனீர் எனில் அது கற்பகத்தருவன்றி வேறென்ன?

குறுந்தொகை, புறநானூறு, பொருநராற்றுப் படை, பதிற்றுப் பத்து, அகநானூறு எனும் இலக்கியங்கள் பனைபற்றிப் பேசுகின்றன.

'பாளை தந்த பஞ்சி அம் குறுங்காய்
ஓங்கிடும் பெண்ணை நுங்கு'

என குறுந்தொகை பஞ்சு போன்ற நுங்கு பேசுகிறது.

தை மாதம் பனம் கிழங்கின் பருவகாலம். பொங்கல் விடும் போது, எல்லா காய்களுடன் கிழங்குகளுடன் தேங்காய் பழம் வெற்றிலை பூவுடன், சாமிக்குப் படைக்கும்போது கண்டிப்பாகப் பனங்கிழங்கும் இருக்கும். கட்டுக்கட்டாக விற்பனையாகும். அற்பவிலை. ஒரு கட்டு வாங்கி, அவித்தோ, சுட்டோ தின்றுதான் பாருங்களேன்.

"பனங்கிழங்கால் அத்தி வெப்பும் பன் மேகமும் போம்
இனும் குளிர்ச்சியொடு அழகும் எய்தும் – தின நமையும்
புண்ணும் கரப்பானும் பூரிக்கும் மெய்யில் உரம்
நண்ணும் ஒடி கிழங்கினால்"

என்பது பதார்த்த குண சிந்தாமணிப் பாடல்.

இராஜபாளையத்தில் இருந்து வந்த அவசரச் செய்தி:

தைமாதம், சீசனில், பனம்கிழங்கு வாங்கி அவித்து, தோலுரித்து, நாரெடுத்து ஒடித்து – பனம் கிழங்கின் நார் எடுப்பதும் ஒரு தொழில் நுட்பம் – துண்டுகளை உரலில் போட்டு, வெல்லம் சேர்த்து இடித்து உருண்டையாகப் பிடிப்பார்கள். எங்கள் பக்கம் இது வழக்கில் இல்லை. நான் பார்த்ததில்லை,

தின்றதும் இல்லை. ஆனால் பனங்கிழங்குக்குச் சேர்மானம் அதன் குலத்துப் பெரிய தாயார் பனங்கருப்பட்டியாகத் தானே இருக்க இயலும்? ஈழத்து ஒடியல் கூழ் பற்றி அகரமுதல்வனிடம் கேளுங்கள். அதில் பனங்கிழங்கு மாவின் பங்கு சிறப்பானது. இந்தப் பாடல் ஒடி கிழங்கு என்கிறது பனங்கிழங்கை.

சக்கைச் சுளையும் கொட்டையும்

பலாக்காய் நன்கு விளைந்திருக்க வேண்டும். பழுப்பதற்கு ஒரு வாரம் முந்திய பருவம். சக்கையை வெட்டி மடல் பூஞ்சு எல்லாம் களைந்து முழுக்சுளையை எடுக்க வேண்டும். கொட்டை சுளையின் உள்ளே சேதமில்லாமல் இருக்கும். முழுதாகச் சுளைகளைப் போட்டு, மண்பானையில் வேகவைப்பார்கள். உப்புப் போட்டுத்தான். ஜெயமோகன் தந்த ஒரு குறிப்பு – சக்கைச் சுளையைத் தேங்காய் பாலில் வேகவைப்பார்கள் என்பது.

சக்கைச் சுளையும் சக்கைக் கொட்டையும் வாய்வுப் பெருக்கும். எனவே தொட்டுக்கொள்ள உப்பும் நல்ல மிளகும் நுணுக்கியது. வேகவைத்த சுளையை முதலில் உரித்துத் தின்பார்கள். பிறகு கொட்டையின் பூஞ்சுத்தோல், கண்ணாடித்தோல் உரித்து நுணுக்கலில் தொட்டுத் தின்பார்கள். தவிட்டுத் தோல் ஒன்றிருக்கும். அதை நீக்க அவசியம் இல்லை. கூடி இருந்து கதைத்த வண்ணம் அவரவர் பங்கை உரித்துத் தின்று பசியாறுவார்கள்.

சக்கைக் கொட்டை

பலாக்கொட்டைகளை மட்டும் உப்புப் போட்டு வேக வைத்துத் தருவார்கள். தோலுரித்துத் தின்னலாம்.

மிளகாயில் காந்தாரி மிளகாய் என்று ஒன்று உண்டு. மிகுந்த காரம். அந்தக் காரத்தை நீங்கள் கற்பனை செய்ய முடியாது. கிட்டத்தட்ட பிச்சி வெள்ளை மொட்டு வடிவத்தில். கரும்பச்சை நிறத்திலும் தந்த நிறத்திலும் இருக்கும்.

நாட்டில் மழை இல்லை என்றால், காந்தாரி அம்மனுக்கு காந்தாரி மிளகாய் அரைத்துப் பூசுவார்கள். காந்தல் தாங்காமல் அம்மன் மழையைக் கொணர்வாள் என்று நம்பிக்கை.

காட்டு நெல்லிக்காயை அவித்து உப்புப்போட்டு, ஊறுகாய் போடும்போது, இந்த மிளகாயை முழுதாகக் காம்புடன் போட்டு விடுவார்கள். ஒரு காந்தாரி தின்பவன் வீரன்தான்.

அந்தக் காந்தாரி மிளகாயை உப்பும் வெள்ளாய்ங்கமும் தேங்காய்ப் பூவும் சேர்த்து நுணிக்கி வைத்துக்கொண்டு,

வேகவைத்த சக்கைச் சுளை, சக்கைக் கொட்டைக்குப் பயன்படுத்துவார்கள், தொட்டுத்தின்ன. காந்தாரி மிளகாய் அருமையான மருத்துவப் பயன்கள் கொண்டது.

புளியங்கொட்டை

புளியங்கொட்டை வேகவைத்துத் தின்பீர்களா என நீங்கள் வியப்பது புரிகிறது. என்ன செய்ய? பசியெனும் பாழ்க் குடலில் எப்போதும் ஒளிந்திருக்கும் பெரும்பாவி படுத்தும் பாடு.

புளி உதிர்க்கும் காலங்களில் சேகரிக்கும் புளியைத் தோடு உடைத்து, காம்பு நறுக்கி, கொட்டை குத்தி எடுப்பார்கள். புளியங்கொட்டை மிகவும் கடினமானது. பல்லினால் கடித்தால் கடிபடாது. எனவே கழுத்து உடைந்த பெரிய மண்பானைகளில் போட்டு, புளியங்கொட்டையை வறுப்பார்கள். வறுத்தபின் தோல் எளிதில் நீங்கும். அதற்கு வறுத்த புளியங்கொட்டையைக் கல்லுரலில் போட்டு, உலக்கை போட்டுக் குத்தி, புடைத்து எடுப்பார்கள்.

பிறகு மண்பானையில் தண்ணீர் ஊற்றி, உப்பும் போட்டு, வறுத்துத் தோல் நீக்கிய புளியங்கொட்டைகளைப் போட்டு வேக வைத்துத் தருவார்கள். புளியங்கொட்டை வேகும் நேரம், பெரு நேரம். வெந்தபின் புளியங்கொட்டை இரண்டு மடங்கு பெரிதாகிவிடும். அத்துணை திணிந்த மாச் சத்து. பள்ளி விட்டு வந்தபின், நிக்கர் பாக்கெட்டில் ஒரு கை அள்ளிப் போட்டுக்கொண்டு விளையாடப் போவேன். விளையாடியது எங்கே? வேடிக்கை பார்ப்பதுதான். அப்போது வாயில் புளியங்கொட்டை சவையல் ஆகும். நிறையத் தின்றால் வயிறு வலிக்கும்.

மாடுகள் கொழுக்க, வேக வைத்த புளியங்கொட்டையை ஆட்டுரலில் ஆட்டி, கழுநீர்த் தொட்டியில் விடுவார்கள்.

வறுத்துக் குத்தித் தோலெடுத்த புளியங்கொட்டையை அவிக்காமல், உப்புத் தண்ணீரில் ஊறப் போடுவார்கள். அதுவும் தின்ன சுவாரசியம்தான்.

உளுந்து

உளுந்து போட்ட வயல்களில் நெற்றுப் பறித்து முடிந்தபின், வயல் உழுவதற்கு முன் அழித்துப் பறித்தல் என ஒன்றுண்டு. முற்றிய நெற்று வயல்காரருக்கு, முதிர்ந்த பச்சைக் காய்கள் பறிப்பவருக்கு. அதை வீட்டுக்கு கொண்டு வந்து, உப்பிட்டு அவித்து, பனையோலைக் கொட்டானில் போட்டு வைத்துக்

கொண்டு, தெருப்படிப்புரையில் உட்கார்ந்து, பாடு பேசிக் கொண்டு, உரித்துத் தின்பது.

சிறு பயிறு, பெரும் பயிறு

இதுவும் உளுந்து அவித்துத் தின்பது போலத்தான்.

சுண்டல்

இதைச் சுண்டல் எனும் பொதுத் தலைப்பில் பேச முற்படுகிறேனே அன்றி, பொதுவாக முழுதான தானியங்களாக உளுந்து, சிறுபயிறு, காணம், பெரும்பயிறு இவற்றை உப்பிட்டு அவித்துத் தின்பதே ஆகும். புதிதாய்ப் பறித்துத் தோல் நீக்கியபின், அவித்தால் மணமும் ருசியும் அபாரமாக இருக்கும்.

அவித்தவற்றில் வெல்லக் கட்டியோ, கருப்பட்டியோ கடித்துக்கொள்ள போட்டுத் தருவார்கள். சீனி என்ற நவீனம் புகுந்தபின், இருப்பவர் சீனி தூவித் தின்பார்கள். துருவிய தேங்காய்ப் பூ போட்டும் விரவிக்கொள்வதுண்டு. அவித்த பெரும் பயிறு, கொட்டானில் போட்டு, பச்சை அவல் போட்டு விரவித் தருவார்கள்.

மனம் இருந்தால் எல்லாம் உணவுதான்.

வேக வைத்த நிலக்கடலை, கொண்டைக்கடலை, பெரும்பயிறு, சிறுபயிறு, உளுந்து, காணம் இவற்றைத் தேங்காய் எண்ணெயில் கடுகு, மிளகாய் வத்தல், கறிவேப்பிலை போட்டுத் தாளித்தும் தின்னலாம். சிலர் அதில் தேங்காய் திருவிப் போடுவார்கள். சிலர் வெங்காயம் பச்சைமிளகாய் அரிந்து வதக்கிப் போடுவார்கள்.

பனம் பழம்

நன்கு பழுத்து மரத்திலிருந்து அடர்ந்து விழும் பனம்பழங்கள் கீழ்ப் பாதியில் கருமையாகவும் மேற் பாதியில் செம்பழுப்பு நிறத்திலும் இருக்கும். நன்கு பழுத்த பனம் பழ வாசனை ஊரைத் தூக்கும். உதிர்ந்த பனம் பழங்களைப் பொறுக்கி வந்து, கழுவி, கதுப்புக்களைச் சீவி, கொட்டைகளுடன் சேர்த்துப் பெரிய மண்பானையில் தண்ணீர் விட்டு வேகவைப்பார்கள். அதில் பாதிக்கருப்பட்டியும் தட்டிப் போடுவார்கள். பனம் பழத்தின் பித்தத் தன்மைக்குக் கருப்பட்டி முறிமருந்து, சுவை கூட்டு.

பனையோலையில் பட்டை பிடித்து, சூடாக, வெந்த பனம் பழமும் கொட்டையும் கருப்பட்டிக் கூழுமாக உறிஞ்சிக் குடிக்க, இந்திரன் அமிழ்தம். வாசனை, ருசி. சத்து உண்டு, பசி ஆறும்.

நாஞ்சில் நாட்டு உணவு

நெல் வயல்கள் அறுவடைக்காலம் நெருங்கிவிட்டால் அறுக்கவும் அடிக்கவும் கூட்டத்தினரின் கூறுவடிகள் விசாரிக்க வருவார்கள். சில சமயம் தேடிப்போய் சேதி சொல்வதும் உண்டு. அறுப்புக்காரர்கள் வந்துவிட்டனர் ஒரு பூவில். அடிப்புக்காரர் வரவில்லை. சைக்கிள் எடுத்துக்கொண்டு போ என்றார் சித்தப்பா. 1962இல் கற்று 1968இல் மறந்தேன் நான் சைக்கிள் மிதிப்பதை.

வேக வேகமாக, சூடடிக் கூறுவடி பாலையா நாடார் வீடு விசாரித்துக் கொண்டு சூரங்குடி போனேன். கூறுவடி வீட்டில் இல்லை. ஓட்டுப்புரை முற்றத்தில், கல் அடுக்கி, பெரும் பானையில், பனம்பழம் அவித்துக்கொண்டிருந்தாள், மூதாட்டி, பாலையா நாடாரின் தாயார். காதுகளில் தொங்கிய பாம்படம் ஆட, என்னிடம் சொன்னாள். 'மக்களே... கொஞ்சம் இரி... பனம் பழம் வெந்தாச்சு... திண்ணுக்கிட்டுப் போலாம்... என்ன பிள்ளே...' என் வாழ்க்கையில் அடைந்த சுவை அனுபவங்களில் அதுவும் ஒன்று. அரை நூற்றாண்டு கடந்து என் நினைவில் சேமிதமாயிருக்கும் ருசியும் அன்பும் அது.

நிலக்கடலை

நிலக்கடலை, மணிலாக் கொட்டை, மல்லாட்டை, கப்பலண்டி எனப் பற்பல பெயர்கள் உண்டு. புதியதாக மண்ணில் இருந்து பிடுங்கி, ஆய்ந்த முழு நிலக்கடலையைத் தண்ணீர் விட்டுக் கழுவி மண் போக்கியபின் பெரிய பானையில் தண்ணீர் விட்டு, முழு நிலக்கடலைகளை மொத்தமாகப் போட்டு உப்பும் மஞ்சள் பொடியும் சேர்த்து வேக வைக்க வேண்டும். வெந்து, சூடு தணிந்த பின் உரித்துத் தின்பது சுவையாக இருக்கும்.

14

சுட்டுத் தின்பவை

அன்று சமையல் எரிவாயு கேள்விப் பட்டதில்லை. மண்ணெண்ணெய் திரி அடுப்பு நகரத்தார்க்கே ஆடம்பரம். மரப்பொடி அடுப்பு என்று ஒன்று இருந்தது. கிராமத்தில் எல்லார் வீட்டிலும் விறகடுப்புத்தான். விறகடுப்பில் தீக்கங்கு எப்போதும் கனன்றுகொண்டிருக்கும். அடுப்பே சிவப்பாக இருப்பதுபோல.

'அழலாட அங்கை சிவந்ததோ அங்கை
அழகால் அழல் சிவந்த வாறோ – கழலாட
பேயாடு கானத்தில் பிறங்க அனலேந்தித்
தீயாடுவாய் இதனைச் செப்பு'

என அற்புதத் திருஅந்தாதியில், காரைக்கால் அம்மை பாடுவதை நினைவூட்டும் சிவப்பு.

அந்தச் சிவப்பில், தின்னும் பொருட்கள் சிலவற்றைச் செருகி வைத்துச் சுட்டுத் தின்பதைப் பாடும் படலம் இது.

மரச்சீனிக் கிழங்கு

தோல் நீக்காமல், தணலில் செருகிய கொஞ்ச நேரத்தில் நல்ல கிழங்கு, தாழம்பூபோல மலர்ந்து விடும். சூடு பொறுக்கப் பொறுக்க சாம்பலைத் தட்டினால் தோலும் உதிர்ந்துவிடும். வாழை இலையை விரித்து, சுட்ட கிழங்கைத் தலைகீழாகக் காம்பைப் பிடித்து உதிர்த்து எடுக்கலாம். சுட்ட கிழங்கின் வாசம் தனி. தீப்பட்டுக் கருகிய புறப்பாகம், சற்று கடிக்கக் கடக்கான பருவத்திலும் உட்பாகம் மிருதுவாகவும் இருக்கும். கிழங்கின் நடு நரம்பு முழுதாயத் தனியே வரும்.

பனங்கிழங்கு

தோலுடன் பனங்கிழங்கைத் தீக்கங்கில் செருகி வைத்து, தக்க நேரத்தில் எடுக்க வேண்டும். நெடுநேரம் தணலில் இருந்தால் கிழங்கு கரிக்கட்டை ஆகிவிடும். அவித்த கிழங்கை விடச் சுட்ட பனம் கிழங்கு மணக்கும்.

சக்கைக் கொட்டை

தோலுடன் தீக்கங்கில் புதைத்து, சுட்டு எடுப்பது. எழுத்தாளர் பாவண்ணன் இதுபற்றி மிக விரிவாக எழுதியுள்ளார்.

புளியங் கொட்டை

புளியங்கொட்டையைத் தீக்கங்கில் இட்டுச் சுட்டு, தோல் கழற்றி, வாயில் ஊறப்போட்டு, நெடுநேரம் பல்லால் கரம்பிக் கரம்பித் தின்ன வேண்டும்.

கொல்லாங்கொட்டை

நீங்கள் முந்திரி மரம் என்பதை நாங்கள் கொல்லா மா என்போம். கொல்லா மாவின் பழம் கொல்லாம் பழம். கொட்டை, கொல்லாங் கொட்டை. முந்திரியைக் கொல்லாங்கொட்டைப் பருப்பு என்றும் அண்டிப் பருப்பு என்றும் சொல்வோம். மலையாளத்தில் அண்டி, அண்டிப்பருப்பு, கசுவண்டி என்கிறார்கள். தீக்கங்கில் போட்டு, கொல்லாங் கொட்டையைச் சுட்டு, மேல் ஓடு கருகிய கொல்லாங் கொட்டையை பருப்பு உடையாமல் பக்குவமாய் உடைத்துத் தின்ன வேண்டும். மேல் ஓடு கடந்ததும் உள்ளே, உரிக்கும் விதத்தில் ஒரு தவிட்டு ஓடும் இருக்கும். அதையும் கழற்றி எடுக்க வேண்டும். சுட்ட கொல்லாங்கொட்டைப் பருப்பு, சற்றே தீய்ந்த நிறத்தில் தனியான வாசனையுடன் இருக்கும்.

ஐம்பது ஆண்டுகளுக்கு முன்பு, நாகர்கோயில், திருவனந்தபுரம் வழித் தடத்தில் குழித்துறை, மார்த்தாண்டம், களியக்காவிளை போன்ற பஸ் நிறுத்தங்களில், சின்ன பனையோலைக் கொட்டான்களில், சுட்டு ஓடு நீக்கிய அண்டிப் பருப்பு விற்பனையாகும். காது வடித்துப் பாம்படம் போட்ட மூதாட்டிகள், "ஏ! அண்டி வாங்கலயா? ஏ! அண்டி வாங்கலியா அண்டி?" என்று கூவி விற்பார்கள்.

இன்றும் நாகர்கோயில் நகரப் பூங்காவின் மேற்கு வாசலில் சுட்ட அண்டிப் பருப்பு வாங்கக் கிடைக்கும். அதன் வாசமும் சுவையும் மூக்கிலும் நாக்கிலும் மிச்சம் உண்டு.

பனம் பழம்

வேகவைத்த பனம் பழம் ஒரு ருசி என்றால், சுட்ட பனம்பழம் அதிருசி. பனம் பழத்தை முழுதாகவே அடுப்புக் கங்கினுள் தள்ளி, பனம்பழம் வேக ஆரம்பித்ததும் மேலழ ஆரம்பிக்கும் வாசனை பெரும் கவர்ச்சி. பனம் பழம் சுட்டெடுப்பதும் ஒரு தொழில் நுட்பம், கைப்பழக்கம். பனம் பழம் வெந்ததும் குச்சியால் தட்டி வெளியே எடுத்து, கைப் பொறுக்கும் சூட்டில், பனம் பழத்தின் உள்ளே இருக்கும் மூன்று கொட்டைகளையும் பிளந்து, ஆவி பறக்கும் சூட்டை ஆற்றி, சூப்பித் தின்ன வேண்டும். பனைவிளைகளில் அடர்ந்து விழும் பனம் பழங்களை அங்கேயே அள்ளிப் பொறுக்கி, தீ மூட்டி, சுட்டுத் தின்பதுண்டு. பனம் பழம் தின்றபின் மேல்வாய், கீழ் வாய் கன்னங்கள் எல்லாம் பனம் பழக் கூழ் மஞ்சள் நிறத்தில் ஒட்டி அரிதாரம் பூசியது போல் இருக்கும். பக்கத்து ஓடையில் கழுவினால் ஒழிய மாய மார்க்கமில்லை.

தேங்காய்க்கு மூன்று கண்கள்போல, பெரும்பான்மையான நுங்குகளுக்கும் மூன்றே கண்கள். தேங்காயில் இரண்டு கண், ஒற்றைக் கண், என் அனுபவத்தில் நான் பார்த்ததில்லை. பனை நுங்கில் ஒரு கண், இரண்டு கண் உள்ள நுங்குகள் காணலாம். என்றாலும் பெரும்பாலும் மூன்று கண் நுங்குதான். நுங்குக் கண் தான் முற்றி முதிர்ந்து பனங்கொட்டையாக உருவெடுப்பது. சின்ன வயதில் கூவித்திரியும் பாடல் வரி ஒன்று – 'ஆட்டுக்கும் மாட்டுக்கும் ரெண்டு கொம்பு, ஐயனார் சாமிக்கு மூணு கொம்பு' என்பது.

அதுபோல் தெங்கிற்கு மூன்று கண், நுங்குக்கும் மூன்று கண். அது இயற்கை. சைவர்கள், மேடைகளில், முக்கண் முதல்வன் போல என்பார்கள். நாம் அதற்குப் பொறுப்பில்லை.

15

வறுத்துத் தின்பவை

சில பயிறு வகைகளை, தோலுடன் சீனிச் சட்டியில் இருசொட்டு எண்ணெய் ஊற்றி, வறுத்து ஆறவைத்துத் தின்னலாம். பெரும்பாலும் காணம் என்ற கொள்ளு எனும் முதிரை, பெரும்பயிறு எனும் தட்டைப் பயிறு, காராமணி, சிறுபயிறு எனப்படும் பாசிப்பயிறு என்பன.

புளியங் கொட்டை வறுத்துத் தின்பதுண்டு.

நன்கு விளைந்து காய்ந்த நிலக்கடலையைத் தோலெடுக்காமல் அப்படியே பெரிய கழுத் துடைந்த மண்சட்டியில் போட்டு நேரடியாக வறுப்பார்கள். சூட்டில் கடலைத்தோடு ஆங்காங்கே கருக ஆரம்பிக்கும். அப்போது தீயை அணைத்துவிட்டு, ஆறவைத்து, ஒவ்வொரு கடலையாக எடுத்து உடைத்துத் தின்பது சுவாரசியம்.

நிலக்கடலை மணிகளை வறுப்பது வேறு வகை. உடைத்துத் தோடு நீக்கிய பச்சை நிலக்கடலை வறுப்பது அது. நிலக்கடலை என்பது மணிலாக் கொட்டை எனும் மல்லாட்டைப் பயிறு. மலையாளத்தில் கப்பலண்டி என்பார்கள். முந்திரிப் பருப்பு கஷுவண்டி, நிலக்கடலை கப்பலண்டி. மாங்காயின் கொட்டையை வெட்டிப் பிளந்தால் உள்ளே இருப்பது மாங்காய் அண்டி.

மற்ற பயிறுகளைச் சாதாரணமாகச் சீனிச் சட்டியில் போட்டு வறுக்கலாம். நிலக்கடலை சற்றுப் பெரியது, மென்தோல், நேரடியாக வறுத்தால்

கருகிப் போகும். எனவே கழுத்து உடைந்த மண்பானையில் நெய்மணல் போட்டுச் சூடாக்கி, அதில் வறுக்கப்பட வேண்டிய நிலக்கடலையைக் கொட்டி, கிண்டிக் கொடுத்து வறுக்க வேண்டும். வறுபட்ட கடலையில் வாசம் வரும். செந்தோல் சூடுபட்டுக் கழன்று உதிரும்.

நகரங்களில், வண்டிகளில், பெரிய சீனிச்சட்டியில் மணலும் நிலக்கடலையும் போட்டு வறுத்து, அரிப்பு போல் இருக்கும் பெரிய கரண்டியால் மணலை அரித்து விற்றுக்கொண்டே நடப்பார்கள். வறுபட்ட உடனேயே தின்றால் கடலை, பொதுக் பொதுக் கென்றிருக்கும். கொஞ்சம் ஆறிய பிறகே மொரமொர வென ஆகும். மாலை வேளைகளில், ஆளுக்கொரு பொட்டலம் கடலை வாங்கி, செந்தோல் நீக்கி, ஒவ்வொன்றாய்த் தின்று கொண்டே பேசி நடப்பது இன்பம். கூட ஒரு தோழனோ தோழியோ வேண்டும்.

பம்பாயில் வறுத்த கடலை வியாபாரம் நன்றாக நடக்கும். கடலைக்கு ஷேங் தானா என்று பெயர். ஷேய்ங் என்றால் கடலை, தானா எனில் தானியம். கடலை விற்பவனை ஷேய்ங்வாலா என்பர். அலுவலகங்களில் வெள்ளிக்கிழமை மாலைகளில், முறைவைத்துக் கொண்டு, யாராகிலும் ஷேய்ங் வாங்கித் தருவார்கள். ரயில் பயணங்களில் கடலை வியாபாரம் ஆகும். குஜராத் மாநிலத்தில் கிடைக்கும் நிலக்கடலை, நம் நாட்டில் பிற பகுதிகளில் கிடைக்கும் கடலைகளில் மிக நீளமானது. இரண்டு மடங்கு கனமும் நீளமும். அதற்குக் கிராக்கி அதிகம்.

சக்கை மர இனத்தில் ஆயினிச் சக்கை என்றொரு இனம். ஆயினிப்பலா என்பர். காயும் பழமும் தொலித்த தேங்காய் சைசில் இருக்கும். பலாப்பழத்தின் மினியேச்சர் வடிவம். கனிந்த ஆயினிச் சக்கைப் பழம் வடசேரி கனக மூலம் சந்தையில் மலிவாகக் கிடைக்கும். தலைக்கு ஒன்று எடுத்துக்கொண்டு, சின்னஞ்சிறு சுளை எடுத்துத் தின்போம். கொட்டையைக் குவித்து வைத்திருப்போம். அவற்றைச் சேர்த்து உப்புப் போட்டு வறுத்துத் தருவார்கள். ஓட்டுடன் கூடிய, வறுக்கப்பட்டு வெடித்த, பிஸ்தாபோல இருக்கும். ஆயினிப்பலா மேற்குத் தொடர்ச்சி மலையின் கொடை.

ஒன்றும் இல்லாமற் போனால் அரிசி வறுத்துத் தின்பதுண்டு. நெல்லை வறுத்தால் நெல்லுப் பொரி. உமி வெடித்து ஒட்டிக் கொண்டிருக்கும். கையினால் பரசி, உமியைப் போக்க வேண்டும். நெல் பொரி வறுப்பது, கடலை வறுப்பது போல், மணலுடன் சேர்த்து. மணல் கொதிக்க நெல் வறுபடும்.

பெரும்பாலும் ஊர்ப்புறத்து முத்தாரம்மன், முப்பிடாரி அம்மன் கோயில்களில் மாலை பூசைக்கு நைவேத்தியம் நெல்லுப் பொரிதான். சற்று வளமான நாட்களில் நெல்லுப் பொரியுடன் சர்க்கரை சீவிப் போட்டு, பாளையங்கோடன் பழம் உரித்துச் சேர்த்து, கருக்குத் தேங்காய் துருவிப் போட்டுக் கலந்து கைநிறைய அள்ளித் தருவார்கள்.

அரிசிப் பொரி என்பது புழுங்கல் அரிசியை வறுப்பது. சில இடங்களில் கரிந்தும் செம்மை பாய்ந்தும் இருக்கும். காம்புடன், பாய் போல் உதிர்ந்து கிடக்கும் புங்கமரத்தின் பூவுக்கு, சங்க இலக்கியம் அரிசிப் பொரியை உவமை சொல்கிறது.

பெரும்பாலும் நெற்பொரி, அரிசிப் பொரி, அவல் எல்லாம் வீடுகளில் வறுக்கப் படுவதில்லை. கிராமங்களில் இதனைத் தொழிலாகச் செய்து பண்டமாற்று முறையில் விற்கும் வீடுகள் இருந்தன. தலையில் சுமந்து கொண்டு வந்து, தெருத் தெருவாக நடந்து கூவி விற்றனர். "எம்மா, பொரி வாங்கலியா, பொரி" என்று. இவ்விதம் கூவி விற்பவரைச் சங்க இலக்கியம் 'கூவியர்' என்கிறது. இடியாப்பத்தையும் கூவி விற்றனர்.

சாமர்த்தியம் உடைய பெண்கள் சுண்டல் கடலையும் மொச்சைக் கொட்டையையும் கூட வறுத்து, உப்புத் தண்ணீர் தெளித்துப் பிள்ளைகளுக்குத் தின்னத் தருவார்கள். கடிக்கும் பற்களுக்கு வலுச் சேரும்.

16

பச்சையாகத் தின்பவை

ஆதிமனிதன், தீ கண்டுபிடிப்பதற்கு முன், தீக்கடையும் கல்லும் நெருப்பின் பயன்பாடும், தீயில் சுட்ட சுவையும் அறியும் முன்பே எல்லாமும் பச்சையாகத்தானே தின்றிருப்பான். காய் ஆனாலும் கிழங்கு ஆனாலும் தானியங்கள் ஆனாலும் மீன்கள், பறவைகள், முட்டைகள்

விலங்குகள் ஆனாலும். பின்புதானே சுட்டுத் தின்னவும் அவித்துத் தின்னவும் வறுத்துத் தின்னவும் கற்றிருப்பான்!

இன்னும் அதன் எச்ச சொச்சங்கள் மிகவும் நவீனப்பட்டு, நாகரீக மனிதரை ஆட்கொண்டு அடிமைப்படுத்தித் தானே வைத்துள்ளது! பக்குவமான மீனைப் பச்சையாகப் பரிமாறும் சூசி எனும் உணவு வேத மந்திரம் சொன்ன தென்னிந்தியப் பார்ப்பனர்களின் வழித்தோன்றல்களுக்கும் பிடித்தமானதாகத் தானே இருக்கிறது!

நான் சிறுவனாகத் திரிந்த காலத்தில் பச்சையாகத் தின்ன முடிந்ததை எல்லாம் தின்று தீர்த்திருக்கிறோம். பசித்துக் கொண்டும் இருந்தது, தின்றுகொண்டும் இருந்தோம். அசீரணம் என்பது என்னவென்று அறிந்திருக்கவில்லை. வாய்வுத் தொந்தரவு துன்புறுத்தியலும் இல்லை. சிலபொருட்களை வேக வைக்காமலும் சுடாமலும் பச்சையாகத் தின்ன வேண்டும் என்று அறிவுறுத்துகிறார்கள், உணவின் சத்துக்கள் சொல்லித்தரும் நிபுணர்கள். மாட்டுத் தொழுவில், மாறி வந்து முட்டை போடும், பக்கத்து வீட்டுக் கோழியின் நாட்டு முட்டையை அப்படியே உடைத்து வாயில் ஊற்றிக்கொள்வோரைப் பார்த்திருக்கிறேன்.

காரட், முள்ளங்கி, பீட்ரூட், தக்காளி, டர்னிப் இவற்றைப் பச்சையாகத் தின்னச் சொல்கிறார்கள். சமைத்தால் சத்துக்கள் பறிபோய்விடும். அமெரிக்க ஐக்கிய நாடுகள் முழுக்க 'ஸ்வீட் டொமாட்டோ' என்றொரு சங்கிலி உணவு விடுதி. மதிய உணவு மொத்தமும் பச்சை சாலடுகளால் ஆனது. எனக்கு மிகவும் பிடித்திருந்தது பல்வகைக் கீரைகளையும் பச்சையாகத் தின்ன. எனது 58 நாட்கள் தங்கலில் நண்பர்களிடம் சொல்லி நாலைந்து முறையாவது போயிருப்பேன். வேக வைத்த பயிறுகளும் ரொட்டிகளும் இணக்கமாகக் கிடைத்தன.

சில பொருட்களைச் சுடாமல், அவிக்காமல், வறுக்காமல் தின்று பார்க்க வேண்டும். ஆன்மீக முகாம் ஒன்றில் பச்சைப் புடலங்காய்ப் பிஞ்சு, ஊறவைத்த கொண்டைக் கடலை, ஊறவைத்த பாசிப்பருப்பு எனத் தந்தார்கள். தடியன்காயின் சாறு எடுத்து உப்பும் மிளகுத்தூளும் போட்டுத் தந்தனர்.

பச்சை உணவு என்பது பகையுணவு அல்ல என்று நவ மனிதன் புரிந்துகொள்ள வேண்டும். குழந்தைகளுக்கு அறிவுறுத்தவும் கற்றுத்தரவும் வேண்டும்.

ஆனால் நாங்கள் பச்சையாகத் தின்றது இந்த உணவுக் கொள்கைகளை எல்லாம் அறிந்துகொண்ட பிறகு அல்ல.

எங்களுக்குப் பசியின் நெருக்கடி. பாழ்த்த குடரின் பகைக் குத்தின் பதில்.

மாங்காய் காய்க்க ஆரம்பித்ததும் துவர்ப்பும் புளிப்புமான பிஞ்சு மாங்காய். உப்பு தொட்டுக்கொள்வோம். மாம்பிஞ்சின் காம்பின் சுணை எனப்படும் பால் மட்டும் தெறித்து வாயின் ஓரங்களில் படாமல் பார்த்துக்கொள்வோம். இல்லை என்றால் தோல் பொத்துப் போகும். மாவடு பறித்துத் தின்று விட்டு, குனிந்து நேரடியாக ஆற்றைக் குடிப்போம். மாங்காய் விளைய விளைய உப்பும் மிளகாய் வத்தலும் கொண்டுதான் நடப்பது. மாங்காய் பறித்துக் கல்லில் எறிந்தால் அடர்ந்து உடையும். சின்னக் கல் ஒன்று கழுவி, பெரிய கல் துடைத்து, உப்பும் மிளகாய் வத்தலும் தட்டி மாங்காய் தொட்டுத் தின்போம். வயிற்றுவலியும் வந்ததில்லை. காய்ச்சலும் வந்ததில்லை. புறம் போக்குகளில் நிற்கும் மா, அல்லது ஊரான் தோட்டத்து மா. கள்ள மாங்காய் பறிக்கப் போய் அடிவாங்கிய கதை ஒன்றும் நான் எழுதி இருக்கிறேன்.

பச்சை மாங்காய் தின்பதில், பழுப்பதற்கு நான்கு நாட்கள் முந்திய செங்காய் சுவை அலாதியானது. சற்றுப் புளிப்பு, சற்று இனிப்பு; உப்பும் எரிப்பும். யாவற்றுக்கும் ஆற்றுத் தண்ணீர்.

கொய்யா எனில் பழுக்கும்வரை விட்டு வைப்பதில்லை. கொய்யாவில் சிலருக்குக் கனி பிடிக்கும். சிலருக்குத் துவர்ப்பும் இனிப்புமான விளைந்த காய் பிடிக்கும். கொய்யாவிலும் மாவிலும் பழுக்கும் முன்பான பருவத்தில் அணில் கொறித்துப் போடும் காய்கள் மிக அருமை. அங்கு, கொய்யா ஒரு பயிரல்ல. சில வீட்டுப் புறவாசலில் காய்த்துக் கிடக்கும். கேட்டால் அக்காளோ, மதனியோ பறித்து வீசுவார்கள். சிலர் "ஏறிப் பறிச்சுக்கோ! எனக்கும் ரெண்டு தந்துற்றுப் போ" என்பார்கள். சின்ன எலுமிச்சை தரத்தில், நரிக்கொய்யா என்றும் ஒன்று உண்டு. சில வீட்டு மரங்களின் கொய்யா கடித்தால், அரக்கு ஆம்பல் நிறத்தில் சிவந்திருக்கும்.

தைமாதம் அறுவடை முடிந்த பின், இடைப் பயிராகச் சிலர் வெள்ளரி போடுவார்கள். வயல்காரன் நின்றிருந்தால் கேட்டாலே தருவார். களவாங்க வேண்டாம். பெரும்பாலும் எலி கடித்த காய்களாகப் பறித்து வீசுவார். எலி கடித்த கடிதடத்தைக் கடித்து வீசிவிட்டு, மீதியைத் தின்று விடுவதுதான். அன்று எலியின் பல், அதிலிருக்கும் பாக்டீரியா என்ற அறிவு எல்லாம் வந்து சேர்ந்திருக்கவில்லை. வெள்ளரிக்காயைப் புறநானூறு 'அணில் வரிக் கொடுங்காய்' என்றுரைக்கும்.

சில சமயம் வீடு கட்டுவோர், இடம் வசதி கருதி, நிற்கும் தென்னை மரத்தினை வெட்டிச் சாய்ப்பார்கள். தென்னங்குருத்து தின்ன இனிப்பாக, சுவையாக இருக்கும். இது இலை, இதுபாளை, இது கொச்சங்காய் என்று சொல்லிச் சொல்லித் தின்போம். மதுரை மாநகரின் மாசி வீதிகளில் தென்னங்குருத்து விற்பனைக்கு வைத்து தள்ளுவண்டியில் செல்வார்கள். இன்றும் நான் பத்து ரூபாய்க்கு வாங்கித் தின்பதுண்டு.

பனங்குருத்தும் அது போலவே தான். கமுக மரத்தின் குருத்தைத் தின்பார்களா என்று தெரியவில்லை. ஆனால் ஈச்சமரத்தின் குருத்து தின்னப் படுவதுண்டு. காட்டுப் பொத்தைகளில் ஈந்துகளை வெட்டினால் குருத்துக் கிடைக்கும். பள்ளி விடுமுறை நாட்களில் ஆத்தங்கரை, குளத்தங்கரை, இறச்சகுளம் பொத்தை, ஔவையாரம்மன் கோயில் மலை என அலையும்போது செங்காயாக ஈச்சங்குலைகள் கண்படும். பேரீச்சை இனம்தான். ஆனால் இவை நாவற்பழத்தின் கொட்டையின் தரத்திலேயே இருக்கும். துவர்ப்பும் இனிப்புமாய். பறித்துத் தின்பதுண்டு. மலைக்கு புல்லுக்கோ, விறகுக்கோ போய் வருவோர், ஈச்சங்குலை கண்டால் அறுத்துவருவார்கள். கேட்டால் கிடைக்கும்.

ஆத்தங்கரை, குளத்தங்கரைகளின் உண்ணிச் செடி என்றொரு செடி வளரும். சொரசொரப்பான இலைகள் கொண்டவை. முற்றிய காய்களைப் பறித்து வாயிலிட்டுச் சவைத்துத் துப்புவதுண்டு. பழுத்தால் கருநீல நிறத்தில் மாட்டின் மேலிருக்கும் உண்ணி போலிருக்கும். ஆகவே உண்ணிப் பழம் ஒருவிதமான இனிப்புடன் இருக்கும். பழத்தைப் பறித்து வாயில்போட்டு உதப்பிவிட்டு, கொட்டையைத் துப்பிவிடுவோம். அதுபோல் பூலாத்திப் பழம் என்று ஒன்று. வேலியாக வளரும். முள்ளிருக்காது. பழுத்தால் கருப்பாக, ஆலம் விதை போன்ற விதையுடன் இருக்கும். அதுவும் தின்பதுதான்.

சப்பாத்திக் கள்ளி மஞ்சளாய்ப் பூத்து, பச்சையாய் காய்ந்து, பழுத்துச் சிவக்கும். பழத்தின் சதைப்பற்று இரத்தச் சிவப்பில் இருக்கும். ஆனால் அதன் கழுத்து முள், நீலகண்ட சிவம்போல, நம் தொண்டையில் முள் சிக்கிக்கொள்ளும்.

வேறென்ன ஆல் பழுக்கும், அத்தி காய்க்கும். காராஞ்செடி என்றொரு முட் செடி. தரை மட்டத்தில் இருந்து ஓரடி உயரமே வளரும். காராமுள் மிகக் கூரான முள். பட்டாணி அளவில் காய்க்கும். காயும் தின்னலாம். கரிய நிறத்தில் பழுத்தால் தின்ன நன்றாக இருக்கும்.

மணத்தக்காளி எனப்படும் குட்டித் தக்காளி புதரிடையே பழுத்துக் கிடக்கும். அதே இனத்தில் சின்ன எலுமிச்சை அளவில் பழுக்கும் இன்னொன்று உண்டு. பெயர் மறந்து போயிற்று. களாக்காய் காய்த்துக் கிடக்கும்.

ஆள் நடமாட்டம் இல்லா தென்னந் தோப்புகளில் முற்றி அடர்ந்து விழும் தேங்காய் பொறுக்கி, கல்லில் மோதி உடைத்து, பருப்பெடுத்துத் தின்பதுண்டு. தேங்காய் தின்னும்போது, சிறு துண்டு சர்க்கரை கிடைக்காதா என்றிருக்கும். தோப்பு உடமையாளர்கள், கருக்கு வெட்டிக் குடித்துவிட்டு, இளநீரை இரண்டாய்ப் பிளந்து முதிராத தேங்காய் கீறித் தின்னத் தருவார்கள். காட்டுக் கோயில் இசக்கியம்மன், சுடலைமாடன், சாத்தாவுக்கு உடைக்கும் வெடல் தேங்காயில் எப்போதும் கிராமத்துச் சிறுவருக்குப் பங்கு உண்டு.

எங்கள் ஊரில் கொல்லா மா என்கிற முந்திரி மரங்கள் ஒன்றிரண்டு தட்டுப்படும். கொட்டையைத் திருகி நிக்கர் பையில் போட்டுக்கொண்டு, கன்னம் நாடி நெஞ்சு வயிறு எனக் சாறுவடிய கொல்லாம் பழம் தின்போம். முந்திரிக் கொட்டை முதிராமல் கிடக்கும்போது, அதைத் திருகி எடுத்து, தென்னை ஈர்க்கு காம்புப் பகுதியில் நுழைத்து இரண்டாகப் பிளந்து உள்ளிருக்கும் பருப்பு எடுத்துத் தின்ன எப்போதாவது வாய்க்கும். அப்படிக் கிழிப்பதைக் கீணுதல் என்கிறார் கண்மணி குணசேகரன், 'அஞ்சலை' நாவலில். பனங்கிழங்கை இரண்டாய்ப் பிளப்பதும் கீணுதல்தான். 'புள்ளின் வாய் கீண்டானைப் பொல்லா அரக்கனைக் கிள்ளிக் களைந்தானை' என்பது ஆண்டாள் திருப்பாவை.

உளுந்து, சிறுபயிறு, பெரும்பயிறு, போன்ற பயிறு இனங்களை, நன்கு விளைந்த பருவத்தில் பறித்து பயிறு எடுத்துத் தின்பதுண்டு.

பலாக்காய் பிஞ்சுகள், ஆட்காட்டி விரல் நீளத்தில் இருக்கும் போது பறித்து, அந்தப் பிஞ்சுகளை உப்பு மிளகாய் நுணிக்கி வைத்துக்கொண்டு கடித்துத் தின்போம். ஒரு காய் பருக்க, கழிக்கப்படும் பிஞ்சுகள் அவை.

மாதுளம் பிஞ்சு, அரி நெல்லிக்காய், காட்டு நெல்லிக்காய் எது என்றால் என்ன? பசிக்கும் ஐயா! எதைத் தின்றாலும் செமிக்கும் ஐயா!

குளம் குட்டைகளில் தாமரை, ஆம்பல் மலர்ந்து, உதிர்ந்த பின் மணிக்காய்கள் நீட்டிக்கொண்டிருக்கும். தாமரைக் கொடி காலில் சுற்றிவிடாமல் நீந்திப் போய் பறித்து வந்து, மணிக்காயில்

புதைந்திருக்கும் மணிகளை உடைத்தெடுத்துத் தின்போம். ஆம்பல், காய் போலவே திரண்ட பின்பு தோல் தவிர்த்துத் தின்பதுதான். சற்று வழுவழுப்பாக இருக்கும்.

குளங்களில் முள்ளிச் செடி எனவொரு கொடி நீருக்கு மேலாகப் படர்ந்திருக்கும். இது முண்டகம் எனப்படும் நீர் முள்ளி அல்ல. குளம் வற்றும் காலங்களில், சேற்றில் புதைந்திருக்கும் முள்ளிக்கொடிகளைப் பிடுங்கினால் நாற்கோண ஐங்கோண முள் முனைகளுடன் முள்ளிக்கொடி காய்த்திருக்கும். காலில் பூறினால் ஒரு வாரத்துக்குப் போதும். ஒழுங்கற்ற வடிவத்தில், இஞ்சிக் கிழங்கின் தனி முண்டின் கன பரிமாணத்தில். கத்தியால் இரண்டாக வெட்டினால் கனத்த கறுத்த தோட்டின் உள்ளே பருப்புக் கெட்டியாக, மாப்போல, இனிப்புடன், மினுங்கும் வெண்மையில் இருக்கும்.

தண்ணீர் வற்றிய குளங்களில் மீன்பிடிக்கும் செம்படவர், கொடியைப் பிடுங்கிக் கரையில் வீசுவார்கள். மீன் பிடிப்பதை வேடிக்கை பார்க்கும் சிறாருக்குக் கொண்டாட்டம்தான். உடைக்கத் தெரியாமல் போராடிக்கொண்டிருப்போம். கரையில் நிற்கும் பெரியவர்கள் வாகாக வெட்டித் தருவார்கள்.

நாவற்பழங்கள்

உறுதியற்ற கிளைகளைக் கொண்ட மரம் இது. ஒவ்வொரு பருவ காலத்திலும் கிளை முறிந்து கீழே விழுவோர் உண்டு. நாவல் பழுக்கும் நாட்களில் காற்றடித்து உதிரும் கனிகளை, ஒட்டியிருக்கும் மண்ணைத் துடைத்தும் ஊதியும் தின்போம். நாவற்பழம் தின்றால் பல்லெல்லாம், நாவெல்லாம் வாயெல்லாம் கடல் நீலம். பழம் இனிக்கும், முனைப்பாகத் துவர்க்கும். நாவும் தொண்டையும் வறண்டு, உலர்ந்து, குரலே கரகரக்கும். கனியை உதப்பித்தின்று கொட்டையை உமிழ்வது. நாவற்பழக் கொட்டை பொறுக்கி, உலர்த்தி, தூளாக்கி, காப்பி போட்டுக் குடித்தால் நீரிழிவுக்கு நல்லது என்கிறது இன்றைய நாட்டு வைத்தியம். தமிழ்க் கடவுள் செவ்வேளே, தமிழ்க் கிழவி ஔவையிடம், ‘சுட்ட பழம் வேண்டுமா, சுடாத பழம் வேண்டுமா?’ என்று கேட்ட பழம் இது. தொன்மப் பழம். எங்கள் ஊரில் இருந்து, குறுக்குப் பாதையில் போனால் நாலு கிலோ மீட்டரில் எனக்கு அப்பா கூடப் பிறந்த அத்தை இராமலெட்சுமியைக் கட்டிக் கொடுத்திருந்தனர். அந்த ஊரின் பெயரே நாவல்காடு. எனது சிறுகதைகளில் சிறந்தவற்றுள் ஒன்றான ‘பேய்க்கொட்டு’ நடக்கும் களம் அந்த ஊர்தான். என் பலகதைகளில் நாவல்காடு குறுக்கும் நெடுக்குமாய் பங்கேற்றுள்ளது.

இறச்சகுளம், நாவற்காடு, மாத்தால், மணத்திட்டை, பூதப்பாண்டி, திட்டுவிளை, தெரிசனங்கோப்பு, அருமநல்லூர் என, நாஞ்சில் நாட்டின் வடமீதி ஊர்களுக்குப் போகும் சாலைகளின் இருமருங்கும் நாவலோ நாவல்.

கனிந்த நாவற் பழங்கள் பொறுக்கி, தூசி நீக்கி, சின்னப் பனையோலைக் கொட்டான்களில் விற்கவும் செய்வார்கள். இன்று வீரிய நாவற் பழங்கள், ஒற்றைக் கொட்டை புளியம்பழம் சைசில், பயிரிடப்பட்டு விற்பனைக்கு வருகின்றன. கால்கிலோ, நாற்பதே ரூபாய்தான். விவசாயிக்குக் கிலோவுக்குப் பத்து ரூபாய் கிடைக்குமா என்னவோ? அதுதானே இந்தியப் பொருளாதாரம்?

மிக மென்மையான, பட்டுப் போன்ற, கருநீலத் தோலுடைய மெது கனி நாவல். ஆலம் உண்ட சிவனின் மிடற்றில் தங்கிய விடத்தின் கருமைக்கு நாவற்கனியை உவமை சொன்னார்கள்.

பெரும்பாலும் இந்துக் கடவுள்களுக்கு மா, பலா, வாழை தான் படைத்தார்கள். இன்று சநாதன தர்மப் பூசாரி ஆரஞ்சும் ஆப்பிளும் முந்திரியும் படைக்கிறான். எனக்கொரு சந்தேகம் கொய்யா, நெல்லி, நாவல் படைக்கப்படுகிறதா என! தாய்லாந்து நாட்டில், இந்துக் கடவுள்களுக்கு ஊதுபத்தி கொளுத்தி வைத்து, பிஸ்கட் பாக்கெட் வைத்து, கோக் அல்லது பெப்சி உடைத்து வைத்து வணங்கிப் போவதை கண்ணால் கண்டேன்! 'அங்க என்னத்துக்குப் போன?' என்று தயவுசெய்து கேட்காதீர்கள்!

நட்சத்திரங்களும் அவற்றுடன் தொடர்புடைய தாவரங்களும் என்று 27 நாள் மீன்களுக்குமான பட்டியல் உண்டு தமிழில். ரோகிணி நட்சத்திரத்துக்கு நாவல். மேலும் தொடர்புகளை அறிய விரும்புவோர் கேளுங்கள். கட்டணம், கட்டாயம் உண்டு. அதைத் தெரிந்துகொண்டால் அவரவர் மரங்களையாவது அறிந்துகொண்டு, ஆசையுடன் பார்க்க மாட்டீர்களா?

நாவல் மரத்தின் பெயரால் நாவலூர் என்றோர் ஊர் உண்டு. திருவானைக்கா, நாவலூர் எனும் இரு சிவத்தலங்களில் மட்டுமே நாவல், தல விருட்சம். திருமால் தலங்களில் எங்கும் நாவல் தலவிருட்சமாக இல்லை. ஆதாரம் 'தமிழரும் தாவரமும்', கு.வி. கிருஷ்ண மூர்த்தி.

நாவல் சங்க காலத் தாவரம். 'காலின் உதிர்ந்த கருங்கனி நாவல்' என்கிறது மலைபடுகடாம். காலின் எனில் காற்றின் எனும் பொருள். மற்றும் பரிபாடல், பெரும்பாணாற்றுப்படை,

நற்றிணை, திருமுருகாற்றுப்படை எனும் நூல்கள் நாவல் பற்றிப் பேசுகின்றன.

கடற்கரை மணலில் உதிர்ந்து கிடந்த நாவற்கனியை, கரிய தன் இணை என எண்ணி மயங்கி மொய்த்ததாம் ஒரு தும்பி என நற்றிணையில் அம்மூவனார் பாடல் ஒன்றுண்டு.

சிற்றுண்டியோ பேருண்டியோ, கால் போன போக்கில் நடந்து காட்டில் பறித்தும் கவர்ந்தும் வீட்டில் கிடைத்தும் தின்ற இப்பச்சைத் தீனிகள் எமக்கு உப்பும் புளிப்பும் எரிப்பும் கசப்பும் துவர்ப்பும் இனிப்பும் என அறுசுவைகளையும் தந்தன. விட்டமின்களுக்கு என நாங்கள் சிரப்போ, மாத்திரையோ எடுத்துக் கொள்ளவில்லை.

என் மக்களுக்கு நெல்லியும் நாவலும் கொய்யாவும் தெரியும். சப்பாத்திப் பழமும் உண்ணிப் பழமும் பூலாத்திப் பழமும் காராம் பழமும் காட்டி இருக்கிறேன். நினைவில் வைத்துக்கொண்டு அவர்தம் சிறார்க்கு அவர்கள் காட்டு வார்களா? காட்டுவதற்கு செடிகள் இருக்குமா? என்பதற் கெல்லாம் எந்த உறுதியும் இல்லை.

நமக்கு பீட்சாவும் பர்கரும் டோனட்டும் போதாதா எதிர்காலத்தில்?

எமக்குப் பப்பாளிப் பழங்கள் கிடைத்தன தின்ன. புருத்திச் சக்கை எனப்படும் அன்னாசிப் பழங்கள் கிடைத்தன. கைதைச் சக்கை என்றும் சொல்வதுண்டு மலையாளத்தில்.

பலா என்பது பழந்தமிழ்ச் சொல், சக்கை என்பது எமது சொல். அவற்றுள் வருக்கைச் சக்கை, கூழுஞ்சக்கை, கறிச் சக்கை எனப் பிரிவுகள் உண்டு. சுளையெடுத்துத் தின்பது பச்சையாகத் தின்பது. பிரதமன் வைத்தும், வறட்டியும், இலைப் பணியாரம் செய்தும் தின்பது சமைத்துத் தின்பது.

மாவும் அவ்விதமே. செங்கை வருக்கை என்றொரு மாம்பழம் பிரதானம். அதனைக் கோட்டுக் கோணம் என்றனர். புளிச்சி, கிளிமூக்கு, கப்பை, ஓடைக்காய்ச்சி, பச்சரிசி என வேறு பல ரகங்களும் உண்டு.

வாழையிலோ பல வகைகள். நாஞ்சில் நாட்டின் மட்டி வாழைப் பழம் வேறெங்கும் கிடைக்காது. மா, பலா, வாழை என்பவை முக்கனிகள் ஆனாலும் வாழைக்குச் சிறப்பிடம் உண்டு.

“நற்கதலிக் கந்தம் அனல் நல்கும், தண்டோ குடலில்
சிக்கு மயிர் தோல் நஞ்சும் தீர்க்குங்காண் – தொக்குறு பூ

> மேகம் ஒழிக்கும், பிஞ்சால் வெங்கடுப்பு ஏகும், காயால்
> தேக முழுக்கக் காலம் தேர்"

என்பது பதார்த்த குண சிந்தாமணி.

வாழைப் பழம் எப்போது வேண்டுமானாலும் தின்னும் கனி. சபரிமலை ஐயப்பனுக்குத் தலையில் சுமந்து செல்வது. நாஞ்சில் நாட்டின் வாழை இனங்களுக்குத் தனிப் பட்டியல் தர வேண்டும். வாழைப் பழங்களில் ஏத்தன் எனப்படும் நேந்திரன் வாழைப் பழத்தை மட்டும் தோசைக்கல்லில் போட்டு சுட்டும், இட்டிலிக் கொப்பரையில் வைத்து அவித்தும் தின்னலாம்.

புளியமரத்தின் தளிர்களைப் பறித்துத் தின்போம். புளியம் பூக்கள் விலக்கல்ல. புளி பிஞ்சு பிடித்ததும் பறித்துத் தோலுடன் தின்றோம். அதற்கு நொண்டங்காய் என்று பெயர். புளியங்காய் விளைந்து தோட்டிலிருந்து பிரிந்து வெண்ணெய் நிறத்தில் தெரியும் தோடு நீக்கினால். அதற்கு உதயம் பழம் என்று பெயர். பிறகு புளியம் பழம் அரக்கு நிறத்தில். புளியம் பழமும் தோடும் போலாம் என்பதோர் உவமை.

17

வற்றல், வடகம்

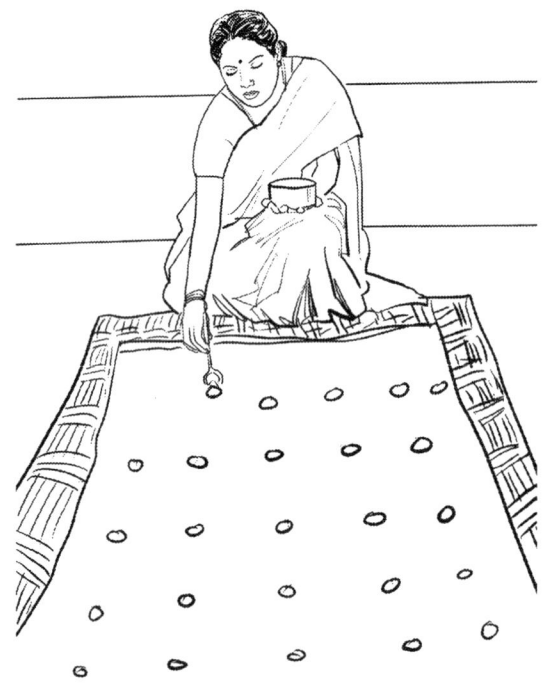

வற்றல், வடகம் போட்டுச் சேமித்து வைத்துக்கொள்ளும் பண்பு, இந்தியா முழுக்க எல்லாச் சமூகங்களினுள்ளும் உண்டு. இலந்தை அடை, மாம்பழ அடை, பலாப்பழ அடை, கோக்கம் எனப்படும் குடப்புளி அடை, புளி அடை, பல்விதப்

பொடிகள் என. நாஞ்சில் நாட்டுக்கென ஏதேனும் சிறப்புத் தயாரிப்பு இருக்கலாம். இதை வாசிப்பவர் அறியலாம், அறிய ஏதும் இல்லாமலும் போகலாம்.

பங்குனி, சித்திரை வெயில் பாழாய்ப் போகாதிருக்க, செய்து, உணத்தி, ஆண்டு முழுவதுக்குமான பயன்பாட்டுக்கு வைத்துக்கொள்வது.

கூழ் வற்றல்

புழுங்கல் அரிசியை ஊறவைத்து, உப்புப் போட்டு, தண்ணீர் விட்டு நன்கு ஆட்டிக்கொள்ள வேண்டும். நிறைய தண்ணீர் ஊற்றி, கூழ்போலக் காய்ச்சி, இறக்கும்போது எள்ளும் சீரகமும் கலந்து விட வேண்டும். காலை ஏழுமணி அளவில், வெயில் தலை காட்டியதும் பனையோலைப் பாய் அல்லது பிரப்பம் பாய்மீது, பழைய ஆனால் வெளுத்து வந்திருக்கும் வேட்டி விரித்து, அதன்மீது கரண்டியால் கோரிக் கோரி வைப்பார்கள். இரண்டு மூன்று நாட்கள் காய வேண்டும். அதன் பின் வேட்டித் துணியில் இருந்து வற்றலைப் பிரித்து எடுக்கலாம். பிறகு சுளவுக்கு மாற்றி, கலகலவெனக் காயவைத்துப் பானைகளில் போட்டு வைத்துக் கொண்டால் எப்போது வேண்டுமானாலும் எண்ணெயில் வறுத்துக்கொள்ளலாம். விருந்தினர் வந்தால், உளுந்தஞ்சோறு பொங்கினால், வற்றல் வறுப்பதுண்டு.

குமிழ் வற்றல்

மேற்சொன்ன மாவை, கூழ் போலன்றி, சற்று இறுக்கமாகக் காய்ச்சி ஆறியபின் குமிழ் குமிழாக நுள்ளி வைத்துக் காய்ந்தபின் பெயர்த்து எடுப்பது. எண்ணெயில் இட்டு வறுத்தாலும் குமிழாக, பூப்போல வரும். இதே மாவில் பச்சை மிளகாய், ஈருள்ளி இவற்றை மிகப்பொடியாக அரிந்து கலந்து நுள்ளி வைத்துக் காயவைத்து எடுப்பது உண்டு. சில வீடுகளில் மிளகாய் வத்தல் பானையில், வத்தல் மிளகாய் விதைகள் சேர்ந்து கிடக்கும். அவற்றைச் சேர்த்து எடுத்து, மண்தூசி போக அரித்து, பச்சை மிளகாய்க்குப் பதிலாகச் சேர்த்துக்கொள்வதுண்டு. ஆனால் சின்ன உள்ளி அரிந்து சேர்க்க வேண்டும்.

தேங்குழல் வற்றல்

வற்றல் என்று நாம் எழுதினாலும், சொல்வது வத்தல் என்றுதான். மேலே சொன்ன குமிழ் வத்தல் மாவை, தேங்குழல் நாழியில் வைத்துப் பிழியும் பக்குவத்தில் இறுக்கமாய்க் காய்ச்சி, விளிம்பு முள் முள்ளாக வரும் தோதிலான தேங்குழல் சில்லு

போட்டுப் பிழிந்து, காய வைத்து, உடையாமல் பெயர்த்து எடுப்பது.

தேங்குழல் உடையாமல் எடுப்பது பெண்களின் சாமர்த்தியம். அதைப் பெருமையாகப் பேசிக்கொள்வார்கள். வற்றல் போடும் நாட்களில் மழை வராமல் இருக்க அவர்களது பிரார்த்தனையும், மழைத் தூறல் விழுந்தால் முகம் போகும் போக்கும், வெற்றிகரமாகப் போட்டு எடுத்துவிட்டால் கிடைக்கும் பூரிப்பும் அனுபவித்து அறிய வேண்டியவை. வற்றல் போடும் காலத்தில் காலையில் எழுந்து, மாவாட்டி, கூழ் காய்ச்சி, வற்றல் போட்டு நிமிரும்போது காலை பத்தரை பதினொன்று ஆகிவிடும். குறுக்குக் கடுக்க பிழிந்து முடித்து நிமிரும்போது கொலைப் பசி இருக்கும். வத்தல் போடும் நாட்களில், காலைப் பலகாரத்துக்கு அக்கா, தங்கச்சி, மதனி, சம்மந்திகளிடம் ஏற்பாடு செய்திருப்பார்கள். வற்றல் போடும் வேலை, தொடராக இரண்டு மூன்று நாட்கள் இருக்கும். போட்டு முடிந்ததும் புது வத்தல் இங்கிருந்து அங்கு போகும், அங்கிருந்து இங்கும் வரும். வத்தல் போட வாய்ப்பான வீடற்ற வெளியூர் வாசிகளுக்கும் ஒரு பங்கு கிடைக்கும். என் கதை இத்தனை ஆண்டுகளாக இப்படித்தான் ஓடுகிறது.

காயவைத்து எடுத்த அன்று இரவு, கஞ்சிக்கோ தண்ணீர் விட்ட சோற்றுக்கோ வீட்டுக்காரனுக்கு வறுத்துப் போட்டு அவன் முகம் பார்த்து நிற்பார்கள், 'நல்லாருக்கு' என்று சொல்ல மாட்டானா என்று. சிலர் மனதறிந்து பாராட்டுவார்கள், சில நாய்கள் வாயே திறக்காது. என்ன செய்ய? இது நம் சமூகத்துப் பெண்கள் படும் பெரும்பாடு!

சோறு வற்றல்

வீட்டு விசேடங்களுக்கும் பொங்கிய சோறு மிஞ்சிப் போனால், பழையது குடித்துப் போக, மாட்டுக்குக் கழுநீர்த் தொட்டியில் போட கூச்சப்பட்டு, அதில் வத்தல் போடுவார்கள். மிஞ்சிப் போன பழைய சோற்றைப் பிழிந்து, அதில் வத்தல் மிளகாய், காயம், உப்பு, சீரகம் போட்டு அரைத்து, கிள்ளி வைத்து, காயவிட்டு, பெயர்த்து எடுப்பது.

குருணை வற்றல்

சம்சாரி வீடுகளில் நெல் புழுங்கி, காயப்போட்டு, ரைஸ்மில்லில் குத்தி வந்து, புடைத்து எடுக்கும்போது எப்படியும் கொஞ்சம் குருணை சேரும். அந்தக் குருணைகளைச் சேர்த்து வைத்து, மிகவும் பொடியான மூக்குக் குருணைகளைக்

கோழிக்குப்போட்டு, மற்றும் குருணையில் குருணைத் தோசையும் காய்ச்சல் வந்தவர்க்குக் குருணைக் கஞ்சியும் செய்தும் தீராமல் கிடக்கும். அந்தக் குருணையைக் குழைய வேகவைத்து – கண்டிப்பாகக் கல், மணல் பார்த்துக்கொள்ள வேண்டும் – வத்தல் மிளகாய், காயம், உப்பு சேர்த்து அரைத்துக் காய்ச்சி கிள்ளி வைத்துக் காய வைப்பது.

ஜவ்வரிசி வற்றல்

ஜவ்வரிசியை உப்புப் போட்டு, கூழ்காய்ச்சி, சீரகம் எள் போட்டு, கரண்டியால் சின்ன பப்படம் போலக் கோரி ஊற்றிக் காய வைத்து எடுப்பது.

மிக இலேசாக, வறுத்தால் பொருபொருப்பாக, பல் இல்லாத கிழங்களும் தின்னும் விதத்தில் இருக்கும். ஜவ்வரிசி வற்றல் இப்போது கடையில் வாங்கவும் கிடைக்கும். பாக்கெட் போட்டு விற்கிறார்கள். என்றாலும் வீட்டில் செய்வது விசேடமானது.

பிரண்டை வற்றல்

நல்ல பிரண்டை பார்த்துப் பறித்து வர வேண்டும். பிரண்டைக் கொடி வகையைச் சார்ந்தது. விரல் நீளம் தண்டு, பின்னர் கணு, கணுவில் இலை, படரும் கொடிச் சுருள் என நீண்டு நீண்டு போகும். மண்ணில் வேர்பாய்ச்சி, தரையில் படர்வதும் உண்டு, பிற தாவரங்களில் பற்றிப் படர்வதும் உண்டு. முற்றிய தண்டு கரும் பச்சையாகவும் இளந்தண்டு கிளிப்பச்சையாகவும் இருக்கும். பருவ காலத்தில் பூக்கும், உண்ணிப் பழம் போல் பழுக்கும். பிரண்டையின் தளிர் இலைகளைப் பறித்து வந்து வதக்கித் துவையல் அரைப்பதும் பிரண்டை வற்றல் போடுவதுமாய், எனக்குத் தெரிந்து இரண்டு மனிதப் பயன்பாடுகள். மருத்துவப் பயன்பாடுகள் மேலும் இருக்கும்.

வற்றலுக்குப் பிரண்டைக் கொடி பறித்து வர அப்பாவைப் பெற்ற ஆத்தா ஏவும் போது, சில நிபந்தனைகள் சொல்வாள்.

1. பிரண்டையின் கணு கிட்டக் கிட்டே இருக்கணும்
2. நல்ல முத்துன பெரண்டையா இருக்கணும்
3. பிஞ்சுப் பெரண்டை ஆகவே ஆகாது.
4. திருகுக் கள்ளி, கொடுக்கள்ளிபோல உள்ளசெடிகள்ளே படர்ந்த பெரண்டை பறிக்கக் கூடாது.

5. புதர்லே பூச்சி கெட்ட கெடக்கும், பாத்து.

6. காரமுள்ளு கள்ளிமுள்ளுலே கொண்டு கால உட்ராதே!

இரண்டு பேராகப் போய், தலைக்கு ஒரு பனையோலைக் கடவம் சுமந்து கொண்டு வருவோம். காடுமேடாக, ராப்பகலாக, அலையும் எமக்கு பிரண்டைக் கொடி எங்கே கிடைக்கும் என்று தெரியும். முள்ளும் குத்துவதுண்டு. கருநாகம் குடை பிடித்து வெருட்டுவதும் உண்டு.

முன்தினம் மாலை பறித்து வந்த பிரண்டையைச் சீர்பார்ப்பார்கள். கணுக்களை நறுக்கி மாற்றி, மிகுந்த நார்ப்பட்ட மூட்டுத் துண்டு முற்றலும் இளசும் இல்லாமல் தெரிந்து, நான்கு விளிம்புகளிலும் இருக்கும் நாரை உரித்து, சிறு துண்டுகளாக வெட்டி வைத்துக்கொள்வார்கள்.

பிரண்டையைப் பார்த்தால் எனக்கு அந்தத் தாவரத்தின் மீது கரிசனம் தோன்றும். பாலைப் பகுதியிலும் படரும் தாவரம் இது.

எனக்கு மிகவும் மனவருத்தம் தருவது, பிரண்டைக்கொடி பற்றி பேராசிரியர்கள் கு. சீநிவாசனோ, கு.வி. கிருஷ்ண மூர்த்தியோ எதுவுமே பேசவில்லை; சங்கப் புலவரோ பிற்காலப் புலவரோ பாடவும் இல்லை என்பது.

துண்டு போட்டு வைத்திருக்கும் பிரண்டையைக் கழுவி, ஊறவைத்திருந்த புழுங்கல் அரிசியுடன் சேர்த்து ஆட்டுவார்கள். நல்ல மைபோல் அரைய வேண்டும். மாவில் நார்கள் கிடக்கும், அது சாரமில்லை. பின்பு கிள்ளி வைக்கும் பருவத்துக்கு உப்புப் போட்டுக் கூழ்காய்ச்சி இறக்கியதும் ஓமம் போட்டுக் கிளறி ஆறியதும் கிள்ளி வைத்துக் காயப் போட வேண்டும்.

வாய் ருசி செத்தவர், பித்தம் மிகுந்தவர் பிரண்டை வற்றல் வறுத்துத் தின்னலாம். நாஞ்சில் நாட்டில் உளுந்தஞ்சோறு பொங்கும்போது பிரண்டை வத்தல் வறுப்பார்கள். காய்ந்த பிரண்டை வத்தல் வறுத்த பின்பும் பாசிப் பருப்பு நிறத்தில் இருக்கும்.

நான் பம்பாயில் வாழ்ந்தபோது, ஆண்டுக்கு ஒருமுறை நாஞ்சில் நாடு வந்து திரும்பும்போது, எனது சகோதரிகள் நாழி போலப் பிரண்டை வத்தலும் வடகமும் தந்து அனுப்புவார்கள். உள்நாட்டுப் பகையோ அல்லது அவர்களே போடுவ தில்லையோ, இப்போது கண்ணிற் படுவதில்லை.

வடகம்

தேவையான பொருட்கள் உடைத்த உளுந்து தோலுடன், சின்ன உள்ளி உரித்தது, வத்தல் மிளகாய், காயம், கடுகு, சீரகம், வெந்தயம், கறிவேப்பிலை, உப்பு, மஞ்சள் பொடி.

அளவு, உழக்கு உளுந்துக்கு மூன்று உழக்கு உரித்த சின்ன உள்ளி. உள்ளியைப் பொடியாக அரிந்துகொள்ள வேண்டும். ஊற வைத்த உளுந்தில் காயம், வத்தல் மிளகாய் போட்டு ஒன்றிரண்டாக அரைத்துக்கொண்டு, சீரகம், வெந்தயம் போட்டு இரண்டு சுத்து சுத்தி வழித்த பின்பு அரிந்த உள்ளி, அரிந்த கறிவேப்பிலை, கடுகு, மஞ்சள் பொடி போட்டுக் கையால் கலந்துகொள்ள வேண்டும். நொய்ய நொறுங்க அரைத்தது, கலந்தது, எல்லாமுமாகக் கையால் கிள்ளி வைக்கும் பருவத்தில் இருப்பது அவசியம். உளுந்து அரைக்கும்போது உப்புப் பரல் போட்டுவிடலாம்.

கிள்ளிக் காய வைத்த வடகம் காய இரண்டு மூன்று நாட்கள் ஆகும். முதலில் ஓலைப் பரப்பில் மேல் விரித்த துணியில் காயும். அதை இளக்கி எடுத்து மறுபடியும் காயவைக்க வேண்டும். பின்பு, கலகலவெனக் காய்ந்தபின் டப்பாக்களில், பரணிகளில் ஆக்கிக் கொள்ளலாம்.

இஃதோர் வாசமான வற்றல் வகை. வெயில் முகம் காட்டிக் காட்டி ஓராண்டுக்கும்கூட வைத்துக்கொள்ளலாம்.

வீடுகளில் வற்றல் வறுக்கும்போது வடகமும் வறுப்பார்கள். உளுந்தஞ் சோற்றுக்குத் தேங்காய் எண்ணெயில் பொரித்துத் தின்னலாம். வடகம் காயவைத்து உதிர்க்கும்போது கொஞ்சம் பொடி கிடைக்கும். அதைத் தனியாக எடுத்து வைத்து, இட்லிக்கு தேங்காய் சட்னி தாளிக்கும்போது பயன்படுத்துவார்கள். பொடி தீர்ந்துபோனபின் வடகத்தை உதிர்த்துப் போட்டும் தாளிக்கலாம்.

தீயலுக்கு, கத்தரிக்காய் – மாங்காய் அவியலுக்கு வடகம் வறுத்துச் சேர்த்தால் வாசமும் ருசியும் அம்சமாக இருக்கும். அண்மையில் கிடைத்த தகவல், கூட்டாஞ்சோறு, பொங்கும் போது, ஒரு கை வடகம் வறுத்துச் சேர்ப்பதுண்டு என.

முருங்கைக்காய் அவியலிலும் பெரும்பயறு தீயலிலும் வடகம் வறுத்துப் போடுவது அதிகச் சுவை. பழைய சோற்றுக்கும், தயிர் சோறுக்கும் வறுத்த வடகம் பொருத்தமாக இருக்கும்.

கத்தரிக்காய் வற்றல்

கத்தரி மலிந்த காலத்தில் வாங்கி வந்து, இரண்டாக நெடுக்கு வாட்டில் நறுக்குவார்கள். பின்பு நீளவாக்கில் கீற்றாக, பாதியை மூன்று துண்டாக நறுக்குவார்கள். இது தரத்துக் கத்தரிக்கு. வெள்ளையும் நீலமுமாக எங்களூரில் கத்தரிக்காய், சின்ன தேங்காய்ப் பருமனில் கிடைக்கும். அதுவெனின் அறுபடும் துண்டுகள் கூடும். வற்றலுக்கான கத்தரி என்பது பிஞ்சுக் கத்திரி அல்ல. விதை வைத்த, சரியாக விளைந்த கத்தரிக்காய். பிஞ்சானால் தோல் போல் சுருங்கிப் போகும். வேகவைத்தால் உரமில்லாமல் நொந்து போகும். வத்தலுக்கான கத்தரிக்காயை அழிய வேகவைக்கலாகாது. உப்புப் போட்டு ஒரு கொதி வந்ததும் சூட்டுடனேயே தண்ணிரை இறுத்து, பனையோலைச் சுளவில் பரத்திக் காய வைக்க வேண்டும். நல்ல வெயிலடித்தால் மூன்று நாட்களில் காய்ந்து கிடைக்கும். வறுத்தும் தின்னலாம், வற்றல் குழம்பிலும் வறுத்துப் போடலாம்.

சீனி அவரைக்காய் வற்றல்

பக்குவம் கத்தரிக்காய்க்குக் கூறியபடிதான். சீனி அவரைக்காயைக் காம்பு, தும்பு எதுவும் நறுக்காமல், முழுதாகப் போட்டு வேக வைக்கலாம். முற்றிய சீனி அவரைக்காய் நன்று. பெரும்பாலும் பிஞ்சையும் இளசையும் பொறுக்கி கறிக்கு வைத்துக் கொண்டு, முற்றலை வற்றல் போடுவார்கள். வறுத்தும் தின்னலாம், வத்தல் குழம்பிலும் போடலாம். கோவை, ஈரோடு, சேலம் போன்ற நகர்களில் தள்ளு வண்டிகளில் கம்மங்கூழுக்குக் கடித்துக்கொள்ள சீனி அவரைக்காய் வற்றல், மோர் மிளகாய் வறுத்துக் குவித்து வைத்திருப்பார்கள். நாமே எடுத்துக்கொள்ளலாம்.

மோர் மிளகாய்

முற்றிய பச்சை மிளகாய். பழுத்தது அல்ல. நல்ல தரமான காய்ப் பருவம். காம்பை மொத்தமாக நறுக்கிவிடாமல், நுனிமட்டும் கொஞ்சமாய் நறுக்கிக்கொள்ளலாம். தும்புப் பக்கம் கத்தியால் ஒரு கீறல். உருண்டை மிளகாய், அரைச் சுண்டுவிரல் நீளமுள்ள கூம்பு மிளகாய் நல்லது. நீண்ட மிளகாய் போடக்கூடாது என்றில்லை. பிஞ்சாகப் போட்டால் எரிப்பு இல்லாமல் தின்னலாம்.

காம்பு லேசாய் நறுக்கிய, தும்பில் நெடுக்காய்க் கீறிய புத்தம்புது பச்சை மிளகாய்களைப் புளித்த மோரில் உப்புப்பரல் போட்டுக் கலக்கியதில் ஊறவிட வேண்டும். மறுநாள் காலை

மிளகாயை மாத்திரம் எடுத்துக் காய விட வேண்டும். மாலையில் காய்ந்த மிளகாயை மிச்சமிருக்கும் மோரில் போட்டு, இரவெல்லாம் ஊற விட வேண்டும். மறுபடி காலையில் உலர்த்தல். காய்ந்த மிளகாய் மோரை உறிஞ்சி உறிஞ்சித் தீரும்வரை, மூன்று நாட்கள் பெரும்பாலும் இந்தச் சுழற்சி. மோர் முற்றும் தீர்ந்துவிட்டால் தொடர்ந்து காயவைத்து எடுப்பது. ஊறும் போதே மிளகாயின் பச்சை மாறி வெண் பழுப்பு நிறம் துலங்கும். முறுகக் காய்ந்தபின் ஆற வைத்து டப்பாவுக்குப் போகும்.

தயிர்ச் சோறு, பழைய சோற்றுக்கு வறுத்த மோர் மிளகாய் பொருத்தம். பாசிப் பருப்புடன் சேர்த்து அரைக்கீரை அல்லது பாலக் கீரை கூட்டு வைக்கும்போது மோர் மிளகாய் வறுத்துப் போட்டால் மணம். அந்த மோர் மிளகாயை வீண் செய்யக் கூடாது. சாம்பாரில் கிடக்கும் பச்சை மிளகாயை வீணாக்காமல் உண்பதை நான் சுந்தர ராமசாமியிடம், கமலாம்மா மேற்பார்வையில் அவர் வீட்டில் உண்ணும்போது கற்றுக்கொண்டேன்.

பாகற்காய் வற்றல்

மேற்சொன்ன செய்முறைதான். பாகற்காயை, குறுக்கு வாட்டில், காலங்குல கனத்தில் வளையம் வளையமாக நறுக்கிக் கொள்ள வேண்டும். விதை களைய வேண்டாம், இருக்கலாம். வற்றல் குழம்புக்கும், தொடுகறியாக வறுத்துத் தின்னவும் ஆகும். பாகற்காயையும் மோர் மிளகாயையும் வேக வைக்கக் கூடாது.

சுண்டை வற்றல்

பச்சைச் சுண்டைக்காய் வாங்கி வந்து, தல்லி, தண்ணீர் விட்டுக் கழுவி, துவர வைத்தபின் மோர் மிளகாய்ப் பக்குவம். தல்லிப் போடாவிட்டால், எண்ணெயில் வறுத்துப் போடும் போது பொட்டித் தெறிக்கும். தீயலில், வெந்தயப் புளிக்கறியில் சுண்டை வத்தல் வறுத்துப் போடலாம். சும்மா வறுத்தும் தின்னலாம். சுண்டைக்காய் பல மருத்துவக் குணங்கள் கொண்டது.

பதார்த்த குண சிந்தாமணியின் பாடல் சொல்கிறது:

'பித்த அரோசகம் போம் பேராப் புழுச்சாகும்
உற்ற கிராணி அறும் உட்பசி ஆம் – சத்தியமாய்ப்
பண்டைக் குத ஆமம் பற்றும் இங்கு யாரையும்தான்
சுண்டைக் காய் வற்றல் உண்ணச் சொல்'

என்று. சுண்டைக்காய் பற்றி மேலும் ஒரு பாடல் உண்டு.

‘நெஞ்சின் கபம் போம் நிறை கிருமி நோயும் போம்
விஞ்சு வாதத்தின் விளைவு போம் – வஞ்சியரே
வாயைக் கசப்பிக்கும் மா மலையில் உள்ள சுண்டைக்
காயைச் சுவைப்பார்க்குக் காண்’

என்று.

ஆக சுண்டைக்காயும் வற்றலுமே சிறந்தவைதான். எந்த வீடுகளில், ஆண்டுக்கு எத்தனை முறை சுண்டைகாயும் வற்றலும் பயன்படுத்துகிறோம் என்று கணக்கெடுத்தால், நமது மரபு மீறல்கள் தெளிவாகும்.

மிதக்க வத்தல்

இது ஆரல்வாய்மொழிக்கு வடக்கே இருந்து நாஞ்சில் நாட்டுக்கு பண்டமாற்றுக்கு வரும். சின்னக் கோவக்காய் பருமனில் இருக்கும். ஆனால் மிதி பாகல் போல் இருமுனையும் கூம்பி இருக்கும். காம்பை நறுக்கி, குறுக்காக இரண்டு துண்டாக நறுக்கி வற்றல் போடுவார்கள். மேற்சொன்ன பக்குவம்தான். இதனை முடுக்க வத்தல் என்றும் சொல்வார்கள். வறுத்துத் தின்றால் மெதுவாக இருக்கும். தீயலில், வற்றல் குழம்பில் போடுவார்கள். சர்வோதயா கடைகளில், நான் முன்பு மிதக்க வத்தல் வாங்கி இருக்கிறேன். இன்றும் கிடைக்கலாம். மதுரை போகும்போது நினைவில் வைத்திருக்க வேண்டும்.

மரச்சீனிக் கிழங்கு வற்றல்

சரியாக வேகாத மரச்சீனிக் கிழங்கு, எத்துக்குத்தாக வீட்டுக்கு வந்து சேர்ந்துவிட்டால் வேறு என்ன செய்ய? ஏற்கெனவே கண்டம் வெட்டிப் போட்டு, உப்புப் போட்டு வேக வைத்தும் ஆகிவிட்டது. ‘நீ திண்ணு, நான் திண்ணு’ என்று காலடி கையடி படும். வேகவைத்த துண்டுகள் ஒன்றரையங்குல நீளத்தில் இருக்கும். அதைக் காலங்குல கனத்தில் நீளவாட்டமாக நறுக்கி காயவைத்து எடுத்தால் போதும். நல்ல காய்ந்த பிறகு தேங்காய் எண்ணெயில் வறுத்துத் தின்னலாம்.

மரச்சீனிக் கிழங்க தோல் வற்றல்

மரச்சீனியின் முதல் தோல் மண் நிறத்தில் மெலிதாகவும், இரண்டாம் தோல் தந்த நிறத்தில் பிளாஸ்டிக் ஸ்கேலின் கனத்திலும் இருக்கும். கிழங்கு வாங்கி அவிக்க நறுக்கும்போது, வெள்ளைத் தோலைச் சேகரித்து அதை ஒன்றரை அங்குல நீளத்தில் அரையங்குல அகலத்தில் உப்புப் போட்டு வேகவைத்து, தண்ணீர் வடியவைத்து, காயவைப்பது. எண்ணெயில் வறுத்து

எடுத்தால் பொருபொருவென இருக்கும். சித்துக் கடுப்புச் சுவை இருக்கும்.

வெண்டைக்காய் வத்தல்

ஒன்றரையங்குல நீளத்தில் வெண்டைக்காய் நறுக்கி, புளித்த மோரில் உப்புப் போட்டு, ஊற வைத்து காயவைப்பது. மோர் மிளகாய் போல்.

பெரும் பயற்றங்காய் வற்றல்

இரண்டங்குல நீளத்தில் காயை நறுக்கி, உப்புப் போட்டுக் கொதிக்க வைத்த தண்ணீரில் கொட்டி உடனே வாரி எடுத்து, துவரவைத்துக் காய விட வேண்டும். மலையாளிகள் இந்த வற்றலைக் கொண்டாட்டம் என்பார்கள்.

குட்டித் தக்காளி வற்றல்

மணத்தக்காளியை நாஞ்சில் நாட்டில் குட்டித் தக்காளி என்பார்கள். கொங்கு நாட்டில் சுக்கட்டி என்பார்கள். உப்புக் கலந்த புளித்த மோரில், முழுதாய் மணத்தக்காளியை ஊறவைத்துக் காயவைக்கும் பக்குவம்தான். வெந்தயப் புளிக்கறி, வெந்தயக் குழம்பு, தீயல், வத்தல் குழம்புகளில் சேரும். வறுத்தும் தின்னலாம்.

அடைமாங்காய்

மாங்காய் மலிந்த காலத்தில், நல்ல நார் உள்ள, புளிக்கும் மாங்காய்கள் வாங்கி வந்து, இரண்டு கதுப்புகளும் கொட்டையுமாக நறுக்கிக்கொள்வார்கள். பெரிய மாங்காயாக இருந்தால், கதுப்பைக் குறுக்காக இரண்டு துண்டுகளாகப் போட்டுக்கொள்ளலாம். வெட்டிய மாங்காயை, பரந்து உட்குவித்த பாத்திரத்தில் உப்புத் தூவிடக் கலந்து வைத்தால், மாங்காய் சாறுவிட ஆரம்பிக்கும். அந்தத் தண்ணீரிலேயே மாங்காய் ஊறும். ஊறவைத்துக் காயவைத்து, ஊற வைத்துக் காயவைத்து, சாறு தீரும் வரை செய்ய வேண்டும். நன்கு உலர்த்தி எடுத்தால் கொட்டையும் துண்டுகளுமாக, உப்புப் பொரிந்து போய்க் கிடைக்கும். கொட்டை அதன் சுற்றுப் புற தோல் சுருங்கக் கிடக்கும். கதுப்புகள் காய்ந்து சுருண்டு கிடக்கும். இதை வறுக்கக் கூடாது. அப்படியே கருவாட்டுக் குழம்பில் போட்டுக் கொதிக்க விடுவார்கள். சுடுகஞ்சிக்கு வைக்கும் பெரும்பயிறு தீயலில் போட இஃதோர் சிறப்புச் சேர்மானம். கருவாட்டு அவியலிலும் அடமாங்காய் போடுவதுண்டு.

பப்படம்

நாஞ்சில் நாட்டுச் சொல் பப்படம், அப்பளம் அல்ல. மலையாளமும் பப்படம் என்னும். இந்தியில் பாப்பட். இன்றும் பார்களில் மசாலா பாப்பட் ஆர்டர் செய்யலாம். தமிழ் நாட்டுப் புத்தகத் திருவிழாக்களில் புத்தகங்களை விட அதிகம் தேடப்படுவது டெல்லி அப்பளமும் மிளகாய் பஜ்ஜியும். பப்படம் முழுக்க உளுந்த மாவில் செய்யப்படுவது. அன்று பப்படத்துக்கு உபயோகப்படும் சோடாக்காரத்தைப் பப்படக்காரம் என்றனர். எல்லாக் கிராமங்களிலும் பண்டை நாட்களில் ஒரு வீட்டில் பப்படம் போட்டு விற்றனர். தெருவிலும் பனையோலைப் பெட்டியில் வைத்துப் பப்படக் கட்டுக்கள் விற்பனைக்கு வந்தன. கிழிந்து நைந்துபோய் இருக்கும் இரண்டாம் கை, மூன்றாம் கை பாட புத்தகங்கள் என் வசம் இருந்தன. நண்பர்கள் பப்படக்கட்டு என ஏளனம் செய்வர். சிறுவனாக இருந்த காலத்து, வீட்டில் ஏதும் விசேடம் என்றால் – நாட்கதிர் கொள்ளுதல், புத்தரிசி, தைமாதப் பிறப்பு, சித்திரை விஷு, பங்குனி உத்திரம், அமாவாசை, ஒடுக்கத்திய வெள்ளிக்கிழமை போன்ற சிறப்பு நாட்களில் – அம்மா கையில் ஓரணா தந்தோ, கடனாகவோ பப்படம் வாங்கி வரச் சொல்வாள். ஊரின் வடகிழக்கு மூலையில் – ஈசான மூலை – இருந்து நடந்து தெற்குத் தெரு இராமலிங்கம் பிள்ளை பெரியப்பா வீட்டிற்குப் போய் பப்படம் வாங்கி வருவேன். அந்தப் பெரியம்மை பப்படம் போட்டு உலர வைப்பதைப் பார்த்து வியந்து நின்றிருக்கிறேன்.

கல்யாண வீட்டுப் பந்திகளில் பப்படம் விளம்புவார்கள். இருபதாண்டுகள் முன்பு ஒரு அதி முற்போக்கு எழுத்தாளர் மகள் திருமணத்துக்குச் சென்னை போயிருந்தேன். பரிமாறப்பட்டது பப்படம் அல்ல, அப்பளம். அப்பளத்தில் சிவப்பு நிறத்தில் மணமக்கள் பெயர் பொங்கிப் பூரித்து இருந்தது. அதை உடைத்துத் தின்னப் பிரியப்படாமல் அப்படியே விட்டு உண்டு போந்தேன்.

நாஞ்சில் நாட்டுப் பந்திகளில் விளம்பப் பெறும் பப்படத்தில் பாதி பருப்புச் சோற்றில் பொடித்துப் பிசைந்துகொள்வேன். மீதிப் பாதி சிறுபயிற்றம் பருப்பு அல்லது கடலைப் பருப்பு பிரதமன் ஊற்றும்போது அதில் நொறுக்கிப் போட. புட்டு, பயிறு, பப்படம் என்பது எமக்கு ஒரு விசேடமான காலைச் சிற்றுண்டி. ரசஞ்சோறு தின்னும்போதும், தீயல் விட்டுப் பிசைந்து தின்னும் போதும் பப்படம் சுவாரசியமான தொடுகறி. வற்றல் குழம்பும் சுட்ட அப்பளமும் என்ற தொடருக்குச் சிறப்பானதோர் இலக்கிய அந்தஸ்து உண்டுதானே!

நாஞ்சில் நாட்டில் பப்படம் எப்போதும் தேங்காய் எண்ணெயில் மட்டுமே பொரித்து எடுக்கப்படும். எப்போதாவது பப்படம் சுடப்படுவதும் உண்டு. மரவள்ளிக் கிழங்கின் மாவில் பப்படம் போடுவதுண்டு. மரச்சீனிக்கிழங்குப் பப்படம் என்போம். இன்றும் நாகர்கோயில் நகரில் வடிவீசுவரம், கோட்டாறு, செட்டித்தெரு போன்ற பகுதிகளில் வீடுகளில் வாங்கக் கிடைக்கும். கேரளத்தில் எங்கும் கிடைக்கும். பம்பாயில் யாம் வாழ்ந்த பதினெட்டு ஆண்டு காலத்தில், ஆண்டுக்கு ஒரு முறை ஊருக்கு வந்து திரும்பும்போது, ரயில் சுமந்து வரும் அட்டைப் பெட்டியில் உளுந்து பப்படம், கிழங்கு பப்படம், கட்டாயம் இருக்கும். மற்ற பொருட்கள் பனங்கருப்பட்டி, சம்பா அவல், பச்சரிசி, வடகம், நெற்றுத் தேங்காய், ஏத்தங்காய் வற்றல், நெத்திலிக் கருவாடு, மொரல் கருவாடு என... எனது மூத்த படைப்பாளி சகோதரி அம்பைக்கு பப்படம் கொண்டு கொடுத்திருக்கிறேன்.

திருவனந்தபுரத்திலிருந்து எனது கொழுந்தியாள் குடும்ப உறுப்பினர் எவரும் கோவைக்கு எம் வீட்டுக்கு வந்தால் பப்படம் உறுதியாகக் கொணர்வார்கள்.

சிறுவயதில், எனது சின்ன அத்தை கணவர் சாப்பிட அமர்ந்ததும் – அவரைக் களியக்காவிளை மாமா என்போம் – அவர் கேட்கும் முதல் கேள்வி, 'பப்படம் இல்லியா?' என்பது.

தேங்காய் எண்ணெய் விலக்கி, கடலை எண்ணெய், சூரியகாந்தி எண்ணெய், பாமாயில், அரிசித் தவிட்டு எண்ணெய் என எதில் வறுத்தாலும் அது பப்படத்துக்குச் செய்யும் சமூக அநீதி என்பது போன தலைமுறை நாஞ்சில் நாட்டார் கருத்து. நாஞ்சில் நாட்டில் பப்படம் பொரித்தேன் என்ற சொல்லாடல் இல்லை, பப்படம் வறுத்தேன் என்பார்கள். முறுக்கு, முந்திரிக்கொத்து, தேங்குழல், சீடை, தட்டை, அப்பம் வடை எல்லாம் சுடுவது. தோசையும் அடையும் ஆப்பமும் சுடுவது. புட்டு, இட்டிலி, கொழுக்கட்டை, இடியாப்பம் யாவும் அவிப்பது.

விசேட நாட்களில் வீட்டில் வரி பிடித்துச் சாப்பிட உட்கார்ந்தால் குடும்பத் தலைவருக்கு மட்டும் இரண்டு பப்படம் வைப்பர் தாயர். மற்றவர்க்கு எல்லாம் ஒன்றுதான். ஏழு மக்களைக் கொண்ட எங்கள் வீட்டில் சாப்பிடும்போது பப்படம் வைத்தால், அல்லது மீன் புளி முளத்தில் கிடக்கும் சாளை தலைக்கு ஒன்று வைத்தால், முட்டை – முருங்கைக்காய் அவியலில் கிடக்கும் பாதி முட்டை வைத்தால் அதைக்

காலணாவுக்கு விற்க எனக்கொரு தம்பி இருந்தான். வாங்கவும் ஒரு தம்பி இருந்தான்.

தயரத இராமனின் தம்பியர் பற்றிய கம்பனின் பாடல் ஒன்று இப்போது எனக்கு நினைவுக்கு வருகிறது. கம்பராமாயணத்தில், யுத்த காண்டத்தில், மீட்சிப்படலத்தின் பாடல் அது. ஏழிரண்டு ஆண்டில் திரும்பி வருவேன் என வனம் ஏகிய இராமன் பரதனுக்குக் கொடுத்த நேரம் கடந்துகொண்டிருந்தது. பரதன் எரி புக உத்தேசிக்கிறான். தனக்குப் பிறகு அரசாட்சியை ஏற்று சிறப்பாக நடத்த பரதனால் அறிவுறுத்தப்பட்ட சத்துருக்கனன் மொழியும் பாடல்.

"கான் ஆள நிலமகளைக் கைவிட்டுப்
  போனானைக் காத்து, பின்பு
போனானும் ஒரு தம்பி; 'போனவன்
  தான் வரும் அவதி போயிற்று' என்னா
ஆனாத உயிர்விட என்று அமைவானும்
  ஒரு தம்பி; அயலே நாணாது
யானாம் இவ் அரசு ஆள்வென்? என்னே
  இவ் அரசாட்சி! இனிதே அம்மா!"

என்பது.

சநாதனமோ, புராணமோ, ஆன்மீகமோ, பக்தியோ ஒரு புறம் இருக்க, இலக்கியம் உணர்த்தும் மனித மாண்புகள் எத்தனை மேன்மையானவை?

விருந்தாளிகளுடன் உணவருந்தும்போது, மனைவியைப் பார்த்து, 'ஏ! அவாளுக்கு இன்னொரு பப்படம் வை' என்பதுவும் விருந்து உபசாரமே! திருமணத்தன்று மாலை நடக்கும் நாலாம் நீர்ச் சடங்கின்போது, நலங்கு உருட்டுவதும், மணமக்கள் மாறி மாறித் தலையில் பப்படம் அடித்துப் பொடித்து விளையாடுவதும், நீர் நிறைந்த பித்தளை அண்டாவினுள் மோதிரத்தைப் போட்டு இருவரும் வலக்கை நுழைத்துத் தேடுவதும் உண்டு.

கல்யாண வீடுகளில் சாப்பாட்டுப் பந்தி வைக்க சற்று நேரம் முன்புதான் பெரிய வெண்கல உருளியில் தேங்காய் எண்ணெய் டின்னைக் கவிழ்த்துச் சூடானதும் பப்படம் வறுக்க ஆரம்பிப்பார்கள். அப்போதுதான் பப்படம் மொரமொரப்பாக இருக்கும். இல்லாவிடில் நவுத்துப் போகும். பப்படம் வறுத்து எடுக்க என்று நீண்ட கம்பி உண்டு. அதற்குப் பப்படக் கம்பி என்று பெயர். அப்பளக் குடுமி என்றொரு சொல் அறிவோம். நாஞ்சில் நாட்டில் பப்படக் குடுமி என்றொரு சொல், நானறிய இல்லை.

பதினைந்து வயதிலிருந்தே எங்களூர் கல்யாண அடியந்திரங்களில் கறிகாய் வெட்ட, தேங்காய் திருவ, தண்ணீர் கோரிச் சுமக்க, தேங்காய் அரைக்க, பந்தி விளம்ப நின்றிருக்கிறேன். பெண்கள் பந்தியில், பனையோலக் கடவத்தில் பப்படம் கொண்டு வரிசையின் இருபுறமும் விளம்பப் போவோம். என்மீது பிரியமாக இருக்கும் மதனி என்ற மயினிக்கு, கை தவறி விழுந்தது போன்ற பாவனை காட்டி, இரண்டு பப்படம் போட்டிருக்கிறேன். இலைமுன் அமர்ந்திருக்கும் மயினி ஏறிட்டுப் பார்த்துச் சிரிக்கும் சிரிப்பு கோடி பெறும் நாயன்மாரே!

வழக்கமான நாலங்குல விட்டமுள்ள பப்படத்தைவிட, இரண்டு மடங்கு பரப்பில் பெரிய பப்படத்தை ஆனைக்கால் பப்படம் என்னும் நாஞ்சில் நாடு. ஆனையடி அப்பளம் என்பார் பிற பகுதியினர்.

ஜவ்வரிசி மாவில் செய்யப்படும் பப்படமும் உண்டு. அதனை ஜவ்வரிசி வற்றல் என்பர்.

18

ஊறுகாய்

பாரதி மணி அண்ணா வீட்டில் சாப்பிட அமர்ந்தால் 4 ஊறுகாய் வைப்பார். வடுமாங்காய் நாலாய் வகுந்து ஒரு துண்டு, அரையங்குல நீளத்தில் நாரத்தங்காய் ஊறுகாய், மோர் மிளகாய் வறுத்தது,

நாஞ்சில் நாடன்

ஒரு பச்சடி. உணவு மரபில் ஈடுபாடுள்ள சமூகங்களில், வீடுகளில் சில தினுசு ஊறுகாய்கள் நிரந்தரமாக இருக்கும். நார்த்தையும் எலுமிச்சையும் எப்போதும் ஊறுகாய்க்குக் கிடைக்கும். ஆனால் காட்டு நெல்லிக்கு ஒரு காலம், மாங்காய்க்கு என ஒரு காலம். மாகாளிக் கிழங்குக்கு என்றொரு காலம், ஜாதிக்காய்க்கு என்றொரு காலம்.

எமது மரபில், எந்த ஊறுகாயும் எண்ணெய் கலந்தது அல்ல. நாரத்தங்காயோ, எலுமிச்சங்காயோ, நெல்லிக்காயோ, களாக்காயோ, அரி நெல்லிக்காயோ, மாங்காயோ எதுவுமே! சில பச்சடிகளை, 'உப்பிலிடு' என்று சொல்வோம். தாளிதத்துக்குப் பயன்படுத்தப்படும் எண்ணெய் அவற்றில் மினுங்குமே அன்றி, எந்த ஊறுகாயும் எண்ணெய் அடிப்படையில் அமைந்தது அல்ல. பின்னாளில் தஞ்சாவூரின் வேப்பிலைக் கட்டி, ஆந்திராவின் கோங்குரா சட்னி, ஆவக்காய்; குஜராத்தின் வங்காளத்தின் இஞ்சித் துருவல் ஊறுகாய்; எறால் ஊறுகாய்; பிற இந்தியப் பகுதிகளின் தினுசு தினுசான ஊறுகாய்களின் மேல் ஓரங்குலத்துக்குக் கடுகு எண்ணெயோ, நல்லெண்ணெயோ, கடலை எண்ணெயோ மிதந்து நிற்கையில் இது எனக்கு மிகுந்த ஆச்சரியமாகப்படும்.

தம் வீட்டு அல்லது சமூகத்து ஊறுகாய் தவிர்த்து, பிறர் ஊறுகாய் எனில் முகஞ்சுளிப்பார் உண்டு. எனது வடநாட்டுப் பயணங்களின்போது, மதிய உணவு வேளைகளில், வட இந்தியக் குடும்பங்கள் தமது சப்பாத்திப் பொட்டலங்கள் பிரிக்கும்போது, கம்பார்ட்மென்ட் முழுக்கக் கமழும் ஊறுகாய் வாசம், நாவில் நீரூற வைக்கும். நம்மில் பலருக்கும் தேங்காய் எண்ணெய் வாசம் ஆகாது; நல்லெண்ணெய் வாசம் பிடிக்காது; கடலை எண்ணெய் வாசம் கடுப்படிக்கும்; கடுகு எண்ணெய் வாசம் கமறும்.

ஊறுகாய் தயாரிப்பில் வீட்டுக்கு ஒரு பாணி, வீதிக்கு ஒரு பக்குவம், சமூகத்துக்கு ஒரு தினுசு, பிரதேசத்துக்கு ஒரு மணம் எனப் பற்பல உண்டு. நியூ மெக்சிகோ மாநிலத்து ஆர்பர்கர்க்கியில் போய் நின்றுகொண்டு இட்லி சாம்பார் கிடைக்கவில்லை என்று ஆவலாதிப்படுகிறவர்கள், மற்று எந்த உணவையும் சுவைக்க முடியாது – மதிக்க முடியாது – பாராட்ட முடியாது.

எனது சுவையான சில ஊறுகாய் அனுபவங்களைச் சொல்லிச் செல்வது, வாசிப்பு சுவாரசியம் கூட்டும் என்பதால், சற்று விளக்கமாகப் பேசுகிறேன். 1972 நவம்பரில் பம்பாய் சென்று இறங்கிய பிறகு, என்போன்று புதிதாய்ப் பம்பாய் போனவர்க்கு மாதுங்கா பகுதி புண்ணியத்தலம். தென்னிந்திய உணவும் பாலக்காட்டுச் சமையல் வாசமும் தஞ்சாவூர்ப் பாணி

தயாரிப்புகளும். செட்டி நாட்டு உணவும் மதுரை முனியாண்டி விலாசும் அசைவப் பிரிவின் உள்ளேயே பெரும்பாலும் அடங்கிக் கிடந்தன.

மாதுங்கா போஸ்ட் ஆபீஸ் பக்கத்தில் இருந்து பிரியும் பாவுதாஜி சாலையில் இரண்டு தென்னிந்திய உணவு விடுதிகள் இருந்தன. உறுப்பினர்களுக்கு முன்னுரிமையும் பிறருக்குச் சற்று அதிகக் கட்டணத்தில் சாப்பாடும். தினசரி இரண்டு வேளை உணவு உறுதி. தரையில் அமர்ந்து, இலைபோட்டு, அலுவலகம் செல்வோர் வசதிக்காக, காலை எட்டுமணிக்கே பந்தி ஆரம்பித்துவிடும். என்னைப் போல அத்து அழிந்தவர்களுக்கு, அந்தச் சூழல், மொழி, உணவின் வாசனை, பரிமாறுதலில் தெரியவரும் ஓரவஞ்சனை எரிச்சலூட்டும். எந்த வலியையும் கடந்து தானே ஆக வேண்டும். இரண்டு உணவு விடுதிகளில் ஒன்று பாலக்காடு, இன்னொன்று தஞ்சாவூர். கார்த்திகை மாதத்தில், உணவு விடுதிக்காரர்கள் நடத்திய ஸ்டோர் வாசலில் கரும்பலகையில் சாக்குக் கட்டியால் எழுதி வைத்திருப்பார்கள். 'வந்து விட்டது, நீங்கள் ஆவலோடு எதிர்பார்த்த மாகாளிக் கிழங்கு!' என்று. மற்ற நாட்களில் வேறு கடைகளில் கிடைக்காத பப்படம், அப்பளம், நேந்திரங்காய் – பழம், தேங்காய், உலர்ந்த நாரத்தங்காய் ஊறுகாய், பாக்கெட்டுகளில் அடைக்கப்பட்ட வற்றல் வடகங்கள், இட்லி மொளகாப் பொடி, பருப்புப் பொடி, புளியோதரை மிக்ஸ் என்றெல்லாம்.

தனியே சமைத்துச் சாப்பிடுகிறவர்களுக்கும் நாடன் பதார்த்தங்களில் நாட்டம் உடையவர்க்கும் நாவூறும் போலும். என்னைப் போன்ற கிடைத்த விடுதியில் வயிறு நிறைப்போர்க்கு அதனால் என்ன?

பிஞ்சு வெண்டை, விதை வைக்காத கத்தரி, தளிர்க்கீரை, வாழைப்பூ என்று அந்த வீதியில் மாமிகளும் மாமாக்களும் தெரிந்து பொறுக்கி, பேரம்பேசி, கொசுறு வாங்கிப் போவார்கள் இரவுச் சமையலுக்கு. நான் சாப்பிட்ட விடுதிகளிலோ முற்றல் வெண்டை, நார்வைத்த முருங்கை, பழுக்கப் போன கத்தரி, எப்போதும் பூசணி.

அது கிடக்கட்டும். மாகாளிக் கிழங்கு எனும் சொல்லே எனக்கு மிகவும் புதியதாக இருந்தது. ஒருவேளை மரவள்ளிக் கிழங்குபோல, அவித்துத் தின்னும் கிழங்காக இருக்குமோ என்று எண்ணினேன். நூறுகிராம் நேந்திரம் சிப்ஸ் வாங்கும் சாக்கில், கூடையில் குவிந்திருந்த ஒரு மாகாளியை எடுத்துப் பார்த்தேன். அரையங்குல, முக்காலங்குல விட்டத்தில், நீள நீளமான

வேர்கள் போலக் கிடந்தன. மோந்து பார்த்தேன், நன்னாரின் வேரின் வாசனை. ஓகோ! நன்னாரிக் கொடியும் வேரும் எனக்குத் தெரியும். அந்தக் குடும்பம் போலும் என்றெண்ணிக் கொண்டேன்.

பின்பொரு நாள், சென்னை மைலாப்பூர் ராதாகிருஷ்ணன் சாலையில் இருக்கும் எனது நாற்பத்தைந்து ஆண்டுகால நண்பர், மதுரை ஆலயப் பிரவேச வைத்தியநாத ஐயர் குடும்பத்துக் கொள்ளுப் பேரன், 'விருட்சம்', 'ழ', இதழ்களில் கவிதை எழுதுகிறவர், ஆத்மாநாம், இராஜகோபாலன், ஆனந்த், ஸ்டெல்லா புரூசு, ஞானக் கூத்தன், சா. கந்தசாமி, லா.ச.ரா, நகுலன், க.நா.சு., அம்பை, பாஸ்டன் ரவிசங்கர் ஆகியோருக்கும் எனக்கும் நண்பர், வைத்தியநாதன் வீட்டுக்கு சாப்பிடப் போனேன். அவர் அம்மா, திருமதி சிவகாமி எனக்கும் அம்மா. நற்றாயர். விரைவில் அவர் பற்றித் தனிக்கட்டுரை எழுத உத்தேசம் இருப்பதால், இந்தச் சந்தர்ப்பத்தில் அடக்கி வாசிக்கிறேன்.

சாப்பிடும்போது அம்மா கேட்டாள், 'மாகாளி ஊறுகா போடட்டுமாடா?' என்று. தெய்வம் எந்தெந்த வழிகளில் தன்னை வெளிப்படுத்திக்கொள்கிறது பாருங்கள். பிறகு தெரிந்துகொண்டேன், அதன் பிறப்பிடம் கேரளம், கூர்க் என்று. பிறகுதான் கோவையில் வசிக்கத் தொடங்கினேன். அம்மா சொன்னாள், "சுப்ரமணியம், பாலக்காட்டுப் பக்கம், புரட்டாசி – கார்த்திகை – மார்கழியிலே நல்ல மாகாளிக் கிழங்கு கெடைக்கும். வாங்கீண்டு வாறயா?"

இதை யார் ஞாபகம் வைத்திருந்து வாங்கிக்கொண்டு போவது என்று தயக்கம்! பழவந்தாங்கலில் ரயில் பிடித்து, மாம்பலத்தில் இறங்கி, ரங்கநாதன் தெரு வழியாக அன்று அசோகமித்திரன் இருந்த வீட்டுக்குப் போக வேண்டும் எனக்கு. தெருவில் மாகாளி குவியல் குவியலாகக் கிடந்தது. அசோகமித்திரன் அன்று வீட்டில் இல்லை. திரும்ப வந்து, இரண்டு கிலோ மாகாளி வாங்கிக்கொண்டு, மைலாப்பூருக்குப் பஸ் ஏறினேன். வைத்யநாதன் அலுவலகம் போயிருந்தார். அது அவ்வளவு முக்கியம் இல்லை. மாகாளியை இரண்டாக ஒடித்து மோந்து பார்த்தார் சிவகாமித் தாயார். "ஏண்டா, சுப்ரமணியம்! ரெங்கநாதன் ஸ்ட்ரீட்ல வாங்கினியா? அது நான் வாங்க மாட்டேனா?" என்றார்.

செருப்படியில் எனக்கு செவிடு வலித்தது. பிறகு நான் பிராயச்சித்தமாக, கோவையில் புதிது தெரிந்து வாங்கிப் போயிருக்கிறேன். அம்மா எண்பதும் தாண்டிய பிறகு, ஒரு நாள் வைத்தியநாதன் சொன்னார், "சுப்ரமணியம், இதெல்லாம்

இனி வாங்கியாராதீங்கோ... அம்மா அதை வச்சுண்டு நாள் பூரா செரமப்படறா!"

மாகாளிக் கிழங்கு ஊறுகாய் போட, சோலாந் தரம் மிகுதி. தோல் நீக்கி, நடு நரம்பு எடுத்து, சின்னஞ்சிறு துண்டுகளாக நறுக்கி... அத்தோடு ஒரு ஆர்லிக்ஸ் பாட்டில் மாகாளி ஊறுகாய் எனக்கும் நின்றுபோயிற்று. அம்மாவும் சிவன் பாதம் சேர்ந்தாயிற்று. நான் மாகாளியும் மறந்தாயிற்று.

பாலக்காட்டு வடுமாங்காய் அல்லது கடுமாங்காய், அந்தப் பக்குவத்தில் எனக்குப் பழக்கமில்லை. நான் பம்பாய் வந்து, திருமணமும் ஆகி, தாக்குர்லியில் ஒன் ரூம் – கிச்சனில் ஒடுங்கிய பின்பு ஒருமுறை ஊர் போய்வந்தேன். அம்பை, விஷ்ணு மாத்தூரைத் திருமணம் செய்த பின்பு கொஞ்சநாள் கொலாபா, சில ஆண்டுகள் வடாலா, பின்பு தாலி முதற்கொண்டு விற்று அந்தேரி வெர்சோவா கடற்கரைப் பக்கம் வீடு வாங்கிப் போனார். நான் ஊர்வந்து திரும்பிய பின் பார்க்கப் போனேன். நடுப்பகல் இரண்டு மணி இருக்கும். பையில், ஊரில் இருந்து கொண்டு வந்த அரும்பொருட்கள் இருந்தன.

"என்னா, சகோதரி வீட்டுக்கு சீர் கொண்டுவந்ததுபோல இருக்கு!" என்றார். என் பிள்ளைகளுக்கு அம்பை அத்தை. சங்கீதாவுக்கு ஒரு வயது இருந்தபோது, விஷ்ணு மாத்தூர் அவளை முதுகில் ஏற்றி, நாலு காலில் யானையாக நடந்திருக்கிறார். நாற்பது ஆண்டுகள் ஓடிவிட்டன.

"சாப்டிங்களா?" என்றார் அம்பை.

"சகோதரி வீட்டுக்கு யாராம் சாப்பிட்டுட்டு வருவாங்களா?" என்றேன். சுடச்சுட பாம்பே ரவை உப்புமா கிண்டிக் கொடுத்தார். தொட்டுக்கொள்ள வடுமாங்காய் அல்லது கடுமாங்காயின் செக்கச் சிவந்த, காரமான, உப்பும் துவர்ப்புமான, மணக்கும் சாறு. அதன் பிறகே அதன் வரலாறு அறிய ஆரம்பித்தேன்.

பணிபுரிந்த தொழிற்சாலையில் இருந்து, விற்பனை அதிகாரியாக, தலைமை அலுவலகத்துக்கு நான் மாற்றப்பட்ட போது, என் டெக்ஸ்டைல் இயந்திரத் துறைத் தலைவர், கான்பூரில் இருந்து மாற்றலாகி வந்த ஷ்யாமன் நாயர். சொந்த ஊர் திருவனந்தபுரம் பக்கம் நேமம். எனக்கு மூத்த அதிகாரி புருஷோத்தமன், பாலக்காட்டுக்காரர். கொட்டேஷன் தயாரிப்பது, டெண்டர் நிறைப்பது, வெளியூர்ப் பயணங்கள், விற்பனைக்குத் தனிநபர் கமிஷன் பேசுவது, டிஸ்கவுண்ட் கொடுப்பது எல்லாம் கற்பித்தவர். பயணச் செலவு எழுத

முனையும்போது, எழுதிய பில்லைத் தன்னிடம் காட்டச் சொல்வார். எந்த இனத்தில் என்னென்ன சேர்க்கணும், எங்கு டாக்ஸி, எங்கு ஆட்டோ, எங்கு பஸ், எத்தனை எழுதணும் என்றெல்லாம். நான் தயாரித்த கணக்கை விட நானூறு ஐந்நூறு அதிகமாக இருக்கும், அவர் செய்த திருத்தம். திரும்ப எழுதிக் கொடுத்தபின் அவர் கையால் வண்ணான் குறிபோட்டு, பில் நாயரிடம் போகும். நாயர் மிகவும் கவனமாக, சிவப்பு இங்க்கில் சுழித்துப் பதினெட்டு அல்லது இருபத்திரண்டு ரூபாய் வெட்டிக் குறைத்து வண்ணான் குறியிட்ட பின் முதன்மை நிர்வாக அதிகாரிக்குப் போகும். அவர் அப்படியே ஒப்புதல் செய்வார்.

தாதர், சிவாஜி பார்க் பக்கம் *Gopi Tank* சாலையில் இருந்தது அவர் வீடு. எவர் வீடு – புருஷோத்தமன் வீடு! பலமுறை வீட்டுக்கும் கூட்டிப் போவார். அவர் அம்மா நன்றாகச் சாப்பாடு போடுவார். அங்கு ஒருநாள் மோர் சாதத்துக்குக் கடுமாங்காய் போட்டனர். அப்போது நெரூல் பக்கம் குடியிருந்தேன். நவி மும்பைப் பகுதி.

நெரூலில் இருந்து விடுமுறை நாட்களில், பஸ் பிடித்து, பழைய பனுவேலில் தினந்தோறும் கூடும் காட்டுச் சந்தைக்குப் போவேன். பொதுவாக, காய்கறிக் கடைகளில் காணக் கிடைக்காத, மராட்டியர் நாட்டுக் கானக் காய்கறிகள் கிடைக்கும். இன்று அவற்றின் பெயர்கூட எனக்கு மறந்துபோயிற்று. ஒரு நாள் கூடை கூடையாக, காம்புடன், பால் மணக்கும் சில்லுண்டையான வடுமாங்காய்கள் கிடந்தன. வேறெதும் காய் வாங்காமல், கொண்டு போன இரண்டு பை நிறைய, இரண்டு கூடை வாங்கி நிறைத்துக் கொண்டு, தாதருக்கு பஸ் ஏறி விட்டேன். வீட்டுக்கு ஃபோன் செய்து தகவல் சொல்லி, அன்று நான் வீடு திரும்பும்போது மத்தியானம் ஆகிவிட்டது. எதிர்ச்சீராக எனக்கு இரண்டு பாட்டில் கடுமாங்காய் தந்தாள் புருஷோத்தமன் அம்மா. இன்று அம்மாவும் இல்லை, புருஷோத்தமனும் இல்லை.

தொழில்ரீதியில், ஆந்திர மாநிலத்தில் குண்டூர் பக்கம் இருக்கும் சிலக்கலூரிப் பேட்டையின் சமீபம் உள்ள கணப்பவரம் எனும் சிற்றூரில் இருந்த நூற்பாலை முதலாளிகளோடு எனக்கு நல்ல நட்பு. அவர்களுக்குச் சொந்தமாய் நவீன ரைஸ்மில்லும் இருந்தன சில. சொன்னால் கோயமுத்தூர் வரும் பஞ்சு லாரியில் கடலை எண்ணெய் டின்னும் நெல்லூர்ப் பச்சரிசிப் பையுமே வரும் எனக்கு.

மில் முதலாளியின் மகள் திருமணத்துக்கு அழைப்பு வந்தது. அப்போது கோவைக் கிளையில் இருந்தேன். இரவுத் திருமணம். சாப்பாட்டுப் பந்தியில், இலைபோட்டு, வெள்ளை வெளேரெனச்

சோறுபோட்டு சட்னி போட்டு அதன் மேல் எண்ணெயும் ஊற்றினார்கள். முதல் சோற்றுக்கு எல்லோரும் பிசைந்து தின்றார்கள். கார சட்னி. கோங்கூரா சட்னி என்றார்கள். கோங்கூரா என்றால் நம்மூர்ப் புளிச்சக்கீரை. செடி பார்த்தால் எனக்கு அடையாளம் தெரியும். சட்னியில் எண்ணெய் பொங்கிப் பொங்கி வந்தது.

இப்படியே எழுதிக்கொண்டே போகலாம். குஜராத்தில் ஆமதாபாத் நகரில் ஷாகி பாக்கில் இருந்த வியாபார நண்பர் காந்திலால் சப்பன் தந்தனுப்பிய வெல்லம் போட்ட மாங்காய் ஊறுகாய், கல்கத்தா போயிருந்தபோது அங்கிருந்த கிளை மேலாளர் மித்தல், பஜாரில் வாங்கித் தந்த இஞ்சித் துருவல் ஊறுகாய், விசாகப்பட்டினத்து நண்பர் தந்த சின்னஞ்சிறு எறா மீன் ஊறுகாய், கோவையில் பாலக்காடு மெஸ் ஒன்றில் இலையில் வைத்த மாங்காய் இஞ்சித் தொக்கு...

இசைக்கல்வி, ஆபரணங்கள், இறை வழிபாட்டுச் சடங்குகள், உணவின் மேன்மை உணர்தல், உடுத்துதல், ஒப்பனைகள், பிற கலைகளில் தேர்ச்சி என்பனவற்றுக்கும் பொருளாதார வளத்துக்கும் நேரடித் தொடர்பு உண்டு என்பதை நாம் அறியாமல் இல்லை. பண்பாட்டு அடையாளமான ஒரு துறையை எடுத்துப் பேச முற்படும்போது அந்த எண்ணங்கள் என்னிடம் குறுக்கிடாமலும் இல்லை. இதை இப்போது எதற்குச் சொல்கிறேன் எனில், நமது சமூகத்தின் சில தட்டுக்களில் ஒரு பொரியலும் ரசமும்; கூட்டும் இல்லாத குழம்பும் இல்லாத ஒன்றே ஒன்று மட்டும்; ஒரேயொரு மீன் குழம்பு என்ற ரீதியிலும் மக்கள் வாழாமல் இல்லை.

என்னுடைய இலக்கிய நண்பர்கள் பலரின் வீடுகளுக்கு நான் மதியமோ, இரவோ சாப்பிடப் போயிருக்கிறேன். ஊறுகாய் என்பது அவர்கள் உணவுப் பண்பாட்டில் இல்லை. எனக்குத் தோன்றியது, ஊறுகாய் என்பதும் ஒரு மேட்டுக் குடி அடையாளம் என்பதோ என. அதே சமயம், மேட்டுக் குடியைச் சாராத ஒரு வர்க்கம், நள்ளிரவு பன்னிரண்டு மணிக்கு, ஊறுகாய்த் தடை ஒன்று வாங்கிக்கொண்டு, தொட்டு நக்கி, கால் குப்பியைக் கவிழ்த்து விட்டுப் போகிறது. எங்களூரில் பலசரக்குக் கடைகளில் வரிசையாகப் பின்னடித்த ஊறுகாய்ப் பாக்கெட் அட்டைகள் தொங்கும். காலணாவுக்கு ஒன்று என்ற காலத்தில் இருந்தே நான் கவனிக்கிறேன்.

தம்பி, குற்றாலத்தைச் சார்ந்த தர்மராஜனுடன், சீசன் அல்லாத நாட்களில் அருவியில் குளித்துவிட்டு வரும்போது – பெரும்பாலும் எங்கள் குளியல் நேரம் இரவு பன்னிரண்டு

மணிக்கு மேலாக இருக்கும் – ஜாதிக்காய் மேல் சதைப் பகுதியில் செய்யும் ஊறுகாய் பற்றிச் சொன்னார். அடுத்த நாள் வாங்கியும் தந்தார்.

இந்தியாவின் முப்பது மாநிலங்களிலும், பிரதேசத் தன்மையுடன், விளையும் பொருட்கள் சார்ந்து, நூற்றுக்கணக்கில் ஊறுகாய் தினுசுகள் இருக்கக்கூடும். அவரவர் தயாரிப்பும் சுவையும் அவரவர்க்குப் பெரிது. நாஞ்சில் நாட்டின் சிலவற்றை நாம் பார்ப்போம்.

ஏற்கெனவே நாம் மாங்காய் கோசு, நெல்லிக்காய் விடிவளம், நார்த்தங்காய் பச்சடி, இஞ்சிப் பச்சடி, மிளகாய்ப் பச்சடி எனச் சில பார்த்திருக்கிறோம். சமைத்த பின் அவற்றின் ஆயுட்காலம் நான்கு நாட்களோ ஒருவாரமோ. முறையான, ஆண்டுக்கும் கெடாமல் இருக்கிற சில ஊறுகாய்களைக் காணலாம்.

நாரத்தங்காய் ஊறுகாய்

கடாரங்காய் என்று அழைக்கப்படும் நாரத்தங்காய் நல்ல முரட்டுத் தோலுடனும் கரும்பச்சை நிறத்திலும் வாசனையும் கசப்பும் கடும் புளிப்பும் கொண்டதாக இருக்கும். நார்த்தை சீரணத்தை வேகப்படுத்தும். ஆனால் அதன் வாசனை சீரணம் ஆகாது. எனவே, உண்டு நீண்ட நேரம் ஆனாலும் ஏப்பத்தில் வாசனை வரும்.

நாரத்தை, நார்த்தை, நார்த்து, நாரத்து என்றழைக்கப்படும் இந்தச் சிறுமரம் வெள்ளையாக வாசனையுடன் பூப்பது. சங்கப் பாடல்களில் நரந்தம் எனும் சொல்லால் அழைக்கப்பட்டிருக்கிறது. சங்க இலக்கியத்தில் கபிலர், குறிஞ்சிப் பாட்டில் 99 மலர்களைத் தொகுத்துப் பாடியுள்ளார். எது எந்த மலர் என்று தெரியாமல், அதை அடையாளம் காணத் தெரியாமல், அதன் தன்மைகள் அறியாமல், மனப்பாடம் செய்து ஒப்பித்தே கைதட்டல் வாங்கிச் செல்கிறார்கள் மேடைப் பேச்சாளர்கள்.

'நரந்தம், நாகம், நள்ளிருள் நாறி' என்பது கபிலர் வாக்கு. நரந்தம் எனில் நாரத்தை, நாகம் எனில் புன்னாகம் எனும் சுரபுன்னை, நள்ளிருள் நாறி எனில் இருள்வாசி எனும் இருவாட்சி என்று பொருள் கண்டனர். அன்று நாற்றம் எனில் மணம் என்று பொருள்.

புறநானூற்றில், ஔவையார், அதியமான் நெடுமான் அஞ்சியைப் பாடும் பாடல், எண் – 235. திணை – பொதுவியல், துறை – கையறு நிலை. ஈந்த மன்னன் புகழொடு மாய்ந்தான், இனி இரப்போர் என்ன ஆவார் என்ற பெருந்துக்கத்தில் பாடிய

பாடல். இருபது வரிகளில் நீளும் பாடல். இங்கு முதல் பத்து வரிகளை மட்டும் மேற்கோள் காட்டுகிறேன்.

> 'சிறிய கள் பெறினே எமக்கு ஈயும் மன்னே;
> பெரிய கள் பெறினே
> யாம் பாடத் தான் மகிழ்ந்து உண்ணும் மன்னே;
> சிறு சோற்றானும் நனி பல கலத்தன் மன்னே;
> பெருஞ் சோற்றானும் நனி பல கலத்தன் மன்னே;
> என்பொடு தடிபடு வழியெல்லாம் எமக்கு ஈயும் மன்னே;
> அம்பொடு வேல் நுழை வழியெல்லாம் தான் நிற்கும் மன்னே;
> நரந்தம் நாறும் தன் கையால்
> புலவு நாறும் என் தலை தைவரும் மன்னே... ...'

மன்னே எனும் சொல் இரங்கல் பொருளில் வருவது. ஒப்பாரி போல. பாதிப் பாட்டிலேயே ஏழுமுறை மன்னே சொல்லி ஒப்பாரி பாடுகிறாள் தமிழ்க்கிழவி.

> சிறிதளவு கள்ளைப் பெற்றால் எமக்குத் தருவான் மன்னே!
> பெரிதளவு பெற்றாலோ எமக்குத் தந்து, யாம் மகிழ்ந்து பாடத் தாமும் உண்பான் மன்னே!
> சிறிதளவு சோறு கிடைத்தாலும் மிகப்பலரொடும் உண்பான் மன்னே!
> பெருஞ் சோறு கிடைத்தாலும் மிகப்பலரொடும் உண்பான் மன்னே!
> எலும்போடு ஊன்தசை கிடைக்கும் இடத் தெல்லாம்
> எங்களுக்கு அளிப்பான் மன்னே!
> அம்போடு வேலும் நுழையும் வாய்ப்புள்ள வழியில் எல்லாம்
> தானே சென்று முன் நிற்பான் மன்னே!
> நறுமணம் வீசும் நரந்தம் மணக்கும் தன் கையால்
> புலால் மணக்கும் என் தலையைத் தடவு வான் மன்னே!

நாரந்தம் பூ மணக்கும் மாலைகளைத் தனது காதல் பெண்டிர்க்குச் சூட்டிக்கொண்டே இருப்பதால், 'நரந்தம் நாறும் கை' எனப் பொருள் எழுதுகிறார்கள்.

எனவே ஔவையின் வாயாலும் பாடப் பெற்ற மகிமை உடையது. அகநானூறும் பரிபாடலும் குறுந்தொகையும் கலித்தொகையும் பாடும் தாவரம் இது.

'அது பற்றி நமக்கென்ன? ஊறுகாய் நல்லா இருந்தாப் போராதோ?' பிற ஊர்களில் நாரத்தங்காய் ஊறுகாய் போடுவதற்கும் நாஞ்சில் நாட்டில் போடுவதற்கும் வடிவம் தொடர்பாய் ஒரு வேறுபாடு உண்டு. நாரத்தங்காயைக் காம்புப் பகுதி மேல் நோக்கி இருக்கும்படி பிடித்துக்கொண்டு, மேலிருந்து கீழாக, சுருள் போல, துண்டு விழுந்து தொடர் அறுபடாமல் நறுக்குவார்கள். மேலே ஒரு வட்டத் தொப்பியும்

கீழே ஒரு வட்டத் தொப்பியும் இரண்டையும் இணைத்துக் காய்ச் சுருளும். ஊறுகாய், ஊறி முடிந்து எடுக்கும்போதும், முழுக்காயாகவே இருக்கும். தேவைக்கு ஒன்றொன்றாக எடுத்து, துண்டித்துக்கொள்வார்கள். வெளியூருக்கோ, உள்ளூரில் யாருக்கோ கொடுத்து அனுப்பும் போதும் முழுக்காயகவே போகும்.

மிளகாய் வத்தல், மஞ்சள், பரல் உப்பு இவற்றை நொய்ய நொறுங்க உரலில் போட்டு இடித்துக்கொள்வார்கள். இடித்ததை ஒரு பாத்திரத்தில் வாரி வைத்துக்கொண்டு, ஒவ்வொரு நாரத்தங்காயாக எடுத்து சுருளில் பொடியைத் திணித்துத் திணித்து, ஊறுகாய்ப் பானையில் அடுக்குவார்கள். ஊறுகாய்ப் பானை என்பது மண்பானைதான். பெரிய பானையில், வரிசையாக நூறு காய்கள் அடுக்கலாம். பானையை மூடி போட்டு வாயைத் துணியால் வண்டு கட்டி வைத்துக் கொள்வார்கள். ஏழெட்டு நாட்கள் சென்று, நாரத்தங்காய் நிறைந்திருக்கும் பானையைத் தூக்கி, மேலது கீழாய், கீழது மேலாய்க் குலுக்கிக்கொள்வார்கள். பதினைந்து இருபது நாட்களில் ஊறுகாய் தயார். நாரத்தையில் இருந்து ஊறும் சாறு மிளகாய்ப் பொடியும் மஞ்சள் பொடியும் உப்புமாகக் குழம்புபோலக் கிடக்கும் பானையின் தூரில். தூக்கிக் குலுக்கும்போது, எல்லாக் காய்களிலும் புரண்டுகொள்ளும்.

நாரத்தங்காய் ஊறிய பின், தேவைக்கு மட்டும் இரண்டோ மூன்றோ காய்களை எடுத்து, சின்னப் பரணியில் போட்டு வைத்துக்கொள்வார்கள். தினம் தினம் பெரிய பானையைத் திறந்து திறந்து மூடுவதில்லை. வீட்டு விலக்காகிய நாட்களில் பெண்கள் ஊறுகாய்ப் பானையைத் தொடுவதில்லை. ஊறுகாய் பூசணம் பூத்துப் போகும் என்ற நம்பிக்கை.

நாரத்தங்காய் ஊறுகாய் இல்லாத நாஞ்சில் நாட்டு வீடுகள் கிடையாது, இன்றும்.

குடிக்கப் பழஞ்சித் தண்ணீர் கேட்டால் ஒரு துண்டு நாரத்தங்காய். வயலுக்குத் தண்ணீர் கொண்டு போனாலும் பழையது கொண்டு போனாலும் நாரத்தங்காய் ஊறுகாய். மோர்ச் சோற்றுக்கு பழையதுக்கு, பள்ளிக்குப் பழைய சோறு கொண்டு போகும் பித்தளைத் தூக்குப் போணியில், எவர் சில்வர் சம்புடத்தில் உண்டு.

சிலர் ஊறிய காயின் குடலைத் தின்று தோலைக் கழிப்பார்கள். சிலர் தோலைத் தின்று குடலைக் கழிப்பார். எங்கள் அப்பா குடல் தின்பார், நான் தோல் தின்பேன். தோலின் கசப்பு எனக்கு மிகப் பிடிக்கும். சின்ன வயசில்

பழகிய கசப்பு, வாழ்க்கையில் இன்று கைகொடுக்கிறது. 1972இல் பம்பாய் போனதிலிருந்து நாரத்தங்காய் ஊறுகாய் சுமந்து கொண்டிருக்கிறேன். கோவை வந்த பிறகும் சுமந்தேன். இங்கு என் நண்பர் சிலருக்கு அதன் பங்கு போகும்.

ஊறிய நாரத்தங்காயைக் கொஞ்சம் கொஞ்சமாக எடுக்க ஆரம்பித்த பிறகு, பானையின் தூரில் சாறு ஊறிக் கிடக்கும். உருண்டையாக, சற்று நீண்ட கூம்பு நுனியுடன் இருக்கும் வாடாத பச்சை மிளகாய் வாங்கி வந்து, காம்பில் கொஞ்சம் நறுக்கி, தும்புப் பகுதியில் கத்தியால் கீறி, அப்படியே ஊறுகாய்ப் பானையில் போட்டு விடுவார்கள். ஊறிய பச்சை மிளகாய் அதன் தனி வாசத்துடன், காரத்துடன் இருக்கும்.

தமது வீட்டில் நாரத்தங்காய் இருப்பு தீர்ந்துபோனால், அடுத்த வீடு, எதிர்த்த வீட்டில் இருந்து நாலைந்து காய்கள் கைமாத்து வாங்கிக்கொள்வதுண்டு.

வீரநாராயணமங்கலத்தில், என் கூடப் படித்த ஐயப்பன் குடும்ப வீட்டில், கொல்லையில் ஒரு நாரத்தை நின்றது. அற்புதமான மணம், குணம். நான் வாங்கப் போனால், அந்த ஆச்சி இரண்டு காய் அதிகம் போட்டுத் தருவாள். சென்னை நங்கநல்லூரில் இருக்கும் என் தங்கை சிதம்பர வடிவு வீட்டுப் புறவாசலில் ஒரு மரம் உண்டு. அது பாட்டுக்குக் காய்த்துத் தள்ளிக்கொண்டே இருக்கிறது. எம் வீட்டில் என்றும் நாரத்தங்காய் ஊறுகாய்க்குத் தட்டு இல்லை. இன்று வடசேரி கனக மூலம் சந்தைக்குப் போனால் ஆய்ந்து துழாவி வாங்கலாம். ஆரல்வாய்மொழி, மலையடிவாரம். அங்கும் நல்ல நாரத்தங்காய் கிடைக்கும்.

புளித்தண்ணி தாளிச்ச சோத்துக்கு நாரத்தங்காய் ஊறுகாய் அற்புதம்.

நாரத்தங்காயின் குணம் – பதார்த்த குண சிந்தாமணிப் பாடல் –

'நன்றியுற உலகில் நாரத்தங்காய் அருந்த
வென்றி தரும் புளிப்பால் மெய்ச்சுத்தம் – அன்றியுமோ
வாதமொடு குன்மம் அறும் வால் கிருமியும் போகும்
காதலுறு தீபனமாம் காண்!

என்று பெருமை பேசும்.

கடார நாரத்தங்காயின் குணம் – பதார்த்த குண சிந்தாமணிப் பாடல் –

'பித்தமொடு வாயில் பெருகு அறல் அரோசகம்
பத்தியமாம் நோயில் பருகலாம் – குத்தும்

கடாரி அனைய விழிக் கன்னி மடமாதே!
கடார நாரத்தங் காயைக் கண்டு'

என்பது.

தயாரிக்கப்பட்டு, பாட்டிலில் அடைக்கப்பட்ட நாரத்தங்காய் ஊறுகாய் இன்று வாங்கக் கிடைக்கிறது.

எலுமிச்சை ஊறுகாய்

சாறுள்ள, தோல் கனமுள்ள எலுமிச்சம் பழம், புதிதாய்ப் பறித்தது. வாங்கி வந்து கீழ்ப்பக்கம் தொடுக்கு வைத்து மேலிருந்து கீழாக, நான்கு சுளைபோலப் பிளந்து நறுக்க வேண்டும். இரண்டு நாளில் பழுத்துவிடும் என்னும் தரத்திலுள்ள காய் என்றால் இன்னும் விசேடமானது.

வத்தல் மிளகாய், மஞ்சள், பரல் உப்பு இம்மூன்றும் சேர்த்து ஒன்றிரண்டாய் இடித்துக்கொள்வார்கள். நான்கு சுளைகளாய்ப் பிளந்து மலர்ந்த எலுமிச்சங்காயில் நடுவில் இடித்ததைத் திணித்து, பானையில் அடுக்கி ஊற விட வேண்டியது தான். சாப்பிடும்போது, ஒரு ஆளுக்கு கால் துண்டு என்பது கணக்கு. மற்றெல்லாம் நாரத்தைக்குச் சொன்னதுதான்.

காட்டு நெல்லிக்காய் ஊறுகாய் I

நன்கு விளைந்த, வரிகள் துலங்கும், ஒளி ஊடுருவும் அடிபடாத நெல்லிகள் தெரிந்து பொறுக்க வேண்டும். அதற்கு முதலில் பொறுமை வேண்டும். எந்தக் காயானாலும் ஊறுகாய்க்கான காய், அடிபடாமல், சேதப்படாமல், சதைந்தோ நைந்தோ போகாமல் இருக்க வேண்டும்.

பச்சைத் தண்ணீரில் உப்புப் போட்டு, நெல்லிக்காயை ஊறப்போட்டால் போதும். நெல்லிக்காய் தன் போக்கில் ஊறிக்கொள்ளும்.

காட்டு நெல்லிக்காய் ஊறுகாய் II

நெல்லிக்காயை உப்புப் போட்டு அவித்து, அந்தத் தண்ணீரில் இஞ்சி, பச்சை மிளகாய், கறிவேப்பிலை ஒன்றிரண்டாய் சதைத்துப் போடுவது இரண்டாவது வகை.

காட்டு நெல்லிக்காய் ஊறுகாய் III

நெல்லிக்காயை உப்புப் போட்டு அவித்து, ஊறியபின் காம்புடன் காந்தாரி மிளகாய் சேர்த்து ஊறவிடுவது மூன்றாவது வகை.

காட்டு நெல்லிக்காய் ஊறுகாய் IV

முழு நெல்லிக்காயை முதலில் நல்லெண்ணெயில் வதக்கி ஆறவிட வேண்டும். ஆறியபின், காயம், மிளகாய் வத்தல், சீரகம், வெந்தயம், மஞ்சள், பரல் உப்பு எல்லாம் சேர்த்துப் பொடித்து வதக்கிய நெல்லிக்காயுடன் சேர்த்துக் கலந்து ஊறவிடுவார்கள்.

சும்மா வெளியில் போகும்போது, ஒரு நெல்லிக்காயை எடுத்து வாயில் ஒதுக்கிக் கொண்டு நடக்கலாம்.

உப்பில் ஊறவைத்த காட்டு நெல்லிக்காயை, மோர் மடங்களில் மோர்த் தண்ணி ஊற்றும்போது கடித்துக்கொள்ளத் தருவார்கள். வழிப்போக்கர் வீட்டுவாசலில் வந்து நின்று குடிக்கத் தண்ணீர் கேட்டால், பழஞ்சித் தண்ணீரானாலும் பச்சைத் தண்ணீரானாலும் இரண்டு நெல்லிக்காய் ஊறப்போட்டது தருவார்கள்.

களாக்காய் ஊறுகாய்

இதுவும் மேற் கூறிய பக்குவம்தான். என்றாலும் களாக்காய் காட்டில் பறித்து வருவது. பெரிய அளவில் கிடைப்பதில்லை. எப்போதாவதுதான் வாங்கக் கிடைக்கும்.

கனவில் வந்த பலாக்காயை விடவும் கையில் இருக்கும் களாக்காய் மேல் என்பது சொலவம்.

அரிநெல்லிக்காய் ஊறுகாய்

எல்லாப் பக்குவமும் மேற்சொன்ன படிதான். பெரும்பாலும் பச்சையாகவே ஊறுகாய் போடுவது. சிறுவர் அரிநெல்லியைப் பச்சையாக அப்படியே தின்பர். உப்புக் கிடைத்தாலும் தொட்டுக்கொள்வார்கள். வெண்மையும் பச்சையுமான ஒரு இளம்பச்சை நிறம். இளம் மஞ்சள் என்று கூடச் சொல்லலாம். அரி நெல்லிக்காயை, அரு நெல்லிக்காய் என்கிறது பதார்த்த குண சிந்தாமணி.

> 'அருநெல்லிக் காய் குளிர்ச்சியாம் பித்தம் போக்கும்
> மருவு துவர்ப்பால் துரிசை மாற்றும் – வரி உலகில்
> தாகத் துயர் நீக்கும் சார் இருமலைத் தொலைக்கும்
> ஆகக் கொதிப்பு அகற்றும் ஆங்கு'

என்று பாடல்.

பித்தம், வலி, தாகம், துயர், இருமல், உடல் கொதிப்பு போகும், குளிர்ச்சியும் உண்டாகும் என்பது பொருள்.

உப்புச் சுவையுள்ள நீர் ஊறும் கிணறுகளில், காட்டு நெல்லி மரத்தின் கட்டையை வெட்டிப் போடுவார்கள். குடி தண்ணீர் தட்டுப்பாடுள்ள செட்டி நாட்டில், ஊருணித் தண்ணீர் செம்மண் நிறத்தில் இருக்கும். அதைத் 'தேத்தாங்கட்டை' என்று ஒன்று போட்டுத் தேற்றி எடுக்கிறார்கள். தேத்தாங்கட்டை என்ன என்பதை விசாரிக்க வேண்டும்.

மாங்காய் ஊறுகாய்

மாங்காய் புதியதாக, பால் வாசனையுடன் இருத்தல் வேண்டும். நன்கு துடைத்துக் கொண்டு, அரை அங்குல சதுரத்தில் கதுப்புக்களை நறுக்கி உப்புக்கல் போட்டு, பச்சைமிளகாய் நறுக்கிப் போட்டு ஊறவிடுவது. காலையில் போட்டால், மத்தியானம் ஊறிவிடும்.

வடுமாங்காய் ஊறுகாய்

புத்தம் புதியதாகப் பறித்து வந்த வடுமாங்காயை, காலங்குலம் காம்பு விட்டு, முழுதாக உப்புப்பரல் போட்டு ஊறவிடுவது. மாம்பிஞ்சுகள் அடிபடாமல் இருக்க வேண்டும். நீளவாக்கில் இரண்டாய் வெட்டப்பட்ட வடுமாங்காயைச் சிற்றிலக்கியங்களில் பெண்களுடைய கண்களுக்கு உவமை சொல்லப்பட்டிருக்கிறது.

இப்படியாக ஊறிய மாம்பிஞ்சின் அடுத்த கட்டம்தான் பாலக்காட்டுப் பிரசித்தமான கடுமாங்காய் எனும் வடுமாங்காய். அதன் செய்முறை எனக்குத் தெரியும். ஆனால் நாஞ்சில் நாட்டில் அது அன்று இருந்திருக்கவில்லை.

கண்ணி மாங்காய்

வடுப்பருவம் தாண்டி, கொட்டைப் பருவத்துக்கு முந்திய பருவத்துக் காய்கள் வேண்டும். கொஞ்சம் காம்புடன் இருக்க வேண்டும். மாங்காய் அடிபட்டோ, வெம்பியோ இருக்கக் கூடாது. இந்தப் பருவத்து மாங்காயை அண்டி வைத்த பருவம் என்பார்கள். முழு மாங்காயை உப்புப்பரல் போட்டு ஊற விடுவார்கள். மாங்காயிலிருந்து ஊறிவரும் தண்ணீரிலேயே மாங்காய் ஊறிவிடும்.

வெந்தய மாங்காய்

கொட்டை வைப்பதற்கு முந்திய பருவத்து, அண்டி வைத்த மாங்காய் வாங்கி வந்து, நட்டக் குத்தற இரண்டாய் நறுக்கி, அண்டி களைந்துவிட்டு அரைக்கால் அங்குல கனத்தில்

நறுக்கிக்கொள்ள வேண்டும். நறுக்கப்பட்ட துண்டுகள், உட்குழிந்து, பிள்ளை நிலாப் போல இருக்கும். மிளகாய் வத்தல், காயம், கூடுதலாக வெந்தயம், சீரகம், மஞ்சள் இவற்றை வறுத்து, பரலுப்பு சேர்த்துப் பொடித்து, மாங்காயுடன் சேர்த்துக் கிளறிக் கொள்ள வேண்டும். சூடாக்காத பச்சை நல்லெண்ணெய் ஊற்றிக் கிளறி விட வேண்டும்.

வெந்தய மாங்காய் நல்ல வாசனையும் இருக்கும். பழையதோ, மோர்ச் சோறோ, கொண்டா கொண்டா என்று வாங்கும். 'மாதா ஊட்டாத சோற்றை மாங்காய் ஊட்டும்' என்றொரு சொலவமும் உண்டு. வெந்தய மாங்காய் நாலைந்து நாட்கள் கெட்டுப்போகாமல் இருக்கும். ஊறுமுன் உடனே தின்பது எனக்குப் பிடிக்கும். இன்று பார்த்தாலேயே பல் கூசுகிறது.

19

உண்ணும் வரிசை

உண்ணும் வரிசை எனும்போது, வரிசை எனும் சொல்லை எண்களின் ஒழுங்கு எனும் பொருளில் யாம் பயன்படுத்தவில்லை. வரிசை என்றால் சீர் என்றொரு பொருள் உண்டு.

திருநெல்வேலியில் வரிசையார் என்பது பெண்களில் ஒரு உறவு முறை. சீர்வரிசை எனும்போது, சீர்களின் அடுக்கம், தொகை என்று பொருள். இந்த அத்தியாயத்தில் பந்தி விளம்பும் ஒழுங்கு, உண்ணும் முறை, எந்தக் குழம்புக்கு எது மிகப் பொருத்தமான சேர்மானம் எனும் சங்கதிகளை ஓரளவு துல்லியமாகப் பார்க்கப் போகிறோம்.

இது இந்த நூலின் இறுதி அத்தியாயம் அல்ல. சைவ உணவுப் பகுதியின் இறுதி. இரண்டாவது பகுதி அசைவம். அசைவம் என்று கேட்ட மாத்திரத்திலேயே செவி கைப்பவர்கள் இந்த அத்தியாயத்துடன் வாசிப்பை நிறுத்திக்கொள்ளலாம். ஆனால் மீன் உணவுகளை எழுதாமல் நாஞ்சில் நாட்டு உணவைப் பூர்த்தி செய்தால் அது தர்மம் ஆகாது. மேலும் எனது எழுத்துகள் மூலம் மீன் புளிமுளம், கறுத்தகறி என்று அறிந்து, அவற்றை விரிவாக வாசிக்க விரும்புகிறவர்களை ஏமாற்ற விரும்பவில்லை.

மது அருந்துவதையோ, மங்கையரில் மயங்குவதையோ, கோயிலுக்குப் போவதையோ, சீட்டாடுவதையோ, மீன் தின்பதையோ ஒளித்தும் மறைத்தும் செய்து உத்தமர் வேடம் புனைபவர் எழுத்தில் என்ன நீதியும் அறமும் இருக்க இயலும் என்ற சந்தேகம் எனக்கு என்றுமே உண்டு.

நான் சபரிமலைக்கும், நாகூர் தர்காவுக்கும் வேளாங்கன்னி தேவாலயத்துக்கும் மும்பையில் ஹாஜி அலி தர்காவுக்கும் மகாலட்சுமி கோயிலுக்கும் பிரபாதேவி கணபதி பப்பா ஆலயத்துக்கும் ஆப்கன் சர்ச் மாகிம் சர்ச்சுக்கும் போனவன். மீன் விரும்பி உண்டவன். கோழியும் ஆடும் பன்றியும் மலேசிய நாட்டில் மானும் அமெரிக்காவில் மாடும் உண்டவன். களவும் கற்று மறந்தவன். அழகின் உபாசகன். மதுவின் நன்மையும் தீமையும் ஆய்ந்து ஏழு நீண்ட கட்டுரைகள் எழுதியவன். ஜப்பானின் சாகேயும், மெச்சிகோவின் டெக்கிலாவும் கோவாவின் ஃபென்னியும் தென்னங்கள்ளும் பனங்கள்ளும் ஈச்சங்கள்ளும் குடித்தவன். கலிஃபோர்னியா மாநிலத்தில் வைன் தொழிற்சாலை கண்டு, ஏழுவித வைன்கள் பருகியவன். நியூ இங்கிலாந்தில் பியர் தயாரிப்பும் ஹாப்ஸ் எனும் பச்சை நிற பூ மொட்டுக் கூம்பும் பார்த்துப் பல்வித பியர் பருகியவன்.

மொசம்பி, சந்த்ரி எனும் புனைபெயர்களுடன் வரும் வீரமராத்தியர் வாற்றுச் சாராயத்திலும் எனக்கு ஒவ்வாமை இல்லை. நவ்டாங், பாவு சேர், அர்தா சேர் என என் திறன் நின்று நிலைத்தும் இருக்கிறது.

'இமேஜ்' என்று ஒன்று சொல்கிறார்களே, அப்படி எனக்கொரு 'ஒளிவட்டம்' இல்லை. அதுபற்றி அக்கறையும் இல்லை. உங்களைப் போலவே நானும் வான் பார்த்து வியந்து நிற்கும் பல இலக்கிய ஆளுமைகளுடன் மது அருந்தியதுண்டு. என் இமேஜ் கருதி அல்ல, அவர்களது இமேஜ் கருதி பெயர்களைத் தவிர்க்கிறேன்.

எதற்காக இத்தனையும் சொல்கிறேன் எனில், மீன் மேல் எம் மக்களுக்கு இருந்த பெருவிருப்பைச் சொல்லாமற் போனால் இந்த நூல் எப்படி முழுமை பெறும்? அது அடுத்த பகுதியில் பார்ப்போம். இப்போது சொல்ல வந்த காரியத்தைச் சொல்கிறேன்.

நாஞ்சில் நாடு பெரும்பாலும் சிறு, குறு விவசாயிகளைக் கொண்டது. அரைக்கோட்டை முதல் இரண்டு கோட்டைவரை சொந்த நிலம் இருக்கும். அவரில் பெரும் பகுதியினர் பாட்டம் பயிர் செய்பவர்கள். மிச்சம் விவசாயக் கூலிகள். ஏர் அடிக்க, வரப்பு வெட்ட, உரம் சுமக்க என கூப்பிட்ட வேலைக்குப் போகிறவர்கள். ஊருக்கு நாலைந்து குடும்பம் மட்டுமே நாலு கோட்டை ஐந்து கோட்டை விதைப்பாடு வைத்துக்கொண்டு பண்ணையார் ஸ்தானம் அனுபவிப்பவர்கள். பசி, பட்டினி இல்லாமல் செலவு கழியும். பெண்ணுக்குக் கல்யாணம் என்றால் அரைக் கோட்டை விதைப் பாட்டை விற்க வேண்டும்.

சொந்த நிலத்தில், தானே பயிர் செய்கிறவனுக்கு, செலவு போக ஏக்கருக்கு ஆறு அல்லது ஏழுகோட்டை நெல் மிச்சமாகும். ஐந்து கோட்டை விதைப்பாடு என்றால், ஐந்து ஏக்கர். ஐந்து ஏக்கருக்கும் சேர்த்து பூவுக்கு 35 கோட்டை நெல். ஆண்டுக்கு 70 கோட்டை நெல். ஒரு கோட்டை நெல்லுக்கு இன்று சந்தை விலை ரூ. 1,500/- என்று கொண்டால், ஒரு பண்ணையாரின் ஆண்டு வருமானம் ஒரு லட்சத்து ஐந்தாயிரம். மாதம் என்னாச்சு? மாத வருமானம் ரூ. 8750/-

ஆனால் இவர்கள் பண்ணையார் பட்டத்தோடு உலா வருபவர்கள். பண்பாட்டுரீதியாக, உணவின் சில நுட்பங்களை அவர்கள் நூற்றாண்டுகளுக்கு முன்பே அடைந்துவிட்ட போதிலும், இன்று நாஞ்சில் நாட்டில், ஒரு விவசாயியின் வீட்டில் மத்தியானச் சாப்பாடு என்றால் சோறு, புளிக்கறி, துவரன், மோர், ஊறுகாய்தான். இது அறிந்த நிரந்தரம். எந்த வீட்டிலும் சாப்பாட்டு நேரத்தில் நுழைந்து பார்க்கலாம். அதிலும் பல வீடுகளில் மோரும் ஊறுகாயும் இல்லாமலும் இருக்கும்.

சற்று வசதியானவர்தான் முதல் சோற்றுக்கு ஒரு துவையல் அல்லது கூட்டுக்கறி என்று சேர்த்துக்கொள்வார்கள். எங்கள் அப்பா கணபதியா பிள்ளை, நாலு கோட்டை நிலம் பாட்டம் பயிர் செய்தார். என் தங்கச்சி கல்யாணம்வரை, ஐந்து மரக்கால் விதைப்பாடு சொந்த நிலமும் இருந்தது. நாங்கள் ஒரு தங்கச்சியும் ஆறு அண்ணன் தம்பிகளுமாக மொத்தம் ஏழுபேர். எல்லோரும் சாப்பிடணும், உடுக்கணும், பள்ளிக்கூடம் போகணும், நல்லது கெட்டது நடக்கணும், பண்டிகை கொண்டாடணும். நான் 14 வயதில் வடக்கு மலைக்கு மரச்சீனிக் கிழங்குக்குப் போன செய்தி உங்களுக்குத் தெரியும். ஒன்பதாவது பத்தாவது படிக்கும்போது, காலையில் பழையது குடித்துக் கொண்டு பள்ளிக்கு ஓடுவேன். "மத்தியானம் வீட்டுக்கு வந்திரு மக்கா, பொங்கி வச்சிருக்கேன்" என்பாள் அம்மா. பள்ளிக்கூடம் வீட்டிலிருந்து ஒரு மைல் தூரம். மதியம் மணி அடித்ததும் ஓடிவருவேன். வீட்டில் ஒன்றுமே ஆகியிருக்காது. போணி ஒன்றை எடுத்துக்கொண்டு பக்கத்து வீட்டுக்குப் போவேன். அந்தப் பெரியம்மை மகராசி, இரண்டகப்பை சோறு போட்டு, சோறு வடித்த கஞ்சி தருவாள். வீட்டுக்குக் கொண்டுவந்து ஊதியூதிக் குடித்துவிட்டு ஓடுவேன்.

உணவுக் கலாச்சாரத்தைப் பதிவு செய்ய முற்படுகையில், எனக்கிந்த எண்ணங்கள் வருகிறதென்றால் அதற்குக் காரணங்கள் உண்டு. முன்பு 'நாஞ்சில் நாட்டு வெள்ளாளர் வாழ்க்கை – காலம் நிகழ்த்திய மாற்றங்கள்' என்றொரு நூல் எழுதினேன். தூண்டுதல் தந்தவர் சுந்தர ராமசாமி. ஒரு இனம் குறித்துத் தமிழில் எழுதப்பட்ட முதல் முன்னோடி நூல் அது. ஆனால் எழுதியவன் வெள்ளாளச் சாதி வெறியன் ஆகிப் போனான். இன்று 'நாஞ்சில் நாட்டு உணவு' எழுதிக் கொண்டிருக்கிறேன். என்ன புதுப்பட்டம் கிடைக்குமோ எனக்கு!

என்றாலும் என்ன செய்ய? என்னை விட்டால் இந்த நூலை வேறு யார் எழுதிவிட முடியும்? எழுதிச் செல்லும் விதியின் கை! எனது S.S.L.C. சான்றுப் புத்தகம் எல்லோர்க்கும் வெளிப்படை. என்னைச் சொல்வோர் தமது சான்றுப் புத்தகத்தைக் காட்டவே மாட்டார்கள்.

சரி, கதைக்கு வருவோம்!

ஒரு குழம்பும் ஒரு தொடுகறியும் என்றாலும் குழம்பைத் தீர்மானித்ததுமே தொடுகறியைத் தீர்மானிப்பார்கள். இந்தத் தேர்வு மரபின் தொடர்ச்சியாக அவர்களுக்குக் கிடைத்த ருசி ஞானம். அந்த ஞானத்தைத் தேடுவதுதான் இந்தப் புத்தகம்.

எல்லோரும், இனம், பிரதேசம், மொழி, தட்பவெப்பம், மண் வளம் சார்ந்து இந்த ஞானத்தைப் பெற்றிருக்கிறார்கள்.

எனக்குக் கிடைத்த தெளிவு – எந்த உணவையும் பழிக்காதே என்பது. எந்தச் சுவையையும் திறந்த மனத்துடன் அணுகிப் பார் என்பது. எதையும் குறைவு – அதிகம், மேல் – கீழ் என்று பார்க்காதே என்பது.

எந்தக் குழம்புக்கு என்ன தொடுகறி எனும் தெளிவு, ஒரு சமூகத்தின் கூட்டு ஞானம் என்பதைப் புரிந்துகொண்டால் போதும். தோசைக்கு ஏன் சட்னி, ஏன் சாம்பார், ஏன் மொளகாப்பொடி? ரசம் ஆகாதா, மோர்க்குழம்பு ஆகாதா? குருமா ஆகாதா? ஊறுகாய் தொட்டுக்கொள்ளக் கூடாதா? தேங்காய்ப் பாலுக்கு என்ன கேடு? சர்க்கரை தொட்டுக் கொண்டால் என்ன? நாள் முழுக்க பட்டினி கிடப்பவன் எதையும் தொட்டுக்கொள்ளாமல் ஆறி அவலாய்க் கிடக்கும் வெறும் தோசையைப் பறந்து பறந்து தின்ன மாட்டானா? அரேபியப் பாலைவனத்தில் சிக்கி, மூன்று ஆண்டுகள் ரொட்டியைத் தண்ணீரிலும், ஆட்டுப் பாலிலும் தொட்டுத் தினம் இரண்டு வேளை தின்ற மலையாளியின் ‘ஆடு ஜீவிதம்’ கதை அறிவீர்களா?

இசையில், ஓவியத்தில், சிற்பத்தில், இலக்கியத்தில், நாட்டியத்தில் என்று தொடங்கி, உணவிலும் மனித சமூகம், சாதிமத பேதங்கள் அற்று நுட்பங்களை நோக்கி நகர்ந்துகொண்டு தானே இருக்கிறது. ‘பசிக்கு ருசி வேண்டாம், நித்திரைக்குப் பாய் வேண்டாம்’ என்பது ஒரு நிலை எனில், நான் மேற்சொன்னவை இன்னொரு நிலைதானே!

தடியன்காய் புளிக்கறி, வெள்ளரிக்காய் புளிக்கறி என்றால் பொருத்தமான தொடுகறி காணத் துவையல், கீரைத் துவரன், வாழைக்காய், சீனி அவரைக்காய் துவரன். தீயல் என்றால் சிறுபருப்புத் துவையல், முருங்கைக்கீரை துவரன், கீரைக் கடைசல் தொடுகறி. சாம்பார் என்றால் தேங்காய்த் துவையல், வாழைத் தண்டு துவரன், சேனைப் பொரியல். புளிசேரி அல்லது மோர்க்குழம்புக்குக் கொத்தமல்லித் துவையல், எள்ளுத் துவையல், சீவக்கிழங்கு பொரியல், வாழைக்காய் பொரியல். ரசம் என்றால் ஏதேனும் ஒரு துவரன், கத்தரிக்காய் – மாங்காய் – முருங்கைக்காய் போன்றதொரு அவியல். பருப்புக்குக் கூட்டவியல். மோருக்கு நாரத்தங்காய், எலுமிச்சங்காய், நெல்லிக்காய், மாங்காய் என ஊறுகாய்கள்.

இது ருசி பேதம் அல்லது ருசி சார்பு கண்டு ஒரு சமூகம் கண்டடைந்த ஞானம். ஞானம் என்பது எப்போதும் சிவஞானம் அல்ல. தோசைக்கும் இட்லிக்கும் மொளகாப்பொடி பொருத்தம் என்றாலும் தேங்காய்த் தோசைக்கு அது வெகு பொருத்தம்.

தேங்காய்த் தோசைக்கு மொளகாப்பொடி நல்லெண்ணெய் தாண்டி வேறெதும் பொருந்திப் போகாது. அதுபோல் சுடு கஞ்சிக்கு சிறுபயிறு துவரன் பொருத்தம் என்றால் உளுந்தங்கஞ்சிக்கு வறுத்து அரைத்த துவையல் பொருத்தம். கூட்டாஞ்சோறுக்குத் தேங்காய்த் துவையல் பொருத்தம் எனில், உளுந்தஞ்சோற்றுக்கு எள்ளுத்துவையல், சேனையும் வாழைக்காயும் பொரியல் பொருத்தம்.

சாதாரணமாய் வீட்டுச் சமையலின் பொருத்தப்பாடுகள் இவை எனில் கல்யாண வீட்டுப் பந்தி விளம்புவதற்கும் சாப்பிடுவதற்கும் என சில வரையறைகள் இருந்தன. வரையறை மாறிப் போனால் தூக்கு ஒன்றும் விதிக்க மாட்டார்கள் என்றாலும் பக்கத்தில் உட்கார்ந்து விறகு பிளக்கும் தொழிலாளி கூட ஏளனமாகப் பார்ப்பான். ஒழுங்கு மீறலுக்கான சின்ன அதிருப்தி.

எங்கள் சின்னஞ்சிறு கிராமத்தில், நடுமுடுக்கில் வெண்ணிறத் தாடியும் தலைமுடியும் நல்ல உயரமும் சந்தன நிற உடம்புமாகப் பெரியவர் ஒருவர் இருந்தார். பெயர் மகாதேவன் பிள்ளை. எங்கள் அப்பா அவரை அத்தான் என்று அழைப்பதால் நான் மாமா என்பேன். சுத்தமாக, மகாதேவன் பிள்ளை மாமா என்றல்ல. மாதேம்பிள்ளை மாமா என்று. வசீகரமான சிரிப்புடன் வாழ்ந்த இல்லறத் துறவி போன்ற வாழ்க்கை. கொஞ்சம் தத்துவ நாட்டம் உண்டு. கிராமம், அந்தக் காலத்தில், பண்ணையார் சொல்லுக்குக் கட்டுப்படுவதை விடவும் நல்லவர், பெரியவர், மூத்தார் சொல்லுக்குக் கட்டுப்பட்டது.

ஊர் முதலடியாக மாதேம்பிள்ளை மாமா இல்லா விட்டாலும், நிச்சயதார்த்த, கல்யாண வீடுகளில் இறுதிச் சொல் அவருடையதாக இருக்கும். நியாயத்துக்குப் புறம்பாகப் பேச மாட்டார். தன்னல நாட்டம் இல்லை. சரியோ தப்போ எதிராளி யார் என்ற யோசனை கிடையாது.

அவர் சட்டை அணிந்து நான் பார்த்ததில்லை. வெள்ளை வேட்டி, வெள்ளைத் தோள் முண்டு, வெள்ளைத் தலைமுடி, வெள்ளைத்தாடி. ஊரில் எல்லோரும் அவரவர் கணக்குப்படி பெரியப்பா, மாமா, பாட்டா என்று கூப்பிடுவார்கள்.

முகூர்த்த வீடானாலும் இழவு வீடானாலும் ஊர் அவர் வருகையைக் காத்திருக்கும். தமிழ் சினிமா காட்டும் ஊர்ப் பஞ்சாயத்து போன்றவை எமக்குப் பழக்கம் இல்லை.

எனது எழுத்து வாழ்க்கைக்குப் பிள்ளையார் சுழியே அவர்தான். ஊர் சொல்லாமல், பேர் சொல்லாமல் நான் எழுதிய முதல் கதை – ஆகஸ்ட் 1975 தீபத்தில் வெளியாகி, 'இலக்கியச்

சிந்தனை பரிசு' பெற்ற கதை – அன்று இலக்கியச் சிந்தனைக்கு இலக்கிய உலகில் மதிப்பானதோர் இடம் இருந்தது – 'விரதம்' கதாநாயகர் அவர்.

இல்லறத் துறவி, சைவ சித்தாந்தம், பக்கத்து ஊர்களிலும் மதிக்கப்பெறும் பெரியவர். ஆனால் உணவில் அலாதியான சுவைஞர். கனாய்சியர் என்று ஆங்கிலத்தில் ஒரு சொல்லுண்டு. அது மாதேம்பிள்ளை மாமாவுக்குப் பொருந்தும். இலக்கிய விமர்சனத்தில் க.நா.சு. போன்றும் இசை விமர்சனத்தில் சுப்புடு போன்றும் அரசியல் விமர்சனத்தில் *தினமணி* ஆசிரியர் ஏ.என். சிவராமன் போன்றும் உணவு ரசனையில் மாதேம்பிள்ளை மாமா எமக்கு.

நாஞ்சில் நாட்டுச் சீலங்கள் அறிந்தவர். பெரு நில உடமையாளர் அல்ல. சாப்பாட்டுக்கு நெல்லும் அரைக்க தேங்காயும் குடியிருக்க வீடும் இருந்தது. சமூகம் அவரை மதித்தது, வணங்கியது.

கல்யாண வீட்டுச் சாப்பாட்டில் அவர் முதல் பந்தி ஆள். அவர் பந்தியில் இருக்கிறார் எனில் உள்ளூர்க்காரர்கள் மிகுந்த பொறுப்புடன் விளம்புவார்கள். கொஞ்சம் வளர்ந்த பையன் ஆனபிறகு, எனக்கும் படிக்கிற பையன் எனும் சமூக அந்தஸ்தும் வந்த பிறகு, அவர் பக்கத்தில் இடம் பிடித்து, அவர் சாப்பிடுவதைக் கவனித்துக் கற்றிருக்கிறேன். சொற்கல்வி போல, விற்கல்வி போல இது சோற்றுக் கல்வி.

சாப்பிடும்போது சளசளவென்று சந்தேகம் கேட்கவும் முடியாது. மேலும் ஒரு வசதி. மாதேம்பிள்ளை மாமாவுக்கு விளக்கமாக விளம்புவார்கள். இரண்டாவது முறை அவியல் வரும், எரிசேரி வரும். பக்கத்து இலைக்கும் பாயசம் கிடைக்கும். நானாவது கொஞ்சம் கூச்சப்படுவேன். என்னுயிர்த்தோழன் முத்தையா பிள்ளைக்குக் கூச்ச நாச்சம் கிடையாது. தீவிரமாகக் கேட்கிறானா எள்ளல் ஒளிந்து இருக்கிறதா என்றுகூடக் கண்டுபிடிக்க முடியாது. கோபத்தில் எரிந்து விழுந்தாலும் பொருட்படுத்த மாட்டான்.

பக்கத்தில் நாம் சாப்பிடுவதையும் அவர் கவனிப்பார். தப்பாக எடுத்துக்கொள்ள மாட்டீர்கள் என்றால், முறை தெரியாமல் நாம் சாப்பிடும் விதம் பார்த்து அவர் கரிசனத்துடன் சொல்லும் வாசகம், "வெள்ளாளனைப் போல சாப்பிடுங்கோ மருமகனே!" என்று. சில சமயம் நான் மாற்றி யோசித்துப் பார்ப்பதுண்டு. நான் வெள்ளாளன் என்று சொல்லிச் சொல்லியே எனது எழுத்து ஆளுமையைத் துச்சமாக்கிவிடலாம் என்று நீங்கள் கருதுவீர்களே ஆனால் வெள்ளாளன் என்று

உணர்ந்து நான் ஏன் கர்வம் கொள்ளலாகாது. மலையாள நாடகம் நினைவுக்கு வருகிறது. – 'நிங்கள் என்னைக் கம்யூனிஸ்ட்டாக்கி!'

பந்தல் எனில் மோட்டுக் காமணம். நீள அகலத்துக்குக் கோல் கணக்கு உண்டு. நான்கு பக்கமும் தோள் உயரத்துக்கு ஓலை நிரைகள் உண்டு, போக வர வழியுண்டு. அறுத்தடிப்புக் களம் சமன்செய்து, மொங்கான் போட்டு மண் உறைப்பாக்கி, தண்ணீர் கோரிவிட்டுத் தரை உறையவும் தணுக்கவும் பண்படுத்தி, காமணம் போட்டபின் பசும் சாணம் கொண்டு தரை மெழுகி பந்திப் பாயும் பவானி ஜமுக்காளமும் விரித்து முகூர்த்தம் முடியும்வரை ஊர் அமர்ந்திருக்கும். தாலி கெட்டு முடிந்ததும் வெற்றிலை பாக்கு வழங்கியதும் பந்தி வைப்பார்கள். அவசரக்காரர், மாப்பிள்ளை வீட்டுக்காரர், வெளியூர்க்காரர், அலுவலகம் செல்வோர் முதற் பந்தி. நீள வாக்கில் இரண்டு ஓலை திரைசலையும் ஒட்டி உட்கார பந்திப்பாய் விரிப்பார்கள். நடுவில் சேர்ந்தாற்போல இரு வரிசை. முதுகைக் காட்டி உட்கார்ந்திருப்பார்கள்.

மாப்பிள்ளை வீடோ, பெண் வீடோ, உள்ளூரோ, வெளியூரோ, மகாதேவன் பிள்ளை மாமா எப்போதும் முதல் பந்தி. அதற்குச் சில காரணங்கள் உண்டு. முதற்பந்திக்குப் பெரும்பாலும் தள்ளு முள்ளு இருக்காது. சமைத்த உணவுகள் புதிதாக, சூடாக இருக்கும். கூட்டம் அதிகம் என்று பருப்பிலும் சாம்பாரிலும் ரசம் கலக்க மாட்டார்கள். நிதானமாக விளம்புவார்கள். பரிமாறும் கரண்டியில் விளக்கமாகக் கோரி வைப்பார்கள். தட்டுப் பாடு இருக்காது. எந்த அயிட்டமும் தீர்ந்து போகாது. சாம்பார் அகப்பையைப் பருப்பிலும் ரசம் அகப்பையைப் புளிசேரியிலும் தூக்கிப் போட்டு ரசபேதம் செய்ய மாட்டார்கள். இருந்து சாப்பிட்டுவிட்டுப் போய் விட்டால் – உள்ளூர்க் கல்யாணம் ஆனால் – வீட்டுக்குப் போய்விட்டு ஊரழைக்கக் காத்திருந்து, திரும்ப வர வேண்டாம். கலியாண தினத்தில் காலையில் எதுவும் சாப்பிடுவதில்லை என்பதால் நல்ல பசி இருக்கும். பசி மந்தித்தும் போகாது!

கல்யாணச் சாப்பாடு என்றால் சும்மாவா? எவ்வளவு கணக்கு வழக்குகள் இருக்கின்றன.

பந்தலில் விரிக்கப்பட்டிருக்கும் பந்திப் பாயில், காற்றடித்துப் புழுதி பறத்தாத இடமாகப் பார்த்து வட்டச் சம்மணம் போட்டு உட்காருவார். தாட்டு வாழை இலை போடுவதில் தொடங்கும் பாடம். பெரும்பாலும் கல்யாணத்துக்கு முந்தின இரவில் பிச்சாத்தி வைத்து, சாப்பாட்டுக்கு இலை நறுக்குபவரும்

அவராகவே இருப்பார். அவரது உயரத்துக்கு, முட்டுக்கு முட்டு நீளமுள்ள தும்பிலை என்பது பெரிய இலைதான். இலை கால் முட்டுக்கு முட்டுச் சரியாக இருக்க வேண்டும். பக்கத்து இலைக்காரரின் முட்டில் நம் முட்டு இடிக்கக் கூடாது.

இலையின் தும்பு, உண்பவரின் இடப்பக்கம் என்று சொல்ல வேண்டியதில்லை. இல்லை அதையும் பட்டிமன்றக்காரர் எவரும் சொன்னார் என்று மாற்றிப்போட்டுப் பழகி விடுவார்கள் தமிழர்கள்.

சிலப்பதிகாரம், மதுரைக் காண்டம், கொலைக்களக் காதையில் இளங்கோவடிகள், கண்ணகி கோவலனுக்கு உணவிட்ட காட்சியைப் பாடுகிறார்.

'மண்ணக மடந்தையை மயக்கு ஒளிப்பனள் போல்
தண்ணீர் தெளித்துத் தன்கையால் தடவிக்
குமரி வாழையின் குருத்தகம் விரித்து,
அமுதம் உண்க அடிகள் ஈங்கு என–'

என்று. அதுபோல், சாப்பாட்டுத் தாட்டு இலை குமரி வாழையின் குருத்தாக இருப்பது சிறப்பு. பழுத்த இலை ஆகாது. முற்றி மொடக்கும் இலை, சுருண்ட இலை ஆகாது ஆகவே ஆகாது. கீறிய இலை, கிழிந்த இலை, முனை முறிக்கப்பட்ட இலை, எதுவும் ஆகாது அவருக்கு. தன் இலை மட்டுமல்ல, பக்கத்து இலை கிழிந்திருந்தாலும் மாற்றச் சொல்வார்.

விளம்புகிறவர் முதலில் மூக்கன் வாளியில் கொண்டு வரும் தண்ணீரைத் தன் வலது கையில் வாங்கித் தானே தெளித்து, தானே தடவிய பின்பே தம்ளர் வைத்துச் சுக்கு வெள்ளம் அல்லது சீரக வெள்ளம் ஊற்றுவார்கள். நான் சிறுவனாய் இருந்த காலத்து, பித்தளைத் தம்ளர்கள் போய் எவர்சில்வர் தம்ளர்கள் வந்துவிட்டன என்றாலும், பந்திக்கு வாடகைக்கு எடுத்துவரும் அலுமினிய கப்புகள்தான். பேப்பர் மற்றும் பிளாஸ்டிக் கப்புகள் 1960களில் அறிமுகம் ஆகியிருக்கவில்லை.

இலையில் முதலில் வைப்பது உப்பு. அன்று ஐயோடைஸ்டு தூள் உப்பும் அறிமுகம் ஆகியிருக்கவில்லை. மாட்டு வண்டியில் உப்பு விற்க வருபவரிடம் வாங்கும் பரல் உப்புத்தான். மாற்றிப் போட்டால் உப்புப் பரல்தான். அதை விளம்புகிற தோதுக்காக, கல்லுரலில் மர உலக்கைப் போட்டு நொறுக்கி வைத்துக் கொள்வார்கள். சாப்பாட்டு இலையில் உப்பின் ஸ்தானம் இடது கைப்பக்கம், இலையின் மேற் பகுதி. அதாவது விரித்த இலையின் நடு நரம்பு ஓடைக்கு மேல் பகுதி. உப்பை அடுத்து அண்ணன் காய் துவட்டல். அடுத்து இஞ்சி – மிளாகய்ப்

பச்சடி, நாரத்தங்காய்பச்சடி, மாங்காய்க் கோசு, வெள்ளரிக்காய் தயிர்க் கிச்சடி, இஞ்சி தயிர்க் கிச்சடி என்னும் வரிசை. பின்னர் வலது பக்கம், மேல் பகுதியில், கணிசமாக அவியல் தொடர்ந்து இடப்பக்கம் ஏத்தங்காய் உப்பேரி, சர்க்கரை வரட்டி, அதன் பக்கம் இடது நுனிப்பக்கம் பெரிய அகப்பையில் எரிசேரி. இந்த வரிசையில்தான், பகர்ந்து வைத்திருக்கும் பாத்திரங்களில் இருந்து விளம்பும் வாளியில் கொடுத்தனுப்புவார்கள். விளம்ப எல்லாவற்றுக்கும் சிரட்டை அகப்பைகள். அவற்றைத் தவி என்பார்கள். பச்சடி கிச்சடிகளுக்குக் கரண்டி சைசிலும், சற்றுப் பெரிய சைசில் துவட்டலுக்கும், பெரிய அகப்பையாக அவியலுக்கும் எரிசேரிக்கும். பப்படம், உப்பேரி, சர்க்கரை வரட்டி, பப்படம் பழம் எல்லாம் வெறுங்கையால் பரிமாறுவார்கள். வெறுங்கையால் பரிமாற, இடது கைப் பழக்கம் உடையவனை அனுமதிக்க மாட்டார்கள். விளம்புகிறவனுக்கு ஒன்றும் இல்லை என்றாலும் உண்பவனுக்கு அக்கியானியமாக இருக்காதா!

ஏழெட்டுச் செம்பு அரிசி வைக்கும் கல்யாண வீடுகளில், முதற்செம்பு அரிசி வெந்து சோறானதும், பரப்புப் பாய்கள் சேர்த்து விரித்து, அதன்மேல் வெள்ளைச் சேலை விரித்து அதன்மேல் சோற்றை அடைந்து வைத்திருப்பார்கள். அதிலிருந்து சோறு விளம்பும் நிலவாய்க்குச் சோற்றைச் சிப்பலால் பறித்து வெட்டி எடுத்துக்கொள்வார்கள். செம்பிலிருந்து சோறு வடித்து எடுத்த பின்பும் பிரப்பம் பாயில் கிடக்கும் சுடுசோறு மேலும் சற்று வேகும் என்பதால், அதற்குத் தோதான பருவத்தில் வடிப்பார்கள்.

சரி இலைக்கு வருவோம். சோற்று நிலவாயை இரண்டு பேர் தூக்கி வருவார்கள். ஒருவர் வரிசை – 1க்கு விளம்பினால் ஒருவர் வரிசை இரண்டுக்கு விளம்புவார். கல்யாணப் பந்தியில் விளம்பும் சோற்றை, நாஞ்சில் நாட்டார் சாதம் என்று சொல்கிறார்கள். ஆனால் வீட்டில் சாதம் எனும் சொல் பயன்படுத்தப்படுவ தில்லை. பச்சடி கிச்சடி என விளம்புவோர் வரிசைக்கு ஒரு ஆளாய்ப் போவார்கள். ஒன்றும் நான்கும் விளம்புகிறவர் ஒருவர் எனில் வரிசை இரண்டும் மூன்றும் விளம்புகிறவர் இன்னொருவர். சாத நிலவாயை ஒருவர் தூக்குவது எளிதல்ல என்பதால், காது வைத்த நிலவாயை இரண்டு பேர் தூக்கி வருவார்கள். சாதம் தீர்ந்து வரும் வேளை, இன்னொருவர் பகிர்ந்து வைக்கும் இடத்தில் இருந்து தனி ஆளாய், நிறைந்த நிலவாயைத் தோளுயரத்தில் தூக்கிவருவார்.

முதற் சோறு பெரிய சிப்பலுக்கு ஒரு சிப்பல். இலையைச் சற்றே முன் விளிம்பில் தூக்கிக்கொடுத்து, சாதம் காலுக்கு

உருண்டு வந்துவிடாமல் காபந்து செய்துகொள்வார்கள். இலையில் விழுந்த சோறு எவ்வளவு கொதிப்பாக இருந்தாலும், கையால் அதைப் பருப்புக்குப் பகிர்ந்துகொள்ள வேண்டும். நினைவில் கொள்ள வேண்டியது, இலையின் அகன்று விரித்த பரப்பே பிசைந்து உண்ணப் பயன்படுத்தும் இடம். இடதுகைப் பக்கம் ஒதுக்கும் சோறு அடுத்த குழம்புக்கு. வலது பக்கம் ஒதுக்குவது பருப்பு ஊற்ற. அவரவர் தேவைக்குச் சாதம் ஒதுக்கிக் கொண்டபின், சிரட்டை அகப்பைக்குப் பெரிய அகப்பைப் பருப்பு, வலதுபக்கச் சோற்றில் ஊற்றுவார்கள். அதன் மேல் உருக்கிய பசுநெய். தொடர்ந்து பெரிய உளுந்து பப்படம். பெரிய ஆனைக்கால் பப்படம். மொத்தம் ஒரு பப்படமே பரிமாறியவர் தருவார். பிராமணர் வீட்டுப் பந்திபோல, ரசத்துக்கு ரெண்டாம் பப்படம் தருவதில்லை. எத்தனை பெரிய பண்ணையாராக இருந்தாலும் ஒரேயொரு உடையாத பப்படம் தான்.

பப்படம் அவ்வப்போது எண்ணெய்ச் சட்டி முன் அமர்ந்து நீண்ட பப்படக் கரண்டிகள் வைத்து ஒருவர் தேங்காய் எண்ணெயில் காய்ச்சிக்கொண்டிருப்பார். நூற்றுக்குத் தொண்ணூறு பேர், பாதிப் பப்படத்தை உடைத்துச் சோற்றுக்கு மேல் ஊற்றப்பட்டிருக்கும் பருப்புக்கு மேல் சொரியப் பட்டிருக்கும் நெய்க்கும் மேல் போட்டு நொறுக்கிப் பிசைந்து கொள்வார்கள். மீதிப் பாதியை என்ன செய்வார்கள் எனப் பின்பு பார்ப்போம்.

சோற்றைப் பிசைந்து உருட்டுவது பெரிய கொய்யா சைசில் இருக்கும். என் திருமணத்துக்கு திருவனந்தபுரத்துக்கும் மறுவீட்டுக்கு வீரநாராயணமங்கலத்துக்கும் வந்திருந்த எனது நாற்பத்தைந்து ஆண்டுகால நண்பர் ஞான. ராஜசேகரன், எம் மக்கள் பருப்பு விட்டுச் சாதத்தை உருட்டுவதைப் பார்த்துக் கேட்டார், “ஒங் கூர்லே வெளையற நெல்லு எல்லாம் நீங்களே சாப்பிட்டிருவீங்களா?” என்று.

பருப்புச் சோறு சாப்பிட்டு முடியும்போது சாம்பார் வாளி வரும். அதன் முன்பு சாத நிலவாயும். தேவைப்படுவோர் வாங்கி, முன்பிருந்த சோற்றையும் சேர்த்து, சாம்பாருக்கு எனப் பிரித்துக்கொள்வார்கள். சாம்பாரும் ஒரு பெரிய தவி, காயுடன். தேவைப்படுவோர் கொஞ்சம் கூடுதலாக வாங்கிக் கொள்வார்கள். காய்களைப் பொறுக்கித் தனியே வைத்துக் கொண்டு, சாம்பார் சோறு பிசைந்து உருட்டுவார்கள்.

பருப்புச் சோற்றுக்குத் தொட்டுக்கொள்ள அவியல், துவட்டல், எரிசேரி, மிளகாய்ப் பச்சடி, நாரத்தங்காய் பச்சடி

என்றால் சாம்பார் சோற்றுக்கு மீதமிருக்கும் துவட்டல், அவியல், தயிர்க் கிச்சடிகள், எரிசேரி, ஏத்தன் காய் உப்பேரி.

இந்தக் கட்டத்தில் தேவைப்படுவோர் வாங்கிக்கொள்ள இரண்டாம் எடுப்பு அவியலும் எரிசேரியும் வரும். நான் பெரும்பாலும் பந்தி தொடங்கும் இடத்தில் ஒரு கண் வைத்திருப்பேன். வரக் காத்திருக்கும் சங்கதியைப் பொறுத்து உண்ணும் வேகம் கூட்ட அல்லது குறைக்க. மாதேம் பிள்ளை மாமாவுக்கு இந்தக் கவலை எல்லாம் இல்லை. அவரைக் கவனிக்காமல் எவரும் தாண்டிப் போக மாட்டார்கள்.

அவியல், எரிசேரி தவிர வேறு ஏதுவும் இரண்டாம் தரம் வராது. எளியவர் கல்யாணங்களில் அவையும் இரண்டாம் எடுப்பு இருக்காது. ஆரம்பத்தில் மாதேம்பிள்ளை மாமாவை ஓரக் கண்ணால் கவனித்துக் கவனித்துக் கற்ற கல்வி இது. சந்தேகம் இருந்தால் மட்டும்தான் கேட்பது. எனக்காவது அப்படியே உருட்டித் தின்னலாம். மாமாவுக்குத் தாடி ஒரு பிரச்சினை.

பின்பு வேகமாக, மின்னல்போலச் சாத நிலவாய் வரும். புளிசேரிக்குத் தேவைப்படுவோர் மட்டும் வாங்கிக் கொள்வார்கள். புளிசேரி ஊற்றிப் பிசையும்போது, சில கல்யாண வீடுகளில் அப்போது தான் ஓலன் விளம்புவார்கள். இஃதோர் மலையாளக் கறி. இளம் தடியன்காய், பெரும்பயிறு, பச்சைமிளகாய், தேங்காய்ப்பால் சேர்ந்த அயிட்டம். ஓலன் இல்லை என்றால் புளிசேரிக்கு எரிசேரி மிச்சம் இருப்பது. எனக்கு இந்தக் கட்டத்தில் நாரத்தங்காய் பச்சடி மீதே நாட்டம். மாமா ஆட்சேபித்ததில்லை.

பின்பு இலையின் இடப்பக்கம் மீந்திருக்கும் சோற்றில், அரைக் கைப்பிடி பிரித்து எடுத்து, இலையில் இருக்கும் குழம்பு மீதங்களை அந்தச் சோற்றால் வழித்து வலது ஓரம் ஒதுக்கும் பணி. ஒதுக்கியபின், விளம்பப் பட்டிருக்கும் வாழைப்பழம் – கதலியோ, மட்டியோ, பாளையங்கோடனோ, துளுவனோ – உரித்து நடு இலையில் போட்டு விரல்களால் நைத்துக்கொள்ள வேண்டும். அதன் மேல் கொதிக்கக் கொதிக்க பெரிய சிரட்டைத் தவிக்கு ஒரு தவி சிறுபயற்றம் பருப்பு பிரதமன் விடுவார்கள். பிரதமன்மீது மிச்சம் வைத்திருக்கும் பாதிப் பப்படம் போட்டுப் பிசைந்து, பழத்துடன் சேர்த்து விரல்களால் அள்ளிக் குடிக்க வேண்டியதுதான்.

பெரும்பாலும் பந்தி நடக்கும்போது காமணத்தின் உள்ளே தொங்கவிடப்பட்டிருக்கும் மின்விசிறிகள் அணைக்கப் பட்டிருக்கும் என்பதால் பதார்த்தங்கள் குளிர்ந்தோ, காற்றில் உலர்ந்தோ போகாது.

சிறுபயிறு பிரதமன் சாப்பிட்ட பிறகு, மொறட்டுக் கல்யாணம் என்றால் சக்கைப் பழம் அல்லது ஏத்தன் பழப் பிரதமன். பிரதமன் குடிக்கும்போது மாதேம்பிள்ளை மாமா மிளகாய்ப் பச்சடி அல்லது நாரத்தங்காய் பச்சடி தொட்டுக் கொள்வார். அந்தப் பழக்கம் எனக்கு இன்றளவும் தொடர்கிறது. சர்க்கரை நோய் கிடக்கும் ஒரு பக்கம்.

கல்யாண அடியந்திரம் நடக்கும் வீடுகளின் முக்கிய மானவர் ஒருவர் பந்தி விளம்புவதைப் பொறுப்பாகப் பார்த்துக் கொண்டு நிற்பார். எல்ல ஐட்டங்களும் சரியான வரிசையில் போகிறதா, சாப்பிட அனுமதித்து அடுத்த குழம்பு எடுக்கிறார்களா? பந்தியை நெருக்குகிறார்களா? யாருக்காவது ஏதும் வராமல் இருக்கிறதா? அல்லது மறுபடி கேட்கிறாரா என்றெல்லாம்.

பெண்கள் பந்தி என்றால் தனிக் கவனம் எடுத்துக் கொள்ளப்படும். அதில் முன்பெல்லாம் ஆண்களை உட்கார அனுமதிக்க மாட்டார்கள். ஆண்கள் பந்திக்கு எடுக்கும் நேரத்தைவிட, பெண்கள் பந்தி பத்து நிமிடம் அதிகம் எடுக்கும். முதலில் ஆண்கள் பரிமாறிச் சாப்பிடும் கூச்சம் மாற வேண்டும். ஒரு கறிவேப்பிலையைக்கூட வாயில் வைத்து மூஞ்சித்தான் ஓரத்தில் வைப்பார்கள். சாம்பார் காய்கறிகளைக் களைய மாட்டார்கள். அவியலில் கிடக்கும் முருங்கைக்காயை வழிக்காமல் ஒதுக்க மாட்டார்கள். பெண்கள் பந்தி விளம்புகிறவர்களுக்குத் தனியான பொறுமையும் கரிசனமும் வேண்டும். சொந்த மதனி, கொழுந்தி உட்கார்ந்திருந்தாலும் பட்சபாதம் கூடாது. சாம்பார் சோறு சாப்பிட்டு முடியாமல் புளிசேரி ஊற்ற நெருக்க மாட்டார்கள்.

நாளெல்லாம் தாமே சமைத்துத் தாமே உண்பவர்கள். அவர்கள் எல்லாக் கல்யாண வீடுகளுக்கும் போவதும் இல்லை. பெண்கள் வந்து தனியே கூப்பிட வேண்டும், அதிலும் வருந்தி அழைக்க வேண்டும். பலர் சம்மணம் இட்டு அமர்ந்தாலும் சிலர் ஒரு கால் மடக்கி ஒரு கால் நட்டு உட்கார்ந்து இருப்பார்கள். பெரும்பாலும் கல்யாண வீட்டுச் சாப்பாட்டைக் கொண்டாடு பவர்கள் அவர்களே.

எனது பள்ளி, கல்லூரிப் படிப்பு நாட்களில் சமையல் செய்யும் ஐயரும் அவருக்கு இரண்டு உதவியாளரும் மட்டுமே சம்பளத்துக்கு என்று வருபவர்கள். மற்றெல்லா வேலைகளும் நாங்களே செய்துவிடுவோம். தண்ணீர் சுமப்பது, காய்கறி வெட்டுவது, அரைத்துக் கொடுப்பது, பந்தி விளம்புவது, எச்சில் இலை எடுப்பது, இறுதியில் பாத்திரம் கழுவி ஒப்படைப்பது

வரைக்கும். பலம்கொண்ட ஆண்கள் சோற்று நிலவாய், பருப்பு வாளி, சாம்பார் வாளி, பிரதமன் வாளி எடுப்பார்கள். எமக்குப் பச்சடி, கிச்சடிகள், துவட்டல் பிரச்சினை இல்லை. எம்மிலும் இளையோர் உப்பு, நெய், பப்படக் கடவம் தூக்குவார்கள். சிலர் தண்ணீர் மூக்கன்; சிலர் தண்ணீர் வாளி.

விளம்புபவன் தப்புச் செய்தால் ஆளை மாற்றிவிடுவார்கள். பச்சடி, கிச்சடி பரிமாறுவோர் சொட்டு விழாமல் விளம்ப வேண்டும். கரண்டி இலையைத் தொடக் கூடாது.

இன்று புகழ்பெற்ற பல உணவு விடுதிகளிலும் இரண்டாம் முறை கூட்டுப் பொரியல் பரிமாறுகிறவர், இலையில் இருக்கும் எச்சிக் கூட்டின்மீது கரண்டியைப் பதித்து விளம்புகிறார்கள். அதே கரண்டிதான் அடுத்த இலைக்கும். நூறு பேர் சாப்பிடுகிறார்கள் எனில் நூறு பேர் எச்சிலும் எல்லோர்க்கும் சமவிகிதம்தான். நாஞ்சில் நாட்டுப் பந்தியில் அதற்கு அனுமதி இல்லை. மேலும் கரண்டிகள் மாறக் கூடாது என்பதில் கண்டிப்பு உண்டு.

எனக்குப் பெண்கள் பந்தி பரிமாறப் பிடிக்கும். அது பால் கவர்ச்சி காரணங்களுக்காக அல்ல. அவர்கள் முகபாவங்கள் வியப்பு ஏற்படுத்தும். குனிந்து குனிந்து இரண்டு வரிசை பச்சடி விளம்பி வருமுன் குறுக்குக் கடுத்துப் போகும் என்றாலும் அது பிடிக்கும். சின்ன ஊர், யாவும் தெரிந்த முகங்கள். பரிமாறுபவனை முகம் ஏறிட்டுப் பார்த்து ஒரு புன்சிரி, முக மலர், தலையசை... ஆத்மார்த்தமான மனித நேயத்தின் வெளிப்பாடுகள் அவை. நாரத்தங்காய் பச்சடி விளம்புகிறேன் என்றால், பக்கத்து இலைக்குக் குரல் கேட்காமல், சன்னமாக, தனக்கு அது பிடிக்கும் என்றால், "கொஞ்சம் கூட வைப்போ" என்பார்கள். எப்போதுமே வீடு எனும் விலங்கு கழன்று வெளியே வரும் பெண்களிடம் ஒரு புத்துயிர்ப்பு இருக்கும், அது கோயில் ஆனாலும் கல்யாண வீடு ஆனாலும். அவ்விதம் உயிர்த்த நூறு முகங்கள் நம்மில் ஏற்படுத்தும் உயிர்ப்பு அற்புதமானது. அவர்கள் எல்லோருக்குமே நான் முருகன், படிக்கிற பையன், பாவம், மரியாதைக்காரன் என்றொரு இணக்கமும் உண்டு.

கையை நக்கும்போது நாம் கவனித்துவிட்டால் ஒரு நூதனக் கூச்சம் பரவி அவர்கள் பார்ப்பதே கோடி பெறும். சும்மாவெல்லாம் ஒருவனால் இப்படியொரு நூல் எழுதிவிட இயலாது நண்பர்களே!

ஏற்கெனவே சொல்லி இருக்கிறேன் மாதேம்பிள்ளை உட்கார்ந்து சாப்பிடுகிற பந்திக்கு உச்சபட்ச ஒழுங்கு இருக்கும் என.

இரண்டு பிரதமன்கள் ஆனபின்பு, பாக்கியம் இருந்தால் போளி போட்டு அதன்மேல் பால் பாயசம். அல்லது பால் பாயசம் ஊற்றி அதன்மேல் ஒரு குத்து இனிப்புப் பூந்தி. இப்போ தெல்லாம் ஐந்து பிரதமன்கள் ஊற்றுவதாகக் கேள்வி. விருப்பம் இருந்தால் வாங்கிக்கொள்ளலாம் அல்லது விட்டும் விடலாம்.

பிரதமன்கள் குடித்து ஓய்ந்த பின்பு, மறுபடியும் இடதுபுறம் மிச்சம் வைத்திருக்கும் சோற்றில் அரைக்கைப்பிடி அளவு பிரித்தெடுத்து, அந்தச் சோற்றால் இலையில் கிடக்கும் பாயசச் சொட்டுக்களைச் சுத்தமாகத் துடைத்துவிடலாம்.

பின்பு வேக வேகமாக, தேவைப்படுவோருக்கு, ரசத்துக்கும் சம்பாரத்துக்கும் சாதம் வரும். ஓரகப்பை வலதுகை குழித்து வாங்கிக் குடிக்க, ஓரகப்பை இலைக்கு என. மாமா, ரசம், சம்பாரம் வாங்கிக் குடிக்காமல் இலையை மடக்குவதில்லை.

இலையை மடக்கும் முன் பந்தியின் இடமும் வலமும், எல்லோரும் சாப்பிட்டாயிற்றா என்று பார்த்துக்கொள்வார்கள். இலையில் ஏதும் மிச்சம் இருந்தால், யாவற்றையும் கூட்டி – வாழைப் பழத்தோல் உட்பட – நடு இலைக்கு ஒதுக்கி, தனக்கு எதிர்ப்புறமாக இலையை மடக்க வேண்டும். அதிகம் மிச்சம் வைக்காமல் சாப்பிடுகிறவரே, நல்ல சாப்பாட்டுக்காரர். மாமா இலையில் வாழைப்பழத்தோல், முருக்கைக்காய் கோது, தாளித்த மிளகாய் வத்தல் தவிர பெரும்பாலும் வேறேதும் மிச்சம் இருக்காது.

இலையைத் தனக்கு எதிர் புறம் மடக்கும்போது சில அனுகூலங்கள் உண்டு. இலை மடக்கியப்பின் எச்சியை மிதிக்காமல் நடக்க இடம் கிடைக்கும். பிறர் எச்சிலைப் பார்க்க வேண்டியது இருக்காது. பிரம்புக் கூடையில் இலை எடுக்க வாக்காக இருக்கும்.

மற்றபடி, இன்றைய பட்டி மண்டப மேதைகள் சொல்வது போல தன்பக்கம் மடக்கினால் திருப்தி என்றும், எதிர்ப்பக்கம் மடக்கினால் அதிருப்தி என்றும்; தன்பக்கம் மடக்கினால் மங்கல வீடு என்றும், எதிர்ப்பக்கம் மடக்கினால் அமங்கல வீடு என்றும் சொல்வதற்கு ஒரு அர்த்தமும் இல்லை ஆதாரமும் இல்லை. நூற்றாண்டுகளாக, பந்தியில் சாப்பிட்ட இலை எதிர்ப்பக்கமே மடக்கப்பட்டு வந்திருக்கிறது. இன்று அவர்களுமே தன்பக்கம் மடக்கும் நவீனத்துவம் கற்றுக்கொண்டிருப்பது ஆபாசம் அளிக்கிறது. யாருக்கு யார் என்ன சொல்லி இன்று உணர்த்த முடியும்? உன் அப்பன், பாட்டன், மூப்பாட்டன் சரியாகத் தான் செய்தார்கள். நீ பண்பாட்டின் உச்சத்து மனிதன்; எந்த

ஆதாரமும் விஞ்ஞான அனுகூலமும் இல்லாத ஒன்றை எதற்குச் செய்கிறாய் என்று யார் கேட்க இயலும்.

ஒருவன் சம்பாரம் பிசைந்து சாப்பிட்டுக்கொண்டிருக்கையில் இன்னொருவன் எழுந்து போவது எத்தனை அநாகரீகம்? பந்தி, மரியாதையா அது? அவ்விதம் எவனாவது எழுந்து போனால் மாமா முகத்தில் தோன்றும் ருத்திர பாவம் அச்சமூட்டுவதாக இருக்கும். சாப்பிட்டுக்கொண்டிருக்கும் போதே இலையை மடக்கிக் கோபமாக எழுந்து போவதைப் பார்த்திருக்கிறேன்.

'Table Manners' என்று ஆங்கிலத்தில் பேசும் பலரும் இன்று நகர விருந்துகளில் இந்த அவமரியாதையைச் செய்கிறார்கள். தன் காரியம் ஆனால் சரி! பந்தி பரிமாறும் முறைகளும் ஒழுங்குகளும் மாறிவிட்டன. இலைக்கு 500 ரூபாய் வசூலிக்கும் நகரத்துப் பெருவிருந்துகளில், பாதிச் சாப்பாடு நடந்து கொண்டிருக்கும்போது நாலு பேர் வந்து உட்காருகிறார்கள். அவர்களுக்குப் பரிமாறத் தொடங்குகிறார்கள். ஒருவன் தயிர் ஊற்றிப் பிசையும்போது, பக்கத்தில் இருப்பவன் பருப்பு ஊற்றுகிறான்.

பரிமாறும்போது எந்த வாளி முன்னால் எது பின்னால் என்ற வரைமுறை இல்லை. வந்து உட்கார்ந்து, பதார்த்தங்கள் பரிமாறி சாதம் போட்டவுடன் ஒருத்தன் வாளியைத் தூக்கி வந்து "ரசமா சார்?" என்கிறான். சாம்பார் சாதத்துக்குப் பிறகு பாயசம் குடித்து எழுந்து போகிறார்கள். ரசம், மோர் திரும்பிப் பார்ப்பதில்லை.

பாதிப் பதார்த்தங்கள் பரிமாறப்படுவதில்லை, கல்யாண வீட்டுக்காரருக்கு அதுபற்றிய அக்கறையும் இல்லை. பரிமாறப் பட்டவற்றுக்குள் பாதிக்கு மேல் வீணாய் எறியப்படுகின்றன. இதற்கு என்ன அர்த்தம் என்று புரியவில்லை. விருந்து என்பதே ஒரு பயங்கரவாத நிகழ்ச்சியாக மாறிப்போயிற்று.

இப்போது நமக்கு ஒரு கேள்வி எழலாம்? ஏன், எல்லாம் முறையாகத்தான் தின்னப்பட வேண்டுமா? சற்று முன்பின் ஆனால் என்ன கெட்டுப் போகும் என்று?

நான் திருப்பிக் கேட்பேன் - Desertஐ முதலிலும் Soupஐ இறுதியிலும் சாப்பிட்டால் என்ன குடி முழுகிப் போகும் என.

நாவின் சுவை அரும்புகளின் தன்மை, சீரண சுரப்பிகளின் சுரப்புத் தன்மை, சீரண சக்தி எனப் பல விஞ்ஞானங்கள் உண்டு.

பதார்த்த குண சிந்தாமணி என்பது ஒன்றும் தெரியாதவர்களால் எழுதப்பட்ட நூல் அல்லவே?

1750க்குப் பிறகு ஐரோப்பியர் காட்டிய மரபும் பண்பாடும் உணவும்தான் சிறந்தது, அதைத் தாண்டி ஒன்றும் இல்லை எனும் சிந்தனையே ஒரு நோய் என்கிறேன் நான்.

எம்முன்னோர் பிழையே செய்யாதவர்கள் இல்லை. ஆனால் முட்டாள்களும் இல்லை. இதையே ஈண்டு வலியுறுத்த விரும்புகிறேன்.

20

மாமிச உணவு

சைவம் என்பது ஒரு மதம், வைணவம் என்பது இன்னொரு மதம். சமணமும் பௌத்தமும் வெவ்வேறு மதங்கள். சக்தியையும் கணபதியையும் குமரனையும் வழிபடுவதும் தனித்தனி மதங்கள். இதில் ஒரு உணவுக்குச் சைவம் என்று பெயரிடுவதில் மற்றவர்க்கு எரிச்சல் உண்டு. மாமிச உணவை அசைவம் என்று சொல்வதில் சைவருக்குக் கடுப்பு உண்டு. இஸ்லாமும், கிறிஸ்துவமும் போன்ற, மதங்களும் உண்டு.

சைவம் என்பதோர் உணவுப் பழக்கம். அசைவம் என்பதோர் இன்னொரு உணவுப் பழக்கம். சைவர் அசைவம் உண்பதில்லை. ஆனால் அசைவர் சைவமும் உண்பார். இவர் தம் முன் மேல் கீழ் பார்ப்பதில் எனக்கு உடன்பாடில்லை. ஒருவரது உணவுப் பழக்கம் என்பது அவர் வாழ்க்கைச் சூழல், இயற்கைச் சூழல் சார்ந்தது. இரண்டாம் உலகப் போரில், உணவு அற்ற பிரதேசங்களில் சிக்கிக்கொண்டவர், எதையெதை உண்டனர் எனும் அனுபவத்தை நாம் வாசித்திருக்கிறோம். என்னுடைய நண்பர் பலர் மதத்தால் சைவமும் வைணவமும் ஆனாலும், வீட்டில் சைவ உணவானாலும், புறத்தே எம்முடன் அசைவம் உண்டனர், உண்கிறார்கள், உண்பார்கள்.

'கொல்லான் புலாலை மறுத்தானைக் கைகூப்பி
எல்லா உயிரும் தொழும்'

என்ற குறள் யாவரும் அறிந்ததுதான். 'கொன்றால் பாவம் தின்றால் தீரும்' எனும் பழமொழியிலும் உண்மையுண்டு.

இந்தியச் சமூகம் இன்று சைவ உணவு தின்பவர்களை மேன்மக்கள் என்றும் அசைவ உணவு தின்பவர்களைக் கீழ்மக்கள் என்றும் ஒரு மதிப்பீடு வைத்திருக்கிறது. ஆனால் அவர்கள் தெய்வங்களாக வணங்கும் பலரும் மீனும் பறவையும் விலங்கும் தின்றவரே என்பதற்கு ஆதாரம் உண்டு. சைவ உணவாளர்களே ஆன்மீக உச்சத்தில் முக்காலி போட்டு அமர முடியும் என்பதோர் மாபெரும் பொய். பௌத்தம் ஆன்மீக விடுதலை தருவதில்லையா? சீனருக்கும் ஐரோப்பியருக்கும் ஆன்மீகம் இல்லையா?

என்னளவில் சைவம் ஒரு உணவுப் பழக்கம், அசைவம் இன்னொரு உணவுப் பழக்கம் என்றே புரிந்துகொள்கிறேன். காளான் எனப்படும் ஆம்பி அசைவம் எனும் எண்ண முடையவர் பால் பருகுகிறார்கள். நெய் இல்லாமல் ஒரு தெய்வத்துக்கும் நைவேத்தியம் இல்லை. கீரை உயிர், விதைகள் உயிர், தானியங்கள் உயிர் என்கிறது விஞ்ஞானம்.

மீனும் பறவையும் விலங்கும் வலியில் துடிக்கின்றன. இரத்தம் வருகிறது என்பதொரு வாதம். அது மனித இனம் புரிந்துகொள்கிற இரத்தமும் வலியும். மாங்காயின் பால் அதன் இரத்தம் இல்லையா? வடுமாங்காயைப் பறிக்கும்போது மரத்துக்கு வலிக்காது என்று உங்களுக்கு யார் சொன்னார்கள்? மயிர் களைவது ஒரு சீலம் எனில் மயிர் களையாமல் இருப்பது இன்னொரு சீலம். அவ்வளவுதான்.

திருநெல்வேலிப் பிள்ளைமார், நெருங்கிப் பழகியவராக இருந்தாலும், சமயங்களில், 'அவுரு உங்காளுல்லா!' என்றும் 'நீங்க நாரோயில் பிள்ளைமாருல்லா?' என்றும் என்னிடம் சொன்னதுண்டு. உட்பொருள் – 'நீங்கள் அசைவம் சாப்பிடு கிறவர்கள், எங்களை விடத் தாழ்ந்தவர்கள்' என்பது. ஆனால் சொன்னவர்கள் என்னுடன் அமர்ந்து அசைவம் உண்டவர்களாக இருப்பார்கள். இலக்கிய ஆசனங்களில் அமர முன்பதிவு செய்தவர்களாகவும் இருந்தார்கள்.

எனக்குத் தெரிந்து, சைவரில் சைவ உணவுப் பழக்க நெறியைப் பேணுகிறவர்கள் பெண்கள் மட்டுமே! விருப்பம் இருந்தால் தின்னு, இல்லாவிட்டால் விட்டுவிடு. இதில் மேலென்ன கீழென்ன? சரி! அறநூல்கள் போற்றுகின்ற ஒழுக்கம் பேணுகிறவர்கள் உயர்ந்தவர்கள்தானே என்று கேட்கலாம். அறநூல்கள் புலால் மறுத்தல் மட்டும் பேசவில்லை. கள்ளுண்ணாமை பேசுகிறது. பிறன்மனை நோக்காமை பேசுகிறது. ஈகை பேசுகிறது. இனியவை கூறல் பேசுகிறது. நன்றி உடைமை பேசுகிறது. வஞ்சம் – கொலை – சூது மறுக்கிறது.

இவற்றில் ஒன்றோ, பலவோ, அனைத்துமோ செய்துவிட்டு, நான் மாமிசம் சாப்பிடுவதில்லை, ஆகவே உயர்ந்தவன் என்று கருதுவோரை நாம் என்னென்று எடுத்துக்கொள்ள?

ஒருவர்க்கு மீன், முட்டை, பறவை, விலங்கு உண்ணப் பிடிக்கவில்லையா அது அவர் விருப்பம். எனக்கு அதில் எந்த விருப்பு வெறுப்பும் இல்லை. கத்தரிக்காய் உண்பவர் மேலானவர் என்றும் உண்ணாதவர் கீழானவர் என்றும் கருதுவதை எம்மால் எவ்விதம் ஏற்றுக்கொள்ள முடியாதோ, அதேபோல்தான் இதுவும்.

நாஞ்சில் நாட்டில் மூன்று விதமான உணவுப் பழக்கங்கள் உண்டு. இது எல்லா இனத்தவரிடையேயும் பிரதேசத்தின் இடையேயும் உண்டு. முட்டைகூடச் சாப்பிடாத சுத்த சைவம் ஒரு பிரிவு. அடுத்து முட்டை மட்டும் சாப்பிடும் சைவம். மூன்றாவது முட்டையும் இறைச்சியும் சாப்பிடுகிறவர். இறைச்சி என்பது கோழி இறைச்சி, ஆட்டிறைச்சி, பன்றி இறைச்சி, மிளா இறைச்சி, மான் இறைச்சி, மாட்டிறைச்சி, வாத்து இறைச்சி, ஆற்றுமீன், குளத்துமீன், கடல் மீனும் மாமிசங்கள். இந்தியாவின் தென் கோடி மாநிலத்தின் தென் கோடி மாவட்டம் கன்னியாகுமரி. அதன் கடல் எல்லை 68 கி.மீ. கன்னியாகுமரி மாவட்டத்தின் பாதியே நாஞ்சில் நாடு. கடல் அதிக தூரத்தில் இல்லாத நாடு. எனவே நாஞ்சில் நாட்டார் உணவில் மீன்

பெரும் பங்கு வகித்துள்ளது. அங்கு 'கவிச்சி' என்றொரு சொல் புழக்கத்தில் இல்லை.

என்றாலும் மாதத்தில் பலநாட்கள் மீன், மாமிசம் விலக்கப்பட்டதாக இருந்திருக்கிறது. முதலில் எல்லா மாதப் பிறப்புகளும். பின்பு வெள்ளி – செவ்வாய்கள். அதன்பின் அமாவாசை, கிருத்திகை, பின்பு பண்டிகை நாட்கள் – பங்குனி உத்திரம், வைகாசி விசாகம், ஆவணி அவிட்டம், புரட்டாசி சனிக் கிழமைகள், மாசி மகம் எனத் தொடரும்.

எந்தக் கணக்கிலும் மாதம் எட்டுப் பத்து நாட்கள் அசைவ உணவுதான். அசைவம் என்றால் அங்கு அதன் பொருள் மீன் என்பதே. ஆட்டிறைச்சி என்பது ஆடிமாதத்துக் கடைசி நாளான ஆடியறுதி, தீபாவளி, கோயில் கொடையில் பலி செய்தால் என்று சில நாட்களில் மட்டுமே!

வீட்டில் கோழிக்கூடு இருந்து, முட்டைப் பருவம் கடந்த பெடைக் கோழிகள், எப்போதும் கொத்தித் திரியும் சேவல்களில் ஒன்று, நோய்வரும் அடையாளமாகத் தூங்கிக்கொண்டு நிற்கும் கோழிகள் கறிக்காகிப் போகும். அல்லது வரா விருந்து வர வேண்டும். வந்தால் கோழி ஒன்றின் தலை அறுபடும்.

முட்டை மாதத்தில் ஒன்றிரண்டு நாட்கள் இருக்கும். ஆனால் மீன் அவ்வாறு அல்ல. நீண்டு கிடக்கும் கடல் எல்லை. காலை பத்து மணிக்கு வீட்டு வாசலில் துள்ளத் துடிக்க மீன் கூடை வந்துவிடும். மேலதிகம் தகவலுக்கு, என் சிறுகதை, 'கோம்பை' வாசிக்கவும்.

மேலும் மீன் எனில் புழுங்கலரிசிச் சோறு வடித்து, ஒரு மீன் குழம்பு வைத்தால் தொடுகறியோ, மறு கறியோ வேண்டாம். மத்தியானத்துக்கும் இரவுக்கும் போதும். அஃதன்றியும் பன்முக மீன்களும் மலிவாகக் கிடைத்தன. அன்று இயந்திர மீன்பிடிப் படகுகள், *Cold Storage* போன்ற நூதனங்கள் வந்திருக்கவில்லை. அன்று இறங்கிய மடியின் மீன்களை அன்றே விற்றுத் தீர்க்க வேண்டும். அல்லது வயிற்றை வகுந்து, குடல் மாற்றி, மீனை மலர்த்தி, உப்புத்தூவி, கடல் மணலில் உப்புத் துண்டத்துக்கும் கருவாட்டுக்கும் காய வைக்க வேண்டும்.

பெரும்பாலும் கருவாட்டுக்குத் தோதானவை ஒலைவாளை என்ற சுண்ணாம்பு வாளை, அயிலை, பன்னா, மொரல், நெத்திலி, குதிப்பு, காரல், கூனிப்பொடி எனும் சின்ன மீன்கள். பிறகு உப்புத் துண்டத்துக்குக் கீறி உப்பு வைக்கும் மீன்களாவன – கட்டா, நெய்மீன், விளமீன், பாரை, சூரை போன்றவை.

மாமிசம் சாப்பிடுபவர் என்றாலும் நாஞ்சில் நாட்டார், விசேட தினங்களில் அசைவம் உண்பதில்லை. எனக்குத் தெரிந்து இரண்டே இரண்டு விதிவிலக்குகள் தான். குழந்தைப் பேறுக்குப் பின்பு, பதின் மூன்றாம் நாள் அல்லது இருபத்திரண்டாம் நாள், சட்டி பானை தொடுதல் அல்லது பாண்ட சுத்தி எனவோர் பண்டிகை உண்டு. அது பற்றி எனது 'நாஞ்சில் நாட்டு வெள்ளாளர் வாழ்க்கை' எனும் நூல் விரிவாகப் பேசும். பாண்ட சுத்திக்கு, குழந்தை பெற்ற பெண்கள் குளிக்கும் 'துடுப்புக்குழி'க்கு சோறு போட வேண்டும். அதற்காக மீன் உப்புத் துண்டமும் முட்டையும் போட்ட ஒரு அவியல் இருக்கும். யாரேனும் இறந்து, பதினாறாம் நாள் அடியந்திரமும் கழிந்த மறுநாள், ஒரு 'எண்ணெய் தேய்த்துக் குளி' உண்டு. அந்தச் செலவு கொள்ளிவைத்தவர்களின் மைத்துனர்மார் செய்வது. அன்று ஆட்டுக்கறி அல்லது கோழிக்கறி உண்டு. வேண்டுமானால் சொல்லலாம் – வீடுகட்டிப் பால் காய்ச்சும்போது, பால் காச்சும் நாளின் முன்பான நள்ளிரவில் 'தச்சுக் கழிப்பு' என்றொரு சடங்கு உண்டு. அதாவது காட்டு மரங்களில் பணிசெய்து நிறுத்தப்பட்டிருக்கும் வாசல்களுக்கான பூசை. தச்சர்கள் செய்வது. அன்று கோழி அறுத்து, பொங்கல் விட்டு, அதை எல்லோருமாய் இரவே தின்று தீர்த்துவிடுவார்கள். அதன்பின் வீடு கழுவிவிட்ட பிறகே, கணபதி ஹோமம் தொடங்கும்.

நாஞ்சில் நாட்டின் பூர்வகுடிகள் அனைவருக்குமே மீன் மீது பெரும் பிரியம் இருந்தது. பிற மாவட்டங்களிலிருந்து பஞ்சத்துக்கும் பிற அரசியல் காரணங்களுக்குமாக வந்து குடியேறியவருக்குத்தான் தாம் சைவமாக நீடிப்பதா, அசைவமாக நீடிப்பதா என்ற மயக்கம் இருந்தது. என் மூதாதையருக்கே அந்த மயக்கம் இருந்திருக்கிறது.

நாஞ்சில் நாடன் என்று புனைபெயர் வைத்துக் கொண்டாலும் என் தாத்தா பசி நோய் தாங்காமல் பெரும் பஞ்ச காலத்தில் மூலைக் கரைப்பட்டி – முனைஞ்சிப் பட்டியில் இருந்து நாஞ்சில் நாட்டுக்குப் புலம்பெயர்ந்தவர், 1895 வாக்கில், மாடு மேய்த்து, ஏர் அடித்து, வண்டியடித்து, நாஞ்சில் நாட்டில் தோவாளை தாலுகா, தாழக்குடி பகுதி, வீரநாராயணமங்கலம் கிராமம் ஈசான மூலையில் குடிசை போட்டுக்கொண்ட சைவ வெள்ளாளன். மணந்தது சொந்த அத்தை பெண், பணகுடிக்காரி. இரண்டு ஆண்பிள்ளைகள் பெற்றுப் போட்டு அவள் வைசூரியில் இறந்த பின், தாத்தா திருமணம் செய்தது பறக்கை நெடுந்தெருவில் வள்ளியம்மை. அவள் அசல் நாஞ்சில் நாட்டு மருமக்கள் வழி வெள்ளாடிச்சி. அவர்களுக்குப் பிறந்த முதன் நான்கும் சாக, ஐந்தாவதாகப் பிறந்தவர் என் அப்பா. அவர்

மக்கள் வழி வெள்ளாளன். சிறு பருவத்தில், அற்பக்காரணங்களுக்காக, இருவழியும் தூய வந்த வெள்ளாடிச்சிகளும் வெள்ளாளன்களும் என்னை 'இரு சாதிக்குப் பொறந்த பய' என ஏசியிருக்கிறார்கள். அதை ஈ.வெ. ராமசாமி நாயக்கர் பாணியில் நான் ஆண் சாதிக்கும் பெண் சாதிக்கும் பிறந்தவன் என்று எடுத்துக் கொண்டிருக்கிறேன்.

ஆத்தா வள்ளியம்மை பிறந்ததிலிருந்தே மீன் தின்பவள். பறக்கையிலிருந்து மணக்குடி, பள்ளம், கடற்கரைகள் ஆறுகிலோ மீட்டரே இருக்கும். இப்படித்தான் சைவ வேளாள மரபு ஒன்று அசைவம் விரும்பி உண்ணத் தொடங்கியது. இன்றும் என் குடும்பத்தில் முட்டைகூடத் தொடாத சைவர் உண்டு. வாரத்தில் ஐந்து நாட்கள் மீன் சாப்பிடுகிற அசைவர் உண்டு.

எப்படியும் பிறந்து, எச்சி புரட்டிய பின்பு, ஒரு வயதுக்கு உள்ளாகவே நான் மீன் சாப்பிடத் தொடங்கி இருக்க வேண்டும். இன்று எனக்கு அசைவ உணவுகளின் மீது பெரு விருப்பு இல்லை. உடல் சார்ந்த, மனம் சார்ந்த காரணங்கள் இருக்கக்கூடும். அவற்றை ஆராய இது இடம் அல்ல. இப்போது எனது தேர்வு சைவம் என்றாலும் அசைவத்தின் மீது வெறுப்போ, பகையோ, அருவருப்போ இல்லை. இது கொஞ்சம் சிரமமான காரியம் தான். ஆனால் இன்றும் என் குடும்பத்துக்கான கோழியை, இறைச்சியை, மீனை நானே உக்கடம் போய் வாங்கி வருகிறேன்.

முன் தகவல்களை இந்த அளவில் முடித்துக்கொண்டு, நாம் அசைவ உணவு வகைகளுக்குள் நுழையலாம்.

21

முட்டை

கொங்கு நாட்டில் முட்டையை, மொட்டு என்கிறார்கள். அந்தச் சொல் நன்றாகவே இருக்கிறது. முட்டையிலிருந்துதான் உயிரினங்கள் தோன்றியிருக்கும் என்பதால், அசைவ உணவை அதிலிருந்து தொடங்கலாம். 'முட்டை முந்தியதா பெட்டை முந்தியதா' எனும் வாதம் தத்துவ உலகில் தொடர்ந்து வந்து கொண்டே இருப்பது. அதற்கான விடைகளையும் இயற்கை விஞ்ஞானிகள் கண்டு உணர்ந்து சொல்கிறார்கள். தத்துவம் எனக்கு அந்நியமானது. எல்லாமே ஒருவகைப் பட்ட அனுமானங்கள் என்ற தோதில் இயங்கிக்கொண்டிருக்கிறது வாழ்க்கை. முட்டையானால் என்ன, பெட்டை யானால் என்ன, எல்லாம் முழுதாய்த் தின்பதற்குத் தானே என்பதுவும் தத்துவம் தான்.

வடிவம் காரணமாக, கொங்கு மண் மொட்டு என்கிறார்களா, அல்லது மலர்வதற்கு முந்திய பருவம் என்பதாலா?

இந்தியில் முட்டையை 'அண்டா' என்பார்கள். அது ஒருமை. அதுவே பன்மையானால் 'அண்டே'. 'பைதா' என மொழிவாரும் உண்டு. மலையாளத்தில் 'மொட்ட' என்கிறார்கள். கன்னடத்தில் 'முட்டே' என்றும் தெலுங்கில் 'குட்டு' என்றும் சொல்வதுண்டு. முட்டையை அண்டம் எனும் தமிழ்ச் சொல்லாலும் குறிப்பதுண்டு.

நாஞ்சில் நாட்டில் முட்டை ஒரு அவசரத் தயாரிப்பு. ஆனால் சிறப்பான உபசரிப்புக்கான

தயாரிப்பு. எவரும் விருந்தாளி வந்துவிட்டால், 'ரெண்டு முட்டையை உடைச்சு ஊத்திக் கிண்டினேன்' என்றும் 'ரெண்டு முட்டையை அடை தட்டினேன்' என்றும் பெண்டிர் பீற்றிக்கொண்டனர். 'ஆம்லட்' எனும் சொல்லின் நாஞ்சில் சொல்லாக்கம் முட்டை அடை.

முட்டை என்பது பெரும்பாலும் கோழி முட்டையைத் தான். புறா முட்டை, காடை முட்டை, கொக்கு முட்டையும் உண்ணப்படுபவைதான். ஆனால் வணிகமோ, பண்டமாற்றோ, சொந்த உபயோக வளர்ப்போ – கோழி முட்டையும் வாத்து முட்டையுமே. வாத்து முட்டையை நாங்கள் தாரா முட்டை என்போம். வாத்து என்றால் தாராக்கோழி.

உண்மையில் அழுகிய முட்டையின் நாற்றம் ஹைட்ரஜன் சல்பைடை விடவும் பன்மடங்கு வலியது. மேலும் அது ஆடை மீது வழிவது எத்தனை அருவருப்பு? தற்போது இந்தியப் பண்பாட்டிலும் அழுகிய முட்டை வீசுதல், செருப்பு வீசுதல் எட்டிப் பார்க்கிறது. பணத்தாள் வீசுவது வேறு காரியம். ஆனால் வீசுபவருக்குத் தெரியாது, இன்றைய இந்திய அரசியல்வாதிகள் அழுகிய முட்டையை விடவும் உள்ளும் புறமும் நாறுகிறவர்கள். அருவருப்பானவர்கள். அழுகிய, பொரிக்காத முட்டைக்கு 'கூமுட்டை' என்றொரு சொல் உண்டு. அது இன்று சினிமாவினால் மிகுந்த பொறுப்புடன் பயன்படுத்தப்படுகிறது. 'போடா கூமுட்டை' என்பது நகைச்சுவைக்குப் பயன்படுத்துகிறார்கள். முட்டை விலைக்கு வாங்கும்போது, நல்ல முட்டையா, கெட்டுப் போனதா என்று அறிய, பெண்கள் ஒரு உத்தி பயன்படுத்துகிறார்கள். பாத்திரத்தில் தண்ணீர் வைத்து, அதில் முட்டையைப் போட்டால், மிதக்கும் முட்டை 'கூமுட்டை'.

கால்சியச் சத்துக் குறைந்த சில பெடைக் கோழிகள் 'தோல் முட்டை' போடும். அதாவது அந்தக் கோழி போடும் முட்டைக்கு, கெட்டியான வெள்ளை மேல் தோடு இருக்காது. தோல் முட்டை, கோழியின் குண்டியில் இருந்து விழுந்து, யாருக்கும் பயன்படாமல் உடைந்து மண்ணில் வீணாகும். அந்தக் கோழிகள் சுவற்றுச் சுண்ணாம்பைக் கொத்தித் தின்று தனது குறைபாட்டைச் சரி செய்துகொள்ளும். அப்படியும் சரியாகாவிட்டால், அடுத்த வாய்ப்பில் தோல் முட்டை போடும் கோழி, கறிச் சட்டிக்குப் போய்விடும்.

எந்தப் பறவைதான் மனிதனின் உணவுக்கு என முட்டை இடுகிறது. எந்தப் பசு அல்லது எருமைதான் மாந்தர் பருகட்டுமே எனும் அருள் உணர்வுடன் பால் சுரக்கிறது? பாம்புக்கும்

வேற்றுப் பறவைக்கும் வெற்று மனிதனுக்கும்தான் போகிறது முட்டை. எனக்குச் சில சமயம் தோன்றும் உலகத்துப் பறவை எலாம் இடும் முட்டையெலாம் பொரித்துக் குஞ்சுகளானால் என்ன ஆகும்? அவை மனிதனை வேட்டையாடித் தின்னும். ஆக, தகுதி உடையவன் தப்பித்துப்போவான். ஆனால் மனிதருக்குள் மட்டும் இந்த விதி பொருந்தாது போலும். தகுதி என்பதொன்று, தந்திரம், சாமர்த்தியம், புத்திசாலித்தனம் என்பவை எதிர் மூன்று!

தனது இனப் பெருக்கத்துக்காகக் கோழிகள் முட்டை இடுவதைக் கொத்தியும் உறிஞ்சியும் ஆம்லெட் போட்டும் தின்று விடுகின்றன பிற ஜீவராசிகள்.

கோழிக்கு முட்டை போல்தானே பெண்ணுக்குச் சினையும்? முட்டைக்குள் இருக்கும் மஞ்சள் கரு உயிர் என்று தெரிந்துகொள்ள உபநிடதங்கள், வேதங்கள், சாத்திரங்கள், புராணங்கள் கற்றிருக்க வேண்டும் என்று இல்லை. நெல்லின் மூக்கிலும், கடலையின் கொண்டையிலும் இருப்பதும் உயிர்தான். ஒரேயொரு வேறுபாடு... நெல்லோ கடலையோ அழுகி நாறுவ தில்லை. முட்டை அழுகினால் நாறுகிறது. ஆனால் அழுகல் நாற்றத்தை உணர்ந்துகொள்ளும் மூக்குகளின் தன்மை வெகு விரைவில் அழிந்துபோகும்.

இட்ட முட்டைகளின் மீது 21 நாட்கள் அமர்ந்து அடைகாக்கிறது பெட்டைக்கோழி. தன்னுடம்புச் சூட்டை முட்டைக்குக் கடத்தி, குஞ்சு பொரிக்கவும் வைக்கிறது. அந்த அடைகாக்கும் முட்டைகள் அடைகாக்கும் தாய்க் கோழி இட்டதல்ல. தாய்மார்கள் பல கோழிகளின் முட்டைகளையும் கலந்து வைத்துவிடுவார்கள். சில சமயம் தாராக்கோழி முட்டைகளையும்தான். அடைகாக்கும் கோழி, குஞ்சு பொரித்த பின், எல்லாக் குஞ்சுகளையும் தன் சொந்தக் குஞ்சு போன்றே கூட்டித் திரிகிறது, கொத்திக் காட்டுகிறது உணவை; வல்லூறு களிடமிருந்தும் பாம்புகளிடமிருந்தும் பாதுகாக்கவும் செய்கிறது. அது அந்தத் தாய்க் கோழியின் முட்டாள்தனமா அல்லது அறமா? அறம் தொலைத்துவிட்டு நிற்கும் இனம் மனித இனம் மட்டும்தான். அடைபருவத்தில் அடைகாக்கும் கோழி சரியாக உணவு எடுப்பதில்லை. எடை முற்றிலும் ஒரு பங்கு குறைந்துபோகும். கறிக்கும் ஆவதில்லை. இந்தச் சந்தர்ப்பத்தில் பழந்தமிழ்ச் சொல் ஒன்றை உங்களுக்கு அறிமுகப்படுத்துகிறேன். அடைகாக்கிற கோழி – அடைக்கோழி. அடை கிடக்கிற நாகம் – இட நாகம். அகராதிகளைப் புரட்ட வேண்டாம். நாஞ்சில் நாடன் சொன்னால் சரியாகத்தான் இருக்கும்.

நாஞ்சில் நாட்டுக்காரர்களில் பலர் சாதிக் கௌரவம் போய்விடும் என்று ஆடு, கோழி வளர்ப்பதில்லை. வளர்க்கக் கூடாது, ஆனால் வயிறு நிறையத் தின்னலாம். அவர்களில் முட்டை சைவம், இறைச்சி சைவம், மீன் சைவம் என மூன்று பிரிவினர் உண்டு. சுத்த சைவமும் உண்டு. எங்கள் வீட்டில் கோழிக் கூடு இருந்தது. இன்று கூடு இருக்கிறது, கோழி இல்லை. கிராமம் என்றால் தெருக்களில் மண் இருக்கும், நெல் கிடக்கும், மண்புழுக்கள் இருக்கும். கொத்தித் தின்ன கோழிகளுக்கு ஏதேனும் கிடைக்கும். கிராமத்துத் தெருக்களில் எல்லாம் எட்டு அங்குல உயரத்துக்கு காங்க்ரீட் போட்ட பின்பு, ஒரு வேப்ப முத்து கிடந்தாலும் இரண்டு புளியங்கொட்டை கிடந்தாலும் தூத்து ஓடையில் தள்ளிவிடுகிறார்கள் பெருமாட்டிகள். பாலுக்கு எருமையும் முட்டைக்குக் கோழியும் அரைக்க தேங்காயும் குழம்புக்கு முருங்கையும் கிராமத்துச் செல்வங்கள். தாய்மாருக்குப் 'பொத்து வரத்து'கள். வீட்டைச் சுற்றிக் காங்க்ரீட், தெருவெல்லாம் காங்க்ரீட். நமது ஆளும் இனத்துக்கோ, திட்டச் செலவு என்றால் பேருந்து நிறுத்த நிழற்குடை, சுடுகாட்டுக் கூரை, தெருக்களில் காங்க்ரீட். வாழ்க வாழ்க, வாழ்க வாழ்கவே! கிராமப் பொருளாதாரம் வாழ்க, வாழ்க, வாழ்க, வாழ்கவே!

கோழி இல்லாத வீடும், பசுமாடோ எருமை மாடு இல்லாத வீடும் கிராமமா?

வளரும் பிள்ளைகளுக்கு முட்டை நன்று. சத்துக்கள் பல நிறைந்தது. சூடு பசும்பாலில் பச்சை முட்டை அடித்துக் கொடுப்பார்கள். பலவீனமானவர், நோய் வந்து தேறுகிறவர், நெஞ்சச் சளி வந்தவர், வர்மங்களில் அடிவாங்கியவர், காசநோய்க்காரர்கள் பலருக்கும் நாட்டுக் கோழி முட்டை உணவும் மருந்தும். அன்றெல்லாம் பாட்டரியில் இயங்கும் *Egg Beater* கடைகளில் விற்பனைக்கு வந்திருக்கவில்லை. பத்தங்குல நீளத்தில், தென்னை ஈர்க்குகளை முறித்து, சேர்த்துக் கட்டி வைத்திருப்பார்கள். சூடு பாலில் முட்டையை உடைத்து ஊற்றி, தென்னை ஈர்க்கு *Egg Beater* கொண்டு இரு கைகளாலும் அடித்து நுரை பொங்க, நோயாளிக்குக் கொடுப்பார்கள். முட்டை என்பது இங்கு நாட்டுக்கோழி முட்டை எனும் பொருளில் பயன்படுத்துகிறேன்.

கொதிக்கும் கடுங்காப்பியில் முட்டையை அடித்துக் குடிப்பவர் உண்டு. கோழியின் குண்டிச் சூடு ஆறாத முட்டையை எடுத்துத் தட்டி உடைத்து அப்படியே வாயில் ஊற்றிக் கொள்பவர் உண்டு. காலையில் வேகவைத்தோ, கிண்டியோ,

ஆம்லெட்டாகவோ இரண்டு முட்டை சாப்பிட்டால் வேறு காலை ஆகாரம் வேண்டாம்.

அந்தக் காலத்தில் கிங்காங், தாராசிங் என இரண்டு மல்யுத்த பயில்வான்கள், விளம்பரப் படுத்தப்பட்ட குஸ்திக் காட்சிகள் தொடங்குமுன், அரங்கில், பார்வையாளர்கள் முன், கனத்த மர ஸ்டூலில் அமர்ந்துகொண்டு, தட்டுத் தட்டாக முட்டையைக் கோபுரம் போல் குவித்து வைத்து, உடைத்து உடைத்து வாயில் ஊற்றிக்கொள்வார்களாம். நான் குஸ்தி பார்த்ததில்லை. அந்தத் துட்டு உண்டென்றால் இரண்டு முட்டை வாங்கித் தின்னலாம்.

எத்தனை அலம்பி அலம்பிக் கழுவினாலும் முட்டை குடித்த தம்ளர்களில், ஆம்லெட் சாப்பிட்ட தட்டுக்களில், 'உலும்பு வாடை' போவதில்லை.

கிராமத்தில், எப்போதும், யாராவது ஒருவர் வீட்டில் முட்டை வாங்கக் கிடைக்கும். கண்பட்டுவிடும் என்பதால், தாய்மார்கள் மடியில் மறைத்துப் போட்டு வாங்கி வருவார்கள். அக்கம்பக்கத்து வீடுகளில் கோழிகள் இருக்கும். ஆனால் விருந்து வந்த நேரத்தில் வீட்டில் முட்டை இருக்காது. "யக்கா, ரெண்டு முட்டை இருந்தாத் தா! நாளைக்குக் கோழி விட்டதும் கொண்டாந்து தந்திருகேன்" என்று இரவலும் வாங்கிக் கொள்வதுண்டு.

எங்கள் வீட்டு முற்றத்தில், பழைய ஓலைக் கூரை வீடு, நான் சிறுவனாக இருந்த காலம், கோழிக்கூடு இருந்தது. எனவே முட்டைக்கும் பஞ்சம் இல்லை. பெரும்பாலும் அம்மா கச்சவடம் செய்துவிடுவாள். என்றோ ஒரு நாள் எங்களுக்கும் முட்டை அவியல், முட்டை அடை சுட்டு அவியல், முட்டைத் தீயல், முட்டை உடைத்துவிட்டுத் தீயல், முட்டை ஆம்லெட் என்று ஏதோ ஒன்று அமலில் வரும்.

விவசாயிக்குப் பத்துக் கோழிகள், இரண்டு வெள்ளாடு, ஒரு முருங்கை மரம், நான்கு தென்னைகள், ஒரு பால் பசு அல்லது கறவை எருமை பெரிய ஆதரவு. பாரதி கேட்கும், "காணி நிலம் வேண்டும்" பாட்டுக்கும் நான் சொல்வனவற்றுக்கும் தொடர்பு உண்டு.

நாஞ்சில் நாட்டு உணவில் முட்டை அடை என விளிக்கப் பட்ட ஆம்லெட் என்று வந்தது என்று தெரியவில்லை. அதனை அவர்கள் 'ஆம்பிளேட்டு' என்றனர். கல்லூரியில் வாசிக்கும் இளைஞர்களின் சத்துணவாக, சோற்றுக்குள் ஒளிந்து வைத்திருக்கும் அவித்த முட்டை ஒற்றைக் கண் விழித்துப்

பார்க்கும். 1947இன் கடைசி நாளில் பிறந்து பத்துப் பன்னிரண்டு வயசிலேயே வாசிக்க ஆரம்பித்துவிட்ட எனக்கு பிரியாணி எனும் சொல் 1960இல் அறிமுகமாகிவிட்டது. ஆனால் பிரியாணி எனும் உணவு கண்ணால் பார்த்தது 1970க்குப் பிறகுதான். கவிமணியின் பாடல்தான் நினைவுக்கு வருகிறது. இட்டெலியை ஏதோவொரு எலி என்றெண்ணி, ஏழைச் சிறுமியர் பாடும் பாடல் அது.

வேகவைத்த தாராக்கோழி முட்டையை, சுடச்சுட, உப்பும் நல்ல மிளகும் நுணுக்கி வைத்து, அதில் தொட்டுத் தின்பது மூலத்துக்கு நல்ல மருந்து என்பார்கள். ஆறிப்போனால் தாராமுட்டை உலும்பு அதிகமாக வீசும்.

பின்பு வெள்ளை லகான் கோழி முட்டைகள் வந்தன. வளர்க்க என நேரடியாகக் குஞ்சுள் வந்தன. அவற்றுக்கு, ஓடியாடிக் குப்பையைக் கிளறி எதையும் தேடித் தின்ன வேண்டிய நெருக்கடி இல்லை. உறங்காமல் இருக்க விடிய விடிய விளக்கு உண்டு. முன்னால் எப்போதும் உணவும் தண்ணீரும். கொத்தி இரையெடுக்கணும், நின்றபடியே உறங்கணும். பின்னால் முட்டை போட வேண்டும். முட்டை உருண்டுபோய்க் கூடையில் சேமிதமாகும்போல. முட்டைக் கோழிகள் தனி, கறிக்கோழிகள் தனி. ஆண்பெண் சேர்க்கை தேவை இல்லாத ஊசி மூலம் விந்தேற்றப்பட்ட கருத்தரிப்பு. அந்த முட்டைகள் பொரிப்பதில்லை. குஞ்சுக்கு வேறு கோழிகள். குஞ்சு பொரிக்காத முட்டைகளை சைவ முட்டைகள் என்றனர்.

முட்டை பருக்கவும், கறி கொழுக்கவும், நோய் அண்டா திருக்கவும் கோழித் தீவனத்தில் இரசாயனங்கள் சேர்க்கப் படுகின்றன என்றனர். கோழிக்கறி விரும்பியுண்ணும் இந்தியச் சிறுமிகள் ஒன்பது வயதில் பூப்படைகின்றனர் என்றனர். எனினும் பறவைக் காய்ச்சல் வந்து இலட்சக்கணக்கில் கோழிகள் கழுத்து திருகப்பட்டுச் சவக்குழியில் வீசப்பட்டன.

சத்துணவில் முட்டை என்றொரு கோஷம் வந்தது. அந்த முட்டை வாங்குவதில் ஊழல் என்றொரு கோஷமும் வந்தது. நமது அரசியல்வாதிகளும் அதிகாரிகளும் அரசு ஊழியர்களும் சொந்தப் பிள்ளைக்கு வாங்கும் காய்ச்சல் மருந்திலும் கமிஷன் அடிப்பவர்கள்.

நாட்டுக் கோழி முட்டைகள் சத்து நிறைந்தவை. தாராளமாகக் கிடைப்பதில்லை. விலையும் கூடுதல். எனவே வெள்ளை லகான் கோழி முட்டைகளில் சிறுத்தனவாகப் பொறுக்கி, தேயிலைச் சாறு சாயம் ஏற்றி, நாட்டுக்கோழி முட்டை என விற்கும் வியாபார தந்திரங்கள் வந்தன.

கொதிக்கிற தண்ணீரில் முட்டையைப் போட்டு எடுத்து, தோட்டின் நுனி தட்டி உடைத்து, கூழ்பருவத்தில் இருக்கும் அதில் சற்று உப்புத் தூவிக் கலந்து, கரண்டியால் கோரி, நான்கு மாதக் குழந்தைக்கும் கொடுக்கலாம். ஒரு நேர உணவாகும். ஆனால் குழந்தையை முத்தும்போது, கன்னத்தில் உலும்பு வாடை அடிக்கும். அஃதோர் இடைஞ்சல்தான்.

கிராமங்களில் கொக்கு முட்டை, புறாமுட்டை, காடை முட்டை எடுப்பதும் அதனைத் தோதான பக்குவத்தில் சுட்டுத் தின்பதுவும் வீர விளையாட்டுகளில் அடங்கும்.

இன்றும் வேகவைத்த முட்டை பத்து ரூபாய்க்குக் கிடைக்கும். பசி நேரத்தில் ஒரு முட்டையை வாங்கி, தோடு உடைத்து, உப்பு மிளகுப் பொடி தூவித் தின்பதை விடுத்து, மக்கள் எதற்கு பதினைந்து ரூபாய் கொடுத்து சாய் குடிக்கிறார்கள் என்று எனக்குத் தோன்றும்.

என்ன விலைவாசி ஏறினாலும் முட்டை இன்றும் எளிய மக்களின் வாங்கு திறனுக்குள் அமையும் உணவுதான். சந்தையில் இன்று கத்தரிக்காய் கிலோ நாற்பது ரூபாய், பீர்க்கங்காய் முப்பது ரூபாய், அவரைக்காய் ஐம்பது ரூபாய். முட்டை மேம்பாட்டு வாரியம் பேசும் வாசகம் ஒன்றுண்டு. *'An egg a day, keeps the doctor away'* என்று. ஆனால் நோய் பெருகும் தன்மையைப் பார்த்தால், *'Even a goat a day, will not keep the doctor away'* என்றே தோன்றுகிறது.

யோசித்துப் பார்த்ததில், முட்டைக் குழம்பு, முட்டைத் தொடுகறிகள் சில நாஞ்சில் நாட்டில் உண்டு. அவற்றைச் சொல்லவே இந்தப் பகுதி.

முட்டைத் தீயல்

நாம் ஏற்கெனவே தீயல் பற்றி, விரிவாகப் பார்த்துள்ளோம். அந்தத் தீயலில் புளி சேர்க்காமல் செய்யப்படுவது முட்டைத் தீயல். முட்டையை வேக வைத்து, உரித்துத் தோடு எடுத்தபின் முழுதாகப் போட வேண்டும். இரண்டாக நறுக்கிப் போட்டால் குழம்பில் மஞ்சள் கரு கரைந்து ரச பேதமாகும். சின்ன உள்ளி, நிறைய உரித்து, நீளவாக்கில் அரிந்து, அதை வதக்கிப் போட்டு, தாளித்து இறக்க வேண்டும். சின்ன வெங்காயம், இலேசாக வதங்கி, பச்சை வாசனை மட்டும் நீங்கி, 'கருகரு'வெனத் தின்னும் போது இருப்பது உத்தமம்.

முட்டை சம்சோறு

ஏற்கெனவே முருங்கைக் கீரை சம்சோறு பார்த்திருக்கிறோம். அரைப்பு நல்ல நைசாக இருக்க வேண்டும். மற்றபடி அதே பக்குவம் தான். உப்பு குறைவான, உறைப்பும் குறைவான, புளியும் சேர்க்காத, மந்தமான சுவையுடன் இருக்கும் பத்தியக் குழம்பு இது. உள்ளி அரிந்து வதக்கிப் போட்டால் வாசனையுடன் இருக்கும். குழம்பு அதிகம் இருக்காது. கொத்தமல்லியும் அரைக்கக் கூடாது.

முட்டை உடைத்து ஊற்றிய தீயல்

முட்டைத் தீயல் பக்குவம்தான். ஆனால் முட்டையை வேகவைத்து, தோலுரித்து, முழுதாகப் போடுவதற்குப் பதிலாக, குழம்பு ‘தறதற’ எனக் கொதிக்கும்போது, முட்டைகளை ஒவ்வொன்றாக உடைத்து நேரடியாகக் குழம்பில் விடுவது. முட்டை வெந்து, கலங்கிப் போகாமல், அப்படியே குழம்பில் கிடக்கும்.

முட்டை வறுத்தது I

பச்சைமிளகாய், சின்ன உள்ளி அரிந்து, சீனிச்சட்டியில் எண்ணெய் ஊற்றி வதக்கி, முட்டையை உடைத்து ஊற்றி உப்பும் போட்டு, தேங்காய்த் துருவல் போட்டுக் கிண்டி இறக்குவது.

முட்டை வறுத்தது II

சீனிச்சட்டியில் எண்ணெய் ஊற்றி, வற்றல் மிளகாய் கிள்ளிப்போட்டு, முட்டையை உடைத்து ஊற்றி, உப்பும் போட்டுக் கிண்டி இறக்குவது.

முட்டைப் பொரியல்

முட்டையை வேகவைத்து, தோடகற்றி எடுத்துக்கொள்ள வேண்டும். வத்தல் மிளகாய், மஞ்சள், நல்ல மிளகு, ஈருள்ளி யாவும் அரைத்துக்கொள்ளலாம். அரைத்தது நல்ல செஞ்சந்தனம் போல இருக்க வேண்டும். சீனிச்சட்டியில் எண்ணெய் விட்டு, அரைத்தவற்றைப் போட்டுக் கொதிக்க வைத்து, வற்றவைத்து, உப்பும் சேர்த்து முட்டையை முழுதாகப் போட்டுப் புரட்டி எடுப்பது. காரம் சற்று அதிகமாக இருக்கலாம்.

முட்டை ரோஸ்ட்

வேகவைத்து தோடு உடைத்த முட்டை, மேலே சொன்ன அரைப்பு. அது தவிர, பெரிய வெங்காயம் நீளமாகக் கீற்றாக

நறுக்கி கணிசமாகப் போட்டு, வதக்கி, தக்காளிப் பழங்கள் சேர்த்து வதங்கிய பின் முழு முட்டைகளைப் போட்டு உப்புச் சேர்த்துக் கிளறி வற்ற வைத்து இறக்குவது. பட்டை, கிராம்பு அரைக்காமல் அப்படியே போட வேண்டும். சற்று இறுக்கமான குழம்புடன் இருக்கும். சப்பாத்தி, ஆப்பம் போன்றவற்றுக்கும் தொடுகறி.

முட்டைத் துவரன்

உள்ளி, பச்சைமிளகாய் அரிந்து தனியாக வைத்துக் கொள்ள வேண்டும். மிளகாய் வத்தல், பூண்டு, தேங்காய்ப் பூ, சீரகம் இவற்றை நொய்ய நொறுங்க அரைத்துக்கொள்ள வேண்டும். யாவற்றையும் சேர்த்துப் போட்டு வதக்கி, முட்டைகளை அதில் உடைத்து ஊற்றி, உப்புத்தூள் போட்டுக் கிண்டி இறக்கினால் தீர்ந்தது சோலி.

முட்டை அவியல்

தேங்காய்ப் பூ, மிளகாய் வத்தல், பூண்டு, சீரகம், மஞ்சள் பொடி எல்லாம் வைத்து, அவியலுக்கு அரைப்பது போல் பரபரவென்று அரைத்துக்கொள்ளலாம். வடிய அரைக்க லாகாது. புளி கூடாது. அரைத்தவற்றை பாத்திரத்தில் போட்டு, கொஞ்சமாய்த் தண்ணீர் அல்லது அம்மிப்பால் ஊற்றி வேகவிட வேண்டும். வேகவைத்த முட்டைகளை உடைத்துத் தோலுரித்து, குறுக்காக இரண்டாக வெட்டி, வெந்து கிட்டிய அரைப்பின் மேல் அடுக்கினாற்போல பரத்தி வைத்து, உப்புப் போட்டு, இலேசாகக் கிளறி இறக்கினால் போதும். புளி ஆகாது. கொத்தமல்லி வைக்கக் கூடாது.

முட்டையும் வடகமும் அவியல்

மேற்சொன்ன பக்குவம்தான். அரைப்பு வேகும்போது வடகம் வறுத்துச் சேர்க்க வேண்டும்.

முட்டையும் முருங்கைக்காயும் அவியல்

சேர்மானம் அரைப்பு எல்லாம் முட்டை அவியலுக்குக் கூறியதுதான். முருங்கைக் காயை விரல் நீளம் நறுக்கி, இரண்டாய் வகுந்து, அரைப்புடன் சேர்த்து வேகவைத்து கொதித்ததும் உப்புப் போட்டு, வேக வைத்துத் தோலுரித்த முட்டைகளை நறுக்கிப் போடுவது.

முட்டை அடை தட்டி அவியல்

முதலில் முட்டை அவியலுக்குப் போல அரைத்துக்கொள்ள வேண்டும். பிறகு முட்டையை அடையாக, ஆம்லெட்போல, ஆனால் கனமாகத் தட்டிக்கொள்ளலாம். அதை நான்கு துண்டுகளாக – ஒரு அடையை – வெட்டிக்கொள்ள வேண்டும். அரைப்பு கொதித்ததும் துண்டுகளைப் போட்டு, பொத்தினாற் போலப் புரட்டிக்கொடுத்து எடுப்பது.

இந்த வகை அவியல்கள் யாவும் ரசத்துக்கு சாம்பாருக்கு தீயலுக்குத் தொடுகறி. அரைப்பு சற்றுக் கூடுதலாக வரும்படி அரைத்தால், அவியலின் அரைப்பை, துண்டுகளை மாற்றி விட்டு, முதற் சோற்றில் போட்டு விரவிக்கொள்ளலாம்.

22

இறைச்சி

பிற மாவட்டங்களில் கறி எனும் சொல் குறிப்பதையே நாஞ்சில் நாட்டில் இறைச்சி எனும் சொல் குறிக்கிறது. தமிழ் இலக்கியத்தில் இறைச்சிப் பொருள் என்றொரு சொல் உண்டு. அது வேறு. ஊன், புலால், மாமிசம் யாவும் இறைச்சியின் மாற்றுச் சொற்களே! மனிதனுடைய சதைக்கும் அதே சொற்கள்தான். 'என்பு, தோல், இறைச்சியில் இலக்கம் இட்டிருக்குதோ?' என்பார் சிவவாக்கியர் எனும் சித்தர். 'தன் ஊன் பெருக்கற்குத் தான் பிறிது ஊன் உண்பான்' என்பார் திருவள்ளுவர்.

இறைச்சிக்கான ஆதாரங்கள் நாஞ்சில் நாட்டில் பொதுவாக, நான்குதான். கோழி, ஆடு, பன்றி, மாடு. பொதுவாக அங்கு, அன்று கோழி எனில் நாட்டுக் கோழி, ஆடு எனில் வெள்ளாடு. செம்மறியாட்டின் கறி மரியாதைக் குறைவாகவே பார்க்கப்பட்டது. வெள்ளை லகான் கோழி பிற்காலத்தில்தான் அறிமுகம் ஆகியது. மாட்டுக்கறியின் பயன்பாடு மிகக் குறைவு. மறைவாகப் பயன்படுத்தப்பட்டது. பக்கத்துக் காலனியில் பன்றி அடித்தால், வேண்டியவர்கள் பெற்றுக்கொள்வார்கள். நான் பேசும் காலம் 1960 என்பதை, இந்த நூல் வாசித்து முடியும்வரை நினைவில் கொள்ள வேண்டும்.

நான் புத்தகங்கள் வாசிக்க ஆரம்பித்த காலகட்டத்தில் முஸ்லிம்கள் தினமும் பிரியாணி, பாயா, கீமா எல்லாம் தின்பார்கள் என்று எண்ணிக்

கொண்டிருந்தேன். வளர வளரத்தான் அர்த்தமாகியது, அவர்கள் கதை நம்மைவிடவும் கந்தலாகிக் கிடப்பது.

ஆண்டில் சில சந்தர்ப்பங்களில் மட்டுமே ஊர்முழுக்க இறைச்சிக் கறி வாசம் அடிக்கும். முத்தாரம்மன், சுடலை மாடன், புலைமாடன், இசக்கியம்மன், பேச்சியம்மன் கோயில் கொடைக்குக் கிடாவெட்டு இருந்தால், அந்தக் கிடாவைப் பங்கு போட்டுக் கறி எடுப்பார்கள். அல்லது தீபாவளிக்கு முன்தினம், ஊரில் யாரேனும் முன்கை எடுத்து ஆரல்வாய்மொழி, காவல்கிணறு போய் ஆடு பிடித்து வந்து அறுத்துக் கூறு போடுவது. ‘அறுத்துக் கூறு போட்டிருவேன்!’ என்ற சொல்லாடல் இதிலிருந்து தான் வந்திருக்கும்போல. ஏன், ‘தோலை உரிச்சுத் தலை கீழா தொங்கப் போட்டிருவேன்’ என்ற பிரயோகமும்கூட.

அறுத்தடிப்புக் களத்தில், பச்சைத் தென்னையோலை வெட்டிப் போட்டு, அதை முடைந்து, அதன்மேல் ஆடறுத்துக் கறி போடுவார்கள். தோல் வாங்க, மாதவ லாயத்துச் சாய்ப்பு மாமா காத்து நிற்பார். தலை வாங்க, நான்கு கால்களும் வாங்க, பாத்திரத்தில் அறுத்த ரத்தம் பிடித்துக்கொண்டு போக, குடலுக்கு எனக் காத்து நிற்பார்கள். மிச்சக் கறி பங்குக்கு.

ஆடு அறுப்பவர், பங்கு வைப்பவர், மிக அறவுணர்வுடன் நடந்துகொண்டனர் அன்று. எலும்பு, சதை, ஈரல் யாவுமே சமமான பங்குதான். எடைக்கு ராத்தல் அளவு என்றாலும், பங்குக்குச் சேர்ந்த புள்ளிகளின் எண்ணிக்கை அடிப்படையிலேயே பங்கு. ஒரு ராத்தல் எடை வரும் ஒரு பங்கு அன்று முக்கால் ரூபாய். ஒரு ராத்தல் என்பது 450 கிராம். அதை பத்துப் பேர் தின்றோம். இரண்டாவது வேளைக்கும் இருக்கிறதா என்று கேட்டோம்.

இறைச்சி பங்கு வாங்க, காலை நாலு மணிக்கு, பித்தளைத் தூக்குவாளியுடன் போய் காவல் கிடந்திருக்கிறேன் பல தீபாவளி இரவுகளில். ஏனெனில் வீட்டில் நான்தான் மூத்தவன். இறைச்சி பங்கு வைப்பவர், சரிசமமாகப் பங்கு வைத்து முடித்த பின், வயதில் சின்னவனான என்னைப் பார்த்து, “நீ உனக்கு வேணும்ங்க பங்கை மொதல்ல எடுத்துக்க லே!” என்பார்.

அடுத்த இறைச்சிக் கறி மணம் ஆடியறுதி என்று சொல்லப் படும் ஆடிமாதத்தின் கடைசி ஒன்றிரண்டு நாட்களில் பரவும். ஆடிமாதத்தின் இறுதி நாள் செவ்வாயாகவோ, வெள்ளியாகவோ வந்தால் அதற்கு முந்திய நாளை ஆடியறுதி என்று எடுத்துக்கொள்வார்கள். ஆவணி ஆண்டுப் பிறப்பாகக்

கொண்டாடப்படும் அந்தப் பகுதியில், ஒரு காலண்டர் அமைப்பின் படி. ஆவணி அறுவடை மாதம். ஆடி என்பது சூன்ய மாதம் என்று கருதுவதைப் புறக்கணித்தாலும் சிறு, குறு விவசாயிகளுக்கும் விவசாயக் கூலிகளுக்கும் அது 'ஒறுவினை' மாதம். சோற்றுக்கு அரிசி வாங்க, போணியும் நிலவாயும் குத்துவிளக்கும் பணயம் போகும் மாதம். எனவே அறுவடையை எதிர்பார்த்து நிற்கும் விவசாயி, ஆடியின் போக்கைக் கொண்டாடுவது.

கடன் வாங்கியேனும் ஆடியறுதியைக் கொண்டாடு வார்கள். மீன் கொண்டாட்டத்தின் கூறு எனக் கொளல் ஆகா. மீன் அங்கு அன்றாட உணவு. கூறு போடும் ஆட்டுக்கறி, அல்லது கூட்டில் கிடக்கும் கோழி. ஒன்றுமற்றவர் முட்டைக் கறி வைப்பார்கள். சைவ உணவினர் உளுந்தஞ்சோறு பொங்குவார்கள். மொத்தத்தில் ஆடியறுதி எனில் ஊர் மணக்கும் இறைச்சிக் கறி வாசத்தால்.

அதற்கு இடையில், முக்கிய விருந்து வந்தால், திருமண மான புதுமண மக்கள் மறுவீடு விருந்துக்கு வந்தால் இறைச்சி வாங்க வேண்டும் என்றால் மாதவலாயம், திட்டுவிளை, வடசேரிச் சந்தை மேடு, இடலாக்குடி விலக்கு என்று பயணம் போக வேண்டும். இவற்றுள் மாதவலாயம், திட்டுவிளை, இடலாக்குடி என்பன இஸ்லாமியக் குடியிருப்புகள். இடலாக்குடி, சதாவதானி செய்குத் தம்பி பாவலர் எனும் மேதை பிறந்த ஊர். இஸ்லாமிய இறை ஞானி ஒருவர் அடங்கிய ஊர்.

எனினும் கடைகளில் ஆட்டுக்கறி வாங்கப் போனால், வெள்ளாட்டுக்குப் பதில் செம்மறியாட்டுக் கறி கலந்து விடுவார்கள் என்றும், சின்ன பசுங்கன்றுக்குட்டி அறுத்து, வெள்ளாட்டு இறைச்சி என்று கலந்து விற்றுவிடுவார்கள் என்றும் எப்போதும் ஒரு அவநம்பிக்கையும் உண்டு. வெள்ளாடு செம்மறியாடு தவிர்த்து, நாஞ்சில் நாட்டில் குரும்பாட்டை நான் பார்த்ததே இல்லை.

எண்ணெய் தேய்த்துக் குளிக்கும் புதன், சனி ஆகிய தினங்களில், சைக்கிள் கேரியரின் பின்பக்கம் கள்ளிப்பெட்டி வைத்துக் கட்டி, திட்டுவிளை சாகிபு ஒருவர் இறைச்சி கொண்டு வருவார். ராத்தல்படி திராசில் நிறுத்து, தேக்கிலையில் அல்லது தாமரை இலையில் பொதிந்து தருவார். ஆனால் எண்ணெய் தேய்த்துக் குளியும் இறைச்சிக் கறியும் எல்லோருக்கும் சாத்தியமில்லை. 'சனி நீராடு' என்பது சரி. 'நாளும் கிழமையும் நலிந்தோர்க்கு இல்லை' என்பது ரொம்பச் சரி. ஒரு வீட்டில் இறைச்சிக் கறி என்றால் தெருவெல்லாம் மணக்கும். மணத்தை

மறைத்தும் வைக்க முடியாது. மசாலா வறுத்து, அம்மியில் அரைத்துக் குழம்பு வைப்பார்கள்.

கோழி இறைச்சிக்கும் மேற்சொன்ன கணக்குதான். ஆனால் வீட்டில் கோழி வளர்ப்பவர்கள், வீட்டிலேயே முட்டை அடைவைத்து, குஞ்சு பொரித்து அவை வளர வளர, இன விருத்திக்கு ஒரு சேவல் குஞ்சை விட்டு விட்டு கூவும் பருவத்து மற்ற சேவல்களை அடித்துக் குழம்பு வைத்து விடுவார்கள். பெட்டையா சேவலா என்று அறிந்துகொள்வது, அதன் குறியைப் பரிசோதித்து அல்ல. கொண்டையை வைத்துத்தான்.

பிறகும் தேவை எழுமானால், முட்டைப் பருவத்துப் பெட்டைக் கோழிகள். எலுமிச்சம் பழ அளவில் இருந்து, கீழ் நோக்கிய உருண்டைகளாக முட்டைகள் சங்கிலித் தொடராக இருப்பதைக் காண அதிசயமாக இருக்கும். அதைப் பார்த்த பிறகே, பொன் முட்டை இடும் வாத்தைக் கழுத்தறுத்த கதை எனக்கு மேலும் புரிந்தது.

என்றாலும் முட்டை போட்டுக் கொண்டிருக்கும் கோழியைக் குழம்புக்குக் கொல்வது என்பது தாய்மாருக்குச் சங்கடமான செயல். பலமுறை சொல்லி வாயாறுவார்கள்.

இறைச்சிக்கறி அல்லது கோழிக்கறி வைக்கும் மற்றொரு நாள், எவராவது வயதானவர் இறந்து போய், கருமாதி அடியந்திரம் முடிந்த மறுநாள், கொள்ளி வைத்தவரின் மைத்துனர் முறைக்காரர்கள் – அதாவது பெண்ணைக் கெட்டிக் கொடுத்தவர்கள் செய்யும் செலவு அது. 'எண்ணெய் தேய்த்துக் குளிப்பு' என்பார்கள். குறிப்பாக, கொள்ளி வைத்த நாளில் இருந்து கருமாதி முடிகிறவரைக்கும் நெருங்கிய உறவின் ஆண்களும் பெண்களும் தலைக்கு எண்ணெய் வைத்துக் கொள்ளக் கூடாது.

எண்ணெய் தேய்த்துக் குளிப்பு அன்று வேறு மத அல்லது இனச் சடங்கு எதுவும் கிடையாது. சளம்ப நல்லெண்ணெய் தேய்த்து – பாதாதி கேசம் அல்லது கேசாதி பாதம் – ஒரு மணிக்கூர் ஊறவிட்டுக் குளிப்பார்கள். ஆற்றுத் தண்ணீர் அல்லது வீட்டு வெந்நீர் அவரவர் வசதி. சீயக்காய் பொடி சர்வ நிச்சயம். அதன் பின் மத்தியானத்துக்கு இறைச்சிக்கறி – கோழி அல்லது வெள்ளாடு.

தோப்புகளில், விளைகளில், ஊர் எல்லைகளில் அவரவர் குடும்பச் சுடலைக்கு நேர்ந்துவிட்ட ஆட்டுக் கடாவை சிறப்போ, கொடையோ கழித்து வெட்டி பலி கொடுப்பார்கள். அவ்விதம் காட்டுத் தெய்வங்களுக்குப் பொங்கல் விடுவதையும்

வெட்டுப்பட்ட ஆட்டையும் வீட்டுக்குக் கொண்டு வருவதில்லை. காட்டிலேயே கடாவை உரித்துக் கறியாக்கி, எல்லோரையும் உட்கார வைத்து, இருப்பனவற்றை விளம்பி விடுவார்கள். அதிகாலை இரண்டரை மணிக்குப் பொங்கல் விட்ட பச்சரிசிச் சோறும் ஆட்டு இறைச்சிக் குழம்பும் எத்தனை முறை தின்றிருப்பேன்! அது வளர்வதற்கான காலம். பச்சரிசி, குறிப்பாகக் கைக்குத்தல் செய்த சம்பாப் பச்சரிசிச் சோறும் இறைச்சிக் கறியும் சுடலை மாடனுக்கே நாவூறும். மேலும் சாமிகளுக்குப் பாயசம் வைக்கும், பொங்கல் விடும் பச்சை நெல்லை மில்லில் கொண்டுபோய் அரைப்பதில்லை. வீட்டிலேயே கல்லுரலில் உலக்கை போட்டுக் குத்துவார்கள். சாமிப் பிரசாதம் எச்சிற் படலாகாது.

இன்று எவரும் ஆடுவாங்கி அறுத்துக் கூறு போட்டு, பங்கு விநியோகம் செய்வதாகத் தெரியவில்லை. விநியோகம் என்று வந்துவிட்டால் அங்கு அதிகாரிகளும் மக்கள் தலைவர்களும் தோன்றி விடுவார்கள். 'கறி எல்லாம் எங்களுக்கு ஏ! என்னப் பெத்த அம்மா! புழுக்கைதான் உங்களுக்கு' என்பது புதிய ஒப்பாரியாக இருக்கும்.

முட்டைக் கறிக்கு என விசேடமான சிறப்புச் சேர்ப்பதில்லை. அது அன்றாடக் கறியும் தானே! ஆனால் கோழிக் கறியும் ஆட்டுக்கறியும் விசேடம்தான். நாஞ்சில் நாட்டு உணவில் மீன் இன்றியமையாத அம்சம் எனில் ஆட்டிறைச்சி, கோழி இறைச்சிகளுக்கு அத்தனை நெருக்கடி உண்டு என்று சொல்ல இயலாது.

கல்யாணம் தீர்மானம் ஆனபின், புது மாப்பிள்ளைக்கு, 'மாப்பிள்ளைச் சோறு போடுதல்' என்றொரு காரியம், திருமணமாகிப் போன அக்கா தங்கைகள், சில நெருங்கிய உறவினர்கள் செய்வார்கள். அப்போது இறைச்சிக் கறி இருக்கும். மாப்பிள்ளை தயார் எடுக்க வேண்டுமல்லவா? அதுபோல் புதுமணத் தம்பதியர் போகும் எண்ணற்ற மறுவீடுகளிலும் இறைச்சிக்கறி உண்டு. அது மணமகன் இழந்த வலுவை எல்லாம் திரும்பப்பெற.

கோழிக் கறியில் பிரதானமாக ஒரு குழம்பு, சிலர் துவரன் செய்வார்கள். ஆட்டுக் கறியானால் ஒரே குழம்புதான். இறைச்சிகளைப் பொரித்து அல்லது வறுத்துத் தின்னும் வளமை அன்று வந்திருக்கவில்லை.

அபூர்வமாய், அடுத்தவர்க்கு ஒளித்து, சில வீடுகளில் பன்றிக் கறி எடுப்பதுண்டு. அதுவும் முன்பு சொன்னது போல், கிறிஸ்துவப் பண்டிகை நாட்களில் சொல்லி வைத்து வாங்க

வேண்டும். பன்றி இறைச்சி மிகவும் உடம்பைக் குளிரப் பண்ணுவது. மிகுந்த நெய் இளகி வருவது. மருத்துவக் குணங்கள் கொண்டது. பல நோய்களைக் கண்டிப்பது. பன்றி நெய் மருந்துக்கு. வீட்டில் பன்றி நெய், இருந்தால் பேய் அண்டாது என்பது நம்பிக்கை.

பன்றிக் கறி இரகசியமாகப் பட்டுவாடா ஆனாலும், அடுத்த வீட்டுக்கு அடிக்கும் மணத்தை என்ன செய்வது?

நேர்ந்துவிட்ட ஆட்டுக் கடாக்களுக்குக் கொழுப்பு அதிகம். சாமிக்கு நேர்ந்து விட்டதும் சாமிதானே. எங்கும் தின்னலாம், எதையும் தின்னலாம். அரசியல்வாதிகளின் மக்கள்போல, செல்லமாக வளரும். கொம்பு கனத்துக் கூர்ந்து, கொழுப்புச் சேர்ந்து, கோரோசனை உருண்டைகள் சேர்ந்து, பெரிய பேயன் வாழைக்காய் அளவிலான விதைப் பையுடன் தெருக்களில் திரிதரும். சேம்பின் பூப்போன்ற இள மஞ்சள் நிறத்துக் குறி எட்டிப் பார்க்க, தெருவெங்கும் நடக்கும் போது கடா வாசம் வீசும். சர்வ சுதந்திரம் உடைய வளர்ப்பு மிருகம். சுடலை மாடனுக்கு நேர்ந்து விட்ட ஆட்டுக் கடாவையும் சுடலை மாடன் என்றே கூப்பிடுவார்கள். செல்லமாக முட்டவரும் கடாவை, “போ, சொள்ள மாடா! என்னைச் சண்டைக்குக் கூப்பிடுகையே! நான் உனக்குத் தரமா?” என்பார்கள். வீட்டுத் திண்ணையில் ஏறி நின்று, புழுக்கை போட்டு, உள்ளே எட்டிப் பார்க்கும்போது, தாய்மார்கள், “என்ன சொள்ள மாடா! என்னைத் தேடீட்டு வந்தயாக்கும்? போ கோயிலுக்கு! சாயந்திரம் வாறன் என்ன?” என்பார்கள். கடா என்ன செய்தாலும், நேர்ந்துவிட்ட கடாவை அடிப்பதில்லை.

சிறப்புக்கோ, கொடைக்கோ வெட்டினாலும், நெஞ்சு பிளந்து சாமி கொண்டாடி உதிரம் குடித்தாலும், அதன்பின் கடா என்பது இறைச்சிதான். எப்படியும் நடுச் சாமத்தில் வெட்டப்படும் கிடாவை அதிகாலையில் பங்கு போட்டு விடுவார்கள். மறுநாள் உச்சிக் கொடைக்கு, இறைச்சிக் கறி மணக்காத வீடுகள் இருக்காது.

ஆட்டிறைச்சிக் குழம்பு

நாம் பின்னால், கோழிக்குச் சொல்லப்போகும் பக்குவம் தான். ஆட்டின் தலையை வெட்டுகிறவன் கொண்டு போவான். நாலு காலுக்கும் விலை. குடல் தனியாக வாங்கிப் போவார்கள். தோலுக்கும் விலைதான். இரத்தமும் விலை.

ஆட்டிறைச்சியில் செம்மறி ஆடு எனில் விலை குறைவு. நாஞ்சில் நாட்டில் செம்மறி ஆடு வீடுகளில் வளர்ப்பதில்லை.

கோயில்களிலும் வெட்டுவதில்லை. இன்றும் குரும்பை ஆடு, பள்ளையாடு, கம்பளி ஆடு பார்க்க முடியாது.

ஆட்டிறைச்சி என்றால் கோழிக் குழம்பு பக்குவத்தில் வைக்கும் குழம்பு ஒன்றுதான். துவரன் வைப்பதில்லை. வறுத்தும் நான் தின்றதில்லை.

கொடியிறைச்சி

நிறைய ஆடுகள் நேர்ச்சைக்கு வெட்டுப் பட்டால், ஆட்டிறைச்சி மொத்தமும் செலவாகாத நிலையில், குளிர்பதனப் பெட்டிகளும் வந்து இறங்கியிராத காலையில், இறைச்சியைக் கொடி இறைச்சி போடுவார்கள். வீட்டு முற்றத்தில் வெயிலில் கறியை உப்புத் தூவி உலர்த்தி, அடுப்பங்கரையில் அடுப்புக்கு மேலே கொடி கட்டி அதில் தொங்கிக் கிடக்கும். தேவைக்கு, துண்டுகள் எடுத்து, வெந்நீரில் கழுவி, குழம்பு வைப்பார்கள். நான் கண்டதும் இல்லை, தின்றதும் இல்லை. கவிமணியின் மருமக்கள்வழி மான்மியத்தில் கொடியிறைச்சி பற்றி குறிப்பு வருகிறது.

பன்றி இறைச்சி, மாட்டிறைச்சி

பன்றி இறைச்சியைக் கோழித் துவரன் போல் செய்வார்கள். ஆட்டிறைச்சிபோலக் குழம்பும் வைப்பதுண்டு. வெள்ளை யான ஓரங்குல கனம் உள்ள கட்டித் தோலில் இருந்து, நெய் ஊறிவரும் இறைச்சி இது. மூலப் பவுந்திரம் நோய் உடையவர்களுக்குப் பன்றி இறைச்சி மருந்துமாம். பன்றி இறைச்சியின் சதைப் பகுதியை மட்டும் அரிந்தெடுத்து துவரன் எனத் தனியே செய்வார்கள். மற்றபடி ஆட்டிறைச்சி அல்லது கோழி இறைச்சிக் குழம்பு செய்வது போல்தான். எம் ஊரில் இறைச்சிக் குழம்பு என்று சொல்வதில்லை. இறைச்சிக் கறி. பல பகுதிகளில் கறிக் குழம்பு என்கிறார்கள்.

மறைவாக மாட்டுக்கறி விற்கப்பட்டதென அறிவேன். வடசேரி மீன் சந்தையை அடுத்து இறைச்சிக் கடைகள் இருந்தன. அங்கு கோழி இறைச்சி, ஆட்டிறைச்சி, பன்றி இறைச்சி, மாட்டிறைச்சி விற்க எனத் தனித்தனிக் கடைகள் இருந்தன. சிலர் மனைவிக்கேகூட மறைத்து, எலும்பில்லாத தனிக்கறி எனச் சொல்லி, ஆட்டுக் கறி வாங்குவதான பாவனையில் சிறு சிறு துண்டுகளாக வெட்டிய மாட்டிறைச்சி வாங்கிச் செல்வதுண்டு. முன்பின் தெரியாத கடையில் ஆட்டிறைச்சியே வாங்கினாலும் அதில் காளைக் கன்றுகளின் கறி கலந்து வைத்திருப்பார்களோ என்ற அவநம்பிக்கை உண்டு. எனில் ஓட்டலில் மட்டன் எனக்

கேட்டு உண்பவர் என் செய்வார்? வெள்ளாடா, செம்மறியா, போத்தா, மாடா என எங்ஙனம் அறிவார்?

இன்று ஆங்கிலத்தில் Beaf என்பார்கள். கேரளத்தில் சர்வசாதாரணமாக பீஃப் என மொழிதல் கேட்கிறோம். வெளிநாட்டுப் பயணங்களின் போதும், கேரளச் செலவின் போதும் மாட்டுக்கறி தின்றிருக்கிறேன். சென்ற ஆண்டு சித்தூர் அரசுக் கலைக் கல்லூரியில் நண்பர், திறனாய்வாளர், முனைவர், பேராசிரியர் வேதசகாய குமார் படத்திறப்புக்கு பாலக்காடு – சித்தூர் சென்றிருந்தபோது மதிய உணவுக்கு வெளியே கூட்டிச் சென்று போத்திறைச்சி வாங்கித் தந்தனர். பசுவானாலும் காளையானாலும் எருமையானாலும் எருமைக்கடா என்றாலும் அங்கு அது போத்து இறைச்சி. தமிழ்நாட்டிலிருந்து, திறந்த லாரிகளில் கூட்டம் கூட்டமாக மாடுகளை இன்றும் கேரளத்துக்குக் கொண்டு செல்கிறார்கள். அது கடத்தல் அல்ல, விலை கொடுத்து வாங்கிச் செல்வது.

முன்பு வீட்டுத் தொழுவத்தின் பசு, காளை, எருமை, எருமைக்கடா என்பன நோயினாலோ, கிழடு தட்டியோ செத்துப் போனால், அதை மாட்டு வண்டியில் ஏற்றிப் போவார்கள் ஒரு பிரிவினர். தோல் விற்பனைக்குப் போகும். கொம்பு தலைவாரும் சீப்புச் செய்யப் போகும். நல்ல கறியை அறுத்தெடுத்துச் சென்று சமைப்பார்கள். மீதி மாட்டை விட்டுச் செல்லும்வரை மரக்கிளைகளில் சடாயுவின், சம்பாதியின் வழித்தோன்றல் கழுகுகள் காத்திருக்கும். சற்று நேரத்தில் எலும்புகளே மிஞ்சும்.

எருமை அல்லது எருமைக் கடா செத்துப் போனால், அவற்றின் தோலில் முறுக்கிப் பதப்படுத்திய தோல் கயிறுகள் கொணர்ந்து தருவார்கள் பகரமாக. அதனைத் தொடைக்கயிறு என்போம். கலப்பையும் நுகமும் சேர்த்துக் கட்டப் பயன்படும். வில்லிசைக் கருவியின் நாணாகப் பயன்படும்.

மாட்டுக்கறி தின்பதில் புனிதம், மதம் ஏற்றுவது அண்மைய அரசியல் செயல்பாடுகள். ஆடு தின்னலாம் என்றால் மாடு தின்னல் ஆகாதா என்பதுவும் ஒரு கேள்விதானே!

மீன் விரும்பித் தின்கிற நான் நண்டு தின்றதில்லை. சிறு வயதில் இருந்தே வீட்டில் அம்மா சமைத்ததில்லை என்ற மனத்தடைதானே! அது போன்றதே மாட்டுக்கறியும். எனது கிராமத்தில் அண்டை அயல் அறியாது மாட்டிறைச்சி வாங்கிச் சமைத்த வீடுகள் இருந்தன. 'கண்டவர் விண்டிலர்'.

உணவு என்பது அவரவர் தேர்வு. இதில் சாதி, மதம் சாயங்கள் ஏற்றுவது அரசியல்.

"கொல்லான் புலாலை மறுத்தானைக் கை கூப்பி
எல்லா உயிரும் தொழும்"

எனும் புலால் மறுத்தல் அதிகாரத்துக் குறள் அறிந்திருந்துமே நானிதை எழுதுகிறேன். ஊரில் சொல்வார்கள், 'கொன்றால் பாவம்! தின்றால் தீரும்!' என்று. நமக்கு கரப்பான் பூச்சியைக் கொல்வது வீரம், பட்டாம் பூச்சியைக் கொல்வது பாவம். விரிவாகப் பேசப்பட வேண்டிய விடயம் அது.

அப்பர் தேவாரம் சொல்கிறது –

"ஆவுரித்துத் தின்று உழலும் புலைய ரேனும்
கங்கைவார் சடை கரந்தார்க்கு அன்பராகில்
அவர் கண்டீர் யாம் வணங்கும் கடவுளாரே!"

என்று பாடலில் ஒரு இழிவு சிறப்பு உண்டென்று அறிவோம். ஆனால் பாடப்பட்ட காலம் ஆயிரத்து இருநூறு ஆண்டுகள் முன்பு. அதையும் நாம் கணக்கில் கொள்ள வேண்டும்.

அகநானூற்றில் குடவாயிற் கீரத்தனாரின் பாலைத் திணைப் பாடல் – 'கொழுப்பு ஆ தின்ற கூர்ம்படை மழவர்' என்று உரைக்கும். மக்களைக் கலங்கச் செய்யும் போர்கள் நடக்கும் சிற்றூர்களில், மக்கள் அலறும்படியான நிலையில், மழவர் பசுக்களைக் கொள்ளையிட்டுச் சென்று, கொன்று, உணவாக சமைத்துத் தின்று, சுனையின் தெளிந்த தண்ணீரைப் பருகினர் என்பது பாடலின் செய்தி.

தேடினால் மேலும் கிட்டும் சான்றுகள்.

23

கோழி இறைச்சி

நாட்டுக் கோழிகள் கருப்பு, செவலை, வெள்ளை, தவிடு நிறங்களின் கலவையாகத் திரியும். சேவற் கோழியின் பின்புறத்துக் குஞ்சத் தூவல் பேரழகு. சில சமயம் பால் வெள்ளையிலும் சுத்தக் கருப்பிலும் கோழிகள் திரியும். சிறு தெய்வங் களுக்குப் பலி செய்ய கானக் கோழி முட்டை வேணும், 'கருங்கோழிச் சேவல் வேணும்' அவர்க்கு சுத்தக் கருப்புச் சேவல்களைத் தேடித் திரிவார்கள். சில கோழிகள் கருப்பிலும் வெள்ளையிலும் முத்துக் கோழிகளாகத் திரியும்.

கறிக்கும் நிறத்துக்கும் ஒரு தொடர்பும் இல்லை. இறைச்சிக்குக் கூவும் பருவத்துச் சேவலும் முட்டைப் பருவத்துப் பெட்டையும் சுவையானது. மூத்து, உலகத்துப் பெட்டைகளை எல்லாம் உவத்துத் திரிந்த சேவலின் கறி அத்தனை சுவை யானது அல்ல.

மேயும் கோழியைப் பிடிப்பது ஒரு கலை. எல்லோராலும் சாத்தியப்படாது. ஒரு சொலவம் உண்டு, 'கூரை ஏறிக் கோழி பிடிக்காதவன், கோபுரம் ஏறிக் கொடி நாட்டப் போறானாம்' என்று. 'கோழியை அமுக்குவதுபோல அமுக்கீட்டான்' என்றொரு பிரயோகம் உண்டு. பின் இராக்காலங்களில் களவொழுக்க நடவடிக்கைகளில் ஈடுபடுவனைக் 'கோழிக் கள்ளன்' என்பார்கள். ஒருவன், மற்றவனைப் பார்த்துக் கேட்பான், "ஏ! நேத்து ராத்திரி எங்க போன?" என்று. மூன்றாமவன் பதில் சொல்வான்,

"அவன் கோழி பிடிக்கப் போயிருந்தான்" என மலையாளத்தில், இளக்காரமாக, 'கோழிக்கு முலை வந்தாற்போல' என்பார்கள்.

தெருக்களில் பெட்டைக் கோழியை விரட்டும் சேவல், நொடிக்குள் அதன் கொண்டையைக் கவ்வி, மேலே ஏறி, வாலுயர்த்தும் பெடையிடம் காமத்தைக் கண நேரத்தில் முடித்துக்கொள்ளும். அமர்ந்திருந்த பெட்டையோ, சட்டென உடல் சிலிர்த்து, உதறி ஓடும். இதனைக் கோழிக்காமம் என்மனார் புலவர். ஏறுவதும் இறங்குவதுமாக, விரைந்து காமம் தீர்த்துக்கொள்ளும் ஆடவனுக்கும் கோழிக்காமம் எனும் அடைமொழி உண்டு பெயருக்கு முன்னால்.

உழைக்கும் மக்கள் தம் விருந்தினருக்குக் கோழி அடித்துக் குழம்பு வைத்துக் கொடுப்பது என்பது பெரிய விருந்தோம்பல். அவரையில் சற்று நீலம் பார்த்த, கொடுக்குபோலக் காய்க்கும் அவரையைக் கோழி அவரை என்பார்கள். ஊர்ப்பக்கத்து வயல்களில், ஊர்க் கோழிகள் எல்லாம் மேய்ந்து நெற்பயிரைக் குலமறுக்கும். அப்படிப்பட்ட வயல்களைக் 'கோழியறு வயல்' என்பார். சேவல், முருகன் செவ்வேளுக்குக் கொடி. இசக்கிக்கும் சுடலைக்கும் பலி. வடசேரிக் கனக மூலம் சந்தையில் கோழிச் சந்தை என்றே ஒரு பிரிவுண்டு.

நாட்டுக் கோழிகள் அருகி லகான் கோழிகள் பெருகி மலிந்துவிட்டன. பல சமயம் கோழி இறைச்சி தின்பது என்பது தேங்காய்ச் சவுரியை மெல்லுவது போல் இருக்கிறது. கறிக் குழம்பின் வாசனையும் மிதக்கும் எண்ணெயும் சுவையும் ஒப்பிட்டால் நாட்டுக் கோழியின் சுவையும் லகான் கோழிகளின் சுவையும் தனித்தனியாகத் தெரியும். இன்று லகான் பிராய்லர் கோழிகள் தாம் ஆதிக்க சாதி. நாட்டுக் கோழிகள் அடிமை சாதி. இன்றும் பல அசைவ உணவகங்களில் 'நாட்டுக் கோழிக் குழம்பு' என்று தனி விலையில் கிடைக்கிறது. கோழித் தோலில் நெய்ச் சத்து உண்டு. நாட்டுக் கோழித் தூவல்களைப் பன்னி, ரோமங்களைத் தீயில் வாட்டி மஞ்சள் பூசிக் கழுவி, கறிக்கு நறுக்கிவிடுவார்கள். பிராய்லர் கோழிகளைத் தோல் உரிக்கிறார்கள்.

கோழியைப் பிடிப்பது ஒரு வித்தை எனில் கோழியைக் கொல்வது வன்கொடுமை. சில வழிமுறைகளில் கோழிகளைக் கொல்கிறார்கள். விருப்பமில்லாத வாசகன் இந்தப் பகுதியைக் கடந்து செல்லலாம்.

தண்ணீர் நிறைந்த பெரிய சருவத்தில் கோழியின் தலையை அமிழ்த்து, மூச்சு முட்டச் செய்து கொல்வது

ஒன்று. கோழியின் அலகைப் பிடித்து இரண்டு சொட்டுத் தண்ணீர் விட்டு, கோழியின் கழுத்தைக் கூர்ங்கத்தியால் ஒரு கீறல் போட்டு மண்ணில் எறிவது இன்னொன்று. கோழித் தலையையும் கழுத்தின் கீழ்ப்பாகத்தையும் பலமாகப் பிடித்துக் கொண்டு பலங்கொண்ட மட்டும் இழுப்பது மூன்றாவது. உடலை ஒருவர் தலையை இன்னொருவர் பிடித்துக்கொள்ள, கழுத்தைக் கத்தியால் ஒரே இழுப்பில் துண்டாக்கி எறிவது நான்காவது. இஸ்லாமியர் 'பிஸ்மில்லா' ஓதிக் கொல்வார்கள்.

பல பெண் குழந்தைகள் கோழியைக் கொல்வதைப் பார்த்து விட்டு, கோழி இறைச்சி தின்ன மாட்டேன் என அடம்பிடித்து அழுதிருக்கின்றன.

நாட்டுக் கோழியைக் கொன்ற பின், தூவலை எல்லாம் பன்ன வேண்டும். பன்னுவது என்பது பிய்த்து எடுப்பது. எத்தனை சுத்தமாகப் பன்னி எடுத்தாலும் சின்னச் சின்ன ரோமங்கள் இருக்கும். ஓலைத் தீ வளர்த்து, கோழியை அதில் காட்டி அந்த ரோமங்களைப் பொசுக்குவார்கள். பொசுக்கிய பின் கோழிக்கு மஞ்சள் நீராட்டு. அதாவது அரைத்த மஞ்சளைக் கோழியின் உடலில் பூசி, இளஞ் சூட்டு வெந்நீரில் குளிப்பாட்டிய பிறகே அதைத் துண்டங்கள் ஆக்குவது. முதலில் தலையையும் கால்களையும் வெட்டி வீசிவிட்டு, கோழியை மல்லாக்கப் போட்டு வகுந்து, கை நுழைத்து, குடல், இரைப்பை களைய வேண்டும். இரைப்பையை மாங்காய்போலப் பிளந்து, இரையை வெளியே கொட்டியபின் கழுவி, அதன் உட்தோலை உரித்து வீசிவிட்டு இறைச்சியோடு சேர்த்துக்கொள்வார்கள். பிறகு ஈரல் எடுத்து பத்திரப்படுத்துவார்கள். கோழிக்குப் பித்தப்பை ஒன்றுண்டு. கசப்பானதும் கிரீஸ்போல வழுவழுப் பான உள்ளடக்கம் கொண்டதும். பித்தப்பைப் பிய்ந்து போகாமல் எடுப்பது சாமர்த்தியம். இறைச்சியில் கலந்து விட்டால் வழுவழுப்பும் கசப்பும் கழுவக் கழுவப் போகாது.

முழுக் கோழியும் சுத்தமான பிறகு, அவரவர் குடும்பத்துத் தேவை பொறுத்து பெரிய அல்லது சிறிய துண்டுகளாகப் போட்டுக்கொண்டால், கோழி சமைக்கத் தயார்.

கோழிக் குழம்பு

இறைச்சி மசாலா என்பது கருவாப் பட்டை, கிராம்பு, ஏலக்காய், பெருஞ்சீரகம். ஜாதிக்காய், கசகசா எல்லாம் அங்கு பயன்பட்டதாகத் தெரியவில்லை. அது போலவே திரளி இலை எனப்படும் பிரிஞ்சி இலையும். நான் குறிப்பிட்ட இறைச்சி மசாலாவுடன் குறைவாகக் கொத்தமல்லி, தேங்காய்ப் பூ, நல்ல

மிளகு, கறிவேப்பிலை, வத்தல் மிளகாய் எல்லாம் சேர்த்து வறுத்து வைத்துக்கொள்ள வேண்டும். வறுத்ததை அம்மியில் வைத்து, சொடக்கு விடும்படியாக மைபோல் அரைத்துக் கொள்வார்கள்.

கழுவி நறுக்கிய கோழி இறைச்சித் துண்டுகளுடன் பூண்டு, இஞ்சி, மஞ்சள்பொடி ஆகியவற்றைச் சதைத்து விரவிக் கொள்ள வேண்டும். இவ்விதம் விரவி வைத்த கோழி இறைச்சித் துண்டுகளை எண்ணெய் விட்டு லேசாக வதக்கிக்கொண்டு கொதிக்கும் தண்ணீர் ஊற்றி வேக வைக்க வேண்டும். கறிவெந்த பிறகு, உப்பும் ஏற்கெனவே உரித்து வைத்த சின்ன உள்ளி வதக்கியதும் முழுதாகப் போட வேண்டும். கோழி இறைச்சி வெந்தபிறகு, அரைத்த மசாலா சேர்த்துக் கொதிக்க விட வேண்டும். கொதித்த குழம்பு வற்ற வேண்டும்.

தாளிக்க உளுந்தம் பருப்பு, கடுகு, கறிவேப்பிலை. தேங்காய் எண்ணெயில்.

பச்சை முந்திரிக் காய் கிடைக்குமானால், காயைக் கீணி பருப்பெடுத்து, பருப்பை இரண்டாக வகுந்து கோழிக் குழம்பில் போடுவது தனிச்சுவை. கோழிக் குழம்பு சோற்றுக்கு மட்டும் அல்லாமல், இட்லி, ஆப்பம் போன்றவற்றுக்கு நன்றாகச் சேரும். பெரும்பாலும் தீபாவளி அன்று, அமாவாசை தாண்டிய பிறகு, காலையில் எண்ணெய்ப் பலகாரங்களுடன் இட்லியும் கோழிக் குழம்பும் கொண்டாட்டம். பச்சை முந்திரி குறித்து கண்மணி குணசேகரன் எழுதி இருக்கிறார்.

கோழித் துவரன்

மஞ்சள் நீராட்டிக் கழுவிய கோழி இறைச்சித் துண்டுகளைக் குறைவாகத் தண்ணீர் ஊற்றி வேக வைக்க வேண்டும். பின்பு வெந்த துண்டுகளை எடுத்து, எலும்பு இல்லாமல் இறைச்சி மாத்திரம் பிரித்து எடுத்து சின்னத் துண்டுகளாக நறுக்கிக்கொள்ள வேண்டும். வேக வைத்த தண்ணீரைக் கொட்டிவிடாமல், கோழி சூப்புக்குப் பயன் படுத்துவார்கள்.

வெந்த கோழி இறைச்சியை – *Boneless* – பொடித் துண்டு களாக அரிந்த பிறகு, சின்ன உள்ளி கணிசமாக உரித்து அரிந்து கொள்ள வேண்டும். இறைச்சி மசாலா, பச்சைத் தேங்காய்த் துருவல், வத்தல் மிளகாய், மஞ்சள் இவற்றைப் பரக்கனாக அரைத்துக்கொள்ள வேண்டும்.

முதலில் சீனிச் சட்டியில் எண்ணெய் ஊற்றி, கடுகு, கறிவேப்பிலை, உளுந்தம் பருப்பு போட்டுத் தாளித்து, அரிந்த சின்ன உள்ளியைக் கொட்டி வதக்கி, அதில் பொடியாக நறுக்கிய இறைச்சியைப் போட்டு, உப்புப்போட்டு அரைத்த மசாலாவும் போட்டுப் புரட்டி எடுத்தால் கோழித் துவரன்.

கோழி சூப்

சூப்புக்கான கோழி விடைப் பருவத்துக் குஞ்சு. முன் சொன்னதுபோல் மஞ்சள் நீராட்டிக் கழுவிய துண்டங்களை நிறையத் தண்ணீர் விட்டு உப்பும் மஞ்சள் பொடியும் சேர்த்து வேகவைத்து, தண்ணீரை மட்டும் இறுத்து எடுத்துக்கொள்ள வேண்டும்.

கோழி இறைச்சித் துண்டுகளை மாற்றிய கோழி அவித்த தண்ணீரில் இஞ்சி, பூண்டு, மிளகு, சீரகம் தட்டிப் போட்டு, கொதித்து சற்று வற்றியதும் கொதிக்கக் கொதிக்க இறக்கி விடலாம். இது ஒரு *Clear soup*. பெரும்பாலும் நோய்ப்பட்டவர், வன்மத்தில் அடிபட்டவர்க்குச் செய்து கொடுப்பது.

அறுபது ஆண்டுகளுக்கு முன்பு, எளிமையான இந்தக் கறிகளைத் தவிர வேறு நான் கேள்விப்பட்டதில்லை.

24

மீன்

குமரிக் கண்டத்தின் பெருமையை, 'குமரியம் பெருந்துறை கொள்கையிற் படிந்து' எனப் பேசுகிறது சிலப்பதிகாரம். 'கங்கை ஆடிலென் காவேரி ஆடிலென் கொங்கு தண் குமரித் துறை ஆடிலென்'

என்கிறது தேவாரம். 'குமரியம் பெருந்துறை' என்று புறநானூறும், 'வட வேங்கடம் தென்குமரி ஆயிடைத் தமிழ் கூறும் நல்லுலகு' எனத் தொல்காப்பியச் சிறப்புப் பாயிரமும் ஏற்றிப் பேசுகின்றன.

அறுபடாத 6000 கி.மீ. நீளம் உள்ள இந்தியக் கடற்கரையில், கன்னியாகுமரி மாவட்டக் கடற்கரை 68 கி.மீ. நீளம் கொண்டது. அரபிக்கடல் 60 கி.மீ. வங்காள விரிகுடா 8 கி.மீ. பார்வையில் படும் தூரத்தில் இந்து மகா சமுத்திரம். அப்படி அழைக்கப் படுவதில் சிலருக்கு உவப்பின்மை இருக்கக்கூடும். அதற்காக இஸ்லாமிய மகா சமுத்திரம் என்றோ கிறிஸ்துவ மகா சமுத்திரம் என்றோ அழைக்கப்பட இந்தியப் நாடாளுமன்றத்தில் சட்டத் திருத்த மசோதா கொண்டு வந்தால் மட்டும் போதாது.

கன்னியாகுமரி மாவட்ட மீனவர் பரதவர், முக்குவர் என அழைக்கப்படுகிறார்கள். இரண்டும் வெவ்வேறு பிரிவுகள். இம்மாவட்டத்தில் 44 மீனவக் கிராமங்கள் உண்டு. எனவே மீன் பிடித்தல் மாவட்டத்தின் வளமான தொழில். கிட்டத்தட்ட இரண்டு லட்சம் மீனவர்கள் வாழ்ந்து பிழைக்கிறார்கள். கன்னியாகுமரி மாவட்ட மக்களுக்கு, மீன் முக்கிய உணவு. நாஞ்சில் மக்களுக்கும் அஃதே. கன்னியாகுமரி மாவட்ட 44 மீனவக் கிராமங்களில் 15 கிராமங்கள் நாஞ்சில் நாட்டில் அமைந்தவை.

எப்படியும் முப்பது தினுசு மீன்கள் நாஞ்சில் நாட்டுத் தெருக்களில் விற்பனைக்கு வரும். அன்று கடல் மீன் விற்பனை செய்பவர்கள் சவளக்காரர்கள் என்றொரு இனம். அவர்கள் ஆறு, குளங்களில் நன்னீர் மீன் பிடிப்பவர்கள். இதுபற்றி என் விரிவான கட்டுரையொன்று 'பனுவல் போற்றுதும்' தொகுப்பில் உண்டு. சைக்கிளில் துள்ளத் துடிக்க கடல் மீன்கள் பிரம்புக் கூடைகளில் வந்து கச்சவடம் ஆகும்.

மீனின் வரவு நோக்கி, நாஞ்சில் நாட்டுப் பெண்கள் வாசலில் காத்துக் கிடப்பார்கள். கலிங்கத்துப் பரணியின் கடைதிறப்புப் பாடும் செயங்கொண்டார் பாணியில் சொன்னால், 'வருவார் கோம்பை எனத் திறந்தும் வாரார் கோம்பை என அடைத்தும்' எதிர்பார்த்திருப்பார்கள். கோம்பை என்பவர், நான் சிறுவனாய் இருந்த காலத்து மீன் வியாபாரி. அவர் பற்றி 'கோம்பை' எனும் தலைப்பில் என் சிறுகதை ஒன்று உண்டு. கோம்பை என் அம்மைக்கு அண்ணன் எனும் விளியில் அடக்கம்.

மீன் கறி வைத்தால் ஊற்றி விரவவும் அதுதான். தொடுகறியும் அதுதான். 'மீன் கறிக்கு மறுகறி வேண்டாம்' என்பது வழக்கு. 'சம்பா அரிசிச் சோறும் சாளைப் புளிமுளமும்' என்பது இன்னோர் வழக்கு. சம்பா அரிசியின் சிவந்த சோறு

என்றாலும் வாசறுமிண்டானின் பிச்சிப் பூ வெள்ளைச் சோறு என்றாலும், புழுங்கலரிசிச் சோற்றுக்கு புளிமுளம் கொண்டாட்டம்.

மீன் என்பது எளிய, செலவில்லாத ஆனால் போஷாக்கான உணவு. மாதத்தில் ஏழெட்டு நாட்கள் மீன் சமைப்பதில்லை. அதுபற்றிப் பேசி இருக்கிறோம். எப்படியும் மாதம் பதினைந்து நாட்களாவது மீன் கூட்டுவார்கள்.

பிறந்ததிலிருந்தே மீன் தொடாத பெண், திருமணத்துக்குப் பிறகு, கணவனுக்கு மீன்வாங்கி, உரசிக் கழுவி அல்லது தோல் எடுத்து, அம்மியில் அரைத்து, திட்டமாக உப்புப் புளி எரிப்பு சேர்த்துக் கூட்டிப் போட்டு, கையை சோப்புப் போட்டு கழுவுவதுண்டு. தனக்கெனத் தனியாகக் குழம்பு வைத்துக் கொள்வாள். மீன் சமைக்கும் பாத்திரம், கரண்டி, சாப்பிடும் சட்டி என்பனவும் தனியாக மாற்றி வைக்கப்பட்டிருக்கும். என் குடும்பத்திலேயே எனது தம்பியர் மனைவியர் சிலர் அத்தகு மன விசாலம் கொண்டவர்கள். அவர்களுக்கு அதிலோர் மனக்குறை இல்லை. குடும்பம் என்பது அவ்விதமே. சகலத்தையும் உள்வாங்கி, விரிந்து இடம் தருவது.

பலருக்கு மீன் இல்லாவிட்டால் சோறு இறங்காது. மீனுக்கு 'கடல் வாழைக்காய்' என்றோர் குழூஉக் குறி உண்டு. ஞாயிற்றுக் கிழமைகளில் மீனவர் கடலுக்குப் போக மாட்டார்கள். அன்று கடற்புறங்களில் மீன் மடி வந்து இறங்காது. வள்ளங்கள், கட்டுமரங்கள் எல்லாம் ஓய்வில் கிடக்கும். எனவே ஞாயிற்றுக் கிழமைகளில் கருவாடு, உப்புத் துண்டம். இப்படியாகத் தானே நாஞ்சில் நாட்டு உணவில் மீன் இரண்டறக் கலந்தது. எனினும் எந்த விசேட வைபவங்களுக்கும் அவர்கள் மீன் சேர்ப்பதில்லை.

குழந்தை பெற்ற தாய்மாருக்கு, பேற்று அறையில் சாப்பாடு கொடுக்கும்போது, மீன் ஒரு முக்கியமான அம்சம். மருந்துப் பொருட்கள் வறுத்து அரைத்து, முள்ளில்லாத நல்ல மீன் வாங்குகள் வாங்கி, கறுத்த கறி வைத்துக் கொடுப்பார்கள். பெற்றவள் உடல் தேறவும், பால்சுரக்கவும் மருந்துகள் தாய்ப்பால் மூலம் குழந்தையின் உடலில் சென்று சேரவுமான ஏற்பாடு இது. சில குறிப்பிட்ட வகை மீன்கள், பால் நன்கு சுரக்கச் செய்யும். கடற்புரத்தில் மடிவந்து இறங்கும்போது, தாய்ப்பால் சுரக்கும் மீன்கள் கேட்டால் அந்த மீன்களுக்கு பரதவர், முக்குவர் காசு வாங்குவதில்லை. பால் பாரை என்றொரு மீன் குறிப்பாக. சில மீன்களை, குழந்தை பெற்றவளுக்குக் கொடுக்க மாட்டார்கள். 'குதிப்பு' போன்ற மீன் இனம் அது. பால் வற்றிப் போகும் என்பது நம்பிக்கை. அது போல் 'பிள்ளைச் சுறா' எனும் மீன்,

பிள்ளை பெற்றவளுக்குத் தருவதில்லை. தின்றால் வயிற்றுக்கும் ஒரு காந்தல் எடுக்கும். வறுத்து அரைத்து வைக்கும் கறுத்த கறிக்கும் ஆகாது.

அப்பரும் சுந்தரரும் அருள் மணிவாசகரும் எப்படிப் பாடினாரோ, சிவனை, அப்படி மீனைப் பாட ஆசை கொண்டேன். ஆனால் என்னால் எத்தனை சாத்யமாகும் என்று தெரியவில்லை. அப்படியானது நமது மீன் வளமும் அதன் சுவை வளங்களும்.

சில மீன்களைப் புளிமுளம் வைக்கலாம், ஆனால் கறுத்த கறி வைக்க இயலாது. சில மீன்கள் கறுத்த கறிக்கு என்றே பிறந்தவை போன்றிருக்கும், ஆனால் புளிமுளத்துக்கு ஆகாது. சில மீன்கள் அவியலுக்கு எடுபடும். கறுத்த கறி வைக்கலாம், புளிமுளத்துக்கு எடுபடாது. சில மீன்களைத் தேங்காய் அரைக்காமல் சட்டி பற்ற வைக்க வேண்டும். எனவே முதலில் நாம் மீன்கறிகளைச் சொல்லிவிட்டுப் பிற தகவல்களுக்குப் போகலாம்.

புளிமுளம்

எனது நாவல், கதைகள், கட்டுரைகள் பலவற்றிலும் ஐம்பதுக்கும் மேற்பட்ட முறைகள் நான் புளிமுளம் பற்றிக் குறிப்பிட்டிருக்கிறேன். எனது முதல் எண்பது சிறுகதைகளின் தொகுப்பான, 'நாஞ்சில் நாடன் கதைகள்' நூலுக்கு முன்னுரை எழுதிய சூத்ரதாரி என்று அழைக்கப்பட்ட எம். கோபால கிருஷ்ணன், 'புளிமுளம்' என்பது நாஞ்சில் நாடனின் கதாநாயகி என்று குறிப்பிட்டார். உண்மையில், ஒரு காலத்தில் புளிமுளம் எனும் சொல் கேட்ட உடனேயே நாவூறி நிற்பேன். எனது சில சொந்தக் காரணங்களால், எனக்கு அசைவ உணவில் நாட்டம் குறைந்துபோனாலும் புளிமுளத்தின் மீது காட்டமான பாலியல் கிளர்ச்சிதான். பல ஆண்டுகள் முன்பு, இங்கு நான் விவரிக்க விரும்பாத சொந்தக் காரணங்களினால், மூன்றாண்டுகள் முட்டைகூடத் தொடாமல் இருந்தாலும், புளிமுளம் பெரிய சவாலாக இருந்திருக்கிறது.

நேர்ப்பேச்சிலும் தொலைபேசியிலும் பல என் நண்பர்கள் புளிமுளம் பற்றி ஐயம் கேட்டிருக்கிறார்கள். கடிதங்களிலும்கூட. 'புளிமுளம்னா என்னங்க?' எனக் கேட்ட பலரிடமும், லா.ச.ரா. 'மீன் சாம்பார்' வைத்த கதையைச் சொல்வேன் நான்.

கம்ப ராமாயணத்தில், அவையடக்கமாக, பாயிரச் செய்யுட்களில் ஒன்றாகக் கம்பன் பாடுவது:

'ஓசை பெற்று உயர் பாற்கடல் உற்று ஒரு
பூசை முற்றவும் நக்குபு புக்கென
ஆசை பற்றிய அறையல் உற்றேன், மற்றுஇக்
காசில் கொற்றத்து இராமன் கதை அரோ'

என்று. சுருக்கமான பொருளாவது; ஓசை பெற்று உயர்ந்த பாற்கடல் முன் நின்று, பூனை யொன்று, இப்பாற்கடலை நக்கிக் குடித்து முடிப்பேன் என்று புறப்பட்டதைப்போல, குற்றமற்ற இந்த இராமனின் கதையை ஆசையினால் பாடப் புறப்பட்டேன் என்பது.

அதுபோலவே புளிமுளத்தின் கதையை நான் எழுத முற்பட்டேன். திருநெல்வேலிச் சீமையின் 'சொதி' பற்றி எழுத தாமிரபரணித் தீரவாசத்துக்காரர்கள் நிறையப் பேர் உண்டு. ஆனால் அவர்களால் 'புளிமுளம்' பற்றி எழுத இயலாது. அதை எழுதுவதற்காகவே, 1947ஆம் ஆண்டு, மார்கழி மாதத்து மகம் நட்சத்திரத்தில் நாஞ்சில் நாடன் அவதரித்தான். மகம் நாளில் தான் திருமழிசை ஆழ்வாரும், இளையான்குடி மாற நாயனாரும், மாணிக்க வாசகரும் தோன்றினார்கள். ஆயுளும் ஆரோக்கியமும் இருந்தால் புளிமுளம் விடு தூது ஒன்று எழுதலாம்தான்.

என்ன செய்வது?

'பித்தர் சொன்னவும் பேதையர் சொன்னவும்பத்தர் சொன்னவும் பன்னப் படுபவோ?'

இனி, புளிமுளம் என்றால் என்ன என்று பார்ப்போம்!

புளிமுளத்துக்குத் தோதான மீன் வாங்கிக்கொள்ள வேண்டும். அந்த மீன்கள் எவை எவை எனப் பின்பு காண இருக்கிறோம். மீனை நன்றாக, மிகச் சுத்தமாக, உரசிக் கழுவிக் கொள்ள வேண்டும். குடல், வால், செதில்கள் எல்லாம் கவனமாக நீக்க வேண்டும். தலையை, தேவையற்றவை நீக்கிச் சுத்தம் செய்துகொள்ள வேண்டும். எந்த மீன் குழம்பிலும் தலை போட்டால் தான் மணமும் சுவையும். தலை எடுத்துத் தின்பதற்கு ஒரு சாமர்த்தியம் வேண்டும். பெரும்பாலும், இந்த நுணுக்கம் தெரியாத ஆடவர், தலைத் துண்டைத் தவிர்ப்பார்கள். பெண்களுக்கு அது தேடிவரும் பாக்கியம். மலேசிய உணவு விடுதி ஒன்றில், உரிக்காத தேங்காய் அளவிலிருந்த தலைகள் போட்டு வஞ்சிரமீன் குழம்பு வைத்திருந்தனர், பெரிய தாம்பாளம் போன்ற பாத்திரத்தில். அந்தக் குழம்புக்கு ஏகக் கிராக்கி.

மீன்களில் செதில் களைய வேண்டிய மீன்கள் உண்டு. தோல் உரிக்க வேண்டிய மீன்கள் உண்டு. தோல் எடுக்கக்கூடாத

மீன்கள் உண்டு. நெய்ச் சாளைமீனின் தோல் உரித்துத் தின்பதற்கு, மீன் தின்னாமல் இருக்கலாம்.

துண்டங்களாக்கிய எந்த மீனையும் தண்ணீர் விட்டு அலசியபின்பு, உப்புத்தூள் போட்டுக் கலந்து, கடைசியாக ஒருமுறை மண்சட்டியில் உரசிக் கழுவுவார்கள். கொஞ்ச நஞ்சம் மிச்சமிருந்த வழுவழுப்பும் போய்விடும். மீனின் தரம், கழுவும் பெண்ணுக்குத் தெரியும். மீனின் இனமல்ல, தரம். இனம் எதுவாக இருந்தாலும் தரம் சரியாக இருக்க வேண்டும்.

அரைக்கத் தேவையான பொருட்கள் – முற்றலும் இல்லாத, மிக இளசாகவும் இல்லாத, திருவினால் நிறையப் பூ விழும்படியான, பாலுள்ள தேங்காய். அதைத் துருவிக் கொள்ள வேண்டும். முழுக் கொத்தமல்லி. மிகப் பழைய இருப்பாக இல்லாமல், புதுக் கொத்தமல்லி. காம்பு நீக்கிய மிளகாய் வத்தல். நல்ல மிளகு. உரித்த சின்ன உள்ளி – ஈருள்ளி – கொஞ்சம். கறிவேப்பிலை இலைகள், உருவியது. மஞ்சள் துண்டு. இவையாவற்றையும் நைசாக அரைக்க வேண்டும். இயலுமாயின் அம்மியில் அரைப்பது நன்று. அம்மியில் அல்லது ஆட்டுரலில் அரைக்கும்போது, வெஞ்சனங்கள் மசிந்து, நைந்து, சூடாகாமல் அரைபடும். மிக்சி என்பது சிறு துகள்களாக வெட்டித் தள்ளும். அரைப்பது, இடிப்பது, நுணுக்குவது, பொடிப்பது என்பன வெவ்வேறு செயல்பாடுகள். மிக்சியில், கிரைண்டரில் அரைபடும்போது அரைபடும் பொருள்கள் சூடேறும். சூடேறுவது என்பது அரை வேக்காடுதானே! அம்மி, ஆட்டுரல், அரைபடு பொருளைச் சூடாக்குவதில்லை. இந்தப் பேதம்தான் ருசி பேதம் காட்டுகிறது என்பது என் கண்டுபிடிப்பு.

நல்ல, சந்தனம் போல், வடிய அரைக்க வேண்டும். நிறமும் மஞ்சள் ஏறிய சந்தனம் போன்றிருக்கும். அரைப்பை உருட்டி எடுத்து, அரைத்த அம்மியில் சிறுதளவு தண்ணீர் விட்டு, அம்மிப்பால் திரட்டிக்கொள்ள வேண்டும்.

மலையாளத்தில் 'கைப்புண்ணியம்' என்றொரு சொல் உண்டு. நாம் கை மணம் என்று சொல்கிறோம் அல்லவா, அதுதான்! குழம்பு கூட்டி வைப்பது என்பதும் ஒரு கைப்புண்ணியம். என் தங்கச்சிமார் எவர் மீன் புளிமுளத்துக்கு அரைத்தாலும், குழம்பு கூட்டிப்போட என் அம்மையை அல்லது சித்தியைக் கூப்பிடுவார்கள். அரைப்பைத் தண்ணீரில் கரைத்துச் சட்டியில் விடுவதல்ல அது. மீன் துண்டங்களுக்குத் தோதான தண்ணீரின் திட்டம், கையினால் கரைத்து ஊற்றும் கைப்புளி. உப்புப் பரல்களின் அளவு.

நாஞ்சில் நாட்டு உணவு

மீன் புளிமுளம் வைக்கும் சட்டி, பரந்த சட்டி. அதன் வாயளவுக்கே மூடியும் கிடைக்கும். வாயகன்ற மண்சட்டி, மீன் சட்டி என்று கேட்டால், எல்லாத் தரத்திலும் குயவர் தெருவில் கிடைக்கும்.

நாஞ்சில் நாட்டில் தாழக்குடியில், தேரேகால்புதூரில் குயக்குடி செழிப்புடன் இருந்தது. செலவாளியாக இருக்கும் ஒருவனைப் பார்த்து, “இப்பிடியே நடவடி பெருத்துப் போச்சுண்ணு வையி, கடைசியிலே தேராப்பூரு சட்டிதான்” என்பது வழக்கு. தாழக்குடியில் மீன்சட்டி வாங்கி, அதன் வயிற்றுப் பகுதியில் துவர்த்துச் சுருட்டி வைத்து, பிற பொருட்களுடன் அட்டைப் பெட்டியில் வைத்து, இரண்டு ரயில்கள், இரண்டு பஸ்கள் ஏற்றி இறக்கி, பம்பாய்வரை நான் கொண்டு போனதுண்டு. பத்தில் ஒரு தவணை, மீன் சட்டி மூச்சு விட்டிருக்கிறது. சட்டியில் கீறல் விரிசல் இல்லை என்பதை அதன் வாய்ப் பகுதி சுண்டிப் பார்க்கும் ஒலியில் தெரியும். மீன் கழுவும்போது, மண்சட்டியில் உரசிக் கழுவுவது எளிதானது, சுத்தமானது.

குழம்பு வைக்கும் மீன் சட்டியில் குழம்புக்கு அரைத்த அரைப்பில் உப்பு, கரைத்த புளி எல்லாம் விட்டு, மீன் துண்டங்களை அடுக்கினாற்போலப் போட்டு அடுப்பில் ஏற்றுவார்கள். முன்னொரு காலத்தில் உப்புப்பரலை நேரடியாகக் குழம்பில் போடுவதில்லை. எல்லா வீடுகளிலும் உப்பு மரவை என்றொரு மரப்பாத்திரம் இருக்கும். அதில் கரைத்தும் கரையாமலும் உப்புப் பரல்கள் தண்ணீருடன் கிடக்கும். உப்பு மரவையில் இருந்து உப்புத் தண்ணீரை ஊற்றுவார்கள்.

கூட்டி வைத்த புளிமுளத்தை அடுப்பில் ஏற்றுவார்கள், அடுப்பெனில் விறகடுப்பு. மீன் குழம்பு கூட்டி வைத்த பின், குழம்பு நுரைத்துக் கொதிக்கும்போது இரண்டாக வகுந்த பச்சை மிளகாய், பச்சை மாங்காய் போட்டு, நிறையக் கறிவேப்பிலையும் உருவிப் போடலாம். மீன் சட்டென்று வெந்து போகும் சாதனம். குழம்பில் மீனைப் பரத்தினாற் போல அடுக்கிக் கூட்டி வைத்துவிட்டால், குழம்பை அகப்பையால் கிண்டக் கூடாது. மீன் உதிர்ந்து போகும். மாங்காய் வெந்ததும், பரந்த அகப்பையில் – சிரட்டைத் தவி சிறப்பு – குழம்பை இடது கையால் கோரி, வலது உள்ளங்கையில் ஊற்றி, உப்புப் புளி சரியாக இருக்கிறதா என நாக்கை நொட்டை போட்டு ருசி பார்க்கலாம். புளி போதாவிட்டால் சற்று கைப்புளி ஊற்றலாம். தேவைக்கு உப்பும் போடலாம். குழம்பு கொதித்து, போதுமான அளவு வற்றியதும், மேலால், பரத்தலாக, தேங்காய் எண்ணெய்

ஊற்றி, சட்டியின் விளிம்பைப் பிடித்துத் தூக்கி இடம் வலமாக அல்லது வலம் இடமாகச் சில முறை அசைத்துக் கொடுத்து, அடுப்பில் வைத்து இறக்கிவிடலாம்.

மலையாளிகள் புளி கரைத்து விடுவதற்குப் பதிலாக, 'குடப்புளி' போடுவார்கள். மராட்டியர் – சத்தாரா, சாங்லி, இரத்தினகிரி, கோலாப்பூர்காரர்கள், 'கோக்கம்' என்றொரு புளி போடுவார்கள். கோக்கமும் குடப்புளி அல்லது குடம்புளியும் ஒன்றுதான். கோவாக்காரர்கள், தேங்காய் அரைப்பதற்குப் பதிலாகப் தேங்காய்ப் பால் ஊற்றுவார்கள்.

அரபிக் கடல் கடற்கரைப் பகுதியில், தொடர்ச்சியாக, கொங்கன், மால்வன், கோவன், மங்களூர், கள்ளிக்கோட்டை, திருச்சூர், கொல்லம், திருவனந்தபுரம் மற்றும் நாஞ்சில் நாடு வரை, சின்னச் சின்ன மாற்றங்களுடன் விரிந்திருக்கும் மீன் குழம்பு இது. நாஞ்சில் நாட்டில் இதன் பெயர் புளிமுளம்.

கேரளம் முழுக்க, இந்த மீன் குழம்பில், பச்சைமிளகாய் வகுந்து போடுவதற்குப் பதிலாக, காரமில்லாத நாடன் பஜ்ஜி மிளகாயை, நுனிமட்டும் கீறி, முழுதாகப் போடுவார்கள். அந்த மிளகாய் வெந்து, சாறு ஏறி, சுவை அபாரமாக இருக்கும்.

மீன் புளிமுளத்துக்குத் தோதான கடல் மீன்கள் – சாளை, அயிலை, நெய்மீன் என்ற வஞ்சிரம் என்ற அய்க்கூரா, வெள்ளை வாவல், நெத்திலி, கணவாய், பிள்ளைச் சுறா, குதிப்பு, வேளாக்கட்டி, நவரை, இறால், கோவா நெத்திலி, சுண்ணாம்பு வாளை, கருத்த நெத்திலி, பாரை என ஆங்கு.

இறால் புளிமுளம் நன்கு இனிப்பாக இருக்கும். வேளாக்கட்டித் துண்டம் புளிமுளம் வைத்தால் முருங்கைக்காய் போடாமல் வைக்க மாட்டாள், கட்டியம்மை எனும் பெயருடைய என் பெரியம்மை.

கருவாட்டுக் குழம்பு

கருவாட்டை, உணக்கமீன் என்றும் சொல்வார்கள். உணங்குதல் எனில் வெயிலில் காய்தல், இது வட்டார வழக்கு இல்லை. நல்ல தமிழ்ச் சொல் தான்.

> 'மான் அதள் பெய்த உணங்கு தினை வல்சி
> கானக் கோழியோடு இதல் கவர்ந்து உண்டென'

என்று பேசும் புறநானூற்றுச் செய்யுள் – 320, வீரை வெளியனார் பாடியது, மான் தோலை விரித்துக் காய வைத்த தினை அரிசி என்கிறது.

கருவாட்டில் செய்கிற குழம்பு கருவாட்டுக் குழம்பு. இதைக் கருவாடில் செய்கிற புளிமுளம் எனலாம். ஞாயிற்றுக்கிழமை களில் பச்சைமீன் வரத்துக் கிடையாது. எனவே அன்று பெரும்பாலும் கருவாட்டுக் குழம்பு வைப்பார்கள். கடற்புரங்கள் கிட்டத்தில் இல்லாத ஊர்களில், பச்சை மீன் கிடைக்காத ஊர்களில் கருவாடு பயன்படும். ஒரு காலத்தில் நாகர்கோயிலிலிருந்து பம்பாய்க்கு கருநெத்திலி, வெள்ளை நெத்திலிக் கருவாடுகள், முரல் கருவாடு, குதிப்புக் கருவாடு, அயிலைக் கருவாடு என்று சுமந்திருக்கிறேன். பிற பகுதிகளில் உப்பிட்டு உணக்கிய பெரிய மீன் துண்டங்களையும் கருவாடு என்றே சொல்கிறார்கள். நாஞ்சில் நாட்டில் உப்புத்துண்டம் என்றொரு சொல் பயன்பாட்டில் உண்டு. சுருக்கமாகத் துண்டம் என்பார்கள். நெய்மீன் துண்டம், பாரத் துண்டம், கட்டாத் துண்டம் என்பன.

பச்சை மீன் புளி முளம் ஒரு வாசனை எனில் கருவாட்டுக் குழம்பு இன்னொரு வாசனை. கருவாடுகள் பெரும்பாலும் உப்புப் போட்டுக் கடல் மணலில் உணக்கப் படுவதால், உப்பு கூடுதலாகவே பிடித்திருக்கும். நிறையக் கடல் மணலும் ஒட்டி இருக்கும். எனவே கருவாட்டுக் குழம்பு வைப்பதற்கு ஒரு மணிநேரம் முன்பாகவே, கருவாட்டைத் தண்ணீரில் போட்டு வைக்க வேண்டும். மணல் போகும்படி விர்த்தியாக உரசிக் கழுவ வேண்டும். கருவாடு என்பது ஏற்கெனவே உப்புப் பிடித்த மீன். எனவே கருவாட்டுக் குழம்பில் பெரும்பாலும் உப்பு போட வேண்டியது இருக்காது. குழம்பை இறக்குவதற்கு முன்பு, உப்புப் பார்த்துவிட்டுப் போட்டால் போதும்.

புளிமுளத்துக்குப் போடுவது பச்சை மாங்காய். கருவாட்டுக் குழம்புக்குப் பச்சை மாங்காய், அடைமாங்காய், பிஞ்சுக் கத்திரிக்காய், பிஞ்சுப் பூசணிக்காய் (இவண் பூசணி என்று நாம் குறிப்பது அரசாணிக்காய், பரங்கிக்காய், மஞ்சள் பூசணி), முருங்கைக்காய், வாழைக்காய், வகுந்த குடமிளகாய், வகுந்த பச்சைமிளகாய் போடுவார்கள்.

கருவாட்டுக் குழம்புக்குச் சிறு மீன்களில் குதிப்பு, முரல், சாளை, நெத்திலி, பன்னா, அயிலை, ஓலை வாளைக் கருவாடுகள் சிறந்தவை. வெள்ளை நெத்திலியைவிட, கருத்த நெத்திலி சாலவும் நன்று. உப்புத் துண்டம் வாங்கு வாங்காகக் கிடைக்கும் மீன்கள் கட்டா, பாரை, நெய்மீன் ஆகியன. மேற்சொன்ன கருவாட்டுக் குழம்புக்கு நன்றாக இருக்கும்.

என் அம்மையைப் பெற்ற ஆத்தாள், மாடிப்பிள்ளை என்று இருந்தாள். நெய்யாற்றின் கரையில் இறங்கி, பஸ் பிடித்து

நெடுமங்காடு போய், அங்கிருந்து பஸ் பிடித்துக் காட்டாக்கடை போய், ஆரிய நாடு கடந்து, குற்றிச்சல் எனும் மலைக் கிராமம். அங்கு பிரண்டை பறித்து, கணு நீக்கி, நான்கு விளிம்புகளையும் கத்தியால் சீவி, புளிபோட்டு வேகவைத்துத் தண்ணீர் இறுத்து, அதைக் கருவாட்டுக் குழம்பில் சேர்ப்பதுண்டு. பால் சேம்பந் தடைகளைத் தோலுரித்துத் துண்டுகளாக்கி, மேற்சொன்ன பருவத்தில் சேர்ப்பதுண்டு. புளி போட்டு அவித்துத் தண்ணீரைக் கொட்டுவது, பிரண்டை, சேம்பந்தடையின் ஊரல் மாற்ற.

மீன் புளிமுளம், கருவாட்டுக் குழம்பு இரண்டுக்கும் தோதானது புழுங்கல் அரிசி சோறு. அதிலும் கட்டிச் சம்பா எனும் சிவப்பரிசி. பிறகு வாசறுமிண்டான் அல்லது தட்டார வெள்ளை எனும் வெள்ளைப் புழுங்கல் அரிசிச் சோறு. சம்பா புழுங்கலரிசிச் சோற்றின் உச்சியில் புளிமுளம் ஊற்றி, அதில் நல்லெண்ணெய் ஊற்றிச் சாப்பிடுவார் எங்கள் அப்பா. மீன் குழம்பு வைத்த அன்று, வேறு எந்தத் தொடுகறியும் எடுபடாது. மேலும் மீன் குழம்பு வைத்துச் சாப்பிட்டால் அன்று மோர் ஊற்றிச் சாப்பிடலாகாது என்பது எனக்குத் தந்தை வழிப் பாலபாடம். விஞ்ஞானபூர்வமாய் எனக்கு அதை விளக்கத் தெரியாது.

மீன் கறுத்த கறி

இஃதோர் நாஞ்சில் நாட்டு சிறப்பு மீன் குழம்பு. பழக்கம் இலாதவர் இதனைக் கொஞ்சமாக விட்டுச் சாப்பிட்டுப் பார்த்து மேலே போவது நன்று. வைத்து எட்டு நாட்கள் ஆனாலும் குளிர் பதனப் பெட்டியில் வைக்காமல் இருந்தாலும் கெட்டுப் போகாத மீன் குழம்பு இது. குழம்பு பருவத்தில் இருப்பது, வற்ற வைத்து வற்ற வைத்துக் கருமெழுகு பருவத்துக்கு வரும். இதே குழம்பை, மேலும் பல மருத்துவப் பொருட்கள் சேர்த்தரைத்து, ஈன்ற தாயருக்குத் தருவார்கள். மீன் கூட்டாதவர்க்குப் பிஞ்சு முருங்கை, முற்றா வழுதுணை என காய்கறி மாற்றாகப் போடுவார்கள். யாரும் காணாமல் பேற்று முறிக்கதவை ஒருக்களித்துச் சாத்தி, ஈன்ற தாயைப் பெற்ற அம்மை பக்கத்தில் அமர்ந்து, கொஞ்சமாய்ச் சுடுசோறு போட்டு, நிறையக் குழம்பு ஊற்றிப் பிசைந்து மகளுக்கு உருட்டி உருட்டிப் போடுவாள்.

மீன் கறுத்த கறி வைப்பதற்கு உகந்த பச்சை மீன்கள் நெய்மீன் என்கிற வஞ்சிரம் எனப்படும் அய்க்கூரா. துப்பு வாளை என்கிற முள் வாளை, நெய்ச் சாளை, கறுத்த வாவல் எனப்படும் கறுப்பு ஆவோலி என்ற கறுப்பு வவ்வால், பாரை, விளமீன் என்பன. பச்சை மீனே ஆனாலும் கறுத்த கறிக்கு, மீனை முன்தினமே உப்புப் பிடித்து வைக்க வேண்டும்.

உப்புப் பிடித்து வைப்பது என்பதோர் பிரத்யேகமான செய்முறை. *Marinating* என்று சொல்வார்களே அதுபோல. இன்று வாங்கிய புதுமீனை நறுக்கி, குடல் தலை எல்லாம் சீர்பார்த்துக் களைந்து மீனைக் கழுவாமல் உப்பும் நல்லெண்ணெயும் மஞ்சள் தூளும் (உடனே மைபோல் அரைத்த மஞ்சளானால் சாலவும் நன்று) கலந்து மீனைப் புரட்டி மூடி வைத்துவிட வேண்டும். மீண்டும் சொல்கிறேன், மீனை வேக வைப்பதோ, கழுவுவதோ கூடாது. மறுநாள் மீன் துண்டங்களைக் கழுவி, குழம்பு கூட்டிப் போட வேண்டும். நெய்மீன், பாரை, கட்டா, விளமீன் போன்ற மீன்களின் உப்புத்துண்டமானால் கறுத்த கறி வைக்க உப்புப் பிடித்து வைக்க வேண்டாம்.

பச்சை மீன்களில் உப்புப் பிடித்து வைக்கத் தோதான மீன்கள், துப்பு வாளை, கட்டா, நெய்மீன், கோவாஞ்சி, விளமீன், பன்னா, வெள்ளை வாவல், கறுத்த வாவல், அயிலை போன்றவை.

'வாவல்' என்று நான் குறிப்பிடும் மீன் *Pamphret* என்று ஆங்கிலத்திலும் பாம்லெட் என்று பம்பாயிலும் வழங்கப்பெறும் அற்புதமான மீன். நாகத்தின் படத்தைப் பெண்குறிக்குத் தமிழ்ப்புலவர் உவமை சொல்வதைப் போல, இந்த மீனைக் கொச்சையாக மராத்தியர் உவமை சொல்வார்கள். பொருத்தப்பாடுகளைக் கண்டு அறிந்துகொள்க.

இங்கு கோவாஞ்சி என்று நாம் குறித்தது ஊழி மீன். அதன் முகப்பாகம் ஈட்டிபோலக் கூர்மையாக, உடல் குழல்போல் உருண்டு ஈட்டியின் கைப்பிடிபோல, கை முழ நீளம் இருக்கும். *Freek accident* ஆக, கட்டுமரத்தில் மீன் பிடிக்கப் போகிறவர், ஊழி மீன் நெஞ்சில் பாய்ந்து இறந்து போவதுண்டு. அவ்வித துர்மரணம் ஒன்று சாகித்ய அகாதமி விருது பெற்ற ஜோ டி குருஸ் எழுதிய 'ஆழி சூழ் உலகு' நாவலில் விவரிக்கப் பட்டுள்ளது.

எனக்குத் தெரிந்து சாளை மீனை மட்டும் உப்புப் பிடித்து வைக்க வேண்டாம்.

கறுத்த கறிக்கு வறுத்து அரைக்க நல்ல நெற்றுப்பட்டு முற்றிய தேங்காயின் திருவிய பூ, வத்தல் மிளகாய், மஞ்சள், நல்ல மிளகு, தோலுரித்த சின்ன வெங்காயம், முழு கொத்தமல்லி, கறிவேப்பிலை, சுக்கு, காயம், கடுகு, ஓமம், பூண்டு எல்லாம் போட்டு, சிவக்க நல்லெண்ணெய் வளமாக ஊற்றி வறுத்து மைபோல் அரைக்க வேண்டும். வறுக்கும்போது தேங்காய் பூ, வத்தல் மிளகாய், கொத்தமல்லி இவற்றை முதலிலும் மற்ற வற்றைப் பின்னர் தனியாகவும் வறுத்துக்கொள்வது நல்லது.

புளி கரைத்து வைத்துக்கொள்ள வேண்டும். பழம்புளியாக இருத்தல் நன்று. அரைத்த மசால், திரட்டிய அம்மிப்பால், உப்பு, புளிக்கரைசல் யாவும் தண்ணீர் விட்டுக் கரைத்து, மீன் துண்டங்களைச் சேர்த்து, வாயகன்ற உருளி போன்ற மண் சட்டியில் கறுத்த கறி கூட்டி அடுப்பில் ஏற்ற வேண்டும்.

மீன் குழம்பு கொதித்து, மீன் வெந்து, குழம்பு வற்றி வரும் பருவத்தில் கறிவேப்பிலை உருவிப் போட்டு, நல்லெண்ணெய் ஊற்றி, குழம்பை சட்டியோடு சேர்த்துப் பிடித்து அசைத்து அசைத்துக் கொடுத்து அடுப்பைத் தணிய வைக்கலாம். மீண்டும் சொல்வது, எந்த மீன் குழம்பானாலும் அகப்பை போட்டுக் கிளறக் கூடாது. சட்டியோடு சேர்த்து இடமும் வலமுமாகச் சுற்றி அசைத்துக் கொடுக்கலாம். அகப்பை போட்டுக் கிண்டினால், மீன் கரைந்துவிடும். பரிமாறும் போதும் அகப்பை போட்டுத் துழாவக் கூடாது. மீன் குழம்புக்கு என்றே சற்றே குழிந்த உள்ளங்கைபோலப் பரந்த சிரட்டை அகப்பைகள் பயன்படுத்துவார்கள்.

சில வீடுகளில், கறுத்த கறி கூட்டிப் போட்ட பிறகு, உரித்த சின்ன வெங்காயம், பூண்டுப் பற்களை முழுதாய் நல்லெண்ணெயில் வதக்கிக் குழம்பில் போடுவதுண்டு. வயிற்றுக்குக் குணம் செய்யும் குழம்பு இது. வயிற்றுப் பொருமல், வாய்வு உபத்திரவம், வயிற்று மந்தம் வந்தோர் உணவாகக்கொள்ளும் மருந்து இது.

மீன் தீயல்

காய்கறித் தீயலுக்கான சேர்மானங்கள்தான். முட்டைத் தீயலுக்குப் புளி ஊற்றக் கூடாது. மீன் தீயலுக்குப் புளி கரைத்து ஊற்ற வேண்டும்.

அரைக்க, முற்றிய தேங்காய்ப் பூ, மஞ்சள், வத்தல் மிளகாய், நல்ல மிளகு, முழு கொத்தமல்லி, சின்ன வெங்காயம், கறிவேப்பிலை இவற்றைத் தேங்காய் எண்ணெய் ஊற்றி வறுத்து வடிய அரைத்துக்கொள்ள வேண்டும். மீன் வெந்ததும், அரிந்து வைத்திருக்கும் சின்ன உள்ளி போடலாம். குழம்பு கொதித்து வத்தியதும் தேங்காய் எண்ணெய் ஊற்றி, சட்டியை அசைத்துக் கொடுத்து இறக்கிவிடலாம்.

மீன் தீயலுக்குத் தோதான மீன் திரைச்சி. இதனை வட மாவட்டங்களில் 'திருக்கை' என்பார்கள். இந்த மீனை உப்புக்கண்டம் செய்ய ஏலாது. உப்பு மீனில் ஏறாது. பச்சையாக உடனே குழம்பு வைக்க வேண்டும்.

திரைச்சி வாலில் இருக்கும் கொடுக்கு விடமுள்ளது. பட்ட புண் ஆறாது. Discovery Channelஇல் பாம்புகள், முதலைகள் பற்றிய நிபுணர், திரைச்சி வால் அடித்துதான் இறந்து போனார். தொல்குடிப் பரதவர், கடலில் திரைச்சியைப் பிடித்தவுடன் வாலின் கொடுக்கை உடனேயே வெட்டிக் கடலில் வீசி விடுவார்கள். முன்பெல்லாம் பெரிய ஜமீன்தார்கள், பண்ணையார்கள், கொடுக்கு நீக்கிய திரைச்சி வாலை வாங்கி, உப்பிட்டுக் காய வைத்து, சவுக்காகப் பயன்படுத்தினார்கள் என்றொரு செய்தியும் உண்டு.

திரைச்சித் துண்டத்தின் சிறு முட்கள் மென்மையானவை. ஓமப்பொடி போல, மென்று தின்னலாம். எனக்குத் தெரிந்து, திரைச்சி மீன் தீயலுக்கு மட்டுமே உகந்தது. இந்த மீனின் சதை அடுக்கடுக்காக இருக்கும். நாஞ்சில் நாட்டில் திரைச்சியை வேறு எந்தக் கறியும் வைப்பதில்லை.

ஒன்றை நினைவில் கொள்ள வேண்டும். கறுத்த கறி என்பது வேறு, தீயல் என்பது வேறு. ஒரு செய்தி, காய்கறித் தீயலுக்கு மாங்காய் போட மாட்டார்கள், சில சமயம் அடை மாங்காய் போடுவார்கள். மீன் தீயலுக்கு மாங்காய் போடலாம். கறுத்த கறிக்கு மட்டுமே ஓமம் வறுத்து அரைப்பார்கள்.

மீன் அவியல்

அவியல் என்றால் உங்கள் கற்பனையில் நாஞ்சில் நாட்டுக் கூட்டவியல், பாலக்காட்டு அவியல் என்று காய்கறி அவியல் மேல் கவனம் போவது இயல்பு. சற்று வேறுபட்ட பக்குவ முறை என்றாலும் இது மீனில் செய்யப்படும் அவியல். இதை எந்த உணவு விடுதியும் செய்து பரிமாறுவது இல்லை.

அரைப்பதற்கு மிளகாய் வத்தல், மஞ்சள், சின்ன வெங்காயம், நன்கு முற்றாத தேங்காயின் பூ, கொஞ்சம் சீரகம், நல்ல மிளகு, கொத்தமல்லி கூடாது. அரைப்பு பிருபிருவென இருக்க வேண்டும்.

அவியல் மசாலாவையும் அம்மிப் பாலையும் சேர்த்துக் கொட்டி, மீன் துண்டுகளை அடுக்கி வேகவிட வேண்டும். உப்புப் போட்டு, கரைத்து வைத்திருக்கும் புளி கொஞ்சம் ஊற்ற வேண்டும். கறிவேப்பிலை உருவிப் போடலாம். பச்சை மிளகாய் வகிர்ந்து போடலாம். குறைவாக மாங்காய் போடலாம். மீன் அவியலுக்கும் தாளிசம் கிடையாது. தண்ணீர் சுண்டிய பின், சட்டி பற்ற, பொருபொருவென்று இருக்கும் பருவத்தில் தேங்காய் எண்ணெய் ஊற்றி இறக்கிவிடலாம். காரம், நல்ல உறைப்பாக இருத்தல் நல்லது.

மீன் அவியலுக்குத் தோதான மீன்கள் குதிப்பு, சாளை, அயிலை, நெத்திலி எனும் சிறுமீன்கள். பெருமீன் துண்டங்களாக நெய்மீன், வேளாக்கட்டி மீன் ஆகும். வேளாக்கட்டி மீன் அவியலுக்கு முருங்கைக் காய் வகிர்ந்து போடலாம்.

தேங்காய் குறைவாக அரைக்க வேண்டிய மீன்கள் உண்டு. அந்த மீன் அவியலுக்கு அரைக்கும்போது கொஞ்சம் கொத்தமல்லி வைத்து அரைக்க வேண்டும். குறிப்பாக நவரை, சுண்ணாம்பு வாளை போன்ற மீன்களுக்கு.

ஒடியல்

இது ஒரு வகை சட்டி பற்ற வைக்கும் அவியல். கொஞ்சமாகத் தேங்காய் நைசாக அரைக்க வேண்டும். உள்ளி, நல்ல மிளகு, மல்லி, மிளகாய் வத்தல் வெதுப்பி அரைத்து மீனுடன் சேர்க்க வேண்டும். ஒடியலை இறக்கும்போது வெந்தயப் பொடி தூவுவார்கள். ஒடியலுக்குத் தோதான மீன்கள் ஓலை வாளை, கொழுவு சாளை.

கருவாட்டு அவியல்

அவியலுக்கான கருவாட்டைத் தயார் செய்துகொள்ள வேண்டும் முதலாவது. ஒருமணி நேரம் முன்பாகக் கொவரப் போட்டு, மிகையான உப்பு, ஒட்டிக்கொண்டிருக்கும் கடல் மணல் போக அலசிக் கழுவி, அளவான துண்டுகளாக்கிக் கொள்ளலாம். கருவாட்டுக் குழம்புக்குச் சொன்னதுபோல. அரைப்பும் மீன் அவியலுக்கான அரைப்புத்தான். கருவாட்டு அவியலுக்கு, துணைக் காய்கறிகளாக கத்தரிக்காய், வாழைக்காய், பூசணிக்காய், மாங்காய், அடைமாங்காய் ஆகியன சேர்க்கலாம். காய்கறிகளை அரைப்புடன் கூட்டிப் போட்டு வேகவிட்டு, பிறகு மீனைப் போடலாம். பச்சை மிளகாயை நீள வாக்கில் வகுந்து போடுவார்கள். இதுவும் பொருபொரு வெனும் பருவத்தில் இறக்க வேண்டும்.

சுட்ட கருவாடு

கருவாட்டை நன்கு கழுவி, அதிகமாக இருக்கும் உப்பு, மணல் நீக்கி சற்று தண்ணீர் துவர விட வேண்டும். பலா இலை அளவினான கருவாடுகள் முழுதாய்ப் போட்டுச் சுடுவதற்கு நன்று. செக்கச் சிவந்து குவியலாகக் கிடக்கும் தீக்கங்கில் போட்டுச் சுட வேண்டும். கருவாட்டைத் தீக்கங்குத் தோதாகத் திருப்பி, புரட்டிக் கொடுக்க வேண்டும். பச்சை மீனையும் சுட்டுத் தின்பதுண்டு. எனது அனுபவத்தில் சுட்ட அயிலைக் கருவாடு மிகச் சுவையானது. சுட்ட கருவாடு சோத்துக்குத் தொடுகறி

அல்ல. ஆனால் புளித்த பழைய சோற்றுக்குப் பிரமாதமாக இருக்கும்.

சில ஆண்டுகள் முன்பு, விருதுநகரில் (அல்லது சாத்தூரா?) தமிழ்நாடு முற்போக்கு எழுத்தாளர்கள் கலைஞர்கள் சங்க மாநில மாநாட்டைத் தொடங்கி வைத்து உரையாற்றினேன். தோழர் சங்கரய்யா தலைமையில் மூன்று நாள் மாநாடு. இரண்டாம் நாள் தேநீர் இடைவேளையில் சுட்ட கருவாடும் கம்மங்கூழும் பரிமாறப்பட்டது. ஸ்டாலில் பெருங்கூட்டமாகக் கிடந்தது தோழர் கூட்டம்.

நான் மராத்திய மாநிலத்தில், பம்பாய்த் தலைமை அலுவலகத்தில் விற்பனைப் பிரிவில் பணியாற்றியபோது, பெல்காம், கோவா பிரதேசங்கள் எங்கள் கிளையின் கீழ் வரும். கோவா என்பதால் அடிக்கடி விரும்பிப் போவேன். முப்பது ஆண்டுகளுக்கும் மேலாகிவிட்டது என்றாலும் பெல்காமின் கோகாக்மில்லும் கோவாவின் ஒரே மில்லான அட்லாண்டிக் ஸ்பின்னிங் & வீவிங் மில்லும் நினைவில் உண்டு. கோவா என்பதால், எமது பொது மேலாளர், என்னைக் குறுக்கு விசாரணை செய்வதில்லை. நான் கடத்திவரும் இரண்டு குப்பிகளில் ஒன்று அவருக்குத்தானே! கோவாவின் முந்திரி, இளநீர் ஃபென்னிகள் உலகப் புகழ்பெற்றவை. ‘கோவாவில் ஃபென்னி உண்போம்’ என்பது கண்ணதாசன் பாடல் வரி. ஒரு ஆலையில் இரண்டு நாட்கள் என்ன வேலை இருக்கவியலும்? மர்மகோவா என்று நாம் அழைத்த மட்காவ்ன் நான் தங்குமிடம். கைக்கெட்டும் தூரத்தில் கடற்கரை. கடற்கரையோரம், கடல் மணலில் தூண்கள் நாட்டி அதன்மேல் மதுச்சாலைகள், கடலலைகளை நோக்கி. கடல் மணலிலும் நாற்காலி போட்டு உட்கார்ந்து கொள்ளலாம். நான் எப்போதுமே தனிமை விரும்பி. சற்றுத் தொலைவில் கூட்டமாய் ஐந்தாறு இளைஞர்கள் தீ மூட்டி, மாலை வெயிலில் ஏதோ செய்துகொண்டிருந்தார்கள். விறகுக் கங்கின்மீது நாற்பது ஐம்பது அயிலை மீன்கள். பிரம்பு போல் விறைத்து, அப்போது மடி இறங்கியவை.

கடற்காற்று அமர்ந்து வீசியது. தீ இல்லாமல் கங்கு கணகணவென முழங்கியது. தீயில் அயிலை சுடும் வாசனை. நாம் அயிலை என்பதை அவர்கள் பாங்கடா என்பார்கள். அயிலையின் சற்றுப் பெரிய விலாப் பகுதியில் சின்னஞ்சிறு கொக்கி முட்கள் உள்ள இனத்தை நாம் வங்கடை என்போம். மொழி செயல்படும் விதம் வியப்பளிப்பது. என் வலதுகையில் முந்திரி ஃபென்னி நிறைந்த கோப்பையுடன் பச்சை பாங்கடா தீயில் வேகும் வாசனையில் நாவூறி நின்றேன். மனதில் கொள்க, ஆற்று மணலோரம் ஆயும் நெத்திலி போன்ற

அயிரை வேறு, அயிலை வேறு என்பதை. கங்கைக் கிண்டிக் கிண்டி, சுட்டமீன்களை வாழை இலைகளில் சேகரிக்கத் தொடங்கினார்கள். உப்புப் பொடி, மிளகாய்த்தூள், எட்டாய் நறுக்கிய எலுமிச்சம்பழத் துண்டுகள் தயாராக இருந்தன. நான் மெதுவாக நகர ஆரம்பித்தேன். கவனித்த ஒருவர், "ஜரா ருக்கோ பாய்" என்று சொல்லித் தடுத்தார். வாழை இலைத் தும்பில் என்பங்காக மூன்று சுட்ட அயிலைகள் கிடைத்தன. 'இந்திரர் அமிழ்தம் இயைவ தெனினும் தமியர் உண்டலும் இலரே' என சங்கப்பாடல் வரி எனக்கு நினைவுக்கு வந்தது. தொடர்ந்து குகனின் வாய்மொழியும், 'தேனும் மீனும் திருத்தினென் கொணர்ந்தேன்' என்று. அடுத்த வரி என்ன எழுதுவேன் என்று உமக்கே தெரியும்.

சுட்ட பச்சை மீன் தின்றது எனக்கு முதலும் கடைசியுமான நினைத்து நாவூறும் அனுபவம்.

மீன் புட்டு

குளத்து மீனான வரால் அல்லது ஆற்று மீனான விலாங்கு மீன்களைக் குடல், தலை, வால் எல்லாம் நீக்கிக் கழுவி, முழுதாகப் பெரிய சட்டியில் போட்டு வேகவைத்துத் தோலெடுத்துப் பிறகு முள் தவிர்த்த சதைப் பாகத்தை வாழை யிலையில் பூப்பூவாக, மாவாய் உதிர்த்து வைத்துக்கொள்ள வேண்டும்.

சீனிச் சட்டியில் சிறிது எண்ணெய் விட்டு, பச்சை மிளகாய், ஈருள்ளி அரிந்து, உளுந்தம் பருப்பு, கறிவேப்பிலை எல்லாம் சேர்த்து வதக்கி, மாவாய் உதிர்த்த மீனைப் போட்டு, உப்புப் போட்டுக் கிளறி எடுப்பது, மீன் புட்டு.

மீன் துவரன்

கடல் மீனான முள்ளூ வாளை எனப்படும் துப்பு வாளையை, மீன் புட்டுக்குச் செய்வது போல் உதிர்த்து, பின் துவரன் செய்வது. உள்ளி பச்சைமிளகாய் அரிந்து போட்டு வதக்கி, கடுகு உளுந்தப் பருப்பு போட்டுத் தாளித்து கறிவேப்பிலை போட்டு, தேங்காய்ப் பூ சேர்த்துக் கிண்டி இறக்குவார்கள்.

பொரிச்ச மீன்

பொரித்த மீன் என்றும் சுத்தத் தமிழில் சொல்லலாம். வறுத்த மீன் என்றும் சொல்வார்கள். மலையாளத்தில் மீன் வறுத்தது என்பார்கள். மீன் பொள்ளிச்சது என்பது வேறு. கரி மீன் பொள்ளிச்சதும் கள்ளும் இந்திரர் அமிழ்தம். கேரளத்துக் காயல் கரையோரம் ஒதுங்க வேண்டும் அவை உண்ண. அது

நாஞ்சில் நாட்டுத் தயாரிப்பு அல்ல என்பதால் நாமிங்கு பேசப் போவதில்லை. மீனை எண்ணெயில் வறுப்பது அல்லது பொரிப்பது என்பதை எழுபது எண்பது ஆண்டுகளுக்கு முன்பு நாஞ்சில் நாடு கேள்விப்பட்டதில்லை. இன்று சாளை, அயிலை, நெய்மீன், பாரை, விளமீன், நவரை, வாளை எனப் பல மீன்களையும் பொரித்துத் தின்கிறார்கள்.

மீன் இதயத்துக்கு வலு சேர்க்கும் நல்ல உணவு. அதை எண்ணெயில் வறுக்கும்போது, அதைத் தேவையற்றுக் கெடுக்கிறோம் என்று மருத்துவர்கள் அறிவுறுத்துகிறார்கள். கொழுப்பு மூன்று மடங்கு ஏறுகிறது என்கிறார்கள். என்ன செய்ய? பொரித்துக் கொடுத்துப் பிள்ளைகளைப் பழக்கிவிட்டோம்!

மீனை முதலில் நன்றாகக் கழுவிக்கொள்ள வேண்டும். தண்ணீர் இல்லாமல் இரு உள்ளங்கைகளுக்கும் உள்ளே வைத்துப் பிழிந்துகொள்ள வேண்டும். அரைக்க வத்தல் மிளகாய், நல்ல மிளகு, மஞ்சள், உரித்த உள்ளி ஆகியவற்றை உப்புச் சேர்த்து மைபோல் அரைத்துக்கொள்ள வேண்டும். காரம் சற்றுத் தூக்கலாக இருக்க வேண்டும். கழுவிய மீனை, அரைப்பில் புரட்டி, வெட்டுப் பட்ட இடங்களில் சற்றுத் தடவி, உப்பு உறைப்பு ஏற வேண்டி அரைமணி நேரம் வைத்திருந்து பொரிக்க வேண்டும்.

பொரித்த மீன் மீது சில துளிகள் எலுமிச்சம் பழம் பிழிந்து சாப்பிடுவது மராத்தியர் வழக்கம். முயற்சி செய்து பாருங்கள் நன்றாக இருக்கும்.

பரவலான சில கடல் மீன்களும் அவற்றின் தன்மைகளும்

சில மீன்களின் தன்மைகளைப் புரிந்துகொள்ள கீழ்க் கண்ட குறிப்புகள் உதவும். அவற்றின் மருத்துவப் பயன்களையும் அதிகம் உண்டால் விளையும் தீமைகளையும் சொல்ல சில பாடல் மேற்கோள்களும்.

சாளை

எளிய மக்களின் மீன் இது. மலிவானது. பெரும்பாலும் எல்லாப் பருவ காலங்களிலும் கிடைப்பது. 'சாளைப் புளிமுளமும் சம்பா அரிசிச் சோறும்' என்றொரு வழக்கு உண்டு. மலிந்த காலங்களில் மீன் சந்தைகளில் 'எங்கெங்கு காணினும் சாளையடா, ஏழு கடல் அவள் வர்ணமடா' என்று கிடக்கும்.

இருவிரல் கனமும் நான்கங்குல நீளமும் இருக்கும். தலையைக் கொய்து குடல் எடுத்துப் பொரித்தால் அப்படியே

காரச்சேவு போலக் கடித்துத் தின்னலாம். நடுவில் ஒரு முள் உண்டு. முள்ளை வைத்துவிட்டு இருபுறமும் சதையைக் கழற்றி விடலாம். நெய்ச் சத்து மிகுந்த மீன் இது. பச்சையாகப் புளிமுகம் வைக்கலாம். உப்புப் பிடித்து வைத்து அவியல் அல்லது கறுத்தறி வைக்கலாம். நெடுமுள்ளும் கழுத்தோரம் சிறு முட்களும் கொண்ட மீன். இந்த மீனில் முள் ஒரு தொந்தரவு அல்ல. மீன் வெந்தபின், மீனின் இருபக்கக் கதுப்புக்களும் பூப்போலப் பிரிந்து வரும். குழம்பு வைத்தால் குழம்பில் நெய் மிதக்கும். நெய் அதிகமாக இருக்கும் காரணத்தினாலேயே பொரிக்கும்போது காரமான நெடியும் போனசாகக் கிடைக்கும்.

எமது பகுதியில் சாளையில் ஐந்தாறு பிரிவுகள் உண்டு. சாளையில்கூடச் சாதியா என்று எண்ணாதீர்கள், அதற்கு நான் பொறுப்பல்ல! சமூக நீதியும் என்னால் வழங்க இயலாது. கோடிகள் சிலநூறு அடித்து மாற்றும் உத்தேசமும் இல்லை. மத்திச் சாளை, மண்டை வீங்கிச் சாளை, கொழுவு சாளை (இதைக் கொய்யாளை என்பார்கள்), நெய்ச்சாளை, நச்சாளை, பேய்ச்சாளை, கீரிச்சாளை, ஒழுகுச்சாளை, பூச்சாளை எனச் சில. மண்டை வீங்கிச்சாளை, பொதுவாக நாஞ்சில் நாட்டில் செலாவளி ஆகாது. பெயரைக் கேட்டால் தலை பெரிது என உணரலாம். மத்தி என்பது மலையாள வரத்து. முள் அதிகமாக இருக்கும். கண்ணன் கொழுவு சாளை என்றொரு இனம் உண்டு. கண்கள் பெரிதாக இருக்கும். புளிமுளம், கறுத்த கறி வைக்கலாம். நெய்ச்சாளை என்பது ஆகச் சிறிய ரகம். ஒற்றைப் பெருவிரல் அகலத்திலும் நீளத்திலும் இருக்கும். சந்தைக்கு வருவது அபூர்வம். நீளவாட்டு மீனின் மேற்பரப்பு கருநீல நிறத்திலும் கீழ்ப்பாதி வெள்ளி மினுக்காகவும். நெய்ச்சாளையைக் கழுவி, உப்பும் புளியும் விட்டு வேகவைத்து எடுத்தால் அப்படியே தின்னக்கூட நன்றாக இருக்கும் மீன் இது. கடல் மடி வந்து இறங்கும் போது யோகம் இருந்தால் கிடைக்கும். கடற்கரையோரம் கூறு வைத்தால் உடனே விற்றுத் தீர்ந்து விடும்.

எனதிளம் பருவத்தில் அணாவுக்கு இருபது சாளை வாங்கி இருக்கிறாள் அம்மை. அணா என்பது ரூபாயில் பதினாறில் ஒரு பகுதி. இப்போது கிலோ நூற்றிருபது முதல் நூற்றெண்பது ரூபாய் வரை.

நெத்திலி

சாளையை விடவும் சிறிய மீன் இது. சுண்டு விரல் நீளத்திலும் சுண்டு விரலின் மூன்றில் ஒரு பங்கு கனத்திலும், தலையில் இருந்து வால்வரை, உடலின் இருபுறமும், நூறு

ரூபாய் நோட்டின் வெள்ளி வரைபோல, வரியொன்றும் ஓடும். நெத்திலியில் வெள்ளை நெத்திலி, கரு நெத்திலி என இரண்டு புகழ் பெற்றவை. கோவா நெத்திலி என்று அளவில் பெரியதாக, சின்னச் சாளையின் தரத்தில் இருப்பது. இதனை மராத்தியர் மாந்தேலி என்பர். நல்ல சுவையான மீன் அது.

நெத்திலி பொதுவாக வாய்வுக்கு ஆகாது என்பார்கள். புளிமுளம், அவியல் இரண்டும் வைக்கலாம். கறுத்த கறி, தீயலுக்கு ஆகாது. கறுப்பானாலும் வெள்ளை ஆனாலும் நெத்திலி கருவாட்டுக்குச் சிறந்தது. எனினும் கறுப்புத்தான் எனக்குப் பிடிச்ச கலரு.

எனக்கொரு நண்பர் இருந்தார் பம்பாயில். அவர் ஈத்தாமொழி. நான் பம்பாயில் வாழ்ந்த காலை, ஊருக்கு வந்திருந்தபோது, ஈத்தாமொழிக்குப் போய் அவர் குடும்பத்தினரிடம் ஒரு தாக்கல் சொல்ல வேண்டியது இருந்தது. தாக்கல் சொல்லி, அவர்கள் வீட்டில் சாப்பிட்டு, எங்களூருக்குப் புறப்படுமுன், நடக்கும் தூரத்தில் இருந்த கோம்பைச் சாமி மடம், பெரிய காடு கடற்புரம், மாதா கோயில், மீன்பிடித்துறை நோக்கி நடந்தேன். முன் மாலையில் மூன்று மணி அளவில் கடற்புரத்தில் நின்றபோது, சில மடிகள் வந்து இறங்கின. வலை நிறைய கரு நெத்திலி. நான் எந்த ஊருக்குப் பயணம் போனாலும் பின்பாக்கெட்டில் பதினாறாக மடித்த பிளாஸ்டிக் கேரி பேக் ஒன்று இருக்கும், எதிர்பாராமல் கிடைப்பதை வாங்க. பையை எடுத்துப் பிரித்து, வந்து இறங்கிய மடியில் இருந்து ஐந்து ரூபாய்க்குக் கருநெத்திலி வாங்கினேன். பையின் கழுத்துவரைக்கும் இருந்தது. திரும்பி நடக்கும்போது பையின் வார் அறுந்தது. ஓடையோரம் நின்ற அகன்ற சேம்பு இலையைப் பறித்துப் போட்டு மூடி, பையின் அடியில் தாங்கிப் பிடித்து, பஸ் ஏறி நாகர்கோயில் வந்து, வண்டி மாறி ஊருக்குப் போய்ச் சேர்ந்தபோது மாலை ஆறுமணி. ஏழெட்டுக் கிலோ இருக்கும். நெத்திலியை வீட்டில் கொண்டு இறக்கியதும் பிடித்தது ஏச்சு மழை.

“இவுனுக்கு என்னா கிறுக்கு புடிச்சிற்றா? இப்பிடியும் உண்டா? இதைக் களுவி எடுக்க நாலு ஆளு வேணுமே!” என்றெல்லாம்.

அன்று இரவு, தெருவில் இருந்த உறவினர் வீடுகளில் நெத்திலிப் புளிமுள வாசனை தெருவே மணத்தது.

என் தம்பி தூத்துக்குடி SPICஇல் RDஇல் இருந்தபோது, ஊருக்கு வருகையில், நல்ல காய்வு கொண்ட பெரிய கருநெத்திலிக் கருவாடு வாங்கி வருவான். பொதுவாக

நெத்திலியைத் தலையும் வாலும் கிள்ளிவிட்டு குண்டூசி கனத்தில் கறுப்பு நூல்போல் ஓடும் குடல் களைந்துவிட்டு, கழுவிச் சமைக்கலாம்.

சமீபத்தில், பாண்டிச்சேரி போயிருந்தபோது எனது இளைய நண்பர் காஞ்சிபுரம் சங்கர் நெத்திலி வறுத்தது வாங்கிக் கொடுத்தார், மதிய உணவின்போது. வறுத்த பின் கறுப்பாவது வெள்ளையாவது.

முள்ளெடுக்க அவசியமில்லாத நெத்திலியை, சில பெண்கள் மெனக்கட்டு உட்கார்ந்து முள் எடுப்பதும் உண்டு. அவர்கள் உரசி உரசிச் சாளைக்கும் தோலுரிப்பார்கள்.

நெத்திலி மீனை 'நெய்த்தோலி' என்கிறது பதார்த்த குண சிந்தாமணி.

> 'மந்தம் உறுந் தீபனம் போம் வாயிலைப்பும் உண்டாகும்
> தொந்தம் உறு வாத பித்தம் தோன்றும் பின் – நொந்தே
> வயிறும் பொருமும் வலிய நெய்த்தோலிக்குத்
> துயரம் மிகும் இதனைச் சொல்'

என்பது பாடல். அளவுக்கு அதிகமாகவும் அடிக்கடியும் கூட்டினால், நெத்திலியால் ஏற்படும் துன்பங்களைச் சொல்கிறது இப்பாடல்.

கூனிப்பொடி

இது கடல் இறால் மீனின் மிக நுண்ணிய வடிவம். துருவிய தேங்காய்ப் பூ போல இருக்கும். பதார்த்த குண சிந்தாமணி, சன்னக் கூனி என்கிறது.

> 'சின்னக் கூனிக் கறியைத் தான் அருந்தில் அக்கணமே
> தின்னப் படும் அன்னம் சீரணமாம் – பின்னும்
> பசிக்கும் அதி நெருப்பாம் பாரில் நோய் எல்லாம்
> நசிக்கும் எனவும் நவில்'

என்பது பாடல். இதில் முக்கியமான செய்தி, நோயெல்லாம் நசிக்கும் என்பது.

'கூனிப்பொடி கப்பலைத் தாழ்க்கும்' என்பது பழமொழி. சின்னஞ்சிறு சீவராசிகள் கூடக் கூட்டமாய்ச் சேர்ந்தால் பெரிய இடைஞ்சல் செய்யும் என்பது நீதி. பண்டு பெருங்கூட்டமாய்க் கடலில் கிடக்கும் கூனிக்கூட்டம் மரக்கலங்களின் துடுப்புக்களில் மொத்தமாய் வந்து அடைந்து, மரக்கலத்தையே தாழ்த்திவிடும் என்பது நேரடிப் பொருள். இந்த அபாயத்தில் இருந்து காக்க, மரக்கலத்தில் தவிடு மூட்டைகள் வைத்திருப் பார்கள் என்றும், கூனி அடைந்ததும் தவிட்டுச் சாக்கை

அவிழ்த்து கடலில் உதறுவார்கள் என்றும் இரை கிடைத்த மாத்திரத்தில், கூனி விலகிவிடும் என்றும் செவிவழிச் செய்தி ஒன்றுண்டு.

இந்தக் கூனிப்பொடி கடலில் படும் காலங்களில், அதற்கான சன்ன வலை கொண்டுபோய் அரித்து வருவார்கள். கூறு வைத்து விற்பார்கள். கூனிப்பொடியில் தலை, வால், குடல் என எதுவும் எடுக்க இயலாது. அப்படியே தண்ணீரில் போட்டுக் கழுவிச் சமைப்பதுதான். எனக்குத் தெரிந்து, இதனைக் குழம்பு வைப்பதில்லை. நாஞ்சில் நாட்டில் இதனை முருங்கைக் கீரையுடன் தேங்காய்ப் பூவும் போட்டுக் கிண்டித் துவரன் வைப்பார்கள். கூனிப்பொடியை உணக்கினால் கூனிப் பொடிக் கருவாடு.

பம்பாயில் சாலையோரம் குடிசை போட்டு உழைக்கும் புலம் பெயர்ந்தோர் தங்கி இருப்பார்கள். மாலை வேளை நடந்தால், கூனிப்பொடிக் கருவாட்டைச் சப்பாத்திக் கல்லில் போட்டு வறுக்கும் வாசம் காரமாய் வீசும். ரொட்டிக்கு அது தொடுகறி.

கணவாய்

இது எலும்பற்ற மீன். இதனை மீன் என்று சொல்ல முடியுமா என்று தெரியவில்லை. வீரமற்றவனையும் மானம் அற்றவனையும் தலைவன் என்று சொல்கிறோம் தானே! வெள்ளை நிறத்தில் கெட்டியாக உறைந்துபோன சோறு வடித்த கஞ்சித் தண்ணீர் போன்ற குழல் மீன் இது.

கழுவி, உப்புப் போட்டு வேகவைத்து நறுக்கி, நிறைய சின்ன உள்ளி அரிந்து போட்டு, இறைச்சித் துவரனுக்கான மசாலா அரைத்து, கணவாய் துவரன் வைப்பார்கள். சிலர் புளிமுளம் வைப்பதும் உண்டு. வாய்வைப் பெருக்கும் மீன் இது. இந்த மீனின் தலையை நறுக்கினால், தலையை ஒட்டி, கழுத்தில் சிறு பையினுள் மைபோல் இருக்கும். அந்தப் பையைக் கவனமாக எடுத்துக் களைய வேண்டும். பை நசுங்கி, மை கலங்கிப் போனால், மீனைக் கழுவ முடியாத அளவுக்கு வழுவழுவென, மீனைக் கழுவ சிரமமாக இருக்கும். இந்த மீனின் குழல் போன்ற உட்பகுதியில் பாலிதீன் தாள் போன்றதொரு தோல் ஒட்டிக் கொண்டிருக்கும். அதையும் உரித்து எடுத்த பின்னே சமைக்கத் தோதாகும்.

2012 ஜூன் மாத இறுதியில் அமெரிக்கப் பயணம் மேற்கொண்ட நான், லண்டன் வழியாக பாஸ்டனின் தரை இறங்கினேன். பாஸ்டன் பாலாஜி வீட்டில் ஒரு வாரம் தங்கி

இருந்து மாசசூசெட்ஸ் மாநிலம், நியூ இங்கிலாந்து எனச் சுற்றிவிட்டு, நியூயார்க்குக்கு இரயிலேற்றி அனுப்பி வைத்தார். நியூ ஜெர்ஸியில் தங்கியிருந்த நண்பர் முரளி, ராஜபாளையம் பக்கம், என்னை நியூயார்க் முழுக்க தினந்தோறும் சுற்றிக் காட்டினார். ஒரு நாள் ஐ.நா. சபை பார்த்துவிட்டுச் சாலையில் நடந்தபோது மழை பிடித்துக்கொண்டது. எனக்கு மூத்திரம் முட்டல். கண்வெட்டத்தில் ஒய்விடங்கள் எதுவும் காணப்படவில்லை. கண்ணில் பட்ட மதுச்சாலையில் நுழைந்து கேட்டார். இந்தியாவிலிருந்து போயிருக்கும் எழுத்தாளனுக்கு ஏகப்பட்ட மரியாதை. எழுத்தாளன் என்றால் இந்தியாவில்தான் எந்த மரியாதையம் இல்லை, சினிமாவுக்கு எழுதினால் ஒழிய! அங்கு மதுச்சாலைகளில் மாலை ஐந்து மணிவரை மலிவு விலை. தலைக்கு ஒரு ஜின்னும் லைம் கார்டியலும் பருக, பாரின் உயர்ந்த மேஜைக்கு முன்னால், உயர்ந்த சுழலும் ஸ்டூலில் அமர்ந்தோம். "கணவாய் சாப்பிடுகிறீர்களா?" என்றார் முரளி. நாற்பது ஆண்டுகளுக்கும் மேலாகி இருந்தது நான் கணவாய் சாப்பிட்டு. இப்போது கணவாய் பற்றி எழுதும்போது அது நினைவுக்கு வருகிறது. அதன் பிறகு சில மாதங்கள் முன்பு மகள் குடும்பத்துடன் கொச்சிக் கோட்டை போயிருந்தபோது கணவாய் தின்றேன் பேரன்களுடன்.

திரைச்சி

இது திருக்கை மீன். வட்டமாக, உருளியைக் கவிழ்த்துப் போட்டது போன்ற உருவமும் நீளவாலும் கொண்டது. வால் நுனியின் விஷக் கொடுக்கு பற்றி ஏற்கெனவே சொன்னோம். விஷக் கொடுக்கினால் அடிவாங்கினால் சாகும்வரை புண் ஆறாது. மிருதுவான எலும்பு கொண்ட மீன் இது. அறுபது எழுபது கிலோ எடை இருக்கும். இதன் மாமிசம் அடுக்கடுக்காக இருக்கும். இதனை புளிமுளம், அவியல், பொரிப்பு என்று செய்வதில்லை. தீயல் வைத்தால் அருமையாக இருக்கும். கட்டுமரத்தில் கொண்டுவரும் பெரிய திருக்கையை வெட்டி, துண்டங்களாகவே விற்பனைக்கு வரும்.

'வாதமொடு தாது வளர்ந்துள்ளே சேருமென்றும்
ஓது பித்தம் சோபம் இவை போகுமென்றும் – கீதச்
செருக்கை அடைவாரைத் திருத்தும் மொழி மாதே
திருக்கை மீன் உண்பார்க்குச் செப்பு'

என்பது பதார்த்த குண சிந்தாமணி.

பிள்ளைச் சுறா

சுறாமீனின் அளவோடு ஒப்பிடும்போது, இது சுறாமீன் குட்டியா, அல்லது சுறாமீனின் நுண்ணிய வடிவமான தனி

உட்பிரிவு இனமா என்ற சந்தேகம் எனக்கு அறுபது ஆண்டுகளாக உண்டு. சுறாக்குட்டி என்பதால் சின்ன மீன் என எண்ண வேண்டாம். இரண்டு கிலோ முதல் பத்துக் கிலோ வரைக்கும் எடை இருக்கும். பெரிய சுறாமீன் நகரப் பேருந்து அளவு என்றால் பிள்ளைச் சுறா பெரிய நெய்மீன் அளவு. மேல் தோல் சாம்பல் நிறத்தில் பட்டுப் போல் ஆனால் கனமானது. இந்த மீன் கறி தின்றால், பிள்ளை பெற்றவளுக்குப் பால் வற்றிப் போகும் என்பார்கள். வயிற்றினுள் ஒரு காந்தலும் எடுக்கும். எனவே பெற்றவளுக்குத் தருவதில்லை.

பிள்ளைச் சுறா கறுத்த கறிக்கு ஆகாது. அவியல் அல்லது புளிமுளம் வைப்பார்கள். முன்பு இந்த மீனைப் பொரிக்க மாட்டார்கள். இப்போது சிலர் வறுக்கிறார்கள். பொரித்த மீன் 'வலுக்கு வலுக்கு' என்றிருக்கும் என்றாள் என் அம்மா.

'வாத கபம் அறுக்கும் மன்னு கீடம் போக்கும்
ஊது குடல் வாதம் ஓடும் காண் – ஆதரவாய்
எல்லாப் பிணிக்கும் இதமாகும் நல்ல சுறா
நல்லார் அறிய நவில்'

என்பது பதார்த்த குண சிந்தாமணி. கீடம் என்றால் புழு, குடற் புழு.

சுறாக் கருவாட்டின் குணத்துக்கும் ஒரு பாட்டுச் சொல்கிறது.

'சூலை கிராணி குன்மம் துட்ட அதிசாரம் இவை
வேலை உலகை விடுத்து ஏகும் – சால
அறாப் பசி உண்டாகும் அபத்தியம் அல்லாத
சுறாக் கருவாடு உண்பார்க்குச் சொல்'

என்பதந்தப் பாடல்.

சூரை

பார்க்க நெய்மீன்போல இருக்கும். ஆனால் நெய்மீனை விடவும் நீளம் குறைவாக, திரட்சியாக. குறுக்குக் கனத்து, முகம் கூராக இருக்கும் மீன். மீனை அறுத்தால் பீட்ரூட்டை அறுத்தது போல் செக்கச் சேவேலென இருக்கும். ரத்தக் கவிச்சியும் அதிகம். இந்த மீனை நாஞ்சில் நாட்டில் வெகு சிலரே வாங்குகிறார்கள். எனினும் புளிமுளம், அவியல் வைப்பதில்லை. நான் சிலமுறை சாப்பிட்டதுண்டு. அதன் நிறம் மேலும் ஈரல் தின்பதைப் போல இரத்த வாசனை நான் விரும்பியதில்லை.

இதன் கருவாடு சிறப்பானது என்கிறார்கள். மாசிக் கருவாடு என்பது சூரை மீனின் கருவாடுதான். இதன் கருவாட்டில் 'சம்பல்' என்றொரு பக்குவம் செய்கிறார்கள், ஈழ நாட்டில்.

'மாசிச் சம்பல்' செய்வதை 'ஆழி சூழ் உலகு' நூலாசிரியர் ஜோ டி குருஸ் எனக்குத் தொலைபேசியில் விவரித்தார் ஒரு நாள். சமயம் வாய்த்தால் அவர் வீட்டுக்குப் போக வேண்டும். ஒடியல் கூழ் காய்ச்சுவதை அகரமுதல்வன் விவரித்தார்.

பன்னா

இது அயிலை போன்ற சிறு தரத்து மீன். கறுத்த கறிக்குச் சிறந்த சாதனம். உப்புப் பிடித்தும் வைக்கலாம். பன்னா கருவாட்டுக்கும் நல்லது. ஆனால் மிக அபூர்வமான கருவாட்டு வகை இது. இந்த மீனின் முகதரிசனம் பட்டே நாற்பது ஆண்டுகளுக்கும் மேலாயின.

கிளாத்தி

இந்த மீன் நாஞ்சில் நாட்டில் கறிவைக்க வாங்கப்படுவ தில்லை. இதனைக் கெளிறு என்பார்கள். கடற்கெளிறு என்றும் சொல்வார்கள். நான் தின்றதில்லை, ஆனால் பார்த்திருக்கிறேன், அடையாளம் தெரியும். கிளாத்தி என்பது கெளுத்தி அல்ல. ஊமைக் கிளாத்தி, உறு கிளாத்தி, வெள்ளைக் கிளாத்தி, ஓலைக் கிளாத்தி என்பன வகைகள். பாறைகள் இடையே வாழும் மீன் இது. கடினமான தோல் உரித்த பின்பே கறிவைப்பார்கள்.

ஏன் நாஞ்சில் நாட்டில் கெளிறு வாங்குவதில்லை என்பதற்கு, பாடல் பதில் சொல்கிறது.

> 'நெய்த் திருக்கும் நொய்த்திருக்கும் நீங்கா சுக்கிலமாம்
> ஒத்திருக்கும் வன்கெளிற்றை உண்டாக்கால் – மெத்த
> கரப்பானும் புண்ணும் கபமும் பெருகும்
> தரைக்குள் எவருக்கும் சாற்று'

என்று விலக்கிப் பேசுகிறது.

சுண்ணாம்பு வாளை (அல்லது) ஓலை வாளை

முழுக்கை நீளம் இருக்கும். மேனியெல்லாம் வெண்ணீறு பூசிய சிவனடியார்போல, உடம்பு முழுக்க சுண்ணாம்பு பூசியது போலிருக்கும். தொட்டால் விரல்களில் வெள்ளைச் சுண்ணாம்பு போல ஒட்டும். அதிகக் கனம் இல்லாத, ஓலைக் கனமேயுள்ள மீன் என்பதால், மடலில் இருந்து இணுங்கிய ஓலை போல் இருப்பதால், இதனை ஓலை வாளை என்றும் கூறுவார்கள். நேரான முள் கொண்டது. தட்டையானது. தோலில் படிந்திருக்கும் சுண்ணாம்புப் படிமம் போகும் படியாக உரசியுரசிக் கழுவ வேண்டும். சற்று மலிவான மீன். பேதியை இளக்கும் தன்மை கொண்டது.

இந்த மீனை முழுதாக வைத்து நீளமாகக் கழுவி, இரண்டங்குல நீளமுள்ள நேர்த் துண்டுகளாக வெட்டிக் கறி வைப்பார்கள். மஞ்சள், கொஞ்சமாகத் தேங்காய் பூ, கொத்தமல்லி, நல்லமிளகு, மிளகாய் வத்தல் சேர்த்து அரைத்து, உப்பும் புளியும் முனைக்க ஊற்றி, சட்டி பற்ற அவியல் வைக்கலாம். அல்லது கொத்தமல்லி கூடுதலாகவும் தேங்காய் குறைவாகவும் வைத்து வடிய அரைத்து புளிமுளம் வைக்கலாம். எனினும் அவியல் சிறப்பு. கறுத்த கறிக்கு இந்த மீனைப் பயன்படுத்துவதில்லை.

ஓலை வாளை கருவாடு போடுவார்கள். ஓலை வாளைக் கருவாட்டின் குணம் பற்றி, கீழ்க்கண்டவாறு பேசுகிறது பாடல்.

'ஆலை வாய்ப் பித்தம் அணுகாதாம் அம்புவியில்
ஓலை வாளைக் கருவாடு உண்டாக்கால் – சாலப்
பசி தீபனமாம் பறக்கும் மாவாதம்
புசியார்க்கு இதனைப் புகல்'

முள் வாளை அல்லது துப்பு வாளை

இஃதோர் சங்க இலக்கியப் பாடல் பெற்ற மீன். கை முழம் நீளம் இருக்கும். விசித்திரமான முள் அமைப்புக்கொண்டது. தலையில் இருந்து வால் வரை மீனின் முதுகில் நீட்டமாய் ஓடும் முள்ளும், அந்த முள்ளில் இருந்து இரு விலாப் பக்கங்களிலும் வரி வரியாய் இறங்கும் சன்ன முள்களும் கொண்ட மீன். முள் சன்னமானதே தவிர, வலு குறைந்ததல்ல. இந்த மீனை நறுக்கும்போது, முதுகில் இருந்து சன்ன முட்கள் இறங்கும் சாய் கோணத்துக்கு ஏற்ப, சன்னமுள் வெட்டுப் படாமல் நறுக்க வேண்டும். அஃதோர் தனிக்கலை. மீன்களில் மிகச் சுவையான மீன் இது. உப்புப் பிடித்து வைத்து கறுத்த கறி வைப்பதற்கு ஏற்றது. தற்போது பொரிக்கவும் செய்கிறார்கள்.

அடிக்கடி முள்ளைத் துப்பிக் கொண்டே உண்பதால் இது துப்புவாளை. நிறைய முள் இருப்பதால் முள்ளு வாளை. முள் எடுத்துத் தின்பதற்கு சற்று அதிக நேரம் எடுக்கும். அது பற்றி 'நாஞ்சில் நாட்டு மருமக்கள் வழி மான்மியம்' எனும் நூலில், கவிமணி தேசிக விநாயகம் பிள்ளை பாடுவது:

'ஆண்டு தோறும் அறுப்புக் காலம் உன்
நாலாம் மனைவி நாடகக் காரி,
வித்துத் தண்டும் வாளைமீனும்
முருங்கைக் காயும் மொச்சைக் கொட்டையும்
வட்டி வட்டியாய் வாங்கி வாங்கிக்
கறிகள் வைத்துக் கஞ்சியும் வைத்து'

என்று. உண்டு எழுவதற்கான தாமதம் குறிக்கவே!

கை முழத்துக்கு ஒரு முளம் நீளமும், கைத் தடிமனும் கொண்டு இரண்டு கிலோ வரை எடைவரும் மீன் இது.

வாளை மீன் பற்றிப் பதார்த்த குண சிந்தாமணி கூறுவது:

‘ஆளை வளர்க்கும், அதி ஆண்மை தனை உண்டாக்கும்
வாளை வென்ற கண் மாதே! வாயு வென்பார் – வேளை
அறியாமல் உண்டால் அணுகுமே வாதம்
குறியார்கள் வாளைக் குணம்!’

வேளாக்கட்டி

பெரிய சுறாமீனின் துண்டம் இது. புளிமுளம் வைக்கவும் அவியல் வைக்கவும் நன்றாக இருக்கும். மிகப் பெரிய மீன் என்பதால், முள்ளே இல்லாத துண்டங்கள் கிடைக்கும்.

குதிப்பு

அயிலை மீன் அளவே உள்ள சிறுமீன் இது. புளிமுளம் வைத்தால் அபாரமான சுவையுடன் இருக்கும். அவியலுக்கும் சிறந்தது. வாசமாக இருக்கும். பச்சையாகவும் கருவாடாகவும் பயன்படுத்தலாம். குதிப்பு மீனும் குதிப்புக் கருவாடும் அலைந்து தேடினாலும் கிடைப்பது அரிது. குதிப்பு மீன் குழந்தை பெற்றுப் பால் கொடுக்கும் தாய்மாருக்குக் கொடுக்க மாட்டார்கள்.

1989 ஆகஸ்ட் மாதம், பம்பாயிலிருந்து மாற்றலாகி நான் கோவை வந்தேன். வந்ததில் இருந்து, உக்கடம் மீன் மார்க்கெட்டில் ஒரே கடையில் தான் மீன் வாங்குகிறேன். கண்ணூர் காக்கா கடை. மிகவும் பழக்கமாக இருந்த முதலாளி களில் ஒருவர் இறந்தும் போய்விட்டார். நீண்ட நாள் பழக்கம் என்பதால் இப்போது விலை கேட்பதில்லை. என் தேவையும் அவர்களுக்குத் தெரியும். சுமாரான மீன் எனக்கு வேண்டாம் என்று தவிர்ப்பார்கள். மீன் பற்றிய என் அறிவையும் அவர்கள் மூலம் பெருக்கிக்கொள்கிறேன். நான் ஊரில் இல்லாதபோது, என் மகள் மீன் வாங்கப் போனால், மொபைல் மூலம் தேவையானதைக் கேட்டுக்கொள்வார்கள். பணம் பத்தவில்லை என்றாலும் அடுத்த முறை கொடுத்துக்கொள்ளலாம். மடவை, கிழங்கான் மீன்களை அடையாளம் கண்டுகொள்ள அங்குதான் கற்றேன். சமீபத்தில் அவர்கள் கடையில் குதிப்பு கிடைத்தது. கிலோ ரூபாய் முன்னூற்றைம்பது மட்டுமே! ஜெயமோகனுடன் மலேஷியா, யு.ஏ.இ., குவைத் போனபோதும், நான் தனியாக அமெரிக்கா, கனடா போனபோதும் ஒரு அனுபவத்துக்காகப் பல மீன் கடைகள் பார்த்தோம். வால்மார்ட் போன்ற பெரும் கடைகளின் அனுபவம் வேறு. பாஸ்டனிலும் நியூயார்க்கிலும்

பெற்ற சிறுகடை அனுபவங்கள் வேறு. பம்பாயில் மீன் பிடித் துறைகளான கொலாபா, சசூன் டாக், மாகிம் போன்ற இடங்களில் கோலி இனப் பெண்கள் மீன் விற்பார்கள். போம்பில் எனப்படும் பாம்பே டக் அங்கு அறிமுகமான மீன். மலேஷியாவில் கேட் ஃபிஷ் சாப்பிட்டதும் தாய்லாந்தில் – இப்போது பெயர் மறந்து போன – அற்புதமான – மீன் சாப்பிட்டதும் நினைவுக்கு வருகின்றன. மராத்திய மாநிலத்தின் பதினைந்து இலட்சம் பேர் பேசும் கோலி மொழிக்கு வரிவடிவம் இல்லை. கோலி மொழியின் சில சொற்களுக்குத் தமிழ் வடிவம் – நய்யா = நாவாய், நாக்பா = வள்ளம், வல்லோவ் = துடுப்பு.

கோவாஞ்சி

இது ஊழி மீன். குத்தீட்டி போன்ற வடிவுடையது. முழ நீளமும் உருண்டையான வடிவமும் கொண்டது.

பாறை

சற்றுப் பெரிய மீனினம். நெய்மீன் அளவில், அகலமானதாக. பாரைக்கு எளிதில் தோலுரிக்கலாம். நெய்மீனுக்குத் தோல் எடுப்பதில்லை. வட்டப் பாரை, மஞ்சள் பாரை, கறுத்த பாரை, பால் பாரை எனும் இனக் குழுக்கள் கொண்டது. இருபுறக் கதுப்புகளும் முள்ளில்லாத துண்டங்கள் தரும். புளிமுளம், அவியல், கறுத்த கறிக்குத் தோதானது.

கட்டா

இதுவும் சற்றுப் பெரிய மீன். பாரை போன்றதே அமைப்பில். சாம்பல் நிறத்த உடலில் மஞ்சள் வட்டங்கள் கொண்டது. வயிற்றுப் பகுதியில் வகுந்து, குடல் எடுத்து, மலர்த்தி, உப்புத் தூவி உணக்குவார்கள். பச்சையாகச் சமைப்பதைவிட, உப்புத்துண்டம் கறுத்த கறிக்கு மிகச் சிறப்பாக இருக்கும். எங்கள் பெரியப்பா, சினிமா நடிகர் என்.எஸ். நாராயண பிள்ளை, ஊருக்கு வந்து திரும்பும்போது அம்மா கட்டாத் துண்டம் வாங்கிப் பார்சல் செய்து கொடுத்து அனுப்புவாள். நான் பம்பாய்க்கே வாங்கிக் கொண்டு போயிருக்கிறேன். கட்டா, பச்சை மீனாக, நாஞ்சில் நாட்டில் விரும்பி வாங்குவதில்லை. சிறிய செதில்கள் கொண்ட மீன் இது.

நெய் மீன்

நெய்ச் சத்து அதிகமான மீன், வடிவாக இருக்கும் பார்க்க. கருமையும் வெண்மையும் சாம்பல் நிறமுமான மென் தோல். தோல் நீக்க வேண்டிய அவசியம் இல்லை. நேரான, நீளமான

முள். சிக்கல் இல்லாத, விலை அதிகமான மீன் இது. எல்லாத் தயாரிப்புக்கும் உகந்தது. இந்த மீனை வஞ்சிரம் என்பார்கள். மலையாளிகள் அய்க்கூரா என்கிறார்கள். மராத்தியர் சுர்மை, சுர்மா என்பர்.

விளமீன்

ஓரடி நீளமுள்ள, எட்டங்குல அகலமுள்ள, கனமான, தலை பெருத்த, செதில்கள் கொண்ட மீன். சாம்பல் வெள்ளை, சில சமயம் இளமஞ்சள் நிறத்தில் இருக்கும். தரத்துமீன் இரண்டுகிலோ வரை கூட எடை இருக்கும். செதில்கள் பெரியவை. புளிமுளத்துக்கும் அவியலுக்கும் கறுத்த கறிக்கும் நல்ல மீன். வெளமீனின் தலை பெரியது. சுவையானது, குழம்பில் போட்டால் அதன் வாசம் தனி.

தொலிக்காத தேங்காய் அளவில் மீன் தலைகளை முழுதாய்ப் போட்ட மீன் குழம்பு மலேசியாவில் பார்த்தேன். ஒடிசாவில், திருமண விருந்தில், மணமகன் வீட்டாருக்கு பொரித்த மீன் தலை பரிமாற வேண்டும். என்ன மீன் என்பது பார்த்தால் தெரியும்!

விளமீன் கடற்பாசிகளை மட்டுமே உணவாகக் கொள்வது என்பார்கள்.

வாவல்

இந்த மீனை வவ்வால் என்பதும் உண்டு. பதார்த்த குண சிந்தாமணி வவ்வால் எனும் சொல்லையே பயன்படுத்துகிறது. சற்றுப் பெரிய உள்ளங்கை போன்ற வடிவுள்ள மீன் இது. இதை மலையாளத்தில் ஆவோலி என்பார்கள். நாஞ்சில் நாட்டில் வாவல் என்கிறார்கள். குழந்தைகளுக்கும் வயோதிகருக்கும் நோயாளிகளுக்கும் எளிதில் சீரணமாகும் மென்மையான சதைப் பகுதி. எளிதில் வெந்து போகும். இந்த மீன் பார்க்கவும் அழகு. மேல்தோல் வெள்ளை நிறத்தில் மினுமினுப்பாக இருக்கும். அதனை வெள்ளை வாவல் என்பார்கள். அது முதல் தரம். அதனை *Phambret* என்று ஆங்கிலத்திலும் பாப்லெட் என்று மராத்தியிலும் சொல்வார்கள்.

மென்மையான முள் கொண்டது. மிக எளிதில் வேகும் மென்மையான தசை கொண்டது. வெள்ளையான மிருதுவான செதில் இல்லாத மேல்தோல். இதன் புளிமுளம் நன்றாக இருக்கும். முழுதாய்ப் பொரிக்கவும் செய்யலாம். இதன் பெரிய முழுமீனைத் தந்தூரி செய்வதுண்டு. பம்பாயில் இது செல்வந்தர் வீட்டு மீன். எனது மேலதிகாரியான பார்ஸிக்காரரின் மகன் திருமண விருந்தில் சேமியாப் பாயசம்

போன்ற இனிப்பான கிரேவியில் முழு பாப்லெட் மீனை மிதக்கவிட்டுப் பரிமாறினார்கள். இனிப்பு கிரேவியா என்று முகம் சுளிக்காதீர்கள். மலேஷியாவில் இனிப்பான கறுப்பு கிரேவியில் மீன் சாப்பிட்டிருக்கிறேன்.

பதார்த்த குண சிந்தாமணி கூறுவது:

'வெள்ளை வவ்வால் தன்னை விரும்பி நிதம் உண்பார்க்குத்
தள்ளுகின்ற பித்தம் தரிக்குமோ? – துள்ளி
வரும் கரப்பான் ஏகும் மயிலே! புவியில்
அரும் பத்தியமாம் அறி'

என்று. நெய்மீனை விடவும் விலை கூடிய மீன் இது.

கறுத்த வாவல் என்பது கறுத்த தோலும் சிறு செதிலும் உடைய மீன். வறுத்து அரைத்து வைக்கும் கறுத்த கறிக்கும் பொரிப்புக்கும் நல்லது.

'செங்கரப்பான் மேகம் சிறு சிரங்கும் உண்டாகும்
வெங்கொடிய நீரிழிவும் விர்த்தியாம் – கொங்கைதனில்
பாலூறும் மெத்தப் பருகில் கருவவ்வால்
மேலூறும் போகம் விதி'

என்று சுவாரசியமான தகவல் தருகிறது பதார்த்த குண சிந்தாமணி.

நவரை

அழகானதும் மீனுக்கான தனித்துவமான ருசியற்றதுமான மீன் இது. என்றாலும் சிலருக்குப் பிடிக்கும். அயிலையை விடச் சற்றுச் சிறியது. இதில் சிவப்பு நவரையைச் செந்நவரை என்பார்கள். மஞ்சள் நிறமான நவரையும் உண்டு. கொஞ்சம் மலிவான மீன் இது. ராணி என்றொரு பட்டப் பெயரும் உண்டு. பொரிக்கவும் செய்யலாம். நான் ஒரு போதும் விரும்பி வாங்கும் மீன் அல்ல இது. என்றாலும் அம்மா சொல்லுவாள் – 'தேங்கா கொஞ்சமா வச்சு, கொத்தமல்லி, நல்ல மொளகு, வத்தல் மொளகா, மஞ்சள் எல்லாம் சேத்து அரச்சு, புளி ஊத்தி, சட்டி பத்த வச்சா நல்லா இருக்கும்' என்று.

அவியலுக்கும் கொஞ்சமாகத் தேங்காயும் கொத்தமல்லியும் சேர்த்து அரைத்து சட்டி பற்ற வைக்கலாம். வரி நவரை, கல் நவரை, கண் நவரை என்பன நவரையின் இனங்கள்.

இறால்

இறால் மீனில் செந்நிறமாக இருக்கும் இறாலைத்தான் செம்மீன் என்பார்கள். அது கடல் வாழ் ஜீவராசி. காயல்களிலும்

*Back waters*லும் கண்ணாடி போல் ஒரு இறால் உண்டு. இறாலை *Prawns* என்று ஆங்கிலத்திலும் ஜிங்கா என்று மராத்தியிலும் மொழிவர். மலையாளத்தில் கொஞ்சு என்பாரும் உளர். இவற்றுள் பெரிய அளவிலான இறாலை ஆங்கிலத்தில் *TIGER PRAWNS* என்பார்கள். இது கருவரியோடிருக்கும்.

இறால் குழம்பின் வாசனை அபாரமானது. மேல் தோட்டை உரித்து, நூல்போல் ஓடும் இரைப்பை நீக்கி, கழுவி புளிமுளம் கூட்டி வைத்தால் உளுந்த வடைபோலச் சுருண்டு விடும். இறால் புளிமுளத்துக்கு உரிய மீன். மராத்திய மாநிலத்தின் கொங்கண் பகுதியில் தேங்காய்ப் பாலூற்றி, இஞ்சி துண்டு துண்டாக நறுக்கிப்போட்டு, பூண்டு முழுதாய்ப் போட்டு, கோக்கம் புளிபோட்டு அற்புதமான குழம்பொன்று வைப்பார்கள்.

கோவாவிலும், மராத்திய மாநிலத்தின் கொங்கண், மால்வண் பகுதிகளிலும் அரபிக் கடலோரம் நிறைய இறால் கிடைக்கும். நிறைய ஏற்றுமதியாகும் மீனானதால் பொன்னின் விலை.

இறால் மீன் குழம்பில் சுத்தம் செய்த அதன் தலையை ஓட்டுன் போட்டுக் குழம்பு வைப்பார்கள். ஓட்டுடன் குழம்பை உறிஞ்சுவது பேரனுபவம்.

> ‘வாதமொடு மந்தம் உறும் மாறாப் பொருமல் மிகும்
> சீதம் விளையும் தினவு உண்டாம் – மாதே
> உதிரம் மிகப் பெருகும் ஓங்கும் இறால் உண்டால்
> எதிரில் அங்க மாங்கிசமாம் எண்’

என்பது பாடல்.

கல் இறால்

இறால் இனம் தான். மண்டை பெரிதாக இருக்கும். மேல் தோட்டின் நிறம் கறுப்பாக இருக்கும். நல்ல சுவையானது. கல் இறால் நான் பார்த்தே காலங்கள் ஆயின. புளிமுளம், பொரிப்புக்கு நன்று.

தேடு

இறால் போன்றதொரு மீன். எனினும் இறால் வேறு, தேடு வேறு. மண்டை பெரிதாகவும் உடல் சிறிதாகவும் இருக்கும். நாஞ்சில் நாட்டில் தேடு வாங்குவது குறைவு. சந்தைக்கு வந்தாலும் உயிருடன் இருக்கும். பெரிய மண்சட்டியில் தண்ணீர் ஊற்றி, தேடு மீனை உயிருடன் போட்டு சட்டியை அடுப்பில் ஏற்றி முடி, மூடியின் மேல் பாரம் வைப்பார்கள். தண்ணீர் சூடானதும்

தேடு இறந்துவிடும். பின்னர் அடுப்பில் இருந்து இறக்கி, உரித்து சுத்தம் செய்வார்கள்.

குளத்துமீன், ஆற்றுமீன்

நாஞ்சில் நாட்டில் பெரும்பாலும் ஆற்றுமீன், குளத்து மீன் இவற்றை விரும்பி உண்பதில்லை. கடல் மீனின் மீதே அவர்கள் மோகம். காரணம் கைக்கெட்டும் தூரத்தில் கடல் என்பதால்.

நாஞ்சில் நாட்டில் மீனவர் முப்பிரிவினர். பரதவர், முக்குவர், செம்படவர் எனும் சவளக்காரர். பரதவர், முக்குவர் கடலிலும் சவளக்காரர்கள் ஆறு குளம் ஓடை எனவும் மீன் பிடிப்பவர்கள். கடலில் மீன் பிடிப்பவரால் நன்னீரில் மீன் பிடிப்பவர்கள் இளக்கார நிலையில் கருதப்படுபவர். சவளக்காரர்கள் சுண்ணாம்புப் பரவர் என்றும் அழைக்கப்படுவார். முரசு, பம்பை வாசிப்பில் வல்லவர்கள்.

'ஆற்றுமீன் தாதுவை உண்டாக்கும் ஐய! வெப்பத்தை ஊற்றும் அருசியை விட்டு ஓட்டும் காண்! – சாற்றும் கிணற்று மீன் வாத குன்மம் கீறு பித்தம் குஷ்டம் பணைத்த பிலீகம் கொடுக்கும் பார்'

என்றும்

'ஓதும் மடு மீனால் உலவை பித்தங்கள் அறும்!
தாது மேகம் கபம் மந்தங்கள் உண்டாம் – கோதில் குளம்
ஆடு மீன் தன்னால் அழற் பிணி மந்தம் தீரும்
ஏரி மீன் மேகம் அடும் எண்'

என்றும் நன்னீர் மீன்களைப் பற்றி பதார்த்த குண சிந்தாமணி பேசுகிறது.

நன்னீரில் மீன் பிடித்தல் மட்டுமன்றி, உள் நாட்டில் மீன், கருவாடு வியாபாரம் செய்கிறவர்களும் சவளக்காரர்கள்தான். 'கோம்பை' எனும் தலைப்பில் எனது சிறுகதை ஒன்றுண்டு, நான் சிறுவயதில் சந்தித்த மிக உயர்ந்த மனிதர் அவர்.

ஆற்றுமீன், குளத்து மீன் சிலவற்றை மட்டும் கீழே காண்போம்.

அயிரை

உலகத்தில் ருசிமிகுந்த மீன்களில் ஒன்று அயிரை. அயிலை வேறு அயிரை வேறு என்பதை அறிக. அயிரை பார்த்தே இராதவர்கூட ஆராவாரமாக இன்று அயிரை மீன் குழம்பு

என்று எழுதுகிறார்கள். ஆறுகளில், மணலோடு ஆய்ந்துகொண்டு நிற்கும் அயிரை கூட்டம் கூட்டமாய். நெத்திலியை விடச் சிறியது, கூனிப்பொடியை விடப் பெரியது. இன்று ஆறும் இல்லை, ஆற்றில் நீரும் இல்லை, மணலும் இல்லை மாதோ! எனில் எல்லா அசைவ ஓட்டல்களிலும் அயிரை மீன் குழம்பு என்று அதிகவிலை வாங்குகிறார்கள். எங்கிருந்து கிடைக்கிறது இத்தனை அயிரை என்று தெரியவில்லை. ஏதோ பேத்து மாத்து நடக்கிறது என்பதில் எமக்கு உறுதியுண்டு. மாம்பழம் கல்வைத்துப் பழுக்க வைத்தல், பாலில் வேறேதோ திரவம் கலப்படம், சாயாத்தூளில் கலப்படம், மஞ்சள் தூளில் கலப்படம், எண்ணெயில் கலப்படம், மருந்தில் கலப்படம், துணி நெய்யும் பஞ்சில் கலப்படம், மதுவில் கலப்படம் என ஒருவனை மற்றவன் மோசடி செய்யும் சமூகமாய் மாறிப்போன பின், அயிரையின் சுத்தம் பற்றிப் பேசிப் பயன் என்ன?

அயிரையில் தலை, வால், குடல் என்றெல்லாம் ஆய்ந்தெடுக்க ஒண்ணாது. நீரை நீங்கியபின்னும் சற்று நேரம் உயிர் வாழும் மீன் அது. ஆற்று மணலில் ஆய்ந்து கொண்டு நிற்பதால், வாயில் சிறு துகள் மணலைக் கவ்விக்கொண்டு நிற்கும். அயிரையை முதலில் நல்ல தண்ணீரில் வாரிப்போட்டு, அலசி ஊற்றி விட்டு, பாலில் சற்று நேரம் போட்டு வைப்பார்கள். பாலில் கிடந்ததும், வாயில் கவ்வி வைத்திருக்கும் மணலை உமிழ்ந்துவிடும் அயிரை. பின்புதான் குழம்புக்குக் கழுவி எடுப்பார்கள். என்ன தொழில் நுட்பம் பாருங்கள்! மல்லி, மிளகு அரைத்து, புளியூற்றி, சட்டி பற்றக் குழம்பு வைப்பார்கள். புளிமுளம் வைக்க விளங்காது.

நன்னீர் ஓடைகளும் சிற்றாறுகளும் அருகிப் போனதால், தற்போது அயிரை தமிழ்நாட்டில் Endangered Specis.

அயிரை பற்றி அப்படியோர் ஏற்றம் கொடுத்துப் பாடுகிறது பதார்த்த குண சிந்தாமணி.

> ‘உயிரை வளர்க்கும், உடற்பிணியை நீக்கும்
> மயிரை வளர்க்கும், அருசி மாற்றும் – வயிரச்
> செயிரை உறாச் சற்குண நல் தெள்ளமிர்தே நாளும்
> அயிரை எனும் மீன் அது’

இது சிறந்ததோர் சான்று, அயிரை மீனுக்கு. ஆனால் நல்லதெலாம் தமிழனுக்கு எதற்கு?

குளத்து இறால்

இறால் மீன் இனம் தான். மண்டை பெரியதாக இருக்கும். வாயுவுக்கு நல்லதல்ல என்பார்கள்.

வரால்

பாடல் பெற்ற மீன் இது. சிற்றிலக்கியங்களில் பல பாடல்கள் வரால் பற்றி காணக் கிடைக்கின்றன. குளங்களில் குடும்பம் குடும்பமாகத் திரியும். பொரிக்கலாம், குழம்பு வைக்கலாம். வரால் புட்டும் செய்யலாம்.

'உடலை வளர்க்கும், உறு பிணியைத் தீர்க்கும்
குடலுக்கு அதி சுகம் கொடுக்கும் – கடலை
உழக்கும் வராலை விட்டு இன் ஊர்க்குளத்துச் சேற்றை
உழக்கும் வரால் அதனை உண்'

என்பது பதார்த்த குண சிந்தாமணி. பாடல் தெளிவாகச் சொல்கிறது கடல் வராலைத் தவிர்க்க வேண்டும் என்று. குளத்து வராலைக் கொண்டாடவும் சொல்கிறது.

விலாங்கு

முப்பத்தைந்து ஆண்டுகளுக்கு முன்பு நான் எழுதிய சிறுகதையின் தலைப்பு 'விலாங்கு'. விலாங்கு பற்றிப் பல தகவல்கள் அதனில் காணலாம். பெரும்பாலும் வயலுக்குத் தண்ணீர் பாயும் வாய்க்கால்களில், ஓடைகளில், ஆற்றங்கரைப் புடைகளில் வாழ்வது. ஒரு பாகம் நீளமும் முழங்கைத் தண்டி கனமும் உருண்டை வடிவமும். விலாங்கு, 'பாம்புக்குத் தலையையும் மீனுக்கு வாலையும் காட்டித் தப்பித்துக் கொள்ளும்' என்றொரு வழக்காறு உண்டு. விஞ்ஞானம் என்ன சொல்கிறது என்று தெரியவில்லை. உடல் முழுக்க விளக்கெண்ணெய் பூசியது போல் வழுவழு என்றிருக்கும். மனிதக் கையின் பிடிக்கு அடங்காது. தண்ணீர் குறைந்த ஓடைகளில் விலாங்கு சேற்றோடு கிடந்தால் பிடித்துவிட இயலாது. எனவே மண்வெட்டியால் வெட்டிக் கோருவார்கள். விலாங்கு மீன் புட்டுக்கு உகந்தது.

விலாங்கு பற்றிப் பாடல் என்ன சொல்கிறது என்று பார்ப்போம்!

'விலாங்கு மீன் தன்னை விரும்பி மிக உண்டால்
குலாங்கிஷமாய் ஐயம் குலாவும் – இலங்கு அருசி
போகமொடு சொறியும் புண் கரப்பனும் கதிக்கும்
கோகனக மாதே குறி'

மேற்சொன்ன நன்னீர் மீன்கள் மிகச் சிலவே. பள்ளு இலக்கியங்கள் ஏறத்தாழ நூறு நன்னீர் மீன்களைப் பேசுகின்றன. மீன்கள் பற்றி எனது தனிக்கட்டுரையும் ஒன்றுண்டு.

ஆறு குளங்களில் மேலும் பல சிறுமீன்களைக் காணலாம். லூர்தம்மாள் சைமன் மீன்வளத் துறை அமைச்சராக இருந்த

காலத்தில் திலேபியாக் கொண்டை என்றொரு மீனை நமது நீர் நிலைகளில் வளர விட்டனர். அதிக முள்ளும் கொண்ட, குறிப்பிடும் படியான சுவையும் இல்லாத சிறுமீன் அது. அது செய்த நல்லகாரியம் பாரம்பரியமான நமது கெண்டை, கெளுத்தி, சூரல், உளுவை, வரால் மீன்களின் முட்டைகளைத் தின்று அழித்தது தான். பீட்சாவும் பர்கரும் இட்லி தோசையை அழிப்பது போல.

பதார்த்த குண சிந்தாமணி குறிக்கும் சில பாடல்களை மட்டும் கீழே குறிப்பிடுகிறேன்.

கெண்டை மீன்

அண்டையில் நிற்பார்களுக்கும் ஆரோ சிகம் காணும்
பண்டையுள நோய் முதிர்ந்து பாரிக்கும் – கெண்டை உண்டால்
வாயுவும் உண்டாகும் வயிற்று வலியும் சேரும்
நீயும் அறிவாய் நிசம்

சன்னக் கெண்டை மீன்

மின்னை நிகரும் இடை மெல்லியலே! மேனியது
சன்ன மீன் உண்டால் தளராதா? – முன்னைக்
கரப்பானும் புண்ணும் கடிய கபமும் போம்
உரப்பாக நாளும் உரை

உழுவை மீன்

முழுதும் புசிக்கலாம், முள்ளும் இல்லை அந்த
உழுவைக் குடல்பிணி விட்டோடும் – வழுவான
முன்மலமும் சாறும் முதிர் கரப்பான் உண்டாகும்
வன் முலையாய் நீ அறிந்து வை.

சேல்கெண்டைமீன்

சேல் என்றாலே மீன்தான். 'சேல் பட்டழிந்தது செந்தூர் வயல் பொழில்' என்பது பாடல் வரி. சீர்காழி குரலில் கேட்க வேண்டும்.

குடல்வாத சூலை கொடுக்கும் சேல் கெண்டை
அடல் வாத மேகமும் உண்டாக்கும் – சட மீது
புண்ணும் சிரங்கும் பொருந்தி நிற்கச் செய்துவிடும்
உண்ண மிகு சுவையாம் ஓது

குறவை மீன்

முட்டு குடல் வலிபோம், மூடு இருமல் ஏகும், மலக்
கட்டு உரக்கும், வாய் அருசி காணும் காண் – முட்ட
துறவைப் பெற்றோரும் துதிக்கும் எழின் மாதே!
குறவை மீனின் குணத்தைக் கூறு

பேராரால் மீன்

ஆரால் எனுமிந்த மீனை, நாஞ்சில் நாட்டில் ஆராங்கு என்பார்கள். விலாங்கு போலிருக்கும், ஆனால் விலாங்கு அல்ல. விலாங்கு உருண்டிருக்கும். இது சற்றுத் தட்டையாக விலாங்கின் நீளம் இருக்காது, வழுவழுப்பும் கிடையாது.

வாராய் மடமானே, வந்த பிணி அத்தனையும்
பேராரால் மீனுக்குப் பின்னிடையும் – பேராது
இருந்த பழமலம் போம், எய்தும் ஆரோக்கியம்
மருந்தோடே ஒக்கும் என வை

என்ற பாடல், பேராரால் மீன் மருந்தோடு ஒப்பிட வேண்டியது என்கிறது.

சிற்றாரால் மீன்

சிற்றாரால் மீன் அருந்தச் சிக்கு மலம் போம்
உற்ற கபம் கரப்பான் உண்டாகும் – சற்றே தான்
மந்தம் உறும் தீபனம் போம் வாயில் சலம் ஊறும்
கந்தமலர்ப் பூங்குழலே கேள்

ஒன்று தெரிகிறது, பதார்த்த குண சிந்தாமணி வாசித்தால் எந்த மீனும் தின்ன முடியாது என. மிகுதியாக உண்ணக் கூடாது என்ற அளவில் நான் பொருள் கொள்கிறேன். பிறர் மனை நோக்காத பேராண்மைபோல.

எனது வசம் இருக்கும் 'பதார்த்த குண சிந்தாமணி' எனும் நூல் 1994ஆம் ஆண்டுப் பதிப்பு. பதினெண் சித்தர்கள் அருளியது என்பதைத் தாண்டி ஒரு தகவலும் இல்லை. எந்தச் சித்தர்கள், அவர்கள் காலம் என்ன என்பது பற்றிச் சிறு குறிப்போ, பதிப்புரையோகூட இல்லை. முதலில் இந்த நூலைப் பதிப்பித்தது யார் எனவும் தெரியாது. மொழியைக் கவனிக்கும் இடத்து மிகவும் பிற்காலம் என்று தோன்றுகிறது. பதிப்பிக்கும் வணிக நிறுவனங்கள் ஏன் இப்படி மர்மம் காக்கிறார்கள் என்று தெரியவில்லை.

பின்னிணைப்புகள்

பின்னிணைப்பு அல்லது பிற்சேர்க்கை தேவையா என்றும் நம்மால் ஆகிற காரியமா என்றும் முதலில் யோசித்தேன். பிறகு தோன்றியது, நமது வரையறைக்கு உட்பட்ட தகவல் சேகரங்களை வாசகருக்குக் கடத்திவிட்டுச் செல்வோமே என்று. அறிந்தவர் பகராமற் போனால் அவை நிரந்தர மாய்வுக்கும் காரணமாகிப் போகும் தானே!

என் நினைவில் சேகரமாகி இருக்கும் நாஞ்சில் நாட்டு நெல் இனங்கள், காய்கறிகள், கீரைகள், கிழங்குகள், பழங்கள், பயிறுகள், கொட்டைகள் எனவும்; கடல் மீன்கள், ஆற்று மீன்கள், குளத்து மீன்கள் எனவும்; பல வெஞ்சனங்கள், வற்றல், வடகம், பப்படம், எண்ணெய், நெய், தேன் எனவும் ஒரு பட்டியல் தயாரிக்கத் தோன்றியது.

மேலும் உபகரணங்கள், பாத்திர பண்டங்கள்; சமையல், உணவு தொடர்பான கலைச் சொற்கள் பற்றியும் சேகரிக்கலாம் என எண்ணினேன். பண்டிகைகள், சடங்குகள் என்பன தேவை கருதிக் குறிக்கலாம்.

எனவே இந்த பின்னிணைப்பு முயற்சி. யாம் முறையான ஆய்வாளனோ, அறிஞனோ, செம்மலோ இல்லை என்பதால், இந்தப் பட்டியல்கள் பூரணமானவை அல்ல. விடுபடல்கள் நிச்சயம் இருக்கும். சொல்லப்போனால், உலகில் எந்தப் பட்டியலிலும் விடுபடல் இருக்கும். பூரணமானது என்ற ஒன்றே இல்லை என்பர் ஞானியர்.

இது ஒரு முயற்சி என்ற அளவில் அறிந்துகொள்ளலாம். தேவையான, எனக்குத் தெரிந்த உபகரணங்கள் குறித்து ஓரிரு சொல்லில் விளக்கம் தந்துள்ளேன். சொல்லால் என்னால் விளக்க முடியாதனவற்றை என் செய?

இவற்றுள் இல்லாதனவற்றை மூத்தோரிடம் கேட்டு அறிக! அவரவர் கைமணல் எனும் போது இவையே எனது கை மணல். புறநானூறு பேசுகிறது 'விரிப்பின் அகலும், தொகுப்பின் எஞ்சும்' என்று.

படிப்படியாக, சிறு தானியங்களையும் கூட்டாக்கத் தொடங்கி இருக்கிறோம் நாம். எம் வீட்டிலேயே 'பாக்ரி' என்று மராத்தியில் வழங்கப் பெறும் சோள ரொட்டி பிரபலம். நாஞ்சில் நாட்டில் நான் உண்டே இராத கம்பங்கூழும், ராகிப்புட்டும், ராகி வடையும், மக்காச் சோளப் புட்டும், குதிரை வாலிப் பொங்கலும், கொங்குநாட்டு ரக்ரியும் இன்று எம் வீட்டுப் பட்சணம்.

எனவே கூடுமானவரை சேகரித்து இந்தப் பின்னிணைப்புப் பட்டியல் தருகிறேன்.

நெல் இனங்கள்

அகில இந்தியாவில் இரண்டு லட்சம் நெல்லினங்களும் தமிழ்நாட்டில் 5 ஆயிரம் நெல்லினங்களும் கன்னியாகுமரி மாவட்டத்தில் 45 நெல்லினங்களும் இருந்ததாகத் தகவல்கள் சொல்கின்றன. சாலி என்றாலும், வேலி என்றாலும், சம்பா என்றாலும் அது நெல்லே! அறுவடைக் காலங்களில், நள்ளிரவில் பாடி, நெல் இனாம் வாங்கவரும் ராப்பாடி 27 நெல்லினங்களை அடுக்கிச் சொல்வதை நானே கேட்டிருக்கிறேன். எனக்குத் தெரிந்த நெல்லினங்கள் தொகுத்துத் தருகிறேன்.

நாஞ்சில் நாட்டு நெல்வகை

1. வாசறுமுண்டான்
2. கட்டிச் சம்பா
3. செந்தி
4. வல்லரக்கன்
5. கொல்லஞ் சம்பா
6. கொச்சிச் சம்பா
7. தட்டார வெள்ளை
8. வீரடங்கன்
9. மொட்டைக் குறுவா
10. பனங்குறுவா
11. அறுவங்குறுவா

12. அறுபதாங் குறுவா
13. பொன்னுருவி
14. கிச்சடிச் சம்பா
15. யானைக் கொம்பன்
16. சடையாரி
17. மணல்வாரி
18. சீரகச் சம்பா
19. வீரமுண்டான்
20. கடல் மணல் வாரி
21. அரிக்கிராவி
22. வீதிவிடங்கன்
23. உண்டைச் சம்பா
24. ஊசிச் சம்பா
25. கருடச் சம்பா
26. கனகச் சம்பா
27. காடங்கழுத்தன்
28. காடைச் சம்பா
29. குண்டுச் சம்பா
30. குறுஞ்சம்பா
31. கொத்தமல்லிச் சம்பா
32. புனுகுச் சம்பா
33. மிளகுச் சம்பா
34. செங்குறுவா
35. பனங்குறுவா
36. பூம்பாளை
37. குறுவைக் களையான்
38. மூளிக் கருப்பன்
39. செம்புலி
40. குலவாழை
41. கட்டைக் குலைவாழை
42. வங்கி
43. புழுதி பிரட்டி
44. ஈர்க்குச் சம்பா
45. கார்த்திகைச் சம்பா

காய்கறிகள்

1. கத்தரிக்காய்
2. வழுதுணங்காய்
3. காரக்காய்
4. வெள்ளரிக்காய்
5. கக்கரிக்காய்
6. பூசணிக்காய்
7. கல்யாணப் பூசணிக்காய்
8. தடியங்காய்
9. சாம்பல் தடியங்காய்
10. சீனி அவரைக்காய்
11. கோழி அவரைக்காய்
12. சாட்டை அவரைக்காய்
13. மாங்காய்
14. முருங்கைக் காய்
15. தவிட்டு முருங்கைக்காய்
16. பாகற்காய்
17. மிதி பாகல்
18. வெண்டைக்காய்
19. சுண்டைக்காய்
20. சுரைக்காய்
21. சக்கை (பலாக்காய்)
22. உருண்டை மிளகாய்
23. நீண்ட மிளகாய்
24. பயத்தங்காய்
25. சீமைச் சக்கை
26. சக்கைச் சுளை
27. சக்கைக் கொட்டை
28. பப்பாளிக் காய்
29. விளாங்காய்
30. நெல்லிக்காய்
31. எலுமிச்சங்காய்
32. நாரத்தங்காய்

33. களாக்காய்
34. தேங்காய்
35. புடலங்காய்
36. வாள் அவரைக்காய்
37. பீர்க்கங்காய்
38. குட்டித்தக்காளி
39. பாடை அவரைக்காய்

கீரைகள்

1. அரைக்கீரை
2. முளைக் கீரை
3. தண்டங் கீரை
4. சிறு கீரை
5. முருங்கைக் கீரை
6. அகத்திக் கீரை
7. பசலைக் கீரை
8. ஆலங்கீரை
9. கொடுப்பைக் கீரை
10. வல்லாரை
11. பயத்தங் கீரை
12. பூசணிக் கீரை
13. பொடுதலை
14. கையாந்தகரை
15. தூதுவளை
16. செங்கீரை

கிழங்குகள்

1. சேனைக் கிழங்கு
2. சேம்பங்கிழங்கு
3. கரணைக் கிழங்கு
4. பால் சேம்பு
5. பிடி கிழங்கு
6. சிறு கிழங்கு
7. கூவைக் கிழங்கு

8. சீனிக் கிழங்கு
9. மரச்சீனிக் கிழங்கு
10. பனங்கிழங்கு
11. தாமரைக் கிழங்கு
12. முள்ளிக் கிழங்கு
13. காய்ச்சில் கிழங்கு

வாழைப் பழம்

1. மொந்தன் வாழைக்காய்
2. சிங்கன் காய்
3. அண்ணங்காய்
4. ஏத்தங்காய்
5. பேயன்காய்
6. மொந்தன் வாழைப் பழம்
7. சிங்கன் வாழைப் பழம்
8. பேயன் வாழைப் பழம்
9. சக்கைப் பேயன் வாழைப் பழம்
10. மட்டி வாழைப் பழம்
11. ரசகதலி வாழைப் பழம்
12. நெய்கதலி வாழைப் பழம்
13. துளுவன் வாழைப் பழம்
14. வெள்ளைத் துளுவன் வாழைப் பழம்
15. செந்துளுவன் வாழைப் பழம்
16. கருந்துளுவன் வாழைப் பழம்
17. பாளையங்கோடன் வாழைப் பழம்
18. பூவன் வாழைப் பழம்
19. மோரிஸ் (பச்சை வாழைப் பழம்)
20. ஏத்தன் வாழைப் பழம்

பழங்கள்

1. மாம்பழம்
2. சக்கைப் பழம் (பலாப் பழம்)

3. வருக்கைச் சக்கைப் பழம்

4. கூழஞ்சக்கைப் பழம்

5. செம்பருத்திச் சக்கைப் பழம்

6. தேன் வருக்கைச் சக்கைப் பழம்

7. ஆயினிச் சக்கை பழம், ஆயினிப் பலா, ஆசினிப்பலா, ஈரப்பலா

8. புருத்திச் சக்கைப் பழம், அன்னாசிப் பழம், கைதைச் சக்கைப் பழம்

9. கொய்யாப் பழம்

10. எலுமிச்சம் பழம்

11. நாரத்தம் பழம்

12. வெள்ளரிப் பழம்

13. பப்பாளிப் பழம்

14. வேப்பம் பழம்

15. கொல்லாம் பழம்

16. காராம் பழம்

17. ஈத்தம் பழம்

18. பூலாத்திப் பழம்

19. பனம் பழம்

20. மாதுளம் பழம்

21. நாவல் பழம்

22. பேரீச்சம் பழம்

23. புளியம் பழம்

24. பாஞ்சிப் பழம்

25. பேரிக்காய்

பயறு, பருப்பு, கொட்டை

1. உழுந்து
2. அவரை
3. துவரை
4. மொச்சை
5. காணம்

6. சிறு பயிறு
7. பெரும் பயிறு
8. கடலை
9. நிலக்கடலை
10. எள்
11. தேங்காய்
12. பாக்கு
13. கொல்லாங் கொட்டை (முந்திரிப் பருப்பு)
14. புளியங்கொட்டை
15. ஆமணக்கு முத்து
16. வேப்பமுத்து
17. புன்னங் கொட்டை
18. இலுப்பங் கொட்டை
19. மாங்கொட்டை
20. புங்கன் கொட்டை
21. குன்னி முத்து
22. மஞ்சாடி
23. முள்ளு முருங்கை கொட்டை
24. நரிப் பயிறு

பல வெஞ்சனங்கள்

1. மஞ்சள்
2. மிளகாய் வத்தல்
3. நல்ல மிளகு
4. வெந்தயம்
5. கடுகு
6. சீரகம்
7. பெருஞ்சீரகம்
8. கருஞ்சீரகம்
9. காயம்
10. சுக்கு
11. ஓமம்
12. கொத்தமல்லி
13. ஏலம்

14. கிராம்பு
15. பட்டை
16. கசகசா
17. அண்டிப் பருப்பு
18. கிஸ்மிஸ்
19. உளுந்தப் பருப்பு
20. துவரம் பருப்பு
21. சிறுபயிற்றம் பருப்பு
22. காணப் பருப்பு
23. கடலைப் பருப்பு
24. சர்க்கரை
25. கருப்பட்டி
26. சீனி
27. காணம்
28. பெரும்பயிறு
29. சிறுபயிறு
30. உளுந்து
31. கடலை
32. நிலக்கடலை
33. மொச்சை
34. கொப்பரை
35. உப்பு
36. இந்துப்பு
37. பப்படக்காரம்

வற்றல், வடகம், பப்படம்

1. சீனி அவரைக்காய் வத்தல்
2. கத்தரிக்காய் வத்தல்
3. பாகற்காய் வத்தல்
4. சுண்டைக்காய் வத்தல்
5. மிதக்க வத்தல்
6. அடை மாங்காய்
7. மோர் மிளகாய்
8. கிழங்கு வத்தல்

9. பயற்றங்காய் வத்தல்
10. வடகம்
11. பிரண்டை வத்தல்
12. ஜவ்வரிசி வத்தல்
13. கூழ் வத்தல்
14. குருணை வத்தல்
15. சலங்கை வத்தல்
16. தேன்குழல் வத்தல்
17. உளுந்து பப்படம்
18. அரிசி பப்படம்
19. கிழங்கு பப்படம்
20. குட்டித் தக்காளி வத்தல்

எண்ணெய்கள் – நெய்கள் – தேன்

1. தேங்காய் எண்ணெய் – உணவுக்கு, தலைக்கு, உடலுக்கு
2. நல்லெண்ணெய் – உணவுக்கு, தலைக்கு, உடலுக்கு
3. கடலை எண்ணெய் – உணவுக்கு
4. புன்னைக்கெண்ணெய் – விளக்கு எரிக்க
5. பசும் நெய் – உணவுக்கு
6. எருமை நெய் – உணவுக்கு
7. உருக்கெண்ணெய் – தலைக்கு
8. கொம்புத்தேன் – மருந்தும் உணவும்
9. மலைத் தேன் – மருந்தும் உணவும்
10. கொசுத்தேன் – மருந்தும் உணவும்

கடல் மீன்கள்

1. நெத்திலி
2. சாளை
3. மொரல்
4. அயிலை
5. வங்கடை
6. பன்னா
7. குத்தா
8. குதிப்பு

9. நவரை
10. வாளை
11. ஓலை வாளை
12. வெள்ளை வாவல்
13. கருத்த வாவல்
14. கொழுவு சாளை
15. கண்ணன் சாளை
16. மண்டை வீங்கிச் சாளை
17. நெய்ச் சாளை
18. கருநெத்திலி
19. மத்தி
20. பால் பாரை
21. பாரை
22. மஞ்சள் பாரை
23. நெய்மீன்
24. கோவாஞ்சி
25. கட்டா
26. விளமீன்
27. கூனிப்பொடி
28. திரைச்சி
29. சுறா
30. பிள்ளைச் சுறா
31. இறால்
32. கல் இறால்
33. தேடு
34. கோவா நெத்திலி
35 கணவாய்
36. கொடுவா

ஆற்றுமீன், குளத்து மீன்

1. அயிரை , நொய்மீன், சிறுமீன்
2. உழுவை
3. கெண்டை
4. கெளுத்தி

5. விலாங்கு

6. ஆராங்கு

7. வரால்

செம்பு, பித்தளை, வெண்கலம், வெள்ளோடு பாண்டங்கள்

1. மைசூர் சருவம் – பித்தளை, வாயகன்ற பாத்திரம். உள்ளே ஈயம் பூசிய, வெளியே சுத்தியல் அடியின் முத்திரை வாங்கிய சருவப் பாத்திரம். அரை லிட்டர் முதல் 20 லிட்டர் வரை கொள்ளளவு.

2. குத்துப் போணி – உயரமான, வாய் விரிந்த, பித்தளைப் போணி. ஈயம் பூசப்பட்டிருக்கும். இரண்டடி விட்டமும் இடுப்பளவு உயரமும் போணி. ஒன்றுக்குள் ஒன்று அடங்கும்படி பல தரங்களில் அடுக்குப் போணியாக. மிகக் குறைந்த போணி ஒரு லிட்டர் கொள்ளும். அடுக்குப் போணி என்பார்கள்.

3. செம்புப் போணி – பெரிய, செம்புக் குத்துப் போணி. ஈயம் பூசியோ, பூசாமலோ. தூக்குவதற்குக் காது வளையங்கள் இருக்கும். இரண்டரை அடி விட்டமும், விலாவரை உயரமும். தண்ணீர் கோரி வைக்கப் பயன்படும்.

4. அண்டா – பித்தளை, காது வைத்தது. அடிப்பாகம் பாதி உயரத்துக்கு பூசணிக்காய் போலவும் மொத்தம் இடுப்பு உயரமும், தோதான வாய் அகலமும் கொண்டது.

5. செம்புப் பானை – செம்பு. பெரிய பானை. ஓராள் இறங்கி நிற்கலாம். பானை போல் வாய் ஓரடி விட்டமும், கழுத்தும், உருண்டையாக விரிந்த உடற் பகுதியும் கொண்டது.

6. போணி – தண்ணீர் குடிக்கும், ஒரு லிட்டர் அளவுள்ள போணி. பித்தளை.

7. செம்பு – பித்தளை, அல்லது செம்பில், தண்ணீர் கோரிப் பரிமாற, குளிக்க பயன்படுவது. வாயகன்ற பானை வடிவம்.

8. பித்தளைச் செம்பு – குளிக்க, கோரிப் பரிமாற, இரண்டு லிட்டர் கொள்ளளவில் வாயகன்ற பானை வடிவம் கொண்ட பித்தளைப் பாத்திரம்.

9. வாழைக்காய் சருவம் – மைசூர் சருவம் அரைக்கோள வடிவம் எனில், இது வாயகன்ற, கால் கோள வடிவம். பித்தளை ஈயம் பூசியது. கால் லிட்டர் முதல் 3 லிட்டர் அளவில்.

10. வெண்கலப் பானை – வெண்கலத்தால் செய்யப்பட்ட உருண்டைப் பானை. பொங்கல்விட, பாயசம் வைக்க.

11. பொங்கல் பானை – பித்தளைப் பானை. பொங்கற் சோறு பொங்க. அரை லிட்டர் முதல் பத்து லிட்டர் அரிசிவரை பொங்கலிடும் அளவுகளில்

12. நிலவாய் – பெரும்பாலும் செம்பு, சில பித்தளை. காது வைத்திருக்கும். இரு கைகளாலும் ஓராள் வெட்டித் தூக்கலாம். ஈயம் பூசி வைத்திருப்பார்கள். கல்யாணப் பந்திகளில் சாதம் விளம்ப உதவும்.

13. வார்ப்பு – வெண்கலம். ஈயம் பூச வேண்டாம். ஓராள் படுத்து உறங்கும் அளவில் உருண்டை வடிவில் இருக்கும். காது வளையங்கள் போட்டிருப்பார்கள். பெரும் அடியந்திரங்களின் அடுப்பில் ஏற்றுவார்கள். பாயசம், அவியல், எரிசேரி, சாம்பார், பருப்பு எனப் பெரும் அளவில் செய்ய. திருவனந்தபுரம் பத்மநாப சாமி கோயிலுக்கு அல்லது பத்மநாபபுரம் கொட்டாரத்துக்குப் போனால் இதன் பெருத்த வடிவங்களைப் பார்க்கலாம். பெரிய வாயும் கீழ்ப்பாகம் உருண்டை வடிவில் சரிந்தும், விளிம்புப் பகுதி கனமாகவும். அடுப்பில் ஏற்றினால் சூடாக நேரமாகும், சூடு நிற்கும்.

14. உருளி – வார்ப்பு மிகப்பெரிய அளவு. அதன் சின்னத் தரத்தவை உருளி. வார்ப்புகள் நாலடி விட்டம் எனில், உருளிகள் அதில் தொடங்கி, ஓரடி விட்டம்வரை. சுருங்கச் சுருங்க காதுகள் இருக்காது. பெரிய வீடுகளின் வரவேற்பு அறைகளில் உருளியில் தண்ணீர் விட்டு மலர்கள் மிதக்க விடுவது இன்று அலங்காரம்.

15. குழைச் சட்டுவம் – பெரிய வார்ப்பில், உருளியில் தயாராகும் பதார்த்தங்களைக் கிண்டிக் கொடுக்க ஆகும் துடுப்புப் போன்ற, பெரிய சட்டுவம். பிடிக்கும் பகுதி மரம், கிண்டும் பகுதி வெண்கலம். நிறுத்தினால் ஆள் உயரம் இருக்கும்.

16. சட்டுவாப்பை – உண்மையில் இது சட்டுவ அகப்பை. வெண்கலத்தால் ஆனது. தும்பு வட்டமாக இருக்கும் முழம் நீள பரந்த அகப்பை.

17. வெண்கல அகப்பை – வாய் பரந்த, காம்பு நீண்ட வெண்கலத்தால் ஆன அகப்பை. கிண்டப் பயன்படும். பரிமாறப் பயன்படாது.

18. குட்டுவம் – உயரமான தோற்றமுடைய இராட்சசப் பூசணிக்காயை இரண்டாய் குறுக்காக வெட்டிய வடிவம். பித்தளை, ஈயப்பூச்சுடன் காதுகள். இருபது குடம் தண்ணீர் பிடிக்கும்.

19. செம்பு – இது செம்பாலான பாத்திரம். ஓரடி உயரமும் நாலடி விட்டமும் கொண்ட வட்டமான பாத்திரம். சோறு வடிக்கும் பாத்திரம். ஒரு செம்பில் முப்பது கிலோ புழுங்கலரிசி வேகும். கல்யாணச் சாப்பாட்டுக்கு, கூட்டத்தைத் தீர்மானித்து எத்தனை செம்பு அரிசி என்று கேட்பார்கள். வெஞ்சனம், காய்கறி, தேங்காய், சர்க்கரை, பால், தயிர், பழம் யாவுமே ஒரு செம்புக்கு என்றுதான் லிஸ்ட் போடுவார்கள்.

பெரிய செம்பு, சின்னச் செம்பு என்று இரண்டே தரங்கள் தான்.

20. பித்தளை மரக்கால் – 2 படி கொள்ளும் விதத்தில், நிறை நாழி வைக்க. அலங்காரத்துக்கு.

21. பித்தளை நாழி – பித்தளையால் செய்த நாழி.

22. பித்தளை உழக்கு – பித்தளையால் செய்த உழக்கு.

23. பித்தளை ஆழாக்கு – பித்தளையால் செய்த ஆழாக்கு.

24. இட்டிலிக் குட்டுவம் – பித்தளை, ஈயம் பூசியது. இட்டிலிக் கொப்பரை என்பார்கள். ஐந்து இட்டிலி முதல் நூறு இட்டிலிகள்வரை அவியும் மூன்று தட்டு, இரண்டு தட்டு, ஒரு தட்டுக் குட்டுவங்கள் உண்டு.

25. இட்டிலித் தட்டு – குட்டுவத்தினுள் வைக்கும் பித்தளைத் தட்டு. இரு பக்கமும் ஈயம் பூசியது.

26. தேன்குழல் நாழி – தேன் குழல் பிழியும் பித்தளை நாழி.

27. சேவை நாழி – சேவை பிழியும் பித்தளை நாழி.

28. புட்டுத் தோண்டி – புட்டு அவிக்க, வெந்நீர் போட உதவும் செம்பு அல்லது பித்தளைத் தோண்டி.

29. புட்டுக் குழல் – புட்டுத் தோண்டியில் பொருத்தும் முக்கால் முழக் குழல். ஒரு பக்கம் சில்லு, மறுபக்கம் மூடி. செம்பு அல்லது பித்தளை.

30. காப்பிச் செம்பு – காப்பி கொண்டு போகும் திருகு மூடிச் செம்பு. பித்தளை.

31. பால் செம்பு – பால் கொண்டு போகும் திருகு மூடிச் செம்பு.

32. சருவம் – சின்ன அரைக்கோள வடிவப் பாத்திரம். பல தரங்களில்.

33. கோருவை – சோறு பறித்து எடுக்கும் குட்டைக் கை பெரிய அகன்ற அகப்பை போன்றது. பித்தளை.

34. சிப்பல் – காம்பில்லாத, சோறு விளம்பும் தட்டுப் போன்றது. பித்தளை.

35. மூக்கன் – தண்ணீர், சம்பாரம், ரசம் விடும் மூக்கு வைத்த, வில்போல் கைப்பிடி வைத்த பாத்திரம். நாலு லிட்டர் கொள்ளும். அடிப்பாகம் உருண்டிருக்கும்.

36. தூக்கு வாளி – பித்தளை வாளி. அடி சுருங்கி, மேற்பகுதி விரிந்து, வட்டக் கூம்பு வடிவில், காது வைத்துக் கம்பி போட்டது. பரிமாறும் வாளிகளில் மூடி இருக்காது. வீட்டுப் பயன் பாட்டு வாளிகளில் மூடி இருக்கும்.

    இதில் நீள் உருளை வடிவான, கட்டாயம் மூடி போட்ட தூக்கு வாளிகளும் உண்டு.

37. காப்பிச் சட்டி – காப்பி போடுவதற்கான செம்பு அல்லது பித்தளை வடிவில் இருக்கும் சட்டி.

38. குழியல் – குழிந்திருக்கும் சிறிய பாத்திரம்.

39. கும்பா – சந்தனக் கும்பா, உண்ணும் கும்பா போன்றவை.

40. கெண்டி – மூக்குவைத்த தண்ணீர் ஊற்றும் சிறு பாத்திரம்.

41. கொட்டக் குடுவை – கொட்டான் போன்றிருக்கும் குடுவை.

42. சம்புடம் – திருநீற்றுச் சம்புடம், சிற்றுண்டி கொண்டு போகும் சம்புடம்.

43. தாம்பாளம் – தாலம். விளிம்பு வைத்த அகன்ற தட்டு.

44. தாலம் – தாம்பாளம்.

45. லோட்டா – தண்ணீர் பருகும் குடுவை

46. படிக்கம் – தாம்பூலம் உமிழும் பாத்திரம்

47. வட்டில் – வட்ட வடிவிலான உண்ணும் பாத்திரம்

48. வேவுபானை – வெந்நீர் குளிப்பதற்குப் போடும் பாத்திரம்

49. மூக்குப் போணி – பிடிக்கக் காம்பும் ஊற்ற மூக்கும் கொண்ட போணி.

50. தூக்குப் போணி – தூக்கு வாளி

51. முட்டைக் கறண்டி – உருண்டை வடிவ அகப்பை
52. சுண்ணாம்புக் கறண்டவம் – சுண்ணாம்பு வைத்திருக்கும் கிண்ணம்.
53. வெற்றிலைச் செல்லம் – வெற்றிலை, பாக்கு, புகையிலை, சுண்ணாம்பு யாவும் வைத்திருக்கும் கைப்பெட்டி
54. பாக்கு வெட்டி – பாக்கு வெட்டுவதற்கான கருவி.
55. பப்படக் கம்பி – பப்படம் சுட்டோ, வறுத்து எடுக்க உதவும், நுனி கூர்மையான நீளமான கம்பி.
56. அப்பளச் சட்டி – பப்படம் வறுத்து வைக்கும் பாத்திரம்
57. தட்டம் – சாப்பாட்டுத் தாலம்
58. துடுப்பு – காடி, கூழ், களி கிண்டும் கோல்
59. கொப்பரை – வாயகன்று, உட்குவிந்த பெரிய பாத்திரம்
60. கடாரம் – பெரிய பாத்திரம்
61. குழிந்த சட்டி – குழிவான பாத்திரம்
62. பரந்த சட்டி – பரந்திருக்கும் பாத்திரம்
63. இட்லிக் கொப்பரை – இட்லிக் குட்டுவம்

கல் உபகரணங்கள்

1. ஆட்டு உரல் – மாவாட்ட, துவையல் அரைக்க
2. ஆட்டு உரல் குழவி – ஆடும் குழவி
3. அம்மி – கறிக்கு அரைக்க, நுணுக்க, சதைக்க
4. அம்மிக் குழவி – அரைக்கும் குழவி
5. கல் உரல் – இடிக்க, பொடிக்க
6. திருவை – பொடிக்க, திரிக்க
7. சிற்றுரல் – கையினால் குத்தும் சின்ன உரல்
8. வெற்றிலை தட்டும் உரல் – வெற்றிலை தட்ட
9. வெற்றிலை தட்டும் குழவி – தட்டும் குழவி
10. கல்தொட்டி – பல அளவுகளிலான கல் தொட்டி
11. சாணை – சாணைக்கல்

பனை ஓலை, பனை மட்டையால் செய்யப்பட்ட பாத்திரங்கள்

1. உறி – பனை மட்டை, பனை நாரினால் செய்யப்பட்டது.
2. பிரிவணை – பாத்திரம் வைக்கப் பயன்படுவது

3. சுளவு – முறம்
4. கொட்டான் – சின்ன பெட்டி. கால், அரை, ஒரு லிட்டர் கொள்ளளவுகளில்
5. அரிவட்டி – பனையோலை, ஈர்க்குடன், முடைந்தது. அரிசி துவரவைக்கப் பயன்படுவது.
6. சாயப் பெட்டி – பனை மட்டை விளிம்பும் பனை நார் உடலும். சாயம் பூசப்பட்டது.
7. பட்டை – தண்ணீர் கோரப் பயன்படுவது
8. கஞ்சிப் பட்டை – கஞ்சி குடிக்கும் பனையோலைப் பட்டை
9. கறிப் பட்டை – கறி வைக்கும் பட்டை
10. பதனீர்ப் பட்டை – பதனீர் குடிக்கும் பட்டை
11. இறைவட்டி – தண்ணீர் இறைக்கும் பனை நார்ப்பெட்டி
12. இறைவைப் பெட்டி – இறைக்கும் பனை ஓலைப் பெட்டி
13. ஓரப்பெட்டி – ஒருவகைப் பனையோலைப் பெட்டி
14. கலவடை – கலங்கள் அடுக்கி வைப்பதற்கு
15. சிரட்டாப்பை – தேங்காய் சிரட்டையில் செய்யப் பட்ட, பனை மட்டை கைப்பிடி கொண்ட அகப்பை
16. பிளாப் பெட்டி – பெரிய பெட்டி
17. வட்டச் சுளவு – வட்டமான முறம்
18. தடுக்கு – உட்காரும் பாய் போன்றது
19. கிடுகு – மறைக்கப் பயன்படும் பாய் போன்றது.

மண் பாண்டங்கள்

1. தோசைக்கல் – மண்ணால் சுடப்பட்ட தோசைக்கல்
2. சீனிச் சட்டி – மண்ணில் செய்து சுட்ட கடாய்
3. இட்லிக் கொப்பரை – மண்ணினால் ஆன இட்லிப் பானை
4. அடைக்கல் – மண்ணினால் செய்த அடைக்கல்
5. அப்பக்கல் – மண்ணால் செய்த அப்பக் கல், குழி குழியாக இருக்கும்
6. தோண்டி – கழுத்து நீண்ட குடுவை

7. புட்டுத் தோண்டி – புட்டு அவிக்கப் பயன்படும் – சின்னது
8. கலயம் (கலசம்) – வாயகன்ற சிறு பானை
9. கள்ளுக் கலயம் – வாயகன்ற சின்னஞ்சிறு பானை
10. எலிக்கலயம் – வாய் குறுகிய எலி பிடிக்கும் பானை
11. குடம் – மட் குடம்
12. பானை – வாய் குறுகியது & வாய் அகன்றது
13. கறிச்சட்டி – கறிவைக்கும் சட்டி
14. பரந்த சட்டி – வாயகன்ற பரந்த மட்பாண்டம்
15. மீன் சட்டி – வாயகன்ற பரந்த பெரிய மட்பாண்டம்
16. மூடி – அதற்கான மூடிகள்
17. சாம்பிராணிச் சட்டி – தீக்கங்கு போட்டுச் சாம்பிராணிப் புகை போடுவது.
18. உப்புப் பரணி – பீங்கான் பாத்திரம், மூடியுடன்
19. தயிர்ப் பரணி – பீங்கான் பாத்திரம் மூடியுடன்
20. ஊறுகாய்ப் பரணி – பீங்கான் பரணி மூடியுடன் பெரியது.
21. கல்மரவை – மாக்கல்லில் குடையப்பட்ட வாயகன்ற பாண்டம்
22. கல்சட்டி – மாக்கல்லில் செய்த சட்டிகள்
23. நாட்கருதுப் பானை – நாட்கருது கொள்ளும் சடங்கின் போது, கதிர் நிறைக்கும் பானை
24. கோட்டை அடுப்பு – சின்ன கோட்டை போல், ஒரு பக்கம் வாசல் வைத்து அமைக்கப்பட்ட அடுப்பு
25. கொடியடுப்பு – முதல் அடுப்பின் கொடி போன்ற இரண்டாவது அடுப்பு.
26. மரப்பொடி அடுப்பு – மரப்பொடி திணித்து கனலவைக்கப்படும் அடுப்பு.
27. ஒற்றை அடுப்பு – வலப்பக்கமோ இடப்பக்கமோ கொடியடுப்பு இல்லாத அடுப்பு
28. செங்கோட்டை அடுப்பு – செங்கோட்டையிலிருந்து தயாராகி வரும் அடுப்பு.
29. இரட்டைக் கொடியடுப்பு – வலதும் இடதுமாகக்

கொடியடுப்பு கொண்ட அடுப்பு

30. குலுக்கை – மண்ணினால் செய்து சுட்டு எடுக்கப்பட்ட ஆளுயரக் குதிர்.
31. கதிர்ப் பானை – நாள் கதிர் நிறைக்கும் பானை
32. சால் – வண்ணார் துணிகள் வெள்ளாவி வைக்கும் பெரிய மண்பானை.
33. தாழி – உயரமான வயறு பெருத்த பானை
34. குடுவை – சிறிய மண் கலயம், கழுத்து நீண்டது.

மரப்பாண்டங்கள்

1. உறி – மூலையில் சட்டி தொங்கப்போடும் மரவட்டு, கயிற்றுடன்
2. சோத்துப் பலகை – சோறு வடிக்கும் *Spade* வடிவ பலகை
3. பிரிவணை – தரையில் சட்டி வைக்கும் ஆதார வட்டு
4. சிரட்டைத் தவி – தேங்காய் சிரட்டை அகப்பை, பனை மட்டை காம்பு
5. பக்கா – முகத்தல் படி உத்தேசமாய் இரண்டு லிட்டர்
6. நாழி – முகத்தல் படி, உத்தேசமாய் ஒரு லிட்டர்
7. உழக்கு – முகத்தல் படி, உத்தேசமாய் ¼ லிட்டர்
8. ஆழாக்கு – முகத்தல் படி, உத்தேசமாய் 1/8 லிட்டர்
9. தேன் குழல் நாழி – தேன் குழல் பிழியும் உபகரணம்
10. சேவை நாழி – சேவை பிழியும் உபகரணம்
11. புட்டுக் குழல் – புட்டுத் தோண்டியின் மேல் பாகம் – மூங்கில்
12. சட்டுவ அகப்பை – தோசை திருப்பி
13. குழைச் சட்டுவம் – ஆளுயர, தோசை திருப்பி போன்றது
14. அரிவாள் மணை – உடல் மரத்தால், வெட்டும்பகுதி இரும்பால் ஆனது
15. திருவலைக் குத்தி – உடல் மரத்தால், திருவும் பகுதி இரும்பால் ஆனது.
16. மர உரல் – மரத்தில் கடையப்பட்டது.
17. உலக்கை – தோளுயர மர உலக்கை

18. குப்பிப் பூண் உலக்கை – ஒரு நுனியில் இரும்புக் குப்பி போல் பொருத்தப்பட்டது

19. தீட்டு உலக்கை – இரு நுனிகளிலும் இரும்பு வளையங்கள் அமைந்தது

20. மரத் திருவை – மரத்தினால் கீழ்ப்பாதியும் மேற்பாதியும் அமைந்தது

21. சிற்றுரல் – கையால் இடிக்கும் சிறிய உரல்

22. உப்பு மரவை – உப்பு போட்டு வைக்கும் மரப் பாத்திரம்

23. பெரிய மரவை – பல்வேறு அளவுகளிலான மரப் பாத்திரம்

24. தயிர் மத்து – தயிர் கடையும் மத்து, நுனி பல்பல்லாக இருக்கும்

25. கீரை மத்து – கீரை கடையும் மத்து, நுனி அரைக்கோள வடிவில்.

26. கலவடை – அடுக்காகக் கலங்கள் அமைப்பு வைக்கும்

27. கையாப்பை – கை போன்ற அகப்பை

28. மரவை – மரத்தில் கடையப்பட்ட, சருவம் போன்ற பாத்திரம்

29. பிள்ளை குளிப்பாட்டும் பலகை – குழந்தைகளைக் கிடத்திக் குளிப்பாட்டும் மரப்பலகை

30. மொள வட்டி – பல வெஞ்சன சாமான்கள் இட்டு வைக்கும் அறைகள் கொண்ட பெட்டி

31. தவி – அகப்பை

32. தண்டயப் பலகை – சோறு வடிக்கும் பலகை

33. துடுப்பு – நீளமான அகப்பை போன்று கூழ், காடி, கிண்டும் உபகரணம்.

34. பப்படப் பலகை – பப்படம் போடும் வட்டப் பலகை

35. பப்படக் குழவி – பப்படம் இடும் குழவி

36. அஞ்சறைப் பெட்டி – வெஞ்சனங்கள் வைக்க, அறையறையாகச் செய்த பெட்டி

இரும்புப் பாத்திரங்கள்

1. புளிக் குத்தி – புளியைக் குத்தி, புளியங்கொட்டை எடுக்கும் கத்தி போன்ற, முனை கூர் ஆன உபகரணம்

2. பப்படக் கம்பி – பப்படம் காய்ச்ச உபயோகமாகும் முழ நீள முனையுள்ள அரைக்காலங்குல கனமுள்ள கம்பி

3. குழல் – அடுப்பூதும் இரும்புக் குழல்

4. மரக்கால் – நெல் அளக்கும் முகத்தல் அளவு. நாலு கால் கொண்டது. 21 மரக்கால் ஒரு கோட்டை. குறுணி – 1 மரக்கால், பதக்கு – 2 மரக்கால், முக்குறுணி – 3 மரக்கால் உத்தேசமாக 7 லிட்டர் கொள்ளும்.

5. கொத்து மரக்கால் – கூலி கொடுக்கப் பயன்படுவது. சற்றுச் சிறியது. உத்தேசமாக 6 லிட்டர் கொள்ளும்.

6. பொலி அளவு மரக்கால் – நெற்பொலி அளக்கும் மரக்கால்

7. பக்கா – 2 லிட்டர் அளவுள்ள படி

8. நாழி – 1 லிட்டர் அளவிலான படி

9. உழக்கு – ¼ லிட்டர் அளவிலான படி

10. ஆழாக்கு – 1/8 லிட்டர் அளவிலான படி

11. தோசைக்கல் – தோசை சுடுவதற்கானது

12. ஆப்பக்கல் –ஆப்பம் சுடுவதற்கானது

13. அடைக்கல் – அடை சுடுவதற்கானது

14. பணியாரக்கல் / அப்பச் சட்டி – அப்பம், பணியாரம் சுடும் சட்டி

15. புட்டுச் சில்லு / ஓமப்பொடி சில்லு – இரும்பினால், துளை கொண்ட ஈரங்குல விட்டமுள்ள சில்லுகள்

16. சட்டுவ அகப்பை – இரும்பு தோசை திருப்பி

17. இரும்புச் சட்டுவம் – ஆளுயர இரும்பு தோசை திருப்பி வடிவம்

18. கண்ணகப்பை – கண்கண்ணாக இருக்கும் பெரிய அகப்பை. பூந்தி, காரச்சேவு பிழிய, பலகாரம் சுட்டு எடுக்க.

19. வாள்க்கட்டை – கைப்பிடி மரமும் கூர்ப்பகுதி இரும்பும் ஆன கத்தி

20. வெட்டுக்கத்தி – கைப்பிடி மரம் அல்லது மாட்டுக் கொம்பு, வெட்டும் பகுதி இரும்பு

21. அரிவாள் மணை – காய்கறிவெட்டும் கருவி, இரும்பால்.

22. திருவலைக் குத்தி – தேங்காய் திருவும் கருவி, இரும்பால்

23. கத்தி – கைப்பிடி மரம் அல்லது கொம்பு. நறுக்கும் பாகம் இரும்பு

24. அரிப்பு – பல கனத்து மாவுகள் அரிக்கும் உபகரணம்.

25. எண்ணெய்ச் சிப்பல் – எண்ணெயில் சுட்டெடுத்த பலகாரங்கள் எண்ணெய் வடிவதற்காகப் பயன்படுத்தும் துளைகள் கொண்ட தாலம்

26. சீனிச்சட்டி – கடாய்

27. பங்காயம் – காம்பு நீண்ட பெரிய எண்ணெய்க் கரண்டி

28. வடை குத்தி – வடை சுடும்போது, குத்தி எடுக்கப் பயன்படும் கம்பி

29. இடுக்கி – சூடான பாத்திரங்களை பிடித்தெடுக்கும் உபகரணம்

30. புட்டரிப்பு – புட்டுக்கு மாவு அரிக்கும் அரிப்பு

31. எண்ணெய்க் கரண்டி – எண்ணெய் கோரி எடுக்க உதவும் கரண்டி

32. வால் கரண்டி – கரண்டியின் பிடிக்கும் முனைவில் வளைந்திருப்பது

சமையல், உணவு தொடர்பான கலைச் சொற்கள்

1. உணக்க மீன் – காய்ந்த மீன்

2. உப்புத் துண்டம் – உப்பிட்டுக் காய வைத்த மீன் துண்டம்

3. ஊரைக் கருவாடு – ஈரப் பதமுள்ள, நன்கு காயாத கருவாடு

4. கக்கம் – ஏதும் பொரித்து எடுத்த பின்பு கீழே மிஞ்சிக் கிடப்பது

5. எண்ணெய்க் கக்கம் – மருந்துப் பொருள்கள் விட்டு எண்ணெய் காய்ச்சியபின் கிடக்கும் வண்டல்.

6. கண்டிக்கிழங்கு – துண்டு போட்டுக் காய வைத்த மரவள்ளிக் கிழங்கு

7. கொடி யிறச்சி – வெயிலில், கொடி கட்டி உணக்கிய இறைச்சி

8. துண்டம் – துண்டு துண்டான மீன், இறைச்சி
9. தொக்கு – ஒரு வகை ஊறுகாய்
10. உக்குதல் – உதிர்ந்துபோதல்
11. ஊசுதல் – உணவு கெட்டுப்போதல்
12. காம்புதல் – எண்ணெய் கெட்டுப்போதல்
13. சளித்தல் – சுவை கெட்டுப்போதல்
14. புளித்தல் – புளித்துப்போதல்
15. கும்புதல் – அடி பிடித்தல்
16. கல் நாவுதல் – அரிசி, பயிறு வகைகளில் கல் களைதல்
17. ஆக்குப்புரை – அடியந்திரங்களுக்கு சமைக்கும் இடம்
18. குழைதல் – அதிகமாக வெந்து போதல்
19. தண்ணீர் கட்டுதல் – சோற்றில் கஞ்சி முழுக்க வடியாமல் இருத்தல்
20. கொழித்தல் – முறத்தால் புடைத்து எடுத்தல்
21. குருணை – உடைந்த அரிசி
22. கொழியல் அரிசி – புடைத்தெடுக்காத அரிசி
23. புழுங்கல் அரிசி – புழுங்கிய அரிசி
24. பச்சரிசி – பச்சை அரிசி
25. பூசணம் பூத்தல் – உணவு கெட்டுப் போனால் வெள்ளை நிறத்தில் படரும் பூஞ்சை
26. பூத்துப் போதல் – பூசணம் பூத்துப் போதல்
27. புழுக்க வேலை – அடுக்களை எடுபிடி வேலை
28. புழுக்கச்சி – புழுக்க வேலை செய்பவள்
29. புழுக்கக்காரி – புழுக்கச்சி
30. தீட்டரிசி – தவிடு போகத் தீட்டப்பட்ட அரிசி
31. பல வெஞ்சணம் – பல வகை வெஞ்சனப் பொருட்கள்
32. அடுப்பங்கரை – அடுப்படி
33. பிள்ளை மண் – சிறிய உயரத்திலான மண் சுவர்
34. சோத்துப் பக்காளி – சோற்று மாடன்

35. திண்ணிப் பண்டாரம் – சோற்று மாடன்
36. கரித்துணி – அடுப்பங்கரையில் கிடக்கும் துணி
37. பொங்கப் புரை – அடுக்களை
38. பழங்கறி – மீந்த கறி, குழம்புகளை ஒன்றாய்ச் சேர்த்து சூடாக்கி வைப்பது
39. நுரைத்தல் – சூடாகி நுரை வருதல்
40. கொதித்தல் – கறியோ குழம்போ சூடாகிக் கொதித்தல்
41. வெட்டிக் கொதித்தல் – 'தறதற'வென வெட்டிக் கொதித்தல்